अभिप्राय

नॅथलिन हॉथॉर्न यांच्या कांदबरीचा अनुवाद 'शापित वास्तू' मध्ये 'पिंचेने प्रासाद' या न्यू इंग्लंडमधील आगळ्यावेगळ्या वास्तूत राहणाऱ्या जगावेगळ्या माणसांची कथा उलगडत जाते.

पुण्यनगरी, ८-११-२००९
दैनिक ऐक्य, सातारा, रविवार, १५-११-२००९
एकजूट, २४-११-२००९

'शापित वास्तू' या नॅथनिल हॉथॉर्न लिखित कादंबरीचा अनुवाद वाचकाला खिळवून ठेवतो. हॉथॉर्न यांच्या लेखनातून 'सत्-असत्' यांच्यातील झगडा सातत्याने पुढे येतो. लेखक मानवी मनाची गुंतागुंत समर्थपणे मांडतात.

पुण्यनगरी, २२-१-२००९

नॅथनिल हॉथॉर्न

शापित वास्तू

नॅथनिल हॉथॉर्न यांच्या
'द हाऊस ऑफ द सेव्हन गेबल्स'
या जगप्रसिद्ध कादंबरीचा अनुवाद

अनुवाद
शंकर पाटील

मेहता पब्लिशिंग हाऊस

THE HOUSE OF THE SEVEN GABELS
by NATHANIEL HAWTHORNE
Translated in Marathi Language by Shankar Patil

शापित वास्तू / अनुवादित कादंबरी

अनुवाद : शंकर पाटील

मराठी अनुवादाचे व प्रकाशनाचे हक्क मेहता पब्लिशिंग हाऊस, पुणे.

प्रकाशक : सुनील अनिल मेहता, मेहता पब्लिशिंग हाऊस,
१९४१ सदाशिव पेठ, माडीवाले कॉलनी, पुणे - ४११०३०.

मुखपृष्ठ : फाल्गुन ग्राफिक्स

प्रकाशनकाल : एप्रिल, १९६६ / ऑगस्ट, २००९ / नोव्हेंबर, २०११ /
पुनर्मुद्रण : ऑगस्ट, २०१६

P Book ISBN 9788184980400
E Book ISBN 9788171613151
E Books available on : play.google.com/store/books
www.amazon.in

एक

पुरातन पिंचेन कुटुंब

आमच्या न्यू इंग्लंडमधल्या एका गावातील आडरस्त्याच्या मध्यावर एक बरीचशी जुनीपुराणी वास्तू उभी आहे. त्या वास्तूची सात गेबल्स चारी दिशांनी निमुळती होत आकाशात घुसलेली आहेत आणि त्या इमारतीच्या बरोबर मध्यभागी एक भलेमोठे धुराडे आहे. त्या रस्त्याला 'पिंचेन स्ट्रीट' म्हणून ओळखतात. ती वास्तू म्हणजेच तो पुरातन 'पिंचेन प्रासाद'. त्याच्या दरवाजासमोर एक डेरेदार आणि विशाल एल्म वृक्ष आहे. गावात जन्मलेल्या प्रत्येक पोराला 'पिंचेन एल्म' या नावाने तो वृक्ष परिचित आहे.

वर वर्णन केलेल्या त्या गावाच्या माझ्या प्रसंगोपात्त भेटीत त्या दोन प्राचीन अवशेषांच्या सावलीत एकदा ना एकदा तरी मी जाऊन येतोच. त्या पिंचेन रस्त्यावरचे ते दोन अवशेष – तो भव्य एल्म वृक्ष आणि तो अनेक ऊनपाऊस खाल्लेला पुरातन प्रासाद.

त्या पूज्य व पुरातन प्रासादाकडे पाहिले की, मला नित्य एखाद्या मानवी मुद्रेच्या दर्शनाचा प्रत्यय येतो. वातावरणातील अनेक वादळे आणि उन्हाचे तडाखे यांच्या केवळ खुणा दर्शविणारी अशी ती एक मुद्रा नसून दीर्घ काळ लोपत चाललेले एक मानवी जीवनच भासते ते. त्या जीवनानुभवातून घडलेल्या अनेक स्थित्यंतरांचे वेगवेगळे भाव त्या वास्तूच्या चेहऱ्यावर उमटलेले आहेत जणू! त्या सर्व अनुभवांना तितक्याच समर्पकतेने शब्दरूप देऊन ते व्यक्त करावयाचे झाले, तर ते एक फार मोठे मनोरंजक व बोधप्रद निवेदन ठरावे. शिवाय त्याच्या कलात्मक रचनेतून एक निश्चित, वैशिष्ट्यपूर्ण अशी सुसंगतीही

आढळावी. त्या कथेत दोन शतकांतील बऱ्याचशा कालावधीत घडलेल्या प्रसंगांच्या, घटनांच्या मालिकांचा समावेश होईल आणि तेवढ्या विस्ताराने त्या लिहावयाच्या झाल्यास त्याचा एक खूपच जाडजूड असा ग्रंथ तयार होईल. त्या काळातील अखिल न्यू इंग्लंडच्या बखरीपेक्षा निश्चितपणे अधिक माहिती त्यात मिळेल... त्या काळातील बारीकसारीक घडामोडींचा एक जमाखर्चच ठरावा तो! त्या लांबलचक जंत्रीला जाणकार निश्चितपणे उजवी ठरवतील. अर्थात, पारंपरिक आख्यायिकांचा विषय होऊन राहिलेल्या त्या पुरातन पिंचेन प्रासादाबद्दल – किंबहुना लौकिकार्थाने त्याला 'सात गेबल्सची हवेली' म्हणूनच ओळखतात – त्यात फार कमी माहिती असणार, हे ओघाने आलेच. तेव्हा प्रथम त्या प्रासादाचा पाया घातला त्या वेळची परिस्थिती पाहू या. त्याचबरोबर सतत वाहणाऱ्या पूर्व दिशेच्या वाऱ्याने काळ्या पडत चाललेल्या त्याच्या बाह्य स्वरूपावर एक धावती नजरही टाकू. तसे करताना त्याच्या छपरावर ठिकठिकाणी माजलेली आणि भिंतींवर अधूनमधून उमटलेली हिरवीगार शेवाळीही दाखवू. या सर्वांतून चालू काळाला जवळच असलेल्या आमच्या या कथेच्या नेमक्या घटनांची सुरुवात करू या. तरीही यातूनच त्या अफाट भूतकालाचेही दर्शन घडणारच.

विस्मृतीत गडप झालेले ते प्रसंग, त्या व्यक्ती, त्यांचे शिष्टाचार, त्यांच्या भावना, त्यांची मते यांना स्पर्श करावा लागणारच. त्यांतील बरीचशी आज जवळजवळ नामशेष झालेली आहेत, हे ठाऊक असूनही असा हा गतकाल वाचकांसाठी जर अधिक चांगल्या स्वरूपात मांडला गेला, तर त्यामुळे गतकालातील गोष्टी मानवी जीवनात केवढी अपूर्व नवलाई निर्माण करण्यास कारणीभूत होतात, याची प्रचिती येऊ शकेल; म्हणून मागल्या पिढीच्या एखाद्या कृतीत भावी काळातील सुष्ट वा दुष्ट परिणामाचे बीज असते, या लक्षात न घेतलेल्या वस्तुस्थितीत शिकण्यासारखे खूप असते.

माणूस ज्याला स्वार्थ म्हणतो, ते तात्पुरत्या पिकाचे बीज हळूहळू कायमच्या पिकाचेच बीज ठरते. त्यातून निर्माण होणारी वृत्ती ओक वृक्षाच्या फळाप्रमाणे बेफाट वाढत जाते. या वृत्तीची भावी पिढ्यांवर गडद सावली पडण्याची शक्यता असते, यात संशय नाही. त्यांना त्यातच नांदावयाचे असते.

आज जुनापुराणा दिसणारा 'सात गेबल्सचा प्रासाद' हे काही त्या जागेवर उभारलेले सुसंस्कृत माणसाचे पहिलेच 'वसतिस्थान' नव्हते. याच 'पिंचेन स्ट्रीट'ला पूर्वी यापेक्षा दुसरे साधे नाव होते – 'मॉलची आळी' असे. त्या जमिनीच्या मूळ मालकाचे नाव होते ते. त्या वेळची ती गुरांची वाट होती, त्याच्या झोपडीसमोरून जाणारी. समुद्राने वेढलेल्या त्या द्वीपकल्पावर प्युरिटनांनी प्रथम वसाहत केली. तेथे असलेल्या शीतल आणि प्रसन्न अशा पाण्याच्या एका नैसर्गिक झऱ्यावर मोहित

होऊन मॅथ्यू मॉलने तेथे एक झोपडी बांधली; एक साधीसुधी, झावळ्यांच्या शाकाराची झोपडी. त्या काळी गावाच्या मध्यभागापासून थोडीफार लांबच होती ती; परंतु तीस-चाळीस वर्षांनंतर ते गाव जसजसे वाढू लागले तसतसे त्या खडबडीत खोपटाभोवतालच्या जागेकडे तिथल्या प्रतिष्ठित व वजनदार माणसांचे लक्ष वेधले. त्या झोपडीच्या व तिच्या लगतच्या जमिनीच्या एका मोठ्या पट्ट्यावर ते लोक कायदेमंडळाच्या मंजुरीच्या आधाराने आपला तथाकथित हक्क दामटू लागले.

या प्रथेनुसार कर्नल पिंचेन हा एक त्या प्रकारचाच हक्कदार झाला. हा माणूस म्हणजे मनात आणील ते पूर्ण करणारा एक पोलादी पुरुष होता म्हणतात. त्याच्या उलट मॅथ्यू मॉलचे व्यक्तित्व हे एक गूढच होते. तरीही आपले म्हणून जेजे असेल त्याचे रक्षण करण्याचा निर्धार बाळगणाऱ्यांपैकी तो होता, हे खरे. त्या जागेवर असलेले जंगल स्वत:च्या कष्टाने तोडून एक-दोन एकरांचा मळा उठवला होता त्याने. पुष्कळ वर्षे त्याने आपली घरवाडी जतन केली होती.

त्याच्या जमिनीच्या या वादाबद्दल लेखी आधार काही मिळत नाही म्हणे! तुम्हाला त्याच्याबद्दल असणारी माहिती ही आख्यायिकांतून लाभलेली. तेव्हा त्याच्या गुणावगुणांवरून निर्णायक मत देण्याचे धाडस करणे कदाचित धिटाईचेच होईल; पुष्कळसे अन्यायाचेसुद्धा. परंतु शेवटी एक शंका उरतेच; मॅथ्यू मॉलच्या त्या लहानग्या जमिनीवरचा कर्नल पिंचेनचा हक्क जरुरीपेक्षा जास्त ताणून शाबित केला गेला की काय? या शंकेला विशेष जोर येण्यामागे दुसरे एक सत्य आहे. बलाबलाची तुलना करता कोणतेच साम्य नसलेल्या या दोन विजोड प्रतिस्पर्ध्यांमधला हा झगडा अनेक वर्षे भिजत पडला होता, विशेषत: त्या काळी वैयक्तिक दबावाला आजच्यापेक्षा अधिक महत्त्व मिळत असतानाही. आश्चर्य हे की, वादग्रस्त जमिनीच्या मालकाच्या मरणानेच हा वाद संपला. त्या मृत्यूचा परिणाम आपल्या आजच्या मनावर वेगळा होतो. दीड शतकापूर्वीच्या त्या लोकांच्या मनावर तो तसा झाला नाही. त्या झोपडीच्या मालकाला मृत्यूने मोठ्या भयानक आणि विलक्षण प्रकाराने जगातून हुसकावून लावले. त्या बिचाऱ्याच्या त्या छोट्याशा जमिनीत नांगर घालणे, हे एक धर्मकृत्यच आहे, असे भासवले. त्याची स्मृती व त्याचे स्थानही माणसांतून नामशेष करून टाकले त्याने!

थोडक्यात म्हणजे जादूटोणा करण्याच्या आरोपाखाली म्हाताऱ्या मॅथ्यू मॉलचा वध करण्यात आला. जनामनात नांदणाऱ्या त्या विचित्र भ्रमाने त्याचा बळी घेतला होता. या घटनेतून अनेक तात्पर्ये निघतात. त्यातले एक तात्पर्य हे की, वजनदार मंडळी आणि स्वत:ला लोकनेते म्हणवणारे पुढारी माथेफिरू जमावाच्या दबावाला – विकारवशतेच्या दोषाला सर्वस्वी बळी पडतात. आपल्या काळातील सर्वश्रेष्ठ ज्ञानी, धीरोदात्त, सज्जन मानली जाणारी ती माणसे – ते धर्मोपदेशक, ते न्यायाधीश,

ते मुत्सद्दी – सगळी वधस्तंभाजवळच्या वर्तुळात उभी राहिली, त्या हत्याकांडाचे जोराने टाळ्या वाजवून स्वागत करीत. तसे करताना स्वत:च्या फसवणुकीची जाणीव त्या वेळी त्यांना होत नव्हती; झाली ती जरा उशिराच.

त्या कायदेशीर अंमलबजावणीच्या कार्यात किंचित कमी दोषास्पद असा एक भाग होता. पूर्वी अशा प्रकारच्या न्यायदानातून निर्माण होणाऱ्या कत्तलीत केवळ गरीब, म्हातारे असेच लोक सापडत होते असे नव्हे तर तसे करताना लोकांचा दर्जा, पातळी, बंधुभाव इतकेच नव्हे तर स्त्री-पुरुष असाही भेद केला जात नसे. त्या छळात कसलेच तारतम्य आढळत नव्हते. अशा प्रकारची एक विचित्र दुर्दशा त्या काळी निर्माण झालेली होती. त्यामुळे मॉलसारखा एक क्षुल्लक माणूस वधस्तंभाच्या टेकडीकडे जाताना, हौतात्म्याचा मार्ग तुडवत चालला असताना त्याच्या सहबांधवांकडून त्याबद्दल काहीच विचार-विकार व्यक्त होत नव्हता.

या गैरव्यवस्थेबद्दल आश्चर्य तरी का वाटावे? पण त्या हिडीस युगखंडाचा उन्माद ओसरला. जादूटोण्यापासून तो प्रदेश शुद्ध करण्याची सार्वजनिक ओरड सुरू झाली. कर्नल पिंचेनने मोठ्या आवेशाने आपलाही आवाज त्यात मिसळला. लोकांच्या आठवणीत ती गोष्ट येते. मॅथ्यू मॉलच्या निषेधाचा पाठपुरावा करण्यामागच्या कर्नल पिंचेनच्या कळकळीच्या बुडाशी एक प्रकारचा द्वेषजनक खवचटपणाच होता, असेही लोकांत कुजबुजले गेले. मॅथ्यू मॉल या त्या हत्याकांडातल्या बळीने फिर्यादी कर्नल पिंचेनच्या मनात आपल्याविषयी असलेले वैयक्तिक शत्रुत्व जाणले होते. आपल्याला लुटण्याकरिता हे आपणाला मरेमरेपर्यंत मारीत नेत आहेत, हे तो ओळखून होता. जगजाहीर होते ते सगळे.

मॉलच्या वधाचा क्षण जवळ आला. त्याच्या नरड्याभोवती फास आवळला जाण्याची वेळ आली. समोर घोड्यावर बसलेला कर्नल पिंचेन राक्षसी नजरेने त्या कार्यपूर्तीकडे पाहतो आहे, इतक्यात मॉलने वधस्तंभावरून त्याला हाक मारली – "कर्नल, कर्नल पिंचेन!'' मृत्यूने आपले पाश आवळायला सुरुवात केल्यामुळे त्याच्या चेहऱ्यावर प्रेतकळा आली होती. त्याच्या शत्रूचा चेहरा निर्भय दिसत होता. मॉलने त्याच्याकडे बोट केले. तो ओरडला, ''परमेश्वर याची तहान रक्तानेच भागवील!''

इतिहास व शेकोटीपुढच्या आख्यायिका यांनी त्या भविष्यवाणीचे नेमके शब्द जतन करून ठेवले आहेत. वधस्तंभावरून मॉलने उच्चारलेली ती शापवाणी लोकांच्या मनात कायमचे घर करून राहिली – ''परमेश्वर पिंचेनांची तहान रक्तानेच शमवील!''

साहजिकच, त्या नामांकित मांत्रिकाच्या मृत्यूनंतर त्याची ती साधीसुधी शेतीवाडी कर्नल पिंचेनच्या घशात पडली. त्याला ती लूटच मिळाली म्हणा ना! मॅथ्यू

मॉलच्या त्या लाकडी ओंडक्यांच्या झोपडीच्या जागेवर कर्नल पिंचेनने एक वास्तू उभारायची ठरविली. आपल्या कुटुंबासाठी एक प्रशस्त, ओक लाकडाच्या जाडजूड चौकटीचा वाडा; आपल्या अनेक भावी पिढ्यांना उपयोगी पडण्याइतपत टिकून राहील असा. त्याचा हा विचार कळल्यावर पुष्कळ मोठ्या गावगप्पा उठल्या.

मॉलच्या वधाच्या काळात त्या शूर प्युरिटनांची सदसद्‌विवेकबुद्धी एखाद्या सत्यप्रिय माणसासारखी वागली होती की काय, याच्याबद्दल संशय व्यक्त होत होता. त्या गप्पांतून हे निश्चितपणे सूचित होत होते की, कर्नल पिंचेन एका अशांत थडग्यावर इमारत उठवणार आहे. त्या घरात त्या मृत मांत्रिकाच्या घराचा समावेश व्हावयाचा होता. त्यामुळे त्या मांत्रिकाच्या पिशाच्चाला त्या प्रासादाच्या नव्या खोल्यांतून, दिवाणखान्यातून झपाटून राहण्याचा एक हक्क प्राप्त व्हावयाची संधीच मिळावयाची होती. त्या खोल्यांत भावी पिंचेन आपआपल्या बंधूंना आपल्यामागून आणतील. पिंचेन कुटुंबाचे कुलदीपक तेथे जन्माला येतील. मॉलच्या अपराधामागची भयानकता व क्रूरता, त्याला मिळालेल्या शिक्षेतील दु:स्थिती नुकत्याच गिलावा केलेल्या भिंतींना झाकोळून टाकतील आणि थोड्याच दिवसांत त्यांना एखाद्या जुनाट व विषण्ण घराची कळा आणतील. खरोखर, सभोवताली कोवळ्या, रानवट झुडपांनी आच्छादलेली एवढी मोठी जमीन असताना कर्नल पिंचेनने मुळातच शापित असलेली ही भूमीच का पसंत करावी?

पण हा बंदा प्युरिटन व मॅजिस्ट्रेट असलेला माणूस त्या मांत्रिकाच्या, भुताच्या भीतीने अथवा दुसऱ्या कोणत्याही क्षुद्र भावनेने – मग त्या दिसायला कितीही रास्त असोत – पूर्ण विचारान्ती ठरविलेली स्वत:ची योजना बाजूस सारणारा नव्हता. आता तेथील हवाच दूषित आहे, असे त्याला सांगण्यात आले असते, तर कदाचित त्याने त्याचा विचार केला असता. परंतु एखाद्या दुष्ट पिशाच्चाशी त्याच्याच भूमीवर दोन हात करण्याची धमक त्याच्याजवळ होती. त्याची ज्ञानबुद्धी व्यवहारी होती – भक्कम व कणखर अशा खडकागत. त्याच्या जोडीला स्वत:चे हेतू पूर्ण करण्यातला करारी ताठरपणा त्याच्या अंगात होता. एखाद्या लोखंडी कांबीला बांधल्याप्रमाणे त्याने त्याची व्यवहाराशी सांगड घातली होती. त्याचे मूळ विचार त्याला होणाऱ्या विरोधाला न जुमानता आकार घेत होते, ते त्याच वृत्तीमुळे.

मनाची मृदूता व एक प्रकारच्या सुरेख संवेदनक्षमतेतून निर्माण होणारा आस्थेवाईकपणा या बाबतींत कर्नल पिंचेन आणि त्याचे वंशज अगदी अभेद्यच राहिले होते आणि म्हणूनच त्याने तळघर खणले आणि चाळीस वर्षांपूर्वी मॅथ्यू मॉलने पालापाचोळा लोटून काढलेल्या जमिनीच्या चौकोनात आपल्या इमल्याची पायाभरणी केली. त्या वेळी विलक्षण व काहींच्या मते अभद्र अशी एक गोष्ट घडली. ज्या दिवशी मजुरांनी त्या कामाला सुरुवात केली, त्याच दिवसापासून पूर्वी

वर्णन केलेल्या त्या जमिनीतल्या झऱ्याच्या पाण्याची मूळची रुची संपूर्णपणे नाहीशी झाली. नवीन तळघर खणताना त्याच्या उगमस्थानाला धक्का लागला की काय, कोण जाणे. कोणत्या का कारणाने असेना, त्या 'मॉलच्या विहिरी'चे (ते नाव तसेच चालू राहिले) पाणी जड व मचूळ होत राहिले; आजतागायत ते तसेच आहे. गावातली एखादी आजीबाई असेही म्हणते की, त्या झऱ्याचे पाणी पिणाऱ्याला पोटाचा रोग होतो म्हणे!

आणखीन एक गोष्ट वाचकाला विलक्षण वाटावी. त्या भव्य इमारतीचे सुतारकाम करणारा माणूस दुसरा-तिसरा कोणी नसून त्या जमिनीतील मालमत्ता ज्याच्या मृत पकडीतून हिसकावून घेतली गेली होती त्याच माणसाचा म्हणजे मॅथ्यू मॉलचा प्रत्यक्ष मुलगाच होता! त्या काळातला तो एक उत्कृष्ट कारागीर असण्याचीही शक्यता होती, किंवा कर्नललाच त्याची योग्यता पटली असावी. कदाचित त्यायोगे आपल्या पराभूत प्रतिस्पर्ध्याच्या वंशाशी असलेले आपले वैर उघडपणे बाजूला सारण्याची भावना त्याच्या मनात येऊन तसे केले असावे त्याने. आपल्या वडिलांच्या कट्टर शत्रूच्या थैलीतील पैसे स्वत:च्या प्रामाणिक कष्टांवर काढून घेणे त्या काळच्या साध्यासुध्या व परिस्थितिप्राप्य वैशिष्ट्याला शोभणारे होते.

काही असो, थॉमस मॉल हा त्या 'सात गेबल्सच्या प्रासादा'चा शिल्पकार बनला. त्यानेही आपले काम मोठ्या श्रद्धेने केले. त्याच्या हातून जोडल्या गेलेल्या त्या लाकडी चौकटी आजमितीस ताठपणे खड्या आहेत – त्याच्या श्रद्धेची साक्ष म्हणून.

अशा प्रकारे ती महान वास्तू उभारली गेली. प्रस्तुत लेखकाच्या मनात त्याच्या अगदी बालपणापासून ते घर एक कुतूहलाचा विषय बनून राहिले आहे. त्याचप्रमाणे दूरच्या गतकाळातील उत्कृष्ट व भव्यतम अशा वास्तुशिल्पाचा नमुना म्हणूनही. शिवाय मानवी मनाला रस घ्यावयास लावणाऱ्या घटनांनी भरलेले एक दृश्यस्थळ म्हणून – एखाद्या जुन्यापुराण्या किल्ल्याहून अधिक – त्याच्या त्या झडून गेलेल्या जीर्णावस्थेत आजही ते तेवढेच परिचयाचे वाटते. यामुळे त्याच्या ज्या मूळच्या तेजस्वी नव्हाळीत त्याने पहिला सूर्यप्रकाश अंगावर घेतला असेल त्याची नुसती कल्पनाही आज येऊ शकत नाही. आज एकशे साठ वर्षांच्या अंतरावर उभे राहून त्याच्या त्या वेळच्या प्रत्यक्ष स्थितीचा विचार त्या चित्राला झाकाळून टाकतो. त्याच्या त्या दिवशीच्या रूपाचे वर्णन करण्यात आम्हाला आनंद वाटला असता.

त्या सकाळी त्या प्युरिटन महापुरुषाने सगळ्या गावाला पाहुणचार केला होता. त्याला एक सोहळा पार पाडावयाचा होता. जितका उत्सवपूर्ण तितकाच धार्मिकही. त्या प्रासादाच्या वास्तुशांतीचा सोहळा होता तो. रेव्हरंड हिगिन्सनचे प्रवचन आणि प्रार्थना होणार होती. समाजाकडून बायबलचे सामुदायिक वाचन व्हावयाचे होते. हे

सर्व पचनी पडावे म्हणून उरल्यासुरल्या सर्वांकरिता निरनिराळ्या प्रकारच्या मद्यांची रेलचेल उडवली जाणार होती. एल, सिडन, वाइन, ब्रॅन्डी यांचे लोटच्या लोट वाहणार होते. लोकांनी अधिकारवाणीने सांगावे म्हणून एखादा अख्खा बैल अथवा बैलाच्या आकाराचा किंवा वजनाचा प्राणी भाजून त्याचे मांस पुरविले जाणार होते. सामोशाच्या साहित्यासाठी जवळच्या वीस मैलांत मारलेला काळवीट आणलेला होता. समुद्रातल्या साठ पौंडांच्या कॉडफिश माशाचा मसालेदार खमंग रस्सा तयार झाला होता. थोडक्यात, त्या नवीन वास्तूच्या धुराड्यात व जवळच्या वातावरणात मसालेदार पदार्थ व इतर सुवासिक वनस्पती, भरपूर कांदे वापरून शिजविलेल्या प्राण्यांच्या, कोंबड्यांच्या मांसाचे व माशांचे केलेले खाद्यपदार्थ यांच्या वासाचा धूर भरून राहिला होता. अशा या चमचमीत व स्वादिष्ट मेजवानीचा घमघमाट नाकात शिरताच कोणालाही त्या समारंभाचे आमंत्रण स्वीकारून त्यावर तुटून पडावे, अशीच इच्छा झाली असती.

'मॉल्सलेन' किंवा आता अधिक शोभून दिसणारे नाव मिळालेला पिंचेन स्ट्रीट त्या वास्तुशांतीच्या नियोजित घटकेस अगदी गजबजून गेला होता, चर्चच्या दिशेने चाललेल्या गर्दीच्या गजबजण्याप्रमाणे. त्या प्रचंड वास्तूच्या जवळ येऊन पोहोचलेला प्रत्येक जण उंच मान करून वर बघत होता. त्या प्रासादाला मानवाच्या वसतिस्थानात मान मिळणे प्राप्त होते. रस्त्यापासून किंचितसा आत तो मोठ्या कुर्र्यात उभा होता; आदबीने नव्हे.

त्याचा बाहेरचा सर्व दृश्य भाग गॉथिक पद्धतीच्या चित्रविचित्र व अपरिचित आकृतींनी जडवला होता. भिंतीवरच्या लाकूडकामात चुना, सागरगोटे आणि काचेचे तुकडे यांनी तयार केलेल्या चकचकीत गिलाव्यात चित्रविचित्र व नक्षीकाम केलेल्या आकृत्या विखुरलेल्या होत्या. घराच्या प्रत्येक बाजूस ती सात गेबल्स आकाशाच्या दिशेने निमुळती होत गेली होती. हवेलीच्या भक्तिभावाची एक मुद्रा एका मोठ्या धुराड्याच्या नाकाने श्वासोच्छ्वास करीत होती. मोठ्या दिवाणखान्याला आणि खोल्यांना छोटी तावदाने असलेल्या लाकडी जाळ्या लावल्या होत्या. त्यातून सूर्यप्रकाश आत येत होता. घराच्या पायाच्या मानाने त्याचा दुसरा मजला खूपच पुढे झुकलेला होता. शिवाय तिसऱ्या मजल्याच्या मानाने आत सरकलेला होता. त्यामुळे खालच्या खोल्यांत एक अंधारी व उदासवाणी विषण्णता पसरल्यासारखी दिसत होती. त्या मजल्यांच्या पुढे झुकलेल्या भागाच्या छताला लाकडाच्या कोरीव हंड्या लटकावल्या होत्या.

प्रत्येक गेबलचे टोक लोखंडाच्या लहान नागमोडी सळ्यांनी सजवले होते. रस्त्यानजीकच्या दर्शनी भागाच्या गेबलच्या त्रिकोणी भागावर त्या सकाळीच घड्याळाची एक तबकडी बसविली गेली. सकाळचा सूर्य त्या तबकडीवर ह्या पहिल्यावहिल्या

तेजस्वी घटकेच्या मार्गाची नोंद घेत होता. त्या घटकेचे ते तेज टिकून राहील, असे विधिलिखित नव्हते.

इमारतीच्या सभोवती सगळीकडे लाकडाची साले, तुकडे, वाळू, विटांचे फुटके तुकडे इतस्तत: पसरले होते. जवळपासच बागेसाठी नुकतीच उकरलेली माती पडलेली होती. तिच्यावर अद्याप गवतही उगवलेले नव्हते. या साऱ्या गोष्टी त्या घराच्या वैचित्र्यात व नाविन्यात भर टाकीत होत्या. अद्याप ते घर माणसांच्या रोजच्या सरावात रुळले नव्हते.

त्या प्रासादाच्या मुख्य प्रवेशद्वाराची रुंदी जवळजवळ एखाद्या चर्चच्या दरवाजाएवढी होती. दर्शनी भागातल्या दोन गेबल्सनी केलेल्या कोनात दरवाजा बसविला होता. दरवाजातला उघडा मंडप त्याला आडोसा देत होता. त्या मंडपाखाली काही बाके ठेवली होती. त्या दिवशी चर्चचे अधिकारी – क्लर्जीमेन, एण्डर्स, मॅजिस्ट्रेट, डेक्स – गावात किंवा परगण्यात असणारे सरदार-दरकदार त्या कमानदार प्रवेशद्वाराखालच्या तुकतुकीत, नव्याकोऱ्या उंबरठ्यावर पाय ठेवून आत प्रवेश करीत होते. उच्चवर्गीयांप्रमाणे सामान्यजनही मोकळेपणाने गर्दी करून उभे होते. त्यांची संख्याही बरीच मोठी होती. दरवाजाच्या किंचित आत दोघे सेवक उभे होते. काही पाहुण्यांना ते पाकगृहालगतच्या खोलीत जाण्याबद्दल सांगत होते. इतर पाहुण्यांना मधल्या भव्य दालनात स्वत: घेऊन जात होते.

सर्वांचा सारख्याच इतमामाने पाहुणचार करण्याची खबरदारी त्यांनी घेतलेली होती; तरीही प्रत्येकाच्या लहानमोठ्या दर्जास शोभेल असा सूक्ष्म आदरही त्यांनी दाखविला होता. आलेल्या पाहुण्यांत फिकट परंतु उंची मखमली वस्त्रे परिधान केलेले, टोपांच्या वेण्या ताठ असलेले, कशिदा काढलेले व फिती लावलेले, हातमोजे घातलेले असे अनेक जण होते. काहींच्या दाढ्या त्यांच्या व्यक्तित्वाला रुबाब आणीत होत्या. काहींच्या चर्येवर अधिकाराचा भाव उमटलेला होता. या गोष्टी त्या काळातल्या आदरणीय व्यक्तींच्या निदर्शक होत्या. त्याचबरोबर मोठ्या कष्टाने डुलतडुलत चालणारे व्यापारउदमी आणि शेवटी कातडी जाकीट घातलेला, ज्या घराचे बांधकाम करण्यात त्याचाही हात लागलेला, त्याच घरात प्रवेश करताना कावराबावरा होणारा मजूर यांच्यातलाही फरक कळून येणे सोपे होते.

अशा त्या ठिकाणी एक विसंगत परिस्थिती निर्माण झाली होती. ती परिस्थिती शिष्टाचार मानणाऱ्या काही थोड्या आमंत्रितांच्या मनातल्या नापसंतीला जागी करीत होती. ते आपली नापसंतीची भावना लपवू शकत नव्हते. आपल्या आमंत्रणाला मान देऊन एवढ्या मोठ्या संख्येने उपस्थित राहणाऱ्या या प्रतिष्ठित व्यक्तींचे आपल्या मोठ्या दिवाणखान्यात जातीने उभे राहून प्रथम स्वागत करणे, त्या भव्य प्रासादाच्या धन्याचे प्रथम कर्तव्य होते. वास्तविक उचित व खानदानी सौजन्याबद्दल त्या

सद्‌गृहस्थाची ख्याती होती; पण अशा या माणसाचा अद्याप तेथे पत्ता नव्हता. उपस्थितांतील थोरामोठ्यांना त्याचे दर्शनही झाले नव्हते. थोड्या वेळाने त्या प्रांताचा दुय्यम दर्जाचा अधिकारी आला. त्याचे स्वागतही समारंभपूर्वक झाले नाही. त्या वेळीही कर्नल पिंचेनच्या या सुस्तपणाचा अर्थ लागेना. त्याच्यानंतर प्रांताचा खुद्द लेफ्टनंट गव्हर्नर आपल्या घोड्यावरून येऊन पोहोचला. (त्या कालात याची भेट हे यजमानांचे एक वैभवच होते.) बाजूच्या खोगिरातून त्याची पत्नी खाली आली; परंतु त्यांनाही प्रमुख सेवकांच्या अभिवादनाखेरीज अधिक काही मिळाले नाही. त्या तुटपुंज्या स्वागताचा स्वीकार करीत त्याने कर्नलच्या प्रासादाचा उंबरठा ओलांडून आत प्रवेश केला.

रुपेरी केसांचा, शांत आणि अत्यंत सौजन्यशील वागणुकीचा मनुष्य होता कर्नलचा स्वागताधिकारी. 'आपला धनी अजूनही आपल्या अभ्यासिकेत किंवा खासगी खोलीत बसला आहे. आपले मन:स्वास्थ्य कोणीही बिघडवू नये, अशी त्याची इच्छा आहे. एका तासापूर्वीच आपल्याला ही आज्ञा झाली आहे' अशी माहिती त्याने दिली. ही गोष्ट आता सर्वांच्या निदर्शनास आणणे त्यास आवश्यक वाटले.

"गृहस्था, आता आलेली व्यक्ती म्हणजे खुद्द आपले लेफ्टनंट गव्हर्नर आहेत, हे तुला दिसत नाही? जा, कर्नल पिंचेनला लगेच बोलावून आण. मला ठाऊक आहे, आज सकाळी त्याला इंग्लंडहून पत्र आलेले आहे. बसला असेल वाचत ते. त्यात एक तास गेलाय, हे तरी त्याच्या ध्यानात आहे का? लेफ्टनंट गव्हर्नर हा आपल्या प्रमुख राज्याधिकाऱ्यांपैकी एक असतो. गव्हर्नरच्या अनुपस्थितीत तोच राजा विल्यमचा प्रतिनिधी असतो म्हणतात. अशा या मोठ्या, उच्चपदस्थ व्यक्तीचा योग्य सन्मान करण्यात निष्काळजीपणा झाला व त्याची त्याला रुखरुख लागली, तर मात्र त्याचा रोष पत्करावा लागेल तुला नक्की. म्हणून म्हणतो, ताबडतोब जाऊन बोलावून आण मालकाला." त्या परगण्याच्या वरिष्ठ शेरीफने त्या सेवकास बाजूस नेऊन म्हटले.

आता तो सेवक बराच बुचकळ्यात पडला; पण कर्नल पिंचेनच्या घरातील कडक व दु:सह कारभाराची त्याला जाणीव होती. त्यामुळे थोड्याशा बुजरेपणाने तो गरीब माणूस उत्तरला, "मला ते जमणार नाही साहेब. माझ्या धन्याची आज्ञा अत्यंत कडक होती आणि आपणासारख्या मोठ्या माणसांना ठाऊकच आहे की, त्यांच्यासारख्यांनी दिलेल्या आज्ञेत आमच्यासारख्या सामान्यांनी केलेले फेरफार त्यांना मानवत नसतात. ज्यांना हवं असेल त्यांनी खुशाल पलीकडचा दरवाजा उघडावा. मला ते शक्यच नाही. खुद्द गव्हर्नरसाहेबांनी तशी आज्ञा केली तरी माझ्याच्यानं व्हायचं नाही ते!"

"अहो शेरीफ, ह्यॅ: ह्यॅ:... राहू दे, राहू दे ते!" लेफ्टनंट गव्हर्नर ओरडून

म्हणाला. त्याने वरील बोलणे ऐकले होते. तेथे जमलेल्या लोकांत त्याचा दर्जा उच्च होता. तो किंचित बाजूला ठेवावा, असे त्याच्या मनात आले. तो पुन्हा म्हणाला, ''माझं मीच बघतो ते. वास्तविक, एव्हाना कर्नलनं पुढं यायला हवं होतं. पाहुण्यांचं, मित्रांचं स्वागत करायला पाहिजं होतं. मला तर असं वाटतं, आजच्या या शुभदिनानिमित्त त्यानं आपल्या कॅनरी वाइनचा एखादा जादा घोट घेतला असावा. अतिशय विचारपूर्वक अशा योजनेनं तो आजचा दिवस साजरा करणार आहे, असं आपण गृहीत धरू या! पण ज्या अर्थी एवढा वेळ त्याचा पत्ता नाही, त्या अर्थी मला स्वतःच त्याला भानावर आणलं पाहिजे. चला, पाहू या.''

असे ठरवून तो सेवकाने दाखवलेल्या दरवाजाच्या दिशेने पुढे चालला. त्या वेळी त्याच्या अवजड रायडिंग बुटांचा टपटप असा मोठा आवाज झाला. तो आवाज अगदी लांबवर असलेल्या शेवटच्या गेबलमध्येही ऐकू गेला असावा. दरवाजाजवळ गेल्यावर त्याने दरवाजा अगदी मोठ्याने ठोठावला. त्या आवाजाचा प्रतिध्वनी दरवाजाच्या नव्या करकरीत फळ्यांवर उमटला. नंतर थोडा वेळ सभोवतालच्या पाहुण्यांकडे स्मितवदनाने पाहत तो आतून येणाऱ्या प्रतिसादाची वाट पाहत राहिला. तथापि तशी साद न आल्याने त्याने पुन्हा एकदा दरवाजा ठोठावला; परंतु पुन्हा तोच परिणाम, तितकाच असमाधानकारक. लेफ्टनंट गव्हर्नर स्वभावाचा किंचित रागीटच होता. त्यामुळे आता त्याने आपल्या तलवारीची जाड मूठ उचलली आणि इतक्या जोराने त्या दारावर आदळली की, त्या हादऱ्याने एखाद्या प्रेतालाही जाग आली असती. बाजूला उभे असणारे लोक कुजबुजू लागले, पण कर्नल पिंचेनवर त्याचा कोणताच परिणाम झाल्याचे दिसले नाही. थोड्या वेळाने तो आवाज थंडावला. साऱ्या प्रासादभर एक धीरगंभीर शांतता पसरली. मोठी भयानक, अगदी जीवघेणी शांतता. त्यातूनही चोरून मद्याचे पेले रिचवलेल्या काही जिभा अगोदरच मोकळ्या सुटलेल्या होत्या. त्याच तेवढ्या अपवाद होत्या.

''काय चमत्कारिक हे! खरोखर किती विलक्षण! कमालच झाली!'' लेफ्टनंट गव्हर्नर ओरडला. त्याच्या मुद्रेवरचे स्मित मावळले होते. आता त्याच्या जागी नापसंतीच्या छटा उमटल्या. तो पुढे म्हणाला, ''एवीतेवी आपल्या आजच्या यजमानानं शिष्टाचार गुंडाळण्याचा आदर्श घातलेलाच आहे. मग आता मी तरी मागं का राहू? मीही त्याच्या खासगी खोलीत घुसायला तयार होतो. चला!''

लगतचा तो दरवाजा उघडण्याचा त्याने प्रयत्न केला. इतक्यात अगदी बाहेरच्या दारातून वाऱ्याचा एक झोत आला, अगदी आकस्मिक असा, एखाद्या मोठ्या सुस्काऱ्यागत त्या नूतन वास्तूच्या सर्व मार्गांतून वाट काढीत. सारी दालने धुंडाळत त्याने तेथे जमलेल्या स्त्रियांची रेशमी वस्त्रे सळसळविली. पुरुषांच्या केसांच्या टोपांतल्या बटा भुरुभुरु उडवल्या. झोपण्याच्या खोल्यांतले पडदे, खिडक्यांच्या

झडपा जोराने हलू लागल्या. सगळीकडे एक विचित्र हालचाल जाणवू लागली. अजूनही एक प्रकारची निस्तब्धता होती तेथे. एक प्रकारच्या दराऱ्याची – काय घडणार याबद्दलच्या काहीशा भीतीची सावली सर्वांवर पडलेली होती. सावली! कशाची? कोठून येणारी? केवळ अपेक्षा. अर्धवट भीतीतून निर्माण होणारे अंदाज.

अशा त्या वाऱ्याच्या झोताने त्या खोलीचा दरवाजा सताड उघडला गेला. त्या उघड्या दरवाजाच्या तोंडाशी एकच झुंबड उडाली. उत्साहाच्या भरात लोक त्या गव्हर्नरला आपल्या पुढच्या खोलीत बळेच नेऊ लागले. आत पहिल्यांदा पाहताना त्यांना वेगळे काही दिसले नाही. ती खोली सुंदर रितीने सजवलेली होती, नेहमीच्याच आकाराची अशी. पडद्यामुळे आत थोडाफार अंधारच होता. शेल्फवर पुस्तके मांडलेली होती. भिंतीवर एक मोठा नकाशा होता, त्याच्याएवढीच मोठी कर्नल पिंचेनची तसबीरही. त्या तसबिरीखालीच एका ओकच्या खुर्चीवर कर्नल पिंचेन प्रत्यक्ष विराजमान झालेला दिसत होता. त्याच्या हातात लेखणी होती. समोरच्या मेजावर पत्रे, चर्मपत्रे आणि कोरे कागद पसरलेले दिसत होते. त्याची नजर लेफ्टनंट गव्हर्नरमागून आलेल्या जमावाला न्याहाळत असल्याचा भास होत होता. त्याच्या विश्रांतीच्या खासगी अशा जागेत घुसण्याच्या त्यांच्या धिटाईबद्दलच्या तीव्र संतापाचा भावच जणू त्याच्या राकट व भरदार चेहऱ्यावरच्या नापसंतीत व्यक्त झालेला होता.

एवढ्यात एका लहान मुलाने पाहुण्यांच्या त्या गर्दीतून वाट काढली. तो त्या बसलेल्या व्यक्तीच्या दिशेने पळत सुटला. हा मुलगा कर्नलचा नातूच होता. आजपर्यंत त्याच्याशी सलगी करण्यास धजलेला पहिलाच मानव म्हणा ना! पण तो मुलगा एकदम थबकला. आता तो भीतीने किंकाळू लागला. एखाद्या वृक्षाची पाने थरथरावीत तशी गत झाली. थरकाप उडालेला तो जमाव लटलट कापत पुढे सरकू लागला. आता त्यांना कर्नल पिंचेनच्या स्थिर नजरेतील अनैसर्गिक विरूपता जाणवली. त्याच्या केसांचा टोप रक्ताळला होता. त्याच्या रुपेरी दाढीवर रक्त थिजले होते. कोणालाच काहीही करणे शक्य नव्हते. वेळ निघून गेली होती. पोलादी शरीराचा तो प्युरिटन, तो निष्ठुर अभिद्रोही, अदम्य आणि बळकट इच्छाशक्तीचा तो पुरुष तेथे मरून पडलेला दिसत होता! निष्प्राण! मेला! गेला!! आपल्या नव्या वास्तूत! नुकत्याच बांधून पूर्ण झालेल्या आपल्या स्वत:च्या प्रासादात !!

एक आख्यायिका सांगतात. तिच्यामुळे एखाद्या घटनेच्या विषण्णतेत कदाचित विशेष भर पडणार नाही, तरीही तिचा उल्लेख धर्मभोळ्या भयानकतेची छटा निर्माण करू शकेल. आख्यायिका अशी : म्हणे त्या वेळी तेथे एक आवाज उठला. जादूटोणा करणाऱ्या वधित मॅथ्यू मॉलच्या आवाजाशी तो जुळता होता. असा तो आवाज पाहुण्यांना उद्देशून मोठ्याने म्हणाला, ''हे रक्त परमेश्वरानंच पाजलं आहे त्याला!''

अशा प्रकारे मृत्यूने त्या सात गेबल्सच्या प्रासादाचा उंबरठा ओलांडून आत पाऊल टाकले एकदाचे! मृत्यू हा असा एकच पाहुणा आहे जो आपला मार्ग शोधतशोधत प्रत्येक माणसाच्या घरात कधी ना कधी पोहोचतोच. पिंचेन प्रासादात मात्र तो खूपच आधी येऊन बसला होता!

कर्नल पिंचेनचा शेवट असा अकल्पित व गूढ झाला. त्या काळात त्यामुळे मोठीच धमाल माजविली त्याने. पुष्कळ अफवा उठल्या. त्यातल्या थोड्याफार आजमितीपर्यंत वाहत आल्या. त्यातल्या काही अशा – त्याचा चेहरा म्हणे मृत्यूसमयी मोठा क्रूर दिसत होता; त्याच्या नरड्याभोवती बोटांचे ठसे उमटल्याप्रमाणे दिसले; त्याच्या राठ केसांच्या टोपावर रक्ताळ हाताची खूण दिसली; त्याची टोकदार दाढी जणूकाय क्रूरपणे घट्ट पकडून ठेवल्यामुळे पार विस्कटून गेली होती... वगैरे. त्याचबरोबर छातीला हात लावून असे सांगत होते लोक – ज्या खुर्चीवर कर्नल बसला होता तेथली जाळीदार खिडकी उघडी होती. त्या प्राणघातक घटनेच्या काही मिनिटे आधी माणसाची एक आकृती दिसली. ती घराच्या मागच्या बागेच्या कुंपणावर चढत होती... परंतु यांसारख्या कथा सारख्या उठतच राहिल्या. त्यांत विशेष असे काही नव्हतेच. म्हणून त्यांजवर भर देणे वेडेपणाचेच होते. एखादा वृक्ष पुष्कळ दिवस जमिनीवर कोसळून पडतो. त्याचा बुंधा जमिनीत गाडलाही जातो. त्या बुंध्याभोवती आळंब्या उठतात. युगानुयुगे ती क्रिया चालू असते. प्रस्तुतच्या कथांच्या बाबतीत तेच होत होते. या सर्वांवर कडी करणारी आणखीन एक कपोलकल्पित कथा होतीच. त्या गव्हर्नरला कर्नलच्या नरड्याभोवती मानवी सांगाड्याचा एक हात दिसला. गव्हर्नर जसजसा पुढे सरकू लागला, तसतसा तो अदृश्य झाला म्हणे... आता या कथेवर कोणाचा विश्वास बसावा बरे?

आमच्या स्वत:पुरते तरी आम्ही वरच्या सगळ्या गोष्टींवर तितकाच विश्वास ठेवतो; तरीही कर्नलच्या प्रेतावर डॉक्टरांची मोठी चर्चा आणि वाद झाले, हे मात्र निश्चित. त्यांच्यापैकी जॉन स्विन्र्टन या एका प्रतिष्ठित मानल्या गेलेल्या डॉक्टराने कर्नलची ही केस अपस्माराची आहे असे मानले होते. (अर्थात वैद्यकशास्त्रातील ही संज्ञा आम्हाला समजली असे गृहीत धरायचे.) त्याच्या पेशातल्या इतरांनी स्वत:ची अशी वेगवेगळी अनुमाने स्वीकारली. त्यांच्यातही थोडाफार सत्याचा अंश होता; परंतु त्या प्रत्येकात गोंधळात टाकणारे शब्दप्रयोग वापरले होते. या भाषेमुळे त्या नाणावलेल्या डॉक्टरांच्या मनातला घोटाळा व्यक्त होत नव्हता; पण त्यांच्या मतांचे अनभिज्ञपणे विश्लेषण करणाऱ्याच्या मनात तसा घोटाळा निर्माण होणे स्वाभाविकच होते. कॉरोनर कोर्टात प्रेताची योग्य ती तपासणी झाली. विचारी माणसांनी द्यावा तसा एक निर्णय त्यांनी दिला –'आकस्मिक मृत्यू!'... अगदी सर्वसामान्य असा निर्णय होता तो.

एखाद्या व्यक्तीचा मृत्यू हा खूनच आहे, असा गंभीर संशय घेणे किंवा एवढ्याशा आधारावर एखाद्या विशिष्ट व्यक्तीला त्याबद्दल दोषी ठरविणे खरोखर अवघड असते. त्या मृत व्यक्तीचा समाजातील दर्जा, त्याचे ऐश्वर्य आणि प्रतिष्ठा या गोष्टी कोठलीही संदिग्ध परिस्थिती अतिशय काळजीपूर्वक तपासून घेण्यास प्रवृत्त करतात. कर्नल पिंचेनच्या मृत्यूच्या बाबतीत तसे काहीच घडले नाही. म्हणूनच तशी कोणतीच गोष्ट निर्माण होत नव्हती, असे मानण्यास हरकत नव्हती.

या सर्व विपरीत विधानांना परंपरागत समजुतीच जबाबदार असतात. त्यांच्यामुळे कधीकधी इतिहासाच्या नजरेतून निसटलेले सत्य उजेडात येतेही; पण पुष्कळदा तिला स्वैर बडबडीचे, बकवासाचेच रूप येत असते. फरक इतकाच, की पूर्वी ती शेकोटीच्या अवतीभवती उगवायची. आता वर्तमानपत्रांत तिचे मुरवण घालतात. असो.

कर्नल पिंचेनच्या स्मशानयात्रेनंतर दफनभूमीवर रेव्हरंड हिगिन्सनने एक प्रवचन दिले. त्याचा छापील वृत्तान्त अजून पाहावयास मिळतो. आपल्या चर्चक्षेत्रात राहणाऱ्या त्या प्रतिष्ठित कर्नलच्या ऐहिक जीवनातील अनेक भाग्यशाली घटनांचा त्यात त्याने उल्लेख केला आहे. कर्नलला योग्य वेळी सुखावह असे मरण आले म्हणे. त्याची सर्व कर्तव्ये पार पडली होती. सर्व प्रकारचे वैभव त्याला लाभले होते. आपल्या भावी पिढ्यांना एक कायमचा आधार मिळवून दिला होता त्याने. आपल्या वंशाला शतकानुशतकांची सावली मिळावी म्हणून एक भव्य प्रासाद त्याच्या हातून पूर्ण झाला होता. आता त्याशिवाय आणखीन कोणती पायरी गाठावयाची राहिली होती त्या भल्या माणसाची? फक्त एकच उरली होती – पृथ्वीपासून स्वर्गाच्या सुवर्णद्वाराचीच! एखाद्या खुनी माणसाच्या हिंसक पकडीने कर्नल पिंचेनचा गळा दाबून त्याला यमसदनाला पाठविले, असा त्या धर्मश्रद्ध उपाध्यायाला एवढासा जरी संशय आला असता, तरी असे उद्गार त्याने काढलेच नसते खात्रीने.

कर्नल पिंचेन गेला आणि त्या वेळेपासून त्याच्या कुटुंबाला भावी काळात स्थैर्य येण्याची लक्षणे दिसली. एरवी माणसाच्या व्यवहारात स्वाभाविक अस्थैर्यच असते. कालगतीने त्याच्या वैभवाला तडा जाणार नव्हता. उलट त्याला उद्ध्वस्त करण्यापेक्षा उजाळा देण्याकडेच झुकत होती ती कालगती! कारण त्याच्या वारसाला – पुत्राला त्याच्यामागे एक संपन्न जिंदगी मिळाली. तिचा उपभोग तो ताबडतोब घेऊ शकत होता; मालक म्हणून.

त्याशिवाय पूर्वेकडच्या प्रदेशातल्या अज्ञात पण अफाट अशा भूमीवरचा त्याचा मालकी हक्क एका इंडियन दस्तऐवजाबरहुकूम सिद्धही झाला होता. जनरल कोर्टाची त्याला मंजुरीही आली होती. 'मायेन' संस्थानातील 'वाल्डो काउंटी' म्हणून ओळखत होते त्या भागाला. त्यातला पुष्कळसा भाग आता पिंचेनांच्या मालकीचा

झाला होता. त्यांच्यावर आता भरवसा ठेवावयालाही हरकत नव्हती.

हा प्रदेश एखाद्या ड्यूकच्या ताब्यात असणाऱ्या मुलखापेक्षा किंबहुना युरोपातल्या एखाद्या राजपुत्राच्या सत्तेखाली असलेल्या प्रदेशाहून अधिक विस्तार पावलेला होता. त्या वेळी तो प्रदेश अरण्यप्राय होता; परंतु काही कालावधीनंतर त्या दुर्गम अरण्यात मानवी संस्कृतीचे सुरेख पीक आले होते, तेव्हा पिंचेनांची कुळी त्यातून अगणित संपत्ती उभी करील, ही गोष्ट अपरिहार्यच होती. अर्थात त्यासाठी काही युगेही लोटली असती कदाचित. कर्नल पिंचेन फक्त काही आठवडे जास्त जगावयास हवा होता. आपल्या राजकारणातील वशिल्याने म्हणा, देशात वा परदेशात असलेल्या जोरदार लाग्याबांध्याच्या मदतीने त्याने तो हक्क मिळवण्यासाठी सर्व काही केले असते. भल्या हिगिन्सनच्या शैलीपूर्ण श्रद्धांजलीनंतरही असे म्हणावे लागते की, चतुर व दूरदर्शी कर्नल पिंचेनकडून करावयाची राहून गेलेली ही एक गोष्ट उरली. तेव्हा या अपेक्षित प्रदेशाचा विचार करता कर्नल लवकर मरण पावला यात शंकाच नाही. त्याचा मुलगा प्रतिष्ठेच्या मानाने आपल्या वडिलांपेक्षा उणा पडत होता, एवढेच नव्हे तर ती मिळविण्याइतकी बुद्धी आणि प्रभावशाली व्यक्तिमत्त्वही नव्हते त्याच्याकडे. म्हणून केवळ राजकीय हितसंबंधाच्या जोरावर परिणामकारक असे काहीही त्याने केले नाही. त्यामुळे कर्नलच्या मृत्यूनंतर त्या मालकी हक्कामागचा शुद्ध न्याय आणि कायदेशीरपणा तितका स्पष्ट होत नव्हता. त्यासाठी लागणाऱ्या पुराव्यातला कोणतातरी एक दुवा निसटून गेला होता. त्याचा कोठे थांगही लागत नव्हता.

पिंचेन कुटुंबीयांनी त्या वेळेपासून जवळजवळ शंभर वर्षे अनेक वेळी आपला हक्क शाबित करण्यासाठी आग्रहपूर्वक प्रयत्न केले, ही गोष्ट अगदी खरी आहे. त्या प्रदेशावरचा हक्क सोडायला ते बिलकूल तयार नव्हते; पण काळाच्या ओघात त्या प्रदेशाचा काही भाग खास मर्जीतल्या व्यक्तींना पुन्हा बहाल करण्यात आला. काही मूळ वसाहतवाल्यांनी स्वत:साठी मोकळा करून घेतला. जुन्या चर्मपत्रांच्या आधारावर आणि अनेक वर्षांपूर्वी अधिकारावर असलेल्या गव्हर्नरांच्या आणि कायदेमंडळाच्या सभासदांच्या स्वाक्षऱ्या आता पुसट झालेल्या अशा त्या कागदपत्रांच्या साह्याने एखाद्याने त्या जागेवर हक्क सांगावा, याचे त्या लोकांना नवल वाटले असते.

त्यांनी स्वत: आणि त्यांच्या पूर्वजांनी पराकाष्ठेचे कष्ट करून घनदाट जंगले तोडून ती जमीन निसर्गाकडून काढून घेतली होती. समजा या लोकांनी पिंचेनांचा तो हेका पाहिला असता किंवा त्यांच्या मालकी हक्काबद्दल ऐकले असते, तर त्या कल्पनेचेच त्यांना हसू आले असते. म्हणून चटकन न पटणाऱ्या या हक्काला एक कौटुंबिक महत्त्वाचा भ्रम पिढ्यान्‌पिढ्या उराशी धरून ठेवण्यापेक्षा कोणतेच विशेष

महत्त्व आले नाही. पिंचेनांचा तो एक कायमचा स्थायीभावच बनून राहिला. त्या वंशातील अतिशय गरीब व्यक्तीलादेखील आपण जणू एका मोठ्या खानदानाचेच वारस आहोत, असे वाटत राहिले. त्याच खानदानाची आमदनी चालवण्यासाठी अजूनही त्या राजेशाही वैभवाची मालकी मिळण्याच्या आशेवर ते जगत राहिले.

त्यांच्यातही थोडेफार समजदार लोक होतेच. त्यांच्या बाबतीत या वैशिष्ट्याने त्यांच्या सद्गुणाला धक्का न लागता त्यांच्या खडतर जीवनाला त्यामुळे एक वेगळी शोभाच आली. त्यांची जीवनमूल्ये कायमच राहिली.

त्या कुटुंबातल्या अधिक क्षुद्र माणसांवर त्याचा परिणाम विचित्रच झाला. दिवसेंदिवस ते अधिक सुस्त व परावलंबी बनले. ते त्या स्थायीभावाचे भक्ष्य झाले. त्यांच्या मनात स्वकष्टाची एक भ्रामक आशा निर्माण केली त्याने. आपले स्वप्न कधी साकार होईल, याची वाट बघत बसण्यातच ते धन्यता मानू लागले. त्यांच्या या मालकी हक्काची लोकांना विस्मृती पडली, तरीपण वर्षानुवर्षे भिंतीवर टांगलेल्या कर्नलच्या त्या जुन्या नकाशाच्या अनुरोधाने सल्लामसलत करणे पिंचेनांच्या अंगवळणीच पडले होते. ती त्यांच्या दृष्टीने एक स्वप्नपूर्तीच होती. वाल्डो काउंटीचा तो प्रदेश म्हणजे एक अभंग असे अरण्यच होते. नकाशातल्या ज्या जागेवर मूळच्या जमीन-मोजणीदाराने जंगले, तळी आणि नद्या यांच्या खुणा केल्या होत्या, त्या जागी त्यांनी पिंचेनांची मोकळी जागा दाखवली. तेथे त्यांनी खेडी व शहरे दाखविणारी टिंबे मारली आणि हे सर्व जमेला धरून त्यांनी त्या प्रदेशाची वाढती किंमत मोजली. जणूकाय त्या प्रदेशात केव्हा ना केव्हातरी आपले राज्य निर्माण होण्याची त्यांना अपेक्षा होती.

मनुष्यस्वभावाचे असे अनेक नमुने पिंचेन वंशात होऊन गेले. तरीही जवळजवळ प्रत्येक पिढीत एक ना एक नाव घेण्यासारखा माणूस झालाच. त्याच्याजवळ आद्य संस्थापकाचे विख्यात व्यवहारज्ञान आणि चिवट वृत्ती व तैलबुद्धी यांचा थोडाफार अंश उतरला होता. त्याचा तो स्वभाव थोड्या सौम्य प्रमाणात कर्नलच्याच थेट मुळातून उचलला होता. त्यामुळे त्याचे अभंगत्व कायम टिकले. त्याला मधूनमधून लाभणाऱ्या जगातल्या अमरत्वाची देणगी लाभली. मधल्या दोन-तीन कालखंडांत त्या कुटुंबाची संपत्ती कमी झाली. नेमक्या याच वेळी हे आनुवंशिक गुण घेऊन एखादा पिंचेन जन्म घेत होता. लोकांच्या पारंपरिक गावगप्पा त्याचे आगमन जाहीर करू लागल्या. लोक कुजबुजू लागले, ''आला हो आला! म्हातारा पिंचेन आला! सात गेबल्सना नवीन कळा येणार हं आता! डागडुजी होणार त्याची!''

बापापासून मुलापर्यंत त्या वडिलार्जित घराला चिकटून राहण्याची एक जबरदस्त ओढ लागून राहिलेली होती. त्या प्रासादावरचा त्यांचा नैतिक हक्क त्यांच्या मनात अनेक शंका आणायचा. या जिंदगीचे एकामागून एक असे वारसदार व्यथित होऊन

जायचे. त्यामुळे त्याला कारणेही पुष्कळ होती. शब्दरूप देण्याइतकी ती पक्कीही नव्हती म्हणा! तरीपण प्रस्तुत लेखकाची वरील विचारावरची श्रद्धा वाढतच आहे.

त्या घराच्या कायदेशीर उपभोगाबद्दल तसा कोणताच प्रश्न उद्‌भवत नव्हता; परंतु म्हातारा मॅथ्यू मॉल पहिल्यापासून नंतर बऱ्याच दीर्घकालापर्यंत पिंचेनांच्या सदसद्‌विवेकबुद्धीला तुडवीत, त्याचा पाठलाग करीत येतच होता. भय होते ते या एका गोष्टीचे. हे जर खरे असले असते, तर या प्रश्नाची वासलात वेगळ्या पद्धतीने लावणे आवश्यक होते.

त्या मालमत्तेच्या प्रत्येक वारसाला स्वत:च्या अपराधाची कल्पना नव्हती काय? त्या चुकीचे निराकरण तो करू शकत नव्हता काय? किंवा त्यात तो यशस्वी झाला नव्हता काय? कदाचित तो आपल्या पूर्वजांच्या घोर अपराधाची पुनरावृत्ती करीत नसेल काय? मग त्याबरोबर त्याच्या मूलभूत जबाबदाऱ्यांचा तो स्वीकार करीत होता काय? समजा वस्तुस्थिती तशीच होती असे मानल्यास पिंचेन कुटुंबाबद्दल याहून अधिक योग्य शब्दांत असे सांगता येईल की, त्यांना फार मोठ्या दुर्दशेचे वारस व्हावे लागले होते. त्यांच्या नशिबात सुदैव नव्हतेच मुळी!

त्या सात गेबलांच्या प्रासादाशी कायमचा संबंध असलेल्या पिंचेन वंशाचा इतिहास सांगणे, हा आमचा हेतू नाही. त्या पूज्य प्रासादावर युगायुगांची अवकळा कशी आली व एखाद्या जादूच्या चित्रातल्याप्रमाणे तो मोडकळीस कसा येत गेला, याच्याशीही आम्हाला कर्तव्य नाही. आम्ही हे आधीच सुचवले आहे.

त्याच्या आतल्या भागाबद्दल आता थोडेसे सांगू या. आतल्या एका खोलीत आरसा आहे; बराच मोठा, तितकाच काळवंडलेला, फिकट काचेचा. त्या आरशात स्वत: म्हाताऱ्या कर्नलचे आणि त्याच्या अनेक वंशजांचे चेहरे दिसतात म्हणे! कोणी जुन्या पद्धतीच्या बालपणाच्या पोशाखात, पोशाखात कोणाचे बहरलेले यौवन, कोणाचा मर्दानी अस्सलपणा त्यात दिसतो. तसेच वृद्धापकालाच्या सुरकुत्यांनी खंगलेले काही दु:खी चेहरेपण पाहायला मिळतात त्यात. त्यास आरशाच्या खोल अशा अंतरंगात या साऱ्या व्यक्तींचे चेहरे प्रतिबिंबित होऊन दडलेले आहेत, अशी एक कथा आहे. आम्हाला त्या आरशाची कळ सापडली असती तर मोठा आनंद झाला असता. त्याच्यासमोर बसून त्या सर्वांच्या रूपाचे दर्शन आम्ही या आमच्या पानांतून घडविले असते. पण अशी एक कथा होतीच. अर्थात ती बरीचशी बिनबुडाची आहे म्हणा! तिला एखादा बळकट आधार मिळवणे अवघडच आहे. ती आहे ती अशी : मॅथ्यू मॉलच्या मागून आलेल्या पिढीचा त्या आरशाच्या रहस्याशी काहीसा संबंध होता. मोहिनीविद्येच्या कोणत्यातरी रितीने ते त्या आरशाचे अंतरंग स्पष्ट करू शकत. त्याबरोबर होऊन गेलेले सर्व पिंचेन पुन्हा एकवार जिवंत होत. त्यांचे हे दर्शन त्यांच्या जीवनातील नाव घेण्याजोगे अथवा सुखावह क्षणाचे नसे,

तर त्यात ते त्यांनी केलेले एखादे पापकृत्य पुन्हा करतानाचे किंवा त्यांच्या आयुष्यातील सर्वांत दुःखद अशा क्षणांचे असे. त्यांची विपन्नावस्थाच तेथे प्रतिबिंबित होत होती.

खरोखर लोकांची कल्पनाशक्ती मात्र तो वृद्ध प्युरिटन पिंचेन आणि तो चेटक्या मॉल यांच्यामधल्या भानगडीत खूप दिवस रमत राहिली. वधस्तंभावरून मॉलच्या मुखातून घुमलेली शापवाणी अजून लोकांच्या आठवणीत होती. लोकांनी त्याच्यात एक जादा भर घातली, विशेष महत्त्वाची अशी; म्हणे ती शापवाणी पिंचेन कुटुंबाकडे वारसाच्या हिश्शाने आली. पिंचेन कुटुंबातील एखाद्या माणसाच्या घशात थोडीशी घरघर सुरू झाली रे झाली की, जवळ असलेले थट्टेने आणि गंभीरपणाने लागले कुजबुजायला – ''मॉलचं रक्त प्यायला लागला हं तो!'' अदमासे शंभर वर्षांपूर्वी एक पिंचेन असाच मेला. अगदी कर्नलसारखा आकस्मिक मृत्यू आला त्याला. त्यामुळे तर आधीच सर्वमान्य झालेला हा संशय पक्काच बनला. शिवाय कर्नलच्या मृत्युपत्रातल्या सूचनेप्रमाणे त्याची तसबीर ज्या खोलीत त्याचा मृत्यू झाला तेथेच लटकत राहिली. ती म्हणजे एक विरूप व अशुभ चिन्ह आहे असे मानतात. त्याच्या मुद्रेवरचे कठोर भाव त्याच्या दुष्ट मनोवृत्तीचे प्रतीक भासत होते. तेथे प्रवेश करणारा सूर्यप्रकाश त्यांच्या अस्तित्वाच्या छायेत मिसळल्यामुळे काळवंडून जायचा. त्यामुळे त्या परिसरात कोणताच शुभ विचार निर्माण होऊन फुलू शकत नव्हता. आपल्या स्वतःच्याच कुळाचे दुष्ट अधिदैवत म्हणून वास करण्याची सजा अशा एखाद्या मृत पूर्वजाच्या पिशाच्चाला स्वतःच्याच पातकाचे प्रायश्चित्त म्हणून मिळत असते. अशा आलंकारिक भाषेत मांडलेल्या आमच्या या अभिव्यक्तीत विचारी माणसांना अंधश्रद्धेची पुसटशीही जाणीव न व्हावी.

थोडक्यात, त्या कालखंडात न्यू इंग्लंडमधील इतर कुटुंबांत वरवर दिसणारे असे बरेच बदल झाले. त्यांच्याहून कदाचित थोडासा वेगळा असा पिंचेनमंडळींनी दोन शतकांतला बराचसा काळ घालविला. त्यांच्याजवळ खास त्यांची अशी काही ठळक स्वभाववैशिष्ट्ये होती. त्यामुळे ज्या लहानशा समाजात ते राहत त्या समाजाची सर्वसाधारण वैशिष्ट्ये त्यांच्यात आलीच. त्या गावातील रहिवासी काटकसरी, धोरणी, नीटनेटके आणि कुटुंबवत्सल म्हणून प्रसिद्ध होते. त्यांच्या सहानुभूतीला किंचित मर्यादाही होत्या; परंतु तरीही या समाजातही काही तऱ्हेवाईक व्यक्ती होत्याच. तेथेही अधूनमधून काही विचित्र घटना घडतच होत्या. इतर कोठेही न आढळणाऱ्या थोड्या वेगळ्या. राज्यक्रांतीच्या काळात पिंचेनांनी राजाचा पक्ष धरला म्हणून त्यांना निर्वासित व्हावे लागले; परंतु 'सात गेबल्सचा प्रासाद' जप्त होतोय म्हणताच नेमका त्या वेळी त्याने पक्ष बदलला आणि तो प्रकट झाला. गेल्या सत्तर वर्षांत पिंचेन कुटुंबावर एक सर्वांत मोठा आघात झाला. त्यांच्या इतिहासात

उल्लेखनीय असा मोठ्यातला मोठा आघात. त्यांच्याच कुटुंबातील एकाच्या हिंसक कृत्यामुळे दुसऱ्या एका वंशजाची झालेली हत्या. तसा निर्णय देण्यात आला होता. त्या प्राणघातक प्रसंगातून काहीएक विशिष्ट परिस्थिती निर्माण होऊन ती गोष्ट त्या मेलेल्या पिंचेनच्या एका पुतण्याला अनिवार्यपणे येऊन भिडली. त्या तरुण माणसावर खटला झाला. त्याच्यावर आरोप शाबीत होऊन तो दोषी ठरला; परंतु अखेरीस परिस्थितीजन्य पुरावा, अधिकाऱ्यांना वाटलेला संशय किंवा राजसत्तेपेक्षा लोकसत्तेला अधिक मानवणारा एखादा मुद्दा यांपैकी अन्य काही कारणांमुळे असेल किंवा अपराध्याच्या हितसंबंधियांच्या राजकीय दबावामुळे आणि त्याचा उच्चकुलीन मानमरातब लक्षात घेतल्यामुळेही असेल, त्याला देहदंडाऐवजी अखंड कारावासाची शिक्षा मिळाली. आम्हाला निवेदन कराव्या वाटणाऱ्या घटनेपूर्वी, अंदाजे तीस वर्षांपूर्वी ही दु:खद घटना घडली. नंतर आणखी अफवा उठल्या. थडग्यात गाडून खूप दिवस होऊन गेलेल्या त्या माणसाला काही ना काही कारणाने एखादे बोलावणे येणार होते; पण अगदी थोड्या जणांनी त्यावर विश्वास ठेवला आणि फक्त एकादोघांनी त्यात अधिक लक्ष घातले.

या खुनाच्या बळीबद्दल काहीसा आदर दाखविण्यासाठी काही थोडे सांगणे आवश्यक वाटते, कारण आज त्याचे जवळजवळ विस्मरणच झाले आहे. तो वृद्ध होता. त्याने लग्न केलेले नव्हते. पुरातन पिंचेन-मिळकतीचा अवशेष असलेली फार मोठी संपत्ती त्याच्याजवळ होती. राहते घर आणि खरी जिंदगी निराळीच! तो बराचसा विक्षिप्त होता. त्याचे मन सदासर्वकाळ उदास असायचे. जीवनाकडे विषण्णतेने पाहायचा तो. जुनीपुराणी कागदपत्रे धुंडाळणे व आख्यायिका आणि दंतकथा ऐकण्यात रस घेणे यांचा त्याला एक छंदच होता. या सगळ्यांतून त्याने आपल्यापुरते एक सार काढले होते – मॅथ्यू मॉल या मांत्रिकाला त्याच्या जीवनातून नसले तरी त्याच्या शेतीवाडीवरून कोणत्या तरी अन्याय्य अशा मार्गाने हुसकावून दिले होते आणि म्हणूनच तो हे जाणून होता की, ही सारी जिंदगी ही अशा तऱ्हेने लुबाडून मिळवलेली एक लूट आहे. आपण जरी या संपत्तीचे मालक म्हणून आज मिरवीत असलो तरी तिच्यावर रक्ताचा एक डाग आहे... अगदी खोलवर भिनलेला असा. त्या वृद्ध माणसाच्या सदसद्विवेकबुद्धीला एकसारखी हीच एक टोचणी लागून राहिली होती; आणि म्हणून त्याच्यापुढे एक प्रश्न सारखा उभा राहायचा – इतक्या उशिरा का असेना, पण मॅथ्यू मॉलच्या वंशजांना त्यांच्या गमावलेल्या संपत्तीची भरपाई करून देणे आपले कर्तव्य नाही का? चालू काळापेक्षा भूतकालातच अधिक गढून गेलेल्या त्या एकलकोंड्या आणि पुराणमतवादी म्हाताऱ्या ब्रह्मचाऱ्याला अन्यायाची भरपाई म्हणून संपत्तीचे दान करणे सहज शक्य होते. शे-दीडशे वर्षांचा लोटलेला काळ त्याच्या या इच्छेच्या आड आला नसता. त्याच्या व्यक्तित्वाची

ज्यांना खरी पारख होती त्यांचा तर असाच समज होता की, या म्हाताऱ्याने आपला तो सात गेबल्सचा प्रासाद मॅथ्यू मॉलच्या वारसाला देऊन टाकण्याचाच पवित्रा घेतला असता; परंतु त्याच्या या योजनेबद्दलच्या संशयाने त्यांच्या नातेवाइकांच्या मनात जी वावटळ उठवून दिली होती तिनेच त्याला सावरले होते. त्यांच्या त्या प्रयत्नांचा एक परिणाम निश्चित झाला... त्याने आपल्या मनातील त्या हेतूला तात्पुरते बाजूला ठेवले; परंतु एक धागधूग उरलीच. आपल्या हयातीत त्याला जे शक्य झाले नाही ते त्याने आपल्या मृत्यूनंतर अमलात आणल्यास त्याला कोण थोपवू शकणार? या कल्पनेने त्याने आपल्या मृत्युपत्रातच जर तशी तरतूद केली तर? परंतु शेवटी तोही एक माणूसच होता. आपली वडिलोपार्जित जिंदगी आपल्या वारसांना मिळू नये अशी व्यवस्था आपल्या मृत्युपत्रात कोणीच करणार नाही. मग त्याच्या हयातीत त्यासाठी त्याचे मन केवढीही उचल खाऊ दे अगर परिस्थितीचे त्याला कितीही उत्तेजन मिळू दे. आता हे खरे की, आपल्या नातलगांवरचा त्याचा लोभ पुष्कळ कमी असेल, क्वचित प्रसंगी तो त्यांचा द्वेष करील, तिरस्कारही करील; अगदी निश्चित. त्याच्या हयातीत इतर व्यक्तीच त्याच्या प्रेमादरास पात्र होतीलही, परंतु मृत्युकाळ जवळ आला रे आला की रक्ताच्या नात्यांची पूर्वजाणीव बळ घेते. तिला पुन्हा जीव येतो आणि मृत्युपत्र करायला बसलेल्या माणसावर त्या भावनेचा पगडा बसतो, प्रभाव पडतो. युगायुगांच्या रूढीनुसार चालत आलेला आपल्या मालमत्तेचा प्रवाह थेट वारसाच्याच हद्दीत सोडण्याखेरीज दुसरे काहीही करण्यास प्रवृत्त होत नाही मनुष्य. ही गोष्ट त्रिकालाबाधित आहे. तो आपला निसर्गदत्त स्वभावच बनला आहे. प्रत्येक पिंचेन या भावनेने भिनून गेला होता; एखादा सांसर्गिक रोग जडावा तसा. त्या वृद्ध ब्रह्मचाऱ्याच्या मनातील ती रुखरुख खूप तीव्र होती. त्याच्या श्रद्धेची तिला साथ होती, तरीही वरील भावनेने तिच्यावर मात केली होती, इतकी प्रबळ होतीच ती वंशप्रियतेची भावना. त्यामुळेच अखेरीस ते प्रासादतुल्य घर त्याच्याच कायदेशीर वारसाच्या ताब्यात त्याची बाकीची संपत्ती बरोबर घेऊन आले. त्या ब्रह्मचाऱ्याचा हेतू त्याच्याबरोबरच विसर्जित झाला.

हा नवीन वारस म्हणजे त्याचा एक पुतण्या. आपल्या चुलत्याच्या खुनाबद्दल दोषी ठरलेल्या त्या दुर्दैवी तरुण माणसाचा चुलतभाऊ. हा थोडाफार उधळ्याच म्हणून माहीत होता लोकांना. अर्थात, त्याला वारसाहक्क मिळण्यापूर्वीच फक्त. वारस म्हणून कारभार पाहण्यास सुरुवात केल्यानंतर मात्र तो एकदम सुधारला. अल्पावधीतच त्याने सामाजिक प्रतिष्ठाही मिळविली. लोक त्याच्याकडे आदराने पाहू लागले. त्याला मानू लागले. पिंचेनांचे स्वभावविशेष त्याच्यामध्ये अधिकाधिक दिसू लागले. त्या आद्य प्युरिटनानंतर – कर्नल पिंचेननंतर – कुठल्याच वंशजाने एवढी उच्च लौकिक प्रतिष्ठा मिळवली नसावी. आयुष्याच्या सुरुवातीस त्याने

कायद्याचा अभ्यास पूर्ण केला. प्रथमपासून एखादी अधिकाराची जागा मिळवावी असे त्याला वाटे. याची एक नैसर्गिक ओढच होती त्याला. त्याप्रमाणे खालच्या कोर्टात त्याने न्यायखात्यातील एक जागा पटकावली. त्यातून त्याला परमप्रिय वाटणारी 'जज्ज'ची जागाही मिळाली. त्या स्थानाला तो शोभूनही दिसला. नंतर तो राजकारणाकडे वळला. राज्य कायदेमंडळाच्या दोन्ही सभागृहांमध्ये त्याने विशेष लौकिक मिळविला. तो लोकांच्या नजरेत येऊ लागला. सार्वजनिक कार्य करताकरता अमेरिकन काँग्रेसमध्ये दोनदा निवडूनही आला नंतर. जज्ज पिंचेनने आपल्या कुळीला मान मिळवून दिला. आपल्या वंशाचे मानचिन्ह ठरला तो. आपल्या कर्तृत्वाच्या जोरावर त्याने स्वत: एक विशिष्ट दर्जा मिळवला. नाव घेण्याजोगी कामगिरी झाली त्याची. आपल्या गावापासून काही मैलांवर त्याने स्वत:साठी खेडेगावाला शोभणारे एक घर बांधले होते. या घरात सार्वजनिक कार्यातून मिळणारा आपला फावला वेळ तो घालवत असे. त्याची वागण्याची रीत आकर्षक होती. त्याला, त्याच्या दर्जाला, रुबाबाला डौल आणायची ती. त्याच्या निवडणुकीच्या आदल्या दिवशी एका वृत्तपत्राने त्याचे वर्णन करताना म्हटले होते – "जज्ज पिंचेन निष्ठावंत ख्रिश्चन आहे. तो एक सज्जन व सत्प्रवृत्त नागरिक आहे. बागकामाची त्याला आवड आहे आणि सर्वांत विशेष म्हणजे तो एक अस्सल खानदानी माणूस आहे."

जज्ज पिंचेनच्या या अफाट वैभवाच्या पंखांखाली जगणारे पिंचेन फार थोडे उरले होते. त्या वंशाची वाढ म्हणावी तशी तर झाली नाहीच, उलट ती खुंटल्यासारखीच दिसली. त्या कुटुंबात फक्त स्वत: जज्ज व त्याचा एकुलता एक मुलगाच काय ते अस्तित्वात होते. हा मुलगा त्या वेळी युरोपची सफर करत होता. नंतर दुसऱ्या बाजूला म्हणजे तीस वर्षांची सजा भोगत असलेला त्याचा चुलतभाऊ आणि निवृत्त मनाने उर्वरित आयुष्य घालवत असलेली 'सात गेबल्स'मधील त्याची एक बहीण एवढीच माणसे. ते घर त्या वृद्ध ब्रह्मचाऱ्याच्या मृत्युपत्रान्वये तिला तहहयात मिळाले होते. ती अतिशय दु:खद अशा दारिद्र्यावस्थेत राहत होती म्हणतात आणि तसे राहणे तिलाच पसंत होते, हेही खरे आहे, कारण तिच्या चुलतभावाने – जज्ज पिंचेनने तिच्याकरिता सर्व सुखसोयी देऊ केल्या होत्या. तिने त्या जुन्या वास्तूत राहावे अगर स्वत:च्या त्या आधुनिक पद्धतीच्या राहत्या घरात मन मानेल तसे राहावे, अशी त्याची इच्छा होती. तरीही तिला ते नको होते. शेवटी उरली एक मुलगी; त्या सर्वांत लहान; वयाने सतराएक वर्षांची. जज्जच्या दुसऱ्या एका चुलतभावाने एका बेघर आणि निर्धन तरुणीशी लग्न केले होते. तिच्यापासून ही मुलगी झाली होती त्याला. तो गृहस्थ अकालीच निधन पावला. त्याची परिस्थितीपण गरिबीचीच होती. त्याच्या विधवा पत्नीने नुकतेच दुसरे लग्नही करून टाकले.

हे झाले पिंचेनांच्याबद्दल. आता मॅथ्यू मॉलच्या पिढीचे काय झाले ते बघू या. त्या पिढीला वारस असे कोणी राहिलेच नव्हते, असेच मानायचे लोक. जादूटोण्याच्या त्या भ्रमानंतर बरेच दिवस मॉल मंडळी त्या गावात राहत होती. त्यांच्या आद्य पुरुषाने अन्याय्य असा मृत्यू भोगला होता तिथे; तरीही. ते सर्व दिसण्यात तरी शांत, प्रामाणिक, सच्छील वृत्तीचे लोक होते. त्यांच्यावर अन्याय होऊनही त्यांनी समाजाशी किंवा एखाद्या व्यक्तीशी दावा धरला नव्हता. अर्थात, स्वत:च्या घरातल्या शेकोटीसमोर त्यांनी आपापसात त्या मांत्रिकाच्या दैवगतीबद्दलच्या व आपल्या हिसकावून घेतल्या गेलेल्या वडिलोपार्जित मिळकतीबद्दलच्या कडवट आठवणी काढल्याही असतील; पण त्या सर्व आपापल्यातच; वडिलाने मुलाकरिता सांगितलेल्या, इतकेच. त्या घटनांना धरून कोणतेही कृत्य त्यांनी केले नाही. त्याची लोकांत कधी वाच्यताही केली नाही. त्या सात गेबल्सच्या प्रासादाच्या पायातली जमीन कायद्याने आपली आहे; त्याच्या चौकटी आपल्या जमिनीच्या आधाराने उभ्या आहेत, याची नुसती आठवणही नको होती त्यांना. तसे त्यात काही विसंगत वाटत नव्हते. कमावलेले नाव आणि उभारलेली जिंदगी या दोहोंचे जगाला दिसणारे रूपच मोठे भक्कम, स्थिर आणि रुबाबदार असते. त्यांच्यामध्ये असा कोणतातरी वेगळा डौल असतो की, तो त्यांना त्यांचे अस्तित्वच मिळवून देतो. त्यांना मानाने जगापुढे उभे करतो. अगदीच नाही, तरी किमान तसा एक उत्कृष्ट आभास निर्माण करण्याची शक्ती त्यांच्या भव्यतेत असते. त्याचा प्रभाव मुळातच दीन व विनयशील असणाऱ्या काही थोड्या माणसांवर, त्यांच्या अंतर्मनावरसुद्धा पडतो. साहजिकच, त्या रूपावर आक्षेप घेण्याइतके नैतिक बळ त्यांच्याजवळ नसते. नेमकी हीच परिस्थिती होती. वास्तविक, लोकांनी पुरातन असे पुष्कळ पूर्वग्रह फेकून दिले होते. क्रांतिपूर्व काळात सरंजामदार स्वत:चा पोकळ डौल मिरवण्यास धजत होते. त्या काळी खालच्या समाजातील लोक स्वत:ला कमी लेखण्यात धन्यता मानीत होते. त्या काळी तर ते अधिक प्रमाणात आढळत होते; पण तरीही मॉल मंडळींनी आपल्या मनातील संताप मनातच राहू दिला होता, कोंडला होता. सामान्यत: त्यांच्या नशिबी दारिद्र्यच होते. नेहमी लोकांच्या नजरेपासून दूर राहण्याची व सामान्य जीवन जगण्याची त्यांची सवय होती. हस्तकला-कौशल्यात विशेष यश मिळत नसतानाही कष्ट करतच होते ते. कधीमधी बोटीच्या धक्क्यावर मजुरी करावी, कधी बोटीवर डोलकाठीजवळचा खलाशी म्हणून समुद्रावर सफरीला जावे; आज येथे तर उद्या तेथे. गावात कोठेतरी एखादे घर किंवा झोपडे भाड्याने घ्यावे, असा त्यांच्या आयुष्याचा आराखडा होता. आयुष्याच्या अखेरच्या कालात आश्रयासाठी म्हणून वृद्धांसाठी राखून ठेवलेल्या निवासस्थानाची – भिक्षाघराची वाट धरावयाची, अशा तऱ्हेने बराच काळ अस्पष्टतेच्या गूढ जलाशयाच्या काठापर्यंत सरपटत येऊन

त्यांनी त्यात खोल बुडी मारली होती. प्रत्येकाचेच विधिलिखित असते ते – राजाचे वा रंकाचे – आजचे नाही तर उद्याचे. मॅथ्यू मॉलच्या वंशजांचा जनन-मरणाच्या बुकात, एखाद्या थडग्याच्या स्तंभावर, गावच्या मार्गदर्शिकेत, माणसाच्या माहितीत किंवा आठवणीत कोठेच व कसलाच धागा सापडत नव्हता. अर्थात, दुसरीकडे कोठेतरी त्यांचा वंश वाढत असणे शक्य होते. एवढे निश्चित की, या गावातच त्यांच्या वंशप्रवाहाच्या पहिल्या वळणाचा पत्ता लागायला पाहिजे होता; पण तेथेच तो अचानक गडप झाला होता.

त्यांच्यापैकी ज्यांना-ज्यांना लोकांनी पाहिले होते, ते सर्व इतरांहून वेगळेच वाटावयाचे. अर्थात, ते त्यांचे वेगळेपण तसे डोळ्यांत भरण्यासारखे नव्हते म्हणा, परंतु त्याचा धक्का बसण्याइतके वैशिष्ट्य त्यांत होते. ते शब्दांत मांडता येत नव्हते; फक्त जाणवत होते. जगापासून शक्य तितके अलिप्त राहावयाचे, ही त्यांची वृत्ती होती – एका दृष्टीने आनुवंशिक असलेली. हाच त्यांचा वेगळेपणा म्हणावयाचा. त्यांच्या सहवासात आलेले त्यांचे मित्र अथवा येऊ इच्छिणारे काही या सर्वांना मॉल मंडळींच्या वलयाची कल्पना होती. वरवर दिसणाऱ्या मनमोकळेपणाच्या किंवा सन्मैत्रीच्या भावनेलाही त्या तेजोवलयाच्या प्रभावाबाहेर पडता येत नव्हते. कदाचित त्यांचे हे अनाकलनीय स्वभाववैशिष्ट्यच त्यांना समाजापासून लांब ठेवत गेले आणि त्यातून त्यांच्या जीवनाची कायमची दुर्दशा झाली. निश्चितपणे त्यामुळेच लोकांना त्यांची शिसारी वाटली. अंधश्रद्धेला घाबरून त्यांनी त्या नामांकित मांत्रिकाची आठवण ठेवली आणि त्याच भावनेचे ते वारसदार आहेत, असे मत दृढ झाले. वृद्ध मॅथ्यू मॉलची कुंची वा वारसा त्यांना परिस्थितीने चालवावा लागला. अर्थात, त्या मांत्रिकाच्या गूढ शक्तीचा वारसा त्यांना मिळाला होता, हे एक अर्धसत्य होते. त्या कुटुंबातील प्रत्येकाच्या डोळ्यांत एक विलक्षण शक्ती होती म्हणे! दुसरीही अनेक किरकोळ गुणवैशिष्ट्ये त्यांना चिकटवलेली होती. त्यात एक महत्त्वाचे होते – ते म्हणे, लोकांना पडणाऱ्या स्वप्नांवर त्यांना नियंत्रण ठेवता येत असे. ही गोष्ट जर खरी मानली तर गावातल्या रस्त्यावरून दिवसा ताठ मानेने जाणारे गर्विष्ठ पिंचेन निद्रादेवीच्या उलट्या चालीच्या तरंगत्या साम्राज्यात पाऊल ठेवताक्षणी या सामान्य मॉल मंडळींचे चाकरीचे गडीच बनत असावेत! हीच त्यांची तेथली किंमत उरत असावी. या वास्तव भूतविद्येला आधुनिक मानसशास्त्र अविश्वसनीय म्हणून झिडकारू शकणार नाही. उलट तिला एखाद्या शास्त्रीय सिद्धान्ताचे स्वरूप आणून देईल.

या प्रास्ताविक प्रकरणाचा शेवट सात गेबल्सच्या त्या प्रासादाच्या अलीकडच्या स्वरूपाची कल्पना देऊन करू या. ज्या रस्त्यावर त्या प्रासादाचे डौलदार कळस वर गेले, तो रस्ता व त्याचा परिसर आता त्या शहराचा 'फॅशनेबल भाग' म्हणून मागे पडून पुष्कळ दिवस झाले. म्हणून त्या जुन्यापुराण्या इमल्याभोवती एक नवी

वसाहत उभी असली, तरी ती आता त्या मानाने खूपच लहान, केवळ लाकूडसामान वापरून बांधलेली वाटे. तिचे जीवन सामान्य आणि कष्टदायक अशा एकरूपतेचे प्रतीक भासे. त्या प्रत्येक घरात एक संपूर्ण मानवी जीवन गुप्तपणे वास करीत होते. कल्पनाशक्तीला व सहानुभूतीला आकर्षून घेणारे बाह्यसौंदर्य तेथे नव्हते; पण आपल्या चालू कथेतील ती जुनी इमारत, तिच्या पांढऱ्या ओकच्या चौकटी, तिच्या तक्तपोशी, तेथल्या पातळ फळ्या, भिंतीवरचा सुटलेला गिलावा आणि छपराच्या मध्यावर वर आलेले भव्य व घोसदार धुराडे या इतक्या सर्व गोष्टींनीही त्याच्या वास्तव रूपाची फार पुसटशी कल्पना येत होती. त्याच्यामुळे त्या प्रासादाच्या भव्यतेचा एक अतिक्षुल्लक असा भाग बनत होता. मानवाला येणाऱ्या विविध अनुभवांचे एक विशाल रूप होता तो प्रासाद. त्याच्या छताखाली किती यातनांचे डोंगर कोसळले होते! केवढे अमर्याद वैभव उपभोगण्यात आले होते! या सगळ्या घटनांमुळे एखाद्याचे अंत:करण ओथंबून यावे, तसा त्या इमारतीच्या लाकडांना त्यांचा स्पर्श झाला होता. तीही ओलावली होती. तो प्रासाद म्हणजे साक्षात एका महान मानवी जीवनाचे अंत:करणच होता. त्याला स्वत:चे असे एक वेगळे आयुष्य होते; संपन्न, परंतु खिन्न, उदासवाण्या स्मृतींनी भरून राहिलेले जीवन.

त्या प्रासादाच्या दुसऱ्या मजल्याचा एक भाग पुढे झुकला होता. त्यामुळे त्याला एक गांभीर्य प्राप्त झाले होते. त्याच्या अंतरंगात अनेक गुपिते व मोठा महत्त्वपूर्ण असा एक इतिहास दडलेला होता, असे वाटे. त्यातून निश्चित स्वरूपाचे सार काढता येणे शक्य होते, ही कल्पना स्पष्ट येत होती. त्या प्रासादापुढच्या मोकळ्या न केलेल्या मार्गाच्या कडेला तो 'पिंचेन एल्म' फोफावला होता, उंच व सुंदर असा. अशी झाडे नेहमीच्या पाहण्यात नसतात. त्या एल्मला 'अवाढव्य' म्हणणेच शोभले असते. पहिल्या पिंचेनच्या पणतवंडाने त्या वृक्षाचे बीजारोपण केलेले होते. आज त्याचे वय ऐंशीच्या आसपास होते. कदाचित शंभरीलाही यावा, पण अद्याप केवढा दणकट आणि ऐसपैस पसरला होता तो! त्याची गर्द सावली सबंध रस्ता झाकत होती. आपल्या समोरच्या सात गेबल्सशी स्पर्धा चालली होती त्याची. त्याचा लोंबता पर्णसंभार त्या प्रासादाचे काळे पडलेले छप्पर झाडून टाकायचा. असा तो प्रचंड वृक्ष त्या पुरातन प्रासादाला सौंदर्य आणत होता. त्याच्यामुळेच तो प्रासाद निसर्गाचा एक घटक बनला होता. त्याला एक नैसर्गिक रूप प्राप्त झाले होते. चाळीस वर्षांपूर्वी जवळचा रस्ता रुंद केल्यामुळे समोरच्या भागाचे गेबल आता त्याला भिडले होते. दोन्ही बाजूंना असणारे उघड्या जाळीचे लाकडी कुंपण मोडकळीस आले होते. त्याच्यातून एक गवताळ, मोकळी जागा दिसत होती. मुख्यत: त्या इमारतीला कोन करून आजूबाजूला बर्डाक झाडांची प्रचंड वाढ झाली होती. त्यांची पाने दोन ते तीन फूट लांब होती. यात अवास्तव

काहीच नव्हते. घराच्या पाठीमागे बागेसारखे काहीतरी दिसत होते. एके काळी ती खूप मोठी होती, पण आता इतर आवारांनी तिच्यावर आक्रमण केले होते. पलीकडच्या रस्त्यावरच्या वस्त्यांनी व इमारतींनी ती व्यापली होती. खिडकीच्या पुढे आलेल्या भागावर आणि छपराच्या उतरणीवर हिरवे शेवाळे साचले होते; त्याला विसरण्यात अक्षम्य चूक घडेल. त्याचप्रमाणे वाचकांनी आपली नजर हवेत उंच वाढत चाललेल्या त्या फुलझाडांच्या गर्दीकडे वळवावी; धुराड्याच्या लगत त्या दोन गेबलांच्या कोनात वाढत आहेत ती. त्या फुलझाडांना एक विशिष्ट नाव आहे – 'ॲलिसचे पुष्पगुच्छ'. त्याची आख्यायिका मनोरंजक आहे. कोण्या एका ॲलिस पिंचेनने सहज गंमत म्हणून काही बिया वर छपरावर फेकल्या. योगायोगाने रस्त्यावरची धूळ आणि छपरावर साठून कुजलेल्या वस्तू यांमुळे तयार झालेल्या मातीतून त्यांची रोपे वर आली; पण तेवढ्या वेळात ॲलिस आपल्या थडग्यात पोहोचलेली होती. त्या रोपट्यांना फुले येण्याची शक्यता निर्माण झाली तेव्हा निसर्गदेवतेने स्वतःच्या मनोरंजनासाठी अशा तऱ्हेचे उद्ध्वस्त होत चाललेले, ऱ्हासाकडे निघालेले, वादळी वाऱ्याच्या तोंडाला दिलेले, खचलेले पिंचेन कुटुंबाचे जुनेपुराणे घर पसंत करावे, हे बघताना जितके सुख, तितकेच दुःखही व्हावयाचे. चिरंतन परतणारा वसंत ऋतू त्या फुलांच्या नाजूक सौंदर्याच्या खुलावटीने त्या घराच्या चित्तवृत्ती फुलविण्याचा किती जिवापाड प्रयत्न करीत होता व त्याच्या त्याला केवढ्या यातना व्हावयाच्या, त्यामुळे तो बिचारा किती रंजीस यायचा, हेही त्याचे त्यालाच ठाऊक!

आमच्या या आदरणीय प्रासादाच्या चित्रणातून आपोआप निर्माण झालेल्या एका सुंदर व अद्‌भुतरम्य प्रतिमेला धक्का देणारे दुसरे एक रूप तेथे होते. आपल्याला त्याची अवश्य दखल घेतलीच पाहिजे. रस्त्यालगतच्या गेबलमध्ये दुसऱ्या मजल्याच्या पुढे आलेल्या भागाखाली दुकानाचा एक दरवाजा दिसत होता... रस्त्याला लागून असा. त्या दरवाजाचे मधोमध दोन आडवे भाग केले होते. त्याच्या वरच्या अर्धवर्तुळात एक खिडकी होती, जुन्या पद्धतीच्या घरांना असते तशी. त्या भव्य पिंचेन प्रासादाच्या सध्याच्या गृहवासिनीच्या आणि त्याचप्रमाणे तिच्या अगोदर राहणाऱ्यांच्या मोठ्या मानखंडनेचा विषय होऊन राहिलेला दरवाजा तो हाच. ती एक अतिशय नाजूक बाब होती. ती हाताळताना समाधान वाटत नाही, पण वाचकाला त्याचे गुपित कळलेच पाहिजे. सुमारे शंभर वर्षांपूर्वी पिंचेन कुटुंब एका गंभीर आर्थिक कचाट्यात सापडले होते. त्या वेळचा कुटुंबप्रमुख दुसऱ्याच्या कामात ढवळाढवळ करणारा एक लफंगा मनुष्य होता. मात्र स्वतःला तो 'सद्‌गृहस्थ' म्हणवून घेई. राजाकडून किंवा राजाच्या गव्हर्नराकडून कसलीतरी नोकरी मिळवावी, हा प्रयत्न त्याने केलाच नाही. पूर्वेकडच्या प्रदेशावरचा आपला आनुवंशिक हक्क

प्रस्थापित करण्याबद्दलही त्याने त्यांच्याकडे याचना केली नाही. उलट त्याने आपल्या वडिलोपार्जित राहत्या घराच्या एका बाजूस एका दरवाजा पाडला आणि एक दुकान थाटले. त्याच्या दृष्टीने पैसा मिळविण्याचा हाच एक उत्तम मार्ग होता. खरोखर, आपल्या राहत्या घराचा माल साठवणे व धंदा करणे यासाठी उपयोग करण्याची व्यापाऱ्यांची प्रचलित पद्धत उत्तम होती; परंतु या म्हाताऱ्याने सुरू केलेल्या या व्यापारात एक प्रकारचा केविलवाणा देखावा होता. त्याचे स्वरूप अगदी क्षुद्र होते. एखाद्या शिलिंगाची मोड द्यावयाची झाल्यास ते काम तो स्वतःच आपल्या झालरी गुंडाळलेल्या हाताने करी किंवा अर्ध्या पेन्सचे एखादे नाणे चलाऊ आहे की नाही हे पाहण्याकरिता तो ते पुनःपुन्हा खालीवर करून बघत राही. लोकांमध्ये ही कुजबूज चालूच असे. तो जरी सरदार घराण्यात जन्मला होता, तरी त्याच्या नसानसांतून एखाद्या साध्या फेरीवाल्याचेच रक्त वाहत होते, हे निश्चित. मग त्याचा प्रवेश कोठून आणि कसा का झाला असेना.

तो मेला आणि त्याच्या पाठोपाठ त्या दरवाजाला कडीकुलूप आणि अडसर बसला. आमच्या चालू कथेच्या काळापर्यंत तो कोणीच उघडला नव्हता. तो माल ठेवण्याचा जुना बाक, ती शेल्फे, त्या लहानग्या दुकानातले इतर सामान जसेच्या तसे पडून राहिले होते... जिथल्या तिथे. काही जण खात्रीपूर्वक असे सांगतात की, वर्षातल्या एखाद्या रात्री तो दुकानात येतो, पांढऱ्या केसांचा टोप घालून आणि विटक्या मखमलीचा कोट अंगावर चढवून. कमरेला मलवस्त्रही बांधलेले असते. मनगटावरच्या झालरी काळजीपूर्वक दुमडलेल्या असतात. दाराच्या फटीतून त्या मृत दुकानदाराला आपली गल्ल्याची पेटी धुंडाळताना किंवा जमाखर्चाच्या वहीची घाणेरडी पाने चाळताना पाहिल्याचे लोक सांगतात. त्या वेळचा त्याच्या चेहऱ्यावरचा वर्णन न करता येणारा खिन्न भाव एक गोष्ट स्पष्ट करीत होता. त्याचा शाश्वत काल दुकानाचे हिशेब पूर्ण करण्याचे व्यर्थ परिश्रम करण्यात घालवण्याची त्याला शिक्षा मिळाली होती.

तेव्हा आता आम्ही आमच्या कथनास प्रारंभ करतो. त्यामागची आमची भावना अतिशय विनम्र आहे, हे प्रत्ययास येईलच.

दोन

हेप्झीबाचे दुकान

सूर्योदयास अजून अर्धा तास अवकाश होता. कुमारी हेप्झीबा पिंचेन जागी झाली, असे म्हणत नाही आम्ही, कारण उन्हाळ्याची ती रात्र तशी लहानच होती. अशा त्या उकाड्याच्या रात्री तिने आपले डोळे मिटले असतील की काय, त्याची आम्हाला शंकाच येते. काहीही असो, ती आपल्या एकुलत्या एका उशीवरून उठली आणि तिने आपल्या देहावर साज चढवायला सुरुवात केली. साज म्हणावे, तर त्या शब्दाची टर उडवल्यासारखे होईल, हे ठाऊक असूनही तसेच म्हणणार आम्ही. एखाद्या कुमारिकेला तिच्या शृंगारसाजास मदत करण्याची केवळ कल्पनाही आम्हाला शिवू नये! तेव्हा आमची कथा हेप्झीबाच्या खोलीच्या उंबऱ्यापाशीच थांबू दे, हेप्झीबाची प्रतीक्षा करीत. तेवढ्या वेळेत आपण तिच्या उरातून मोठ्या कष्टाने बाहेर येणाऱ्या काही दीर्घ सुस्काऱ्यांची दखल घेऊ या. त्या सुस्काऱ्यांत एक खोल खिन्नता भरून राहिली आहे. त्यांच्या आवाजावर कोणतेच नियंत्रण नाही; म्हणून आमच्यासारख्या एखाद्या अदृश्य श्रोत्याशिवाय इतरांना ते ऐकू येणारच नाहीत. ती वृद्ध कुमारिका त्या एवढ्या मोठ्या इमल्यात एकटी होती; हो, अगदी एकाकी; केवळ एकटीच. हां, दुसरी एक व्यक्ती सोडून... एका तरुण माणसाखेरीज. तो एक आदरणीय व ठाकठीक असा तरुण होता. एक छायाचित्रकार (आरंभीच्या कालातला) होता तो; कलावंताच्या जातीचा. कडेच्या गेबलमधल्या खोलीत राहायला येऊन त्याला तीनएक महिनेच झाले होते. ते गेबल म्हणजे तसे एक घरच होते खरोखर. मधल्या प्रत्येक दाराला कडीकुलपे, ओकचे अडणे यांनी सज्ज असे घर. त्यामुळे भावनेच्या कल्लोळातून निघणारे मिस हेप्झीबाचे सुस्कारे ऐकू जात

नव्हते. आपल्या बिछान्याच्या कडेला प्रार्थनेसाठी तिने गुडघे टेकले. गुडघ्यांचे ताठलेले सांधे त्या वेळी थोडे कडकड वाजले. ती त्यांची कुरकुरही कोणालाच ऐकू गेली नसावी. थोडे पुटपुटत, किंचित कण्हत, अशांत मन:स्थितीत ती परमेश्वराची करुणा भाकत होती. आजचा दिवस पार पाडण्यासाठी त्याच्या साहाय्याची याचना करीत होती. त्या प्रार्थनेतील तिची मनोव्यथा जरी मानवी कानांपर्यंत पोहोचत नसली, तरी दूरवरच्या स्वर्गात मोठ्या प्रेमभावाने व सहानुभूतीने तिचे स्वागत करण्यात येत होते. मिस हेप्झीबाच्या आयुष्यात आजचा दिवस अपूर्वच होता. तो तिच्या कसोटीचा दिवस होता, यात शंका नाही. पाव शतकाहून अधिक काल ती व्रतस्थ संन्यासिनीसारखी राहिली होती. जीवनाच्या धकाधकीत ती बिलकूल आलेली नव्हती. जीवनाच्या परस्परसंबंधापासून आणि त्यापासून मिळणाऱ्या सुखापासून ती कटाक्षाने दूर राहिली होती. ती भावविरही योगिनी मोठ्या कळकळीने प्रार्थना करीत होती अशातला भाग नव्हता. तिने पाहिलेल्या असंख्य गतदिवसांच्या संथ, मलूल आणि स्थिर अशा शांततेची ती अपेक्षा करीत होती. आजचा दिवस तसाच यावा, हेच तिचे मागणे होते.

चला, बाईसाहेबांची तर प्रार्थना संपली. आता आपल्या कथेचा उंबरठा ओलांडतील आणि पुढे येतील काय त्या? छे! इतक्यात नाही. अजून काही क्षण तरी नाहीच नाही. प्रथम खोलीतल्या उंच, जुन्या पद्धतीच्या एका मोठ्या कपाटाचा प्रत्येक खण न् खण उघडणार त्या. तो उघडताना थोडेफार कष्ट पडणारच. मधूनमधून जोराचे एकापाठोपाठ झटके द्यावे लागणार. प्रत्येक खण बंद होताना तीच अस्वस्थता, तीच नाराजी. आता कडक रेशमी वस्त्रांची सळसळ ऐकू येणार. त्याच्यामागोमाग इकडून तिकडे, तिकडून इकडे, मागेपुढे टाकलेल्या पावलांचा आवाजही तसाच येणार. आता कदाचित मिस हेप्झीबा खुर्चीवर चढून उभ्या राहण्याच्या बेतात असाव्यात. तिच्या टेबलावर एक आरसा लटकला आहे, अंडाकृती, जुनाट चौकटीचा असा. त्या आरशात संपूर्णाकृती दिसते. सर्व बाजू पाहता येतात. त्यांना आपल्या देहाची काळजीपूर्वक पाहणी करायची असणार. तस्सेच! अगदी नेमके तेच! छान! कोणाच्या तरी मनात हे आले असते काय? कशासाठी घालवते आहे ती हा अमूल्य वेळ? सकाळच्या दिनचर्येत? अहो, तिचे वय लक्षात घ्या. तिचे जीवन लक्षात आणा. आजपर्यंत कधी बाहेरगावी गेली आहे ती? तिला कधी काळी कोणी भेटायला आले आहे? मग? हे सारे कशासाठी? कोणाकरिता? आणि हो – समजा तिने अगदी ठरवून नट्टापट्टा केला, तरीही एखाद्याला तिच्याकडे पाहवलेच नसते. ते केव्हाही उपकारकच ठरावे. अशी ही व्यक्ती हा वेळ व्यर्थ का घालवते बरे?

आता ती जवळजवळ सगळे उरकून तयार झाली आहे; पण ती आणखीन जरा

घुटमळणारच. करू द्या तिला ते. त्याच्यामागे तिची एकमेव भावना आहे किंवा अधिक चांगल्या शब्दांत व्यक्त करायचे, तर असे म्हणता येईल की, दुःख व एकांतवास यांमुळे अधिकच तीव्र बनलेल्या तिच्या जीवनातील एक बळावलेली भावना आहे ती. आता एक लहानसे कुलूप उघडले तिने. एका लिहिण्याच्या टेबलाचा चोरकप्पा तिने उघडला आहे. त्यातून एक लहानसे चित्र ती काढत आहे. ते तयार करताना वापरलेली पेन्सिल अतिशय नाजूक असावी. ते चित्र पाहण्याचे भाग्य आम्हाला लाभले होते एकदा. सुदैवच म्हणायचे ते! त्या चित्रातील चेहरा एका तरुण माणसाचा आहे. त्याच्या अंगावर जुन्या पद्धतीचा एक ड्रेसिंग गाऊन आहे. त्या गाऊनची मुलायम संपन्नता त्या स्वप्निल चेहऱ्याला शोभून दिसत आहे. त्याचे ओठ नाजूक, रेखीव आणि डोळे मोहक आहेत. ती नजर सौम्य व विषयासक्त आहे; पण सुजाण नाही. अशा तऱ्हेचे रूपविशेष असणाऱ्या माणसाची चौकशी करण्याचा अधिकार आम्हाला नाहीच नाही. आमच्या लक्षात केवळ एकच गोष्ट येते – हा माणूस आपल्या भोवतालच्या आडदांड जगाचा तितकासा विचार करीत नसावा. मिळेल तेवढ्यात तो सुखी करील स्वतःला... कोण असावा हा? मिस हेप्झीबाचा आरंभीचा प्रियकर? शक्य नाही. तिने कधी प्रेम केले असेल? बिचारी! ते कुठले आलेय तिच्या दैवात! प्रेमाचे विशुद्ध स्वरूप कळण्याइतके अनुभव तिच्या आयुष्यात आले नाहीतच कधी. ती चीजच तिला बघायला मिळाली नाही. असे असूनही त्या प्रतिमा-पुरुषावरची तिची श्रद्धा अमर होती. त्याच्यावर गाढ विश्वास होता तिचा. त्याच्याबद्दलच्या तिच्या स्मृती सदैव जागत्या होत्या. त्याच्यावर तिची अविरत भक्ती होती. तो तिचा जीवनाधारच होता. ती त्याच्यासाठीच जगत होती मुळी.

आता ती प्रतिमा तिने बाजूला ठेवली, असे दिसते. पुन्हा एकदा आरशासमोर उभी आहे ती, कारण डोळ्यांत उभी राहिलेली आसवे पुसायची आहेत तिला. पुन्हा एकवार इकडेतिकडे फिरते आहे ती आणि अखेर एक उदास सुस्कारा टाकून आली पाहा मिस हेप्झीबा पिंचेन! बरेच दिवस बंद असलेल्या तळघराचा दरवाजा चुकून अर्धवट उघडा राहावा आणि त्या फटीतून थंड व दमट वाऱ्याचा एखादा झोत यावा, तसा सुस्कारा होता तो! अंधाऱ्या, कालपुरुषाने काळवंडून टाकलेल्या वाटेत तिचे पाऊल पडते. तिची आकृती उंच आहे. अंगावर काळ्या रेशमाचे वस्त्र आहे. कटिबंध लांबसडक आणि आकसलेला वाटतो. अधू दृष्टी असणाऱ्या माणसासारखी चाचपडत पुढे चालली आहे ती; जिन्याच्या दिशेने. खरोखर, तिच्यातही तोच दोष आहे.

सूर्य अजून तरी क्षितिजावर आला नव्हता. तोवर तो त्याच्या दिशेने वरवर सरकत होता. आकाशातले काही ढग उंच तरंगत वर सरकत होते. त्यांनी त्याचे

आरंभीचे काही प्रकाशकिरण पकडले होते. त्या किरणांची सोनेरी प्रकाशाची फेक रस्त्यावरच्या घरांच्या खिडक्यांवर टाकलेली होती. सात गेबल्सने असे अनेक सूर्योदय बघितले होते. आजही ते किरण त्याला विसरले नव्हते. या प्रकाशामुळे त्याच्यावर उत्साहाचे पाणी चढले होते. हेप्झीबा जिना उतरून खालच्या खोलीत आली. त्या परावर्तित प्रकाशाने ती खोली उजळून टाकली. त्यामुळे तिचे स्वरूप व रचना बारकाईने पाहता येत होती. ती एक बैठी खोली होती. तिच्या छतामधून एक तुळई आडवी गेली होती. काळ्या कुळकुळीत लाकडाच्या फळ्या मारून तिचे छत तयार केले होते. त्या खोलीतल्या धुराड्याला रंगीत चित्रांकित फरशी बसविलेली होती. ते मोठे धुराडे सध्या एक लोखंडी पत्रा मारून बंद केले होते. त्याच्या जागी आधुनिक पद्धतीच्या चुलीला बसवितात तसे एक नरसाळे बसविले होते. जमिनीवर एक गालिचा अंथरलेला होता. त्याचा मूळचा पोत खूप उंची असला पाहिजे. आता मात्र तो अलीकडच्या काही वर्षांत इतका फाटून आणि विटून गेला होता की, एकेकाळची त्याची शोभिवंत आणि सुंदर शान समूळ लोप पावली होती. सध्या तेथे फक्त मूळचे रंग चोळामोळा होऊन पडले होते. ते ओळखण्यापलीकडे गेले होते. खोलीतले फर्निचर म्हणजे तेथे असलेली दोन टेबले, एक अर्धा डझन खुर्च्या. त्यातल्या एका टेबलाची मोडणी गुंतागुंतीची वाटायची. त्याच्याकडे पाहिले की, गोंधळायला व्हायचे. त्याला अनेक पाय होते, एखाद्या घोणीला असतात तसे. दुसरे टेबल मात्र अतिशय नाजूक होते. त्याला चार पाय होते, चांगले लांब, सडसडीत. ते पाय इतके बारीक दिसायचे की, ते जुनेपुराणे चहाचे टेबल इतके दिवस कसा टिकाव धरून होते, याचे आश्चर्य वाटावे. जवळजवळ विश्वासच बसायचा नाही त्याच्यावर. त्या खुर्च्या मोठ्या, सरळ आणि ताठ दिसायच्या. त्या मांडल्या होत्या इतक्या विचित्र की, बघणाऱ्याला एकदम चीडच यावी. बसणाऱ्या माणसाची गैरसोय कशी होईल यासाठीच केवळ त्या कारागिराने आपला शहाणपणा वापरला होता की काय, कोण जाणे! त्यांच्यावरून त्या काळच्या समाजस्थितीची कल्पना यावी... अर्थात, केवळ प्रतिकूल अशीच; तरीही या कल्पनेला अपवाद म्हणून त्या खोलीत असलेल्या एका अतिप्राचीन अशा हाताच्या खुर्चीचा उल्लेख करावा लागतो. ती खुर्ची ओकच्या लाकडाची होती. कारागिराने तिच्यावरचे नक्षीकाम करताना खूप श्रम केले होते. आपले कौशल्य पणाला लावले होते. त्या दोन हातांमध्ये ऐसपैस अशी पोकळी होती.

त्या फर्निचरमध्ये शोभिवंत म्हणण्यासारख्या आणखी फक्त दोन गोष्टी होत्या. अर्थात, त्या म्हटल्या तर तशा होत्या, म्हटल्या तर नाही. पहिली गोष्ट म्हणजे पिंचेन लोक ज्याच्यावर आपला हक्क प्रस्थापित करू पाहत होते, त्या पूर्वेकडच्या प्रदेशाचा एक नकाशा. तो कशातही कोरलेला नव्हता; तरीही तो एक नकाशा तयार करणाऱ्याच्या हस्तकौशल्याचा एक उत्कृष्ट नमुना होता. त्या नकाशात रेड इंडियन लोकांच्या,

जंगली पशूंच्या चित्रांची विचित्र आरास केलेली होती. त्या पशूंच्या चित्रात एक सिंहाचेही चित्र दिसत होते. त्याच्या भौगोलिक वैशिष्ट्यांची माहिती तिथल्या प्राणिमात्रांच्या, वनस्पतींच्या माहितीइतकीच कमी असल्यामुळे मोठ्या चमत्कारिक वेडेवाकडेपणात त्याचे दर्शन घडविले होते त्या नकाशावर. वृद्ध कर्नल पिंचेनची तसबीर ही त्या खोलीतली दुसरी शोभिवंत गोष्ट. त्याच्या मूळ उंचीच्या दोन-तृतीयांश उंच होती ती. तसबिरीतल्या चेहऱ्यावर त्या कर्मठ व्यक्तीच्या चेहऱ्यावरच्या सर्व कठोर भावरेषा उमटल्या होत्या. डोक्यावर घट्ट बसलेली एक टोपी, तिला कलाबुतीची फीत लावलेली अशी. अर्धवट रुपेरी दाढी रुळत होती छातीवर. एका हातात बायबल, दुसऱ्या हातात तलवारीची वर उचललेली लोखंडी मूठ, हा त्या तसबिरीतील चित्राचा आविर्भाव होता. चित्रकाराने तलवारीची मूठच अधिक कलात्मकतेने चितारली होती. त्यामुळे त्या पवित्र बायबलपेक्षा ती मूठच अधिक ठळकपणे नजरेत भरत होती. मिस हेप्झीबा पिंचेनने खोलीत प्रवेश केला आणि ती नेमकी त्या चित्रासमोरच आली. थोडा वेळ तेथेच थबकली. त्यासरशी तिच्या भुवया एका विशिष्ट पद्धतीने आकुंचन पावल्या आणि तिच्या चेहऱ्यावर नापसंतीची छटा उमटली. तिच्या त्या आकुंचित होणाऱ्या भुवयांकडे पाहिले की, तिची खरी ओळख नसणाऱ्या लोकांना ते विचित्र वाटायचे. त्यांच्या दृष्टीने तिच्या मनातील कडवट संताप भावनेचे ते एक दुष्ट प्रतीकच होते, पण वस्तुस्थिती अगदी त्याच्या उलट होती. त्या व्यक्तीबद्दल तिच्या मनात निश्चितपणे पूज्य भाव होता. त्या वंशात इतक्या उशिरा जन्म घेतलेल्या, काळाचे तडाखे खाऊनखाऊन थकलेल्या त्या वयस्कर कुमारिकेच्या मनात केव्हाही नाजूक भावच असायचा. तिच्या भुवयांचे आकुंचन हा तिच्या अधू दृष्टीचाच एक परिणाम होता. अगदी निष्पाप भाव होता त्याच्यामागे. एखादी गोष्ट आपल्याला स्पष्ट दिसावी म्हणून नजरेतील सर्व शक्ती केंद्रित करण्याचे कष्ट घेताना तसे आपोआप घडत होते. त्यामुळेच केवळ आपल्यासमोरच्या वस्तूचा, व्यक्तीचा वेध घेता येत असे त्या बिचारीला; दुसरे-तिसरे काहीही नव्हते त्या आकुंचनात.

क्षणभर आपण तिच्या या कमनशिबी मुद्राभावाकडे दृष्टी वळवू या. गरीब बिचाऱ्या हेप्झीबाचे दुर्दैवच होते ते! तिच्या कपाळावरच्या त्या आठ्यांनी तिच्यावर फार मोठा अन्याय केला होता. एखाद्या दिवशी खिडकीत ती उभी असली की, तिच्याकडे पाहणारे लोक दुष्टपणे त्या आठ्यांकडे पाहत. केवळ त्या नैसर्गिक भावदर्शनामुळे तिला लोक चिडखोर, रागीट, कुढ्या मनाची स्त्री मानत असत. ते तिच्या स्वभावाचे एक वैशिष्ट्यच ठरवून टाकले त्यांनी. फिकट आरशात पुन:पुन्हा पाहत त्या मुद्राभावाशी तिला एक अघोर झगडा करावा लागला होता. सतत त्याच्याशी तिचा संबंध आल्यामुळे की काय, ती स्वत:देखील इतरांप्रमाणे तसेच

मानीत होती. आम्हाला पण ते अशक्य वाटत नाही. "किती विलक्षण तुसडी दिसते मी!" आरशातल्या आपल्या चेहऱ्याकडे पाहून ती अनेक वेळा कुजबुजली असेलही. अखेरीस आपल्या अनिवार्य पातकाचे फळच आहे ते, असाही विचार तिच्या मनात असेल; पण खरोखरच तिच्या अंत:करणात कोणाबद्दल कधीही द्वेष असा निर्माण झाला नव्हता. तिचे हृदय स्वभावत:च कोमल आणि भावपूर्ण होते. त्याच्यात नेहमी कोणते ना कोणते नाजूक स्पंदन चालायचे. जरी तिचा चेहरा विपर्यास करावा इतका कठोर आणि क्रूर भासत असला, तरी ती एक सर्वस्वी दुबळ्या मनाची स्त्री होती. अंत:करणाचा कठोरपणा तिला माहीत नव्हता. त्यात साठवले होते केवळ प्रेम, माया; त्याचा कप्पा नि कप्पा भरून राहिला होता त्या प्रेमभावाने.

अरेच्या, हा सर्व वेळ अजून आपण आपल्या कथेच्या दारातच घुटमळत आहोत की! आपले चित्तही अगदी मरगळल्यासारखे झाले आहे. काय गूढ असावे यात? आहे खरे काहीतरी! मिस हेप्झीबा पिंचेन यानंतर जे काही करणार आहे त्याचे वर्णन करायला आमचे मन अगदी पूर्णपणे नाराज झाले आहे. त्याचाच परिणाम आहे तो.

आम्ही आपल्याला या आधीच सांगून टाकलेली एक गोष्ट आपण आठवावी. पिंचेन वंशातल्या एका नालायक पूर्वजाने रस्त्याकडेच्या दर्शनी गेबल्समधल्या खालच्या मजल्यात जवळजवळ शंभर वर्षांपूर्वी एक दुकान थाटले होते. तो वृद्ध गृहस्थ व्यापारातून निवृत्त झाला. काही कालानंतर आपल्या शवपेटिकेत चिरनिद्रा घेत पडून राहिला. त्या दिवसापासून आजतागायत त्या दुकानाचा तो दरवाजाच नव्हे तर आतली मांडामांडही बदललेली नव्हती. तिचे हाल अजून संपले नव्हते. त्या दुकानातल्या शेल्फांवर, मेजावर युगायुगांची इंचइंच जाडीची धूळ साठलेली होती. एका जुन्या ताजव्याच्या पारड्यात पडलेली धूळ जणूकाय स्वत:जवळही वजन करण्याजोगे मूल्य आहे, असे भासवीत होती. अर्धवट उघड्या असलेल्या गल्लापेटीतही ती साठून राहिली होती. सहा पेन्सचे एक हलके नाणे अद्यापही रेंगाळत होते तेथे. ते दुकान म्हणजे कुलदीपाचा अभिमान व अब्रू यांची नासाडीच होती. आज त्याची किंमत त्या नाण्याइतकीच होती. म्हाताऱ्या हेप्झीबाच्या लहानपणी ते दुकान या स्थितीत होते. त्या लहानशा दुकानाची परिस्थिती वरच्यासारखी होती. त्या वेळी दुकानाच्या वापरात असलेल्या आवारात ती आपल्या भावाबरोबर लपंडाव खेळावयाची. गेल्या काही दिवसांपर्यंत ते दुकान एकंदरीत त्याच अवस्थेत राहिले होते.

त्या दुकानाचा दर्शनी भाग जवळजवळ लावलेल्या पडद्यांनी लोकांच्या नजरेपासून झाकून टाकला होता, परंतु आत मात्र एक विशेष बदल घडून आलेला होता आता. भिंतीवरील कोळ्याच्या एका वंशावळीने अनेक पिढ्यांचे कष्ट करून कोळिष्टकांची भलीमोठी जाडजूड तोरणे कातलेली आणि विणलेली होती. आज ती सारी

काळजीपूर्वक झाडून काढल्यामुळे छत स्वच्छ दिसत होते. माल ठेवण्याचे मेज, फडताळे, जमीन, हे सगळे झाडून-पुसून घेतले होते. विशेषत: जमिनीवर नवीन नीळसर रंगाची वाळू पसरण्यात आली होती. अनेक दिवसांच्या गंजाने तपकिरी झालेली त्या ताजव्याची पारडी अतिशय काळजीपूर्वक स्वच्छ केली गेली होती, तरीही त्या गंजाने खाऊन टाकलेली त्यांची झळाळी त्यांना आली नव्हती. ते सारे श्रम फुकट गेले... अरेरे! ते जुने छोटे दुकान आता विनाकारण रिकामे दिसत नव्हते. विक्रीकरिता ठेवलेला माल भरपूर होता तिथे. मोठ्या उत्सुकतेने दुकानातल्या हजर मालाचा अंदाज घेणाऱ्याला तेथे पुष्कळ गोष्टी दिसल्या असत्या. मालाच्या मेजामागची स्थितीही समाधानकारक आढळली असती त्याला. प्रथम एखाद दुसरे... नाही, अगदी बिनचूक म्हणजे साडेतीन पिंपे दिसली असती. एकात होते पीठ, दुसऱ्यात सफरचंदे आणि तिसऱ्यात इंडियन लोकांचे खाद्य असेल कदाचित. त्याचप्रमाणे जवळच एका पाइनवूडच्या पेटीत साबणाचे बार भरून ठेवले होते. साधारणत: दहाएक पौंडांच्या चरबीच्या मेणबत्त्या त्याच आकाराच्या दुसऱ्या पेटीत दिसत होत्या. तेथे गुळाची साखर, पांढरा घेवडा, सोललेला वाटाणा आणि दुसरे तसेच स्वस्त असणारे पदार्थ या सर्वांना त्या दुकानातील मालात स्थान होते. पूर्वीच्या त्या म्हाताऱ्या दुकानदाराने मांडलेल्या त्या घाणेरड्या शेल्फांचे ते एक पिशाच्चवत रूप किंवा भ्रामक प्रतिबिंब मानता यावे आता. एक अपवाद होता त्याला. तिथल्या काही वस्तूंचे वर्णन किंवा रूप त्याच्या काळात जवळजवळ ठाऊक नव्हते कोणाला. दाखलाच द्यायचा झाल्यास त्या दुकानातील लोणच्याच्या काचेच्या बरणीचा देता येईल. तिच्यात 'जिब्राल्टर रॉक'चे तुकडे भरून ठेवले होते. ते काय त्या खरोखरच्या प्रसिद्ध किल्ल्याच्या पायातील दगड नव्हते; गोड साखरेच्या पदार्थाचे ते लहानलहान तुकडे होते. त्यावर कडी म्हणून आल्याचा वास दिलेल्या काकवीच्या अवतारात 'जिम क्रो' आपले जगप्रसिद्ध नृत्य करण्याकरिता तशीच शिशाच्या बंदूकबहाद्दरांची एक पलटण तिथल्या फळीवरून दौड करीत होती. त्यांची हत्यारे आणि गणवेश आधुनिक पद्धतीचे होते. त्याचप्रमाणे काही साखरेची चित्रेही होती. कोणत्याच युगातल्या मानवाशी त्यांचे फारसे साम्य नव्हते; तरीही त्यांच्या चालीरीती शंभर वर्षांपूर्वीपेक्षा अलीकडच्या काळाशीच अधिक जुळत होत्या; पण या सगळ्यांपेक्षा दुसरा एक आश्चर्यजनक चमत्कार म्हणजे ते आगकाड्यांच्या पेटीचे पुडके. त्या काडीची एका क्षणात प्रज्वलित होणारी ती ज्योत प्रत्यक्ष तोफेच्या अंत:स्थ अग्नीतून आणलेली आहे की काय, असेच वाटले असते त्या पूर्वीच्या काळात.

थोडक्यात, मुद्द्याची गोष्ट ही की, बऱ्याच दिवसांपूर्वी होऊन गेलेल्या आणि विस्मृतीत गडप झालेल्या श्रीयुत पिंचेनचे ते दुकान आणि त्याने बसवलेल्या

फळ्या, कपाटे हे सारे कोणीतरी आपल्यासाठी घेतलेले होते. त्या गतपुरुषाच्या त्या साहसकर्माला नवीन गिऱ्हाइके मिळवून देऊन उजाळा आणण्याची योजना केलेली होती. हे एवढे मोठे धाडस कोण करणार असेल बरे? आणि आपल्या व्यापार-धंद्यासाठी त्याला हे सात गेबल्सचे घरच का पसंत पडावे खरोखर? जगात काय दुसऱ्या जागा नव्हत्या त्यासाठी?

आपण आता त्या प्रौढ कुमारिकेकडे परतू या. बऱ्याच वेळाने तिने आपली नजर कर्नलच्या त्या रापलेल्या चेहऱ्यावरून काढून घेतली. एक खोल सुस्कारा टाकला. खरेच, आज सकाळपासून तिचा ऊर म्हणजे प्रत्यक्ष इओलसची गुहाच बनला होता. पायाच्या चवड्यावर चालत ती खोलीच्या बाहेर आली. सगळ्या वयस्कर बायका अशाच चालतात नेहमी. मधला एक रस्ता ओलांडून आपण आताच ज्याचे एवढ्या तपशीलवार वर्णन केले, त्या दुकानाकडे जाणारा दरवाजा उघडला. सकाळच्या संधिप्रकाशाने तेथे प्रवेश केला होता; परंतु वरच्या मजल्याचा पुढे झुकलेला भाग आणि त्याच्या जोडीला त्या गेबल्सच्या नेमके समोर उभ्या राहिलेल्या त्या 'पिंचेन एल्म'ची गर्द सावली यांमुळे तिथे रात्रीचाच भास अधिक व्हायचा. मिस हेप्झीबाने आणखीन एक दीर्घ सुस्कारा सोडला! ती क्षणभर उंबरठ्यावरच थबकली. आपल्या अधू दृष्टीमुळे भुवया आकुंचित करीत तिने खिडकीच्या दिशेने पाहिले, एखाद्या कट्टर वैऱ्याकडे नापसंतीच्या तिरस्कृत नजरेने पाहावे तसे आणि त्यानंतर अकस्मात ती दुकानात घुसली. तिने त्या वेळी केलेली घाई, तिच्या हालचालींतला तो विद्युतवेग खरोखरच चकित करून टाकणारा होता.

थोड्याशा उदास मनोवृत्तीने, पण एक प्रकारच्या वेगळ्या उन्मादात तिने दुकानातल्या फळ्यांवर, दर्शनी कपाटात मुलांची खेळणी आणि इतर किरकोळ माल मांडायला सुरुवात केली. तिच्या अंगावरचा तो काळ्या रंगाचा पोशाख आणि फिकट चेहऱ्याच्या खानदानी स्त्रीची तिची आकृती यामध्ये तीव्र दु:खाची छटा होती. ती सध्या करीत असलेल्या त्या हलक्यासलक्या कामाचा त्या दृष्टीने विचार केला की, एक मोठा विरोधाभास निर्माण व्हायचा तेथे. अशा हडकुळ्या आणि उदास वृत्तीच्या बाईच्या हातात एखादे खेळणे असावे, हा मोठाच विनोद होता. एक विलक्षण असंबद्धता होती त्यात. नशीब त्या खेळण्याचे की, तिच्या पकडीत ते खेळणे चिरडून जाऊन लोप पावले नाही! लहान मुले आपल्या आवारात यावीत यासाठी कोणते आकर्षण निर्माण करावे, या विचाराने ती गोंधळून गेली होती. तिची जड व मरगळलेली समजबुद्धी त्याला तयार झाली होती, ही कल्पनाच सर्वस्वी क्षुद्र आणि अशक्य कोटीतील होती. त्यात मूर्खपणाचाही भाग असल्यासारखे भासावे. तथापि तिच्या मनात हाच हेतू असावा यात शंकाच नव्हती. बघा, आता तिने साखरेच्या हत्तीचे एक चित्र दर्शनी कपाटात ठेवले... अरेच्या, पण गडबडले की

ते! तिचा हातच इतका थरथरत होता ते ठेवताना. हत्तीच्या पायांचे आणि सोंडेचे तुकडेतुकडेही झाले. त्याच्यातला 'हत्ती' संपला बिचारा! आता त्याला शिळ्या जिंजर ब्रेडचेच रूप उरले केवळ... नुसते लहानलहान तुकडेच! ते पाहा, आता तिच्या हातून गोट्यांचे डबडे उलटले. सगळ्या गोट्या लागल्या घरंगळायला. एक इकडे तर दुसरी तिकडे. प्रत्येकीने वेगवेगळा रस्ता धरला. प्रत्यक्ष सैतानच त्यांना रस्ता दाखवतोय जणू! शेवटी त्या आडजागी पोहोचल्याही; अगदी दूर अशा एखाद्या गुप्त ठिकाणी. देवा, आमच्या गरीब बिचाऱ्या हेप्झीबा आजीला साहाय्य कर आणि तिच्या या उडालेल्या फजितीची आम्ही थट्टा करतो आहोत म्हणून आम्हालापण क्षमा कर! पण दुसरे काय करणार आम्ही हसण्याशिवाय? ती एवढी ताठ आणि वयस्कर बाई, त्या निसटणाऱ्या गोट्या हुडकण्यासाठी कशी वाकली आहे, अवघडून गेली आहे बघा तरी! बिचारीला आपल्या मानेला केवढा ताण द्यावा लागतोय! म्हणून हसू येतंय हो! अर्थात, त्या हसण्यातूनच आम्हाला तिची अधिकाधिक दयापण येते आहेच हळूहळू. आमच्या डोळ्यांत अश्रूही निश्चितपणे उभे राहतील शेवटीशेवटी, कारण त्या ठिकाणी माणसाच्या आयुष्यात सामान्यत: आढळणाऱ्या एका दु:ख देणाऱ्या हेतूचे दर्शन घडत होते. वाचकांच्या मनावर त्याचा योग्य परिणाम घडविणे हे आमचे काम आहे. आम्हाला त्यात यश नाही आले, तर त्याचा दोष आमचाच असणार. कथावस्तूचा त्याच्याशी संबंधच नव्हता. स्वत:ला अस्सल खानदानी मानणाऱ्या एका प्रौढ, कुलीन स्त्रीच्या अखेरच्या वेदनांचे ते एक दर्शन होते. बालपणापासून सरंजामशाहीच्या नकली स्मृतीवर तिने स्वत:च्या भावनेची गुजराण केली होती. एका बाईने स्वत:च्या पोटापाण्यासाठी पुढे येण्यामुळे मोठा कलंक लागतो, अपकीर्ती होते, असे मानणे हा तिचा धर्म होता. अशा तऱ्हेचा वारसा घेऊन आलेली ती स्त्री साठ वर्षांचे आयुष्य चालून आल्यानंतर आज आपल्या जुन्या कल्पनांच्या मनोऱ्यातून बाहेर आली होती. ते सारे आयुष्य अतिशय तुटपुंज्या परिस्थितीत काढले होते तिने. केवळ त्या पोकळ, भ्रामक रुबाबाच्या आधाराने. दारिद्र्य तिच्या पावलावर पाऊल ठेवत तिला साथ करीत आले होते. आजची तिची स्थिती फार विचित्र झालेली होती. स्वत:च्या पोटाची व्यवस्था तिची तिलाच करणे भाग होते आज! नाहीतर शेवटी उपासमार आहेच तिच्या दैवात! उपासमार की उपजीविकेसाठी धडपड, हा तिच्यासमोरचा यक्षप्रश्न होता. एका खानदानी कुटुंबातल्या त्या स्त्रीचे जीवन आजपासून सामान्यवर्गातल्या एका स्त्रीच्या पातळीवर येण्याचा क्षण आलेला होता. नेमक्या याच वेळी आम्ही मिस हेप्झीबा पिंचेनजवळ येऊन पोहोचलो आहोत; अगदी गुपचूप, आवाज न करता. थोडासा उद्धटपणाही होतोय खरा, तरीही.

या प्रजासत्ताक देशाच्या सामाजिक जीवनात सारखी उलथापालथ होत असते.

प्रत्येक वेळी कोणी ना कोणीतरी रसातळास चाललेला असतो. या शोकांतिकेची पुनरावृत्ती सारखी होत असते; एखाद्या लोकप्रिय नाटकाचे खेळ पुन:पुन्हा सुट्टीच्या दिवशी होत असतात त्याप्रमाणे. त्यातही सरंजामशाहीचा एखादा वारस परिस्थितीमुळे आपली पातळी सोडून खाली येतो, तेव्हाचा परिणाम अधिक खोल असतो, निश्चितपणे खोल, कारण फाजील संपत्ती आणि आकर्षक स्थावर मिळकत या गोष्टींवरूनच माणसाचा दर्जा ठरतो, असे आमचे मत आहे. या गोष्टी एकदा नष्ट झाल्या की मग त्या दर्जाला कोणतेच आध्यात्मिक अस्तित्व उरत नाही, उलट त्याच्या ऱ्हासाबरोबरच त्याचाही लोप होतो. आमच्या नायिकेवर आज हीच आणीबाणीची अमंगळ वेळ आलेली आहे. या वेळी तिची ओळख करून द्यावी लागावी, हे आमचे दुर्दैवच म्हणावयाचे. म्हणूनच तिच्या या दैवगतीकडे पाहण्यासाठी लागणारे आवश्यक असे गांभीर्य आमच्यात यावे, हीच याचना. तेव्हा हेप्झीबाकडे पाहताना त्या अविस्मरणीय खानदानी स्त्रीची आठवण ठेवू या. (आमच्या बाजूने) तिच्यामागे दोनशे वर्षांचा आणि जवळजवळ त्याच्याहून तिप्पट वर्षांचा इतिहास, ती पलीकडच्या खंडात असतानाचा आहे. तिच्या प्राचीन तसबिरी बघा. तिचा वंशवृक्ष वाचा. आज गजबजून गेलेल्या त्या पूर्वेकडच्या सुपीक, राजेशाही प्रदेशावरची तीही एक वारस आहे, हे ध्यानात आणा. एके काळी तो एक निर्जन, जंगली प्रदेश होता, हे खरे आहे. पिंचेनांच्या परंपरा, त्यांच्या बखरी, त्यांची शस्त्रागारे या सगळ्यांशी तिचा संबंध आहे, हे विसरू नका. या पिंचेन रस्त्यावर, त्याच पिंचेन एल्मखाली, त्या भव्य पिंचेन प्रासादात आपला सारा जन्म तिने घालवला आहे, याची जाणीव ठेवा आणि हे सर्व जमेला धरून आज प्रत्यक्ष त्याच वाड्यात एक किरकोळ दुकानदार म्हणून पुढील आयुष्य कंठण्याची तिच्यावर पाळी आली आहे, हे लक्षात ठेवूनच तिच्या आयुष्याचे अवलोकन करू या.

आमच्या या कमनशिबी, योगिनीसारखी परिस्थिती असणाऱ्या स्त्रीच्या उत्पन्नाचा शक्यतो एकमेव मार्ग म्हणजे अशा तऱ्हेचे एखादे लहानसे दुकान थाटणे. तिच्याजवळ असणाऱ्या नमुना वहीत पन्नास वर्षांपाठीमागच्या नक्षीदार विणकामांचे अत्यंत सूक्ष्म नमुने सापडत होते; तरीही तिच्या अधू दृष्टीमुळे आणि कृश व नाजूक अशा थरथरत्या हातांमुळे ती शिवणकाम करू शकत नव्हती. पुष्कळदा एखादे बालमंदिर चालवावे असे तिच्या मनात यावयाचे. त्या दृष्टीने शिक्षकी पेशाला लागणारी तयारी म्हणून आपल्या न्यू इंग्लंड-प्रायमरच्या आरंभीच्या अभ्यासाचे तिने परिशीलनही सुरू केले होते; पण हेप्झीबाच्या अंत:करणात मुलांविषयी प्रेम कधीच निर्माण झाले नव्हते. सध्या ते लुप्त जरी झाले नव्हते, तरी सुस्त नक्कीच होते. तिच्या खोलीच्या खिडकीतून तिने शेजारची छोटी मंडळी पाहिली की, आपला व त्यांचा सहवास घनिष्ठ होणे आपल्याला जमेल की नाही, या विचाराने तिचे मन

शंकितच होई. शिवाय, त्या काळी ए-बी-सी ही मुळाक्षरे अक्षराअक्षराला टाचणी लावून शिकवण्याइतके दुर्बोध शास्त्र झाले नव्हते. त्यामुळे अलीकडच्या एखाद्या मुलानेच हेप्झीबाला अधिक चांगल्या रितीने ते शिकविले असते! वृद्ध हेप्झीबाने त्या मुलाला कसे शिकवावे हा प्रश्नच उरला नसता मग! म्हणूनच, ज्या जगापासून इतके दिवस ती दूर राहिली होती त्याच जगाशी अखेरीस अशा दरिद्री वातावरणात संबंध जोडायचा, ही कल्पनाच तिला विषण्ण बनवत होती. त्या उदासीनतेने तिचे अंत:करण तळापासून ढवळले जात होते. एकांतवासाचा जाणारा एकेक दिवस तिच्या आश्रमाच्या गुहेचा दरवाजा एकेका दगडाने बंद करत होता. त्यामुळेच त्या बिचारीला त्या जुन्यापुराण्या दुकानाचा, गंजलेल्या ताजव्याचा आणि धुळकटलेल्या गल्लापेटीचा विचार करावा लागला. चालू स्थितीत तिने आणखी थोडे दिवस कढ काढलाही असता; पण दुसऱ्या एका कारणाने तिचा हा निर्णय थोडाफार जवळ आणला. ती परिस्थिती आताच सांगायची नाही; पण आता त्या साहसाला आरंभ करायची तिची थोडी तयारी झाली होती. तिच्या नशिबातील कोणत्याही ठळक गोष्टीबद्दल तिची तक्रार नव्हती. हे दुकान काढण्यात वावगे असे नव्हतेच काही. तिच्या राहत्या गावातच अशी लहानलहान दुकाने दाखवता येत होती. पुष्कळशी दुकाने सात गेबल्सच्या घराइतक्या जुन्यापुराण्या घरातही थाटलेली होती. त्यांपैकी एक-दोन दुकानांत उतारवयाची एखादी कुलीन स्त्री मालाच्या मेजामागे उभी असणे अगदीच अशक्य नव्हते. त्या स्त्रीलाही मिस हेप्झीबा पिंचेनइतकाच स्वत:च्या कुळाचा गर्व असण्याचा संभव होता. तीही त्याचे तितकेच गंभीर प्रतीक मानण्यात चूक झाली नसती.

लोकांच्या डोळ्यांत आपले दुकान चटकन भरावे म्हणून त्या कुमारिकेने ते व्यवस्थित लावण्याचा आटोकाट प्रयत्न केला होता, पण त्या वेळेची तिची एकंदर वागणूक मात्र अतिशय हास्यास्पद होती, हे आम्हाला कबूल केलेच पाहिजे. खिडकीकडे जाताना ती फार हळूहळू चवड्यावर चालत गेली. इतक्या सावधगिरीने की, जणूकाय कोणीतरी दुष्ट, रक्तपिपासू माणूस एल्म वृक्षाच्या आड उभा राहून तिच्याकडे पाहत होता. त्याच्या मनात तिचा प्राण घ्यावा असे होते, अशी तिची कल्पना झाली. आपला लांब सडसडीत हात पुढे करून तिने मोत्यांच्या बटनाचा एक कागद, ज्यूचे तंतुवाद्य किंवा तसलीच एखादी लहान वस्तू योग्य त्या ठिकाणी ठेवली. त्या धूसर प्रकाशात ती इतक्या चपळाईने अदृश्य झाली की, जणूकाय जगाच्या दृष्टीला तिला कधीही पडायचे नव्हतेच. एखाद्या गुप्त देवतेप्रमाणे किंवा जादूगाराप्रमाणे अदृश्य राहून समाजाची मागणी पुरी करण्याची एखादी विलक्षण कल्पना तिच्या डोक्यात चमकून गेली असणे शक्य आहे. आपल्या आदरणीय, विस्मयचकित झालेल्या आणि भीतीने आ वासून पाहणाऱ्या गिऱ्हाइकांना माल

देणारा आपला हात दिसू नये, असेही तिला वाटणे शक्य होते; परंतु वस्तुस्थिती अशी होती की, हेप्झीबाच्या मनात तिची खुशामत करणारे असे कोणतेही स्वप्न नव्हते. केव्हा ना केव्हा आपल्याला लोकांसमोर आले पाहिजे, आपल्या योग्य त्या व्यक्तित्वाला उघड स्वरूप दिले पाहिजे, याची पुरेपूर जाणीव तिला होती; परंतु लोकांच्या डोळ्यांत टप्प्याटप्प्यांनी यावे, हे न रुचण्याइतकी ती भावनाप्रधान होती. तिला ते सहनच होत नव्हते. त्यापेक्षा चकित झालेल्या जगाचे डोळे आपल्या अकल्पित आगमनाने दिपवून टाकावयाचे तिने ठरविले.

तो अपरिहार्य क्षण जास्त काळ लांबणीवर टाकणे बरे नव्हते. समोरच्या घराच्या दर्शनी भागाखाली सूर्यकिरण सरकले होते. एका वृक्षाच्या पानांमधून कशीबशी वाट काढीत त्या घराच्या खिडकीवरून परावर्तित झालेल्या प्रकाशाची एक तिरीप दुकानात आली. त्यामुळे मघापेक्षा आता दुकानाचा आतला भाग जास्त उजळून निघाला. गावाला जाग आली होती. रात्रीच्या शांततेचा माग काढीत पाववाल्याची गाडी यापूर्वीच खडखड करत गेलेली होती. वेगवेगळ्या आवाजांच्या घंटांच्या किणकिणीने तिचा पाठलाग सुरू केला होता. एक गवळी आपल्या डब्यातला माल घरोघरी वाटत होता. कोपऱ्यावर एका कोळ्याच्या शंखाचा कर्कश आवाज बऱ्याच दूरवरून ऐकू येत होता. गाव जागे होण्याची ही चिन्हे हेप्झीबाच्या नजरेतून निसटली नाहीत. अखेर तो क्षण येऊन ठेपला. आता फक्त दुकानाच्या दरवाजाचा अडसर काढायचा उरला. अधिक उशीर करण्याने दुःखात भरच घालायची. आता प्रवेशद्वार मुक्त होणार होते... मुक्त होण्यातील कल्पनेहून अधिक काहीतरी. दुकानातल्या मालाचे आकर्षण वाटलेल्या प्रत्येक जाणाऱ्या-येणाऱ्याचे आदबशीर स्वागत करायचे. जणूकाय आपल्या परिचयाचे लोक आहेत ते सारे, या भावनेने. हेप्झीबाने हात उचलला. दाराचा आडणा खाली सोडला. उद्दीपित झालेल्या तिच्या मनोवृत्तींना एक तडाखा दिला त्याने. त्याचा खडखडाट थक्क करून टाकणारा होता. त्यासरशी ती आतल्या बैठकीच्या खोलीत पळत गेली. तेथल्या वडिलार्जित हाताच्या खुर्चीत स्वतःला तिने झोकून दिले आणि आता ती रडायला लागली. तो आडणा निघाला म्हणजेच तिच्या कल्पनेने ती स्वतः आणि जग या दोहोंमधला मार्ग मोकळा झाला. त्या फटीतून आता पापाचा पूर येणार धाडधाड करत तिच्या अंगावर... बिचारी हेप्झीबा!

अरेरे, बिचारी वृद्ध हेप्झीबा! किती केविलवाणी स्थिती ही! एखादा लेखक पात्र, प्रसंग आणि स्वभावविशेष यांचे जास्तीतजास्त समर्पक व नेमके चित्रण करण्याचा प्रयत्न करीत असताना त्याला इतक्या क्षुद्र व हास्यास्पद गोष्टींची सांगड घालावी लागणे, हे मोठे तापदायकच म्हणायचे! कारण जीवनात इतरत्र कोठेही शुद्ध करुण रसाचा आशय त्याला सहज आढळला असता. दाखलाच द्यायचा झाला तर सध्याच्या या चित्रणात करुण रसाचा कोणता उत्कर्ष गाठता येणे शक्य आहे? फार पूर्वी, कधी

काळी केलेले पाप आणि त्या पापाच्या प्रायश्चित्ताचा आमचा हा इतिहास – त्यांची उंची किती म्हणून वाढविणार! आमच्या सर्वांत ठळक व्यक्तिरेखेची ओळख करून देणे भागच आहे आम्हाला. ती स्त्री तरुण नाही, सुंदर नाही. दुःखाने पिचून गेल्यामुळे सौंदर्याच्या कसल्याच खुणा उरल्या नाहीत तिच्याजवळ. छाप पडेल असे काहीच नाही तेथे. आहे ती एक काटकुळी, निस्तेज, फटफटीत, पिचक्या हाडांची कुमारिका. लांबसडक कटिप्रदेशाच्या मापाचा रेशमी झगा ल्यालेली आणि डोक्यावर विचित्र आणि भयानक असे प्रावरण घातलेली! तसा तिचा चेहरा कुरूपही म्हणता येत नाही. तिच्या कपाळावर पडलेल्या आठ्यांमुळे त्यावर अधू दृष्टीने एक आकुंचन निर्माण झाले होते. त्यामुळे तो निश्चितपणे लक्षात येत होता आणि शेवटी, आयुष्याची साठ वर्षे कसलाही उद्योग न करता आता एखादे दुकान थाटून त्याच्यावर आपली सुखाची भाकरी मिळवायची, असे जे तिने योजले होते, त्यातच तिच्या जीवनाची महान कसोटी होती. तथापि मानवाच्या सर्व पराक्रमांकडे पाहिले, तर सुखात किंवा दुःखात जे उदात्त आहे, त्या प्रत्येकाने कोणत्यातरी हलक्या आणि क्षुद्र तत्त्वाशी स्वतःला एका विचित्र गुंतागुंतीत अडकवून घेतल्याचे आढळते. जीवनात जसे संगमरवरी दगडाचे सौंदर्य आहे तशीच चिखलाची कुरूपतापण आहे आणि म्हणून परमेश्वराच्या सर्वसकल कृपादृष्टीवर आपली गाढ श्रद्धा असली पाहिजे. नाहीतर जीवन म्हणजे दैवगतीच्या कठोर मुद्रेवरच्या उपहासाचा व त्याच्यासारख्या सौम्य अशा तिरस्कारभावनेचा अपमान आहे, असा संशय आपल्या मनात येण्याची शक्यता असते. या विलक्षण गुंतागुंतीच्या मूलतत्त्वातून सौंदर्य आणि ऐश्वर्य यांना शोधून काढणे, यालाच 'कलात्मकतेची सखोल जाणीव' असे म्हणतात, कारण सौंदर्य व भव्यता यांना सामान्यतः एवढा कळकट वेष धारण करावाच लागतो सदासर्वदा!

तीन

पहिले गिऱ्हाईक

मिस हेप्झीबा पिंचेन ओकच्या त्या हाताच्या खुर्चीवर बसली होती. आपला चेहरा तिने हातांनी झाकून घेतला होता. आपल्या खचलेल्या उरातील अतीव दु:खाला ती वाट करून देत होती. आपण करू पाहत आहोत ते साहस महत्त्वपूर्ण वाटत असूनही आपण त्याच्या यशाबद्दल साशंक असतो तेव्हा मी-मी म्हणणाऱ्या माणसांची स्थिती नेमकी अशीच असते. आपण निर्माण केलेल्या आशेची प्रतिमा अवजड अशा शिशाचीच भासू लागते; खूप जड, वजनदार. अनेकांनी अनुभवलेले ते दु:ख हेप्झीबा आज अनुभवत होती. इतक्यात एक घंटा खणखणली. एक लहान घंटाच, पण तिचा नाद मात्र खूप कर्कश आणि उच्च स्वरात येत होता. तो बराचसा थांबूनथांबून आला. आकस्मिक आलेल्या त्या आवाजाने ती जराशी दचकलीच. ती कुलीन कुमारिका उभी राहिली. तिचा चेहरा पांढरा फटफटीत पडला. कोंबडा आरवल्याक्षणी पिशाच्चाचा चेहरा पडतो तसा; आणि खरे पाहता तीसुद्धा एक बंदिवान पिशाच्चच नव्हती काय! त्या घंटेची आज्ञा पाळणे तिला भागच होते; कारण तिच्यावर हुकुमत गाजवणारा ती एक ताईतच बनली होती – मंतरलेला ताईत! स्पष्ट सांगायचे म्हणजे ती त्या दुकानाच्या दारावरची घंटा होती. तिची रचना अशा एका विशिष्ट पद्धतीने केली होती की, एखाद्या गिऱ्हाइकाने उंबरा ओलांडून आत प्रवेश केला की, ताबडतोब घंटा वाजत असे. त्यामुळे त्या घरातील आतल्या भागातल्या लोकांना गिऱ्हाइकांच्या आगमनाची सूचना मिळायची. त्या घंटेला जोडलेल्या पोलादी स्प्रिंगची ती करामत होती. केसाचा एक लहानसा टोप घालणाऱ्या हेप्झीबाच्या पूर्वजाने दुकान बंद केल्यानंतर इतक्या दीर्घ काळानंतर आज

ती प्रथमच वाजली. त्या बेसूर आणि चीड आणणाऱ्या निनादाने हेप्झीबाच्या नसानसांतून एक कंप निर्माण झाला. तो त्या घंटेला दिलेला प्रतिसादच होता. तसे करताना तिचा गोंधळच उडाला. आले एकदाचे ते अपेक्षित संकट! तो आणीबाणीचा क्षण येऊन ठेपला एकदाचा! बोहनीचे गिऱ्हाईक उभे राहिले दारात!... पहिलेच गिऱ्हाईक!

अधिक-उणा विचार न करता ती तडक घुसलीच दुकानात. तिच्या त्या हालचालींत एक प्रकारची घिसाडघाई होती आणि तिच्या निस्तेज, फटफटीत चेहऱ्यावर निराशा दाटली होती. तिच्या आठ्यांच्या नेहमीच्या आकुंचनातून कोणत्यातरी अरिष्टाची पूर्वसूचना मिळत होती. एकूण तिचा हावभाव असा होता की, काउंटरमागे हसतमुखाने उभे राहून तांब्याच्या नाण्यांच्या मोबदल्यात लहानसहान मालाची विक्री करण्याऐवजी एखाद्या घरफोड्या चोराबरोबर दोन हात करायलाच ती अधिक लायक दिसत होती. खरोखर, एखाद्या साध्यासुध्या गिऱ्हाइकाने पळच काढला असता तिला बघून, पण गरीब बिचाऱ्या वृद्ध हेप्झीबाच्या अंत:करणात कसलीच कठोर भावना नव्हती हो! त्या क्षणी तिच्या मनात कोणत्याही पुरुषाबद्दल अथवा स्त्रीबद्दल, इतकेच कशाला, एकंदर जगाबद्दलच कसलाही कडवट विचार नव्हताच बिलकूल. सगळ्यांचे भले व्हावे, हेच इच्छित होती बिचारी; परंतु त्याच्या जोडीला दुसरी एक इच्छा करत होती ती – आपल्या भोवतालच्या जगाचा निरोप घ्यावा आणि एखाद्या थडग्यात स्वत:ला गाडून घेऊन शांत अशी चिरनिद्रा घ्यावी, हीच इच्छा ती. याशिवाय वेगळे काय होते तिच्या मनात?

तोपर्यंत ते गिऱ्हाईक दरवाजातच उभे होते. प्रात:कालच्या प्रकाशात न्हाऊन आल्यामुळे टवटवीत दिसत होता तो. त्या प्रकाशातील प्रसन्नता त्याने आपल्याबरोबर दुकानात आणली जणू! तो एक तरुण मनुष्य होता, काहीसा शिडशिडीत, वीस-बावीस वर्षांहून जास्त नसेल वयाने. त्या वयाच्या मानाने त्याचा चेहरा खूपच गंभीर आणि विचारी वाटला, पण त्याचप्रमाणे त्या चेहऱ्यावर एक वेगळी तरतरी होती आणि चैतन्य विलसत होते. त्याच्या शारीरिक सौष्ठवात आणि हालचालींतच या गुणांची जाणीव होत होती, असे नव्हे तर त्याच्या स्वभावगुणातही ते तितक्याच प्रकर्षाने प्रकट होत होते. थोड्याफार सहवासानंतर किंवा हवे तर लगेच म्हणा, त्याचा प्रत्यय यायचा. त्याने छोटीशी दाढी राखलेली होती. पिंगट केसांची, पण विशेष मुलायम नसलेली अशी. हनुवटीच्या टोकावरच तेवढी होती ती. तिच्या जोडीला त्याने मिशाही ठेवल्या होत्या, जास्त लांब नसलेल्या अशा. या दाढीमिशा त्याच्या चेहऱ्यावरचे नैसर्गिक अलंकारच होते म्हणा ना! त्या रापलेल्या, पण ठसठशीत चेहऱ्याला विशेष सौंदर्य बहाल केले होते त्यांनी. त्याचा वेष म्हटला तर अगदी साधाच होता. स्वस्त, हलक्या कापडाचा एक सैल असा कोट, पातळ चौकड्यांच्या कापडाची पाटलोण आणि साध्या विणीची एक स्ट्रॉ-हॅट, बस्स! हे

सगळे कपडे त्याने 'ओक हॉल'मधून आणले असावेत. त्याचे कपडे मुळातच स्वच्छ होते. डोळ्यांत भरणाऱ्या त्याच्या शुभ्रपणाने आणि टापटिपीमुळे त्याला कोणीही सद्गृहस्थच मानावे. अर्थात, त्याला तसे म्हणवून घेणे आवडत होते किंवा काय, कोण जाणे!

वृद्ध हेप्झीबाच्या त्या तथाकथित चिडखोर दृष्टीची व त्याची दृष्टादृष्ट झाली. मात्र त्यामुळे तो किंचितही गोंधळला नाही, कारण त्याच्या पूर्वानुभवाने त्यातला निष्पापपणा त्याला ठाऊक होता.

''वा! मिस पिंचेन, शाबास! अखेर आपला सद्हेतू तुम्ही तडीला नेला म्हणायचा! त्यात तुम्ही कच खाल्ली नाही, याचा मला आनंद वाटतो. केवळ तुमच्या कार्यात तुम्हाला सुयश चिंतावं म्हणून आलो आहे मी. तुमच्या सिद्धतेत आणखी काही मदत हवी काय, याचीही चौकशी करावी म्हटलं'' असे तो छायाचित्रकार म्हणाला. सात गेबलांच्या प्रासादात राहणाऱ्या या मंडळींशिवाय तोच काय तो एक भाडेकरू होता. दु:खाने गांजलेली, संकटाने पिचलेली किंवा अन्य कशामुळे जगाशी फटकून वागणारी माणसे कितीही कठोर वागणूक मिळाली तरी निमूटपणे सहन करू शकतात; नव्हे, कदाचित ती सहन करता यावी म्हणून अधिकाधिक प्रबळही होत असतात. मात्र याच माणसांना एखाद्या साध्यासुध्या शब्दातून खऱ्याखुऱ्या सहानुभूतीचा प्रत्यय येताक्षणीच त्यांच्या भावनांना वाट फुटते. त्या तरुणाच्या चेहऱ्यावरचे ते गोड हास्य पाहताच बिचाऱ्या हेप्झीबाचीही नेमकी तीच गत झाली. त्या विचारमग्न चेहऱ्यावर ते स्मित अधिकच खुलून दिसत होते. त्याच्यात एक तेज होते. त्यातल्यात्यात त्याचा तो स्नेहपूर्ण स्वर ऐकल्यावर तर ती एकाएकी खुळ्यासारखी खदखदून हसली आणि मग तिला हुंदके अनावर झाले.

भानावर येताच ती ओरडून म्हणाली, ''मिस्टर हॉलग्रेव्ह, मी याच्यातून तड गाठणार नाही कधीच!... कधीच नाही... कदापि नाही... नाहीच नाही... मी मेले असते तर किती छान झालं असतं! माझ्या वाडवडिलांसह आमच्या कुटुंबाच्या त्या जुन्यापुराण्या थडग्यात गाडून घेतलं असतं मी स्वत:ला! माझ्या वडिलांसह, आईसह आणि माझ्या बहिणीसह!... हो, सर्वांसह! आणखी माझ्या प्रिय भावांबरोबरही! त्यांनी मला या ठिकाणी पाहण्यापेक्षा तिथंच बघितलं तर जास्त चांगलं होईल! खरोखर, जग अतिशय भावनाशून्य आणि कठोर आहे हो! आणि मी... मी खूपच थकले आहे, खूपच दुबळी आणि खचून गेलेली आहे!''

''मिस हेप्झीबा, इतक्या निराश नका होऊ तुम्ही. धाडसानं उचललेलं हे पाऊल एकदा का स्थिर झालं म्हणजे या भावना छळणार नाहीत तुम्हाला. आज तुम्ही तुमच्या दीर्घ काळच्या एकांतवासातून प्रथमच बाहेर येत आहात. सभोवतालच्या जगात सगळीकडं भेसूर चेहरे दिसत आहेत तुम्हाला. अशा वेळी फक्त याच

प्रकारच्या भावनांची साथ करावी लागणार. त्यांना टाळता यावयाचं नाही... निदान आज तरी; पण लवकरच हे जग बदलेल. तुम्हाला दिसलेल्या चेहऱ्यांत आणि लहान मुलांकरिता लिहिलेल्या गोष्टींच्या पुस्तकातले राक्षस किंवा नरमांसभक्षक यांच्यात कोणताच फरक नाही असं दिसेल. तितकेच खोटे असतील ते. एखाद्या गोष्टीशी आपण झगडू लागलो रे लागलो की, ताबडतोब त्या गोष्टीतलं स्वारस्य नष्ट होतं. जीवनात याच्याहून अधिक वैशिष्ट्यपूर्ण असं वेगळं काही आहे, असं मला बिलकूल वाटत नाही. तुम्हाला जे भयंकर वाटतं त्याच्या बाबतीतही असंच घडणार. खात्री असू द्या.'' – तो तरुण मनुष्य संथपणे म्हणाला.

''परंतु मी बाईमाणूस आहे!'' असे म्हणून थोड्या केविलवाण्या स्वरात ती म्हणाली, ''मला बाईसाहेब... कुलीन स्त्री असं म्हणायचं होतं; परंतु आता ते भूतकाळात जमा झालं आहे, नाही?''

''हरकत नाही. त्या भूतकाळाबद्दल चिंता करायची नाही बिलकूल!'' त्या कलावंताने उत्तर दिले. त्याच्या स्नेहशील वागण्या-बोलण्यातही अर्धवट दडलेल्या टोमण्याची एक विलक्षण चमक दिसली. तो आणखी म्हणाला, ''जाऊ द्या ते! त्या खानदानाच्या आवरणाबाहेर आल्यानंतर तुम्ही अधिक छान वाटता. मिस पिंचेन, स्पष्ट बोलतो आहे मी; आपण मित्र आहोत ना, म्हणून हं! आजचा हा दिवस तुमच्या आयुष्यातील सोन्याचा दिवस वाटतो मला. या दिवसात एका युगाची अखेर आणि दुसऱ्याचा आरंभ आहे. आजपर्यंत त्या खानदानाच्या वर्तुळात स्वत:भोवती फिरत राहिल्यामुळं तुमचं जीवनरक्त हळूहळू तुमच्या नसातच गोठत होतं. जेव्हा तुम्ही जगापासून लांब होता त्या वेळी स्वत:ची एखाददुसरी गरज भागवण्यासाठी परिस्थितीशी लढा देत होते जगातील इतर लोक. यापुढं तुमच्या या कार्यसिद्धीसाठी तुम्हाला स्वाभाविक आणि प्रांजळ प्रयत्न करावे लागणार आहेत. सारी मानवजात एकत्र येऊन देत असलेल्या या लढ्यास तुमचाही हातभार लागेल. मग तुमची शक्ती मोठी असो वा लहान असो. आज तुम्हाला त्याची जाणीव होईल. यश-यश म्हणून म्हणतात ते हेच. प्रत्येकाला गवसतं तेच हे संपूर्ण यश!''

''मिस्टर हॉलग्रेव्ह, तुमचे विचार या पद्धतीचे असणं स्वाभाविकच आहे. तुम्ही पुरुष आहात; तरुणही आहात. आपल्या पायावर तुम्ही उभं राहावं हा दृष्टिकोन ठेवूनच तुम्ही वाढला आहात. आजकाल प्रत्येक जण तसाच वाढतो आहे खरा; पण माझं तसं नाही. मी जन्मानं एक कुलीन, खानदानी स्त्री आहे. जन्मले खानदानीत, वाढले खानदानीतच... किती हलाखीत याला महत्त्व नाही. शेवटी एक खानदानी स्त्री म्हणूनच उरले मी... आरंभापासून अखेरपर्यंत तशीच!'' हेप्झीबा उत्तरली. हॉलग्रेव्हच्या उद्‌गारांनी किंचित दुखावलेल्या मोठेपणाच्या भरात तिची कृश आकृती आता ताठ झाली होती.

हॉलग्रेव्ह जरा हसत म्हणाला, ‘‘बाईसाहेब, परंतु मी उच्च कुळात जन्म घेतलेलाच नाही. त्यात वाढलोही नाही तसा. तसं असलं, तरी या तऱ्हेच्या भावनांना मी सहानुभूती दाखवीन अशी अपेक्षा करू नये आपण; तरीही मला त्यातलं थोडंसं समजतं. अर्थात मी स्वत:ला फसवलं नाही तर हं! जगाच्या गतेतिहासात ‘कुलीन’ या शब्दाला काहीतरी अर्थ होता. जे स्त्री-पुरुष त्या संज्ञेला पात्र होते, त्यांना आवश्यक म्हणा अथवा अनावश्यक म्हणा, कसले तरी खास हक्क मिळाले त्याबरोबरच; पण आज मजा अशी आहे की, चालू घडीला ते ‘हक्क’ उरले नाहीत; तर ती त्यांच्यावरची ‘बंधनं’ होऊन बसली. समाज जसा बदलेल तसतशी ही कल्पना अधिकच दृढ होईल भावी परिस्थितीत!’’

आपली मान हलवीत ती वृद्ध, कुलीन स्त्री म्हणाली, ‘‘हे विचारच नवीन आहेत. या कल्पना मला समजणं शक्यच नाही... केव्हाच आणि त्या समजाव्यात अशी माझी इच्छाही नाही.’’

‘‘ठीक आहे, तर मग हा विषयच थांबवू या आपण’’ असं बोलून मघापेक्षा अधिक स्नेहपूर्ण असं स्मित करीत तो म्हणाला, ‘‘खानदानी, कुलीन स्त्री म्हणून जगण्यापेक्षा केवळ एक खरीखुरी स्त्री म्हणून जगणं अधिक बरं किंवा कसं हे तुमचं तुम्हीच ठरवा आता. मिस हेप्झीबा, ही वास्तू बांधल्या दिवसापासून आजपर्यंत तुमच्या कुटुंबातील कोणत्या बाईनं आज तुम्ही जे करता आहात ते केलं आहे? खरोखर, अशा प्रकारचं धाडस करायला कोणती बाई पुढं आली होती, सांगा ना? बोला, कधीच घडलं नाही तसं. तुम्ही मला एकदा त्या म्हाताऱ्या मांत्रिकानं – मॉलनं पिंचेन कुटुंबाला दिलेल्या शापाविषयी सांगितलं आहे. माझ्या मनात आज एक विचार येतो आहे. सारे पिंचेन इतक्या उमदेपणानं नेहमी वागले असते, तर त्या शापवाणीला एवढं वजन राहिलं नसतं यात शंकाच नाही.’’

‘‘नको हो! नको, नको! या मालाच्या मेजामागं मला असं उभं राहिलेलं पाहूनच त्या वृद्ध मॉलच्या भुताला किंवा त्याच्या एखाद्या वंशजाला हायसं वाटेल. त्याच्या दुष्ट आकांक्षा फळाला आल्याचं समाधान मिळेल त्याला. त्याची आठवणसुद्धा नको हो...’’ आपल्या कुटुंबावरच्या त्या शापाच्या काळ्याकुट्ट स्वरूपाची कल्पना दिल्यानंतरही न रागावलेली हेप्झीबा उद्‌गारली, ‘‘पण मिस्टर हॉलग्रेव्ह, तुमच्या माझ्याविषयीच्या सद्‌भावनेबद्दल मी आभारी आहे तुमची. एक उत्तम दुकानमालकीण म्हणवून घेता येण्यासाठी प्रयत्नांची पराकाष्ठा करीन मी.’’

‘‘खरंच, तसं घडावं अशी मी प्रार्थना करतो. बरं, तुमच्या दुकानाचं पहिलं गिऱ्हाईक होण्यातला आनंद मिळवू द्या मला. घरी परतण्यापूर्वी मी जरा समुद्र किनाऱ्याकडे निघालोय आता. परमेश्वरानं निर्माण केलेल्या कृपाप्रसादाचा – सूर्यप्रकाशाचा थोडासा दुरुपयोग करावा म्हणतोय. म्हणजे त्याच्या मदतीनं मानवी

शरीराचे आकृतिविशेष गिरवावेत, असा बेत आहे. तेव्हा मला त्यातली थोडी बिस्किटं द्या. समुद्राच्या पाण्यात बुडवून ती खाल्ली म्हणजे न्याहारी आटोपेल माझी. अर्धा डझन बिस्किटांना काय किंमत पडेल?'' हॉलग्रेव्हने विचारले.

''आणखीन थोडा वेळ एक खानदानी स्त्री म्हणून जगू द्या ना मला!'' हेप्झीबाच्या उत्तरात जुन्या वळणातला रुबाब आला होता. त्या क्षणी तिच्या चेहऱ्यावर उमटलेले ते उदासवाणे स्मितही त्याची शान वाढवीत होते.

त्याच्या हातावर तिने बिस्किटे ठेवली, पण त्याबद्दल पैसे घेण्याचे नाकारले. ''मिस्टर हॉलग्रेव्ह, मीही शेवटी एक पिंचेनच आहे! तुम्ही माझे एकमेव मित्र आहात. माझ्या वडिलार्जित वास्तूच्या छायेखाली मी तुमच्या हातावर खाण्याची वस्तू ठेवत आहे. त्याचा मोबदला पैशात मोजणं, हे कर्तव्य नाही माझं! राहू द्यात ते पैसे!''

तिचा निरोप घेऊन हॉलग्रेव्ह गेला. त्या क्षणी तरी तिच्या भावनांना त्याने उल्हसित केले. तथापि थोड्याच अवधीत त्या भावना पूर्वस्थितीस आल्या. पूर्वीप्रमाणेच मृतप्राय झाल्या. शून्यतेच्या वलयातून बाहेर पडल्याच नाहीत त्यानंतर. आता बाहेरच्या रस्त्यावर माणसांची पावले ऐकू आली. तिचे हृदय धडधडू लागले. एक-दोनदा त्यातली काही दुकानाच्या आसपास रेंगाळल्याचा भास झाला. ती माणसे ओळखीची होती की अनोळखी होती, हे कळले नाही; पण ती हेप्झीबाच्या दुकानातल्या दर्शनी कपाटात मांडलेल्या खेळण्यांच्या आणि विक्रीसाठी ठेवलेल्या इतर लहानसहान वस्तूंच्या आराशीकडे बघत होती. तिच्या मनाला दोन गोष्टी छळत होत्या – परक्या आणि प्रेमाचा लवलेश नसलेल्या, बेधडक तिच्याकडे बघणाऱ्या नजरा आणि कपाटातील मांडामांड विशेष कलात्मक नसल्यामुळे त्याचा तिला व्हावा तसा लाभ उठवता येणार नव्हता, ही रुखरुख. ही दुसरी कल्पना ती स्वत:हून करीत असलेल्या उपहासातून निर्माण झाली होती. अजूनही तिला त्याबद्दल अंशत: खंत वाटत होती. तिच्या दुकानाची भरभराट किंवा ऱ्हास आतल्या मालाच्या आकर्षक मांडणीवरच अवलंबून होता, हे स्पष्ट दिसत होते. एखाद्या नासक्या, डागळल्या सफरचंदाच्या जागी दुसरे सुरेख सफरचंद ठेवण्यावरही ते तितकेच अवलंबून होते, म्हणून तिने थोडा बदल केला; पण पुन्हा तिच्या मनात ताबडतोब येऊन गेले की, त्याचमुळे सगळी घडी विस्कटली. एका वृद्ध स्त्रीच्या उपजत चोखंदळपणाचा तो एक खेळ होता. निदान वरवर तसे दिसले. त्या कसोटीच्या क्षणी निर्माण झालेल्या तिच्या उदासीनतेचाही हा परिपाक असावा, एवढेही तिच्या लक्षात आले नाही.

आतल्या बाजूस हे सर्व चालले होते, त्याच वेळी बाहेरच्या दरवाजाच्या पायरीला लागूनच एक वाद जुंपला होता – मजुराप्रमाणे दिसणाऱ्या दोघांत. त्यांच्या आडदांड, रानवट बोलण्यावरून ते व्यक्त होत होते. आपसातल्या काही गप्पा

झाल्यावर एकाचे लक्ष हेप्झीबाच्या दुकानाकडे गेले; अगदी सहजच. ताबडतोब आपल्या दोस्ताला त्याने ते दाखवले.

"अरे, बघबघ! इकडे बघ तरी! हं, काय म्हणायचंय तुला? कसं काय वाटतंय हे? पिंचेन रस्त्यावर व्यापार-उदीम उगवतोय तर! डोकं वर काढतोय म्हणा! छान, छान." तो ओरडलाच.

"बहोत खूब! शाब्बास रे पठ्ठे! खरोखरंच बघण्यासारखंच आहे की हे! पिंचेनांच्या जुन्या वाड्यात! पिंचेन एल्मखाली! एक दुकान! वा, वा! कुणाचं डोकं म्हणायचं हे? कुणाला कल्पना तरी आली होती काय? म्हाताऱ्या पिंचेनबाईनं दुकान चालवावं! सेंटचं नाणं दिल्यानंतर मिळणाऱ्या वस्तूंचं! उत्तम!" दुसऱ्याने आश्चर्य व्यक्त करीत म्हटले.

"काय रे डिक्सी, शेवटपर्यंत चालवील काय रे ती? दुकानाला मोक्याची जागा मिळालीय असं म्हणणार नाही मी. कारण पुढं कोपऱ्यालाच दुसरं दुकान आहे की! कसं काय चालेल हे?" त्याच्या मित्राने विचारले.

"हेप्झीबा – ती – आणि दुकान चालवणार म्हणतोस? अरे भल्या माणसा, डोक्यातून काढूनच टाक ते! अरे, जरा तिचा चेहरा तरी बघ! डोळ्यांसमोर आण तो थोडा वेळ! आणि मग बोल तसं. अरे बाबा, प्रत्यक्ष म्हाताऱ्या निकचीदेखील घाबरगुंडी उडेल तिच्यासमोर कधी काळी गेलाच तर तो. तिच्यासमोर उभं राहण्याची भाषाच काढू नये कोणी. एकाची छाती व्हायची नाही तिच्या नजरेला नजर द्यायची. केवढ्या भयानक आठ्या पडतात तिच्या कपाळाला ठाऊक आहे तुला? कारण असो वा नसो, तिचा स्वभावच तुसडा आहे, हे ताबडतोब ध्यानात येतं बघणाऱ्याच्या. मी स्वत: सारं पाहिलंय म्हणून एवढ्या ठामपणानं सांगतोय. गेलं एक वर्षभर तिच्या बागेचं काम होतं माझ्याकडं." डिक्सीने ओरडून अभिप्राय दिला. त्याच्या उद्‌गारांत मोठा तिरस्कार होता. तिच्याकडून ते दुकान व्यवस्थित चालवले जाईल, ही निव्वळ कल्पनाच त्याला मान्य नव्हती, असे दिसले.

"अरे गृहस्था, माझ्या मते त्याचा विशेष संबंध येत नाही इथं! अशा माणसांची मनं परिस्थितीनं आंबून गेलेली असतात. त्यांना असला धंदा चांगला जमतो. आपण काय करतो हे त्यांना चांगलं कळतं. अर्थात, तू म्हणतोस त्याप्रमाणे या बाईला हे विशेष जमणार नाही असं मला पण वाटतं. आज लोक पुष्कळ धंदे करतात. कोण व्यापार काढतो, कोण हस्तव्यवसाय करतो, कोण मोलमजुरी. त्याप्रमाणं हे असलं किराणा-भुसारी मालाचं दुकान काढण्याच्या धंद्याला ऊत आलाय नुसता! मला स्वत:ला त्यात खार बसली म्हणून म्हणायचं. अरे, आमच्या बायकोनंही काढलं होतं तसलं दुकान. जेमतेम तीनएक महिने चाललं बिचारं. नफ्याची बाजू शून्य आणि तोट्याच्या रकान्यात पुरे पाच डॉलर आले शेवटास!"– दुसऱ्याने माहिती दिली.

"कसला धंदा नि काय! दरिद्रीच किती झाला तरी!" डिक्सीच्या उत्तराच्या

स्वरात त्याची मानही हलत असल्याची जाणीव व्यक्त होत होती.

हे सारे संभाषण हेप्झीबाच्या कानांवर पडले. तिच्या हृदयात मोठी कालवाकालव झाली. त्या दु:खाची तीव्र तिडीक आतापर्यंतच्या सर्व यातनांपलीकडे जाऊन पोहोचली. त्या संभाषणाने तिच्यावर मोठ्यातला मोठा आघात झाला. तिच्या चेहऱ्यावरच्या आठ्यांच्या आकुंचनाबद्दल त्या दोघांनी दिलेली ग्वाही निश्चितपणे भयसूचक होती. तिच्या दृष्टीने मोठेच महत्त्व होते त्या अभिप्रायात. स्वत:च्या चेहऱ्याबद्दलचा तिचा भ्रम कोठल्याकोठे निघून गेला. त्यामुळे त्या प्रतिमेचे एक वेगळे रूप तिच्यासमोर आले. त्या भेसूर, विद्रूप चेहऱ्याकडे बघत राहण्याचे धाडसच झाले नाही. त्या दु:खातून उठलेली कळ विलक्षण होती. खूप मन:पूर्वकतेने स्वत:च्या फायद्यासाठी तिने ते दुकान उघडले होते. पण ती दोन माणसे जनतेच्या वतीनेच बोलत होती असे मानल्यास त्याचा लोकांवर काहीच परिणाम झाला नव्हता. लोकांची नजर पडायची प्रथम, त्याच्या पाठोपाठ एखाददुसरा अभिप्रायही ऐकू यायचा आणि मागोमाग मग एक घाणेरडे हास्य. बस्स! कोपऱ्यावरून एकदा ते वळले की मग हेप्झीबा कोण नि कोठली! पार विसरून जायचे सारे. तिच्या दर्जाची त्यांना बिलकूल पर्वा नव्हती, तेवढीच तिच्या होणाऱ्या मानहानीचीपण. हे झाले तिच्या स्वत:बद्दल. त्याच्यानंतर त्या माणसाने दुकानाबद्दल घेतलेला धडा तिच्या कानांवर आला होता. प्रत्यक्ष अनुभवांनी मिळवलेले शहाणपण सांगितले त्याने. त्याचबरोबर तिला येणाऱ्या अपयशाचे भविष्यही वर्तविले. आधीच अर्धमेल्या झालेल्या तिच्या आशेवर ते शब्द एखाद्या थडग्यावर ढेकूळ पडावे त्याप्रमाणे आदळले. त्या माणसाच्या बायकोचा हाच प्रयोग अपयशी ठरला होता ना! जेथे न्यू इंग्लंडची ती दांडगीदुंडगी, खेडवळ, काबाडकष्ट करणारी, सदा उत्सुक असणारी, उद्योगी व सराईत बाई आपल्या छोट्याशा भांडवलातले पाच डॉलर घालवून बसली होती, तेथे जन्माने खानदानी असणारी, सारे आयुष्य संन्यासिनी म्हणून जगलेली, जगाचा कसलाच अनुभव नसणाऱ्या या साठ वर्षांच्या वृद्धेचा काय पाड लागावा! अशक्यतेचे रूप घेऊन यश तिच्यापुढे उभे होते. त्या यशाची नुसती आशा करायची म्हणजेसुद्धा एका भयानक दिवास्वप्नात गुंगून राहण्यापैकीच होते.

हेप्झीबाचे डोके फिरावे म्हणून धडपडणाऱ्या कोणी दुरात्म्याने तिच्या कल्पनासृष्टीत एक सर्वसंकलित देखावा उलगडून टाकला होता. गिऱ्हाइकांनी गजबजलेल्या एका शहरातील रहदारीच्या रस्त्याचे एक प्रतीक होता तो. केवढी मोठी भव्य दुकाने होती तिथे! वाण्यांची दुकाने, खेळणीभांडारे, सुकलेल्या वस्तूंचे स्टोअर अशी नाना तऱ्हेची दुकाने होती. मुलामा चढवलेल्या काचेच्या अतिभव्य अशा तावदानाने युक्त होती सारी. प्रत्येकाचा मांड भपकेदार होता. त्यावर अतिशय वेगवेगळ्या नमुन्यांचा माल पूर्ण प्रतवारीने मांडला होता. त्यात अफाट पैसा गुंतवला गेला

होता, हे निश्चितच. प्रत्येक दुकानाच्या आतल्या टोकाला मोठमोठे आरसे मोठ्या खुबीने लावलेले होते. समोरच्या मालाच्या प्रतिमा द्विगुणित करून त्यांनी भ्रामक प्रतिमांचा तो देखावा अगदी उजळून टाकला होता. या नमुनेदार बाजाराच्या रस्त्यावर सुवासिक तेल चोपडलेले, तुकतुकीत दिसणारे असंख्य विक्रेते चेहऱ्यावर कृत्रिम हसू आणत, लवून अभिवादन करत, स्मित करत आणि मालाचे मोजमाप करत असताना दिसत होते. समोरच्या बाजूस ते अंधारे, पुरातन सात गेबलांचे घर त्याच्यापुढे झुकलेल्या मजल्याखालच्या त्या जुनाट दुकानासह उभे होते. आतल्या काउंटरमागे ती विटका, काळसर रेशमी झगा घालून उभी होती. समोरून निघालेल्या जगाकडे कपाळाला आठ्या घालून बघत! हा विलक्षण विरोधाभास व्यक्त करणारा तो देखावा स्वत:हून पुढे घुसला. आपल्या उपजीविकेसाठी तिने चालवलेल्या धडपडीतल्या अडीअडचणींचे एक सुरेख दर्शन दिले त्याने... यश? छे! अगदीच मूर्खपणाचे! त्याचा विचारच नको पुन्हा डोक्यात! इतर दुसरी घरे सूर्यप्रकाशसात न्हात असताना आपले हे घर मात्र सतत एका दाट धुक्याच्या आवरणाखाली गडप झालेलेच उत्तम. त्यामुळे तरी निदान कोणाला त्याची वाट सापडणार नाही! कोणीही त्याचा उंबरा ओलांडून आत येणार नाही मग! कोणीही दरवाजा ठोठावणार नाही त्याचा!

पण त्याच वेळी तिच्या अगदी नेमकी डोक्यावर असलेली ती दुकानाची घंटा किणकिणली. जणूकाय जादूटोणा करावा तशी त्या वृद्ध, कुलीन स्त्रीच्या हृदयातही तीक्ष्ण वेदनांची एक सणक त्या घंटेच्या आवाजाशी सुसंवाद करत निघून गेली. त्या घंटेच्या पोलादी स्प्रिंगलाच ते जोडले होते जणू! कोणीतरी जोराने दुकानाचा दरवाजा उघडला; पण त्या अर्ध्या खिडकीच्या पलीकडच्या बाजूस माणसाची चाहूल लागेना. तथापि हेप्झीबा हाताच्या मुठी आवळत, चेहऱ्यावर कोणातरी दुष्ट पिशाच्चाला आमंत्रण दिल्याचा भाव आणून एकटक नजरेने तिकडे बघत उभी राहिली. मनात घबराट उडाली होती, तरीही संकटाला तोंड देण्याची तिने तयारी केली होती.

कष्टी मनाने ती म्हणाली, "देवा, परमेश्वरा, तूच धावून ये आता! माझ्या कसोटीचा क्षण आहे हा!"

दरवाजाच्या बिजागरी गंजलेल्या असल्याने तो करकरत होता. त्यामुळे मोठ्या कष्टाने उघडलेले ते दार आता संपूर्ण उघडले गेले. तेथे आता एक चांगला उंचापुरा, टुणटुणीत छोकरा उभा होता. त्याचे गाल सफरचंदाइतके लालेलाल होते. त्याचा वेष तसे म्हटले तर गबाळग्रंथीच होता. (पण त्यावरून त्याच्या आईचा निष्काळजीपणाच अधिक स्पष्ट होत होता. त्याच्या बापाचे दारिद्र्य नव्हे.) त्याच्या कमरेखाली निळ्या रंगाचे एक लुंगीवजा वस्त्र होते. त्याची विजार बरीच रुंद आणि आखूडही होती. पायाचे अंगठे बुटाच्या बाहेर आले होते. डोक्यावर ठिगळे जोडून

बनवलेली एक हॅट होती. त्याचे कुरळे केस त्या टोपीच्या फटीतून बाहेर येत होते. त्याच्या काखेतील पुस्तक आणि छोटीशी पाटी तो शाळेला निघाला होता, हे दाखवीत होती. एखाद्या प्रौढ गिऱ्हाइकाच्या थाटात तो मुलगा हेप्झीबाकडे क्षणभर टक लावून बघत उभा राहिला. तिच्या शोकाकुल मन:स्थितीचा आणि कपाळावरील विचित्र आठ्यांचा त्याला अर्थबोध होईना. ती त्याच्याकडे त्या नजरेनेच बघत होती.

"हूं, काय बाळ, काय घ्यायचं आहे तुला?"

त्या छोट्या मुलापासून भय नाही, या कल्पनेने धीर आल्याने तिने विचारले.

"मला त्या कपाटातला जिम क्रो पाहिजे आहे... तो... ज्याचा पाय धड आहे तोच."

तसे म्हणत त्याने एक सेंटचे नाणे पुढे केले. रमतगमत शाळेला जात असताना त्या साखरेच्या चित्राने त्याचे लक्ष वेधून घेतले होते.

हेप्झीबाने आपला कृश हात पुढे सरकवला. तिने कपाटातले ते चित्र काढून घेतले आणि तिच्या त्या बोहनीच्या गिऱ्हाइकाच्या हातावर ठेवले.

"पैशाची काळजी नको तुला. तुझा तो सेंट मला नको आहे. जा, हा जिम क्रो घेऊन जा आनंदाने. चल!" असे म्हणत तिने त्याला दरवाजाकडे बळेच नेले. त्या तांब्याच्या नाण्याकडे दृष्टी जाताक्षणी तिची पूर्वापार कुलीनता जागी झाली. तिच्यातला चोखंदळपणा आग्रहाने उसळून वर आला. शिवाय, एका शिळ्या जिंजरब्रेडच्या तुकड्याची किंमत म्हणून एखाद्या मुलाचे खाऊचे पैसे स्वीकारायचे म्हणजे एक प्रकारचा मनाचा हलकेपणाच दिसला असता. स्वत:ची कीव करावीशी वाटली असती तिला.

अशा अनेक किरकोळ वस्तूंच्या दुकानाचा बराच मोठा अनुभव त्याने घेतलेला होता, पण एवढ्या विशाल उदारतेचा प्रत्यय त्याला सर्वप्रथमच आला. त्या प्रत्ययाच्या अनुभवामुळे आपले बटबटीत डोळे मोठे करून तो तिच्याकडे टक लावून बघतच राहिला. निमूटपणे त्याने जिंजरब्रेडची ती मानवी आकृती उचलली आणि दुकान सोडले. बाजूच्या रस्त्यावर पोहोचला न पोहोचला तोच जिम क्रोचे डोके त्याच्या तोंडात पोहोचलेदेखील. (नाही म्हटले तरी एक छोटा नरमांसभक्षक वाटला तो!) त्याने जाताना दरवाजा तसाच मोकळा सोडला होता. तरुण माणसांच्या, विशेषत: लहान मुलांच्या या घाणेरड्या, त्रासदायक सवयीवर ती थोडीशी चिडली. काहीसे त्या अर्थाचे पुटपुटत तिने मोठ्या कष्टाने दरवाजा बंद केला. जिम क्रोने मोकळ्या केलेल्या जागेवर तिने दुसरे तसलेच चित्र ठेवले न ठेवले तोच पुन्हा एकदा घंटा घणघणली. पूर्वीप्रमाणेच दरवाजा करकर आवाज करत उघडला. त्याला मिळालेला धक्का तसाच होता नेमका. जवळजवळ दोनच मिनिटांपूर्वी बाहेर गेलेला तोच गलेलठ्ठ छोकरा दारात आला. अजूनही त्याचे खाणे संपल्याचे दिसत

नव्हते. त्या नरमांसभक्षकाच्या तोंडाच्या अवतीभोवती अजूनही त्याच्या मेजवानीतल्या पदार्थांचे तुकडे आणि रंग लागलेला दिसत होता.

त्या कुलीन बाईने थोड्याशा उतावीळपणानेच त्याला विचारले, ''आता आणखीन काय पाहिजे तुला बाळ? दरवाजा बंद करावा म्हणून तू परत फिरला आहेस काय?''

तिने नुकत्याच वर ठेवलेल्या त्या 'जिम क्रो' कडे बोट करत तो म्हणाला, ''छे! छे! त्यासाठी आलो नाही मी. मला तो दुसरा जिम क्रो हवा.''

तिने तो खाली घेतला. तिच्या दुकानात तशा प्रकारचे जिंजर ब्रेडचे चित्र असेपर्यंत तो मुलगा तिची पाठ सोडणार नाही, याची तिला खात्री झाली. इतके हेकट असणारच हे गिऱ्हाईक. ती म्हणाली, ''ठीक आहे. तर मग घे हा.'' पण चित्र देण्यासाठी पुढे केलेला आपला हात थोडासा मागे घेऊन तिने विचारले, ''पैसे कोठे आहेत त्याचे?''

त्या छोकऱ्याने आपला सेंट तयार ठेवला होता, पण जातीचा पक्का 'यांकी' होता तो; अस्सल अमेरिकन. त्याच्या दृष्टीने त्याने पूर्वीचाच सौदा होतोय का पाहिले. आपला सेंट त्याला गमवायचा नव्हता. त्यामुळे तो थोडासा ओशाळला. हेप्झीबाच्या हातावर ते नाणे ठेवले. तो नवा जिम क्रो त्याने पहिल्याच्या पाठोपाठ घशात सोडला आणि तो निघून गेला. त्या नवशिक्या दुकानदाराने आपल्या व्यापारधंद्यातल्या धाडसाची पहिलीवहिली बोहनी गल्ल्यात टाकली. सुरुवात झाली एकदाची! त्या तांब्याच्या नाण्याने तिला कलंकित केले. तिच्या तळहातावरचा तो डाग आता कधीही धुतला जाणार नव्हता. त्या खोडकर निग्रो नर्तकाच्या चित्राच्या साथीने त्या छोट्या शाळकरी पोराने तिची कधीही भरून न येणारी हानी केली. त्या एका टोल्यात सरंजामशाहीचा प्राचीन डोलारा त्याने ढासळून टाकला. आपल्या बालमुठीने सात गेबलांचा तो प्रासादच जमीनदोस्त करून टाकला जणू! चला आता. हेप्झीबाने पिंचेन पुरुषांच्या त्या जुन्यापुराण्या तसबिरीची तोंडे फिरवून भिंतीकडे करावी, पूर्वेकडील प्रदेशाच्या त्या नकाशावर आपली चूल पेटवावी आणि आपल्या वडिलार्जित परंपरांच्या शून्य निःश्वासांच्या जोरावर तो अग्नी प्रज्वलित करावा! वंशपरंपरागत गोष्टी घेऊन काय करणार होती ती? काहीच नाही. त्याचप्रमाणे, पुढल्या पिढीसाठीसुद्धा अधिक काहीच कर्तव्य नव्हते तिचे! आता ती 'लेडी हेप्झीबा' म्हणून संपली. उरली ती एक वृद्ध, लाचार अशी सर्वसामान्य स्त्री... एका किरकोळ सेंटशॉपची मालकीण!

तथापि ज्याज्या वेळी ती या कल्पना थोड्याफार भडक स्वरूपात मनात आणत होती, तेव्हा तिच्या वृत्तीत जो संथपणा दिसत होता, त्याचे खरोखर आश्चर्य वाटते. या दुकानाची तिची योजना प्रत्यक्षात आल्यापासून आतापर्यंत, झोपेत म्हणा किंवा उदासवाण्या दिवास्वप्नात, तिला जे पाहायला मिळायचे त्याच्या यातना, त्यातून निघणाऱ्या कुतर्कांनी केलेला तिचा छळ आता संपला होता. खरोखर, आपल्या सध्याच्या स्थितीतले नावीन्य तिला जाणवले. अर्थात, कसल्या तरी बेचैनीच्या, भीतीच्या पोटी

निर्माण झाले नव्हते हं ते. अधूनमधून तिच्या चित्तवृत्ती तारुण्यसुलभ भावनेने फुलाव्यात तशा फुलल्या. एका वेगळ्या सुखाचा अनुभव घेऊ लागली ती. तिच्या आयुष्यातला तो लांबलचक, सुस्त, कंटाळवाणा एकाकीपणा आता उरला नाही. बाहेरच्या ताज्या टवटवीत वातावरणात मोठ्या उत्साहाने श्वास घेत होती ती आता. माणूस कष्ट करायला लागला की, केवढे पथ्यकारक असते ते! त्याच्यात एक फार मोठी आश्चर्यकारक शक्ती असते. आपल्याला तिचा पत्ताच नसतो. आज आयुष्यात पहिल्यांदाच स्वत:च्या पायांवर उभी राहण्यासाठी ती सरसावली होती पुढे. या भयानक संकट काळी तिला त्या आरोग्यकारक तेजाचा आधार मिळाला. वर्षानुवर्षे तिला त्याबद्दल ऐकून माहिती होती. त्या शाळकरी पोराने दिलेले ते तांब्याचे गोलाकार नाणे जगातल्या अनेक लोकांच्या उपयोगी पडूनपडून झिजवट आणि काळे पडले होते, तरीही हेप्झीबाला ते मंतरलेल्या ताइतासारखे भासले. सोन्यात मढवून छातीवर त्याला रुळवत ठेवावे, असाही विचार तिच्या मनात आला. तिच्या दृष्टीने त्याची योग्यता तीच होती. कदाचित त्याच्यात एखाद्या विद्युत वर्तुळात असलेली जालीम शक्ती असावी, असेही तिला वाटले. काहीही असो, हेप्झीबाचे शरीर आणि मन या दोहोंतही त्याच्यामुळे एक सूक्ष्म बदल झाला. एकाएकी तिला सकाळची न्याहारी करण्याची इच्छा झाली. मोठ्या उत्साहाने तिने न्याहारीची तयारी केली. आपला उत्साह टिकून राहावा, थोडेसे अधिक धैर्य यावे म्हणून आपल्या काळ्या चहाच्या कशायात एक चमचा जादा घातला. खरोखरच, हेप्झीबा त्या छोट्या नाण्याची – सेंटची अतिशय ऋणी होती.

तरीसुद्धा दुकानदारीच्या तिच्या पहिल्यावहिल्या दिवसात तिच्या या उत्साहाचा भंग करणारे अनेक गंभीर अडथळे आलेच. परमेश्वर माणसांना त्यांच्या अंगी असणाऱ्या शक्तीचा पूर्ण वापर करता यावा एवढेच उत्तेजन देतो. सामान्यत: असेच घडते. आमच्या वृद्ध, कुलीन स्त्रीच्या बाबतीतही तसेच झाले. तिचा आरंभीचा उत्साह मावळल्यानंतर पुन्हा एकदा तिचा सारा उद्वेग उफाळून वर आला. तो कायमही टिकेल, असे भय वाटले. आकाश अंधारून टाकावे म्हणून ढग एकदम गर्दी करतात. सगळीकडे धूसर संधिप्रकाश पसरतो; पण तेच ढग रात्र पडण्याच्या वेळेस तेवढ्यापुरते बाजूला होऊन सूर्यप्रकाशाचे निसटते दर्शन घडवतात, हे आपण पाहतोच पुष्कळ वेळा. तसेच झाले आता. अर्थात, तो मत्सरी ढग त्या दिव्य, नीलवर्ण, निरभ्र अस्मानाच्या पट्ट्यात येण्याची सदैव धडपड करतच राहतो.

मध्यान्हीचा सूर्य पुढे सरकला. गिऱ्हाइके येत राहिली. जरा बेताबेतानेच म्हणा! काही बाबतींत गिऱ्हाइकांना समाधान मिळाले नाही; कधीकधी हेप्झीबालाही; पण एकंदरीत गल्ला तसा फारसा भरला नाही, हे खरेच. एका विशिष्ट रंगाच्या लडीशी जुळेल असा दोरा नेण्यासाठी एका लहान मुलीला तिच्या आईने पाठवले होते; परंतु

अधू दृष्टीच्या त्या म्हाताऱ्या स्त्रीने मोठ्या खात्रीने दिलेली लडी त्या मुलीने परत आणली. एवढेच नाही, तर त्याच्या जोडीला तिने एक ठणठणीत आणि असह्य असा आपल्या मातेचा अभिप्रायही आणला – ती वस्तू उपयोगी तर नाहीच नाही; पण खराबही तेवढीच आहे असा! मागाहून एक दुसरी बाई आली. फटफटीत, काळजीने सुरकुतून गेलेल्या चेहऱ्याची. दिसायला जास्त वयस्कर नव्हती; पण खप्पड अशी. तिच्या केसांतल्या काही पांढऱ्या छटा रुपेरी फितीप्रमाणे दिसल्या. अशा बायका मुळात नाजूक असतात; पण त्यांचे नवरे पशुतुल्य असतात. दारूबाज पशूच म्हणायचे. हे नवरे त्यांना आपल्या हाताने मृत्यूकडे पोहोचवण्याच्या तयारीत असतात म्हणावयालाही हरकत नाही; आणि शेवटी त्यांना कमीतकमी नऊतरी मुले झालेली असतात. काही पौंड गव्हाचा आटा न्यायला ती आली होती. त्याचे पैसे ती देत होती, पण आपल्या कुलीन म्हातारीने ते घेतले तर नाहीतच; पण उलट तिला – त्या दीन आत्म्याला किमतीपेक्षा जादा माप घातले. थोड्या वेळाने एक अतिशय गबाळा, घाणेरडा असा मनुष्य आत आला. त्याने निळ्या रंगाचा एक सुती, झगेवजा शर्ट घातला होता. त्याने एक पाइप विकत घेतला. तेवढ्या वेळात केवळ त्याच्या फुरफुरण्यातूनच नव्हे तर त्याच्या संपूर्ण देहातून एखाद्या प्रज्वलित वायूप्रमाणे झिरपणाऱ्या दारूच्या उग्र वासाने सारे दुकान भरून गेले. मघाशी घेऊन गेलेल्या त्या चिंताग्रस्त बाईचाच हा नवरा असावा, अशी हेप्झीबाची खात्री होऊन चुकली. नंतर त्याने तंबाखूचा कागद मागितला. त्याच्या मागणीकडे तिने डोळेझाक केली असे पाहून त्याने – त्या पशुतुल्य गिऱ्हाइकाने नुकताच खरेदी केलेला आपला पाइप जोरात आपटला आणि रागारागाने तो बाहेर गेला... शिव्याशाप देत, न कळणारे कडवट उद्‌गार काढत. हेप्झीबाने नजर वर उचलली आणि अभावितपणे आकाशस्थ देवाकडे आपल्या तुसड्या दृष्टीने पाहिले!

दुपारी निदान पाच जणांनी तरी जिंजर बीअर व रूट बीअर अथवा तशाच प्रकारांनी तयार केलेल्या मद्यार्कयुक्त पेयांची चौकशी केली. ती त्यांना न मिळाल्यामुळे जाताना अतिशय अचकटविचकट बोलत ते निघून गेले तेथून. त्यांच्यापैकी तिघा जणांनी बाहेर पडताना दरवाजा उघडा टाकला. दुसऱ्या दोघांनी तो एवढ्या त्वेषाने ओढून घेतला की, त्यामुळे दुकानाची ती लहान घंटा प्रत्यक्ष सैतानच ओरडत गेल्यासारखी हेप्झीबाच्या रोमारोमांतून वाजत गेली. त्यातच एक लठ्ठ, विस्तवासारखी लाल दिसणारी शेजारच्या वस्तीतील गृहकृत्यदक्ष बाई घाईघाईने धापा टाकतच दुकानात शिरली आणि अगदी मोठ्याने 'यीस्ट'ची मागणी करू लागली. त्या बिचाऱ्या सभ्य स्त्रीने त्या तप्त गिऱ्हाइकाला आपण ती वस्तू दुकानात ठेवलेली नाही, असे सांगितले; अगदी संथपणे, आपल्या नेहमीच्या बुजऱ्या पद्धतीने. त्याबरोबर त्या समर्थ कारभारणीने लागलीच आपल्या सवयीचा टोमणा मारला –

"या सेंटशॉपमध्ये 'यीस्ट' नाही? छान! चालायचं नाही असं! असं ऐकलंय तरी काय कुणी कधी? अजबच आहे. यीस्ट नसल्यामुळे माझ्या पावाच्या तुकड्याला आज फुगवटा येणार नाही. तुझेदेखील तस्सेच होवो! लावा टाळं तुमच्या या दुकानाला बाई! तेच फायद्याचं!''

"बरोबर आहे! कदाचित मी तसंच करणार होते!'' एक दीर्घ सुस्कारा टाकून हेप्झीबाने म्हटले.

याशिवाय अनेक वेळा लोक तिच्याशी उगीचच सलगीच्या स्वरात बोलायचे. त्यात जरी उद्धटपणा नव्हता, तरी त्यामुळे त्या उच्चकुलीन स्त्रीच्या भावनांच्या मर्यादा ओलांडल्या त्यांनी. ते स्वत:ला तिच्या बरोबरीचेच मानत होते असे नाही; तर आपण तिचे आश्रयदाते आहोत व म्हणून तिच्यापेक्षा श्रेष्ठच आहोत, असा थाट त्यांनी आणला होता, हे निश्चित. आता हेप्झीबादेखील एक पोकळ अभिमान धरून होतीच. नकळत तिने स्वत:बद्दल एक कल्पना केलेली होती – तिच्या व्यक्तित्वाभोवती या ना त्या तऱ्हेचे एक तेजोवलय आहे, त्याच्या प्रभावाने लोकांनी तिच्या अस्सल खानदानाला आदर दाखवावा, निदान त्याला मूक संमती दर्शवावी, या कल्पनेत मग्न होऊन तिने स्वत:ला खूप चढवून ठेवले होते; पण घडले ते त्याच्या उलटच. लोकांनी त्याचा विशेष बडेजाव माजवला व त्यामुळे तिला दु:सह यातनाच झाल्या. एक-दोघांनी सहानुभूतीचे उद्गार काढण्याची लुडबूड केली, पण त्यांना तिच्याकडून थोड्याफार फरकाने खवचट असाच प्रतिसाद मिळाला. एक गिऱ्हाईक केवळ आपल्याकडे टक लावून पाहण्याचा दुष्ट हेतू मनात धरूनच येत आहे, त्याने दुकानातली हवी असलेली वस्तू हुडकण्याचे सोंग घेतले आहे, असा संशय आल्यामुळे हेप्झीबाच्या मनात एक दुष्ट कल्पना येऊन गेली – आपल्या तारुण्याचा सर्व बहर वाया घालवून जगापासून दूर राहण्यात धन्यता मानलेला असा सरंजामशाहीचा हा बुरसटलेला अवशेष काउंटरमागे उभा असताना कसा दिसतो, हे स्वत: होऊन पाहावे, हा त्या फाजील गिऱ्हाइकाचा एकमेव उद्देश होता. एरवी यंत्रवत वा निष्पाप भासणाऱ्या हेप्झीबाच्या त्या कपाळावरच्या आठ्यांनी या विशिष्ट परिस्थितीत उत्तम कामगिरी बजावली.

"आयुष्यात प्रथमच इतकी घाबरले बाई! बापरे! अगदी कोल्ह्याच्या अवलादीची आहे गं बाई ती म्हातारी! अगदी माझ्या गळ्याशपथ. खरं म्हणाल तर ती बोलते मोजकंच, पण पाहते कशी? नको गं बाई! तिच्या डोळ्यांतला तो कावेबाजपणा, तो तिरस्कार पाहवत नाही!''– या शब्दांत त्या बाईने त्या प्रसंगाचे आपल्या ओळखीच्या दुसऱ्या बाईकडे वर्णन केले.

एकंदरीत तिने एक नवीन अनुभव घेतला म्हणू या. त्यावरून आमच्या त्या कुलीन, दुबळ्या स्त्रीने बहुजन समाजातील लोकांच्या मनोवृत्ती, त्यांच्या वागण्याच्या

पद्धती यांविषयी अगदीच न पटणारी अनुमाने काढली. ती स्वत: सर्वमान्य अशा उच्च पातळीवर वावरत असल्याने आतापर्यंत त्यांच्याकडे ती एका कोमल, सुजाण दयाभावाने पाहत होती. परंतु त्याच वेळी तिला दुर्दैवाने त्याच्या अगदी उलट अशा एका कडवट भावनेशी झगडा द्यावा लागत होता. ती भावना निश्चितपणे जहरी होती. रिकामटेकड्या सरदारशाहीबद्दलची भावना. अगदी अलीकडच्या काळापर्यंत स्वत:ला त्यांच्यातील मानण्यात अभिमान वाटायचा तिला; एक प्रकारचा गर्वच. आज तिच्यासमोर एक वेगळी कुलीन स्त्री आली. तिने नाजूक, तलम आणि उंची वस्त्रे परिधान केली होती. उन्हाळ्यात वापरायचा वेष होता तिचा तो. तिच्या चेहऱ्यावरचा बुरखा सळसळत होता, नेसलेला झगा झुळझुळत होता; आकर्षकपणे. एक स्वर्गीय तरलपणाच निर्माण झाला होता तेथे. मग तुमचे लक्ष तिच्या पायांकडे नको का जायला? तिच्या पायांत सुंदरसे पैजारपण आहेत. आता ती धुळीचा रस्ता तुडवत आहे का हवेत तरंगत चालली आहे, हे आपण ठरवायचे. त्या जुन्या रस्त्यावरून अशी एक मूर्ती जाण्यास निघते तेव्हा तो सारा रस्ता मंदशा आणि भुलावण पाडणाऱ्या सुगंधाने दरवळतो. जणूकाय गुलाबपुष्पाचे गुच्छच्यागुच्छ पसरले आहेत सगळीकडे! आता मात्र वृद्ध हेप्झीबाच्या मुद्रेवरच्या तिरस्काराचा भाव, हा तिच्या अधू दृष्टीचा केवळ निष्पाप परिणाम आहे, असे म्हणता येत नव्हते.

तिच्या मन:चक्षूसमोरची ती स्त्री पूर्ण साकार झाली. गरिबांविषयीचा आपल्या मनातील वैरभाव व्यक्त करण्यातच त्यांची खरी मानहानी होत असते, असे ती मानत होती. ती स्वत:शीच म्हणाली, 'काय आहे तिच्या दैवात म्हणून जगायचं तिनं? काय भलं होणार आहे म्हणून? तिच्या हाताला घट्टे पडू नयेत, ते आहेत तसेच शुभ्र आणि नाजूक राहावेत म्हणून साऱ्या जगानं का त्रास घ्यावा?'

मग तिची तिलाच लाज वाटली आणि असा तिरस्कार व्यक्त केल्याचा पश्चात्ताप होऊन आपला चेहरा लपवला तिने.

"परमेश्वरा, क्षमा कर मला!" ती म्हणाली. परमेश्वराने तिला क्षमा केली असेल, यात शंका नाही. पण सुरुवातीच्या दिवसाच्या अर्ध्या कालावधीचा समग्र इतिहास लक्षात घेताच हेप्झीबाला एक भीती वाटली... ते दुकान तिच्या प्रापंचिक कल्याणाची आवश्यक तरतूद न बनता तिच्या नैतिक व धार्मिक श्रद्धा उद्ध्वस्त करण्यातच स्वत:ला धन्य मानील की काय?

चार

दुकानातला एक दिवस

दुपार झाली. एक वयस्कर सद्‌गृहस्थ रस्त्याच्या पलीकडच्या बाजूने चालला होता. दिसायला मोठा उमदा, शरीराने चांगला धिप्पाड दिसत होता तो. त्या पांढुरक्या, धुळीने माखलेल्या रस्त्यावरची त्याची चाल मंद पण अगदी ऐटबाज आणि डौलदार दिसली. हेप्झीबाच्या तो दृष्टीस पडला. त्या पिंचेन एल्मच्या सावलीखाली आल्यावर आपल्या कपाळावर आलेला घाम पुसण्यासाठी तो थांबला. त्याआधी त्याने आपली हॅट डोक्यावरून काढून घेतली, घाम पुसला आणि मोडकळीस आलेल्या, पिचलेल्या चेहऱ्याच्या त्या सात गेबलांच्या प्रासादाकडे टक लावून बारकाईने तो पाहत राहिला. तेथल्या एकंदर दृश्याचे निरीक्षण करण्यात त्याने एक वेगळा रस घेतला होता. त्याच्या व्यक्तिमत्त्वालाही एक वेगळा थाट होता. त्या प्रासादाएवढाच बघण्यालायक होता म्हणा ना तो! एका उच्च प्रतीच्या खानदानाचा साक्षात नमुनाच होता तो. त्याचा चेहरा, त्याचे हावभाव, इतकेच नव्हे, तर त्याचा पेहरावच त्याची योग्य ती कल्पना देत होता. त्या सर्वांच्या मागे कोणतीतरी अवर्णनीय अशी एखादी खास जादू होती. त्याचा वेष त्याच्या त्या अस्सल व्यक्तिमत्त्वाला शोभणारा आणि आवश्यक असाच वाटत होता. त्याचे कपडे इतरांच्या मानाने फार वेगळे होते असे नाही, तरीही ते ज्या देहावर विलसत होते, त्या माणसाच्या व्यक्तिमत्त्वाची शान आणि आगळे गांभीर्य त्यांच्यात उतरल्यासारखे दिसत होते ते. त्याच्यासाठी निवडलेले कापड अथवा ते शिवण्याची पद्धत यांच्यावर काहीही अवलंबून नव्हते. त्याच्या हातात सोन्याच्या मुठीची एक काठी होती – काळ्या, पॉलिश केलेल्या चकचकीत लाकडाची; बरीचशी टिकाऊ. त्या

काठीचीपण लक्षणे त्यासारखीच वाटावयाची. आम्हाला वाटते, जर ती काठी आपणहून रस्त्यावरून चालली असती, एकटी, तर तिनेही आपल्या धन्याची ओळख पटवून दिली असती. एकूण काय, वर सांगितल्याप्रमाणे जातिवंत खानदानाचा याहून अधिक चांगला नमुना दुसरीकडे शोधून सापडला नसता आणि तशी जरुरीही नव्हती. एकदा या माणसाला – सरदाराला पाहिल्यानंतर आपल्याजवळच्या प्रत्येक गोष्टीत आपल्या व्यक्तित्वाचा इतक्या ठळकपणे आविष्कार करणारा हा माणूस आपले स्थान, आपले संस्कार आणि आपल्या भोवतालचे वातावरण यांच्यापासून अधिक दूर गेला नव्हता, याचाच नेमका ठसा वाचकांवर उमटवण्याची कोशीश आहे आमची. प्रत्येकाला त्याच्या नैतिक वजनाची आणि अधिकाराची कल्पना होती. त्या दोन्ही गोष्टी अगदी ठळकपणे असणारी एक व्यक्ती म्हणूनच सारे त्याला ओळखत होते. त्याचप्रमाणे तो तितकाच श्रीमंतही होता, असाही कयास करायला हरकत नव्हती; जणूकाय त्याने बँकेतल्या आपल्या खात्याचा हिशेबच तुमच्यासमोर मांडला होता किंवा त्या पिंचेन एल्मच्या फांद्यांना त्याने स्पर्श करताच, त्यांचे सोने झालेलेही तुम्ही पाहिले होते – मिडास राजाच्या कथेतल्याप्रमाणे.

तरुण असताना लोकांनी त्याला निश्चितपणे एक देखणा पुरुष म्हणून संबोधले असावे. सध्याच्या त्याच्या वयात त्याच्या भुवया खूपच जाड दिसत होत्या. त्यांच्यावर बरेच मांस चढलेले होते. कानशिलावरचे केस पार गळाले होते; उरलेसुरले केस एकदम पिकलेले असेच दिसत होते. नजर तशी भावशून्यच. ओठ दुमडल्याप्रमाणे दिसले, इतके की त्यांना स्वत:चे म्हणून काही सौंदर्य असे उरलेच नव्हते. एखाद्या सुंदर आणि भव्य व्यक्तिचित्राला साजेसे असेच व्यक्तिविशेष होते ते. आजच्या घटकेला तर निश्चित महत्त्वाचे. त्याच्या पूर्वायुष्यातल्या कोणत्याही काळात त्याचे इतके महत्त्व वाटलेही नसते कदाचित. आता एक गोष्ट मात्र झाली असती. चित्रफलकावर त्याला साकार करताना त्याच्या डोळ्यांतले भाव अधिक कठोर वाटले असते. एखाद्या चित्रकाराला मोठा अभ्यासनीय वाटावा त्याचा चेहरा. वेगवेगळ्या भावमुद्रा व्यक्त झाल्या असत्या तेथे. तिरस्काराच्या छटेमुळे जसा काळवंडला असता, तितकाच स्मितहास्याच्या रेषांमुळे उजळलाही असता, त्याच प्रमाणात.

तो वयस्कर सद्गृहस्थ त्या पिंचेन प्रासादाकडे बघत उभा होता तेव्हा तो तिरस्कार भाव आणि ते स्मितहास्य आळीपाळीने त्याच्या चेहऱ्यावर विलसत होते. त्याची नजर हेप्झीबाच्या दुकानावर स्थिरावली. सोनेरी काडीचा चष्मा त्याच्या हातात होताच. तो त्याने आपल्या डोळ्यांवर धरला आणि खेळणी व इतर वस्तूंची हेप्झीबाने केलेली छोटीशी मांडामांड त्याने बारकाईने टिपून घेतली. प्रथम त्याचा त्याला आनंद न झाल्याचे दिसले; नव्हे, अतिशय नाखूष झाला त्यामुळे तो.

तथापि, पुढच्याच क्षणी तो हसलाही. त्याच्या ओठांवर अजूनही ते स्मित असतानाच त्याने हेप्झीबाला खिडकीत आलेली पाहिली. नकळतच आली असावी ती तेथे. त्यासरशी त्या स्मितातील कडवटपणा आणि समाधान जाऊन त्या जागी आनंद आणि स्नेहभाव निर्माण झाला. त्याने तिला लवून अभिवादन केले. त्या अभिवादनात एक प्रकारचा बडेजाव आणि सौजन्यपूर्ण स्नेहभाव यांचे एक सुखद मिलन झाले होते. तो आपल्या मार्गाने पुढे झाला.

'टपकला का तो इथे! काय वाटलं असावं त्याला याबद्दल? काय असावं? त्याला हे रुचत असेल काय? अगं बाई, आता वळूनही पाहतोय तो इकडं!' हेप्झीबा स्वत:शीच म्हणाली. एक अतिशय कडवट भावना गिळली तिने. त्या भावनेपासून स्वत:ला आवर घालू न शकल्याने पुन्हा एकदा तिला आपल्या अंत:करणात स्थान देण्याचा तिने प्रयत्न केला.

तो सद्‌गृहस्थ रस्त्यातच थांबला होता. त्याची नजर अजूनही त्या दुकानावरच खिळलेली होती. त्याने स्वत:शीच एक अर्धवट गिरकी घेतल्यासारखे केले. वस्तुत: त्याने ती पूर्णच केली. एक-दोन पावलेही टाकली पुढे. आता तो दुकानात शिरण्याच्या विचारातच होता जणू; परंतु त्याच वेळी असे घडले योगायोगाने की, त्याच्या त्या उद्देशाचा अंदाज हेप्झीबाच्या पहिल्या गिऱ्हाइकाला – जिम क्रो गिळंकृत करणाऱ्या त्या छोट्या नरभक्षकाला लागला. प्रथमपासूनच त्याचे लक्ष कपाटातल्या जिंजरब्रेडच्या हत्तीकडे लागले होते. त्याचे आकर्षण जबरदस्त होते त्याला. काय अफाट भूक होती त्या छोकऱ्याची! कायकाय पचवले होते त्याने! सकाळच्या न्याहारीला जोडूनच दोन 'जिम क्रो' गट्ट आणि आता भोजनाच्या पूर्वतयारीसाठी हत्तीवर डोळा! शाब्बास रे पठ्ठे! त्याची ती खरेदी पूर्ण होण्याच्या सुमारास त्या सद्‌गृहस्थाने आपली वाट अनुसरली आणि एव्हाना तो रस्त्याच्या कोपऱ्यावरून वळलादेखील होता.

"कझीन जेफ्री, तुला जसा रुचेल तसा अर्थ लाव याचा! अगदी तुझ्या मनाजोगा! आज माझं हे छोटंसं दुकान पाहिलंसच तू! ठीक तर, मग आता काय म्हणायचं आहे तुला? मी जिवंत असेपर्यंत तरी पिंचेन प्रासाद माझ्या मालकीचा आहे ना?"

मोठ्या सावधानतेने मान पुढे काढून रस्त्याकडे खालीवर पाहून झाल्यानंतर मागे सरकताना ती कुलीन कुमारिका पुटपुटली.

या प्रसंगानंतर हेप्झीबा आतल्या बाजूच्या बैठकीच्या खोलीत माघारी फिरली. तेथे प्रथम तिने एक अर्धवट विणलेला पायमोजा उचलला आणि विणणे चालू केले. तिचे मन उदास असल्यामुळे त्या विणण्यात गती येईना. साहजिकच थोड्याच वेळात तिचे टाके चुकू लागले म्हणून तिने तो मोजा बाजूला फेकून दिला

आणि ती खोलीतल्या खोलीत घाईघाईने फेऱ्या घालू लागली. बऱ्याच वेळानंतर ती त्या वृद्ध प्युरिटनच्या – तिच्या पूर्वजाच्या आणि त्या घराच्या मूळ मालकाच्या तसबिरीसमोर येऊन उभी राहिली. एका अर्थाने ते चित्र त्याच्या फलकाशी जवळजवळ एकजीव होऊन गेले होते. ते स्वत: युगायुगाच्या काळोखात लपून राहिले होते. दुसऱ्या अर्थाने, त्याच्याशी अगदी बालपणापासून तिचा परिचय होता. तेव्हापासून आजपर्यंत दिवसेंदिवस ते अधिक स्पष्ट आणि आश्चर्य वाटण्याजोगे बोलके बनत चालले होते – हीच एक कल्पना तिच्या डोक्यात येत होती, कारण एकीकडे त्याची भौतिक रूपरेखा आणि आतला भाग पाहणाऱ्याच्या नजरेला काळाकुट्टच वाटायचा, तर त्याच वेळी एक प्रकारच्या दिव्य उठावामुळे त्या माणसाचे धाडसी, कणखर आणि गूढ व्यक्तित्व नजरेला जाणवायचे जुन्या काळी काढलेल्या अशा चित्रात मधूनमधून हा परिणाम जाणवतो. त्यांना एक अशा तऱ्हेचे रूप मिळालेले असते की, जे एखाद्या चित्रकाराला आपली खास वैशिष्ट्यपूर्ण अभिव्यक्ती म्हणून आपल्या आश्रयदात्याला सादर करण्याचे स्वप्नातही आले नसते. (अर्थात आजकालच्या कलावंताजवळ असणारी आत्मसंतुष्टता त्याच्याजवळ नसल्यासच ते शक्य आहे.) तथापि, एखाद्या मानवी आत्म्याचे सौंदर्यहीन सत्य त्यात प्रतिबिंबित झालेले आपल्याला चटकन कळते. अशा प्रकारच्या चित्रात त्या चित्रकाराची आपल्या चित्रवस्तूच्या अंतर्गत स्वभावाबद्दलची खोल समजच त्या चित्राच्या गाभ्यात रुजलेली असते. कालाच्या ओघात वरवरचे रंग पुसून जातात आणि मगच त्याची खरी जाणीव होते.

हेप्झीबा तसबिरीकडे टक लावून पाहत राहिली. त्याच्या नजरेने तिचा थरकाप उडवला. त्याच्याबद्दल तिच्या मनात एक प्रकारचा आनुवंशिक आदरच होता. त्यामुळे त्या मूळ पुरुषाच्या स्वभावाचा अंदाज करताना तिच्या मनात भीती निर्माण झाली. सत्याच्या जाणिवेने तिला तसा निर्णय घ्यायला लावला; तरीही ती बघतच राहिली. त्या चित्रातल्या चेहऱ्याने रस्त्यावर नुकत्याच पाहिलेल्या माणसाच्या चेहऱ्याचा अधिक तपशीलवार आणि सखोल असा अभ्यास करण्याची तिला शक्ती दिली, निदान तिची तरी तशी कल्पना झाली.

'हाच तो! खरंच, प्रत्यक्ष हाच तो!' ती स्वत:शी पुटपुटली. 'जेफ्री पिंचेननं कसंही हसावं. त्यामागे ती नजर दडलेली दिसतेच. त्याच्या डोक्यावर घट्ट बसणारी एक टोपी ठेवली, एक फीत आणि एक काळा कोट अंगात घातला, एका हातात एक बायबल व दुसऱ्या हातात एक तलवार दिली की बस्स! मग जेफ्री, तू कसंही हास... तुझ्या जागी वृद्ध पिंचेन उभा आहे, याबद्दल कोणालाही शंका यायची नाही. त्या पूर्वजाचा साक्षात अवतारच आहेस तू! तू ही नवीन वास्तू बांधलीच आहेस. त्या कसोटीला उतरला आहेसच तू! आता कदाचित एखादा नवीन शापही ओढवून घेशील!...'

अशा रितीने जुन्या काळच्या आठवणींनी, विचित्र, अद्‌भुत चमत्कारांनी हेप्झीबाचे

मन गोंधळून गेले. अगदी खुळ्यासारखे झाले तिला. कित्येक दिवस त्या पिंचेन प्रासादात ती एकटीच राहिलेली होती; कल्पनेपेक्षाही अधिक काळ. त्यामुळे त्या घराच्या लाकूडसामानावरचा कीड लागून सडलेला भुसा प्रत्यक्ष तिच्या मेंदूत शिरून तेथेही त्याची लागण झाली. भरदुपारी रस्त्यावरून चक्कर मारण्यानेच तिचे डोके ठिकाणावर राहणार होते.

विरोधाभासाचा प्रभाव म्हणून की काय, एका दुसऱ्या तसबिरीने तिच्यासमोर आकार घेतला. कोणीही कधीच रंगवली नसती, अशा कलात्मक साहसाने रंगविली होती ती! कल्पनातीत भडक अशी. परंतु ती रंगवणाऱ्याचा हात एवढा नाजूक होता की, त्या चित्राचे मूळ व्यक्तीशी असलेले साम्य बिलकूल बिघडले नव्हते. त्या मूळ प्रतिमेवरूनच माल्बोनची ती अल्पाकृती तयार केलेली असली, तरी हेप्झीबाच्या कल्पनेतून निर्माण झालेल्या चित्राच्या मानाने ती खूपच हलक्या दर्जाची होती. त्या चित्रात मायेचा जिव्हाळा आणि दुःखद आठवणी यांचे मिलन झाले होते. तो चेहरा विचारमग्न दिसत असला तरी मधुर, मुलायम अशा त्या चेहऱ्यावर आनंदाचे भाव होते. स्मित करू पाहणारे रेखीव, लालसर ओठ होते त्याचे. डोळ्यांच्या बाहुल्या तेजस्वी होत्या. त्या ओठांवरच्या स्मिताची वार्ता ललकारायच्या! त्याची ही लक्षणे स्त्रीसुलभ दिसायची... बायकी पद्धतीची! अल्पाकृतीच्या या शेवटच्या वैशिष्ट्यामुळेच त्या व्यक्तीचे त्याच्या आईशी साम्य होते, हा विचार आल्याशिवाय राहत नव्हता आणि ती एक अशी देखणी, सुंदर स्त्री होती की, कुणाचेही तिच्यावर प्रेम जडावे. कदाचित तिच्या व्यक्तित्वातील या चंचलतेमुळेच तिचा सहवास मिळणे अधिक सुखावह आणि तिच्यावर प्रेम करणे अधिक सुलभ वाटत असावे.

"होय, त्याच्या छळात त्याच्या आईचाच सूड उगवत होते ते! तो पिंचेन नव्हताच कधी!" हेप्झीबा शोक करत म्हणाली. तिचे दुःख तिच्या उरात मावेना झाले. तिच्या डोळ्यांच्या कडा उसळून वर आलेल्या शोकामुळे ओल्या झाल्या.

हेप्झीबा आपल्या आठवणींच्या थडग्यात अशी खोल तळाशी गेली असतानाच नेमकी त्याच वेळी दुकानाची घंटा ओरडली. कोणीतरी दुरून हाक मारावी तसा तो आवाज होता. ती दुकानात येताच तिला एक म्हातारा माणूस दिसला. पिंचेन रस्त्यावर राहणारा तो एक सामान्य माणूस. गेली कित्येक वर्षे घरच्यासारखा वाटत असे तो तिला. खरेच ती एक कालातीत अशी असामी होती. जेव्हा बघावे तेव्हा त्याचे डोके पांढरेशुभ्र दिसायचे. चेहऱ्यावरच्या सुरकुत्याही कायमच्याच. त्याच्या तोंडात वरच्या बाजूस एकच-एक दात उरलेला होता. तोही अर्धवट किडलेलाच. हेप्झीबापेक्षा वयाने खूप मोठा होता तो. त्यामुळे किंचित वाकतवाकत, वाळूवरून किंवा फूटपाथवरून फरफटत असा त्या रस्त्यावरून ये-जा करताना तिने त्याला कधी पाहिल्याचे आठवत नव्हते. आसपासचे लोक त्याला 'अंकल व्हेन्नर' म्हणून

हाक मारीत. आजही तो म्हातारा चांगला ठणठणीत आणि उत्साही वाटत होता. त्यावरच तर तो जगत होता म्हणा! शिवाय त्याच्यामुळेच उघडउघड गजबजून गेलेल्या या जगाला तीव्रतेने त्याची उणीव भासायची. कायकाय म्हणून करावे त्याने? कधी एकएक पाऊल हळूहळू ओढत एखाद्याचा निरोप घेऊन जावा. त्याची ती चाल बघितली की, हा इच्छित स्थळी कधी काळी पोहोचेल की नाही, याचीच शंका यायची. कधी एखाद्या लहानशा घराचा एखाद-दुसरा लाकडी खांब करवतीने कापत बसायचा, जळण म्हणून वापरण्यासाठी. कोठे एखाद्या जुन्यामोडक्या पिंपाचे फोडून तुकडे करायचे, तर कधी एखादी पाइनची फळीच मोडून काढायची. उन्हाळा आला की, एखाद्या कमी भाड्याच्या घराभोवती बागेसाठी जमीन खणायची आणि त्यातून पिकवलेल्या वस्तूंपासून आलेले उत्पन्न निम्मेनिम्मे वाटून घ्यायचे. थंडीचे दिवस आले की, व्हेन्नरकाका चालले गल्लीबोळातील हमरस्त्यावरचा किंवा कपडे वाळत घालावयाच्या तारेवरचा बर्फ फावड्याने बाजूस करण्याकरिता. निदान वीस-एक कुटुंबांची अशा तऱ्हेची पाचपन्नास कामे होत असत त्यांच्याकडून. एखाद्या धर्मोपदेशकाला आपल्या चर्चच्या क्षेत्रातील लोकांविषयी जेवढी आस्था असावी, कळकळ असावी, लोभ असावा त्याप्रमाणे अंकल व्हेन्नरला त्या कुटुंबाविषयी वाटायचे. अर्थात, त्यावर एक प्रकारचा विशेष हक्कही मिळवला होता त्याने. दर दिवशी सकाळच्या वेळी लोकांच्या घरातील खरकटी म्हणा किंवा भांड्याखाली सांडलेली उष्टी म्हणा, गोळा करत हिंडणे हा त्याचा आणखी एक उद्योग. त्याने एक डुक्कर बाळगले होते. त्याला तो हे खायला घाली. केवळ तो त्याचा मालक होता म्हणून नव्हे, तर मनातल्या आदरबुद्धीमुळे तो हे करायचा. अशी वल्ली होती व्हेन्नरकाका!

त्याच्याबद्दल लोकांत एक असा समज पसरला होता की, तो सदासर्वकाळ पोरगेलाच दिसायचा म्हणे! त्याच्या वयातला बदल कधी ओळखूच येत नव्हता म्हणतात. त्याच्या त्या तशा तरुण वयात अंकल व्हेन्नरच्या बोलण्यातून शहाणपणाच्याऐवजी बालिशपणाच खूप दिसून येत असे. गंमत ही की, प्रत्यक्ष तो स्वत: ते कबूल करी. इतरांप्रमाणे आयुष्यात काहीतरी करून यशस्वी व्हावे म्हणून त्याने प्रयत्नच केला नाही. तेवढे लक्षही दिले नाही त्याकडे. अशी काही उणे असलेली माणसे जगाशी अत्यंत विनयशीलपणे वागत असतात. जीवनाच्या उलाढालीत फार मवाळ वागतात ती; पण सध्या मात्र तो वयोवृद्ध माणूस स्वत:ला निश्चितपणे अक्कलवान समजत होता. त्याच्या त्या अक्कलहुशारीवर तो स्वत: खूश होता. आयुष्याचा जो एक खडतर अनुभव एवढ्या दीर्घ काळात त्याने घेतला होता त्यामुळे असेल किंवा स्वत:विषयीचे मूल्यमापन करण्याची त्याची शक्ती खचल्यामुळेही होत असेल तसे, पण अलीकडे तर त्याच्या वृत्ती कधीकधी

काव्यमयही बनत चालल्या होत्या! त्याच्या मनाच्या ढासळलेल्या, पडझड झालेल्या त्या छोट्याशा कुसवावरील ती एक हिरवळ होती म्हणा अथवा फुलझाड म्हणा; पण ते खुलून दिसत होते, एवढे खरे! तरुणपणी किंवा त्याच्या जीवनाच्या मध्यान्हकाळात जे अगदी सामान्य आणि गावंढळ वाटले असते, तेच आता त्याला एक वेगळी मोहकता आणून देत होते, हे काही खोटे नाही. गावातला तो एक सर्वांत जुना, वडीलधारी माणूस होता. पूर्वी त्याला मोठा आदरही होता. साहजिकच, त्यामुळे हेप्झीबाही त्याला मानत होती आणि त्याला आपल्या घरोब्यातलाच समजून आदर दाखवत होती, त्याचे कारणही हेच होय. कारण पिंचेन रस्त्यावरची माणसे किंवा वस्तू यांच्यातला अंकल व्हेन्नर हा एक सर्वांत जुना मनुष्य होता. तो सात गेबलांचा प्रासाद व कदाचित, त्याच्यावर सावली धरणारा तो प्रचंड एल्म वृक्ष या दोन गोष्टीच अपवाद होत्या त्याला.

असा तो आद्यपुरुष आता हेप्झीबाच्या पुढ्यात येऊन उभा राहिला. त्याने अंगात एक जुनापुराणा निळ्या रंगाचा कोट घातला होता. अद्ययावत पद्धतीने शिवलेला दिसत होता तो. कोणत्यातरी उमद्या कारकुनाने आपल्या वस्त्रसंभारातून कमी केलेला असावा. त्याची पाटलोण आळशीच्या कापडाची होती. बरीच आखूड होत होती त्याला ती. मागच्या बाजूस एक चमत्कारिक पोंगा आला होता, तरीही ती त्याच्या अंगाला शोभत होती. त्याच्या इतर कपड्यांपेक्षा निश्चित अधिक. त्याची हॅट तर त्याच्या त्या वेषाला मुळीच शोभत नव्हती. ज्या डोक्यावर ती ठेवलेली होती त्याच्याशी तर बिलकूलच नाही. खरोखर, अंकल व्हेन्नर हा एक बहुरंगी म्हातारा होता. त्यात त्याचे स्वत:चे असे फार थोडे दर्शन व्हायचे. बऱ्याचशा प्रमाणात तो इतर कोणीतरीच होता म्हणा ना! वेगवेगळ्या कालखंडांचे संमीलन झाले होते त्याच्या व्यक्तित्वात. काळ आणि चालीरीती यांचा एक चालता-बोलता इतिहास, एक जीवनपटच!

तो म्हणाला, "अस्सं, तुम्ही म्हटल्याप्रमाणे खरोखर व्यापारधंदा सुरू केलात म्हणायचा. अगदी खरोखरच दुकान उघडलंत एकंदरीत! छान झालं. अगदी समाधान झालं हे बघून. तरुणांनी जगामध्ये विनाउद्योग राहू नयेच कधीही. म्हाताऱ्यांनी तर नाहीच नाही. अर्थात, संधिवाताचा झटका आला तर गोष्ट निराळी. माझ्या बाबतीत तशी लक्षणं दिसायला लागलीतही. आणखीन दोन-तीन वर्षांत कामधंदा सोडून देऊन माझ्या शेताकडे परतण्याचा विचार करतोय मी. तुम्हाला ठाऊक आहेच की, ते पलीकडचं, विटांचं मोठं घर. हां, तिथंच. लोक त्याला 'बेकारखाना' म्हणतात. पण मला आधी माझं काम करायचं आहे आणि मग त्या तिथं आराम करायचा. कामबिम कुछ नहीं! नुसती चैन. पूर्ण विश्रांती घ्यायची. ते असो. तुमच्या या कामाला तुम्ही एकदाचा आरंभ केलात, हे अगदी उत्तम झालं मिस हेप्झीबा! मला खरोखर आनंद झाला."

हेप्झीबाने त्यावर स्मित केले. त्या सरळ मनाच्या बोलघेवड्या म्हाताऱ्याविषयी

तिला नेहमीच ममता वाटत असे. त्याच्या जागी जर एखादी म्हातारी बाईमाणूस असती तर ती त्या बाईशी एवढ्या मोकळेपणाने वागलीच नसती, पण अंकल व्हेन्नरबरोबर मात्र अतिशय स्नेहाने आणि मोकळेपणाने वागायची.

हेप्झीबा म्हणाली,''आभारी आहे मी, अंकल व्हेन्नर. अहो, कामाला आरंभ करायची वेळच आली नाही माझ्या आयुष्यात! आणि खरं सांगू, आज मी सुरुवात करते आहे खरी, पण ती किती उशिरा म्हणाल? अगदी निवृत्त व्हायच्या वेळेला!''

''छे, छे, छे! बोलूच नका तसं मिस हेप्झीबा! काय म्हणताय काय तुम्ही? अहो, अजून वय व्हायचं आहे तुमचं. एवढं कशाला, या घटकेला स्वत:ला यापूर्वी कधीही नव्हतो एवढा तरुण मानतोय मी! अगदी निश्चित. थोड्याफार क्षणांपूर्वी मला तसं भासलं ते. या जुन्यापुराण्या घराच्या दारात खेळताना पाहिलंय मी तुम्हाला. अगदी लहान होतात त्या वेळी तुम्ही! पुष्कळदा तुम्ही त्या उंबऱ्यावर बसलेल्या असायच्या... भकास नजरेनं रस्त्याकडं बघत. प्रथमपासून तुमच्या वागण्यात एक प्रकारचं गांभीर्य आहेच – एखाद्या पोक्त बाईसारखं. त्या वेळी माझ्या गुडघ्याला लागत असाल तुम्ही, परंतु आतासुद्धा तुम्ही मला तशाच दिसलात आणि तुमचे ते आजोबापण. त्यांचा तो लाल डगला, शुभ्र केसांचा टोप, फितींचा झुबका असलेली ती टोपी आणि त्यांच्या हातात ती काठी – सगळेसगळे दिसले मला. केवढ्या रुबाबात घराबाहेर पडताहेत ते! वा! माझ्या तरुणपणी गावातल्या मोठ्या माणसाला सामान्यपणे राजा म्हणायचे. अर्थात, त्याची बायको मात्र 'राणी' व्हायची नाही हं! तिला म्हणायचे 'लेडी'. गेले ते दिवस! क्रांतिकालाअगोदर वाढलेली ती जुनी सरदारमंडळी आपल्या वागण्यात मोठा रुबाब आणत असत. आता संपलं सारं. 'राजा' म्हणवून घ्यायची छातीच नाही कोणाची. उलट गंमत ही की, एखाद्याला आपण सामान्य लोकांपेक्षा थोडेफार उच्च आहोत असं वाटलं की, तो स्वत:ला त्यांच्यापेक्षा कमीच लेखतो. आताच दहाएक मिनिटांपूर्वी तुमचे चुलतबंधू म्हणजे आपले जज्जसाहेब भेटले मला. अहो, माझ्याकडं बघताच आपली हॅट अभिवादन म्हणून डोक्यावरून काढून घेतली त्यांनी. आता सांगा, माझ्यासारख्या जाड्याभरड्या कापडाच्या तुमानीतल्या माणसाला अशी वागणूक मिळते तरी कशी? अगदी देवाशपथ सांगतो, त्यांनी मला लवून अभिवादन तर केलंच, पण माझ्याकडं पाहून ते हसलेदेखील! आता पटलं तुम्हाला मला काय म्हणायचं आहे ते?'' त्या म्हाताऱ्याने उत्तर दिले.

''अस्सं! माझ्या चुलतभावाचं – आमच्या जेफ्रीचं स्मित खूपच गोड असतं म्हणतात!''

हेप्झीबा म्हणाली; पण तिच्या स्वरात नकळत एक प्रकारचा कडवटपणा आला होता.

"अगदी बरोबर बोललात! खरोखर त्याचं स्मित मधुर आहे! आणि एक पिंचेन म्हणून त्याच्याकडं पाहिलं तर ते विशेष वाटतं. तुमची क्षमा मागून मला असं म्हणायचं आहे की, सहजासहजी जमवून घेणारी माणसं नव्हतीच ती. कधीच त्यांनी तसा लौकिक मिळविला नाही. त्यांच्याजवळ जाणं जमतच नव्हतं कोणाला; परंतु आज मात्र मिस हेप्झीबा माझ्यासारखा एखादा म्हातारा माणूस तुम्हाला काहीही विचारण्याचे धाडस करील, तुमच्या या दुकानाच्या बाबतीत. जज्ज पिंचेनसारख्या श्रीमंत माणसानं आपल्या चुलतबहिणीला तिचं हे छोटंसं दुकान ताबडतोब बंद करायला का लावू नये? का पुढं येऊ नये त्यानं? – हा प्रश्न विचारील तुम्हाला तो. तुम्ही स्वत:साठी धडपड करता आहात, हे तुम्हाला शोभून दिसंल, पण तुम्हाला ते करू द्यावं, हे जज्जला शोभणार नाही!"

"अंकल व्हेन्नर, कृपया आपण हा विषय थांबवू या. तरीही एक गोष्ट स्पष्ट केलीच पाहिजे मला. स्वकष्टानं माझं पोट भरण्याचं माझं मी ठरवलं आहे. मला ते आवडावं हा काही जज्ज पिंचेनचा दोष नाही मुळी." संथपणे हेप्झीबा म्हणाली. नंतर अंकल व्हेन्नरचे वय आणि त्याच्याशी तिचा असणारा विनयशील परिचय लक्षात घेऊन ती अधिक स्नेहपूर्ण शब्दांत म्हणाली, "जर यदाकदाचित हळूहळू मलापण तुमच्याप्रमाणंच तुमच्या शेतावर, त्या बेकारखान्यात उर्वरित आयुष्य घालवणं सोईचं वाटलं तर त्याचाही दोष त्याच्यावर ठेवणं योग्य नाही."

"आणि माझं ते शेत खरोखरच तशी अगदी वाईट जागा आहे, अशातला भाग नाही. ते विटांचं मोठं घर बिलकूल वाईट नाही. माझ्यासारख्यांना खूप जुनीजुनी म्हातारी आणि भली माणसं भेटतील तिथं. मला तर भेटणारच ती. एखाद्या हिवाळ्यातल्या रात्रीच्या वेळी त्यांच्यात जाऊन बसावं, असं खूपखूप वाटतं मला. एक प्रकारची तळमळच लागून राहते म्हणा ना! नाहीतर माझ्यासारख्या वृद्ध माणसाच्या जवळ एखाद्या वायुरोधक शेगडीशिवाय दुसरं कोण असतं? तासन्‌तास तिच्यासमोर डुलक्या घेत बसायचं, एकटंच. अगदी कंटाळवाणं होतं ते. आमच्या त्या शेतावर तसं नाही. उन्हाळा येऊ दे, हिवाळा येऊ दे! त्याच्या जमेकडची बाजू भक्कम असणारच. बरं, शरदऋतूत घ्या; तरीही तेच. एखाद्या धान्याच्या कोठाराच्या भिंतीच्या बाजूस किंवा एखाद्या लाकडाच्या ढिगावर ऊन खातखात आपल्याच वयाच्या माणसाबरोबर गप्पागोष्टी करत सबंध दिवस घालवावा किंवा एखाद्या जन्मजात रिकामटेकड्या बावळटाबरोबर बसावं. काम न करता वेळ कसा घालवावा याचं ज्ञान असतं त्याला. होय, कारण आमच्या उद्योगी यांकींनादेखील त्याला कामास कसं बसवावं, हे समजलेलं नाही अजून. जगात याच्याहून अधिक सुखावह कोणतीच गोष्ट असणार नाही. दिवसानुदिवस आराम, गप्पागोष्टींनी वेळ काढायचा. माझ्यावर विश्वास ठेवा अगर ठेवू नका, मला माझ्या शेतावर जे सुख मिळायचं तसं सुख आजपर्यंत कधी मिळालं आहे काय, याची

मला शंका आहे. लोक म्हणेनात का बेकारखाना त्याला; पण तुमच्यासारख्यांनी तिकडं जायची गरजच नाही! अहो, अजून तरुण आहात तुम्ही. अजूनही यापेक्षा चांगले दिवस येतील तुम्हाला. मला तर तशी खात्री आहे!''

आपल्या त्या माननीय स्नेह्याच्या नजरेत आणि स्वरात काहीतरी वैशिष्ट्य असावे, असा विचार हेप्झीबाच्या मनात आला. एक विक्षिप्त कल्पनाच म्हणा ना! त्यामुळे ती त्याच्या चेहऱ्याकडे पुष्कळशा आस्थेने बघू लागली... त्याच्या चेहऱ्यामागचे एखादे दडलेले गुपित शोधावे म्हणून. काही व्यक्तींच्या आयुष्यात एक विचित्र वेळ येते. एक अत्यंत दु:सह अशा आणीबाणीची वेळ असते ती. अशा वेळी केवळ कसल्यातरी आशेवरच त्या व्यक्ती आपले जीवन कंठत असतात. जेवढ्या सुखस्वप्नात त्या दंग होऊन जातात तेवढ्या त्यांच्या हातातील गोष्टी निसटत असतात. वास्तविक, त्यांच्यामुळेच काहीतरी खरेखुरे हिताचे आणि सर्वसाधारण असे घडण्याची अपेक्षा असते. हेप्झीबाचेही तेच होत होते. आपल्या छोटेखानी दुकानाच्या योजनेला मूर्त स्वरूप देत असतानाच ती एक कल्पना करत होती. आपल्या नशिबात एक मोठा चमत्कार घडून येईल, रंगभूमीवरील विनोदी पात्राप्रमाणे आपले नशीब काहीतरी हातचलाखी करील असे सारखेसारखे वाटायचे तिला. अर्थात, कोणालाच मान्य न होणारी अशी ती कल्पना होती. वानगीदाखल : तिचा एक काका पन्नास वर्षांपूर्वी हिंदुस्थानला गेला होता. मात्र पुन्हा कधीच त्याच्याविषयी कोणी काही ऐकले नव्हते. असा हा माणूस अजूनही परत येईल आणि तिला दत्तक घेईल; त्याच्या उतारवयात, अखेरच्या दिवसांत, म्हातारपणात त्याला त्यामुळे सुख मिळेल या अपेक्षेने. मग काय हिऱ्यामोत्यांनी, पौर्वात्य शालीपागोट्यांनी तिला नटायला मिळेल खूप आणि शेवटी तीच त्याच्या अफाट संपत्तीची वारस होईल... असे एक स्वप्न. आता दुसरे – तिच्या वंशवृक्षाच्या इंग्लिश शाखेचा आता कर्ता पुरुष असलेला एक गृहस्थ इंग्लिश पार्लमेंटचा सभासद होता. या शाखेशी अटलांटिक महासागराच्या या बाजूस असणाऱ्या ज्येष्ठ मंडळींनी गेली दोन शतके जवळजवळ संबंध राखला नव्हताच. कदाचित हा प्रतिष्ठित सद्‌गृहस्थ हेप्झीबाला सात गेबल्सचे उद्‌ध्वस्त घर सोडून देऊन आपल्या नातलगांबरोबर त्याच्या 'पिंचेन हॉल'मध्ये येऊन राहण्याचे आमंत्रण देण्याची शक्यता होती; पण हेप्झीबाला ती विनंती अव्हेरावी लागली असती. काही महत्त्वाची कारणेही होती त्याच्यामागे. आणखीन एक अपेक्षा – पिंचेनांच्या पिढीतले कोणीतरी व्हर्जिनियात वसाहत करण्यासाठी गेलेले होते पूर्वी. त्यांनी तेथे मोठमोठे मळेही केले होते. अशा या वंशजांच्या कानांवर हेप्झीबाच्या या हलाखीच्या वार्ता पोहोचतील. व्हर्जिनियन रक्त मूळचे उदारच असते. त्यात हे न्यू इंग्लंडचे रक्त मिसळल्यावर त्याला विशेष संपन्नता आल्यास नवल नाही. साहजिकच ते हेप्झीबासाठी ताबडतोब एक हजार

डॉलर्सची रक्कम पाठवून देतील. शिवाय त्याला जोडून अशीच रक्कम वर्षावर्षाला येत राहील, हे आश्वासनही येईल. ही कल्पनाही नामी होती! अथवा सर्वांत शेवटचा स्वप्नमय देखावा निराळाच! वाल्डो प्रदेशावरच्या वारसाहक्काच्या वादाचा कौल अखेरीस पिंचेनांच्या बाजूनेच मिळेल. त्याबरोबर हेप्झीबाच्या त्या मामुली सेंटशॉपला कायमचे टाळे लागेल. ती असा एक इमला बांधील की, त्याच्या सर्वोच्च मनोऱ्यावर उभे राहून आपल्या वडिलार्जित प्रदेशातील जंगले, शेते, टेकड्या आणि गावे यांच्याकडे वडिलार्जित मिळकतीतील आपला स्वत:चा वाटा म्हणून अभिमानाने पाहता येईल. या शेवटच्या अपेक्षेत थोडेफार सत्य होते, त्याला तर्काची जोड होती आणि ते न्यायाचेही होते.

फार पूर्वीपासून तिने अशा प्रकारच्या कल्पनांतून आपली स्वप्नसृष्टी निर्माण केलेली होती. अंकल व्हेन्नरने सहज जाताजाता तिला उत्तेजित करण्याचा प्रयत्न केला होता. त्यामुळे झाले असे की, तिच्या दीनदुबळ्या, रिकाम्या, भकास डोक्यात एकदम एक वेगळा, आनंददायक, विलक्षण असा प्रकाश पडला. तिच्या मनाची सर्व दालने त्या तेजाने उजळून निघाली. जणूकाय अंतर्मनाच्या त्या दुनियेत गॅसचे दिवेच लागले. बिचाऱ्या व्हेन्नर काकाला तिच्या या मनातील मांड्यांची काय कल्पना? हवेतले मनोरे होते ते! त्याला याची काय कल्पना असणार? त्यामुळे म्हणा किंवा त्याच्याहून अधिक धैर्यवान माणसांच्याही स्मृती ज्यामुळे चाळवल्या गेल्या असत्या अशा तिच्या कपाळावरील निग्रही आठ्यांमुळे म्हणा, पण त्याच्या स्मृती चाळवल्या गेल्या आणि म्हणून त्यानेही याहून दुसरा एखादा चांगला विषय काढलाच नाही. त्याच्याऐवजी तिला दुकानदारीच्या व्यवहाराबाबत शहाणपणाच्या चार-दोन गोष्टी सुनावण्याचे ठरविले.

“उधार देऊ नका! कागदी नोटा घेऊ नका! कधीच नकोत! आपण गिऱ्हाइकाला देत असलेली मोड नीट बघून द्यावी! चांदीचं नाणं चार पौंडी वजनावर वाजवून घ्यावं! गावात इंग्लिश अर्ध्या पेन्सच्या नाण्यांचा व गुळगुळीत, हलक्या तांब्याच्या नाण्यांचा फार सुळसुळाट आहे. ती नाणी परत करावीत! मोकळ्या वेळात मुलांच्यासाठी लोकरीचे पायमोजे आणि बिनबोटांचे हातमोजे विणावेत! यीस्ट म्हणा, जिंजर बिअर म्हणा, आपली आपण तयारी करावी!”

त्याच्याजवळ असे अनुभवाचे चार बोल होते. त्याच्या दृष्टीने बहुमोलाचे असे. त्याच्या उपदेशाचे हे डोस पचविण्याचा हेप्झीबा मोठा कसोशीचा प्रयत्न करते आहे, तोच त्याने आणखीन एक सिद्धान्त सांगितला. अखेरचा आणि सर्वांत महत्त्वाचा –

“आपल्या गिऱ्हाइकाचं प्रफुल्लित, हसऱ्या चेहऱ्यानं स्वागत करून त्याला हवा असणारा माल त्याच्या हातावर ठेवताना एक प्रसन्न स्मित करावं, म्हणजे गिऱ्हाईक खूष होतं! मनमोकळ्या, स्नेहपूर्ण, उल्हसित अशा स्मितहास्यात गुंडाळून

दिलेला एखादा जुना, शिळा पदार्थ तुमच्या तिरस्कारयुक्त वेष्टनाखालच्या गरमागरम पदार्थापेक्षा अधिक आनंदानं घेऊन जाईल तुमचं गिऱ्हाईक!''

अंकल व्हेन्नरच्या या समारोपाच्या सिद्धान्ताला हेप्झीबाच्या दीर्घ व जड एक सुस्काऱ्याने प्रतिसाद दिला. पावसाळ्यातील वाऱ्याच्या झोतामुळे एखादे सुकलेले पान उडून सळसळत दूर जावे तसा तो लांब सरकला. नाहीतरी अशा गळलेल्या पानात आणि त्याच्यात फरक काय होता आता? तथापि त्याने स्वत:ला सावरले. पुढे झुकून त्याने तिला खुणेनेच आणखी जवळ बोलावले. त्याच्या त्या थकल्याभागल्या चेहऱ्यावर सहानुभूतीची भावना ओथंबलेली दिसत होती.

''कधी घरी परत यायचा आहे तो?'' अगदी हलक्या आवाजात अंकल व्हेन्नरने विचारले.

''कोणाबद्दल विचारता आहात?'' हेप्झीबाने प्रश्न केला. तिचा चेहरा पडला होता.

''अरेच्या, मीही ते विसरलोच की! त्याच्याविषयी बोललेलं आवडत नाही तुम्हाला. ठीक आहे! ठीक आहे! गावात सगळीकडं झालंय ते. तरी आपण अधिक बोलू या नको त्याबद्दल. मिस हेप्झीबा, मला आठवतो बरं तो. मला आठवतो स्पष्ट. त्याला पाय फुटून तो दुडुदुडु लागण्याअगोदरपासून!'' अंकल व्हेन्नर म्हणाला.

दिवसाच्या उरलेल्या वेळात हेप्झीबाने आपली दुकानदाराची भूमिका विशेष रस न घेता पार पाडली, अर्थात तिच्या आरंभीच्या प्रयत्नांच्या मानाने. ती स्वप्नात चालत असल्यासारखी भासली. अधिक स्पष्ट सांगायचे म्हणजे तिच्या भावनांनी निर्माण केलेले जीवनाचे ते ठळक असे कल्पनाचित्र आणि त्यातील वास्तवता यामुळे तिच्या भोवतालच्या घटनांना तिच्या दृष्टीने अर्थ उरला नव्हता, माणूस अर्धवट झोपेत असताना त्याला सतावणाऱ्या आभासाप्रमाणे. अजूनही ती आपल्या दुकानातील घंटेला साद देत होती, एखाद्या यंत्राप्रमाणे. गिऱ्हाइकांना हवा असलेला मालूस हुडकण्यासाठी चौकस नजरेने साऱ्या दुकानात हिंडत होती. वस्तूंमागून वस्तू त्यांच्यापुढे ठेवत होती. नेमकी त्यांनी मागितलेलीच वस्तू बाजूला काढायची. बऱ्याच जणांनी ती तसे हेकटपणानेच करत होती असे मानले. माणूस जेव्हा अशा वृत्तीने कधी दूर भूतकाळात तर कधी त्याहून अधिक भयानक अशा भविष्यकाळात रमून जातो, तेव्हा खरोखर, एक दु:खद असा गोंधळ उडतो त्याचा. त्याच्याभोवतालचे प्रत्यक्ष खरेखुरे जग आणि तो ज्याच्यात रममाण झालेला असतो ते कल्पनासृष्टीतले जग यांच्यामधली स्थलहीन मर्यादा ओलांडण्याकरिता तयार होतो तो. त्यामुळे शरीरावर त्याचा फारच थोडा ताबा राहतो. शरीर स्वत:ला जेवढे शक्य असेल तेवढेच मार्गदर्शन करते. त्यामुळे त्यानंतर माणसाचे सर्व व्यवहार प्राणिजीवनाच्या रचनेनुसार किंवा थोडेफार अधिक असे चालतात. मृत्यूसमानच असते ते. मात्र मृत्यूच्या त्या शांत अखत्यारीवर – म्हणजेच मानवी विवंचनेपासून त्याला मिळणाऱ्या मोकळिकीवर त्याचा हक्क नसतो. माणसाचे मन

रमते एकीकडे, शरीर फिरत राहते दुसरीकडे. त्याच्या त्या हालचालींत प्राणच नसतो. अशा प्रकारचा एकच गोंधळ उडाला हेप्झीबाचा आणि दु:खाची गोष्ट ही की, त्याचे प्रत्यंतर पुन:पुन्हा येऊ लागले. दुकानात कराव्या लागणाऱ्या बारीकसारीक गोष्टींच्या तपशिलात शिरताना आधीच विचारात गढून गेलेल्या त्या कुलीन स्त्रीला आता कष्ट पडू लागले. सर्वांत वाईट होते ते हे. तिच्या दैवानेही वैरच धरले होते तिच्याशी.

दुपारच्या वेळी दुकानात गिऱ्हाइकांची गर्दीच उसळली. आपल्या धंद्याच्या त्या छोट्याशा जागेत जिथेतिथे मोठ्याच घोडचुका करून ठेवल्या तिने. कधी कोणी करणार नाही अशा चुका. एका पौंडात दहा मेणबत्त्या बांधायच्या, तर तिने कधी बारा तर कधी सात अशा बांधून दिल्या. स्कॉच तपकीर मागितली की तिने सुंठ आणून दिली. सुया म्हटले की टाचण्या दिल्या. एक का दोन! मोडीच्या बाबतीत तर हद्दच झाली. कधी लोकांचे नुकसान झाले, तर बऱ्याच वेळा तिचे स्वत:चेच. अशा अनेक चुका झाल्या एकापाठोपाठ. त्यामुळे दिवसाच्या अखेरीस तिच्या दुर्दशेची परिसीमाच झाली. गल्ला जवळजवळ रिकामाच राहिला. विलक्षण आश्चर्य वाटले तिला. त्याचा अर्थबोधही होईना.

एवढी दु:खद यातायात करून काय मिळाले? पाच-सहा तांब्याची नाणी, नऊ पेन्सचे एक नाणे. बस्स, खलास! दुर्दैव हे की, ज्या दुसऱ्या नाण्याबद्दल शंका आली, ते तांब्याचे असल्याचे आढळले. कमालच झाली बिचारीची!

पण तिला सर्वांत जास्त आनंद झाला तो दिवस संपला याचा. त्याचा मोबदला किती का असेना; त्याचे दु:ख तिला झाले नाही. याआधी कधीही सूर्योदय आणि सूर्यास्त यांच्या दरम्यान धावणाऱ्या काळाच्या असह्य लांबीची तिला कल्पना आलेली नव्हती. काहीतरी केलेच पाहिजे या जाणिवेतून आलेला कंटाळा केवढा दु:खदायक असतो, हे तिला कधी कळले नव्हते. उदास परित्यागाच्या अवस्थेत एकदम पडून राहावे आणि स्वत:च्या थकलेल्या शरीराला जीवन, त्याच्याकरिता केलेले कष्ट आणि त्याच्या व्यथा या सर्वांकडून तुडवून घ्यावे लागते, हेही तिने अनुभवले नव्हते. दुकान बंद करण्यापूर्वी पुन्हा एकदा तिचा संबंध जिम क्रो आणि हत्ती यांचा घास करणाऱ्या त्या चुणचुणीत छोकऱ्याशी आला होता. त्याच्या मनात उंट खायचा होता आता.

गोंधळलेल्या हेप्झीबाने काय द्यावे त्याला? प्रथम एक लाकडाचा अनेक जिभांचा साप आणि त्यानंतर एक मूठभर गोट्या. त्या मुलाची भूक मोठी होती; सर्वभक्षक होती. त्याला ते काहीच मानवेना म्हणताच घाईघाईने जिंजरब्रेडच्या प्राण्यांच्या चित्रांचा सगळा शिलकी माल तिने बाहेर काढला, तेव्हा कोठे तो पोरगा बाहेर गेला. तिने एका अर्धवट विणलेल्या पायमोज्यात दुकानाची घंटा गुंडाळली आणि दरवाजाला ओकचा आडणा घातला!

ही नंतरची आवराआवर चालू असताना एक मोटारगाडी एल्म वृक्षाखाली येऊन थांबली. हेप्झीबाच्या काळजाचे पाणीपाणी झाले, कारण तिच्याकडे एक पाहुणा येणार होता... एका लांबवरच्या, धूसर अशा भूतकालाच्या गर्भातून! त्या भूत आणि वर्तमानकाळातल्या या मधल्या कोठल्याच जागेत सूर्यप्रकाश नव्हता. अशा भूतकालीन जागेतून येणारा तिचा एकमेव पाहुणा तिला आता भेटणार होता काय?

कोणी का असेना; त्या बसच्या आतल्या टोकापासून कोणीतरी बाहेर पडण्यासाठी निघाले होते. एक गृहस्थ खाली आला, पण तो फक्त हात देण्यासाठी, एका तरुण मुलीला उतरून घेण्यासाठी. वास्तविक, तिला अशी कोणतीच मदत नको होती. ती सडपातळ मुलगी हलक्या पावलांनी पायऱ्या उतरून खाली येऊ लागली. शेवटच्या पायरीवर आल्यावर रस्त्यावर येण्यासाठी एक लहानशी उडी मारली तिने. त्या शिलेदाराला आपले एक स्मित बहाल केले. तो पुन्हा बसमध्ये बसला तेव्हा त्याच्याही चेहऱ्यावर तिच्या त्या स्मिताची उत्साहपूर्ण तकाकी उमटली. आता ती मुलगी सात गेबल्सकडे वळली. मधल्या काळात बसगाडीच्या नोकराने तिचे सामान दरवाजात नेऊन ठेवले. दरवाजात म्हणजे दुकानाच्या नव्हे, तर त्या पुरातन फाटकात. सामान म्हणजे एक हलक्या वजनाची ट्रंक आणि टोप्या ठेवण्याची एक पेटी. प्रथम, त्या जुन्या लोखंडी ठोकण्याचा एक कर्कश असा तडाखा दिला त्याने दारावर. तिचे सामान पायरीवर ठेवले आणि त्या प्रवासी मुलीला तिथे सोडून त्याने निरोप घेतला.

"कोण असावं बरं ते?" हेप्झीबा विचार करू लागली. डोळे ताणताणून पाहत ती म्हणाली, "कोणीतरी मुलगी घर चुकलेली दिसते नक्की! पत्ता चुकलायंच तिचा!"

चोरपावलांनी ती दिवाणखान्यात आली. बाहेरच्या बाजूने ती दिसत नव्हती. दरवाजाच्या बाजूने धुळकट खिडकीतून त्या चेहऱ्याकडे ती लक्ष देऊन पाहू लागली. तो सुकुमार, सतेज, हसरा, प्रफुल्लित व आनंदी असा चेहरा आपण होऊन त्या जुन्यापुराण्या, विषण्ण वाड्यात प्रवेश करण्याच्या इच्छेने आलेला होता. तो चेहरा असा होता की, जवळजवळ कोठलाही दरवाजा त्याला पाहून आपखुषीने उघडला गेला असता.

ती मुलगी इतकी सतेज, चुणचुणीत आणि वागण्या-बोलण्यात मोकळी वाटली तरी शिष्टाचाराचे सामान्य नियम तिने धुडकावलेले दिसत नव्हते. त्याचबरोबर तिचा नीटनेटकेपणा चटकन ध्यानात येण्यासारखा होता. गंमत ही की, त्या क्षणी तिच्या भोवतीच्या प्रत्येक गोष्टीशी तिचे अस्तित्व मोठे विसंगत वाटले. त्या घराच्या एका कोपऱ्यात विपुल माजलेले घाणेरडे, भेसूर, काटेरी तण, तिला झाकाळून टाकणारा घराच्या पुढे झुकलेला अवाढव्य मजला, काळाने पुसत आणलेले त्या दरवाजाच्या चौकटीवरचे ते नक्षीकाम – या सर्वांपैकी कोणतीच गोष्ट तिच्याशी जुळणारी नव्हती;

परंतु एखाद्या उदास स्थळावर पडलेला एखादा सूर्यकिरणदेखील स्वत:च्या अस्तित्वाची जाणीव व्हावी असे तेज निर्माण करतो, तीच किमया त्या मुलीने त्या प्रासादाच्या दरवाजाच्या उंबरठ्यावर उभे राहून केली. मोठ्या झोकात तिच्या समोरचा दरवाजा खुला व्हावा हे योग्यच होते. प्रथम दर्शनी मोठ्या कटाक्षाने अनादर दाखविणाऱ्या त्या कुलीन कुमारिकेलाही असे वाटले की, स्वत:हून तो दरवाजा लावून घ्यावा आणि ती गंजलेली चावी त्या न चालणाऱ्या कुलपात फिरवावी.

'कोण असावी ती? मला वाटतं, ती छोटी फीबीच असणार. तिच्याखेरीज आहे कोण दुसरी? तिच्या वडिलांचे रूपही आहे तिच्यात! पण येथे येऊन करणार काय आहे ती? एक दिवसही पूर्वसूचना न देता कशी आली ही? आपले येणे येथल्या लोकांना आवडेल काय, याची चौकशीही न करता खेडेगावात राहणारी ही चुलत बहीण माझ्यासारख्या एका गरीब बाईकडे येते तरी कशी? ठीक आहे; एखादी रात्र काढील आणि जाईल उद्या आपल्या आईकडे परत. जाऊ दे, अजून पोरच आहे म्हणा.' हेप्झीबा स्वत:लाच विचारू लागली.

न्यू इंग्लंडच्या ग्रामीण भागात जाऊन राहिलेल्या एका पिंचेन वंशशाखेत फीबीचा जन्म झाला होता. आम्ही मागे त्याच्याबद्दल सांगितलेच आहे. जुन्या चालीरीती व नात्यागोत्याच्या भावना बऱ्याचशा शाबूत आहेत त्या भागात. नात्यातील लोकांनी बोलावल्याशिवाय अथवा पूर्वसूचनेशिवाय किंवा कोणत्यातरी सणासुदीच्या निमित्ताने एकमेकांना भेटण्याकरिता जाणे, हे तिच्या स्वत:च्या गोतावळ्यात मुळीच गैर मानले जात नव्हते. तथापि हेप्झीबा एकटी राहत होती, हे त्यांनी लक्षात घेणे जरूर होते. एखादे पत्र लिहून खरोखरच कळवायचे होते त्यांनी फीबीच्या या नियोजित आगमनाबद्दल. त्यांनी ते केलेही होते, पण गेले तीन-चार दिवस ते पत्र त्या पेनी पोस्टमनाच्याच खिशात होते. पिंचेन रस्त्यावर इतर काही काम नसल्याने अजून सात गेबल्समध्ये येऊन हाक दिली नव्हती त्याने.

"नाही नाही, फार तर एखादी रात्रच तिला इथे ठेवून घेता येईल. क्लिफोर्डनं तिला त्या घरात पाहिली तर त्याचं मन:स्वास्थ्य पार बिघडून जाईल! अस्वस्थ होईल तो!" असे म्हणतम्हणतच हेप्झीबाने दरवाजाची कडी काढली.

पाच

मे आणि नोव्हेंबर

आलेल्या रात्री फीबी ज्या एका खोलीत झोपली होती तेथून तिला त्या पुरातन वाड्याची बाग सहज पाहता येत होती. ती खोली पूर्वाभिमुख होती. त्यामुळे एका विशिष्ट घटकेला लाल-सोनेरी प्रकाशाच्या झगझगाटाचा एक झोत खिडकीतून आत येत असे. त्या खोलीचे मलिन छत, तिथल्या कागदी झालरी त्याच्या रंगात न्हाऊन निघत. फीबीच्या पलंगाला पडदे लावलेले होते. तसेच एक जुन्या वळणाचे भडक रंगाचे छतही. त्याच्या जोडीला एका उंची कापडाची तोरणेही लटकलेली होतीच. त्या काळात त्यांना उंची म्हणायला कसलीच हरकत नव्हती, पण आता त्या सर्वांनी फीबीवर ढगासारखे एक आच्छादन निर्माण केले होते. त्या कोपऱ्यात अजूनही रात्रीचाच भास होता.

बाहेर इतरत्र मात्र दिवसाची चाहूल लागायला सुरुवात होऊन गेली होती. तथापि पलंगाच्या पायाकडच्या पडद्यातील एका फटीतून प्रभातकालच्या प्रकाशाने प्रवेश केलाच होता. फीबीच्या गालांवरची लाली मोहक वाटत होती, उष:कालच्या प्रभामंडळातल्या तेजाप्रमाणे. निरोप घेणाऱ्या निद्रादेवीच्या गमनामुळे तिच्या शरीराची होणारी हळुवार हालचाल, वृक्षाच्या पर्णसंभारातून पहाटवारा संचार करताना होणाऱ्या त्याच्या सळसळीची आठवण करून देत होती. उषादेवीने या नव्याने आलेल्या पाहुणीचे, तिच्या कपाळाचे चुंबन घेऊन स्वागत केले. उषादेवी ही नित्यनूतन कुमारिका असते, रसरशीत दवबिंदूंसारखी. फीबीकडे पाहताना तिच्या मनातील भगिनीभाव जागृत झाला. तिच्याविषयी प्रेमभावना उत्पन्न होऊन तिच्या आवेशात म्हणा अथवा तिच्या उठण्याच्या वेळची सूचना म्हणून म्हणा, तिने आपल्या त्या

निद्रावश भगिनीचे असे कोडकौतुक केले. किती सुरेख होते नाही ते?

प्रकाशकिरणांच्या ओठांनी घेतलेल्या त्या चुंबनाच्या स्पर्शाने फीबी शांतपणे जागी झाली आणि पहिले काही क्षण आपण कोठे आहोत, याचेच तिला कोडे पडले. आपल्या भोवताली इतक्या जाड पडद्यांची तोरणे कोठून यावी, हे कळेनाच तिला. एक मात्र जाणवले की, आता सकाळ झालेली आहे आणि आपल्याला आता उठले पाहिजे, प्रार्थना म्हटली पाहिजे... मग नंतर काही का होईना. विशेषत: त्या खोलीचे, तेथे ठेवलेल्या फर्निचरचे भयंकर रूप पाहिल्याबरोबर तिच्या मनातील प्रार्थना म्हणण्याचा विचार दृढ झाला. त्यातल्यात्यात त्या उंच आणि ताठ खुर्च्या बघून तर अधिकच. त्यापैकी एक खुर्ची तर तिच्या पलंगाजवळच ठेवलेली होती. तिच्याकडे बघताना सारी रात्र त्या खुर्चीवर कोणीतरी जुन्या वळणाची व्यक्ती बसलेली होती आणि त्याची कल्पना कोणाला येण्याआधी नेमकी अदृश्य झालेली होती, असे भासले.

फीबीने आपले कपडे केले. नंतर ती खिडकीबाहेर डोकावली. तिला त्या बागेत रानगुलाबाचे एक झाड दिसले. अतिशय उंच वाढणाऱ्या आणि उत्तम फोफावणाऱ्या जातीचे झाड होते ते. त्या घराच्या भिंतीच्या आधाराने वर सरकत होते ते. त्याला लागलेल्या फुलांनी अक्षरश: झाकून गेले होते. ती पांढरी, सुंदर गुलाबपुष्पे दुर्मीळ होती. त्यांच्याजवळ गेल्यावर फीबीला बऱ्याच फुलांवर चिकटा म्हणा किंवा बुरशी, असे काहीतरी चढल्याचे आढळले; पण थोड्या दुरून पाहिले असता असे वाटत होते की, ते गुलाबाचे झाड जणूकाय त्याच उन्हाळ्यात त्याच्या मातीसकट ॲडम आणि ईव्हच्या एडनहून आणले आहे. त्या स्वर्गस्थ उद्यानातील फुलाचे सौंदर्य लाभले होते त्या फुलांना; तरीही त्याला एक इतिहास होता. ते झाड फीबीच्या खापरपणजीने प्रथम लावले. एलिस पिंचेन नाव तिचे. बागेत सुपीक जमीन होती म्हणून, पण जास्त भरवसा त्याच्या मशागतीवरच ठेवून तिने त्याला वाढवले. त्या जमिनीला आता जवळजवळ दोनशे वर्षांच्या वनस्पतींचा कुजवटा खत म्हणून मिळाला आपोआप. आता ती पक्की चिकण झाली होती. त्या जुन्यापुराण्या मातीत उमलणारी ती फुले अजूनही आपला ताजा आणि गोड गंध त्या विश्वनिर्मात्याला अर्पण करतात. आता तर तो अधिकच विशुद्ध व हवाहवासा वाटावा, कारण वाऱ्याबरोबर वाहत जाताना तो गंध जेव्हा खिडकी ओलांडून पुढे जाई, तेव्हा फीबीच्या यौवनसुलभ श्वासाची त्याला जोड मिळालेली असे. गालिचा नसलेल्या, करकरणाऱ्या जिन्यावरून फीबी लगबगीने खाली गेली आणि बागेत जाऊन तिने त्या झाडावरची पूर्ण विकसित अशी काही निवडक फुले खुडली व त्या फुलांना घेऊन पुन्हा ती आपल्या खोलीत येऊन पोहोचली.

काही व्यक्ती केवळ त्यांच्याकडे येणाऱ्या आनुवंशिक परंपरांच्या धनी असतात.

फीबी ही एक अशा माणसांपैकीच होती. तिला तिच्या वडिलांपासून उपयुक्त-कलात्मक मांडणीची एक देणगीच लाभलेली होती. एक प्रकारची नैसर्गिक किमया, जादूच म्हणायची ती. आपल्या भोवतालच्या सृष्टीत दडलेल्या सुप्त शक्तींचा शोध घ्यायला ती जादू या कृपावंतांना साहाय्य करते आणि वैशिष्ट्य हे की, अशी माणसे कसल्याही जागेत अगदी अल्पकाळ जरी राहायला गेली, तरी तिथे सुखसोयी निर्माण करू शकतात व माणसाने राहण्यालायक रूप त्या जागेला मिळवून देतात. जंगलातील झाडेझुडपे एकत्र करून आडोशासाठी वाटसरूंनी उभारलेली एखादी झोपडी का असेना, अशी स्त्री केवळ एखाद्या रात्रीपुरती जरी तिथे वस्तीला आली, तरी ती तिला घरपण देईल आणि भोवतालच्या अंधारात ती निघून गेली, तरी तिने मागे ठेवलेले ते 'घरपण' पुष्कळ काळ तिथे नांदताना दिसेल.

फीबीला जी खोली दिली गेली होती ती नेमकी अशीच होती. अडगळीची, अंधारी, घाणेरडी, मनाला उदास करणारी अशी. आतापर्यंत फक्त उंदीर, घुशी, कोळी, किडे आणि मृतात्मे यांचाच काय तो तिथे वावर होता. त्यामुळे तिथे संपूर्ण उदासीनता भरून राहिली होती. साहजिकच, माणसाला तसल्या वातावरणात कोणतेच सुखाचे क्षण लाभणे शक्य नसते. अशा या खोलीचा कायापालट करायचा तर काहीतरी किमयाच करावी लागणार होती. नेमकी कोणत्या पद्धतीची गृहरचना फीबीच्या मनाने कल्पिली होती, हे सांगणे अशक्य आहे. पूर्वनियोजित असे काहीही नव्हते. इकडे एखादा बदल, तिकडे एखादा बदल केला, काही फर्निचर उजेडात आणले, काही अंधारात लपवले, खिडकीचा एखादा पडदा फासा घालून वर चढवला किंवा तसाच खाली पाडला; एवढेच केले तिने. अर्ध्याएक तासात त्या दालनावर एक प्रेमळ आणि आदरातिथ्यशील अशा स्मिताची छटा उधळण्यात ती संपूर्ण यशस्वी झाली. त्या रात्रीपूर्वी त्या खोलीचे अंतरंग आणि वृद्ध हेप्झीबाचे अंतरंग यांत खूपच साम्य होते, कारण दोन्ही ठिकाणी सूर्यप्रकाशाची किंवा शेकोटीची ऊब यांपैकी काहीच नव्हते. गेल्या कैक वर्षांत अतृप्त आत्मे व त्यांच्या रेंगाळणाऱ्या स्मृती यांच्याशिवाय दुसरा एखादा पाहुणा असा त्या अंत:करणात अथवा त्या दालनात आलाच नव्हता.

तिथल्या भारलेल्या त्या जागेचे विवरण न करता येण्यासारखे आणखी एक वैशिष्ट्य होते. ते शयनमंदिर मानवी जीवनातील फार महान आणि विविध अशा अनुभवांचे आगर होते. विवाहोत्तर रात्रीच्या उन्मादाची धडधड त्याने ऐकलेली होती. तो उन्माद धडधडून दूर गेलेला पाहिला होता. इथेच नवजात बालकांनी या जगातला आपला पहिला श्वास घेतला होता आणि इथेच वृद्धांनी आयुष्याच्या अखेरचा श्वासही सोडला होता. परंतु आज ते एका तरुण कुमारिकेचे शयनगृह होते. त्या पांढऱ्या गुलाबाच्या फुलांमुळे म्हणा अथवा कोणत्यातरी अन्य सूक्ष्म परिणामांमुळे म्हणा, त्या

खोलीत एक मोठे उल्हासी वातावरण निर्माण झाले होते. नाजूक सौंदर्याची जाण असणाऱ्या कोणाही व्यक्तीने ते चटदिशी ओळखलेही असते. फीबीच्या गोड श्वासांनी आणि मनातील आनंदी विचारांनी तेथली आधीची सर्व दुष्कृत्ये अथवा दुःखे धुऊन काढली होती. ती शुद्ध झाली होती. गेल्या रात्री तिला सुखद अशी स्वप्नं पडली होती. खोलीतील विषण्णतेच्या भुतांना हाकलून देऊन स्वत: तेथे येऊन राहिली होती ती.

खोलीची मांडणी अगदी आपल्या मनाजोगती केल्यानंतर फीबी पुन्हा एकदा बागेत जाऊन यावे म्हणून खोलीच्या बाहेर पडली. त्या बागेत तिने पाहिलेल्या गुलाबाच्या झाडाखेरीज आणखीन बरीच फुलझाडे होती, पण त्यांची कसलीच काळजी न घेतल्याकारणाने ती सारी मनाला येईल तशी फोफावत होती. तेथे एकच गर्दी उडाली होती त्यांची. मोठी गीचमीड होऊन गेली होती. कसली शिस्त म्हणून नव्हती. वाटेल तशी आणि वाटेल तिकडे पसरत गेलेली ती झाडेझुडपे वसवीमुळे एकमेकांची वाढ खुंटवत होती. (मानवसमाजात अशा तऱ्हेचे उदाहरण पुष्कळ वेळा आढळतेच की!) त्या दृष्टीने काय करता येईल हे पाहणार होती फीबी, पण वाटेत तिला हेप्झीबा भेटली, जिन्याच्या टोकालाच.

अजून विशेष वेळही झाला नव्हता. हेप्झीबाने तिला आपल्या खोलीकडे येण्याबद्दल सांगितले. हेप्झीबाला जर फ्रेंच येत असते तर तिने आपल्या खोलीला बुद्वार (Boudoir) असेही म्हटले असते. फीबी तिच्याबरोबर खोलीत गेली. खोलीत इकडेतिकडे काही जुनी पुस्तके अस्ताव्यस्त पडलेली होती. एका बाजूला विणकामाचे साहित्य असलेली पिशवीही तशीच पडलेली होती. तेथे एक लिहिण्यासाठी वापरावयाचे टेबलही होते. त्यावर धूळ साठलेली होती. एका बाजूला काळ्या लाकडाची तयार केलेली वस्तू होती, दिसायला मोठी चमत्कारिक वाटणारी. त्याला एक तंतुवाद्य म्हणतात असे हेप्झीबाने फीबीला सांगितले. त्याच्याकडे पाहताना एखाद्या शवपेटीचीच आठवण होत होती. गेली कित्येक वर्षे त्यावरून कुणाचा हातच फिरला नव्हता, त्यामुळे त्या वाद्यातले संगीत केव्हाच मरून गेले असावे. कसे जिवंत राहणार ते? कारण त्या वाद्यातील संगीत गुदमरूनच मृतप्राय झाले असणार. एलिस पिंचेननंतर आजतागायत माणसाच्या बोटाचा स्पर्शच झाला नसावा त्याच्या तारांना. फक्त तिलाच त्यातली कला अवगत होती. तिच्या युरोपातील वास्तव्यात स्वरमाधुर्यातले ते कसब प्राप्त करून घेतले होते तिने.

हेप्झीबाने फीबीला बसण्यास सांगून ती स्वत: जवळच्या खुर्चीवर बसली. फीबीच्या त्या नीटस, सुडौल, रेखीव बांध्याकडे ती मोठ्या उत्सुकतेने बघू लागली, जणूकाय तिला तिच्यात काहीतरी रहस्यमय असे गुपित शोधावयाचे होते. एकंदरीत, फीबीविषयीची एक वेगळी उत्सुकता होती हेप्झीबाच्या मनात. तिच्या व्यक्तित्वाचे

गूढ उकलण्याचा तिचा प्रयत्न होता.

बऱ्याच वेळाने शेवटी ती म्हणाली, "कझीन फीबी, तुला माझ्याकडे ठेवून घेण्याच्या बाबतीत अनेक अडचणी दिसताहेत मला."

अर्थात, तिच्या या शब्दांत वाचकाला अभिप्रेत असणारा अनादर नव्हता किंवा केवळ आडमुठेपणाने ती हे बोलली नाही. काल रात्री झोपण्यापूर्वी त्यांनी त्याविषयी खूप बोलणे केलेले होते. थोड्याफार अंशाने एकमेकांच्या मनाची, विचारांची ओळख करून घेतलेली होती. एका विशिष्ट भूमिकेवर त्या येऊन पोहोचल्याही होत्या. हेप्झीबाला फीबीच्या परिस्थितीची योग्य कल्पना आलेली होती. तशी नाजूकच होती ती परिस्थिती. फीबीच्या आईने पुनर्विवाह केल्यामुळे निर्माण झाली ती. आता फीबीला दुसरीकडे कोठेतरी स्थिर होणे भाग होते. तिची होणारी कुचंबणा हेप्झीबा जाणू शकत होती. तेवढी जाणीव तिच्याजवळ होती. त्याशिवाय, फीबीच्या एकंदर स्वभावाचा,तिच्या मनमिळाऊपणाचा गैरसमजही करून घेतला नव्हता तिने. न्यू इंग्लंडच्या जातिवंत मातीची ती एक खोड होती. तेथल्या बायकांचे ते एक लक्षण होते. अगदी ठळक, स्पष्ट जाणवणारे असे. फीबी त्या मातीतून, त्या वातावरणातून आल्यामुळे ते सर्व संस्कार झालेलेच होते तिच्या मनावर. तिच्या वागण्यात ते उमटल्यास नवल नव्हते. त्यामुळेच तर ती येथपर्यंत येऊन पोहोचली ते केवळ दैवावर हवाला ठेवूनच. आपल्या स्वभावाबद्दल तिला आत्मविश्वास वाटत होता. एक स्वाभिमानी हेतू मनात धरून ती निघाली होती. स्वत:साठी मिळवलेल्या लोभाची, प्रेमाची परतफेड ती त्यांच्या उपयोगी पडून करणार होती. स्वार्थाबरोबर परमार्थही साधावयाचा होता. नशीब काढावयाचे तर स्वत:च्या या वैशिष्ट्याच्या आधारावरच, अशी तिची योजना होती. साहजिकच, आपल्या अगदी जवळच्या नातेवाइकांचा विचार करताना तिच्या डोळ्यांसमोर प्रथम हेप्झीबाच आली. अर्थात, आपल्या चुलत बहिणीवर तिच्या मनाविरुद्ध स्वत:च्या पालनपोषणाची तसदी द्यावयाची असा तिचा बिलकूल होरा नव्हता. मारून-मुटकून तिने यासाठी तयार व्हावे, असे तिला मुळीच वाटत नव्हते. कोणत्याही प्रकारे हेप्झीबावर ही गोष्ट तिला लादावयाची नव्हती. सहज तिला भेटावे, जमल्यास एक-दोन आठवडे तिच्याजवळ राहावे आणि तेवढ्या अवधीत एकमेकींची मने जुळली, प्रेम वाढले, दोघींनाही सुख झाले तरच मग मुक्काम वाढवावयाचा असा तिचा विचार होता. बस्स! जे काही व्हावे ते अगदी निर्भीडपणे, कसलाही मुलाहिजा न ठेवता, कोणत्याही बंधनाखाली न येता व्हावे, असेच वाटत होते प्रामाणिकपणे.

आणि म्हणूनच, हेप्झीबाने तिला वर जे नि:संदिग्ध शब्दांत सांगितले त्याचे फीबीला विशेष वाटले नाही. तिनेही अगदी खुल्या दिलाने आणि मोठ्या आनंदाने उत्तर दिले.

"पुढचं काहीच सांगू शकणार नाही मी, पण आपल्या कल्पनेपेक्षा तुझं-माझं उत्तम जमेल असं मात्र निश्चित वाटतंय मला. का, ते कदाचित मला सांगता येत नाही, पण खरोखर वाटतंय तसं!"

"तू एक लाघवी, गोड मुलगी आहेस याबद्दल मला कसलीच शंका नाही. मला सरळसरळ दिसतंच ते. त्याचा प्रश्नच नाही इथं. त्यामुळं माझ्या निर्णयात विशेष अडथळा येत आहे, असंही नाही; पण बाळ फीबी, माझं हे घर गं! बघ तरी कसं भयाण, उदासवाणं आहे ते! तू तरुण आहेस, उत्साही आहेस. का म्हणून आवडेल तुला ते? सगळंच खिन्न, विषण्ण आहे इथं. वारा, पाऊस, बर्फ सारं नि:संकोच घुसतात. त्यांना ते अडवत नाही केव्हाच. वरच्या माळ्यात, खोल्यांत बर्फसुद्धा प्रवेश करतो थंडीच्या दिवसांत! पण सूर्यप्रकाशाला मात्र मज्जाव! त्याला मात्र आत यावयाची मनाई आहे. कधीच येत नाही तो. आता माझ्याकडेच बघेनास... कशी आहे पाहतेस ना! मी एक दु:खी, एकटी स्त्री आहे. एक म्हातारी – हो, अलीकडे म्हातारी झाल्याचं पटतं मला बाई. माझ्या मनाचा तोल सावरण्यापलीकडं जातो आहे दिवसेंदिवस. माझ्या चित्तवृत्ती अतिशय वाईट बनत चालल्या आहेत. अगदी वाइटातल्या वाईट! फीबी, फीबी, मी तुला सुखी, आनंदी करू शकणारच नाही बाळ! माझ्यात ती ताकद नाही, या घरात ती शोभा नाही! इथं फक्त भयाणतेला, उदासीनतेला, दु:खांना, संकटांना स्थान आहे गं! आणि कसं सांगू तुला की, तुझं पोट भरण्याएवढं काहीच नाही माझ्यापाशी! इतकी गरीब, दीनवाणी झालेय मी! तुला सुखाचा घास मिळण्याची शाश्वती नाही बाळ!"

"कझीन हेप्झीबा, त्याची काळजी नको. मी एक अगदी साधीसुधी मुलगी आहे. असेल त्या स्थितीत आनंद मानण्याची वृत्ती आहे माझी. त्याचा अनुभवही तुला यावा; आणि खरंच, माझ्या स्वत:च्या कष्टाचा घास खाणार आहे मी. माझ्या पोटापाण्याची चिंता करूच नकोस. दुसऱ्यावर अवलंबून राहण्याचं वळणच नाही माझं. मी पिंचेनांच्या संस्कारांखाली मोठी झालेली नाही. तुला ते ठाऊक आहेच. न्यू इंग्लंडच्या खेड्यातील काळीज आहे माझ्याजवळ. तिकडच्या माझ्यासारख्या मुलींना खूप गोष्टी येतात." फीबीच्या चेहऱ्यावर स्मित होते. बोलण्यात प्रौढीची किंचित ऐट होती.

"अरेरे, फीबी, केवढ्या भ्रमात आहेस तू! तुझं ते ज्ञान इथं तुला कुठलं उपयोगी पडावयाला आलंय? तुझ्या ऐन उमेदीचा काळ तू असा व्यर्थ घालवू इच्छितेस, हा विचार कासावीस करून सोडतोय मला! आजची तुझ्या गुलाबी गालावरची ही लाली, हे तेज पार लोपेल थोड्याच दिवसांत, एक-दोन महिन्याभरात. अस्संच होतं या वातावरणात. माझ्या चेहऱ्याकडं बघ जरा! (आणि खरोखरच त्या दोघींच्या चेहऱ्यांतला विरोध मोठा भयानक होता.) आहे का काही तेज त्यावर?

माझी एक कल्पना आहे. ही इथली धूळ आणि या जुनाट घराची सतत चाललेली पडझड माणसांना अत्यंत घातक ठरते. असल्या वातावरणात माणसाची फुफ्फुसं तग तरी कोठला धरतील?'' सुस्कारा टाकीत हेप्झीबाने म्हटले.

''का? तसंच कुठं आहे सगळं? काळजी घ्यावी अशी बाग आहे, फुलं आहेत, मोकळी हवा आहे. तो व्यायाम मला निश्चित निरोगी आणि उत्साही ठेवील.'' फीबीने अभिप्राय दिला.

हेप्झीबाला आता तो विषय थांबवावा असे वाटल्याने ती एकदम उठली. उठता-उठता तिने म्हटले, ''मुली, त्याचं असं आहे, या पुरातन पिंचेन प्रासादात पाहुणा म्हणून यावं, का कायमचं राहणारा म्हणून यावं, हे मी ठरवू शकत नाही आता. त्याचा खरा मालक यावयाचा आहे लवकरच. तोच ठरवेल सर्व.''

''मालक म्हणजे जज्ज पिंचेन ना?'' फीबीने आश्चर्याने विचारले.

फीबीचा हा प्रश्न ऐकताच हेप्झीबा संतापलीच एकदम. ''जज्ज पिंचेन! हूं! माझ्या जिवात-जीव असेपर्यंत जज्ज पिंचेनचे पाऊल पडू देणार नाही मी या घरात! कदापिही नाही! शक्यच नाही ते! फीबी, पण आता मी तुला ज्या माणसाबद्दल सांगितलं, त्या या घराच्या – प्रासादाच्या – मालकाचा चेहरा पाहू शकतेस तू.'' तिने रागानेच सांगितले

हेप्झीबाजवळ असलेल्या त्या अल्पाकृतीबद्दल ठाऊकच आहे आपणाला. आत जाऊन हेप्झीबा ती हातात घेऊन आली. आल्याआल्या तिने ती फीबीच्या हातात दिली. त्या चित्राचा तिच्या चेहऱ्यावर कोणता परिणाम होत आहे, हे टक लावून पाहू लागली. उगीचच एक मत्सराची भावना चमकून गेली तिच्या डोक्यात तसे करताना.

''काय, आवडला तो चेहरा?'' हेप्झीबाने फीबीला विचारले.

''खरंच, छान आहे तो! देखणा, सुंदर, नाजूक. सर्व पुरुषांचा चेहरा काही इतका गोड नसतोच कधी, पण तसा गोड असावा मात्र. त्या चेहऱ्यावरचे भाव बालिश नसूनही बालकाइतकेच खेळकर वाटतात. कोणाचाही सहजासहजी लोभ जडावा आणि माया वाटावी चटकन! या माणसाला कसलाही भोग येऊ नये. दुःखाची झळही लागू नये त्याला. त्याच्या दुःखाचं किंवा कष्टाचं ओझं दुसरा एखादा हसतहसत सहन करील त्याच्यासाठी. असा हा कोण गं कझीन?'' फीबीने कौतुकाने विचारले.

''तुला त्याच्याविषयी ऐकूनही माहीत नाही? अगं, क्लिफोर्ड पिंचेन म्हणतात तो हाच. ठाऊक नाही तुला तो?'' हेप्झीबा तिच्या कानात कुजबुजली.

''छे! छे! मुळीच नाही. माझ्या माहितीत फक्त दोघेच पिंचेन आहेत. एक तू स्वत: आणि दुसरा कझीन जेफ्री, बस्स! त्याखेरीज आणखीन कोणी जिवंत आहेत असं मला वाटलंच नाही कधी. पण... होतोय... क्लिफोर्ड पिंचेनचं नाव ऐकल्याचा भास होतोय खरा. बरोबर आहे. माझ्या वडिलांना किंवा आईला बोलताना ऐकलंय नुसतं. पण काय

गं, त्याला मरून पुष्कळ काळ लोटलाय ना?'' फीबी म्हणाली.

''मरून ना? हं, हं! असेलही कदाचित! मेलाही असेल! पण आमच्यासारख्या घरात, जुन्यापुराण्या प्रासादात मृतात्मे जिवंत होऊन परत येतात. फार लवकर मागं येतात ते. तसाच तोही! पण ते जाऊ दे. त्याचा विचार पुन्हा केव्हातरी करू या. आता एक गोष्ट स्वच्छ आहे. मी तुझ्यापुढं एवढं स्पष्ट असं परिस्थितीचं चित्र ठेवल्यानंतर तू खचलेली नाहीस. तेव्हा आता इतक्या लवकर आपण एकमेकांना सोडून देणं उचित ठरणार नाही. ठीक आहे. आता ठरलं. माझ्या बाळा, या वेळी तरी मी – तुझी एक नातेवाईक – तुझं स्वागत करते. मला जजे शक्य आहे तेते करीन मी तुझ्यासाठी.''

प्रथम-प्रथम तिच्या चेहऱ्यावर एक केविलवाणे व भकास हसू उमटले होते. आता ते मावळत गेले. आपला निर्णय तिने सांगून टाकला. शब्द मोजकेच वापरले. त्यात भावना होत्या स्वागतशीलतेच्या, अभिवचनही होते प्रामाणिक असे. एवढे सांगून हेप्झीबाने फीबीच्या गालाचे चुंबन घेतले.

तेथून त्या दोघी खालच्या मजल्यावर गेल्या. आता न्याहारीची तयारी करावयाची होती. फीबीला त्या कामाबद्दल विशेष आकर्षण नसतानाही ती तिकडे खेचली गेली. तिच्या उपजत कामचलाखीचे वळणच होते तसे. त्या कामात तिने प्रत्यक्ष भागच घेतला. तोवर घराची मालकीण मात्र अलिप्तपणे बाजूलाच राहिली बराच वेळ. काही जण मुळातच आढ्यतेखोर आणि ताठर वृत्तीचे असतात. कोणतेही काम करावयाला चटकन प्रवृत्तच होत नाहीत ते. अशा कामात आपण विशेष कुशल नसल्याची जाणीव हेप्झीबाला होती. कामात मदत करण्याची तिची तयारी होती, पण त्यामुळे चाललेल्या गाड्याला खीळ पडेल असे वाटले तिला. मात्र फीबीकडे त्या चहाच्या किटलीखालच्या ज्वालेचे तेज होते. तिच्याइतकीच रसरशीत, उत्साही आणि वाकबगार होती ती. हेप्झीबाला काहीच समजत नव्हते. कोठूनतरी लांबून बघत राहावे त्याप्रमाणे पाहत उभी होती ती. तिच्या दीर्घ एकांतवासातून निर्माण झालेल्या शिथिलतेचा परिणाम होता तो. तथापि तिच्याजवळ राहावयाला आलेल्या या तेथल्या वातावरणाशी अपरिचित असलेल्या मुलीने किती लवकर, केवढ्या तत्परतेने जमवून घेतले होते! हेप्झीबाला त्याचेच कौतुक वाटले. त्यात तिला गंमत वाटत होती. विशेष म्हणजे ते घर आणि तेथे असलेले ते जुनाट साहित्य यांचे रूप बदलून टाकले तिने. आता ते वापरण्याच्या लायकीचे झाले होते. त्याची उपयुक्तता कळून येत होती. हे सर्व ती अगदी सहज, लीलया करत होती आणि त्याच्या जोडीला अधूनमधून अत्यंत गोड अशा गाण्याच्या लकेरी तिच्या गळ्यातून बाहेर पडत होत्या. तिचा आवाज मूळचाच सुरेल आणि मधुर होता. निसर्गदत्त स्वराची देणगीच लाभली होती तिला! एखाद्या गर्द अशा वृक्षात दडलेल्या पक्ष्याच्या आवाजागत. कोणत्यातरी रम्य दरी-कपारीतून खळाळत जाणाऱ्या निर्झराचा गोडवा

होता त्यात. मूर्तिमंत चैतन्य खळाळत होते त्या गीतात. मनोवृत्तीतील उत्साहाचे, क्रियाशीलतेचे प्रतीकच होता तो. असे ते मन हाती घेतलेल्या कामात आनंद निर्माण करत होते. त्या आनंदातून त्या कार्याला सौंदर्यरूप येत होते. न्यू इंग्लंडच्या पाण्याचा गुण होता तो. कर्मठ, करारी अशा प्युरिटन तत्त्ववस्त्रातील एक सुवर्णमोलाचा धागाच जणू! त्या ताठ, उग्र अशा सनातन तत्त्वातील एक सोनेरी छटा!

न्याहारी तयार झाली. हेप्झीबाने चिनीमातीची चहाची भांडी आणली; कपबशा, चमचे वगैरे. चांदीच्या चमच्यावर वंशाचे मानचिन्ह कोरलेले होते. कपांवर व किटल्यांवर माणसे, पशुपक्षी यांच्या रंगीबेरंगी, चित्रविचित्र अशा आकृत्या होत्या. काही निसर्गरम्य असे देखावेही चित्रांकित केलेले होते. त्या चित्रांतल्या लोकांचे विश्व वेगळे होते. चकचकीत, झळाळणाऱ्या, भपकेदार अशा रंगांचे जग. ते चहाचे भांडे आणि ते छोटेछोटे कप हे चहापानाच्या रूढीइतकेच जुने होते, तरीपण अद्याप त्यांचे रंग उडाले नव्हते. त्या चित्रातल्या लोकांकडे पाहून मोठी मजाच वाटायची. एकेक जण विचित्र विदूषकच भासावयाचा.

हेप्झीबा फीबीला म्हणाली, "आज सहा पिढ्या पाहिल्या या कपांनी. त्या पिढीतल्या तुझ्या एका आजीच्या विवाहाच्या प्रसंगी हे कप घरात आले. ती एका कुलवान कुटुंबातून आली होती, मला वाटतं डॅव्हनपोर्ट घराण्याची. त्या वसाहतीतील कपांतले हे आद्यपुरुषच म्हणा ना! नुकतेच कोठे वापरावयाचे लोक असले कप. जर का त्यातला एखादा फुटला तर त्या क्षणी माझ्या काळजालाही तडा जाईल हो! छे, पण उगीचच बोलत आहे असं. आजपर्यंत अनेक कष्टदायक प्रसंगांतून जाऊनही शाबूत राहिलंय नाही ते. त्यांच्यापुढं असल्या या ठिसूळ मातीच्या कपाची काय पर्वा? त्यांच्याविषयी बोलावयाचं म्हणजे शुद्ध वेडगळपणाच ठरावा."

हेप्झीबाला चांगले कळू लागले तेव्हापासून ते वापरात नव्हतेच मुळी. साहजिकच, त्यांच्यावर धुळीची पुटेच्यापुटे चढलेली होती, पण फीबीचा हातच इतका नाजूक आणि कामच इतके काळजीपूर्वक की, त्या बहुमोल चायना सेटच्या मालकाचेही पूर्ण समाधान व्हावे, ती ते धूत असताना पाहून.

"फीबी, घरकामात किती तरबेज आहेस गं तू! वा, छान!" हेप्झीबा हसतमुखाने म्हणाली, पण त्याच वेळी तिच्या कपाळावर एवढ्या आठ्या जमल्या की, त्या प्रसन्नतेचे दर्शन अवघड झाले. धडधडणाऱ्या वादळी ढगांआडच्या सूर्यप्रकाशाचे होते तसे. ती आणखी म्हणाली, "बाकीच्या गोष्टींतही अशीच दक्ष आहेस काय गं? म्हणजे जशा कपबशा चलाखीनं विसळल्यास तशीच अभ्यासातही आहेस की नाही?"

हेप्झीबाच्या प्रश्नाचा रोख फीबीच्या ध्यानात आला. ती थोडीशी हसून म्हणाली, "अगं, गेल्या उन्हाळ्यात मुलांना शिकवण्याचंही काम केलंय मी! एका बालमंदिराची शिक्षिका होते मी! लहानलहान मुलं यावयाची तिथं! कदाचित, आजही मी असतेही तशी."

"फार छान! अगदी सुरेख! झकास आहे हे सगळं! मला वाटतं, या गोष्टी तू आईकडून उचलल्या असाव्यात. माझ्या कल्पनेप्रमाणं आईच्या वळणावर गेलेला एकही पिंचेन मला ठाऊक नाही." उठत असताना हेप्झीबा बोलली.

सर्वसाधारणपणे लोकांमध्ये आपल्या उणिवांचा पोवाडा गाणारे लोकच जास्त आढळतात. आपल्याजवळ असलेल्या गुणांचे त्यांना काहीच वाटत नाही. त्या मानाने हे ऐकायला फार चमत्कारिक वाटते खरे, पण अगदीच खोटे नाही ते. हेप्झीबा तशांपैकीच होती. पिंचेनांचे वैशिष्ट्य म्हणून सांगत असलेली गोष्ट सामान्यत: कुचकामाचीच वाटत होती, तरीही त्याचा गर्व होता तिला. ते एक आनुवंशिक लक्षणच मानले तिने. त्यामुळे तो पिंचेनांचा एक गंडच बनला. त्यांच्या दुर्दैवाने पुष्कळदा समाजातील उच्चभ्रू कुटुंबांना तो जडतो आणि पछाडतोही.

त्यांचे चहापान संपण्याआधीच दुकानाची घंटा जोराने वाजली. त्यासरशी हेप्झीबाने आपल्या हातातला कप खाली ठेवला. अजून थोडासा चहा होता त्याच्यात. तिचा चेहरा निराशेने काळवंडल्यासारखा झाला. तिच्याकडे पाहताना तिची दया येत होती. आपल्याला न आवडणाऱ्या धंद्यातला दुसरा दिवस हा सामान्यत: अधिक दु:खद असतो पहिल्यापेक्षा. आदल्या दिवशी आंबून गेलेले शरीर दुकानाच्या कपाटाकडे परतते. काहीही असो, आपल्याला या कर्कश आवाजाच्या घंटेची सवय होणे अशक्यच आहे, असे तिला पूर्णतया कळून चुकले. जितक्या वेळा ती वाजेल तितके तिला त्या आवाजाचे धक्के जाणवतीलच. नव्हे, दर वेळी तिच्या मज्जातंतूंवर त्या आवाजाचे अकस्मात आणि क्रूर आघात होत राहतील. आताची वेळ तर अधिक महत्त्वाची होती. तिच्या समोरचे ते चहाचे चमचे, ती भांडी, ते कप, त्या बशा या साऱ्या जुन्या गोष्टी तिला आपल्या खानदानाच्या, त्या गतवैभवाच्या स्वप्नात रमवत होत्या. अशा सुखाचा क्षण सोडून एका गिऱ्हाइकाची रुजवात करण्याची कल्पना तिला तिरस्करणीय वाटली. तिची बिलकूल इच्छाच होईना त्या टेबलासमोरून उठण्याची.

"राहू दे, राहू दे! कझीन हेप्झीबा, तू थांब! तू तसदी नकोस घेऊ! मी पाहते दुकानाकडं! आजची दुकानदारी माझ्याकडं हं!" फीबी उठून निघालीसुद्धा.

"काय म्हणतेस? तू बघणार हा व्यवहार? छे, छे! तुझ्यासारख्या खेड्यातून आलेल्या मुलीला काय समजतंय धंद्यातलं? नको जाऊस तू." हेप्झीबा जवळजवळ ओरडलीच.

"वा, वा, तसं समजू नकोस हं! आमच्या घरचा सगळा बाजार माझ्याकडंच असतो. आमच्या खेड्यातल्या दुकानात जाऊन-येऊन सवय आहे मला. गेल्या मीनाबाजारात माझे एक टेबल होते मांडलेले. माझीच विक्री सर्वांत जास्त झाली होती म्हटलं! शिकून येत नसतात अशा गोष्टी. त्याला मूळचंच काहीतरी लागतं. त्याची एक खुबी आहे. ती कळ सापडावी लागते. मला वाटतं, आईकडूनच येते

ती. तिचाच गुण उतरतो. मी घरकामात जितकी तयार आहे तेवढीच दुकानदारीतपण. येईलच तुला हा अनुभव!'' फीबी हसत म्हणाली.

फीबी दुकानाकडे गेली. तिच्या पाठोपाठ हळूच हेप्झीबापण गेली. दुकानाकडे जाणाऱ्या वाटेत उभी राहून ती दुकानात डोकावली, फीबी आपली जोखीम कशी काय सांभाळते हे बघण्यासाठी. तसा तो व्यवहार किचकटच होता. एक अतिशय मागासलेली आदिवासी स्त्री दुकानात आलेली होती. अंगात पांढरा, आखूड झगा होता. तिचा परकर हिरवा होता. गळ्यात सोन्याच्या मण्यांची माळ होती. डोक्यावर रात्री झोपताना घालतात तसली कुंचीवजा कानटोपी. तिच्या हातात पुष्कळसे सूत होते. त्याच्या मोबदल्यात तिला दुकानातला माल हवा होता. कालमान्य असा चरखा सतत फिरवणारी ती गावातील बहुतेक शेवटची व्यक्ती होती. त्या म्हातारीचा कर्णकर्कश भकास स्वर आणि फीबीचा मंजूळ, गोड आवाज एकमेकांत मिसळून त्यांच्या बोलण्याचे जे एक लांबलचक चऱ्हाट वळले जात होते, ते श्रवणीय होते खास, पण त्यापेक्षाही त्या दोघींच्या शरीराकृतींतला विसंवाद अधिक गमतीचा होता. एक होती नाजूक आणि मोहरलेली अशी, तर दुसरी खप्पड आणि खंगलेली. त्या दोघींमध्ये फक्त मालाच्या मेजाचे अंतर होते एका दृष्टीने. पण वयोमानाच्या फरकाने दोघींत साठ वर्षांचे तरी अंतर असावे. त्यांच्यामधला व्यवहार हा वाढत्या वयाने आलेला धूर्तपणा आणि लबाडी यांविरुद्ध उपजत सचोटी आणि चतुराई यांच्यामधला एक अटीतटीचा सामनाच होता म्हणू या!

''हं, कझीन हेप्झीबा, कसा काय झाला सौदा? जमला ना व्यवस्थित?'' ते गिऱ्हाईक गेल्यानंतर फीबीने हसत प्रश्न केला.

''शाब्बास! अगदी झकास! तुझ्यासारखं मला मुळीच जमलं नसतं. तुझंच बरोबर आहे. तुझ्या आईचाच गुण उतरलाय तुझ्यात. ही हातोटी तिचीच आहे.''

या धकाधकीच्या दुनियेतील धांदलीत घुसण्याइतकी धडाडी नसणारी आणि पदोपदी बुजणारी माणसे जीवननाटकाच्या चैतन्यपूर्ण दृश्यांत काम करणाऱ्या खऱ्या नटांचे मनस्वी कौतुक करतात, इतके की त्यामुळे अशी माणसे आपल्या अंगच्या या चलाख आणि समर्थ गुणांचा डौलही करतात. इतरांच्या तुलनेने आपण वरचढ आहोत असे वाटू लागते त्यांना आणि साहजिकच, ते स्वतःवर खूष राहण्यात धन्यता मानतात. आपले कौतुक आपणच करून घेतात. पहिल्या प्रकारच्या व्यक्तींमधील गुण अधिक उच्च प्रतीचे आणि महत्त्वाचे आहेत असे मानणे त्यांना आवडते. त्यामुळे हेप्झीबाला फीबीबद्दल तसे वाटत राहिले. तिच्या अंगी व्यापाराला लागणारे गुण आहेत व तेही अधिक वरच्या दर्जाचे, याची जाणीव होऊन तिला संतोष वाटला. व्यापार वाढविण्याच्या दृष्टीने फीबीने केलेल्या सूचना तिने अगत्यपूर्वक ऐकल्या. कमी भांडवलात किफायतशीर धंदा हे फीबीचे तत्त्व

तिने स्वीकारले. तिच्या काही सूचना अशा – दोन पद्धतींनी यीस्ट तयार करावे; एक द्रवरूप आणि दुसरे वड्यांच्या रूपात. बीअरचाही एक वेगळा नमुना तयार करावा. ती चवीला अमृतासारखी गोड तर असावीच, शिवाय भूक व पचन या दोन्ही गोष्टींकरिता आवश्यक असणारे गुणधर्म तिच्यात असावेत. मसाल्याचे केक बनवून ते विक्रीकरिता ठेवावेत; एकदा खाल्ल्याबरोबर पुन्हा त्यांची चटक लागावी असे. हे सर्व पदार्थ फीबी स्वत: तयार करणार होती. हेप्झीबाने आपली संमती दिली तसे करावयाला. एक तत्पर मन आणि कुशल हस्तलाघव यांच्या संयोगातून हे निर्माण होणार होते. त्या उच्चकुलीन व्यापारी स्त्रीला हे सर्व मान्य होते. त्या कल्पनास्वप्नात ती रमत होती. तिच्या चेहऱ्यावर एक गंभीर स्मित झळकले. एका किंचित कृत्रिम भासणाऱ्या सुस्काऱ्याला तिने वाट करून दिली. भावनांचा कल्लोळ उडाला. विस्मय, करुणा आणि वाढती प्रीती या विविध भावनांचा संयोग झाला होता. फीबीविषयी निर्माण झालेल्या त्या भावना तिच्या अंत:करणातून साठलेल्या खालील उद्‌गारांना वाट देत होत्या –

"किती छान आहे ही पोरटी! तीच जर एक खानदानी स्त्री असती तर! असेल का ते रक्त तिच्यात? परंतु शक्यच नाही ते! फीबीमध्ये पिंचेनांचे गुण नाहीत. जे आहे ते तिच्या आईचे. अगदी आपल्या आईच्या वळणावर गेलीय ती."

खरोखरच, फीबी कुलीन होती का? किंवा आज ती तशी आहे का? या प्रश्नांना उत्तर देणे अवघड होते. पूर्वग्रह नसणाऱ्या माणसाच्या मनात अशी शंका आली नसती. उच्चवर्णीय स्त्रीच्या व्यक्तित्वाचे अनेक गुण अंगी असताना त्यांना विसंगत अशा लक्षणांनी युक्त अशी स्त्री न्यू इंग्लंडच्या बाहेर कोणाला आढळली नसती. सद्‌भिरुचीच्या कोणत्याच कसोटीला तिने धक्का दिलेला नव्हता. अगदी कौतुक करावे अशी ती स्वत:मध्येच दंग असे. भोवतालच्या परिस्थितीविरुद्ध तिने कधीच कुरकुर केली नाही. खरोखर, लहान मुलासारखी ती चिमुकली होती दिसायला, पण शरीर इतके लवचीक होते की, हालचालीची दिक्कतच नव्हती तिला! आणि त्यात सहजता तर किती म्हणून वर्णावी? अशी सहजता दुष्प्राप्य! इतर आणखी कोणाला ती तशी साधली नसती. तिची ही अंगलट आणि ठेवण पाहता एखाद्याच्या मनातील सरदारणीच्या प्रतिमेशी मुळीच जुळणारी नव्हती. ना तिचा हा बांधा, ना चेहराही. तिच्या मुखमंडळाच्या दोन्ही बाजूंना रुळणारी पिंगट, कुरळ्या केसांची झुलपे, किंचित धारदार वाटणारा नाकाचा शेंडा, ते लावण्यसंपन्न, रसरशीत निरोगी तारुण्य, उन्हाने जरा गोबरी दिसणारी अंगकांती आणि ग्रीष्मातल्या उन्हावाऱ्याशी केलेल्या सलगीची एक आठवण म्हणून दिसणारे त्वचेवरील ते पाच-सहा पिवळसर चट्टे हे सगळे लक्षात घेता तिला अगदी रूपसंपन्न असे काही म्हणता आले नसते हे खरे; पण तिच्या नजरेत बुद्धीची एक चमक होती आणि गाढ समजही. एकूण,

ती तशी फार आकर्षक आणि मोहक वाटत होती. तिच्या ठायी एखाद्या गिर्रेबाज कबुतराचा डौल आणि दिमाख होता. ती घरात वावरताना तर तिचा हा डौल अधिक जाणवायचा. तो इतका सुखावह वाटायचा की, सूर्यप्रकाशात लुकलुकणाऱ्या पानांतून जमिनीवर गळणाऱ्या एखाद्या कवडशाचीच याद व्हावी. सायंकाळच्या संधिकाळात भिंतीवर नृत्य करणाऱ्या शेकोटीतील ज्वाला-किरणांसारखी ती भासे. खानदानी, कुलीन स्त्रीशी तिची निरर्थक तुलना करून तिचे स्थान राखण्याची गरजच काय मुळी? त्यापेक्षा इतर समाज डोळ्यांपुढे आणावा. स्त्रीसुलभ डौल आणि गृहकृत्यदक्षता या दोन्हींचा आढळ ज्या समाजातील स्त्रीमध्ये दिसून येतो त्याचेच एक सुंदर उदाहरण म्हणून फीबीकडे बोट दाखवता आले असते. अशा समाजातील स्त्री रोजच्या व्यवहारातील गोष्टी अधिक दक्षतेने सांभाळते. मग भांडी घासणे असो अथवा कपबशा, किटल्या विसळणे असो. या सगळ्या घरगुती कामाला उजाळा देऊन घरातील वातावरण आनंदी ठेवायचे, त्याला शोभा आणावयाची हेच स्त्रीचे कार्य असायला हवे.

फीबीचे कार्यक्षेत्र हे असे होते. आता याच्या उलट आपल्याला पिढीजात, खानदानी आणि सुशिक्षित स्त्री बघावयाची झाल्यास लांब जाण्याची जरुरी नाही. आपली हेप्झीबा आहेच की! ती एक निराधार, वृद्ध अशी कुमारिका आहे. तिची सळसळणारी विटकी रेशमी वस्त्रे बघा; आपल्या लांबलचक वंशवेलीची तिची जाणीव लक्षात आणा. खूप खोल अशा जाणिवेला जिवापाड जपत आली आहे ती. कदाचित, हास्यास्पदही वाटेल ती तुम्हाला. त्या राजेशाही प्रदेशावरच्या तिच्या पुसटशा हक्काचा विचार करा. हे सगळे झाले की, आता तिने कायकाय मिळवले ते पाहू या. पूर्वी कधीतरी हार्पसिकॉर्डवर तिने सूर काढल्याचे आठवते तिला. 'मिन्यूएट' पद्धतीचा नाचही येत होता म्हणे तिला. एका जुन्या पद्धतीची वेलबुट्टी काढलेल्या कापडावर कशिद्याचे टाकेही घातले होते. आता केवळ त्यांच्या स्मृतीच उरल्या खरे! फीबी व हेप्झीबा यांच्यात तुलना करावयाची म्हणजे आधुनिक समाजवाद आणि प्राचीन सरंजामशाही याचीच तुलना व्हावयाची. त्या दोघी प्रतीकच होत्या त्या वादाचे.

त्या सात गेबल्सच्या प्रासादाची मुद्रा ठोकून-ठोकून जेरीस आलेली होती. तो चेहरा अद्यापही काळा आणि भुवया जड झाल्याप्रमाणे दिसत होता. अशा त्या वाड्याच्या आतल्या भागातून फीबी हिंडू लागली की, त्याच्या त्या अंधाऱ्या खिडक्या एका आनंददायक प्रकाशकिरणांच्या चकचकाटाने उजळून निघत की काय, असे भासे. नाहीतर आजूबाजूच्या शेजाऱ्यापाजाऱ्यांना इतक्या लवकर त्या मुलीचे अस्तित्व जाणवले तरी कसे, हा प्रश्नच उरतो. त्याचे उत्तर मिळत नाही. आता दुकानाचे गिऱ्हाईकपण वाढले. अजमासे सकाळी दहापासून दुपारपर्यंत

गिऱ्हाइकांची गर्दी उसळावयाची. त्यात खंड पडावयाचा नाहीच. अर्थात, जेवणाच्या वेळी ती कमी यावयाची, परंतु पुन्हा दुपारी आहेच पूर्ववत! ती ओसरावयाला लागावयाची सूर्य बुडावयाला लागला की मग, साधारणपणे अर्धाएक तास आधी. जिम क्रो आणि हत्ती यांना गट्ट करणारा छोटा नेड हिगिन्स तिच्या निष्ठावंत आश्रयदात्यांपैकी एक. आजही त्याच्या जठराग्नीच्या ज्वाला शमविण्याकरिता त्याने दोन एकमदारी उंट आणि एक रेल्वे इंजिन खर्ची घातले. त्याच्या सकलभक्षकतेच्या पराक्रमाची एक निशाणीच म्हणावयाची ती! विक्रीच्या हिशेबाची बेरीज झाली तेव्हा फीबी हसली. तिकडे हेप्झीबाने गल्ल्याला स्पर्श करण्याआधी रेशमी हातमोजे चढवले आणि मग त्या शुद्ध साचलेल्या तांब्याच्या पैशाची मोजणी सुरू केली. नाही म्हणायला चांदीचे एक नाणे किणकिणत त्या गल्लापेटीत जाऊन पडले... एकमेव!

"कझीन हेप्झीबा, आपल्याला आणखीन माल भरला पाहिजे. कायकाय आणावयाचं लक्षात ठेव हं! साखरेची, जिंजरब्रेडची सर्व चित्रं उडाली पार. त्यांच्याप्रमाणंच त्या लाकडाच्या डच गवळणी आणि खेळण्यांपैकीही जवळजवळ सर्व तशीच. गिऱ्हाइकं हलक्या जातीच्या बेदाण्याबद्दल विचारतात सारखी. शिट्या, पिपाण्या, तुताऱ्या, ज्यू-हार्प यांना मोठी मागणी आहे. कमीतकमी दहा-बारा पोरं काकवीच्या पाकातील खाऊबद्दल चौकशी करून गेली. तसंच लालसर रंगाच्या सफरचंदांची एक तरी रास मिळविण्याची व्यवस्था पाहिजे. त्याचा हंगाम संपत आलाय, तरीही काय हवं, काय नको कळेनासं झालंय. पण कझीन, तांब्याच्या पैशाचा केवढा प्रचंड ढीग हा! जणूकाय तांब्याचा पर्वतच!" ती छोटी विक्रेती ओरडली.

"वाहवा, वाहवा, वाहवा! झकास, फीबी, झकास!" अंकल व्हेन्नर ओरडला. दिवसभर दुकानात ये-जा केली होतीच त्याने. "अशी मुलगी पाहिजे! शाब्बास हं! हिला आमच्या त्या बेकारखान्यात यावयालाच नको कधीही! कधीच नाही यायची ती तिथं! धन्य झालो मी! केवढी चलाख छोकरी आहे ही!"

"अगदी खरं, फीबी नि:संशय झकास मुलगी आहे! परंतु काय हो व्हेन्नरकाका, आमच्या या कुटुंबाची तुम्हाला कित्येक वर्षं माहिती आहे. फीबी कोठल्या पिंचेनाच्या पाठीवर पडलेली आहे? सांगू शकाल तुम्ही?" आपली आठी चढवत हेप्झीबाने प्रश्न केला. तो पसंतीदर्शक भाव होता बरे!

"माझ्या पाहण्यात नाही बाबा तसा कोणी. आठवत नाही कधीच. काहीही असलं तरी त्याच्यात या मुलीच्या योग्यतेचा एखादा पाहण्याचं दैवात नव्हतंच माझ्या. खरं सांगू, दुसरीकडंही नाही हो. मी खूप जग बघितलंय. पुष्कळ अनुभव गाठीस आहे माझ्या. सगळीकडचं जग; स्वयंपाकघरातलं, परसदारातलं, इतकंच नव्हे तर रस्त्याच्या नाक्यावरचं आणि समुद्राच्या धक्क्यावरचंही. शिवाय जिथंतिथं

मी कामाला जातो, तिथलंपण; पण अगदी शपथेवर सांगतो मिस हेप्झीबा, या मुलीचं काम म्हणजे अगदी देवदूताच्या कामाप्रमाणे आहे हो! खोटं नाही. ती ज्या पद्धतीने आपलं काम उरकते, तशा पद्धतीनं काम करणारा माणूस मला तरी आढळलाच नाही. वा! काय काम! काय मुलगी आहे!'' अंकल व्हेन्नर उद्गारला.

तो समय आणि ती व्यक्ती लक्षात घेता व्हेन्नरकाकाची ही प्रशंसा नि:संशय थोडी अधिक होती, तरीही त्यात सत्याचा काही अंश होता यात शंकाच नाही. फीबीच्या वागण्या-बोलण्यात, हालचालींत आणि कामात एक विलक्षण चैतन्य होते. वास्तविक, तो दिवस अगदी घाईगडबडीत आणि कंटाळवाणाच गेला होता. जीजी म्हणून कामे तिला करावी लागली होती, ती काही मोठी छान नव्हती. उलट नकोशी वाटणारी आणि तशी घाणेरडीच होती, परंतु तिच्या अंगभूत स्वभावधर्मामुळे तिने ती अगदी घरकामासारखी मानली आणि सहज पार पाडली... अगदी सुखाने. त्यामुळे तिच्या त्या कष्टांना एक प्रकारच्या क्रीडेची शोभा आली. एखाद्या खेळातील सहजरम्यता आणि गती आली. आपले काम पार पाडण्यासाठी देवदूतांना कधी कसली धडपड करावी लागते का? ती जशी त्यांच्या हातून आपोआपच होत जातात आणि आकार धारण करतात तसेच फीबीचेही झाले.

एक तरुण आणि एक वृद्ध अशा त्या दोन नातलगांना दिवसाच्या या व्यापाराच्या फावल्या वेळातच आपले परस्परांवरचे प्रेम दृढ करण्याला वेळ मिळाला. एकमेकांबद्दलचा जिव्हाळा आणि विश्वासही वाढला त्यांचा. हेप्झीबासारख्या एकांतप्रिय व्यक्ती कोंडीत सापडल्या म्हणजे मोठा मोकळेपणा आणतात आपल्या वागण्या-बोलण्यात, निदान तोंडदेखले का असेना, पण प्रेमळपणाचे प्रदर्शन करतात. अशी व्यक्ती कोंडीत सापडली रे सापडली की, मग ती तुमच्या अंकित झालीच म्हणून समजा. जेकबने त्या देवदूताशी झुंज खेळल्यानंतर जे घडले ना? ... तसे!

त्या वृद्ध स्त्रीने आपल्या प्रासादाच्या खोल्यानूखोल्या फीबीला स्वत: हिंडून दाखवल्या. त्यात तिला खरोखर वाटू नये असे एक आत्मप्रौढीचे समाधान वाटले. जुन्या रीतिरिवाजाची निदर्शक म्हणून भिंतीवर जी विषण्ण चित्रे रेखाटली होती, असे आपल्याला म्हणता येईल, त्यांचा संपूर्ण अहवाल तिने तिला तोंडी कथन केला!... लेफ्टनंट गव्हर्नराच्या तलवारीच्या मुठीने खोलीच्या दरवाजावर पडलेल्या ज्या खाचा दाखविल्या. त्या खोलीत तो मृत कर्नल पिंचेन भीतभीत येणाऱ्या पाहुण्यांची भेट घेत असे. कपाळावरील त्या सर्वश्रुत तिरस्करणीय आठ्यांनीच तो त्यांचे स्वागत करी! त्या विलक्षण आठ्यांनी पसरवलेली भयाण उदासीनता आणि भीती अजूनही त्या खोलीच्या वाटेत रेंगाळताना जाणवते, असे हेप्झीबाने सांगितले. तसेच एका उंच खुर्चीवर फीबीला चढायला सांगून पिंचेन-प्रदेशाच्या जुन्या ऐतिहासिक नकाशाची पाहणी करायचा आदेश हेप्झीबाने तिला दिला. नकाशात दर्शवलेल्या जमिनीच्या एका

पट्ट्यावर बोट ठेवून हेप्झीबाने तेथे असलेल्या चांदीच्या खाणीचीही माहिती दिली. स्वत: कर्नल पिंचेनने एका स्मरणपत्रात तिचे निश्चित असे स्थळ वर्णन केले होते; पण त्या कुटुंबाचा त्यावरील हक्क सरकारने मानल्याशिवाय त्याची वाच्यता करायची नव्हती. म्हणजे पिंचेन कुटुंबाचा हक्क शाबित होण्यात अखिल न्यू इंग्लंडचेच हितसंबंध गुंतले होते तर! याच प्रासादाच्या आवारात कोठेतरी, कदाचित तळघरात किंवा बागेत इंग्लिश गिनी – सोन्याच्या नाण्यांचा प्रचंड खजिना दडवून ठेवलेला होता म्हणे!

"फीबी, जर यदाकदाचित तो तुला सापडला, तर काय मजा येईल!" असे म्हणून तिने आपली नजर तिच्याकडे वळवली आणि गंभीर पण सस्मित चेहऱ्याने ती बोलली, "असं घडलं तर आपण त्या दुकानाच्या घंटेला कायमची रजा देऊ, नाही?"

"नक्कीच. पण तेव्हा हं! आता या क्षणी मात्र तिचा आवाज ऐकू येतोय मला." फीबीने उत्तर दिले.

आलेले ते गिऱ्हाईक निघून गेले आणि मग हेप्झीबाने कोणा एका एलिस पिंचेन या बाईबद्दल खूप वेळ तिला ऐकवले – अर्थात सगळे संदिग्ध. ती रती होती म्हणे आणि एका शतकापूर्वीच्या तिच्या त्या कालात तिने कैक गोष्टी साध्य केल्या होत्या. तिच्या त्या संपन्न आणि प्रसन्न अशा व्यक्तित्वाचा सुगंध अद्यापही वास करीत होता तिथे. एखादे गुलाबपुष्प खणात पडून राहिल्याने कोमेजते व परिणामी नाश पावते, पण तरीही तो खण त्याच्या त्या सुगंधाने दरवळलेलाच राहतो ना, तसे. अशा त्या लावण्यवती एलिसवर एक फार भयंकर आणि अनाकलनीय संकट कोसळले. त्यानंतर ती दिवसेंदिवस खंगत जाऊन पांढरी फटफटीत पडली आणि अखेरीस कोमेजून कायमची निघून गेली. तथापि अद्याप या सात गेबल्सच्या प्रासादाला तिने झपाटले आहे. ती हॉर्पसिकॉर्डवर – त्या तंतुवाद्यावर मोठे करुण, सुंदर स्वर आळवताना कैकदा लोकांनी ऐकले होते – विशेषत: एखादा पिंचेन मृत्युपंथास लागलेला असताना! तिच्या त्या पारलौकिक, दिव्य स्पर्शाने छेडल्या जाणाऱ्या त्या स्वरजालातील एक रचना एका हौशी संगीतकाराने शब्दबद्ध करून टिपून ठेवली होती; पण ती इतकी करुण आणि दर्दभरी होती की, छेडला जाणारा तो करुण स्वर ऐकणे आजमितीस तरी कोणाला शक्य झाले नव्हते. अर्थात, महान दु:खाचे वाटेकरी होऊन खडतर भोग भोगण्याचे ज्यांच्या भाळी आले असेल आणि ज्यांनी याहूनही अधिक तीव्रतर असा करुणरम्य रस चाखला असेल त्यांची गोष्ट निराळी!

"म्हणजे मला दाखविलेलंच ते वाद्य ना?"

फीबीने चौकशी केली.

"हां, तेच. एलिस पिंचेनचंच आहे ते. मी जेव्हा संगीताचा अभ्यास करीत होते, तेव्हा आमच्या वडिलांनी त्याला हात लावायला मनाई केली होती आम्हाला. माझ्या संगीतशिक्षकाच्या वाद्यावरच वाजवावं लागायचं. आता ते ज्ञानही विसरलं म्हणा सगळं."

हे जुने विषय उगाळून झाल्यावर ती म्हातारी त्या छायाचित्रकाराबद्दल बोलू लागली. त्याच्याविषयी मत चांगले होते तिचे. तो उमदा होता, सज्जन होता आणि नीटनेटकाही; पण त्याची आर्थिक स्थिती फारशी ठीक नसल्यामुळे त्या सातांपैकी एका गेबलमध्ये हेप्झीबाने त्याला राहू दिले होते. पण हॉलग्रेव्हचा जसजसा अधिक परिचय होत गेला आणि त्याच्या जीवनव्यवहाराविषयी कल्पना येत गेली, तसे तिचे मत बदलले. त्याच्याबद्दल काय करावे, हेच कळेना झाले तिला. त्याचे स्नेही तर सगळे कल्पनातीत विचित्र होते. एकेक अगदी वल्ली! कोणी लांब दाढीवाले, तर कोणी लिननचे पोलकंच घालणारे. काही जण तर तऱ्हेवाईक आणि विचित्र पोशाख करायचे. अंगाला न बसणारे बिनमापाचे कपडे, अद्ययावत फॅशनचे म्हणे! त्यात पुन्हा काही जण समाजसुधारक होते; तसेच नशाबंदीवर व्याख्यान देणारी नेमस्त मंडळी होती आणि सर्वथैव तिरसट दिसणारे असे परोपकारवादीही होते आणि लेखक लोकही. हे लोक कायदा मानीत नव्हते, विशेष जेवतही नव्हते. अन्नाचा तिटकारा करून नाक मोडायचे आणि दुसऱ्याच्या अन्नाच्या वासावर जगायचे! आता त्या छायाचित्रकाराबद्दल तर एक दिवस तिला एक सामान्य दैनिकात त्याच्याविषयी छापून आलेला एक परिच्छेद वाचायला मिळाला. कायदेभंग करणाऱ्या आपल्या चळवळ्या सहकाऱ्यांसमोर त्याने केलेल्या एका भाषणाचा वृत्तान्त होता तो. एक अगदी बेफाम, उद्दाम आणि बेताल भाषण केल्याचा आरोप होता त्यात. त्याच्याविषयी आणखीही काही चाहूल तिला लागली होती – प्राण्यांवर मोहिनीविद्या चालवण्याचा सराव तो करीत होता म्हणे! जर हे खरे असले असते तर आपल्या त्या एकाकी खोलीत तो जादूटोण्याचा अभ्यास करीत असला पाहिजे आणि असे तिच्या मनात आले तर त्यात वावगे काय होते? नव्हे, तिचा हा समज चांगला मूळ धरीत होता; बळावला होता.

"खरंच, ही व्यक्ती जर अशी धोकेबाज असेल तर अशा माणसाला राहू का देतेस तू आपल्या वास्तूत? दुसरं जरी त्यानं काही वाईट केलं नाही, तरी एखाद्या दिवशी आग लावून सोडायचा तो या घराला!" फीबीने म्हटले.

"त्यासंबंधी मी तशी गाफील नाही. काही वेळा मी खरोखरच गंभीर होऊन स्वत:ला विचारते की, अशा माणसाला खरंच हाकलून द्यायला नको का? पण एक सांगू? त्याचा हा सगळा चमत्कारिकपणा जरी दिसत असला तरी तसा तो आपला एक शांत, निरुपद्रवी जीव आहे आणि दुसऱ्याचं मन जिंकण्याची, त्याला आपलंसं करण्याची एक खरोखर मोठी कलाही त्याला अवगत आहे... तेव्हा तो आवडो वा नावडो, (कारण मला त्याची पुरती कल्पनाही नाही.) त्याला कायमचं दृष्टिआड करावं, हे भावतच नाही मनाला. फार खेदही वाटतो याचा. कारण माझ्यासारख्या एकाकी जीवन कंठणाऱ्या बाईला कुणाचा इवलासा परिचयदेखील लळा लावायला पुरतो...

शक्यतो चिकटूनच राहते ती त्याला.'' हेप्झीबा उत्तरली.

''पण हे राजेश्री हॉलग्रेव्हच स्वत: कायदेभंग करणाऱ्यांपैकी एक असतील तर...!'' फीबी कानउघडणी करण्याच्या उद्देशाने म्हणाली. त्याचा मथितार्थ एवढाच होता की, हेप्झीबाने शक्यतो कायद्याच्या चौकटीत राहावे.

''मग काय? काय करायचं?...'' जरा बेफिकीरपणेच हेप्झीबा म्हणाली, कारण जीवनानुभवाने तिला तसे औपचारिकच बनवले होते. आतापर्यंत मानवी कायद्याविरुद्ध दात खायचीच पाळी तिच्यावर आली होती. शेवटी ती म्हणाली, ''पण मला वाटतं, तो स्वत:चा काहीतरी कायदा मानत असावा!''

सहा

मॉलची विहीर

सकाळचा चहा झाल्यानंतर गावाकडची ती मुलगी बागेत भटकायला गेली. ते आवार पूर्वी खूपच विस्तीर्ण होते, पण आता एका लहानशा वर्तुळात ते मर्यादित झाले होते. एका बाजूने उंच लाकडी कुंपण आणि दुसऱ्या बाजूने पलीकडच्या रस्त्यावरील इमारतीची रांग यांनी त्याला मुरड घातलेली होती. त्या आवाराच्या मध्यावर एका छोट्या, उद्ध्वस्त इमारतीभोवती गवताळ जमिनीचा एक पट्टा होता. त्या गवतामुळे त्या इमारतीच्या मूळ आकृतीची नेमकी कल्पना येत होती. त्या इमारतीचा उपयोग पूर्वी कधीतरी उन्हाळ्यातील एक हवेशीर बंगला म्हणून केल्याचे दिसत होते. मुळ्यांतून वर आलेल्या गेल्या सालातील बोगनवेलींनी त्या इमारतीवर चढायला सुरुवात केलेली होती. अर्थात, तिची हिरवीगार शाल तिच्या छपरावर पसरायला खूप अवकाश होता. त्या प्रासादाच्या सात गेबलांमधील तीन गेबल्स खाली बागेकडे पुढच्या बाजूने तरी किंवा दोन्ही बाजूंकडून बघत होती. त्यांच्या मुद्रेवर आणि नजरेत कमालीचे गांभीर्य दिसत होते.

बागेतील काळी सकस जमिनीनं कैक वर्षे मातीचा कुजवटा खाऊन चांगली कसदार झाली होती. गळून पडलेला पालापाचोळा, फुलांच्या पाकळ्या आणि वाटेल तशा वाढणाऱ्या रोपट्यांचे देठ व बी यांचे खूप खत मिळाले. ती रोपे तशीच सूर्यप्रकाशात वाऱ्यावर डुलत, फडफडत राहिली असती, तर त्यांचा एवढा उपयोग झाला असता की नाही, कोण जाणे! त्यांच्या विनाशानंतरच त्यांनी उपकार केले त्या जमिनीवर! अशा प्रकारच्या हलक्या वनस्पतींच्या रूपाने भूतकाळातील पापेच पुन्हा वर उठून येतात असे म्हणावेसे वाटते. (समाजही आपल्या दुर्गुणांची अशीच

पाठवणी करतो) मौज अशी की, हे असले तण माणसांच्या वस्तीच्या आसपासच मूळ धरण्याची इच्छा करीत असते. तथापि या बागेतील अशा तणांची वाढ थोपविण्याचे काम कोणीतरी दररोज, अगदी पद्धतशीरपणे, काळजीपूर्वक कष्ट घेऊन करत असले पाहिजे असे फीबीला आढळले. त्या मोसमाच्या आरंभापासून ते पांढरे रानगुलाबाचे झाड अगदी नव्याने घराच्या भिंतीला टेकले होते. त्याशिवाय तेथे एका पीअरचे झाड, तीन जांभळाची झाडे आणि बेदाण्याच्या झुडपाची एक रांग एवढी फळझाडे होती. त्या झाडांवरही काटछाटीच्या खुणा आढळत होत्या. अवास्तव वाढलेल्या आणि नासक्या, सडलेल्या फांद्या कापून टाकल्या होत्या कोणीतरी. बागेत काही फुलझाडेही होती, चांगल्या प्राचीन आणि पिढीजात जातीची अशी. त्यांची वाढ विशेष झालेली नव्हती तरीपण खुरपणी, मशागत वगैरे मोठ्या आस्थेवाईकपणे केलेली होती. त्या कष्टाच्या मागे त्या माणसाचे त्या झाडांवरील प्रेम, त्यांच्याविषयीचे औत्सुक्य दिसून येत होते; जणूकाय त्यांना शक्य असेल तेवढे पूर्णत्व मिळवून देण्याचा घोरच त्याला लागून राहिला होता. बागेच्या राहिलेल्या भागात भाजीपाला लावला होता. खाण्यास योग्य अशा भाज्या अगदी प्रतवारीने लावून त्यांचे भाग पाडलेले होते. त्यांची वाढही व्यवस्थित झालेली होती. अगदी प्रशंसनीय म्हणा ना! तेथे पाडाला आलेली समर-स्क्वॅशसारखी फळे तसेच कलिंगडे, टरबूज वगैरे उन्हाळी फळे होती. मूळ वेलीपासून दूर, इकडेतिकडे पसरणारी वाळके होती. घेवड्याच्या शेंगाच्या दोन-तीन हारी होत्याच. त्यातल्याच आणखी काही खांबांवर चढून तोरण बांधण्याच्या तयारीला लागल्या होत्या. टोमॅटोकरिता खास जमीन केलेली होती. त्यांच्या आधाराची व्यवस्था होती. सूर्यप्रकाश छान येत होता. साहजिकच, थोडक्या काळात ती रोपे अवाढव्य फोफावली. त्यांचा हंगाम लवकर सुरू होऊन विपुल पीक येणार होते, यात शंकाच नव्हती.

हा भाजीपाला लावण्याचे कष्ट व काळजी कोणी घेतली असावी? ही जमीन एवढी स्वच्छ आणि व्यवस्थित कोणी ठेवली असावी? या प्रश्नांची उत्तरे शोधण्याचा फीबी प्रयत्न करू लागली. त्या कामाचा तिला मोठा अचंबा वाटला. ते काम तिच्या चुलत बहिणीचे म्हणजे हेप्झीबाचे नव्हते, हे निर्विवाद. ती बाजूच नव्हती तिच्या वृत्तीत. त्याची रुचीच नव्हती तिला. खरे म्हटले, तर स्त्रीला फुलझाडे प्रिय वाटतातच बहुधा, पण हेप्झीबाचा जीवनमार्गच वेगळा नव्हता का? तपस्विनीचा धर्म स्वीकारल्यागत वागत होती ती! त्यात त्या उदासवाण्या, खिन्न मनोवृत्तीच्या प्रासादाची छाया डोक्यावर. उघड्या आकाशाखाली, मोकळ्या, प्रसन्न अशा स्वच्छंदी वातावरणात घेवडा, वाळके, कलिंगडे यांच्या भाईबंदीत मिसळून खुरपणी म्हणा, निंदणी म्हणा, वगैरे मशागतीची कामे करणे झेपलेच नसते तिला. अहो, मनातच

जे नाही ते हातात कुठले येणार?

आपल्या खेडेगावाहून इकडे आल्याला फीबीला एकच दिवस झाला होता. ग्रामीण वातावरणाचा संबंध तुटल्यामुळे तिला बागेच्या त्या छोट्याशा जागेत, झाडाझुडपांत, खानदानी फुलांच्यात आणि सर्वसाधारण भाजीपाल्यांत एक वेगळे सौंदर्य आढळले. तिच्या ध्यानीमनी नसलेले... अगदी अनपेक्षित होते ते सर्व! त्या जागेवर दैवी नजर मोठ्या कौतुकाने पाहत होती. त्या स्वर्गीय मुद्रेवर एक स्मितही विलसत होते. त्या धुळकट गावात जागा न मिळाल्याने निराश झालेल्या निसर्गाला निदान आपले अस्तित्व टिकवण्याइतकी जागा या ठिकाणी मिळाली होती, याचा आनंद झाला होता जणू तिला! त्या स्थळाला एक प्रकारचा रानवट पण सुकुमार असा डौल आलेला होता. तेथे असलेल्या पीअरच्या एका झाडावर रॉबिन पक्ष्याची एक जोडी घरटे बांधून राहिली होती. त्याच्या फांद्यांच्या गर्द गुंतवळीत त्यांना सुंदर जागा सापडली होती. अतिशय सुखात कालक्रमणा करत होते ते पक्षी. आपल्यातच रमलेल्या त्यांच्या वास्तव्यामुळे एक वेगळी शोभा आलेली होती. आणखीन एक विलक्षण गोष्ट दिसत होती. मधमाश्यांनादेखील त्या जागेची मोठी ओढ लागल्यासारखे दिसत होते. वास्तविक, त्यांची पोळी खूप लांब असलेल्या शेतातील एका घराच्या भिंतीला लटकलेली होती. अनेक मैलांचे अंतर तोडून येथे येण्याचे कष्ट त्यांनी घेतले होते. त्या दिवसभरात मध शोधण्याकरिता म्हणून किंवा त्याचे ओझे वाहून नेताना त्यांनी काय कमी येरझाऱ्या घातल्या असतील! हवेतील प्रवासच म्हणायचा तो! आता वास्तविक बराच वेळ झालेला होता; तरीही एखाद्या स्क्वॅशच्या कोशातून मधुर गुणगुण ऐकू येत होतीच. त्यांच्या खोल अंतरंगात प्रवेश करून त्या उद्योगी मधमाश्या आपले बहुमोल कष्ट वेचीत होत्या. याशिवाय, दुसरी एक गोष्ट त्या बागेत होती. तिच्यावर हक्क सांगावा म्हणून मानव व निसर्ग यांच्यात मोठा वाद व्हावा एवढे महत्त्व होते त्या गोष्टीला. त्या वादात अखेरीस निसर्गाचीच सरशी होण्याची शक्यता होती. किती झाले तरी त्याचीच निर्मिती होती ती. माणसाने नंतर त्याच्यावर केवढी का कलाकुसर केलेली असेना. ही वादग्रस्त गोष्ट म्हणजे त्या बागेतून वाहणारा एक झरा. त्याच्याभोवती दगडाचे एक गोल कडे केलेले होते. आता त्यावर शेवाळेही साठलेले होते चिक्कार! त्याच्या पात्रात गारेच्या रंगीबेरंगी दगडांचा उपयोग करून सुशोभित असे नक्षीकाम केलेले होते. वर उसळणाऱ्या त्या झऱ्याच्या प्रवाहातील पाण्याचा खेळ, त्याची होणारी किंचित खळखळ यांच्यामुळे त्या रंगीबेरंगी सागरगोट्यांतून एक वेगळी जादू निर्माण व्हावयाची. चित्रविचित्र आकाराची भुते उठायची त्यांतून. त्यांची रूपे सतत बदलत असायची. ओळखता येण्यापलीकडे असायची ती अदृश्य होताना. तेथून ते पाणी त्या शेवाळयुक्त दगडाचे कडे पार करून पुढे पसरत सरकायचे. सावकाश कुंपणाखालून वाहत पुढे

जायचे. तेही पाटातून म्हणण्यापेक्षा गटारातूनच म्हणावे लागते नाइलाजाने.

झऱ्यापासून थोड्या अंतरावरच्या त्या बागेच्या एका कोपऱ्याच्या टोकाला एक कोंबड्यांचे खुराडे होते. त्याची दखल आपण घेतलीच पाहिजे. त्या खुराड्यातील कोंबड्यांना मोठा पुरातन असा इतिहास होता. तसे ते खुराडे खूप जुने होते. आता सध्या त्यात केवळ एक कोंबडा, त्याच्या दोन माद्या आणि एकुलतेएक पिल्लू होते. पिंचेनांच्या पिढीजात वारशाचे अविभाज्य असे घटकच होते ते पक्षी! त्यांनी त्या कोंबड्यांची पैदासही मोठ्या काळजीने केलेली होती. त्यामुळेच माणसांच्या पिढीबरोबर त्यांचीही पिढी वाढत पुढे आली. सध्याच्या या पैदाशीचे ते अगदी अस्सल आणि शुद्ध असे नुमने होते. खरोखर, त्या जेव्हा अगदी भरात असतील तेव्हा त्या जवळजवळ टर्की कोंबड्याएवढ्या दांडग्या दिसल्या असाव्यात. त्यांच्या लुसलुशीत अशा मांसाचे मूल्यच करायचे म्हटले, तर एखाद्या राजपुत्राच्या ताटात जाण्याचीच त्यांची योग्यता होती. या दंतकथेवर आधारलेल्या त्यांच्या ख्यातीची साक्ष त्यांनी घातलेल्या एका मोठ्या अंड्याच्या कवचावरून पटली असती. जवळजवळ शहामृगाच्या अंड्याचीच आठवण करून देत होते ते! तसा इतिहास असला, तरी आज त्या कोंबड्या तशा लहानच वाटत होत्या; कबुतराहून थोड्या मोठ्या. त्यांचे रूपही मोठे चमत्कारिक, खचून गेलेले आणि फिकट पडल्यासारखेच दिसत होते. त्यांच्या चालण्यात तर मुळीच डौल नव्हता. वातरक्ताने पिडल्याप्रमाणे चालायच्या त्या. तेच त्यांच्या खुटखुटण्याचे व कलकलण्याचेही. त्या कशाही खुटखुटल्या तरी त्यातून दुबळे, निरुत्साही आणि उदास असे स्वर यायचे. त्यांचे खानदान शुद्ध राहावे म्हणून नको ती कडक खबरदारी घेण्यात आल्याचा तो परिणाम होता की काय असे वाटायचे पुन:पुन्हा. पुष्कळ उमद्या वंशांचा असाच ऱ्हास होत असतो. या पक्ष्यांचीही तीच स्थिती झाली. काही असो, या कोंबड्यांनी जरुरीपेक्षा जास्त दिवस त्यांच्या त्या विशिष्ट वेगळेपणात काढले होते. त्या इतिहासाची कल्पना होती म्हणूनच की काय, त्या वंशाचे सध्याचे हे प्रतिनिधी अशा मरगळलेल्या स्थितीत जगत होते. त्यांनी कसाबसा आपला जीव जगवला होता, यात संशय नव्हता. अर्थात, अधूनमधून एखादे अंडे घालायचे, त्याच्यावर बसून ते उबवायचे या गोष्टी चालूच होत्या. त्यापासून त्यांना स्वत:ला कसलेच सुख मिळत नव्हते. त्यांच्या मनात एकच भावना होती. ती म्हणजे एकेकाळची आपली कौतुकास्पद वाटणारी जात संपूर्णपणे नष्ट होऊ द्यायची नाही. त्यांच्या शिरावरचा तो तुरा त्यांचे मानचिन्हच होता. त्याची वाढ खूपच कमी होती; अगदी शोचनीयच. अलीकडे त्यांच्याकडे पाहताच हेप्झीबाच्या शिरोभूषणाशी त्यांचे असलेले साम्य ध्यानात येई. तसे ते अंशत:च होते, तरीही ते विचित्रच वाटायचे; एका अर्थाने दुष्टही. फीबीला तर खूप यातना व्हायच्या. तिच्या सदसद्विवेकबुद्धीला क्लेश होत त्यामुळे. ते

तिला टाळताच येत नव्हते. ते उदास द्विपाद पक्षी आणि तिची आदरणीय नातलग या दोघांच्यात सर्वसाधारण साम्यच आढळले होते तिला.

त्या पक्ष्यांची भूक भागवावी म्हणून पावाचे थोडे तुकडे, शिजवून थंड केलेले बटाटे आणि असेच काही पदार्थ आणण्यासाठी ती मुलगी आत पळाली. परत आल्यानंतर तिने एक विशिष्ट साद दिली. ती त्या पक्ष्यांना ओळखीची वाटली. खुराड्याच्या कुंपणामधून सरपटत ते पिल्लू बाहेर आले. तिच्या पायांशी अगदी तुरुतुरु पळत आले. तिकडे तो कोंबडा आणि त्याच्या त्या उच्चकुलीन माद्या आपल्या डोळ्यांच्या कोपऱ्यांतून तिरपे आणि चोरटे दृष्टिक्षेप टाकीत तिला न्याहाळू लागल्या. 'क्वॅ-क्वॅ-क्वॅ' करीत ओरडायला लागल्या; जणूकाय फीबीच्या स्वभावाबद्दलचा आपला जाणता अभिप्राय एकमेकींना कळवत होत्या त्या! त्यांचा हा सगळा पवित्रा जितका सुज्ञ तितकाच जुन्या पद्धतीचा होता. त्यातून एक गोष्ट स्पष्ट होत होती, त्यांचा वंश केवळ कालमान्य होता; एवढेच नव्हे, तर सात गेबल्सच्या प्रासादाच्या उभारणीपासून त्यांनी आपले व्यक्तिगत अस्तित्व टिकवले होते. त्यांचे स्वत:चे असे एक व्यक्तिमत्त्व होते, अनुभवान्ती घडवलेले एक वेगळे व्यक्तिमत्त्व. साहजिकच, त्या प्रासादाच्या भवितव्याशी त्यांचा संबंध आलाच. थोडेफार मिसळून गेलेही त्यात ते. संरक्षक चेटुकाचीच एक जात होती ती; किंवा त्यांना 'बान्शी' म्हणता येईल. ती परीही संरक्षकाचेच काम करते. अर्थात, इतर संरक्षक देवदूतांपेक्षा त्यांचे पंख व पिसे वेगळी दिसत होती, इतकेच!

"ऑ, ऑ, ऑ, चला, चला, या... येरे बच्च्या! येरे पिल्या! चल घे! तुला छानछान खायला आणलं आहे बघ! चल...." फीबी म्हणाली.

ते पिल्लू जवळजवळ त्याच्या आईएवढेच मोठे वाटत होते. त्याच्या वाडवडिलांची एक प्रतिमाच छोटीशी. त्या पूर्वजांची प्राचीन परंपरा घेऊन आले होते ते. अंगात बळ आणि पुरेशी तरतरी आणून ते फडफडत वर उडून अलगद फीबीच्या खांद्यावर येऊन बसले.

"छान! सुरेख! ते कोंबडीचं पिल्लू मोठाच सन्मान करत आहे तुमचा! फार छान!" फीबीच्या मागून एक आवाज आला.

फीबी ताडकन मागे फिरली. एका तरुण माणसाला समोर आल्याचे पाहताच दचकलीच ती. दुसऱ्या एका गेबलातील दरवाजाने तो बागेत आला होता. ती आत आली तो दरवाजा वेगळाच होता. त्याच्या हातात एक कुदळ होती. फीबी कोंबड्याकरिता खायचे काही आणण्यासाठी आत गेली त्या वेळी तो टोमॅटोच्या झाडांची भांगलण करत होता. त्यांच्या मुळांजवळची माती खालीवर करण्यात गढून गेला होता.

"तुमची आणि त्या पिल्लाची जुनी ओळख असल्यासारखं वागतंय ते

तुमच्याबरोबर!'' तो अगदी शांत आवाजात म्हणाला. त्याच्या चेहऱ्यावरच्या स्मितामुळे फीबीला अपेक्षित होता त्याहून अधिक मोहक वाटला त्याचा चेहरा. तो आणखीन म्हणाला, ''अहो, त्या पाहा, त्या म्हाताऱ्या कोंबड्यादेखील तुमच्याकडं आकृष्ट झाल्यासारख्या दिसतात. खुराड्यातून मोठ्या मायेनं पाहत आहेत तुमच्याकडं त्या. अगदी नशीबवान आहात बुवा! केवढ्या लवकर त्यांची कृपादृष्टी संपादन केलीत तुम्ही! आता हेच बघा की, त्या मला तुमच्यापेक्षा खूप आधीपासून ओळखतात. मी त्यांना खायला काहीतरी आणत नाही, असा एकही दिवस जात नाही, पण त्याची जाणीव त्यांना नाही. आजवर कसलाच घरोबा केला नाही त्यांनी माझ्याबरोबर. त्यांचं माझं इतकं जमलंच नाही. मला वाटतं की, हेप्झीबा या वस्तुस्थितीचा निश्चितपणे वेगळा अर्थ लावणार. तिच्याजवळ असलेल्या इतर आख्यायिकांशी त्याचा संबंध जोडणार. या कोंबड्या तुम्हाला एक पिंचेन म्हणून ओळखतात, असं एक सार काढणार त्यातून! बघा तर खरं!''

''पण खरी गंमत दुसरीच आहे. कोंबड्या, त्यांची पिल्लं यांची भाषा येते मला. त्यांच्याशी कसं बोलावं ही कला मला अवगत आहे. हे एक इंगितच आहे तसं.'' फीबीने हसतहसत सांगितले.

''छे! छे! या खानदानी वंशाच्या कोंबड्या आहेत. समजलात? एखाद्या धान्यकोठाराच्या अंगणात चरणाऱ्या सामान्य कोंबड्यांची अडाणी बोली त्या समजून घ्यायला बसल्यात म्हणता काय? नाव नको. त्यांची हेटाळणी होईल त्यात. त्यांनी कुटुंबाची परिचित साद ओळखली हेच खरं. किती झालं तरी तुम्ही पिंचेनांपैकी नाही का? निदान मला तरी हा विचार पटतो. मिस हेप्झीबालाही पटेल तो.'' तो तरुण उत्तरला.

''मला फीबी म्हणतात. फीबी पिंचेन. माझ्या चुलत बहिणीच्या – हेप्झीबाच्या – बागेवर तुमची देखरेख आहे, हे मला ठाऊक नव्हतं. छान निगा ठेवलीत हं!'' थोड्याशा संकोचाने फीबी म्हणाली. कारण आपली ओळख त्या वृद्ध कुमारिकेने सांगितलेल्या छायाचित्रकाराबरोबर होत आहे, हे तिने जाणले. त्याच्या कायद्याचा आदर न करण्याच्या स्वाभाविक प्रवृत्तीबद्दल तिला न रुचणारी अशी कल्पना तिला आधीच मिळालेली होती.

हॉलग्रेव्ह त्यावर म्हणाला, ''खरं आहे ते. या काळ्या, जुन्या मातीत मी पुष्कळ काम करतो – भांगलण, खुरपण, निंदणी. अनेकांनी गेले कित्येक दिवस तिच्यात कष्ट केले, पेरले आणि पीकही काढले. त्यातून त्या जमिनीत जो काही मूळचा निसर्गदत्त कस आणि साधेपणा उरला असेल त्यापासून उत्साह मिळावा म्हणून हे मी करतो म्हणा ना! जमीन भांगलायला लागलो की माझी करमणूक होते. तसा माझा नेमस्त व्यवसाय निराळाच आहे. अजूनपर्यंत तरी करतोय मी तो. त्याला

लागणारं साहित्य अधिक नाजूक असत. थोडक्यात सांगायचं म्हणजे, मी सूर्यप्रकाशाच्या साहाय्यानं फोटो घेतो. माझा हा व्यवसाय लोकांच्या डोळ्यांत भरण्याच्या जातीचा नाही, म्हणून तर या काळोख्या गेबलमध्ये राहू देण्याबद्दल मिस हेप्झीबाचं मन वळवू शकलो आहे मी. त्या खोलीत प्रवेश करणं म्हणजे डोळ्यांना मलमपट्टी बांधून आत शिरण्यासारखं आहे. मी घेतलेली चित्रं पाहण्यासाठी याल तुम्ही तिकडं? आवडेल का तुम्हाला?''

''हां, हां, त्या डाग्युरोटाइपच्या पद्धतीची चित्रंच म्हणता ना आपण?'' आता थोडासा जादा मोकळेपणा दाखवत फीबीने प्रश्न केला, कारण त्याच्याविषयी पूर्वग्रह असूनही तिच्या स्वतःच्या तारुण्यसुलभतेने त्याच्यातील तशा वृत्तीला सामोरे जाणे तिने पसंत केले. ''खरं म्हणाल तर मला त्या पद्धतीची चित्रं सहसा आवडत नाहीत. तशी ती फार खरबरीत आणि डोळ्यांना रखरखीत वाटतात. शिवाय ती दृष्टीला चकवतात, पण जवळजवळ निसटूनच जातात तिच्यापासून म्हणू या. मला तर असं वाटत आलं आहे की, आपण दिसायला आकर्षक नाही याची त्यांना जाणीव असते आणि त्यामुळंच आपल्याकडं कोणीतरी बघावं याचा त्यांना द्वेष वाटत असतो उगीचच.''

''जर तुमची हरकत नसेल, तर त्या पद्धतीनं घेतलेलं छायाचित्र एका अतिशय मनमिळाऊ चेहऱ्यावर असमाधानाच्या कोणत्या छटा उमटवतं, हे बघायचं आहे मला. अर्थात, तुमच्या म्हणण्याशी मीही सहमत आहे थोडासा. तुमच्या म्हणण्यात निश्चित तथ्यांश आहेच. माझ्याजवळ असलेल्या बहुतेक प्रतिमा निश्चितपणे तुसड्या वृत्तीच्या दिसतात, परंतु मुळातच त्या व्यक्ती तशा असतात हेच पुरेसं कारण आहे त्याला. आकाशातील या अफाट पसरलेल्या साध्या-सरळ सूर्यप्रकाशाजवळ एक आश्चर्य वाटण्याजोगी सूक्ष्म दृष्टी आहे. आपण त्याला केवळ पृष्ठभाग चित्रित करण्याचं श्रेय देतो खरं, परंतु प्रत्यक्षात तो अधिक काही करतो. त्या प्रतिमा-वस्तूचं स्वभावरहस्य तो उजेडात आणतो. एखाद्या चित्रकाराला त्याची जाणीव होऊनही ते चित्रित करण्याचं धाडस होणार नाही. त्याच्याजवळ ते धैर्यच असणार नाही. माझ्या कलेच्या या सीध्या क्षेत्रात कोणाची खुशामत करण्याची तरी वृत्ती नाही निदान. आता हीच बघा. ही तसबीर मी पुनःपुन्हा घेतलेली आहे, पण अजून माझं समाधानच होत नाही. मला हवं तसं यश मिळालं नाही. मला हवा असणारा परिणाम नव्हेच तो. तथापि सामान्यजनांच्या मतानं पाहिल्यास त्या मूळ व्यक्तीच्या चेहऱ्यावर एक वेगळाच भाव असतो. आता तुम्हाला या चित्रातील मूळ व्यक्तीत आणि या चित्रात काय फरक वाटतो ते बघू या. कृपया तुमचा अभिप्राय हवा आहे मला.'' फीबीकडे बघत तो कलावंत म्हणाला.

एका उत्तम प्रतीच्या चामड्याच्या आवरणातून त्याने डाग्युरोटाइपने घेतलेली

एक अल्पाकृती तिच्यासमोर धरली. फीबीने एक वेळच तिच्याकडे बघितले आणि आपल्याला तो चेहरा ठाऊक असल्याचे सांगून परत केली ती. "सारा दिवस ती क्रूर नजर माझा पाठलाग करते आहे. तो माझा प्युरिटन पूर्वज आहे. त्या पलीकडच्या बसायच्या खोलीत टांगलेला आहे तो. त्या भव्य तसबिरीतील ती काळी मखमली टोपी आणि त्याची ती करडी दाढी यांना वगळून ही प्रत तयार केली असावी तुम्ही. तशी एखादी कला आहे तुमच्याकडं नक्की. त्याचा झगा आणि गळपट्टा यांच्या जागी तुम्ही अलीकडच्या फॅशनचा कोट आणि सॅटीनचा गळपट्टा चढवला आहे, पण तुम्ही केलेल्या या अदलाबदलीमुळं त्याच्यात फार मोठा फरक झालाय, असं मला वाटत नाही." फीबी सांगू लागली.

हसतहसतच पण किंचित चकित होऊन विचारावे तसे हॉलग्रेव्ह म्हणाला, "आणखीन अधिक वेळ पाहिलं असतंत तर आणखीन काही फरकही लक्षात आले असते तुमच्या. अहो, हा अगदी अलीकडच्या काळातील चेहरा आहे. या माणसाची व तुमची भेट होण्याचा संभवपण आहे. आता आपल्या बोलण्यातील महत्त्वाचा मुद्दा हा की, हा मूळचा माणूस जगाच्या दृष्टीनं फार सभ्य आहे. त्याचे अतिशय जवळचे मित्रही त्याची खात्री देतात. त्याचा चेहरा प्रसन्न असतो नेहमी. त्याच्याकडं चांगुलपणा, दिलदार अंत:करण, खुसखुशीत नर्मविनोद या आणि अशाच प्रशंसनीय गोष्टी आहेत. वस्तुस्थिती अशी आणि सूर्यप्रकाश सादर करतो अगदी संपूर्ण उलटं चित्र. प्रत्यक्ष पाहिलंतच ना! काय सांगू तुम्हाला, पाच-सहा वेळा तरी मी प्रयत्नांची शिकस्त केली. अतिशय चिकाटी दाखवली हो! आता या चित्रातील चेहरा बघा, त्यावरचे भाव बघा. केवढा लबाड, गूढ, कठोर, सत्तापिपासू वाटतो नाही? आणि त्यावर कळस म्हणून वर भावनाशून्यही, थंडगार बर्फागत. त्याचे ते डोळे बघा! त्याच्या इशाऱ्यावर नाचणं आवडेल? त्याचं ते तोंड तरी काय? कधीतरी स्मिताची रेषा उमटेल का तिथं? आणि त्या खऱ्याखुऱ्या माणसाचं ते स्नेहपूर्ण, प्रसन्न असं हास्य पाहाच! त्याच्यासारख्या मान्यवर आणि सार्वजनिक आदराला पात्र ठरलेल्या व्यक्तीचं साम्य त्याच्या चित्रात उठू नये, हे त्याचं दुर्दैवच म्हणावयाचं."

"असू दे. मला पुन्हा एकदा त्याच्याकडं पाहावंसं वाटत नाही बिलकूल. त्या जुन्या तसबिरीसारखंच आहे ते. पराकाष्ठेचं साम्य आहे त्याच्यात. परंतु माझ्या चुलत बहिणीकडं – हेप्झीबाकडं आणखीन एक छोटं चित्र आहे. एक अल्पाकृती. ती ज्याची आहे ती व्यक्ती जिवंत असेल अजून तर सूर्यालाही धुडकावून लावील ती. त्याचा चित्रातील चेहरा कठोर व उग्र करण्याच्या बाबतीतलं ते एक आव्हानच ठरावं." आपली नजर वळवून फीबी म्हणाली.

"अस्सं! म्हणजे तुमच्या पाहण्यात आलं तर ते चित्र! छान. मला ते बघायला

मिळालंच नाही कधी. मला मोठी उत्सुकता लागून राहिली आहे ते पाहण्याची. म्हणजे एकंदरीत, त्या चेहऱ्याबद्दल तुमच्या मनात सद्भावना आहेत म्हणू या.'' अत्यंत आस्थेवाईकपणे त्याने चौकशी केली.

''खरंच, त्याच्याइतक्या गोड चेहऱ्याचा माणूस अस्तित्वात असणंच शक्य नाही. इतका नितळ व सुकुमार चेहरा पुरुषाचा असेल याची शंका यावी.'' फीबी म्हणाली.

''त्यांच्या नजरेत खुनशीपणाची अशी झाक नाही? कुठंच गूढ आणि दुष्ट असं काही नाही? त्याच्याकडं पाहिल्यानंतर मूळचा माणूस एखाद्या महान गुन्ह्याबद्दल दोषी ठरला होता, याची जाणीव झाली नाही तुम्हाला?''

हॉलग्रेव्हने मोठ्या कळकळीने विचारले. त्याची ती तळमळ पाहून फीबी एकदम ओशाळली. त्यामुळे त्याच्या नुकत्याच झालेल्या परिचयानंतरचा मोकळेपणाही मावळला.

''हा शुद्ध मूर्खपणा आहे. तुम्ही तर ते चित्र पाहिलं नाही म्हणता आणि त्याच्याविषयी असं काहीतरी बोलून जाता. आपल्याला बरं दिसत नाही असं बोलणं. तुमचा काहीतरी गैरसमज होत आहे. त्याच्या जागी तुम्ही दुसऱ्या कोणालातरी बसवत आहात. एक महान गुन्हा! खरंच! हेप्झीबा तुम्हाला मानते. तुम्ही ते चित्र बघाच एकदा. तुम्हाला ते दाखविण्याविषयी बोलाच एकदा.'' फीबीने किंचित चिडून म्हटले.

''पण मला वाटतं, त्याच्यापेक्षा ती मूळ व्यक्तीच पाहणं अधिक उत्तम. त्यामुळं माझा उद्देश तरी सफल होईल. त्याच्या वर्तणुकीबद्दल चर्चा करण्याची गरजच नाही. ते काम अगोदरच एका कार्यक्षम न्यायसभेनं केलेलंच आहे. निदान ते लोक स्वत:ला तसं म्हणवून तरी घेत होते. हो, पण जरा थांबा हं! कृपया एवढ्यात जाऊ नका! मला तुमच्याशी एका गोष्टीबद्दल बोलायचं आहे.'' तो छायाचित्रकार संथपणे म्हणाला.

तसे पाहिले तर फीबीच्या मनात परतायचेच होते, परंतु ती थोडी घुटमळली. पुन्हा मागे वळली. त्याच्या वागण्याचा तिला अर्थ लावता येईना. अर्थात, एक गोष्ट स्वच्छ होती. त्याच्या वागण्यात औपचारिक शिष्टाचाराचा अभाव होता. एखाद्याचा अपमान करण्याइतका उद्धटपणा खचितच नसावा. थोड्याफार अधिक अभ्यासाने त्याचे हे वैशिष्ट्य लक्षात येत होते. आता त्याला जे सांगायचे होते, त्याच्यामागे एक प्रकारच्या अधिकाराची झाक होती. वस्तुत: हेप्झीबाच्या सौजन्यानेच तो त्या बागेत येत-जात होता, पण आता त्याने असा आव आणला होता, की ती बाग जणूकाय त्याच्या स्वत:च्याच मालकीची वाटावी.

तो म्हणाला, ''इथली ही फुलझाडं, या इतिहासप्रसिद्ध खानदानी, उंची

कोंबड्या तुम्ही आपल्या कृपाछत्राखाली घेण्याची कल्पना कशी वाटेल तुम्हाला? मला तर तसं करण्यात मोठा आनंद वाटेल. खेडेगावचं वातावरण, तिथले व्यवसाय यांच्यापासून नुकत्याच तुम्ही दूर आला आहात. तुम्हाला अशा घराबाहेरच्या कोणत्या ना कोणत्या उद्योगाची जरुरी भासेल. या फुलांत मी स्वतःला तसा गुंतून ठेवू शकणार नाही. म्हणून म्हणतो, तुमच्या अगदी मनासारखी त्यांची काळजी घ्या. हवं तसं वळण द्या. मला जेव्हा एखादं टवटवीत फूल पाहिजे असेल तेव्हा माझ्याकडच्या भाजीपाल्याच्या बदल्यात ते द्या म्हणजे झालं. हा भाजीपाला हेप्झीबासाठी आहे. तिच्या ताटाला शोभा यावी म्हणून. चला मग, आपण या कष्टातले भागीदार होऊ – वर्णभेदाच्या पद्धतीबरहुकूम थोडेफार.''

त्याच्या या विनंतीला फीबीने शांतपणे रुकार दिला. त्याबद्दल तिला स्वतःचे आश्चर्यही वाटले. तिने फुलांचा ताटवा खुरपण्याचे कामही सुरू केले; तरीही विशेष म्हणजे त्या तरुण पुरुषाबद्दलच्या चिंतनातच ती जास्त रस घेऊ लागली. अगदी तिच्या नकळत ती त्याच्याबद्दलच्या अनुकूल बाजूकडे झुकली. त्याच्याशी असणारा आपला परिचय दृढ व्हावा, असे तिला वाटू लागले. मौज अशी की, तो तिला तसा मुळीच आवडला नव्हता. एखाद्या विचक्षण व्यक्तीलादेखील त्याच्या स्वभावाचे आकलन होत नव्हते. साहजिकच, ती खेडेगावातली मुलगी गोंधळून गेली. त्याच्या संभाषणात एक प्रकारचा साधा मोकळेपणा होता, खेळकरपणा होता, पण त्याचा तिच्या मनावर होणारा परिणाम गंभीर वाटायचा. तो तरुण होता म्हणूनच, नाहीतर त्या संभाषणात एक विचित्र उग्रता भासायची. त्या कलावंताच्या स्वभावात एक प्रकारची आकर्षणशक्ती होती. त्या शक्तीचा तो तिच्यावर अंमल करी. अशा या स्थितीत नकळत ती त्या शक्तीबरोबर झगडत होती.

बराच वेळ झाला होता. वातावरणातील संधिप्रकाश वाढला. फळझाडे व सभोवतालच्या इमारती यांच्या सावल्यांनी तो संधिप्रकाश अधिकच धूसर दिसू लागला आणि ती बागही सगळी अंधारून गेली.

''चला! रात्र झाली! काम थांबवू या आता! तुटला एकदाचा हा बीनचा देठ. शेवटचा घाव घातला गेला. बरं आहे, गुड नाइट, मिस फीबी पिंचेन! आता या एक दिवस आमच्या सेंट्रल स्ट्रीटच्या खोलीवर. चांगला उन्हाचा दिवस पाहून या. येताना केसांत त्यातलं एखादं गुलाबाचं फूल माळायला विसरू नका हं. मग सूर्यप्रकाशाचा एक अतिशुभ्र किरण पकडून ते फूल आणि ते डोक्यात घालून आलेलं माणूस या दोघांचं सुंदर चित्र टिपतो.'' हॉलग्रेव्ह म्हणाला.

असे म्हणून तो आपल्या स्वतःच्या एकाकी गेबलकडे गेला. दरवाजाजवळ पोहोचल्यावर त्याने मागे सवळून फीबीला हाक मारली. त्याचा त्या वेळचा आवाज तसा हसरा असला, तरी त्याच्यात अर्धाअधिक जिव्हाळा दिसत होता.

त्याने म्हटले, "अहो, हे पाहा! त्या झऱ्यातलं पाणी मात्र प्यायचं नाही बरं का! हां, त्या तिथल्या मॉलच्या विहिरीचं. ते पिऊ तर नकाचनका, पण तोंडही धुऊ नका तिथं!"

"मॉलची विहीर? म्हणजे शेवाळी दगडांचे काठ असलेली ती. मी कशाला पाणी प्यायला जाईन तिथं? छे! छे! मुळीच माझ्या मनात येत नाही तसं काही, पण का बरं? का प्यायचं नाही?"

"छान! अहो, त्याचं पाणी मंतरलेलं आहे. एखाद्या म्हाताऱ्या बाईच्या चहाच्या कपाप्रमाणं." छायाचित्रकाराने उत्तर दिले.

आता तो नजरेआड झाला. फीबी एक क्षणभर तेथेच रेंगाळली. गेबलमधल्या खोलीत तिने प्रथम पाहिले. मिणमिणता प्रकाश आणि त्याच्या पाठोपाठ दिव्याची एक स्थिर अशी ज्योत दिसली तिला. घरातील हेप्झीबाच्या खोलीत ती आली. ते गिड्ढ्या गुलमेखेचे दालन तिला अतिशय अंधारे वाटले. तिच्या डोळ्यांना आतले काहीच दिसेना. तरी तिला त्या वृद्ध स्त्रीची कृश आकृती अस्पष्टशी जाणवली. एका ताठ टेकण असलेल्या खुर्चीत बसली होती ती. खिडकीपासून किंचित सरकवून घेतली होती ती खुर्ची. तिचा चेहरा एका कोपऱ्याकडे वळला होता. खिडकीतून येणारा अंधुक असा प्रकाश तिच्या एका गालावरचा पांढरट फिकेपणा दाखवीत होता.

"कझीन हेप्झीबा, दिवाबत्ती लावायची काय?" फीबीने विचारले.

त्यावर हेप्झीबा म्हणाली, "हो, लाव ना. पण हे बघ बाळ, तो दिवा तिथं या वाटेवरच्या कोपऱ्यात टेबल आहे ना, त्या टेबलावर ठेव. माझ्या डोळ्यांना अलीकडं दिव्याचा प्रकाश सहनच होत नाही. दृष्टी अधू झाली आहे आता."

खरोखर, माणसाचा स्वर म्हणजे एक सुरेल असे वाद्यच आहे! मानवी आत्म्याच्या प्रत्येक संवेदनेला ते किती अर्थपूर्ण प्रतिसाद देते! त्या क्षणी उमटलेला हेप्झीबाचा आवाज अतिशय गंभीर आणि प्रेमभावनेने भिजून गेलेला होता. तिचे शब्द सामान्यच होते, परंतु त्यात अंत:करणातील उमाळ्याची ऊब होती. स्वयंपाकघरातला दिवा लावताना आपली चुलत बहीण आपल्याशी बोलली, असा फीबीला भास झाला.

"आले आले! आलेच एवढ्यात! या आगकाड्यांनी भंडावून सोडलंय नुसतं. सारख्या फरफरतात, विझतात." ती म्हणाली.

परंतु हेप्झीबाकडून कसलेच उत्तर आले नाही. उलट दुसरे कसले तरी पुटपुटणेच तिच्या कानांवर आले. तो आवाज तिच्या ओळखीचा नव्हता. अर्थात, जे काही ऐकू आले, तो अस्पष्ट किंवा अर्थहीनही असा एखादा ध्वनी नव्हता. ते स्पष्ट उच्चारलेले शब्दच होते. त्यात विद्वत्तेपेक्षा भावना व सहानुभूती यांच्या छटा

अधिक होत्या. अतिशय संदिग्ध होते ते. त्यामुळे फीबीला त्यांचे अस्तित्व जाणवलेच नाही. ते शब्द तिला माणसाचे वाटेनातच. त्या आवाजाला माणसाचा आवाज मानण्यात आपण चूक केली किंवा तो तिच्या कल्पनेचाच खेळ होता, असे अनुमान तिने काढले.

पेटवलेला दिवा तिने रस्त्यात ठेवला. पुन्हा ती बैठकीच्या खोलीत आली. त्या दिव्याच्या धूसर प्रकाशात हेप्झीबाची आकृती पार मिसळून गेली होती, तरी पूर्वीपेक्षा ती अधिक स्पष्ट स्वरूपात दिसत होती, परंतु तो कोपऱ्यातला भाग मात्र अजूनही पूर्वीइतकाच काळोखात होता. खोलीच्या घाणेरड्या भिंतीवरून प्रकाशाचे परिवर्तनच होत नव्हते.

"कझीन, मला हाक मारलीस काय एवढ्यात? मला काही म्हणालीस?"

"नाही बाळ!" हेप्झीबा उत्तरली.

पूर्वीपेक्षा शब्द कमी होते. पण तेच. गूढ, अव्यक्त संगीत त्यात भरले होते! करुण, उदास पण शोककारक नव्हे, असा तो स्वर हेप्झीबाच्या अंत:करणाच्या खोल विहिरीमधून उचंबळून वर आल्यासारखा भासला. केवढी अगाध कळकळ होती त्या आवाजात! किती भावपूर्ण होता तो स्वर! अशा प्रकारच्या साऱ्या सखोल भावनांमध्ये विद्युतशक्ती असते. एक फार समर्थ असे स्पंदन असते. त्याची अंशत: जाणीव झाली फीबीला. ती मुलगी एक क्षणभर गप्प बसली. फक्त तेवढाच वेळ, पण तिच्या सूक्ष्म जाणीवबुद्धीला त्या खोलीच्या अंधाऱ्या कोपऱ्यात कोणीतरी आहे, याची जाण आली. कोणाच्यातरी उरातून चाललेल्या श्वासाची अनियमित हालचाल तिच्या ध्यानात आली. विशेष म्हणजे, तिची शरीररचना अतितरल आणि निरोगी असल्यामुळेच तसे घडले. एखाद्या दिव्य माध्यमातून संदेश यावा तसा चमत्कार घडला. त्या तेथे कोणीतरी आहे, हे तिने निश्चितपणे जाणले.

"प्रिय कझीन, आपल्याखेरीज या खोलीत आणखी कोणी आहे काय?" मनात नसतानाही तिने ही चौकशी केली.

"बाळ फीबी, लाडके, आज फार लवकर उठली होतीस ना तू? शिवाय सारा दिवस कामही करत होतीस. थकली असशील तू. जा, वर जाऊन झोप जा. एवढं दमल्यानंतर विश्रांती हवीच आहे तुला. मी इथंच बसते थोडा वेळ आणखी, असंच जरा चिंतन करीत. मला त्याची सवयच लागून राहिली आहे. अगदी तुझ्या जन्माच्याही आधीपासून!" एक क्षणभरानंतर हेप्झीबा म्हणाली.

असे बोलून तिने फीबीला निघून जायला सुचवले व पुढे येऊन त्या वृद्ध कुमारिकेने तिच्या कपाळाचे चुंबन घेतले. तिला आपल्या हृदयाशी कवटाळले. त्या मुलीच्या उरोजाला तिच्या धडधडणाऱ्या काळजाचे वेगाने व जोराने पडणारे ठोके स्पष्ट जाणवले. त्या एकाकी, जराग्रस्त अंत:करणात एवढे प्रेम साठले तरी

केव्हा? म्हणून ते उचंबळून यावे अशा वेगाने!

"गुड नाइट, कझीन!" हेप्झीबाच्या आकस्मिक भावदर्शनाने प्रभावित झालेली फीबी म्हणाली, "माझ्यावर माया करतेस तू! मला त्याबद्दल आनंद होतो."

ती आपल्या खोलीत गेली, पण तिला झोप म्हणून येईना. नंतरही आली नाही. चांगली गाढ झोप तिला लागलीच नाही आणि मध्यरात्री केव्हातरी तिला चाहूल ऐकू आली – एखाद्या स्वप्नाच्या पातळ झिरझिरीत पडद्यातून दिसावे तसे भासले!... कोणीतरी जिना चढत होते... अगदी जड पावलांनी, जणू त्यातली सगळी शक्तीच क्षीण झाली होती. कसला निश्चयही नव्हता. त्या आवाजाला अधूनमधून लुप्त होणारा हेप्झीबाचा आवाज सोबत करत होता. ते दोन्ही अस्पष्ट आवाज, ती पावले वर चालली होती. पुन्हा एकदा फीबीने ते चमत्कारिक आणि संदिग्ध असे पुटपुटणे ऐकले, तिच्या चुलत बहिणीच्या आवाजाला जबाब देताना. माणसाच्या आवाजाशी जुळणारी एक अस्पष्ट अशी केवळ छटाच होती ती!

सात

पाहुणा

फीबी झोपून उठली. खरे म्हटले, तर बागेतील पीअर वृक्षावरच्या रॉबिन पक्ष्याच्या त्या प्रेमी युगुलाने मोठा चिवचिवाट करून तिला उठवले. उठल्याउठल्या खालच्या मजल्यातील हालचालीची तिला चाहूल लागली. त्यासरशी अगदी गडबडीने ती स्वयंपाकघरात येऊन पोहोचली. तेथे येऊन बघते तर हेप्झीबा तिच्याआधीच हजर. एका खिडकीजवळ ती उभी होती, हातातले पुस्तक अगदी नाकाजवळ धरून. त्या पुस्तकातील मजकुराचा वास घेण्यासाठीच जणू! पण बिचाऱ्या हेप्झीबाच्या मनात तसले काही नव्हते हो! तिच्या मूळच्या अधू दृष्टीला त्या पुस्तकाचे वाचन अवघड जात होते. खरेच! एखाद्या ग्रंथातील महत्त्वाचे ज्ञान या पद्धतीने, म्हणजे नुसत्या त्याच्या वासाच्या माध्यमातून प्रकट झाले असते, तर अशा प्रकारचा एकमेव ग्रंथ ठरला असता तो! आणि मग मोठी मौज उडाली असती त्या स्वयंपाकगृहात. जिकडेतिकडे हरणाचे मांस, टर्की, कोंबडा, डुकराची चरबी लावून तळलेले कवडे, पुडिंग, केक, ख्रिसमस पाव, नाना तऱ्हेच्या या अन्नपदार्थांचा खमंग घमघमाट पसरून दरवळून गेले असते ते पाकगृह. असा तो ग्रंथ पाकशास्त्र-क्रियांचा ग्रंथ होता. अगदी सचित्र असा. त्यात इंग्लिश पद्धतीने तयार करण्याच्या पदार्थांच्या असंख्य जुन्या कृती समजावून दिल्या होत्या. स्पष्टीकरणासाठी अधूनमधून चित्रेही दिली होती. त्या चित्रांवरून एखाद्या सरदाराने आपल्या किल्ल्यातील भव्य दिवाणखान्यात योजिलेल्या मेजवानीची मांडणी कशी करावी याची कल्पना येत होती. अशा त्या नानाविध संपन्न व गुणकारी करामतींमधून (अर्थात, त्यांच्यापैकी एकीची तरी कोणी चव पाहिली असेल किंवा नाही ही शंका उरतेच म्हणा. अगदी

आज्या-पणज्यांच्या काळापर्यंत जाऊन भिडले तरी) बिचारी हेप्झीबा थोड्या वेळात तयार होणारा एखादा पदार्थ शोधीत होती. अंगी असलेले कौशल्य आणि साहित्य यांच्या साहाय्याने तिला न्याहारी बनवायची होती.

थोड्याच वेळात एक खोल सुस्कारा सोडीत हेप्झीबाने पदार्थांच्या कृती सांगणारा तो ग्रंथ बाजूला ठेवला. फीबीकडे तिने म्हाताऱ्या स्पेकलने – कोंबडीचे तिने ठेवलेले नाव –काल एखादे अंडे घातले होते काय, याची चौकशी केली. ताबडतोब फीबी त्यासाठी धावत गेली, पण हात हलवत परतली; ती अपेक्षित मौल्यवान वस्तू न आणता. मात्र त्याच क्षणी रस्त्यावर आपल्या आगमनाची ललकारी देणारा एका मासेविक्याचा शंखध्वनी ऐकू आला. दुकानाच्या खिडकीवर अगदी उत्साहाने ठोके देत हेप्झीबाने त्याला आत बोलावले. त्याने भलावण केलेल्या त्याच्या गाडीतील माशांतला मासा खरेदी केला. तो समुद्रातला मासा होता. नुकत्याच सुरू झालेल्या मोसमाच्या आरंभाला एवढा गलेलठ्ठ मासा प्रथमच सापडला होता. नंतर फीबीला तिने कॉफीची बोंडे भाजण्याची विनंती केली. मध्येच तिने सांगितले की, ती अस्सल 'मोचा' (एक उंची कॉफी) होती. तिच्या दृष्टीने त्या प्रत्येक लहान बोंडाचे महत्त्व सुवर्णफळासम भासत होते. इतकी जपून ठेवलेली होती ती तिने. आता तिने त्या जुनाट शेगडीच्या अवाढव्य पात्रात जळणाचा इतका मोठा ढीग ओतला की, त्यामुळे स्वयंपाकघरात रेंगाळणारा अंधार ताबडतोब नाहीसा झाला. फीबीलाही आपण काहीतरी साहाय्य करावे असे वाटून तिने एक प्रकारचा इंडियन केक बनविण्याची कल्पना काढली. तयार करण्याची पद्धत जितकी सोपी तितकीच त्याची रुचिसंपन्नता मोठी होती. तिच्या आईकडून शिकली होती ती त्याची बनावट. जर व्यवस्थित जमला तर कोणत्याही पद्धतीच्या ब्रेकफास्ट-केकला तो भारी होता. हेप्झीबाने तिच्या सूचनेचा आनंदाने स्वीकार केला. मग काय, ते स्वयंपाकघर खमंग आणि चविष्ट पदार्थांच्या तयारीला लागले. त्या स्वयंपाकघराच्या रचनादुष्ट धुराड्यातून गिरक्या मारीत पुढे सरकणाऱ्या धूम्रवलयामधून त्या प्रासादात काम केलेल्या मृत स्वयंपाकिणींची भुते त्याच्याकडे मोठ्या आश्चर्याने बघत राहण्याचा संभव होता किंवा त्या धुराड्यातून खाली डोकावून तेथे तयार होणाऱ्या पदार्थांचा साधेपणा पाहून त्यांनी नाकेही मुरडली असतील. आपले छायावत हात त्या पदार्थांत खुपसण्याचा निष्फळ प्रयत्नही केला असेल त्यांनी. त्याचे त्यांना दुःखही झाले असेल. अर्धवट भुकेले उंदीर मात्र हळूच आपल्या जागेबाहेर येत होते. आपल्या मागच्या पायांवर बसून त्या धुरकटलेल्या वातावरणाचा वास घेत होते ते. पदार्थ हाताला लागण्याच्या क्षणाची आशाळभूतपणे वाट पाहत होते बिचारे.

तसे म्हणाल, तर हेप्झीबाला प्रथमपासूनच स्वयंपाक करण्याची आवड नव्हती.

तिच्या आताच्या या कृशतेला तिचा हा तिटकाराच सर्वस्वी जबाबदार होता. स्वयंपाक करावा लागतो, भांड्यात पळी फिरवत बसावे लागते किंवा आधणावर लक्ष ठेवावे लागते, या कटकटीपेक्षा जेवणच न केलेले बरे, असे तिला वाटायचे. म्हणून आजचा तिचा हा स्वयंपाकाच्या शेगडीपुढचा उत्साह म्हणजे तिच्या भावनेच्या पराक्रमाची एक कसोटीच होती. खरोखरच, ते एक भावना हेलावणारे दृश्य होते, निश्चितपणे शोकदायकही तेवढेच. (अर्थात, वर वर्णन केलेली ती स्वयंपाकिणींची भुते आणि ते उंदीर यांच्याखेरीज तेथे असणारी एकमेव प्रेक्षक – फीबी – दुसऱ्या एखाद्या कामात गुंतली नसल्यास!) नवीन पेटते निखारे एकत्र करून त्यावर तो समुद्रातला मासा भाजत असताना तिचे ते निस्तेज गाल शेगडीची उष्णता आणि अधिक कामाची घाई यांमुळे लालेलाल झाले होते. त्या भाजत्या माशाकडे ती मोठ्या काळजीने आणि अतिशय लक्ष देऊन पाहत होती, जणूकाय तिचे स्वत:चे हृदयच काढून घेऊन त्या शेगडीच्या जाळीवर भाजण्यासाठी ठेवलेले होते आणि तो पदार्थ योग्य त्या पद्धतीने तयार होण्यातच तिचे चिरंतन सुख साठवलेले होते.

घरातील जीवनात व्यवस्थित मांडलेल्या आणि सर्व प्रकारचे रुचकर पदार्थ असलेल्या न्याहारीसाठी बसण्याइतके सुखदायक क्षण कोणतेच नसतात. ते सुख वेगळेच असते. आपल्या दवदार जवानीसह दिवस वर येत असतो. आपल्या आध्यात्मिक आणि विषयासक्त वृत्ती एकमेकांशी जमवून घेण्याच्या स्थितीत असतात. दिवस जसजसा पुढे सरकेल तसतसे त्यांचे बिनसण्याचा संभव असतो. आपण स्वत: ताजेतवाने होऊन बसलेले असतो तिच्यापुढे. या सगळ्या गोष्टींमुळे त्या सकाळच्या न्याहारीतून मिळणारा ऐहिक आनंद पूर्णत: उपभोगता येतो आपल्याला. आपल्या स्वभावधर्मातील शरीररचनेच्या दृष्टीनेही ते ठीक असते. त्या वेळी थोडेफार अधिक पोटात गेल्यामुळे त्याच्या विशेष मोठ्या तक्रारी अथवा त्याची नुसती होणारी भावना यांपैकी काहीच घडत नाही. अशा एखाद्या न्याहारीच्या ताटावरच्या गप्पाही मोठ्या चुरचुरीत व खेळकर असतात. विशेषत: सभोवती आपल्याच परिचयाची माणसे, पाहुणे असतील तर त्यांच्या विचारांतसुद्धा त्या छटा अधिकाधिक येतात. त्यांच्या जोडीला जेवताजेवता एकमेकांचा जो सहवास येतो, त्या वेळच्या विचारांना ठळक अशा सत्याचा आधार मिळतो. इतर वेळी तसे क्वचितच घडते. आज हेप्झीबाने मांडलेले ते ब्रेकफास्ट-टेबल सर्वांत आनंददायक अशा एका मेजवानीचे स्थळ बनून राहिले होते. जगातील सगळ्या उत्साहाचे केंद्रच बनले होते जणू! सडसडीत आणि डौलदार पायांच्या त्या टेबलावर एक अतिशय उंची रेशमी कापड अंथरलेले होते. त्याच्यावर ठेवलेल्या पदार्थांतील त्या भाजलेल्या माशातून वाफा उठायला लागल्या, पूर्वीच्या काळातील रानवट, मागासलेल्या आदिमानवाच्या देवळातील मूर्तीसमोर जळत राहणाऱ्या सुगंधी धुपातल्यासारख्या.

'मोचा'च्या बोंडांच्या कॉफीचा सुगंध असा दरवळला म्हणता की, त्याने कोणत्याही संरक्षक अशा कुलदैवताच्या घ्राणेंद्रियाला किंवा न्याहारीच्या टेबलावर लक्ष ठेवणाऱ्या एखाद्या आधुनिक शक्तीलाही तिच्या स्वादाने आनंदित केले असते. तिथला तिसरा पदार्थ म्हणजे फीबीने स्वत: तयार केलेला तो इंडियन केक. तिथली सर्वांत मधुर अशी देणगीच म्हणायची ती. त्या निष्पाप सुवर्णयुगातील साध्यासुध्या स्थंडिलाचा रंग त्याला आला होता. मिडास राजाने खाण्याकरिता उचललेल्या, हातात घेतलेल्या पावाच्या तुकड्याचा पिवळाजर्द सुवर्ण रंग त्याच्यावर चढला होता की काय असे वाटावे. त्याच्याजवळच ठेवलेले ते लोणी विसरून चालणार नाही. फीबीच्या खेड्यातील स्वत:च्या घरात तिने आपल्या हाताने घुसळलेले होते ते. आपल्या चुलत बहिणीला आदराने द्यावयाची भेट म्हणून आणले होते. त्याला क्लोव्हर वनस्पतीच्या मोहराचा वास होता. त्याच्यामुळे त्या काळ्याजर्द फळ्या मारलेल्या खोलीत खेड्यातील निसर्गसौंदर्याच्या आकर्षक छटा पसरल्यासारखे वाटले. हे सर्व खाद्यपदार्थ, ते जुने चायनाचे कप, त्या बशा, ते मानचिन्हांकित चमचे आणि चांदीची सायीची बरणी (हेप्झीबाजवळच्या पत्र्याच्या वस्तूतली केवळ दुसरी एकच. तिचा आकार एखाद्या ओबडधोबड कटोऱ्यासारखा होता.) या वस्तूंनी त्या टेबलाला एक विलक्षण भपका आला. वृद्ध कर्नल पिंचेनकडे येणारा सर्वांत रुबाबदार पाहुणा त्या टेबलाकडे अगदी हसतहसत आला असता. त्याला ते खूपच आवडले असते, परंतु प्युरिटनच्या चेहऱ्यावर मात्र एक तिरस्काराची छटा उमटली, जणूकाय त्यांतला कुठलाच पदार्थ त्याची भूक भागवू शकत नव्हता.

त्या टेबलाच्या आकर्षकतेत आपणही शक्य तितकी भर घालावी असे वाटून फीबीने बागेतून गुलाबाची बरीचशी फुले आणली. काही वासाची, काही नुसती सुंदर. ती तिने एका काचेच्या बिनमुठीच्या सुरईत नीट घालून ठेवली. फुलदाणी म्हणून उपयोग झाला त्या सुरईचा. सर्व तयारी झाली. सूर्योदयाचा कोवळा प्रकाश पीअर वृक्षाच्या फांद्यांतून लुकलुकत येऊन टेबलावर पसरला. ॲडम व ईव्ह आपल्या स्वर्गातील घरात ब्रेकफास्टसाठी बसली असतानाही आत डोकावणारा सूर्यप्रकाश इतकाच टवटवीत असावा. तिघा जणांकरिता खुर्च्या व बशा ठेवलेल्या होत्या. एक हेप्झीबाकरिता, दुसरी फीबीकरिता आणि तिसरी? फीबीची चुलत बहीण दुसऱ्या कोणा पाहुण्याची वाट पाहत होती बरे?

ही सगळी ठाकठिकी चालू असताना हेप्झीबाच्या शरीराला एकसारखे कापरे भरले होते. ती खळबळ खूपच प्रबळ होती. शेकोटीतील ज्वालेच्या उजेडात, स्वयंपाकघराच्या भिंतीवर आणि सूर्यप्रकाशात, त्या बैठकीच्या खोलीच्या जमिनीवर पडलेली तिची कृश छाया थरथरत असताना फीबीने पाहिली. त्या छायेची रूपे इतकी विविध आणि त्याच वेळी विसंगत वाटायची की त्या मुलीला त्याचा

अर्थबोध होत नव्हता. अनेकदा ते आनंद व सुख यांच्या परमोच्चबिंदूचे रूप वाटे. त्या आनंदाच्या ऊर्मीत हेप्झीबाने भावनावेगाने आपले हात फीबीच्या पुढे करावे, तिला कवटाळावे, हळुवारपणे तिच्या गालाचे चुंबन घ्यावे – तिच्या आईनेही घेतले नसेल इतक्या प्रेमभराने, असे घडे. तिचा तो भावनावेग अगदी अपरिहार्य होत, जणूकाय तिचा ऊर प्रेमभराने दाटून आला होता. कदाचित श्वास घेता यावा इतकी तरी मोकळी जागा तेथे उरावी म्हणून ती तसे करत असावी असा भास होई. पुढच्याच क्षणी बदल होण्याचे कसलेच दृश्य-कारण नसताना तो आनंद क्षणात मावळून जाई आणि स्वतःचा वेष पालटून त्यावर शोकाचे आवरण घाली किंवा तिच्या अंतःकरणाच्या अंधारकोठडीत पळतपळत जाऊन लपून बसे. त्याच ठिकाणी अनेक दिवस जखडून पडला होता तो. त्या बंदिवान उल्हासाच्या जागी एक भावनाशून्य, थंडगार अशा दुःखाचे पिशाच्च उभे राही. त्या आनंदाला, उल्हासाला मुक्ततेची तहान लागलेली नव्हती. वास्तविक, त्या आनंदाचे तेज जितके विलसणारे होते तेवढेच ते दुःख काळवंडल्यासारखे. पुष्कळदा तिला विदारजक हास्याची एक लहानशी उकळी फुटायची, अश्रूंहूनही अधिक परिणामकारक व अधिक हृदयस्पर्शी. त्यानंतर हसण्याचा प्रयत्न करतानाच अश्रूंचा एक लोट त्या हास्याच्या पाठोपाठ येई. ते पाहताना भावना हेलावून जात. कधीकधी हसू आणि आसू हातातहात घालूनच येत. आमच्या गरीब बिचाऱ्या हेप्झीबाभोवती एक फिकट, अस्पष्ट असे इंद्रधनुष्य निर्माण करीत. फीबीविषयी तिच्या मनात माया निर्माण झालेली होती. त्यांच्या अल्पपरिचयानंतर ममता खूपच वाढलेली होती. गेल्या रात्रीच्या चुंबनाचा एकच अपवाद होता त्याला. एवढे असूनही तिची चिडखोर वृत्ती आणि रागीटपणा तसाच कायम होता. एकाएकी ती फीबीशी कडवटपणे बोलायची. पुन्हा नेहमीची अंतर्मुखता काढून टाकून ती क्षमा मागे. पुढच्याच क्षणी फिरून तेच – नुकत्याच विसरल्या गेलेल्या जखमेची खपली काढलीच तिने! असे सगळेच विचित्र वागणे.

शेवटी एकदाची त्यांची कामे संपली. हेप्झीबाने आपल्या थरथरणाऱ्या हातात फीबीचा हात धरून म्हटले, ''फीबी बाळ, मला सांभाळ गं! माझं अंतःकरण अगदी तुडुंब भरून राहिलं आहे. सहन कर माझ्या कठोर शब्दांतलं दुःख! कितीही झालं तरी माझी माया आहे तुझ्यावर! माझं बोलणं बिलकूल मनावर घेऊ नकोस हं! हळूहळू माझ्या मनात वात्सल्यभाव निर्माण होईल! निव्वळ वात्सल्यच!''

''ताई, काय होतंय काय तुला? असं काय घडलं आहे मला न सांगण्यासारखं? मला सांगणार नाहीस? एवढी मनाची चलबिचल का होतेय तुझ्या?'' फीबीने तिला धीर देत प्रश्न केले. तिचा गळा आणि डोळे सहानुभूतीने भरून आले होते.

''शू! शू! तो येतो आहे इकडं!'' गडबडीने स्वतःचे अश्रू पुसत हेप्झीबा फीबीच्या कानात कुजबुजली. ''प्रथम त्याची नजर तुझ्याकडंच वळावी फीबी. तू तरुण आहेस,

गोड आहेस. तुझ्या चेहऱ्यावरची स्मिताची लहर कळत-नकळत कोणालाही सुख देणारीच आहे. त्यालादेखील नेहमी असेच चेहरे आवडायचे! तुझ्यासारखेच सस्मित, सतेज, सुंदर असे! माझ्यात काय उरलंय आता? माझ्या चेहऱ्यावर वृद्धत्वाची कळा तर केव्हाच आली आहे. पाणी निखळतच राहतं सतत त्याच्यावरनं आणि त्याला अश्रू कधीच पाहवले नाहीत. कधीच नाहीत! हे बघ, तो पडदा थोडासा पुढं ओढ बरं. त्याच्या बाजूला थोडीशी सावली येईल त्यानं, आणि हे पाहा, सूर्यप्रकाश मात्र भरपूर असू दे. त्याला खिन्न, मलूल वातावरण कधीच आवडत नसायचं. काहींना ते हवं असतं. बिचारा क्लिफोर्ड! त्याचं सारं आयुष्य अंधारातच गेलं. फार थोडा प्रकाश बघितलान त्यानं! केवढा भयाण अंधकार तो! छे, छे! गरीब बिचारा क्लिफोर्ड! दुर्दैवी, दीनवाणा!...''

अशा प्रकारे हेप्झीबाचे हे बोलणे म्हणजे एक प्रकारचे स्वगतच चालले होते. एका खालच्या आवाजात ती फीबीशी पुटपुटत होती. तिच्या दृष्टीने तो तिच्या आयुष्यातील एक अतिशय खडतर असा कसोटीचा क्षण होता. त्या क्षणी आणखीन काही फेरफार करीत ती खोलीत इकडेतिकडे फिरू लागली.

तेवढ्या वेळात पावलांचा आवाज ऐकू आला. वरच्या मजल्यावरच्या दारातील वाटेने कोणीतरी येत होते. फीबीला त्याची ओळख पटली. काल रात्री स्वप्नातून ऐकू आलेले, वर निघालेले पाऊल ते हेच. खाली येण्यासाठी निघालेला तो पाहुणा – कोणी का असेना – जिन्याच्या तोंडाला थांबल्याचा भास झाला. थोडा वेळ थांबून जिना उतरू लागला. त्या वेळीही दोन-तीनदा थांबलाच तो. शेवटी खालच्या टोकाला पोहोचल्यावरही तेच केले त्याने. त्याला प्रत्येक वेळी लागणारा उशीर तसा निर्हेतुकच वाटला. एक तर आपण कोठे चाललो आहोत याचे विस्मरण होऊनही तसा वागला असावा तो किंवा त्याला पुढे खेचून नेणारी प्रेरक शक्तीच कमी पडत असावी. त्यामुळे त्याचे पाय आपोआपच थकत असावेत. अखेर त्याने उंबरठा गाठला. आता त्याने दरवाजाची मूठ पकडली, पण पुन्हा त्याने ती सैल केली. त्याने दार उघडले नाही. आपले हात मधूनमधून घट्ट धरत हेप्झीबाने आपली नजर दरवाजाकडे लावली. तिच्या डोळ्यांत भीतीचा भाव होता. ती भेसूर दिसत होती.

''लाडके हेप्झीबा, कृपा करून तसं बघू नकोस गं! मला बाई भीती वाटते! खरोखर, तुझं हे वागणं, ते बघणं, या साऱ्या गोष्टी मला घाबरवून टाकताहेत गं! असं का करतेस? खरंच, काहीतरी भयानक असं काही घडणार आहे का? सांग ना काय आहे हे?'' फीबीचे अंग लटलट कापायला लागले. त्या वातावरणाचा मोठाच परिणाम झाला तिच्यावर. हेप्झीबाच्या मनातली खळबळ, तिचे तिच्या चेहऱ्यावर उमटलेले प्रतिबिंब, वरून खाली यायला निघालेले ते अडखळणारे पाऊल या सगळ्या गोष्टींनी ती सर्द झाली. एखाद्या पिशाच्चाचे आगमन होण्यापूर्वीच्या

वातावरणातली खळबळ माजल्याचा भास होऊ लागला तिला.

"शू! गप्प! भिऊ नकोस बिलकूल! निदान चेहऱ्यावर तरी तसं दाखवू नकोस गं! नुसती आनंदी राहा, खेळकर हो, प्रसन्न ठेव चेहरा! बस्स, बाकी नको दुसरं! हास ना..." हेप्झीबा कुजबुजली.

ती व्यक्ती उंबऱ्याच्या आत खूपच वेळ घुटमळली. अगदी असह्य होण्यापलीकडे वेळ गेला. त्यासरशी अगतिक झालेली हेप्झीबा झटक्याने पुढे गेली, खाडकन दार उघडले आणि त्या अनोळखी माणसाला तिने स्वत:च आत आणले. पहिल्या दृष्टिक्षेपात फीबीला एक वय झालेली व्यक्ती पाहायला मिळाली. त्याच्या अंगावर विटलेल्या उंची रेशमी कापडाचा जुन्या वळणाचा ड्रेसिंग गाउन होता. त्याचे केस खूपच लांबसडक, बरेचसे करड्या रंगाचे आणि जवळजवळ पांढरे होते. त्याने ते मागे टाकले तर ठीक, नाहीतर त्यांच्यामुळे त्याचे कपाळ संपूर्णपणे झाकले जाई. त्याने खोलीत सगळीकडे निर्हेतुक नजरेने पाहिले. त्याच्या चेहऱ्याकडे सहज जरी बघितले तरी मघाची त्याची पावले इतकी सावकाश का पडली असावीत, याची कल्पना येत होती. एखाद्या लहान बालकाला पहिल्याप्रथम खाली ठेवल्यानंतर त्याच्या मनात जी अनिश्चितता निर्माण होते, तीच त्याची स्थिती होती. तो त्याच मानसिक अवस्थेत येथपर्यंत येऊन पोहोचला होता. अर्थात, आपल्या पावलांत जोम आणि मोकळेपणा आणण्याइतकी ताकद त्याच्याजवळ नव्हती, असे नाही. त्याच्या चेहऱ्यावर भाव फार विचित्र होते. त्याच्यावरून त्याच्या घोटाळणाऱ्या, मध्येच दबून जाणाऱ्या आणि कधीकधी संपूर्णपणे मरगळून गेलेल्या त्याच्या मनोवृत्तींचे दर्शन घडत होते; तरीही त्याच्यात समंजसपणाची थोडीफार कळा असायचीच. एक गोष्ट निश्चित होती की, तो स्वत:ला सावरण्याची फार केविलवाणी धडपड करत होता, पूर्ण न विझलेल्या निखाऱ्यांत ज्वाला लुकलुकावी तशी. त्या ज्वालेकडे आपण एखाद्या उंचावणाऱ्या, उसळत्या ज्वालेकडे देणार नाही एवढे लक्ष देतो, पण त्याच्यामध्ये एक विशिष्ट असा उतावळेपणाच असतो. आपल्याला वाटत असते की, त्या ज्वालेने योग्य रितीने प्रकाशमान होऊन स्वत:ला शोभा तरी आणावी किंवा तसे जमत नसेल तर विझून तरी जावे. क्लिफोर्डकडे पाहताना नेमके हेच व्हायचे. असा होता तो विचित्र, वेगळा. जिवंत माणूस म्हणण्यासारखे काही उरलेच नव्हते त्याच्याकडे. एक चालतेबोलते, हिंडते-फिरते पिशाच्चच होता तो!

खोलीत आल्याबरोबर तो एक क्षण स्वस्थ उभा राहिला. हेप्झीबाने हातात घेतलेला त्याचा हात तसाच ठेवला त्याने; एखादे मूल वडीलधाऱ्यांच्या हातात राहू देते ना, तसा. मात्र फीबीकडे पाहताच त्याचा चेहरा फुलला. तिच्या सतेज आणि आकर्षक रूपाकडे पाहता क्षणीच त्याच्या चित्तवृत्ती उजळल्या, कुठल्यातरी विलक्षण संवेदनेने. सूर्यप्रकाशात उभ्या असलेल्या त्या फुलदाणीभोवती पडलेल्या परावर्तित

तेजोवलयातला उत्साह त्या खोलीत केवळ तिच्यामुळेच भरून राहिला होता. त्याने तिला अभिवादन केले. एक गैरलागू, निष्फळ असा सौजन्यशीलतेचा आविष्कार म्हणायचा. मात्र जरी तो प्रयत्न अपुरा वाटला, तरी त्यात एका अवर्णनीय अशा डौलाची छटा होती. बाह्य शिष्टाचारांच्या सरावानेदेखील ही कला साधली असती की काय शंकाच! अर्थात, ती एक अस्पष्ट अशी छटा होती. त्या क्षणी त्याची कल्पना येणे पुष्कळच अवघड होते. पण नंतर त्याची नुसती आठवण जरी झाली, तरी त्यावरून त्याच्या व्यक्तित्वाची कल्पना येत असे.

"प्रिय क्लिफोर्ड, अरे, ही आपली चुलत बहीण आहे! फीबी पिंचेन नाव तिचं! आपल्या ऑर्थरची एकुलती-एक मुलगी! तुला आहेच ठाऊक. आपल्याकडं थोड्या दिवसांसाठी आलीय ती. आपलं हे जुनं घर अगदी एकाकी, उदासवाणं वाटतंय रे अलीकडं!" एखाद्या लहान मुलाची समजूत काढतात त्या स्वरात ती म्हणाली.

"फीबी?... फीबी पिंचेन?... अं!... हं हं! ऑर्थरची मुलगी? छे, मी विसरलोय सगळं! असू दे. त्याचं विशेष नाही. मी तिचं स्वागत करतो! हार्दिक स्वागत!" एक प्रकारचा विचित्र, मंद आणि अस्पष्ट उच्चार करीत तो पाहुणा पुन:पुन्हा तेच म्हणू लागला.

"चल ये! बैस या खुर्चीवर!"

हेप्झीबा त्याला त्याच्या जागेकडे नेत म्हणाली.

"फीबी, तो पडदा आणखी जरा खाली ओढून घे! बरं आहे, आता आपण बसू या न्याहारीला."

पाहुणा आपल्या खुर्चीत बसला. पुन्हा एकदा त्याने आपली अपरिचित नजर सभोवताली फिरवली. निर्विवादपणे तो त्या वेळेच्या स्थितीशी समरस होण्याचा प्रयत्न करत होता. त्याच्या रूपातील खाचाखोचा अधिक जाणकारपणाने समजून घेत होता. आपण ओक लाकडाच्या फळ्या मारलेल्या नेहमीच्याच खोलीत बसलो आहोत, याची त्याला खात्री करून घ्यायची होती. ती गिड्डी गुलमेख, त्या आडव्या तुळया त्याच्या जाणिवेत घर करून राहिल्या होत्या पूर्वीपासून. परंतु त्याला म्हणावे तसे यश येत नव्हते. सगळा व्यर्थ खटाटोप होता. वारंवार आपल्या अस्तित्वाचीच भूल पडत होती त्याला. दुसऱ्या शब्दांत सांगायचे तर त्याचे मन, त्याची जाणीव त्याच्यापासून दूर निघून जात होती. टेबलाजवळच्या त्याच्या खुर्चीत शिल्लक होती ती त्याची वाया गेलेली, पांढरी फटफटीत आणि खिन्न अशी मानवी शरीराकृती. एक अर्थपूर्ण शून्यता, एक जिवंत भूत. एखादा क्षण असाच रिकामा जायचा. पुढच्या क्षणी त्याच्या डोळ्यांच्या बाहुल्यांत एखादी ज्योत लुकलुकायची. त्याचा दैवी जीव परत आल्याची खूणच जणू! त्याच्या अंत:करणातील आत्मिक अग्नी प्रज्वलित करण्याची पराकाष्ठा करायचा तो चिमुकला दिव्य अंश. स्वत:च्या त्या

अंधाऱ्या आणि उद्‌ध्वस्त प्रासादातील ज्ञानदीप पाजळण्याची धडपड चालायची त्याची. त्या प्रासादातील एक व्यथित असा कायमचा रहिवासी व्हायचे त्याच्या प्राक्तनात होते, म्हणून तर करावे लागायचे हे सारे.

क्लिफोर्डच्या अशा गतिहीन परंतु चेतनाशून्य अशा क्षणांपैकीचा एक क्षण फीबीने अनुभवला. यापूर्वी ही गोष्ट अतिशय बेताल आणि उगीचच दचकावणारी आहे, अशी तिची कल्पना झालेली होती, पण आज प्रत्यक्ष अनुभवांती तिची खात्री झाली. तिच्यासमोर असलेला तो पुरुष हेप्झीबाजवळच्या त्या सुंदर अल्पाकृतीमधलाच माणूस होता, हे तिने जाणले. त्याच्या वेषभूषेवरूनच ओळखले तिने. स्त्रियांना ती एक विशिष्ट जाण असतेच नाहीतरी. आता सध्या त्याच्या अंगावरचा तो डॅमास्क कापडाचा ड्रेसिंग गाउन सर्वच बाबतींत – आकार, कापड, फॅशन – त्या चित्रात ठळकपणे दाखविलेल्या गाउनसारखाच होता. त्याचे मूळचे सारे तेज आता लोपले होते. ते जुनाट, विटून गेलेले वस्त्र एका वेगळ्या तऱ्हेने परिधान करणाऱ्या व्यक्तीच्या अपरिमित दुर्दशेची कहाणीच सांगत होते. त्याच्याकडे पाहणाऱ्याला त्याची कल्पनाही येत होती. या त्याच्या बाह्य रूपावरून त्या आत्म्याची निकटची आवरणे केवढी फाटकीतुटकी आणि जुनाट असतील हे स्पष्ट ओळखता येत होते. ती आकृती व ती मुद्रा, त्यांचे सौंदर्य व डौल कोणाही विख्यात कलाकाराच्या कौशल्याची कसोटी पाहू शकत होते. त्या माणसाने, त्याच्या आत्म्याने अनुभवलेल्या ऐहिक जीवनातला एखादा अत्यंत घोर असा अन्याय त्याला सोसावा लागला होता. जग आणि तो स्वत: या दोघांमध्ये विनाश आणि दुर्दशा यांचा एक अतिशय अस्पष्ट असा पडदा सोडलेला होता. त्याच्याआड बसलेला त्याच्यामधला तो विशुद्ध, कोमल आणि कल्पनारम्य भाव ओळखता येत होता. चित्रकाराने आपला श्वास रोखून ती सुखद छटा त्या अल्पाकृतीत रंगविण्याचे साहस केले होते. काळ चालला होता पुढे; तरीही अधूनमधून त्या भावनेचे दर्शन क्लिफोर्डच्या व्यक्तित्वाच्या आविष्कारातून होईच. या त्याच्या रूपात उपजतच वैशिष्ट्य होते. अनेक आघातांचे ओझे त्याच्यावर पडले, अनेक काळोखी वर्षे निघून गेली तरी ते पूर्णत: तग धरून राहिले शेवटपर्यंत. त्याच्या नशिबातील हा सोस, हे दु:ख निश्चितपणे अनाठायी होते. केवढा भोग हा!

हेप्झीबाने कॉफी कपात ओतून तो त्याच्यापुढे केला. कॉफीचा सुगंध आणि स्वाद माधुर्याच्या बाबतीत एकमेकांशी स्पर्धाच करत होते. त्या वेळी तिच्याकडे पाहताना तो बैचेन झालेला आणि गोंधळून गेल्याप्रमाणे दिसला. काहीतरी उदासवाणे पुटपुटला स्वत:शी. 'ही तूच आहेस, हेप्झीबा?' असे, पण ते पुटपुटणे कदाचित इतरांना ऐकू गेल्याची जाणीव होऊन तो दुसरीकडे बघत म्हणाला, "किती बदलून गेलीस तू! किती वेगळी! अरेच्या, पण ती माझ्यावर रागावली तर नाही ना? तिच्या

कपाळावरच्या त्या आठ्या अशा का झुकल्या आहेत?''

बिचारी हेप्झीबा! वय झाल्याने, अधू दृष्टीचा दोष म्हणून आणि शेवटी तिच्या अंतर्मनातील असंतोषाचा उद्वेग या सर्वांतून त्या खिन्न तिरस्काराच्या मुद्राभावाला एक सवयच लागून राहिलेली होती. भावस्थितीचा कसलाही आवेग त्याला चालना द्यायला चुकत नसे. परंतु त्यांच्या अस्पष्ट पुटपुटण्याने तिचा संपूर्ण चेहरा ममतेने भरून गेला. त्या ममतेला दु:खाची झालर होती. तो कोमल आणि बराचसा मोहकही दिसला. त्या उबदार आणि धूसर प्रकाशाखाली तिची पहिली उग्रता मावळली.

''मी आणि रागावले तुझ्यावर! काय बोलतोस हे, क्लिफोर्ड? मी तुझ्यावर रागवायचं? छे!'' हेप्झीबा पुन:पुन्हा म्हणाली.

तिच्या त्या उद्‌गारांत खरोखरच कारुण्य व्यक्त करणारा स्वरच जाणवत होता. एक मोहक झंकार निर्माण झाला तिच्या त्या तळमळीच्या स्वरांतून, पण एखाद्या चाणाक्ष निरीक्षकाला मात्र त्याच्यातील न दडपता येणारी भावनेची तीव्रता निश्चितपणे जाणवली असती. त्या स्वराची मोहिनीच अजब होती. एखाद्या अलौकिक वादकाने फुटलेल्या, पिचलेल्या अशा कोणत्यातरी वाद्यातून काळजाला, आत्म्याला भिडणाऱ्या माधुर्याचा स्वर छेडावा तशातली. त्या स्वर्गीय खुलावटीत त्या वाद्यातील यांत्रिकतेची उणीव जाणवण्याइतका मधुर असावा तो स्वर. हेप्झीबाच्या त्या वेळेच्या स्वरातील जाणीव, तळमळ, संवेदना एवढी खोल होती. तिचा आवाज म्हणजे एक वाद्यच छेडले तिने! त्या सूक्ष्म, गाढ जाणिवेने!

''क्लिफोर्ड, इथं तुला केवळ प्रेमच मिळणार! दुसरं काही नाही त्या भावनेशिवाय! अजिबात बिचकू नकोस! कासावीस होऊ नकोस! अगदी मोकळ्या मनाने राहा इथं!'' हेप्झीबा नंतर म्हणाली.

तिच्या या सादाला प्रतिसाद म्हणून त्या पाहुण्याने एक स्मित केले. त्याचा अर्धाअधिक चेहराही उजळून गेला नाही त्यामुळे. निश्चितपणे ते एक दुबळे स्मित होते. त्यात जीव असा नव्हताच. एका क्षणाचे अस्तित्व नव्हते त्याला; तरीही ते विलक्षण सुंदर होते. त्याच्यात एक आकर्षकता होती वेगळी. पुन्हा त्याची जागा एका सर्वसामान्य मुद्राभावाने घेतली. त्याच्या कोमल चेहऱ्यावर एक प्रकारचा खरबरीतपणा चढला. त्यातला ठळकपणा कमी करण्याइतके जाणतेपण त्याच्याजवळ नव्हतेच मुळी. त्या मुद्रेवर भुकेल्या पोटाच्या आसक्तीचा भाव होता. त्याची भूक पेटलेली दिसली. वखवखल्या अधाशीपणाने त्याने ते अन्न पोटात ढकलले म्हणू या! त्या टेबलावर त्याला विपुल पदार्थ मिळाले. त्यापासून स्वत:ला इंद्रियजन्य सुख देण्यात अगदी रंगला तो. आजूबाजूचे सारे विसरला. स्वत:ला, हेप्झीबाला, त्या तरुण फीबीला, साऱ्यासाऱ्यांना. तसे बघितले तर त्याच्या नैसर्गिक शरीरस्थितीवर

उच्च संस्कार झालेले होते. त्याच्या वृत्ती सुसंस्कृत बनल्या होत्या. त्यात एक प्रकारचा नाजूकपणा होता. एवढे असतानाही ज्या अर्थी तो इतका असीम गढून गेला होता त्या अर्थी त्या जिव्हासुखाची त्याची जाणीव ही मूळचीच होती असेच म्हटले पाहिजे; पण या न शोभणाऱ्या त्या वृत्तीच्या प्रदर्शनाला बांध घालणे त्याला शक्य होते. त्याच्या इतर अधिक दिव्य अशा स्वभाववैशिष्ट्यांत ती ताकद असणे आवश्यक होते. त्या भावनेला चांगल्या सुसंस्कृत वळणाचा मार्ग दाखविला असताही, पण आज त्याच्यात ती शक्ती नव्हती. ज्या विशिष्ट स्वरूपात क्लिफोर्डची क्षुधावृत्ती आविष्कृत होत होती, ते पाहताना फीबीच्या मनावर झालेला परिणाम दु:खपूर्ण होता. साहजिकच, तिच्या डोळ्यांत तत्काळ पाणी उभे राहिले.

तेवढ्यात, कॉफीच्या स्वादिष्ट सुगंधाची त्या पाहुण्याला जाणीव झाली. अजून त्याने तिची चव घेतलेली नव्हती. मोठ्या उत्सुकतेने त्याने ती घटाघट पिऊन टाकली. त्या कॉफीच्या मार्मिक अर्काचा त्याच्यावर मोठाच परिणाम झाला, एखादे मंतरलेले पेय घ्यावे तसा. त्याच्या प्राणिजन्य अस्तित्वाची बाजू आपले अंतरंग खोलू लागली. मघाशी ती तेवढी स्वच्छ नव्हती. तिच्या आतले काही दिसले नाही. पूर्वीपेक्षा अधिक तेजस्वी असे दिव्य प्रकाशकिरण तिच्यातून गेले.

"मला आणखी द्या! खूप-खूप हवंय मला! आज मला त्याचीच आवश्यकता आहे! मला हेच हवं आहे! द्या, आणखीन द्या!" तो ओरडला. त्याच्या उच्चारातील घाईमध्ये उदासवाणी अशी एक छटाही होती. आपल्यापासून जे निसटू पाहत होते त्याच्यावरची आपली पकड त्याला अधिक घट्ट करायची होती. "मला आणखी कॉफी द्या!"

त्या कॉफीचा प्रभाव जेवढा नाजूक तितकाच शक्तिमान होता. त्याच्या भावना, संवेदना यावर तर तो विलक्षणच झाला. आता तो अधिक ताठ होऊन बसला. तो जिकडे पाही त्या गोष्टीवर तो आता विचार करू शकत होता. त्याच्या मुद्रेवर समजबुद्धीचा भाव उमटला. तेही काही थोडके नव्हते. तरीपण त्यात विशेष ठळक असा गुण नव्हता. त्याचप्रमाणे त्याचे नैतिक अधिष्ठानही बळ खाऊन उठले नाही. तेवढ्या प्रकर्षाने ते पुढे आले नाही. परंतु दुसरा एक निश्चित परिणाम मात्र झाला. त्याच्या अस्तित्वजन्य वृत्तीमधील सौंदर्यवृत्ती जागृत होऊ लागल्या. अजून त्यांचा पूर्ण आविष्कार झालेला नव्हता, परंतु त्या बदलल्या आणि अस्पष्ट अशा स्वरूपात पुढे येण्याचा प्रयत्न करत होत्या. जीवनातील सुंदर आणि उपभोग्य गोष्टीशी कसे वागावे हे त्याला आता समजू लागायला सुरुवात झाली. या वृत्तीमुळे माणसाच्या जीवनात एक प्रकारची अत्युत्कृष्ट रुचिसंपन्नता आणि सौख्य यांची हेवा वाटण्याजोगी संवेदनक्षमता निर्माण होते. त्याचे जीवन हेच मुळी सौंदर्यरूप बनून जाते. त्याच्या सर्व प्रेरणा सौंदर्याच्या वाटेने चालू लागतात. त्याची शरीराकृती, त्याची इंद्रिये ही

सारी एकमेकांच्या सुसंगतीतून एक ठाशीव सौंदर्य घडविण्यासाठी धडपडतात. एकंदरीत, सौंदर्यदृष्टीने त्याचे रोमरोम न्हाऊन निघतात. अशा वृत्तीच्या माणसांची यातनांशी, संकटाशी, हौतात्म्याशी भेटच न झालेली उत्तम. ज्यांना जगाशी सामना देण्याची छाती, इच्छाशक्ती आणि सदसद्‌विवेकबुद्धी असते, त्यांनीच तो मार्ग पत्करावा. बलिदानाची विविध स्वरूपे त्यांच्या स्वागतासाठी सज्ज असतात. अशा शौर्यशाली मनोवृत्तींना हौतात्म्य म्हणजे त्यांच्या आयुष्यात बहाल केलेले एक सर्वसंपन्न पारितोषिक असते. आपल्या समोर बसलेल्या क्लिफोर्डसारख्या माणसाच्या आयुष्यातील ती केवळ एक दु:खद घटनाच ठरेल. ती त्याला मिळालेली एक अतिशय कडक अशी सजाच म्हणा! हुतात्मा होण्याचे दैवातच नव्हते त्याच्या. तो केवळ सुखोपभोगासाठीच आयुष्यात आला होता. इतर कोणतीही गोष्ट पार पडलीच नसती त्याच्या कमकुवत शरीराकडून आणि मनाकडूनही. तसे पाहिले की वाटते, एखाद्या उदार, शक्तिशाली आणि उमद्या वृत्तीच्या माणसाने त्याच्या सुखाकरिता स्वत:च्या उपभोगावर पाणी सोडण्याची तयारी केली असती. आपल्या किरकोळ आशा वाऱ्यावर सोडून दिल्या असत्या. या त्यागामुळे त्याच्या रानटी जगाच्या चावऱ्या, हिवाळी वाऱ्यांच्या झोतातील तीव्रता कमी झाली असती.

क्लिफोर्डचा स्वभाव एखाद्या विलासी आणि कर्तृत्वहीन माणसासारखा होता, असे म्हणताना आम्ही त्याचा तिरस्कार करतो आहोत किंवा त्याला कठोरपणे वागवत आहोत असे नाही. त्या खोलीत अंधार असूनही ज्या एका आवश्यक मनोभूमिकेवरून त्याचे डोळे त्या दाट पर्णराजीतून आत येणाऱ्या प्रकाशकिरणांच्या कंपनाकडे वेधले जात होते, त्यावरूनच आमच्या वरील विधानाला पुष्टी मिळत होती. तसेच त्या फुलदाणीतील फुलांकडे ज्या कौतुकाने तो बघत होता, त्यावरूनही तसेच वाटत होते. त्याने त्यांचा वास घेताना दाखविलेली भावविवशता मोठी विलक्षणच होती. त्याची शरीररचना इतकी सुबक होती, की जणूकाय तिच्यामध्ये दिव्य सत्त्वांचे संमीलन झालेले होते. फीबीकडे बघताना नकळत जे स्मित त्याच्या चेहऱ्यावर विलसले, त्यात ती भावविवशता नव्हती. फीबीच्या तरुण चेहऱ्यावर सूर्यप्रकाश आणि ती फुले या दोहोंचेही तेज एकवटले होते. विशेषत: त्या फुलांचा सुवास अधिक सुरेख आणि संतोष वाटण्याइतका प्रकट होत होता. या त्याच्या सौंदर्यप्रीतीची जाणीव त्याने आपली नजर उपजत सावधानतेने हेप्झीबावरून काढून घेऊन पुन्हा तिकडे न वळवण्यात व्यक्त झाली. आता ती इतस्तत: भटकू लागली. हेप्झीबाकडे तो बघेचना. दुर्दैव हेप्झीबाचे होते; दोष क्लिफोर्डचा नव्हता. काय होते तिच्याजवळ पाहत राहण्याजोगे? चेहरा फटफटीत, सुरकुतलेला आणि उदासवाणा असा. तिच्या डोक्यावरच्या त्या प्रावरणातला हेंगाडेपणा, भुवयांना वळण देणाऱ्या त्या अतिशय विकृत अशा कपाळावरच्या आठ्या या गोष्टी बघण्यालायक होत्या?

पण तिच्या मायेचे ऋण मोठे नव्हते का? किती विन्मुख होऊन दिलेले होते ते प्रेम! त्याची परतफेड करू नये त्याने? नाही. त्याच्यावर तिचे कसलेच ऋण नव्हते. त्याच्या स्वभावाची माणसे अशा तऱ्हेचे ऋणानुबंध मानीतच नाहीत. त्यांचे अंतरंग स्वार्थीच असते काही झाले तरी – कोणतीही भीडभाड न ठेवता आम्ही तसे म्हणतो. दुसऱ्या स्वभावाच्या माणसावर त्याच्या असलेल्या स्वाभाविक हक्काचे महत्त्व अमान्य न करता त्या माणसाला तसेच वागू दिले पाहिजे आम्ही. कोणत्याही प्रकारची भरपाई न अपेक्षिता पराक्रमी आणि अव्यभिचारी निष्ठेचा त्याच्यावर अधिकाधिक वर्षावही केलाच पाहिजे. गरीब बिचारी हेप्झीबा ही वस्तुस्थिती जाणून होती. निदान त्याच्या सहजप्रवृत्तीनुसार वागत होती. सौंदर्य म्हणून जे काही होते त्यापासून क्लिफोर्ड अनेक वर्षे दूर होता, याची जाणीव तिला होती. त्यामुळे आपल्यासारख्या वयस्क आणि बेडौल स्वरूपातील दर्शनापेक्षा अधिक सतेज अशा गोष्टी त्याच्यासमोर आल्या होत्या यातच तिला सुख मिळत होते. आता जरी ती तसा सुस्कारा टाकत होती, तरी त्या भावनेशी ती प्रामाणिक होती. आपल्या खोलीत जाऊन अश्रू ढाळत बसावे, असाही तिच्या मनातला एक चोरटा उद्देश होता. ती स्वत: कधीच आकर्षक वाटली नाही. जे काही आकर्षण होते त्याला क्लिफोर्डबद्दलच्या तिच्या शोकाची कसर लागूनलागून ते पूर्वीच लुप्त झाले होते.

तो पाहुणा आपल्या खुर्चीत मागे रेलला. त्याच्या स्वप्निल आनंदी चेहऱ्यात बेचैनीची आणि निराशेची छटा मिसळली होती. आपल्या भोवतालच्या दृश्याशी संपूर्णपणे समरस होण्याची त्याची धडपड होती किंवा कदाचित, ते एक स्वप्न अथवा कल्पनेचा एखादा खेळ असण्याची त्याला भीती वाटत होती, म्हणून आहे तोवर आपल्यासाठी अधिक तेज आणि दीर्घ काळ टिकणारी मायासृष्टी टिकवून ठेवण्यासाठी त्या आनंददायक क्षणाला तो कष्टवत होता.

"किती रम्य! केवढं सुखदायक हे! खरंच, असंच राहील हे सारं? त्या उघड्या खिडकीतलं ते वातावरण किती शीतल आणि प्रसन्न आहे! एक उघडी खिडकी! सूर्यप्रकाशाचा खेळ तर केवढा सुंदर! वा, वा ती फुलं! काय सुवास आहे त्यांना! आणि इकडं त्या तरुण मुलीचा चेहरा कसा आनंदी, कसा टवटवीत – जणू दव पडलेलं फूलच! त्या दवात चमकणाऱ्या सूर्यकिरणांचं तेज आहे तिच्याजवळ! अहाहा! छान, फार छान! अगदी सुरेख! पण हे केवळ स्वप्नच असावं! एक स्वप्न! स्वप्न! असू दे! स्वप्नच असलं तरी त्यात वाड्याच्या चारी दगडी भिंती दडवलेल्या आहेत! चालेल, स्वप्न असलं तरी चालेल!" क्लिफोर्ड पुटपुटू लागला. स्वत:शी, थोडा दुसऱ्याशी.

पण मग लागलीच त्याचा चेहरा काळवंडलाही. ते स्वप्न जणूकाय एखाद्या दरीच्या किंवा अंधारकोठडीच्या आड गेले. त्याचा चेहरा उतरला. एखाद्या तुरुंगकोठडीच्या

गजातून जेवढा प्रकाश आत येतो तेवढाच उरला तेथे – आता तर त्याचा चेहरा खूपच पडला, एखाद्या गर्तेत खोलखोल निघाल्यागत. फीबीला त्या अनोळखी माणसाशी काहीतरी बोलावे असे वाटले. (तिच्यासमोर जे काही घडत होते त्याच्यामध्ये थोडाफार उपयुक्त वाटा उचलावा असे वाटण्याइतकी तरतरीत आणि वृत्तीतली चपळाई तिच्याजवळ होती.)

तिने फुलदाणीतील फुलांमधून एक लहान केशरी फूल निवडून ते त्याच्यापुढे धरून म्हटले, "अहो, हे फूल पाहा! आज सकाळीच मला मिळालं आपल्या बागेत! जात वेगळी आहे त्याची. या हंगामात पाच-सहाच मिळणार तसली. त्यातलं सर्वांत पूर्ण उमललेलं फूल आहे हे. चिकट्याचा किंवा बुरशीचा एकही डाग नाही त्याच्यावर. खरंच, किती सुरेख आहे नाही! दुसऱ्या कोणत्याही गुलाबापेक्षा सुंदर! एकदा वास घेतला की जन्मभर पुरेल तो!"

"खरंच, बघू द्या, बघू द्या मला! आणा ते इकडं! माझ्या हातात द्या!"

मोठ्या उत्सुकतेने ते फूल त्याने घेतले. खरोखरच, त्याचा वास ध्यानात राहण्याजोगाच होता. त्याचा तो उत्कृष्ट सुगंध असंख्य आठवणींना बरोबर घेऊन आला.

त्याबरोबर तो म्हणाला, "मी तुमचा आभारी आहे! मला सुख मिळतंय त्याच्यापासून! मला आठवतं, मी हे फूल कसं जपून ठेवायचो ते... खूप पूर्वी... मला वाटतं, फारफार वर्षांपूर्वी... का कालच तर नसेल? अगदी कालच? या फुलाकडं पाहिल्यानंतर मला माझं तारुण्य परत मिळाल्यासारखं वाटतंय, पण खरोखरच मी तरुण आहे काय? माझी आठवण स्पष्ट तरी असेल किंवा मला होत असलेली जाणीव तरी विलक्षण अस्पष्ट असेल! पण ही सुरेख, तरुण मुलगी किती प्रेमळ आहे! आभारी आहे मी! आभारी हं!"

त्या चिमुकल्या केशरी फुलाने क्लिफोर्डच्या भावना खूपच चाळवल्या. त्याच्या वृत्तींना अनुकूल अशी एक खळबळ निर्माण झाली. त्याच्या जीवनातला सर्वांत सुखद असा क्षण बनला तो! त्या न्याहारीच्या टेबलासमोर बसून मनमुराद सुख भोगले त्यापासून ते सुख बराच वेळ टिकलेही असते, पण... पण आता त्याची नजर त्या वृद्ध प्युरिटनाच्या तसबिरीतील चेहऱ्यावर स्थिरावली. कर्नल पिंचेन तिच्या त्या जुनाट चौकटीतून आणि विटक्या चित्रफलकावरून त्या खोलीतील हालचालींकडे एखाद्या अतिदुष्ट आणि तुसड्या पिशाच्चासारखा पाहत होता. त्या पाहुण्याने अधीरशा हाताने हेप्झीबाला जवळ बोलावले. कुटुंबातील एखादे लाडके माणूस चिडल्यावर जसे बोलेल तसे त्याने तिला म्हटले,

"हेप्झीबा! हेप्झीबा! ते किळसवाणं चित्र भिंतीवर का ठेवलंस अजून? अरे हो! ते तुला आवडतं नाही का? ती तुझी एक निश्चित अशी अभिरुची आहे! मी तुला

हजारदा सांगितलंय की, या घरातलं ते एक दुष्ट अधिदैवत आहे म्हणून – निदान माझं तरी नक्कीच! माझा सैतानाप्रमाणं दुष्टावा करतोय तो! ताबडतोब काढून टाक तेथून! हालव एकदम!'' क्लिफोर्ड ओरडला. त्यात जोर होता, स्पष्टपणा होता.

''प्रिय क्लिफोर्ड, अरे, ते शक्य नाही. तुलाही ते ठाऊक आहेच!'' हेप्झीबा उदासपणे म्हणाली.

''तर मग मी सांगतो तसं तरी करा निदान. एका केशरी पडद्यानं झाका ते. चांगला घड्या पडण्याइतका रुंद पडदा करा. त्याला झकास सोनेरी किनार आणि गोंडेपण लावा, पण झाका तो. दृष्टीआड करा त्याला माझ्या. मला त्याच्याकडं बघवतच नाही. माझ्याकडं नजर रोखू नये त्यानं.'' तो म्हणाला. अद्यापही उत्साह होता त्याच्याजवळ.

''बरं. करू या हं तसं. करू या. झाकून टाकू या ते चित्र. व्यवस्था करते त्याची. वरच्या मजल्यावरच्या एका ट्रंकेत तयारच आहे तुला हवा असलेला पडदा. आता जरासा विटलाय आणि किंचित कसरही लागली असेल त्याला. पण ठीक आहे. मी आणि फीबी त्याचं रूपच पार बदलून टाकू. आमच्याकडं लागलं ते.'' हेप्झीबा सांत्वनपर शब्दांत म्हणाली.

''आजच्याआज झालं पाहिजे. न विसरता!'' तो म्हणाला. नंतर खालच्या आवाजात, स्वत:शीच पुटपुटला, ''तसं म्हटलं तर त्या दु:खी, उदासवाण्या घरात राहायचं तरी कशाला? फ्रान्सच्या दक्षिणेला – इटलीला-पॅरिस-नेपल्स-व्हेनिस- रोम – तिकडं का जाऊ नये? हो, पण मग हेप्झीबा म्हणणार, आपल्याजवळ तेवढे पैसे नाहीत! काय विक्षिप्त विचार आहेत हे!''

मग तो स्वत:शीच हसला आणि त्याने हेप्झीबाकडे एक दृष्टिक्षेप टाकला. एक सुरेख आणि तितक्याच मर्मभेदक अर्थाचा.

भावनेची अशी अनेक आवर्तने झाली, पुसटशी पण लक्षात येण्याजोगी. एवढ्या थोड्या अवकाशात त्या अनेक आवर्तनांतून तो गेला होता. साहजिकच, त्याच्या मनावरच्या त्या ताणामुळे तो थकला. वास्तविक, त्याच्या जीवनाला एक दु:खद नीरसतेची सवय लागून राहिली होती. त्या जीवनसरितेला प्रवाहरूप असे मिळालेच नाही कधी. त्याच्या पायातच एक डबके बनून राहण्याइतकी सुस्ती तिला आली होती. त्याच्या चेहऱ्यावर झोपेचा बुरखा स्वत:हूनच पसरला. नैतिकदृष्ट्या बोलायचे म्हणजे त्याच्या मूळच्या नाजूक आणि सुरेख अशा चेहऱ्यावर निसर्गरम्य अशा सृष्टीच्या एखाद्या देखाव्यावर सूर्यप्रकाशविरहित असे धुके पसरल्यानंतर जो परिणाम होतो तसा परिणाम झाला. तो दाटल्यासारखा दिसू लागला; जवळजवळ मातीच्या ढेकळागत. याआधी त्याच्याकडे बघणाऱ्याला त्याच्यामध्ये रस व सौंदर्य – अगदी उद्ध्वस्त असे सौंदर्य आढळले असते तर त्याला स्वत:विषयीच शंका

आली असती. आपल्या कल्पनेला आपणच चकविले की काय, असा भास होण्याइतकी आकर्षकता त्याच्या चेहऱ्यावर चमकून गेली होती. त्याच्या भावदर्शी डोळ्यांत एक अत्युत्कृष्ट जादू होती, याचाही त्याला अचंबा वाटला असता.

परंतु त्याला पूर्ण झोप येण्यापूर्वी त्या दुकानाच्या घंटेची कर्कश व खोडकर किणकिण कानांवर आली. त्यासरशी क्लिफोर्ड दचकून जागा झाला. भानावर आला. त्या घंटेच्या आवाजाने क्लिफोर्डच्या कानाला आणि त्याच्या वृत्तीतील वैशिष्ट्यपूर्ण जाणिवेला अतिशय चीड येणारा धक्का दिला.

''परमेश्वरा! हेप्झीबा! या घरात काय भयानक गोंगाट माजला सगळीकडं? इतका संतापजनक खणखणाट कधीच ऐकला नाही! पण तू हा का चालू दिलास? साऱ्या दुनियेतला कलकलाट गोळा झालाय काय इथं? अरे, काय आहे हे?'' क्लिफोर्ड ओरडला. आपल्या चिडखोर उतावीळपणाची आग त्याच्यावर प्रेम करणाऱ्या एकमेव व्यक्तीवर त्याने ओकली. ती त्याची नेहमीचीच रीत होती. फार पूर्वीपासून.

या उघडउघड क्षुल्लक वाटणाऱ्या कटकटीने क्लिफोर्डच्या स्वभावाला एक वेगळा उठाव आणला. एखादे अस्पष्ट चित्र कॅनव्हासमधून अकस्मात झेप घेऊन पुढे यावे तसा. त्यात एक रहस्य होते. सौंदर्यावर व एकरूपतेच्या जाणिवेवर प्रेम करणाऱ्या त्याच्यासारख्या माणसांची अंत:करणे विशेष संवेदनाक्षम असतात. त्यामुळे त्यांना डिवचायचे झाल्यास त्या वरच्या जाणिवेलाच धक्का द्यावा लागतो. अशासारख्या अनेक घटना घडलेल्या आहेत. जर यदाकदाचित क्लिफोर्डचे पूर्वायुष्य त्याच्या रुचिसंपन्नतेची शेवटची पायरी गाठण्यात खर्च झाले असले, तर त्याचे जीवन खूप आनंदात गेले असते. त्याबरोबरच, मात्र त्या गूढ स्वभाववैशिष्ट्याने त्याच्यामधला मायाभाव या कालापूर्वी एकतर गिळून तरी टाकायला हवा अथवा बाजूला फेकून तरी द्यायला हवा. त्यामुळे त्याच्या त्या दीर्घ व काळोख्या संकट-प्रवाहाच्या बुडाशी आज दयाभावाचा एखादा तारक थेंबही नसेल काय?

''प्रिय क्लिफोर्ड, हा आवाज तुझ्या कानांवर येऊ नये अशी माझीदेखील खूप इच्छा आहे रे! मलासुद्धा मोठा संताप येतोय त्याचा. पण क्लिफोर्ड, मला तुला एक गोष्ट सांगायची आहे. फीबी, जरा बघून ये पळत जाऊन! हा जो भेसूर आवाज येतोय ना, तो आपल्या दुकानातील छोट्या खोडकर घंटेचा हं! दुकानाच्या घंटेचा! आपल्या दुकानाच्या!'' हेप्झीबा शांतपणे म्हणाली. अपमानाच्या दु:खदायक बोचणीने तिचा चेहरा लालबुंद झाला होता.

''काय म्हणतेस? दुकानाची घंटा?'' काही बोध न होऊन एकटक नजरेने तिच्याकडे पाहत क्लिफोर्ड पुन:पुन्हा म्हणाला.

''होय. दुकानाची – आपल्या दुकानाची घंटा आहे ती.'' आता तिच्या बोलण्यात एक विशिष्ट स्वाभाविक आग्रह आला होता. त्यात तिच्या खोल

भावनाही व्यक्त होत होत्या. ''क्लिफोर्ड, आपण फार गरीब आहोत, याची तुला जाणीव असलीच पाहिजे. आज आपण जवळजवळ मातीमोल झालो आहोत. आपण मरणाच्या दारात उभं असतानाही आपल्याला पोसण्यासाठी ज्यानं आपला हात पुढं केला असता, मी तो झिडकारावा (तूही तेच केले असतेस) असं तुला वाटलं असतं, त्या माणसाशिवाय कोणाचा आधार नव्हता आपल्याला! त्यामुळंच आपल्या चरितार्थाचं साधन स्वत:हून निर्माण करण्याशिवाय गत्यंतर नव्हतं. एकटीच असते तर उपाशी राहण्यात सुख मानलं असतं मी, परंतु याच वेळी तू परत माझ्याकडं यायचा होतास!'' मध्येच एक उदास स्मितरेषा उमटली तिच्या चेहऱ्यावर आणि तिने पुढे बोलणे चालू केले, ''त्यासाठीच आपल्या प्रासादाच्या समोरच्या गेबलमध्ये मी एक किराणा भुसारी मालाचं छोटंसं दुकान उघडलं आहे. माझ्या असं करण्यानं तुझ्या या प्राचीन प्रासादाची शान कायमची कमी झाली असं वाटतं तुला क्लिफोर्ड? लाज वाटते तुला त्याची? हा कलंक आहे असं मानतोस तू? तसं असेल तर आपल्या खापरपणजोबांनीपण तेच केलं होतं! खरं पाहता, त्या वेळी इतकी आवश्यकता नव्हती त्याची! बोल क्लिफोर्ड, माझी तुला लाज वाटते काय?'' तिने विचारले.

''लाज? कलंक? तू हे शब्द मला सांगतेस, हेप्झीबा! त्यांचा चांगला अर्थ माझ्याखेरीज कोणीच जाणला नसेल! इतकी कठोर होऊ नकोस गं! काय व्हायचं उरलंय माझ्या बाबतीत आणखी? अधिक लज्जास्पद असं नवीन काय व्हायचंय?'' क्लिफोर्ड उद्गारला. मात्र तो आता रागावला नव्हता. माणसाच्या मनोवृत्तीचा पुरेसा चुराडा झाला असला की मोठ्या अपमानाचे काहीच वाटत नाही त्याला. उलट एखादा किरकोळ अपमानच चीड आणतो त्याला. आता फक्त त्याला दु:खच झाले त्या वार्तेचे.

केवळ सुखासाठी जन्माला आलेल्या त्या माणसाने एक अतिशय भयंकर सजा भोगलेली होती. अगदी मरगळून गेलेला होता तो. एवढे बोलून झाल्यानंतर बायकांप्रमाणे ढसढसा रडायला लागला तो. मात्र तेही थोडाच वेळ. लवकरच तो शांत झाला. त्याच्या चेहऱ्याकडे बघितल्यावर त्याची मन:स्थिती समाधानकारक असल्याचे वाटले. पुढच्या क्षणी तो थोडाफार बिथरला. हेप्झीबाकडे बघून हसला थोडासा. त्याच्या स्मितपूर्ण नजरेत एक सूक्ष्म, अर्धवट थट्टेची झाक डोकावत होती. तिला त्याचे कोडेच पडले.

''खरोखर, आपण इतके गरीब आहोत हेप्झीबा?'' त्याने विचारले.

अखेरीस, क्लिफोर्डला त्याच्या खोलगट व मऊ गादीच्या बैठकीच्या खुर्चीत झोप लागली. त्याचा श्वासोच्छ्वास अधिक नियमित झाला. (अर्थात, त्यातही कंपने होतीच. म्हणावा इतका दाट नव्हता तो श्वास. त्याच्या स्वभावातील दुबळेपणाचे

प्रतीक होते ते.) थोड्याच वेळात त्याला गाढ झोप लागली. आज प्रथमच हेप्झीबा त्याच्याकडे मन लावून बघत होती. यापूर्वी तसे धाडसही नव्हते झाले. तशी संधीही मिळाली नव्हती. तिचे अंत:करण अश्रूंत बुडून गेले; पार वितळले. तिच्या हृदयाच्या शेवटच्या कप्प्यातून कण्हण्याचा स्वर वर आला. हळुवार, खालच्या पट्टीतला, वर्णनाच्या पलीकडचा, दु:खपूर्ण असा! हा परिणाम एवढा तीव्र होता की, त्यामुळे त्याच्या बदलून गेलेल्या, पिचून गेलेल्या, वयस्क, भकास चेहऱ्याचे अवलोकन करण्यात आपण त्याचा अनादर करीत नाही, असे वाटले तिला. पण भावनेचा हा बहर ओसरल्यानंतर मात्र तिच्या सदसद्विवेकबुद्धीला त्याची लाज वाटली. इतका बदल झाला असताना त्याच्याकडे एवढ्या उत्सुकतेने पाहणे गैर आहे, असे वाटले तिला. ती तशीच मागे फिरली घाईघाईने. खिडकीतून येत असलेला सूर्यप्रकाश अडविण्यासाठी तिने पडदा खाली पाडला. क्लिफोर्डला त्या झोपलेल्या स्थितीतच सोडून ती खोलीतून निघून गेली.

आठ

जेफ्री पिंचेन

फीबी दुकानात आल्याआल्या तो छोटा, खादाड शाळकरी मुलगा दिसला तिला. त्याने मोठीच धमाल उडवली होती. त्याची महान कृत्ये गणती करण्यापलीकडे जाऊन पोहोचली. आतापर्यंत जिम क्रो, हत्ती, साधा उंट, एकमदारी उंट आणि रेल्वे इंजिन या साऱ्यांचा फन्ना उडवला होता त्याने. त्याची चांगलीच ओळख झालेली होती फीबीला.

आज मात्र तो आपल्या कामासाठी आला नव्हता हं! आधीच्या दोन दिवसांत कधीच न ऐकलेली चैन करण्यात आपल्या खाऊचा पैसा उधळून टाकून तो रिकामा झाला होता. तो तरुण सद्‍गृहस्थ सांप्रत आपल्या आईच्या हुकमानुसार दुकानात हजर झाला होता. त्याला तीन अंडी आणि अर्धा पौंड बेदाणे हवे होते. फीबीने ते जिन्नस त्याला बांधून दिले. जाताजाता त्याच्या हातावर एक साखरेचा देवमासाही ठेवला. त्याने आतापर्यंत दिलेल्या आश्रयाचे बक्षीस म्हणून म्हणा किंवा त्याची स्मृती म्हणूनही. शिवाय न्याहारीनंतरच्या मुखशुद्धीसाठीही असेल! निनेव्हेच्या प्रेषिताबरोबर जाताना आलेल्या अनुभवाच्या अगदी उलट अनुभव त्या माशाला आला असावा. त्याच्या आधी एक भला मोठा तांडा त्या जिभेच्या तांबड्या मार्गाने गेलेलाच होता. त्यानेही तीच वाट धरली.

हा पोरगा खरोखर अस्सल होता. त्या वृद्ध कालपुरुषाचे मानचिन्हच म्हणा ना! कालपुरुषाची आणि या छोकऱ्याची भूक अजबच होती. माणसे काय, वस्तू काय, सगळेच चालायचे या दोघांना. मोठी सर्वभक्षक होती त्यांची भूक! मौज अशी की, तो कालपुरुष आणि हा गडी निर्मितीमधला एवढा भाग गट्ट करूनही पुन्हा

पूर्वीइतकेच जवान; तितकेच तरतरीत. परत एकदा जबडा उघडायला तयारीच यांची; जणूकाय आताच तरुण झालेत असे.

दरवाजा निम्माशिम्मा बंद केल्यानंतर पुन्हा एकदा तो मुलगा वळला. फीबीजवळ जाऊन काहीतरी गुणगुणला. अजून त्याच्या तोंडातला देवमासा सगळा घशाखाली गेला नव्हता. साहजिकच, त्याचे अस्पष्ट शब्द फीबीला कळले नाहीत.

"काय म्हणतोस काय रे बच्चा?" तिने विचारले.

"आईनं विचारलंय, पिंचेन आजीच्या भावाचं कसं काय चाललंय? तो घरी आला म्हणताहेत लोक." आता नेड हिगिन्सने स्वच्छ शब्दांत सांगितले.

"माझ्या चुलत बहिणीचा भाऊ! तिचा भाऊ? आश्चर्य आहे. कुठं असेल मग तो?" फीबी उद्‌गारली. हेप्झीबाच्या आणि तिच्या पाहुण्यातील नात्याचा असा अकस्मात खुलासा झालेला पाहून तिला आश्चर्य वाटले.

त्या लहान मुलानं आपल्या रुंद, बसक्या नाकावर फक्त अंगठा ठेवला आपला. तिच्याकडे मोठ्या कावेबाजपणे पाहायला लागला. रस्त्यावर खेळणारे मूल आपापसांत केवढाही अडाणीपणा करत असले तरी आपल्या हावभावांत एक विशिष्ट धूर्तपणा आणते. नेड हिगिन्स त्यातलाच एक होता. फीबी त्याच्या प्रश्नाचे उत्तर न देता त्याच्याकडे टक लावून पाहतच राहिली. शेवटी तो स्वत:च निघून गेला तेथून.

तो पोरगा पायऱ्या उतरून जायला आणि एक सद्‌गृहस्थ त्या चढून वर दुकानात यायला एकच गाठ पडली. तो गृहस्थ दिसायला उमदा होता. तो आणखीन थोडासा उंच असता, तर आयुष्याच्या उतरणीला लागलेला एक रुबाबदार, भव्य व्यक्तिमत्त्वाचा माणूस म्हणून जगाने त्याच्याकडे पाहिले असते.

त्याने कोणत्यातरी पातळ कापडाचा काळा सूट परिधान केला होता. ब्रॉडक्लॉथसारखे होते ते कापड. त्याच्या हातात सोन्याच्या मुठीची एक लाकडी काठी होती. ते लाकूड पौर्वात्य असून अतिशय दुर्मीळ होते. त्याच्या खानदानी स्वरूपात त्यामुळे भरच पडत होती. त्याचप्रमाणे त्याचा गळपट्टा, बर्फासारखा पांढराशुभ्र. शिवाय, त्याच्या बुटावरचे ते पॉलिश अगदी अस्सल प्रतीचे होते. त्याच्या ऐहिक वैभवाच्या या जिवंत निशाण्याच जणू!

त्याचा चेहरा तसा राकटच होता. तो बराचसा चौकोनी होता. त्याच्या भुवयांचे केस जाड होते व त्यामुळे त्या खूप पुढे आल्यासारख्या दिसायच्या. त्यांना एक खोली आली होती. त्यामुळे साहजिकच, तो एक छाप पाडणारा चेहरा वाटायचा. कदाचित, थोडाफार उग्रही दिसला असता, परंतु चेहऱ्यावरच्या त्या उग्रतेला त्याने आपल्या स्मितपूर्ण व सदिच्छादर्शक नजरेने खूपच सौम्य करायचे ठरविले होते. खूपच आनंदी वाटायचा चेहरा, त्यामुळे बरे झाले. नाहीतर तो थोडाफार कठोरच

वाटला असता.

या सगळ्यात एक गोष्ट मात्र लक्षवेधी ठरणारी होती. त्याच्या चेहऱ्यावरच्या खालच्या भागाजवळच्या गोळा झालेल्या कातडीच्या मांसल भागामुळे तेथे फुगीरपणा आला होता. त्यामुळे त्याच्या नजरेत कावेबाजपणाच अधिक असावा असे वाटे. त्याच्यावर दिव्यत्वाची झाक दिसायचीच नाही. तसेच त्या कातडीवर एक प्रकारची तुकतुकीही होती, पण त्याला हवी तेवढी ती समाधानकारक नव्हती. त्या चेहऱ्यावरचा तो दयाभावाचा आविष्कार अस्सल नव्हता, हे एखाद्या संवेदनक्षम जाणकाराने ताबडतोब ओळखले असते. वरवर मात्र तसे भासायचे खरे. त्याच जाणकाराने त्याच्याकडे सूक्ष्म भावनेने व संवेदनक्षम जाणिवेने पाहताना किंचित दूषित असा दृष्टिकोन स्वीकारला, तर मात्र त्या सद्गृहस्थाच्या चेहऱ्यावरचा तो भाव व त्याच्या बुटांवरची चकाकी यामध्ये त्याला विलक्षण साम्य आढळले असते. अर्थात, या दोन्ही गोष्टींचे प्रदर्शन करून त्यांना टिकवून ठेवणे, यांच्यामागे काळजीपूर्वक केलेले श्रम होते, हे निश्चित.

फीबीला परका असणारा हा माणूस त्या दुकानात शिरला. दुकानातले विक्रीचे पदार्थ, त्या एल्म वृक्षाचा तो दाट पर्णसंभार आणि दुसऱ्या मजल्याचा पुढे झुकलेला भाग यांच्यामुळे तेथे एक करड्या रंगाची छटा पसरली होती. त्या वातावरणातील विषण्णता नाहीशी करण्याचे (आणखीन, हेप्झीबा आणि घरातील इतर माणसे यांच्या मनातील दुःख जमेस धरलेच होते.) त्याने मनावर घेतले होते म्हणून की काय, त्याच्या आधीच राकट असलेल्या चेहऱ्यावर त्याने एक कळकळीचे स्मित आणले. दुकानात आज नेहमीच्या कृश, वृद्ध कुमारिकेऐवजी गुलाबाच्या टपोऱ्या कळीसारखी एक तरुणी दृष्टीस पडल्यावर तो आश्चर्यचकितच झाला. प्रथम त्याच्या कपाळावर आठ्यांचे जाळे पसरले, पण नंतर मात्र त्याने मोठे कृत्रिम स्मित केले. त्याच्यातला खोटा स्नेहभाव अधिक उठून दिसला.

''छान, छान! असं आहे होय सारं! ठीक आहे. मिस हेप्झीबा पिंचेनला धंद्याच्या सुरुवातीलाच इतकी अनुकूल सहायक मिळाली याची मला जाणीव नव्हती. मला वाटतं, तू तीच असशील? तिची एक मदतनीस?''

खोल आवाजात तो म्हणाला. एखाद्या असंस्कृत माणसाच्या कंठातून जर तो आवाज आला असता, तर तो अधिक उग्र वाटला असता, पण हा आवाज कमावलेला होता, आपल्या संस्कारांच्या जोरावर. त्यामुळे तो कानाला गोड लागला.

''तुम्ही बरोबर ओळखलंत. मी मिस हेप्झीबाची चुलत बहीण आहे. चार दिवस राहायला आले आहे तिच्याकडं.''

फीबीने उत्तर दिले. त्या वेळेचा तिचा रुबाब पुष्कळसा खानदानी वाटला.

(कारण त्या सद्गृहस्थाच्या सुसंस्कृत बुद्धीने ती तरुणी पगारदार नोकर असावी, असे मानले होते नक्की.)

''काय म्हणालीस? तिची चुलत बहीण – गावाकडून आलेली? वा, छान! मग मला तुझी क्षमा मागितली पाहिजे की.''

त्या सद्गृहस्थाने लवून अभिवादन करत आणि हसत म्हटले. फीबीचा तो पहिलाच अनुभव होता. आजपर्यंत अशा तऱ्हेची वागणूक तिला मिळालीच नव्हती. तो आणखी म्हणाला, ''मग आता तर आपण एकमेकांचा अधिक चांगला परिचय करून घेतला पाहिजे. माझी चूक होत नसेल, तर एक गोष्ट तुझ्या माहितीसाठी सांगितली पाहिजे तुला. बरं का, आपले एकमेकांचे नात्याचे संबंध जुळतात हेप्झीबाप्रमाणे! तू माझी नातलग आहेस! कशी? थांब. बघू या – मेरी?... डॉली?... आणि फीबी? हो, फीबीच नाव ते! आहेस ना तू फीबी पिंचेन? अगं, तुझे वडील माझे चुलत भाऊच ना. माझा वर्गमित्र होता तो. हां. आर्थर? उत्तम झालं. छे, छे, छे! तुझा चेहरा अगदी तुझ्या बापासारखाच दिसतोय ना मला! तुझ्या वडिलांची आठवण करून देतोय तो! नाही, नाही! आपला परस्परांशी घनिष्ठ परिचय व्हायलाच हवा! बाळ, मी तुझा नातेवाईक आहे! जज्ज पिंचेन हे नाव ऐकलंच असशील तू? माझी खात्री आहे.''

एवढे ऐकल्यावर साहजिकच फीबी उत्तरादाखल म्हणून त्याला सौजन्यपूर्ण अभिवादन करण्यासाठी पुढे झुकली. अर्थात, आपल्या तरुण नातेवाइकाच्या या नूतन परिचयातून माहिती झालेल्या नात्याची स्वीकृती म्हणून आणि स्वाभाविक ममता म्हणून तिचे चुंबन घेण्यासाठी जज्जही पुढे झुकला. सुरुवातीला तिच्याबद्दल काढलेल्या उद्गारांची क्षमा मागावी अणि तिच्या या सध्याच्या कामाबद्दल तिची प्रशंसा करावी हेही हेतू त्याच्यामागे होतेच. दुर्दैवाने, तो तसा पुढे वाकायला आणि फीबी मागे सरकायला नेमकी गाठ पडली. वास्तविक ते तिने मुद्दाम केले नाही, पण सहजासहजी ते घडले खरे. अशा वेळी आपल्या समंजसपणाशी त्याचा अर्थाअर्थी संबंध नसतोच. त्यामुळे मात्र जज्जची विनाकारण फसवणूक झाली. त्याचे शरीर काउंटरवर झुकले. त्याचे ओठ पुढे आले; पण ज्या हेतूने त्याने हे केले तो हेतू हवेतच विरला. त्याच्या मनातले चुंबन हवेतच घेतले गेले. त्या अतिशय आदरणीय अशा फीबीच्या नातलगाचा हिरमोड झाला, अनपेक्षित असा. जुन्या काळी ईक्झिऑनने ढगाला मिठी घातली, त्याचे हे आधुनिक प्रत्यंतर आले. विशेष म्हणजे, सर्व अर्थशून्य गोष्टी झिडकारणाऱ्या व छायेला न भुलणाऱ्या जज्जची ही फजिती अधिकच हास्यास्पद ठरली.

त्याबाबत फीबीजवळ एकच सबब होती. जज्ज पिंचेनच्या चमकदार दयाशीलतेबद्दल त्या स्त्रीला आक्षेप घ्यायचा नव्हता मुळी. तसे पाहिले, तर त्या दोघांमध्ये पुष्कळ

रुंद जागा होती. जवळजवळ रस्त्याच्या किंवा सर्वसाधारण आकाराच्या खोलीच्या रुंदीची; परंतु जेव्हा ती राकट चेहऱ्याची, गुबगुबीत शरीराकृती (तशात त्याची दाढीही खूपच खरखरीत वाटली. तिला गुळगुळीत करणे एका तरी वस्तऱ्याला जमले असते की नाही कोण जाणे?) आपल्या कृपेचा वर्षाव करण्यासाठी जशी पुढे आली तसतसा त्याचा चेहरा अधिकच मायाळू वाटला. जज्जच्या त्या भावदर्शनात त्याच्या व्यक्तित्वातला पुरुष उठावदार वाटला तिला. का कोण जाणे, ती पुरुषी विषयासक्त नजर पाहताक्षणीच फीबीचे डोळे खाली पाहू लागले आणि नकळत तिला लाजल्यासारखेच झाले. तसे पाहिले, तर यापूर्वी अनेकदा जज्जपेक्षा वयाने लहानमोठ्या असणाऱ्या अदमासे अर्धा-एक डझन चुलत भावांनी तिचे चुंबन घेतले होते. मग जाड, काळ्याशार भुवयांच्या, भयानक दाढीच्या, पांढरा गळपट्टा घातलेल्या अणि खोट्या सभ्यतेचा भास निर्माण करणाऱ्या या जज्जाची तिला का भीती वाटावी बरे? काय बिघडले तिचे? एकंदरीत, हे सगळे असे विचित्र घडले खरे.

थोड्या वेळाने फीबीने नजर वर उचलली. जज्ज पिंचेनचा चेहरा बदलला होता. खूपच विलक्षण होता तो बदल. चकचकीत उन्हात चमकणारा निसर्गरम्य सृष्टिसौंदर्याचा देखावा, तुफानी वादळ येण्यापूर्वी वेगळे रूप घेतो ना, तसा होता तो. त्या वादळातील विकारवशता तेथे नव्हती. त्याचे स्वरूप तेवढे तीव्र नव्हते; पण त्याच्यामध्ये दिवसभर तरंगत राहिलेल्या ढगांची भावशून्यता, कठोरता आणि संताप होता.

फीबी विचारात पडली. 'बाप रे! आता काय करावं? किती कठोर दिसतो आहे तो आता! पाषाणासारखं असणारं त्याचं हृदय. पूर्वेकडच्या वादळी वाऱ्याइतका संतापलेला दिसतोय खरा! पण खरंच, माझ्या मनात त्याला दुखवावं असं काही नव्हतंच मुळी? किती केलं तरी तो माझा चुलत भाऊच आहे. मी घेऊ द्यायला हवं होतं चुंबन!'

अचानक फीबीच्या मनात एक प्रतिमा उमटली. त्या दिवशी बागेत गेबलमध्ये राहणाऱ्या त्या छायाचित्रकाराने तिला दाखविलेल्या अल्पाकृतीतला मूळ पुरुष तो हाच जज्ज पिंचेन! आज ती त्याला प्रत्यक्षात बघत होती. सूर्याने मोठ्या खोचकपणे खेचून घेतलेले हेच ते रूप, हीच ती कठोर, उग्र, निर्दय नजर. हाच तो त्या चेहऱ्यावरचा भाव. म्हणजे हीच त्याच्या जीवनाची स्थायी भावना होती की काय? हा भाव क्षणिक नाही तर! किती कौशल्याने दडवला होता मघाशी! भयंकरच! हा त्याचा स्थायीभाव आजचाच नव्हता. त्याचा त्या दाढीवाल्या पूर्वजाकडून वंशपरंपरागत चालत आलेला एक मौल्यवान वारसा होता तो. त्या तसबिरीतील चेहऱ्यावरचा भाव आणि आताचे जज्जचे हे रूप यांत मोठे साम्य होते. एखाद्या वर्तवलेल्या भविष्याप्रमाणे त्या पूर्वजाची सारी वैशिष्ट्ये थोड्याफार प्रमाणात साकारली होती

तेथे. फीबीच्या जागी अधिक सखोल विचार करणारा एखादा गाढा तत्त्वज्ञ असता, तर या विचारात फार मोठी भयानकता आढळावी त्याला.

पुढच्या पिढीला त्याच्या वारसाला येणारी संपत्ती, पदव्या मिळवून देण्यासाठी कायदे केले आहेत व त्याप्रमाणे त्यांच्यावर त्या भावी पिढीचा हक्कही प्रस्थापित होतो, पण याहीपेक्षा अधिक निश्चित व खात्रीलायक पद्धतीने मागील पिढ्यांनी जतन केलेले दोष व उणिवा, दुष्ट प्रवृत्ती, नीच मनोवृत्ती आणि अनैतिक दूषणे पुढच्या पिढीला येऊन भिडतात आणि त्यातूनच गुन्हेगारी प्रवृत्ती जन्म घेते. त्या तत्त्वज्ञानाने हेच सूचित केले असते त्या कल्पनेतून.

असा विचार मनात येऊन गेल्यानंतर पुन्हा एकदा फीबीची नजर जज्जच्या चेहऱ्याकडे वळली. आता त्याच्यावरची मगाची ती भेसूर उग्रता पार पसार झाली होती. त्याच्या जागी ममतेचे तेज विलसत होते आता. त्या खोलीत त्या विशाल अंतःकरणातून पसरलेल्या ममताकिरणांची ऊब पसरली होती. एक प्रकारची रखरखीत, कडक ऊब. फीबी त्यात न्हाऊन निघाली. जज्जजवळ असलेले हे भावकौशल्य अप्रतिमच होते. एखादा साप जसा मोहिनी घालण्यापूर्वी एका विशिष्ट वासाने आपल्याभोवतालची हवा दरवळून सोडतो, त्याप्रमाणे केले त्याने.

''मला आवडले ते! कझीन फीबी, खरोखर पसंत आहे मला तुझं हे वागणं! तू एक चांगली मुलगी आहेस. स्वतःची काळजी कशी घ्यावी हे कळतंय तुला! छान हं! तरुण मुलींनी – त्यातल्यात्यात सुंदर तरुणींनी आपल्या ओठांबद्दल इतकं सावध असावंच नेहमी!'' फीबीची कृती आपल्याला आवडली असे आग्रहाने सांगताना तो ओरडून म्हणाला.

''खरंच हो, माझ्या मनात कसलाही दुष्ट भाव नव्हता.'' ती गोष्ट मिटविण्याच्या दृष्टीने फीबीने म्हटले.

तथापि प्रथम-परिचयातच असे घडावे याबद्दल तिला वाईट वाटले. त्यामुळे तिच्या वागण्यात एक वेगळा संकोच येत राहिला. मुळात स्वभाव मनमिळाऊ आणि खुला असल्यामुळे तिला थोडे अवघड जात होते. एक कल्पना तिच्या मनात घर करून राहिलीच राहिली. जज्ज पिंचेनच्या रूपाने पिंचेन वंशाचा आद्य पुरुषच दुकानात आला आहे, असेच वाटत राहिले पुनःपुन्हा. त्या मूळ पुरुषाबद्दल तिने दुःख देणाऱ्या अनेक आख्यायिका ऐकल्या होत्या. त्याचा मृत्यू मोठ्या विलक्षण प्रकाराने झालेला होता. हे सगळे तिला भेडसावत राहिले. तिच्या समोरचा जज्ज पिंचेन म्हणजे न्यू इंग्लंडमधला आम पिंचेन कुटुंबीयांचा पूर्वज, त्या सात गेबल्सच्या प्रासादाच्या संस्थापकाची प्रतिकृतीच! तो कालही तसाच वेगळा होता. कोणतीही गोष्ट तयार स्वरूपात मिळत असे तेव्हा. अगदी सहजासहजी आणि तितकीच समाधानकारक स्वरूपातही.

तिच्या डोळ्यांत एक असा विचार चमकला – परलोकातून कर्नल पिंचेन पृथ्वीतलावर परतला आहे. पंधराएक मिनिटे जवळच्या केशभूषागृहात घालवली आहेत त्याने. न्हाव्याकडून आपली दाढी उतरवून घेतलेली आहे. आता फक्त काळेपांढरे कल्ले उरलेत तेथे. तेथून तो तयार कपड्यांच्या दुकानात शिरेल. आपला मूळचा पोशाख – मखमलीची बंडी, काळा पायघोळ झगा, हनुवटीखालचा वेलबुट्टी काढलेला उंची गळपट्टा काढून ठेवील. बाहेर पडताना कायकाय असेल बरे त्याच्या अंगावर? गळपट्टा जाऊन पांढरी साधी कॉलर येईल. बंडी व पायघोळ झगा यांच्याऐवजी कोट, जाकीट आणि सलवार असणार. बस्स! झाले. पण अजून एकच गोष्ट करायची. पोलादी मुठीची तलवार बाजूला ठेवून हातात एक सोन्याच्या मुठीची काठी घेतली, की निघाला कर्नल पिंचेन नव्या झोकात, नव्या दिमाखात. पार बदलला त्याचा नूर. दोन शतकांपूर्वी होऊन गेलेला कर्नल पिंचेन चालू घडीचा जज्ज पिंचेन बनला. वावरूही लागला आपल्या नव्या रूपात, नव्या जगात!

कल्पना तशी हसण्यावारी नेण्याजोगी असली, तरी फीबीसारख्या जाणत्या मुलीला त्यात काहीसा अर्थ आढळला होता. कदाचित तिने आपल्या मन:चक्षूंसमोर कर्नल पिंचेनची मूर्ती आणून तिची समोरच्या जज्जशी तुलनाही केली असेल. त्यांच्यातली फरक दाखवणारी स्थळे तिने शोधली असतील. त्याच्यात तिला केवळ एखादेच साम्यही आढळले असेल.

निघून गेलेला काळ अनेक वर्षांचा होता. आता हवामानही पूर्वीचे राहिलेले नव्हते. ज्या हवेत तो आद्य इंग्लिशमन वाढला, ती हवा निघून गेली असल्यामुळे त्याच्या व या पूर्वजाच्या शरीररचनेतही फरक निर्माण झाला असेल निश्चितपणे. त्या दोघांच्या स्नायूंतील फुगीरपणा कमी झाला नसावा. अर्थात, त्यांच्यातील मांसल भागाचे प्रमाण निराळे होते. आजच्या जज्जच्या शरीराचा विस्तार त्याच्या न्यायसभेतील स्थानाला साजेसाच होता. आजच्या काळात तो तसा वजनदार वाटत असला, तरी जज्ज पिंचेनला त्याच्या पूर्वजाबरोबर एकाच तराजूत तोलले असते तर निदान छप्पन्न पौंड तरी कमी भरले असते. दुसरे म्हणजे, कर्नलच्या चेहऱ्यावरचा रंग जज्जाच्या चेहऱ्यात आला नव्हता. मूळचा लालट इंग्लिश रंग जाऊन त्याच्या जागी सध्या सर्वांमध्ये आढळणारी त्याचीच फिकट अशी छटा दिसत होती. अनेक ऊन-पावसाळे झेललेल्या त्या रापलेल्या चेहऱ्याच्या काळसर छटेतून तो अस्सलपणा जाणवायचा. शिवाय, या घटकेसदेखील प्युरिटन वंशातला एक म्हणून आपण विचारात घेतलेल्या जज्जाच्या चेहऱ्यावरही कमी-अधिक प्रमाणात त्याच उदासीनतेची छटा पसरलेली होती. परंतु त्यातूनच जज्जच्या मुद्रेवर एक विलक्षण गतिमानता आणि सूक्ष्म आनंदी वृत्ती आलेली होती. त्या वृद्ध इंग्लिशमनकडे तिचा अभाव होता, पण त्याच्या मोबदल्यात त्याला कोणत्यातरी कणखर भावनेचा त्याग करावा

लागला होता.

या सूक्ष्म निसर्गसिद्ध भावना त्याच्यावर विरघळवून टाकणाऱ्या ॲसिड इतकाच परिणाम घडवत होत्या! मानवी वंशगतीच्या एका महान नियोजनाचाही भाग असू शकेल तो. प्रत्येक चढत्या पावलाबरोबर माणसाच्या प्राणिजन्य शक्तीच्या गरजा संपत जातात. त्याच वेळी शरीराचे एकंदर गुणधर्म सुसंस्कृत होत जात असतात. हळूहळू त्यांना दिव्यत्व यायचे असते. हे जर खरे असेल तर इतरांप्रमाणे जज्ज पिंचेनच्या शुद्धीकरणाची अवस्था पूर्ण व्हायला दोन-एक शतकांचा अवधी लागणार होता म्हणू या.

जज्ज आणि त्याचा तो पूर्वज यांच्यामधील बौद्धिक व नैतिक साम्य म्हणजे चर्या व भावविशेष यांच्यातला फरक ओळखण्यासारखे आहे. ते ओळखण्याचा प्रयत्न करणे म्हणजे डोक्याला ताण देणेच म्हणता येईल.

म्हाताऱ्या कर्नल पिंचेनला दफनभूमीवर आदरांजली वाहताना त्या धर्मोपदेशकाने आपल्या त्या मृत परगणावासीयाला संपूर्णत: साधूच्या मालिकेत बसवले. आपल्या कल्पनाशक्तीने त्याने एक सुंदर देखावा निर्माण केला. ती कल्पनारम्यता चर्चचे छप्पर भेदून दूरच्या आकाशाला जाऊन भिडली. स्वर्गभूमीमधील मुकुटधारी सहगायकांमध्ये हार्पचे वाद्य हातात घेतलेला पिंचेन त्याने श्रोत्यांच्या डोळ्यांसमोर उभा केला. त्या थडग्यावर अतिशय स्तुतिपर आलेख कोरले गेले. ऐतिहासिक पुस्तकातून येणारे त्याचे वर्णन त्याच्या स्वभावातील चिकाटी आणि सचोटी यांची प्रशंसा करते. आजच्या या पिंचेनचीही तीच गत आहे.

कोणाही धर्मोपदेशकाने, कायदेतज्ज्ञ-टीकाकाराने अथवा थडग्यावर खोदकाम करणाऱ्या कारागिराने किंवा सर्वसाधारण अथवा स्थानिक राजकारणातील इतिहासकाराने त्याचे बिंग फोडण्याचे साहस केलेले नाही. त्या सर्वांना या मशहूर माणसातील ख्रिश्चन तत्त्वाची, त्याच्या धर्मश्रद्धेची महती पटली होती. एक माणूस म्हणून त्याला मिळणारा मान योग्य वाटत होता. त्याच्या जज्जच्या कामाची कळकळ मान्य होती सर्वांना.

राजकीय पक्षाचा अनेक वेळा प्रतिनिधी झाल्यानंतर त्याने दाखविलेले धैर्य व पक्षनिष्ठा वाखाणण्याजोगी होती. यातल्या एकाही गोष्टीविरुद्ध बोलत नसत कोण; परंतु त्या छिन्नीने थडग्यावर कोरलेले थंड, औपचारिक, भावशून्य आणि अर्थहीन शब्द म्हणा, त्याच्याविषयी बोलणारा तो आवाज म्हणा, लिहिणाऱ्या लेखणीतले ते शब्द म्हणा, हे सर्व लोकांकरिता आणि दूरवरच्या भविष्यकाळासाठी लिहिले जातात. तसे करताना एक जीवघेणी जाणीव त्याच्यातले सत्य आणि स्वातंत्र्य निर्विवादपणे मारून टाकते. त्या पूर्वजाबद्दल आख्यायिका व जज्जविषयीच्या खासगी, दैनंदिन कुचाळक्या यांचे एकमेकांशी अतिशय घट्ट नाते होते. एखाद्या स्त्रीचा दुसऱ्या एखाद्या सार्वजनिक महत्त्व असणाऱ्या माणसाच्या व्यक्तिगत व घरगुती जीवनाबद्दलचा दृष्टिकोन

लक्षात घेतल्याने आपल्याला अनेक गोष्टी शिकता येतात. त्याचप्रमाणे खोदकाम करण्यासाठी तयार केलेल्या तसबिरी आणि त्या व्यक्तीच्या नकळत माणसा-माणसाकरवी प्रवास करणारी पेन्सिलीची रेखाचित्रे यांच्यामध्ये फार मोठी विसंगती असते. यापेक्षा दुसरी अधिक विलक्षण बाब असणार तरी कोणती?

वानगीदाखल काही आख्यायिका : साऱ्या आख्यायिका आग्रहाने सांगत होत्या की, तो प्युरिटन पैशाचा लोभी होता; जज्जदेखील तसाच. मुक्तहस्ताने खर्च करतोय असे दाखवायचा तो, परंतु त्याचा हात नेहमी आखडलेला असायचा. जणूकाय लोखंडाच्या मुठीचाच होता तो! त्या पूर्वजाने स्वत:वर आपण फार प्रेमळ आहोत, या कल्पनेचे आवरण घालून घेतले होते. त्याचे बोलणे-चालणे तसे फार खडखडीत असायचे; पण पुष्कळ लोकांना त्याच्या अंत:करणात ऊब आढळायची. त्याच्या मर्दानी स्वभावाच्या जाड आणि अभेद्य अशा कातडीतून तो अस्सल स्नेहभाव पाझरतो आहे, असे वाटत राहायचे त्यांना. थोडक्यात, त्याची कृपादृष्टी दिसायला उग्र व भयंकर वाटत होती.

काल बदलला. गरजाही बदलल्या. सुसंस्कृतपणा वाढत गेला. त्याबरहुकूम त्याच्या वंशजाने त्या मूळ दृष्टीचे रूप बदलले. त्या दृष्टीला विशाल, मायाळू, स्नेहपूर्ण अशा स्मिताचे दिव्य माध्यम दिले. त्या त्याच्या हसऱ्या चेहऱ्यामुळे तो रस्त्यावरून निघाला की, मध्यान्हीच्या सूर्याप्रमाणे प्रकाशत राहायचा. त्याचे ते तेजस्वी स्मित मोठ्या दिमाखाने त्याच्या चेहऱ्यावर सदैव विलसत असे. आपल्या बैठकीच्या खोलीत मित्रांसमवेत गप्पा मारत बसला की एखाद्या घरातील विस्तवाच्या शेगडीच्या मंदमंद प्रकाशाची आठवण व्हायची.

आजमितीसदेखील लोक या निवेदकाच्या आसपास अनेक गोष्टी कुजबुजतात. त्या जर खऱ्या मानल्या तर खेद होतो. त्या प्युरिटनने अनेक नैतिक मर्यादांचे उल्लंघन केलेले होते. अशी माणसे मोठ्या कुळात जन्माला आली म्हणून काय झाले? त्यांची तत्त्वे वा श्रद्धा कोणत्याही का असेनात, त्यांनी एकदा केलेली पापे त्यांची पाठ सोडतच नाहीत. त्या पापांचे प्रायश्चित्त घेऊन तो कलंक संपूर्णत: धुऊन काढीपर्यंत ती छळत असतात. जज्जही अशा काही लोकनिंदांचा धनी होताच. त्याचे वर्णन करून आम्ही आमची ही पृष्ठे घाण करणार नाही.

तो प्युरिटन आपल्या स्वत:च्या घरात अनियंत्रित सत्ताधीश होता. 'हम करे सो कायदा' वृत्तीचा माणूस तो. अशा त्या हुकूमशहाने आपल्या तीन बायकांना घरातल्याघरात अक्षरश: कुजवले. स्त्री-पुरुष संबंधात त्याने एवढा अघोरी दबाव आणि निर्दयीपणा आणला की, त्या बिचाऱ्या स्त्रियांचे जीवन पार फाटून गेले. त्यांच्या हृदयाच्या चिंधड्या झाल्या. भावनांचा चुराडा. एकामागूनएक निघून गेल्या त्या यमसदनाला. त्यांच्या जीवनाच्या अस्तातच शांती मिळाली त्यांना. या बाबतीतले

त्या दोघांतील साम्य किंचित घसरते, कारण जज्जने फक्त एकच लग्न केले. त्याची पत्नी लग्नानंतर तीन-चार वर्षांतच वारली; पण त्याच्या बुडाशीसुद्धा एक आख्यायिका आहेच. अर्थात, कपोलकल्पितही असावी ती. जज्ज पिंचेनचे वैवाहिक जीवन पाहताना ती अशक्य कोटीतली वाटते खरी. असे म्हणतात की, त्यांच्या मधुचंद्राच्या वेळीच त्या बाईला कसलातरी जीवघेणा मानसिक धक्का बसला. त्यातून ती वर आलीच नाही. तिच्या चेहऱ्यावर स्मित असे उमटलेच नाही त्यानंतर कधी. आपल्या सत्ताधीश पतीबद्दलच्या स्वामिनिष्ठेचे प्रतीक म्हणून प्रत्येक दिवशी सकाळी त्याच्या बिछान्याकडे कॉफी घेऊन जाण्याचे बंधन तिच्यावर घातलेले होते व ही गोष्ट तिला पसंत नव्हती म्हणे.

तेव्हा असा आहे हा आनुवंशिकतेमधील समानतेचा विषय. इतका अर्थशून्य आहे तो की बस्स! प्रत्येक माणसाच्या शतकानुशतकांच्या वंशविस्ताराकडे लक्ष दिल्यास त्याचे महत्त्व निश्चितपणे कमी होते म्हणा किंवा ते उरतच नाही जवळजवळ. एवढी पुनरावृत्ती होत राहते त्या साम्याची; अगदी सरळ रेषेत. तेव्हा आपण एवढेच समजू या की, तो प्युरिटन मोठा धीट, जबरदस्त दडपशाही करणारा, निर्दय, कावेबाज, आपल्या मनाचा थांगपत्ता न लागू देणारा असा एक असामी होता. मोठा चिकट प्रयत्नवादी होता तो. एखाद्या गोष्टीचा पिच्छा पुरवायचा म्हटल्यास अविश्रांत कष्ट करायचा. सदसद्विवेकबुद्धीला झुगारून देऊन कामाला लागायचा म्हणा ना! दुर्बलांची तमा केलीच नाही त्याने कधी. आपल्या ध्येयपूर्तीसाठी बलवानांना नामोहरम करण्याची हिंमत बाळगून होता तो म्हातारा कर्नल. शेकोटीपुढच्या आख्यायिका एखाद्याची स्वभाववैशिष्ट्ये विलक्षण प्रामाणिकपणे जतन करून ठेवतात. हे त्याचे स्वभावविशेष जज्जमध्ये उतरले होते किंवा काय, हे आपल्या निवेदनाच्या पुढील गतीवरून स्पष्ट व्हावे.

आम्ही स्पष्ट केलेल्या साधर्म्यातील एखादी गोष्टसुद्धा फीबीच्या मनात येणे शक्य नव्हते. बरोबरच होते ते. तिचा जन्म, आयुष्य खेडेगावात गेले होते. सात गेबलांच्या प्रासादातील खोल्यांतून, धुराड्यांतून तरंगणाऱ्या कोळिष्टकांप्रमाणे आणि धुराच्या रेंगाळणाऱ्या पापुद्र्यांप्रमाणे त्या कुटुंबाविषयीच्या आख्यायिका सगळीकडे पसरल्या होत्या. तिला त्यातल्या पुष्कळशा माहीतच नव्हत्या. तिचे त्यांच्याबद्दलचे अज्ञान केविलवाणे होते. तथापि एक विशेष महत्त्व नसलेली परिस्थिती तेथे होती. तिच्या मनावर तिचे भयानक दडपणही पडलेले होते. अगदी विलक्षण असे दडपण. त्या वधित मांत्रिकाने – मॉलने कर्नल पिंचेनला उद्देशून उच्चारलेली शापवाणी व त्या वेळची परिस्थिती याबद्दल तिने खूप ऐकले होते. "परमेश्वर त्यांना रक्त प्यायला देईल..." हे त्याचे उद्गार तिला लोकांकडून ऐकायला मिळालेले होते. शिवाय, ते दैवी रक्त मधूनमधून पिंचेनांच्या नरड्यात घरघरत असलेले ऐकू येत असते, याचीही तिला

कल्पना होती. नाही म्हटले, तरी फीबीला अक्कल होतीच. शिवाय, ती स्वत: त्याच कुटुंबातील होती. त्यामुळे 'त्या घरघरी'वर मात्र तिचा विश्वास बसला नाही. ते ठीकही होते.

या प्राचीन अंधश्रद्धांची गंमत हीच आहे. प्रथम त्या मानवी अंत:करणात खोल रुजतात. त्या माणसाच्या श्वासाचा भाग बनतात हळूहळू. बोलण्यातून, ऐकण्यातून त्यांना निरनिराळी रूपे प्राप्त होतात. पिढ्यान्पिढ्या ती बदलत जातात. त्यांच्या उच्चारणात, त्यांच्या सौष्ठवात आश्चर्यकारक बदल घडून येतो. अखेरीस त्यांना घरगुती सत्यवचनात रमण्याइतके अस्तित्व मिळते. म्हणजेच शेवटी, त्या आख्यायिका जीवनाचाच एक व्यवहार बनून वावरतात घरात. घरातील चुलीचा धूर त्यांना आपला वास देऊन हिंडवून आणतो सगळीकडून. अशा तऱ्हेने वावरल्यानंतर त्या वाढतच जातात आपल्या नवीन रूपात. अगदी आपलेपणाने जवळीक केल्यामुळे त्यांचा प्रभाव आपण मानतो त्यापेक्षा अधिकच पडतो आपल्या दैनंदिन जीवनावर.

फीबीला जज्ज पिंचेनच्या घशातली घरघर ऐकू आल्याबरोबर प्रथम दचकलीच ती. वास्तविक, ती त्याची नेहमीची सवयच होती. मुद्दाम करायचा नाही तसा तो; पण खरोखर, त्या घरघरीला काही अर्थच नव्हता. असलाच तर किरकोळ घसादुखी किंवा काहींच्या मते अपस्माराचे लक्षण असावे. तिला – म्हणजे फीबीला मात्र ते घरघरणे बरेचसे चमत्कारिक व अप्रस्तुत वाटले. आम्ही ते कधीच ऐकले नव्हते, तेव्हा मग त्याचे वर्णन कसे करणार? तिचे ते दचकणे मूर्खपणाचेच होते. आता तर तिने आपल्या हातांच्या मुठी आवळून धरल्या होत्या.

एवढ्याशा क्षुल्लक गोष्टीने फीबीची इतकी तारांबळ उडावी याचे हसूच येत होते. ज्याच्या संदर्भात ती गोष्ट घडली त्याच्यासमोर ती उडणे, त्याला ती दिसणे, सगळे अक्षम्य ठरत होते; पण तरीही त्या विशिष्ट प्रसंगाची कर्नल आणि जज्ज यांच्याविषयी तिच्या मनात आलेल्या कल्पनांशी इतकी उत्तम सांगड बसली की, क्षणभर त्या दोघांचे व्यक्तिमत्त्व एकमेकांत बेमालूम मिसळून गेल्याचा भास झाला तिला.

"असं का करते आहेस मुली? काय होतंय तुला? कशाची भीतीबिती वाटते?" नेहमीच्या करड्या नजरेने तिच्याकडे बघत जज्ज पिंचेनने विचारले.

"छे, छे! तसं काही नाही हं! खरोखर, काहीच नाही तसं. मला मुळीच भीती वाटत नाही कशाची!" फीबी उत्तरली. स्वत:वर चिडलेली होती ती. तोंडावर मात्र उसने हसू आणले तिने. "मला वाटतं, तुम्हाला माझ्या चुलत बहिणीला – हेप्झीबाला भेटायचं असेल नाही? आणू बोलावून तिला?" तिने विचारले.

"थांब थोडा वेळ. आताच नको" पुन्हा एकदा त्याचा चेहरा उजळला. "या सकाळच्या रम्य वेळी तू थोडीशी उदास वाटतेस कझीन फीबी. मला वाटतं, ही

शहरी हवा तुला मानवत नसावी. खेड्यातील तुझ्या सवयी खूप उत्साह देणाऱ्या असतील. का बरं असं अस्वस्थ वाटतंय तुला? आज घरात काहीतरी विलक्षण घडलं काय? नवीन घडामोड एखादी? कोणी नवीन पाहुणा वगैरे आलाय की काय? नाही, म्हणजे मला तसं वाटलं म्हणून. तू त्यातली नाहीस, यात आश्चर्य नाही. अशा प्रकारच्या पाहुण्याबरोबर दिवस काढायचे म्हणजे भयंकरच! तुझ्यासारखी निरागस तरुणी निश्चितपणे गोंधळून जाणारच!''

फीबीने चौकसपणे जज्जकडे पाहिले. ती म्हणाली, ''तुम्ही मला बुचकळ्यात टाकता आहात अगदी. ज्याचं भय वाटावं, असं कोणीच आलं नाही पाहुणा म्हणून. आहे तो एक गरीब, सभ्य, बालवृत्तीचा माणूस. माझ्या कल्पनेप्रमाणं तो हेप्झीबाचा भाऊ असावा. मला वाटतं, त्याच्या जाणिवा ठिकाणावर नसाव्यात. (परंतु माझ्यापेक्षा तुम्हालाच त्यातलं अधिक माहीत असेल नाही?) त्याची मन:स्थिती ठिकाणावर नसावी अशी शंका येते मला; पण तो फार शांत आणि मवाळ आहे हो! त्याला एखाद्या लहान मुलाला खेळवायला सांगितलं, तर मोठ्या आनंदानं करील ते! बरोबरीच्या मुलासारखा खेळेल त्याच्याशी! त्याला मी घाबरेन? छान, अहो कसं शक्य आहे?''

''शाबास, फीबी, शाबास! मला बरं वाटलं हे ऐकून. माझ्या कझीन क्लिफोर्डबद्दल मोठ्या मनमोकळेपणानं बोललीस तू. अगदी योग्य सांगितलंस त्याच्याविषयी. तो नि मी लहानपणी एकत्रच राहत होतो. त्याला खूप वर्षे झाली. तेव्हापासून मला खूप आवडतोय तो. आजही त्याच्याबद्दल फार नाजूक भावना बाळगून आहे मी. त्याच्या मनोवृत्ती दुबळ्या झाल्यात असे म्हणतेस तू. आपल्या हातून घडलेल्या पातकांचा पश्चात्ताप करण्याइतकी तरी बुद्धी द्यावी परमेश्वरानं त्या बिचाऱ्याला!''

''पश्चात्ताप करण्यासारखं पाप तरी नको का त्याच्याजवळ? पाप करणारा शेवटचा माणूस असेल तो.'' फीबीने मत दिले.

''म्हणजे क्लिफोर्ड पिंचेनचा इतिहास तुला माहीत नाही तर!... काहीच ऐकलं नाहीस तू त्याच्याबद्दल? हे शक्य तरी कसं आहे? नाही, पण असेलही तसं म्हणा. ज्या कुटुंबाशी तुझ्या आईचा लागाबांधा होता, त्याविषयी, त्याच्या सत्कीर्तीविषयी आदर दाखवणं शोभतच होतं तिला. योग्यही आहे ते. तेव्हा त्या दुर्दैवी माणसाबद्दलचं चांगलं तेवढंच जतन कर हं! त्याच्याबद्दल तसंच ऐकायला मिळावं, अशी आशा कर! कट्टर ख्रिश्चनांनी एकमेकांविषयी मतं बनविताना असंच वागावं. त्यातल्यात्यात आपल्या जवळच्या नातलगाबद्दल तर विशेष दक्ष राहावं. परस्परांवर अवलंबून राहायचं असतं त्यांना. त्यातच खरा शहाणपणा आहे. तेच रास्तही आहे. असो. क्लिफोर्ड आहे कुठं सध्या? बैठकीच्या खोलीत असेल? मीच पाहतो आत जाऊन.'' कळवळा आल्याचा आव आणून जज्ज बोलला.

“मला वाटतं, मी हेप्झीबालाच बोलावून आणणं अधिक योग्य होईल, कारण मला वाटतं न्याहारी झाल्यानंतर तो झोपलाही असेल. त्याची झोपमोड करणं हेप्झीबाला आवडणार नाही खात्रीनं. तेव्हा प्रथम तिला मी विचारून येते.” फीबी म्हणाली खरी; पण शंका डोकावलीच तिच्या मनात. किती झाले तरी जज्ज पिंचेन हा त्यांचा नातलगच. त्याच्या घरात जाण्याच्या इच्छेला अडथळा आणणे कितपत योग्य होते, ते तिचे कर्तव्य होते की काय, वगैरे.

परंतु पूर्वसूचना न देताच जज्जला आत जायचे होते. तसा त्याचा निश्चयच होता म्हणा ना! तेवढ्यात, आपल्या विचारांच्या अनुरोधाने फीबी झटपट आत निघालेली होती. दरवाजात त्या दोघांची गाठ पडली. त्याने तिला ताबडतोब बाजूला ढकलले. कसलाही शिष्टाचार न दाखवता, हे विशेष.

“तुला जायची जरुरी नाही मिस फीबी!” मोठ्या घनगंभीर स्वरात तो म्हणाला. मेघगर्जनेचे गांभीर्य होते त्यात. ज्या ढगातून ती गर्जना बाहेर पडते त्या ढगाची काळवंडलेली छटा त्याच्या चेहऱ्यावर होती. पुष्कळशा तिरस्काराची अशी. “तू थांब इथंच. मला घराची माहिती आहे! कझीन हेप्झीबा, तिचा भाऊ क्लिफोर्ड यांना चांगलं ओळखतो मी! माझ्या या खेडेगावातून आलेल्या छोट्या बहिणीला मी आलोय म्हणून सांगण्याची तसदी कशाला उगीच!”

त्याचे नंतरचे शब्द हळूहळू ओसरत गेले. त्यांच्यातला पूर्वीचा कठोरपणा मावळला. पुन्हा एकदा त्याची स्नेहभावना वर आली.

“फीबी, बाळ, मी इथं अगदी घरच्यासारखा आहे. बघायला गेलं, तर तूच परकी आहेस इथं. तुझ्या ध्यानातच आलं नाही हे. बरं आहे. मी अगदी उभ्याउभ्या आत जाऊन येतो. स्वत:च्या डोळ्यांनी क्लिफोर्डला बघतो. हेप्झीबाला नि त्याला माझ्या प्रेमळ भावना आणि सदिच्छा कळवतो. त्या दोघांची वाटेल ती सेवा करण्याची माझी तयारी आहे, हे प्रत्यक्ष माझ्या तोंडून ऐकू द्यात. अरेच्या! पण स्वत: हेप्झीबाच आली इकडं! वा, छान झालं!”

जज्जच्या स्वरातील चढउतार बैठकीच्या खोलीपर्यंत जाऊन पोहोचले होते. क्लिफोर्डवर लक्ष ठेवण्यासाठी हेप्झीबा एका बाजूस तोंड करून तेथे बसली होती. ताबडतोब ती वयोवृद्ध स्त्री जज्ज पिंचेनला रोखण्यासाठी पुढे धावली. लहान मुलांच्या गोष्टींत, परीकथांत मोठमोठ्या लांबलचक जिभांचे साप आढळतात. गोष्टीतल्या एखाद्या सुंदर, मोहक अशा राजकन्येचे रक्षण करत असतात ते. हेप्झीबाने त्या सर्पाचे रूप घेतले होते. तिच्या भुवयांवरच्या आठ्या अशा विलक्षण चढल्या होत्या म्हणता की बाप रे बाप! तिरस्कार ओसंडून राहिला होता त्यांच्यातून. केवळ अधू दृष्टीचा एक परिणाम म्हणून चालत नव्हते आता.

जज्ज पिंचेनच्या रोखाने तिने आपली ती भेदक नजर लावल्याबरोबर जज्ज

सटपटलाच. अगदीच घाबरला नसला, तरी गडबडला निश्चितच. हाडाहाडांतून, नसानसांतून मूळ धरलेल्या वैरामागच्या नैतिक शक्तीचा त्याने घेतलेला अंदाज चुकला. तिने हातानेच त्याला परत फिरण्याचा इशारा दिला. स्वत: दाराच्या अंधाऱ्या चौकटीत आपले हात पसरून ती उभी राहिली. मूर्तिमंत निषेधाची प्रतिमाच भासली त्या क्षणी! पण आताच तिच्या एका रहस्याचा भेद करणार आहोत आम्ही. ती स्वभावत:च फार भित्री होती. या वेळीसुद्धा भीतीने ती थरथर कापत होती. आपली हाडे सांध्यातून निखळून पडताहेत की काय, असे वाटत होते तिला. त्याची पूर्ण जाणीव होत होती तिला; तरीही!...

हेप्झीबाने उघडलेल्या या प्रचंड कणखर आघाडीला तोंड कसे द्यावे याची कल्पना जज्ज करू शकत होता; पण तोही एक समतोल मनाचा सद्‌गृहस्थच होता. त्याने स्वत:ला आवरले आणि पुढे केलेले आपले हात मागे घेतले. आपल्या बहिणीच्या दिशेने त्या पद्धतीने जाणार नव्हता तो. तेवढी सावधगिरी घेण्यात शहाणपणा दाखवला त्याने. आता त्याने आपला पवित्रा बदलला. चेहऱ्यावर एक प्रेमळ आणि सुखवणारे स्मित आणले. त्या स्मितातील कृत्रिमता खरोखर विलक्षण होती. ते दिसत होते. त्याच्यातील अर्ध्याअधिक उबेच्या गरमागरम वाफेने एखादा द्राक्षांचा घोस एकदम जांभळाभडक होऊन गेला असता. तो पुढे सरकला. आपल्या नजरेतील तेजाने, हेप्झीबाच्या त्या पिवळ्या मेणासम शरीराकृतीला तेथल्यातेथे वितळवून टाकण्याची त्याची योजना होती.

"प्रिय हेप्झीबा, भगिनी, मला आनंद झाला आहे! ज्याच्यासाठी जगावं असं काहीतरी आलंय तुझ्या आयुष्यात इतक्या दिवसांनंतर. तुलाच का, आम्हा सर्वांनाच! तुझ्या स्नेह्यांना, नातलगांना साऱ्या-साऱ्यांना आनंद झालाय. काल जे नव्हतं ते आज मिळालं; इथून पुढं कायमचं. मी ताबडतोब आलोय तेवढ्यासाठी. क्लिफोर्डला काय हवं, काय नको हे विचारावं म्हणून. त्याचं सुख हेच माझं, तुझं, सर्वांचं सुख! तो आपणा सगळ्यांचा आहे. त्याची रुचिसंपन्नता, सौंदर्यासक्ती अगदी तरल आणि नाजूक आहे, ठाऊक आहे मला. त्याला कायकाय मानवतं त्याचाही अनुभव आहे. माझ्याजवळची कुठलीही गोष्ट – चित्रं, पुस्तकं, मिष्टान्न, मद्य, काय हवं ते हजर आहे सेवेला! नुसतं त्यानं सांगायचा अवकाश, त्याच्या पायाशी आलंच! खरंच, त्याला भेटण्यासाठी अतिशय आतुर झालोय गं! केवढा आनंद होईल मला! केवढं समाधान! जाऊन येऊ मी आत?" त्याच्या बोलण्यात मोठा आवेश होता.

"नको! त्याला कोणीही भेटायचं नाही!" हेप्झीबा ओरडली. तिचा आवाज इतका थरथरत होता की, त्यातून अधिक शब्द फुटलेच नाहीत. त्या आवाजातील वेदनाच विचित्र होत्या.

"मी त्याच्या भेटीस आलेला एक मामुली माणूस आहे, असं वाटतं तुला?

हूं! काय समजतेस तू स्वत:ला?'' जज्ज ओरडून म्हणाला. तिच्या शब्दांतील संथपणामुळे त्याची जाणीव दुखावली गेल्याचा भास होत होता. ''ठीक आहे. आज मी जातच नाही त्याच्याकडं. तुम्हीच या माझ्याकडं. तू स्वत: क्लिफोर्डला घेऊन ये. तुमचा पाहुणचार करण्यात धन्यता वाटेल मला. चला, असंच घरी चला माझ्या. तेवढंच बरं वाटेल तुम्हाला. हवा मोकळी आहे. निसर्ग रम्य आहे. साऱ्या सुखसोयी एकत्र आलेल्या आहेत. सर्व प्रकारचे विलास-उपभोग मिळतील तिथं. क्लिफोर्डवर त्याचा विलक्षण परिणाम होईल. तो खूप रमेल, आनंदी होईल. तिकडं तो तसा दिवस घालवील. इकडं आपण दोघं त्याच्यावर लक्ष ठेवू. त्याला सुखी-समाधानी ठेवण्यासाठी झटू, तसदी घेऊ. चला, या! अधिक चर्चा तरी कशासाठी? त्यात कर्तव्य आणि समाधान दोन्ही आहेत! मग निघता ना लागलीच?''

जज्जने किती मोठा विचार केला होता नाही! एवढे अगत्यपूर्ण आदरातिथ्य, एवढी नात्याची खोल जाणीव ठेवली होती त्याने! त्याची वरची तयारी ऐकल्यानंतर फीबीला जज्जविषयी वेगळी भावना झाली. त्याच्याकडे पळतपळत जावे आणि मगाचे झिडकारलेले चुंबन आपखुषीने त्याला घेऊ द्यावे, असे तिला वाटले. एकदम सहानुभूती निर्माण झाली त्याच्याबद्दल. बरोबर याच्या उलट हेप्झीबाची स्थिती. जज्जच्या चेहऱ्यावरच्या त्या कृत्रिम स्मिताने तिच्या मनातला कडवटपणा अधिकच वाढला. सूर्यप्रकाशामुळे व्हेनिगारचा आंबटपणा दसपट वाढतो म्हणे – तसे झाले अगदी.

अजूनही तिच्या मनातील खळबळ कमी झालेली नव्हती. एखाद-दुसऱ्या तुटक वाक्यापेक्षा अधिक शब्द जुळवण्याची ताकद आली नव्हती तिच्यात. ती म्हणाली, ''क्लिफोर्डचं घर हेच! या घराचा आहे तो!''

''परमेश्वरा, क्षमा कर या हेप्झीबाला!''

आकाशाच्या न्यायासनाकडे आदरपूर्वक याचना करत जज्ज पिंचेन म्हणाला, ''अजूनही तुझ्या अंत:करणातला पूर्वग्रह वा वैरभाव उचल खातोय म्हणायचा! कमाल आहे. अगं, मी इथं अगदी खुल्या दिलानं उभा आहे. मला तुझं आणि क्लिफोर्डचं स्वागत करायचं आहे. त्यात खुषी आहे, उत्सुकतापण. केवळ तुमच्या कल्याणाचाच हेतू धरून मी हे मागतो आहे तुझ्याकडं! माझ्या मनातल्या या सेवाभावाला नको दूर लोटूस. मी तुझा अगदी जवळचा नातलग आहे ना? मला शोभणारी गोष्ट आहे ही. एक गोष्ट लक्षात घे हेप्झीबा, मी स्वत:हून क्लिफोर्डला माझ्या गावाबाहेरच्या हवेशीर, निवांत अशा जागेत बोलवत आहे, पण तू मात्र त्याला या उदासवाण्या, खिन्न वाड्यात, इथल्या कुंद, सर्द हवेत, अंधारात कोंडून ठेवण्याचं पाप करत आहेस. त्याच्या परिणामांची जबाबदारी तुझ्यावर राहील हं! ते सारं तुलाच भोगावं लागेल. ध्यानात असू द्या!''

''मला माहीत आहे ते. क्लिफोर्डला ते कधीच मानवायचं नाही.'' पूर्वीइतक्याच मोजक्या शब्दांत हेप्झीबा म्हणाली.

''काय बाई आहेस तू! तुला काळीज आहे की नाही? काय अर्थ आहे या तुझ्या बोलण्यात? कशाच्या जोरावर बोलते आहेस तू हे? चरितार्थाची कोणती साधनं आहेत तुझ्याजवळ? हां, हां! असतीलही. तरी मला शंका होतीच. ठीक आहे. जपून राहा, हेप्झीबा, सांभाळून अस. क्लिफोर्ड अजूनही उद्ध्वस्ततेच्या, दुर्दशेच्या एका काळ्याशार कड्याच्या काठावर उभा आहे! नीट सांभाळ कर त्याचा. अरेच्या, पण मी तुला का सांगतोय हे? किती झालं, तरी तू एक स्त्री आहेस! एक दुबळी स्त्री! चल, वाट सोड माझी. आज मला क्लिफोर्डला भेटलंच पाहिजे.'' संतापाच्या भरात जज्जचे शब्द आले.

जज्ज पिंचेनने आपला मनोदय जाहीर केला. हेप्झीबाही निकराला आली. आपली कृश आकृती दरवाजात खडी करून त्याला आडवी आली. तिच्या शरीराचा विस्तार वाढला की काय? भीती आणि भावनावेग यांच्या कल्लोळामुळे ती अधिकच भेसूर दिसली. स्वत:च्या सामर्थ्याच्या जोरावर पुढे जाण्याचा निश्चय केलेल्या जज्ज पिंचेनचे पाऊल तेथल्यातेथे थबकले. आतून एक आवाज आला. त्या दुबळ्या, कंपायमान होणाऱ्या, कण्हणाऱ्या आवाजात ही शक्ती होती. त्याच्यात घबराट होती. कोणाचेही साहाय्य मिळत नाही म्हटल्यानंतर उडालेल्या भीतीने गारठून गेलेल्या, स्वसंरक्षणाची ताकद नसलेल्या एका बालकाची आर्त हाकच जणू! जज्ज पिंचेन थांबला. आतला आवाज ओरडला,

''हेप्झीबा, हेप्झीबा, पाय धर त्याचे! गुडघे टेक त्याच्यापुढं! लोटांगण घाल, काय वाटेल ते कर गं! पण त्याला आत धाडू नकोस! पदर पसर, भीक माग त्याची! पण त्याला आत पाठवू नकोस! नको, नको, तो आत येऊ देऊ नको रे देवा! परमेश्वरा, माझ्या वतीनं एवढी कृपा करायला सांग रे त्याला! अरे, दया कर रे माझ्यावर! दया कर! आत नको रे येऊस! नको रे! नको रे!''

ऊर फाडून जाणारी ती दीन याचना जशी कानांवर आली तसा जज्जचा निश्चयही डळमळला की काय कोण जाणे! का अजूनही हेप्झीबाला दूर लोटून देऊन त्या खोलीच्या उंबरठ्यात पाऊल टाकावे, हे त्याला कळेना. तो सारा क्षणच एका शंकित अवस्थेत गेला. क्लिफोर्डची दया आली म्हणूनच तो थबकला असे वाटत नाही, कारण त्या दुबळ्या स्वराच्या पहिल्या आघातासरशी त्याच्या डोळ्यांतील लाल अंगार प्रज्वलित झाला. त्याच्या सबंध शरीरातून कसलीतरी शिरशिरी निघून गेली. काहीतरी क्रूर आणि गंभीर असे सळसळत पुढे आले. आपल्यासमोरचे वातावरण झाकाळत, तशा त्या मन:स्थितीत त्याने मोठ्या झपाट्याने पुढे पाऊल टाकले.

जज्ज पिंचेनचे खरे स्वरूप न्याहाळण्याची इच्छा असणाऱ्यांनी त्याला त्या क्षणी बघायला हवे होते. तेच त्याचे खरेखुरे व्यक्तिदर्शन होते. आता त्याच्या चेहऱ्यावरच्या स्मितात केवढीही ऊब असू दे. त्याने द्राक्षे कितीही लवकर जांभळी व्हावीत किंवा भोपळ्यांना पिवळा रंग यावा; पण पाहणाऱ्याला एकदा त्यातले इंगित कळले की ते कायमचेच! त्या लोखंडाच्या छापाचा ठसा त्याच्या स्मृतिपटलावर बिंबला तो बिंबलाच. एकदा उमटला तो कायमचाच. आता त्याचा चेहरा अधिकच भयानक दिसू लागला. त्यात संताप नव्हता, द्वेष नव्हता. केवळ एकच भाव. स्वत:खेरीज इतरांचा विध्वंस करण्यापाठीमागे असणारा भयानक निष्ठुर असा उद्देश. जज्ज पिंचेनचा दुष्ट व्यक्तित्वाचा आविष्कार इतका भयानक होता.

अहो, पण हे काय? आपण एका अत्यंत आदर्श, मनमिळाऊ माणसाची बदनामी करत नाही का अशाने? आता पाहा बरे त्या जज्जकडे! काय फरक वाटतो? आपल्या हातून झालेली चूक त्याला कळलेली आहे. आपल्या मनातील प्रेमाचे, ममतेचे प्रदर्शन अनाठायी झाले, हे लक्षात आले त्याच्या. आपल्या प्रामाणिक भावनेचे नीट आकलन होऊ न शकणाऱ्याच्या माथ्यावर आपण अतिउत्साहाने ती गोष्ट मारण्याचा प्रयत्न करायला नको होता, हे ध्यानात आले त्याच्या. अहो, ह्याला खूप वाटते की, त्यांच्यासाठी देह झिजवावा, पण त्याच्याजवळ नको ती पात्रता? मग... ठीक आहे. आता तो वाट बघेल, त्यांच्या मनोभूमिकेत बदल होण्याची. त्या वेळेसही आजच्याइतक्याच उत्साहाने, हिरिरीने त्यांना मदत करण्यासाठी पुढे येईल तो. तो पाहा! मागे सरकतो आहे आता. आता त्याच्या चेहऱ्यावरची मायादृष्टी स्पष्ट दिसते आहे. तोच स्नेहभाव, तीच विशाल करुणा, तेच प्रेम, सगळे तेच. सर्वांना आपल्या पंखांखाली सामावून घेऊ शकते ती. हेप्झीबा, छोटी फीबी, अदृश्य क्लिफोर्ड, तिघांना आणि साऱ्या विश्वालाही – त्याच्या मायेच्या उबेत न्हाऊन घेताहेत सारी!

"प्रिय कझीन, माझ्यावर फार मोठा अन्याय करते आहेस तू!'' असे म्हणून त्याने प्रेमभावाने तिच्यापुढे आपला हात केला. मग जाण्यासाठी म्हणून त्याने आपला मोजा बाहेर काढला व म्हटले, "अतिशय मोठा अन्याय! पण मी तो विसरतो. त्याबद्दल तुला क्षमा करतो. माझ्याविषयी तुझं मत कसं चांगलं होईल याचा अंदाज घेतो. बिचाऱ्या क्लिफोर्डची मन:स्थिती ठीक नाही म्हणे! तेव्हा त्याला निष्कारण तसदी नको. मी त्याला भेटण्याचा आग्रह सोडून देतो; पण माझं त्याच्यावर लक्ष राहील. माझ्या सख्ख्या भावाप्रमाणं त्याचं मी कल्याण चिंतीन. त्याचबरोबर तुला आणि त्याला, तुम्ही माझ्यावर केलेल्या या अन्यायाची कबुली देणं भाग पाडीनच-पाडीन. मी कधीच निराश व्हायचा नाही तसा. त्या वेळी माझ्या कुवतीनुसार मी तुमची जी सेवा करणार आहे, तिचा तुम्ही जो स्वीकार कराल, तोच

मी घेतलेला सूड. बस्स! येतो मी.''

दुकानातून बाहेर जाण्यापूर्वी त्याने हेप्झीबाला लवून अभिवादन केले. फीबीकडे वडीलधाऱ्या ममतेच्या भावनेने पाहून निरोपादाखल मान डोलावली अणि हसतहसत त्याने रस्ता धरला. ही श्रीमंत माणसे लोकसत्ताक राजवटीकडून मिळणाऱ्या सन्मानावर जेव्हा आपला डोळा ठेवतात, तेव्हा आपल्या परिचयातील माणसाकडे आपली संपत्ती, आपले वैभव आणि आपला उच्च दर्जा यांच्याबद्दल अतिशय दिलखुलास अंत:करणाने क्षमा चाहतात. ज्याला ते अभिवादन करतात त्याची विनयशीलता लक्षात घेऊन, त्या मानाने आपला रुबाब पुष्कळसा विसरतात. अशा पद्धतीने आपल्या अधिकाराच्या ताठर जाणिवेचा मार्ग खुला झाला की मग जणूकाय रस्ता मोकळा करण्याकरिता पुढे चाललेल्या हुजऱ्याच्या पलटणीमागून आपण चाललो आहोत, असा आव आणतात. जज्ज पिंचेन त्याच रुबाबात निघाला होता त्या विशिष्ट दुपारी. त्याच्या स्नेहभावाची ऊब इतकी अमर्याद होती, (निदान गावात तशी अफवा उठलेली होती म्हणे) की त्या तेवढ्य उबेमुळे रस्त्यावर उठलेली धूळ खाली बसण्यासाठी पाण्याच्या जादा गाड्या लागणार होत्या!

तो दृष्टीसमोरून गेला न गेला तोच हेप्झीबा प्रेतासारखी फटफटीत पडली. तिचा झोक गेल्यामुळे तिने फीबीचा आधार घेतला व त्या युवतीच्या स्कंधावर आपले डोके विसावले.

''फीबी, फीबी, काय करू गं? हा नराधम म्हणजे माझ्या आयुष्याला पछाडणारा एक राक्षस आहे गं! तो कोण आहे, काय आहे, हे सांगण्याकरिता लागणारं धैर्य कधीच का गं येणार नाही माझ्यात? माझा आवाज कापायचा नाहीच का थांबणार?'' ती पुटपुटली.

''खरंच, इतका का दुष्ट आहे तो? पण त्याच्या बोलण्यात, त्यानं द्यायची तयारी दाखवलेल्या गोष्टींत तर खूप मोठी माया साठली होती!'' फीबीने विचारले.

''त्याचा विचारच नको! उच्चार तर नकोच-नको! पक्का पाषाणहृदयी आहे तो! लोखंडाइतका निष्ठुर! जा आता तू. क्लिफोर्डबरोबर बोलत बस जा! त्याचं मन रिझव आणि त्याला शांत कर. मी इतकी त्रासलेली बघून निष्कारण त्रास होईल त्याला! अतिशय मनस्ताप होईल! जा, माझ्या लाडके, जा तू. मी बघते दुकानाकडं!

तशी फीबी तेथून निघून गेली; पण समोर घडलेल्या त्या प्रसंगाचा अर्थ लावताना तिचा गोंधळ उडाला. नवनव्या शंका निर्माण झाल्या तिच्या मनात. न्यायाधीशाचे, धर्मोपदेशकाचे काम करणारी ही माणसे म्हणा किंवा दुसरी तेवढीच प्रतिष्ठित आणि वरच्या वर्गात मोडणारी माणसे म्हणा, एवढ्याशा निमित्ताने आपली पातळी सोडून खाली येतात तरी कशी, याचा अचंबा वाटत राहिला तिला. वास्तविक, त्यांनी नेहमी न्याय्य बाजू पाहिली पाहिजे, प्रामाणिक राहिले पाहिजे.

असे असताना हे असे का घडावे, या प्रश्नाचे उत्तर सापडेना.

अशा शंका सरळ मनाच्या, नीटनेटक्या, व्यवस्थित वागणाऱ्या, मर्यादाशीलतेबद्दल आस्था बाळगणाऱ्या मनोवृत्तींवर एक अतिशय अस्वस्थ करणारा परिणाम करतात. त्यातलात्यात तशी वस्तुस्थितीच असेल, तर तो परिणाम भयानक आणि घाबरवून सोडणारा असा ठरतो. आमच्या या खेडेगावातून आलेल्या निर्मळ मनाच्या अजाण मुलीबरोबर नेमके तेच झाले. ज्यांच्या विचारांची मांडणी अधिक धीट तत्त्वावर आधारलेली असते, त्यांना एक निष्ठुर शोध लागतो, तो असा : ज्या अर्थी जगात दुष्ट गोष्टी घडल्याच पाहिजेत, त्या अर्थी एखादा उच्च स्थानावरचा माणूसही त्या पातकातील आपला वाटा घेण्यासाठी खालच्या पातळीवर असणाऱ्या माणसाइतकाच प्रयत्न करतो.

ज्या मनांची घडण विशाल दृष्टिकोनातून होत असते, ज्यांना सखोल अशी सूक्ष्म दृष्टी असते, अशी मने माणसाचा दर्जा, त्याचा रुबाब, त्याचे स्थान या गोष्टी भ्रामक मानतात. त्यामुळेच केवळ मनुष्य आदराला पात्र होतो, यावर त्यांचा विश्वासच नसतो. त्यामुळे या गोष्टी विश्वाला विनाशाच्या खाईत सरळसरळ लोटण्यास मदत करतील असे त्यांच्या मनात चुकूनही येत नाही आणि फीबीला जग तेथेच राहायला हवे होते. म्हणून जज्ज पिंचेनच्या स्वभावाबद्दल तिच्या अंतर्दृष्टीला आकलन झालेल्या कल्पना थोड्याफार प्रमाणात दडपून ठेवण्यात ती समाधान मानत होती. त्याच्या स्वभावाच्या क्षुद्रतेबद्दल तिच्या बहिणीने दिलेली ग्वाही हा एक कौटुंबिक कलहाचा कळस होता. असे कलह मुळातच निर्जीव आणि लालचावलेल्या प्रेमामध्ये आपल्या स्वतःच्या पदरचे विष मिसळून त्यातून एका जहरी द्वेषाला जन्म देतात.

नऊ

क्लिफोर्ड आणि फीबी

खरोखर, आमच्या दीन, वृद्ध हेप्झीबाकडे मूलभूत असे उच्च, उदार आणि उमदे काहीतरी होते. तिच्या मनाची घडणच प्रथमपासून तशी होती किंवा दारिद्र्याने तिच्या मनाला संपन्न बनविले होते. तिच्या दु:खातून तिचे जीवन प्रगत होत होते. तिच्या आयुष्यातील प्रबळ आणि एकमेव ओलाव्याने तिच्या मनाची उंची वाढली होती. त्यामुळे धैर्य हा तिच्या जीवनाचा स्थायीभाव होऊन राहिला होता. तिच्या भोवतालची परिस्थिती होती त्याहून अधिक सुखदायक असती, तर तिच्या व्यक्तित्वातील या वैशिष्ट्याला वाव मिळाला नसता. या उदासवाण्या, एकाकी, वैराण जीवनकालात हेप्झीबा ज्या परिस्थितीची प्रतीक्षा करत होती, ती एकदाची आली. बरेचसे आयुष्य निराशेच्या सहवासात घालवले तिने. आशेची साथ न मिळाल्याने आत्मविश्वासाची जपणूक होऊच शकली नाही; पण तरीही कधी ना कधी हा तेजस्वी क्षण येणारच ही तिची भावना कायम होती. परमेश्वराजवळ तिचे एकच मागणे होते; केवळ एक. तिच्या जीवनाचे श्रद्धास्थान, प्रीतिविशेष बनून राहिलेल्या तिच्या भावाची सेवा 'आपल्या हातून घडावी' एवढीच तिची तळमळ होती. त्याच्यावर तिने असीम प्रेम केले होते. तो जसा होता वा जसा असण्याची शक्यता होती, तशा स्थितीतही त्याचे कौतुक केले होते. आयुष्यातील क्षणनूक्षण त्याच्याकरिता वेचला होता. आयुष्यभर क्लिफोर्डकरिता कष्ट उपसले होते. कणाकणांनी झिजत होती. केवढी गाढ श्रद्धा ही! आणि आज त्याच्या उतारवयाच्या अखेरच्या काळात तो पुन्हा तिच्याकडे परतला होता. दुर्दैवाच्या चक्रात दीर्घ काळ फिरत राहिल्यामुळे जीवन हरवूनच बसला होता तो! विलक्षण दुर्दशा झाली होती त्याची. इतकी परवड

कुणाच्याच कपाळी लिहिली नसावी! आज आपले शारीरिक अस्तित्व टिकवून ठेवण्यासाठी त्याला सुखाचा घास हवा होता. नैतिक बळ वाढविण्यासाठी हेप्झीबाच्या सहानुभूतीची गरज होती. त्याच्या आर्त हाकेला हेप्झीबाने प्रतिसाद दिला होता. आयुष्यातून उठलेल्या दीनवाण्या क्लिफोर्डला पुन्हा एकदा तेज आणण्याची धडपड करायची तयारी होती तिची. बिचारी हेप्झीबा! केवढी अलौकिक निष्ठा होती तिची! वास्तविक, आजही ती पूर्वीइतकीच कष्टी आहे, गरीब आहे. तिची रेशमी वस्त्रे विटलेलीच आहेत. तिची हाडे कुरकुरतच आहेत. तिच्या कपाळावरच्या आठ्यांना खिन्नता आलेलीच आहे. सगळे पूर्वीप्रमाणेच आहे, पण प्रबळ आहे तो तिचा निर्धार! प्रयत्नांची पराकाष्ठा करायची तयारी आहे तिची. त्यामुळेच मोठ्या मायेने, आहे त्याच्या शंभरपटीने कष्ट उपशील ती! त्या दिवशी दुपारी हेप्झीबाच्या करुणाजनक, खऱ्याखुऱ्या करुणेच्या पोटी निर्माण झालेल्या मन:स्थितीचे ते दृश्य भावना हेलावून टाकणारे होते. केवढे करुण होते ते! आमच्या या कल्पनेत काही हास्यास्पद असलेच, तर त्याबद्दल परमेश्वराने क्षमा करावी आम्हाला!

आपल्या थोर, उबदार मायेच्या पंखांखाली क्लिफोर्डला ठेवण्यासाठी केवढ्या सोशिकपणे धडपड करायची ती! त्याच्या विश्वाची मर्यादा तितकीच राहावी यासाठीच असायची ती धडपड! त्या जगाबाहेरच्या जीवनातील भावशून्यता आणि वैराण स्थिती या गोष्टींनी त्याला यातना न व्हाव्या म्हणून. त्याला रिझविण्याकरिता लहानसहान सायास करायचे. ते जरी केविलवाणे असले, तरी त्यांच्यामागे तिच्या अंत:करणातील विशालता उभी होती!

काव्य आणि कथा यांची त्याला असलेली आवड लक्षात घेऊन तिने पुस्तके असलेल्या एका पेटीचे कुलूप खोलले. त्या काळातील उत्कृष्ट आणि वाचनीय पुस्तके बाहेर काढली. त्यात पोप कवीचे 'द रेप ऑफ द लॉक' होते, 'टॅटलर' होते. ड्रायडनचे 'मिसलेनीज'मधील काही भाग होते. त्या पुस्तकांच्या कव्हरवरचा सोन्याचा मुलामा आता निघून गेला असल्यामुळे पूर्वीइतका तो चकचकीत दिसत नव्हता. त्याच्यामधील विचारांची अणि कल्पनांची अवस्था तीच. क्लिफोर्डला ते तेवढेसे पसंत नव्हते. त्याचे मन रमेना. या पुस्तकांचे लेखक म्हणा किंवा समाजाभिमुख होऊन लेखन करणारे इतर कोणी म्हणा, यांच्या नवीन ग्रंथांना नुकत्याच विणलेल्या गालिच्याच्या उंची पोताचे तेज असते, पण काळ बदलला, युगे पालटली की ते आकर्षण वाचकाच्या मनात उरत नाही. साहजिकच असते ते, कारण कालपरिवर्तनानंतर समाजाच्या रीतिरिवाजांत, शिष्टाचारांत नैसर्गिक बदल हे होतातच. वाचकाला त्याचा पुन:प्रत्यय येणार कोठून? हेप्झीबाने मग 'रासेलस' घेतले आणि त्यातील 'हॅपी व्हॅली' या प्रकरणाचे वाचन सुरू केले. तिला उगीचच असा भास झाला की, शीर्षकानुसार या प्रकरणात समाधानी जीवनाचा रहस्यभेद

केला असावा. त्यातले विचार आपल्याला व क्लिफोर्डला थोडेफार उपयोगाचे होतील असेही वाटून गेले, पण त्या सुखाच्या दरीवर आता एक ढग आलेला होता. हेप्झीबा वाचन करताना स्वराघाताच्या असंख्य चुका करत होती. त्याचा क्लिफोर्डला भलताच त्रास व्हायचा. तिचे वाचन अर्थवाही तर नव्हतेच. त्याच्या लक्षात ती गोष्टही आलीच. त्यामुळे त्या वाचनापासून त्याला सुख होण्याऐवजी ते व्याख्यान असह्यच झाले उलट. बरे, त्याच्या बहिणीचा आवाजही मुळात खरखरीत होता. तिच्या दुःखद जीवनानुभवाने त्याला एक प्रकारचा घोगरेपणाही आलेला. हा घोगरेपणा अतिशय चिकट असतो. माणसाच्या नरड्यात एकदा शिरला रे शिरला की निघतच नाही. केव्हाही माणसाचे पाप त्याला चिकटते ना, त्यासारखा. कोणाही स्त्री-पुरुषाच्या बाबतीतील हा तहहयात घोगरेपणा सुखाच्या वा दुःखाच्या स्वरांना साथ करत असला की एक स्थिर उदासीनतेचे ते एक लक्षण बनून राहते. त्याच्या अतिसूक्ष्म अशा आघातातूनही त्या व्यक्तीच्या दुर्दैवाचा संपूर्ण इतिहास पुढे येतो, जणूकाय त्या आवाजाला काळ्याकुट्ट रंगात बुडवून काढले की काय असे भासावे. त्यापेक्षा दुसरी उपमा सुचते. आवाजाच्या प्रत्येक कंपनातून धावत असणारी ही दरिद्री घरघर मोत्याच्या माळेच्या धाग्यासारखी असते. तिच्या काळ्या रेशमी धाग्यात संभाषणाचे स्फटिकवत मोती गुंफलेले असतात. ते मोती जरी पांढरेशुभ्र असले, तरी ज्या धाग्यातून ते ओवलेले असतात, त्या धाग्याचा काळाभोर रंग त्यांना प्राप्त होतो. मेलेल्या माश्यांच्या मढ्यापुढे बसून शोक करत असतात असले स्वर! खरे पाहता, त्या आशा मेल्या की हे मेले पाहिजेत. त्यांच्याबरोबरच या आवाजाचेही दफन केले पाहिजे.

पुस्तकाचे वाचन करून क्लिफोर्डचे मनोरंजन होत नाही, हे तिला कळून आल्याने दुसऱ्या कोणत्यातरी साधनाने त्याची करमणूक करावी, असे हेप्झीबाला वाटले. यासाठी शोधाशोध करण्याकरिता ती घरात फिरू लागली. तिची नजर योगायोगाने एलिस पिंचेनच्या हॉर्पसिकॉर्डवर स्थिरावली. तिला एक संकटच वाटले ते. त्या वाद्याभोवती गोळा होऊन राहिलेली ती पारंपरिक भयानकता, तो दचका यांचे तिला स्मरण झाले. त्या दिव्य, पिशाच्चवत बोटांनी छेडलेल्या त्या शोकगीताचे स्वर तिच्या कानांत घुसले, तरीही ते वाद्य छेडण्याचा विचार येऊन गेला तिच्या मनात. त्या सुरांनी क्लिफोर्डला संतुष्ट करावे, असे वाटले तिला. त्याच्या साथीला आपला आवाजही मिसळावा त्यात. ती निष्ठावान बहीण कशालाही न जुमानता ते करण्यास तयार झाली. बिचारा क्लिफोर्ड! बिचारी हेप्झीबा! बिचारे ते वाद्य – तो हॉर्पसिकॉर्ड! प्रत्यक्षात तसे घडले असते, तर ते तिघेही दुःखात बुडून गेले असते, पण तसे घडले नाही शेवटी. त्या संकटाची धमकी दिली गेली होती, पण प्रत्यक्षात ते टळले. तो हल्ला परतवून लावण्यासाठी कोणी प्रयत्न केले ते कळले नाही, पण

कोणीतरी तो चांगुलपणा घेतला. अनेक वर्षांपूर्वी होऊन गेलेल्या खुद्द एलिस पिंचेनच्या गुप्त हस्तक्षेपाचा परिणाम झाला की काय?

या सगळ्यापेक्षा खेदजनक अशी दुसरी एक वस्तुस्थिती होती. हेप्झीबावरचा सर्वांत असह्य असा दैवी आघात होता. तिला तो सोसावाच लागणार होता; कदाचित क्लिफोर्डलाही. हेप्झीबाच्या चेहऱ्याविषयी क्लिफोर्डला आलेला अपरिहार्य वीट, हाच तो क्रूर तडाखा. नाव घेण्यासारखे रूपविशेष कधी नव्हतेच तिच्यापाशी. आता तर तिचे वयच झाले होते. वाढते वय आणि वाढता सोस यामुळे ती अतिशय उग्र दिसत होती. त्याच्यात भर म्हणून क्लिफोर्डसाठी जगाचा मोठा संताप करून घेतला होता तिने. या सगळ्या गोष्टी कारणीभूत होत्या तिच्या चेहऱ्यावरच्या काठिण्याला. तिचा वेषही म्हणावा तसा आकर्षक नसे! त्यातल्यात्यात तिच्या डोक्यावरचे ते वस्त्र म्हणजे अजबच नमुना होता. अगदी बेढब वाटायचे ते. बरे, तिचे बोलणे-चालणे तरी गोड असावे! तेही नाही. तिचे शिष्टाचार मोठे चमत्कारिक आणि तऱ्हेवाईक होते. तिच्या त्या खिन्न, एकांतवासाच्या छायेत त्यांची वाढ झालेली होती. तिच्या नकळतही घडले असेल ते. त्या कुलीन स्त्रीजवळची बाह्य रूपे ही अशी होती. अतिशय साध्यासुध्या वळणाची बिचारी. तिचा त्यात कसला दोषही नव्हता म्हणा! पण क्लिफोर्डची सौंदर्यासक्ती उपजतच होती. अशा स्वभावत:च 'सौंदर्या'च्या शोधात रमणाऱ्या माणसाने आपली नजर त्या 'कुरूपते'कडे वळवली तरच नवल! त्याचा नाइलाज होता त्याला. आतल्याआत गुदमरून जाऊ पाहणारी ती त्याची अलीकडची प्रवृत्ती होती. त्याच्या आयुष्याच्या अखेरच्या घटकेस, त्याचा श्वास कायमचा निघून जाण्याची तयारी करत असताना क्लिफोर्ड तिचा हात आपल्या हातात घेईल. साऱ्या आयुष्यभर तिने त्याच्यावर उधळलेल्या अमर्याद प्रीतिपुष्पांबद्दल मोठ्या कृतज्ञतेने, कळकळीने तो हात दाबीलही. नंतरच त्याचे डोळे मिटतील, परंतु यापुढे आपल्याला तिचा चेहरा पाहायला मिळणार नाही, म्हणून अगदी अस्वस्थसा होऊन मरणार नाही तो! बिचारी हेप्झीबा! हा विचार मनात येऊन त्या बाबतीत विशेष असे काहीतरी वेगळे करण्याचे तिने ठरवले. आपल्या डोक्यावरच्या त्या वस्त्राला रिबिनी गुंडाळण्याचा बेत केला, परंतु त्या क्षणी तिच्या संरक्षक देवदूतांची अचानक गर्दी झाली तिच्याभोवती. तिने आपला बेत कृतीत उतरवला असता, तर खूपच घोटाळा झाला असता. तिच्या विवंचनेचा प्रिय विषय होऊन राहिलेल्या व्यक्तीला ते प्राणघातकच ठरेल या कल्पनेने तिने स्वत:ला त्यापासून परावृत्त केले.

थोडक्यात, हेप्झीबाजवळ व्यक्तित्व असे काही नव्हतेच; पण तिच्या कामातही मोठा ओंगळपणा भरून राहिला होता. त्यात सफाई नव्हती, चटपट नव्हती. मोठ्या जड हातांनी सगळे करायची ती. त्यामुळे ते उपयुक्त तर नव्हतेच, पण त्यामुळे कामाची शोभाही वाढायची नाही. क्लिफोर्डचे एक दु:खच होती ती. तिला ठाऊकही

होते ते पूर्ण. या परिसीमेमुळे त्या वृद्ध कुमारिकेने आपले लक्ष फीबीकडे वळवले. तिचे अंत:करण अगदी निर्मळ होते. तिला त्याची लाज वाटत नव्हती, मत्सर नव्हता. तिच्या जीवनाच्या तेजस्वी निष्ठेचे पारितोषिक म्हणून परमेश्वराने आपणहून तिला क्लिफोर्डच्या सुखाचे माध्यम बनवले असते, तर तिला सर्व काही मिळाले असते. तिच्या पूर्वायुष्यातील कष्टांचे चीज झाले असते. तिचा आनंद अवर्णनीय ठरला असता. तिच्या आनंदावर चित्रविचित्र झळाही आली नसती; त्याचा झगमगाट मोठा नसता, पण तो एक गाढ, खराखुरा, प्रामाणिक असा आनंद ठरला असता. परमानंदाहून हजार पटींनी उल्हसित असा, साऱ्या रोमारोमांतून भिनून राहणारा; पण ते शक्य नव्हते. तिचे ते दैव नव्हते, म्हणून तिची दृष्टी आता फीबीकडे वळली. जे आपल्याला आयुष्यात जमले नाही, ते तिला फीबीकडून करवून घ्यायचे होते. आपले अपुरे कार्य तिने त्या तरुण युवतीच्या हाती सोपवले. फीबीनेही त्याचा स्वीकार मोठ्या उत्साहाने केला. कोणत्याही गोष्टीत, कामात चैतन्य आणायचे साधलेच होते तिला. तिच्या दृष्टीने ते एक फार अवघड कार्य होते, असे मात्र वाटले नाही. तेवढ्या सहजतेने तिने ते अंगावर घेतले म्हणूनच त्यात तिला यशही आले.

फीबीचा स्वभावच मोठा मनमिळाऊ. तिची प्रत्येक गोष्टच अगदी निर्हेतुक. त्यामुळे त्या दोन निराधार जीवांचे दैनंदिन सुख वाढत राहिले. आता त्यांच्या स्वत:च्या आयुष्यावर याचा कोणता परिणाम झाला असेल त्याच्याशी काहीच कर्तव्य नाही आपल्याला, पण तिचा सहवास त्यांना अतिशय आवश्यक वाटला एवढे खरे. ती आली आणि सात गेबल्सच्या घरातील धूळ, घाण यांनी पळ काढला. सुकलेल्या कुजवट्याचा पुढे आलेला थर पार नष्ट झाला. त्या इमारतीच्या चौकटीतील जुनाट लाकडात डांबला गेला कायमचा! त्या जुन्या काळच्या छतातून खोलीतील जमिनीवर आणि फर्निचरवर धूळ साचून राहणे बंद झाले. त्या छोट्या गृहदक्ष युवतीने हे सारे केले. मोठी चुणचुणीत होती फीबी! सारखी तरंगत असायची. तिची पावलेच भारी तरल. बागेतील पाऊलवाट लोटणारी वाऱ्याची झुळूकच म्हणा! त्यामुळेच तर धूळ झटकली जायची सगळीकडची. एक तारुण्याने मुसमुसलेली, निर्मळ व निरोगी अंत:करणाची मुलगी येताक्षणीच वातावरण पालटले. आजवर भयाण आणि एकाकी असलेल्या त्या खोल्यांवर विषण्ण घटनांच्या भीषण छायांचे राज्य होते. तेथील अनेक शयनगृहांत मृत्यूने पूर्वीपासून दिलेल्या आपल्या भेटीत एक जड आणि विश्वसनीय असा गंध दरवळून टाकला होता. त्या घरातले एकूण-एक वातावरण असे अर्थहीन व प्रेतवत झाले होते, पण आता तो नूर बदलला. फीबीच्या प्रभावाने त्याचे शुद्धीकरण झाले. त्या दुष्ट वातावरणातील हवा काढून घेतली गेली. काय चमत्कार हा! फीबीचे जीवनच विशुद्ध होते. दूषित असे

काहीही नव्हते तेथे. त्याचा एवढासा जरी अंश त्या जुनाट पिंचेन प्रासादाला लाभला असता, तर तेवढेच निमित्त करून एका दु:साध्य अशा रोगाचा फैलाव झपाट्याने झाला असता. तशी मोठी अनुकूलता होती तेथे; पण तिच्या वृत्तीत सुगंधी अत्तराचे सामर्थ्य होते. वरच्या मजल्यावर हेप्झीबाची एक प्रचंड लोखंडी ट्रंक होती. त्यात होते ते गुलाबाच्या फुलापासून तयार केलेले अत्तर. त्याचा वास त्या ट्रंकेतील प्रत्येक वस्तूला लागला होता – लिननचे कपडे, कशीदाकाम केलेल्या फिती, रुमाल, टोप्या, पायमोजे आणि बाकी पुष्कळ काही. हेप्झीबा व क्लिफोर्ड यांच्या उदासवाण्या भावना आणि खिन्न विचार यांच्यावरही तोच गोड परिणाम झाला. फीबीच्या सहवासात एक वेगळे सुख मिळू लागले त्यांना. आपल्या भोवतालची सर्व कामे मोठ्या चपळाईने करायची ती. तिची बुद्धी, तिचे शरीर आणि तिचे मन अगदी तरतरीत होते. त्यामुळे तिच्या मनातील विचार अगदी प्रसंगानुरूप असायचे. त्यांच्यामध्ये पीअर वृक्षावरच्या त्या रॉबिन पक्ष्यांच्या चिवचिवाटातील उल्हास असायचा. कधीकधी ते सखोलही असत. भावनापूर्णतेतून निर्माण होत होते ते. अशा वेळी हेप्झीबाला भेडसावणाऱ्या विवंचनांबद्दल, क्लिफोर्डच्या शोकातील संदिग्धतेबद्दल तिला सहानुभूती वाटायची. कोणत्याही परिस्थितीशी अगदी सहज समरस होता यायचे तिला. एका निरोगी मनोवृत्तीचे, परिपूर्ण आरोग्यदायकतेचे लक्षण होते ते. त्यामुळेच तिचे स्वतंत्र अस्तित्व टिकून राहणार होते.

फीबीसारख्या स्वभावाच्या माणसांचा इतरांवर निरपवाद प्रभाव असतो; पण त्या मानाने क्वचितच त्यांचा बूज राखली जाते. मात्र एवढ्या अवघड आणि विचित्र परिस्थितीतसुद्धा ती स्वत:ला एक विशिष्ट स्थान प्राप्त करून घेऊ शकली, यामध्ये त्या स्वभावातील दैवी शक्तीचा थोडाफार भाग होताच. त्या घराच्या मालकिणीभोवतीही तीच परिस्थिती होती. तिच्या स्वत:पेक्षा अधिक मोठा अनुभव घेतलेल्या व्यक्तीवर तिचा होणारा परिणाम, यावरूनदेखील त्याचा पडताळा येत होता. कारण शरीराने हेप्झीबा जरी कृश, हडकुळी असली तरी छोट्या फीबीच्या तरलपणाशी त्याची तुलना होत नव्हती. आपल्या शरीराकृतीतील उणिवा हेप्झीबा स्वत:च्या नैतिक अनुभवाच्या वजनाने भरून काढत होती. अखेर, हेप्झीबा एक बाई आणि फीबी एक मुलगीच होती, शरीरधर्माने व जीवनानुभवानेही.

फीबीचा सहवास त्या पाहुण्याच्या, हेप्झीबाच्या भावाच्या दृष्टीने अधिक महत्त्वाचा होता. (आता फीबीही त्याला 'कझीन क्लिफोर्ड' म्हणायची.) त्यालाच तिची गरज अधिक होती. तिच्याशी केलेल्या संभाषणातून म्हणा किंवा आणखीन कोणत्यातरी मार्गांनी, निश्चित पद्धतीने तिच्या सहवासात होत असलेल्या सौंदर्याची जाणीव तो प्रकट करत नव्हता. असे असले, तरी यदाकदा बराच वेळ ती आली नाही तर तो चिडत असे, अस्वस्थ होई, उदासवाणा बने. त्याच्या हालचालींत

अस्थिरता येई. आपल्या खोलीत येरझाऱ्या घालीत राही. नाहीतर आपल्या त्या भल्यादांडग्या खुर्चीत डोके धरून कसलातरी खोल विचार करत बसून राही आणि मग हेप्झीबाने त्याला जागे करण्याचा प्रयत्न केला की, वसकन कसलातरी घाणेरडा विनोद करून आपण जागे आहोत असे दाखवी. फीबीच्या उपस्थितीत त्याच्या बुरसटलेल्या जीवनाशी येणारा तिच्या मोहरलेल्या भाववृत्तींचा संपर्क, ही एकच गोष्ट नेहमी हवीशी वाटे त्याला. खरोखरच, तिच्या चित्तवृत्तीचा तो जन्मजात उमाळा व त्याचा तो खेळ अतिशय परिणामकारक होता. एखादा झरा आपल्या प्रवाहाला पुन:पुन्हा पुढे लोटत असतो, आपली खळखळ थांबवत नाही त्याप्रमाणे फीबी कधीच थंड बसलेली, शांत राहिलेली आढळायचीच नाही. याशिवाय तिचा गळा गोड होता. तिला छान गाणे म्हणता येत होते. अगदी सहजच बाहेर यायचे ते सुस्वर तिच्या सुरेल कंठातून. इतके स्वाभाविक, की ती गाणे कोणाकडून शिकली, केव्हा शिकली याची थोडीही चौकशी करायची म्हणजे गाढवपणाच! एखाद्या गाणाऱ्या पक्ष्याच्या गोड गळ्यातून निघणाऱ्या छोट्या सुस्वर लकेरीबद्दल कधी संभ्रम निर्माण होतो का आपल्या मनात? घनगंभीर असा मेघगर्जनेतून येणारा आवाज कोणाचा आहे, हे ओळखण्याचे कष्ट पडतात कधी आपल्याला? तो सूर त्या विधात्याचा असतो. तो आपल्याला चटकन जाणवतो. त्यासाठी वेगळी यातायात करावी लागत नाही. फीबी एकदा गायला लागली की मग मन मानेल तशी घरातून हिंडायला लागायची. तिच्या स्वरातून बाहेर पडणारा तो मधुर आणि आपलेपणा असलेला सूर क्लिफोर्डचे समाधान करी. तो त्याला कोठूनही ऐकू येत असे. कधी वरच्या मजल्यावरील खोल्यांतून, कधी दुकानाकडे जाणाऱ्या मार्गातून, कधी बागेतून, त्या पीअर वृक्षाच्या पर्णराजीतून लुकलुकत्या सूर्यकिरणांना साथ करीत यायचा तो स्वर. क्लिफोर्ड खूष असायचा अगदी स्वत:शीच. तिच्या गीतलहरी जवळून अथवा दुरून ऐकू येत असताना तो स्वस्थ बसून राही. त्याच्या चेहऱ्यावर सुखाच्या छटा पसरत. कधी हलक्याफुलक्या, कधी मंदमंद, कधी खूपच उठावदार अशा, पण त्याचा सर्वांत मोठा आनंद फीबी त्याच्या पायाशी एका गिड्ड्या स्टुलावर बसलेली पाहतानाचा.

मौज ही की, फीबीला एखादे करुण रसाने ओथंबलेले गीत म्हणणे अधिक पसंत होते. वास्तविक, तिच्या भाववृत्तींना तसल्या गाण्यापेक्षा एखादे हलकेफुलके गीतच जास्त आवडावे. एकंदरीत, ते एक विशेषच म्हटले पाहिजे. पण तरुण आणि आनंदी माणसे अशा एखाद्या विषण्णतेच्या भ्रामक प्रतिमेच्या साहाय्याने आयुष्याची तीव्रता कमी करत असतात. शिवाय, फीबीच्या स्वरात व गीतांत एक गाढ करुणा होती. उत्साही, आनंदी चित्तवृत्तीच्या सुवर्णधाग्यांशी तिचा संयोग झाला की ती एका विशिष्ट गुणधर्मातून पाझरत जाई. ज्याच्या कानांवर ते गीत पडे

तो त्याच्याशी एकरूप होऊन त्याचे अंत:करण त्या शोकभावनेमुळे हलके होऊन जाई. काळोख्या दुर्दैवाच्या पवित्र उपस्थितीत आल्यामुळे त्या विशाल आनंदभावनेला या गंभीर स्वरमेळाची टर उडवावी असे वाटले असते. त्या चेष्टेमागे कठोरतेची आणि अनादराची भावनाही आली असती. हेप्झीबाचे आणि तिच्या भावाचे जीवन त्या स्वरमेळातील खालच्या पट्टीतील सादाने भरून गेले होते, म्हणूनच फीबीने करुण विषय वारंवार निवडले. तिच्या तोंडून ते ऐकताना त्यातील दु:ख विसरायलाच व्हायचे.

फीबीचा सहवास क्लिफोर्डच्या अंगवळणी पडला. आता त्याच्या मूळच्या स्वभावाचे दर्शन घडायला लागले आपोआप. जीवनातील सर्व बाजूंकडून मिळणारे सुख व उत्साह आपण उपभोगू शकतो, समजू शकतो, हे त्याच्या कृतीतून व्यक्त होऊ लागले. ती त्याच्याजवळ येऊन बसली की, त्या वेळेपुरता तो तारुण्यभावनेने फुलून जाई. कधीकधी एक सौंदर्यभाव त्याच्या चेहऱ्यावर क्रीडा करताना आणि तो उजळताना आढळत असे. आता ते केवळ एक स्वप्नच नव्हते. अर्थात, ती भावना तितकीशी वास्तवही नव्हती; तिचा कितीही परिपूर्ण असा आविष्कार झाला तरीही. एखाद्या चित्रकाराला तो भाव आपल्या कॅनव्हासवर आणण्याकरिता खूप कष्ट घ्यावे लागले असते आणि शेवटी ते व्यर्थही ठरले असते. तो भाव त्याच्या चेहऱ्यावर तेज आणण्यापेक्षा अधिक काही करत होता. त्या चेहऱ्याचे रूपच बदलून टाकत होता. एक अत्यंत सुरेख आणि आनंदी मनोवृत्तीची झाक यायची त्याच्यावर. केवळ तोच त्याचा अर्थ. एक क्षणभर त्याचे ते रुपेरी केस, त्या चेहऱ्यावरच्या सुरकुत्या साऱ्या मावळून जायच्या. त्याच्या भुवयांवर अनंत दु:खांची नोंद केलेली होती. त्या इतक्या दाटून आल्या होत्या की, त्या संकटकथांचे वाचनच करता यायचे नाही. एका कथेत सारी गुंतवळ जमा करण्याचा एक निष्फळ प्रयत्न होता तो! एखाद्या नाजूक आणि सूक्ष्म नजरेला त्याच्यात तो कसा असायला पाहिजे होता याची अंधुकशी प्रतिमा दिसली असती. आता तो वृद्ध होत चालला होता. एखाद्या उदास संधिप्रकाशाप्रमाणे ती त्याच्यावर आपल्या छाया पसरवत होती. ते पाहून तुम्हाला नियतीबरोबर वाद घालण्याचा मोह झाला असता. तुम्ही असे प्रतिपादन केले असते की, विधात्याने त्याला मनुष्यरूप द्यायला नको होते. जर त्याला ते दिले गेले होते, तर त्याचे मनुष्य योनीतील अस्तित्व त्याच्या या गुणांना अनुरूप असे घडवणे आवश्यक होते. त्याला श्वास घेण्याची आवश्यकताच नव्हती. जगाला त्याची कधीच जरुरी लागली नाही, पण आता त्याने जीव धारण केला होता. त्या जिवाभोवती सुखदायक असे वसंत ऋतूचे वातावरणच असले पाहिजे. आमच्या मनात एक नेमका गोंधळ भेडसावत राहणारच. केवळ सौंदर्यभावनेवर तगून राहणारे हे जीव त्यांच्या ऐहिक दैवावर विसंबून नसतात, हे पाहताना हा गोंधळ निर्माण होतो.

फीबीच्या सहवासाने प्रभावित झालेल्या त्या माणसाचे तिला पूर्ण आकलन

झालेले नव्हते. अर्थात, तिला त्याची आवश्यकताही नव्हती म्हणा. एखाद्या शेकोटीतील विस्तव तिच्याभोवती अर्धवर्तुळ करून बसलेल्या सर्वांना सुख देतो, परंतु त्यातील एकाच्याही व्यक्तित्वाची ओळख करून घेण्याची त्याला गरज नसते. फीबीचे समा लक्ष 'वास्तवा'कडे विभागले गेले होते. क्लिफोर्डच्या स्वभावविशेषात सुंदर व कोरीव असे खूप काही होते, परंतु त्यांच्याकडे लक्ष द्यायला तिला जमतच नव्हते. तथापि, क्लिफोर्डला मात्र त्या मुलीच्या स्वभावातील सच्चेपणा, साधेपणा, घरगुती मनमोकळेपणा यांचे आकर्षण जबरदस्त होते. तिच्याजवळ असलेल्या कुठल्याही गोष्टीचे त्याला कौतुकच वाटे. समजा, तिच्याजवळ सुडौल असा बांधा नसता, ती नाकीडोळी नीटस नसती, तिचा आवाज कर्कश असता आणि तिचे वागणे-बोलणे हेंगाडे, असे तिचे एकंदर रूप असते; अशा तितक्याशा रूपवान नसणाऱ्या मुलीजवळ गुणसंपन्नता असती, तर क्लिफोर्डला ती आवडली नसती. त्याला एक धक्काच बसला असता, ते स्त्रीरूप बघून. त्याने तिच्याकडे प्रथम एक स्त्री म्हणूनच पाहिले असते. स्त्रीसुलभ सौंदर्याची तिच्याकडे असणारी वाण पाहून त्याने तिची हेटाळणीच केली असती, पण फीबी नव्हतीच तशी. ती अधिक सुंदर, निदान अधिक मोहक खासच होती. क्लिफोर्डचे आजपर्यंतचे आयुष्य अतिशय कष्टाचे आणि दु:खाचे गेले होते. अस्तित्वातील अतिसूक्ष्म आनंद म्हणजे एक स्वप्नच होते. त्याचे अंत:करण, त्यातील भावना आणि कल्पना आतल्याआत गुदमरून जाऊन लयाला जाईपर्यंत ते टिकले. त्याला असा संपन्न उपभोग घेता आलाच नाही. स्त्रीबद्दलची त्याची कल्पनाचित्रे आपली ऊब व अस्तित्व हरवून बसली होती. एकांतवासात असणाऱ्या चित्रकाराने काढलेल्या चित्रांना भावशून्य आदर्शाच्या मागे लागल्यामुळे मूठमाती मिळते, त्या प्रकारे. आता तर त्या भावना गोठल्याच होत्या. क्लिफोर्डसारख्या अशा तऱ्हेचे अनुभव घेतलेल्या माणसाला एवढ्या आनंदाने घरात वावरणारी एखादी चुणचुणीत व्यक्ती हवीच होती. त्याला पुनर्जन्म मिळवून देण्याचे काम तीच करू शकत होती, कारण आज तो जिवंत असून मेल्यासारखा जगत होता. जीवनाच्या सर्वसंमत व्यवहारमार्गातून जे लोक भरकटत दूर गेलेले असतात अथवा ज्यांना तेथून हाकून लावलेले असते असे लोक आपल्याला कोणीतरी परत त्या मार्गावर आणून सोडावे, अशी आशा धरून असतात. असे एकाकी पडलेले लोक झुरत असतात, मग ते पर्वतशिखरावर असोत वा एखाद्या अंधारकोठडीत असोत. आता फीबीच्या उपस्थितीने त्याच्याभोवती एक वेगळे असे जग निर्माण केलेले होते – तेच ते वलय, तेच ते क्षेत्र. ज्याच्यासाठी हा बहिष्कृत मानव, हा बंदिवान प्राणी, एकेकाळचा सत्ताधीश, मानवजातीच्या पोटातील कपाळकरंटा, तिच्या बाजूने जगणारा एक दळभद्रा माणूस, तिच्या डोक्यावर उभा असलेला तो हतभागी मानव झुरत होता, कुढत होता. ते

स्वाभाविकच होते. त्याला 'घर' हवे होते. आपले घर! ते घरगुती वातावरण जगायचे होते त्याला! फीबी सत्यस्वरूप होती. तिचा हात हातात घेतल्यावर कसलीतरी जाणीव व्हायची. काही तरी नाजूक हाताला लागायचे; एक अस्तित्व – अर्थपूर्ण अस्तित्व. ते उबदारही होते. जोवर त्या मुलायम स्पर्शाची जाणीव व्हायची, तोवर मानवाच्या मिळणाऱ्या सहानुभूतीची पाखर तुमच्यावर असायची हे नक्की. जग हा केवळ एक आभास उरला नव्हता.

असाच आणखी थोडा विचार केला, तर पुन:पुन्हा निर्माण होणाऱ्या आणखी एका रहस्याबद्दल अधिक सांगता यावे. कवींनी आपले जोडीदार निवडताना घेतलेली दक्षता पाहा. त्यांच्यामध्ये काव्यमय देणगी असतेच असे नाही. त्यांच्याजवळ दुसरे गुण असतात. त्यामुळे दिव्यत्वाच्या हलक्या प्रतीच्या कारागिराला जे सुख मिळते तेच सुख त्याच जातीतील आदर्श कारागिरालाही मिळते, कारण बहुधा कवी जेव्हा काव्यात्मकतेच्या सर्वोच्च पातळीवर जाऊन पोहोचतो, तेव्हा त्याला मानवी सहवासाची गरज नसते, परंतु तेथपर्यंत जाऊन खाली येताना त्याला सोबत हवी असते. आपला प्रवास भयाण होऊ नये असे त्याला वाटते. आपण अनोळखी असू नये, अशी त्याची भावना असते.

या दुकलीमध्ये जे संबंध वाढत होते त्यात काहीतरी खूप सुंदर असे होते. इतक्या निकट आणि सततच्या सहवासात होती ती दोघे... तरीही त्याच्या जन्मदिनापासून ते तिच्या जन्मापर्यंत असा कितीतरी उदासवाणा आणि गूढ काल वाया गेला होता. क्लिफोर्डला निसर्गत:च स्त्रीसुलभ व्यक्तित्वाकडे उत्साहपूर्ण संवेदनक्षमतेने पाहण्याची देणगी होती, परंतु काठोकाठ भरलेला प्रेमाचा प्याला त्याने कधी ओठाशी लावलाच नव्हता. आता तर त्याला फार उशीर झाला होता. त्याने ते जाणले होते. त्याची बुद्धी खच्ची झाली असताही त्याच्या उपजत कोमल भावातून त्याला ते कळले. म्हणून फीबीबद्दलची त्याची भावना पितृतुल्य नव्हतीच. आपल्या मुलीपेक्षा ती आणखीन कोणीतरी अधिक आहे, या भावनेनेच तो तिच्याकडे पाहत होता. त्यामुळे ती भावना विशेष शुद्ध नव्हती. तो एक पुरुष होता आणि पुरुषाच्या नजरेनेच तो त्या स्त्रीकडे पाहत होता. फीबी एक स्त्री होती. तिच्या स्त्रीसुलभ सौंदर्यातील प्रत्येक बारीकसारीक हालचालीकडे त्याचे अचूक लक्ष असे. तिचे त्याला भारी आकर्षण होते. तिचे ते खुललेले, मोहरलेले ओठ, कौमार्यावस्थेतील तिची वक्षस्थळे, त्यांची होणारी नैसर्गिक वाढ यांकडे त्याची नजर सदैव असेच. एखाद्या कोवळ्या फळझाडाला मोहर यावा, तशी फीबी फुलत चालली होती. तिच्या सगळ्या कोवळ्या हालचालींचा त्याच्यावर परिणाम होई. केव्हाकेव्हा त्याच्या स्वत:च्या अंत:करणात सुखाचे रोमांच उठत त्यामुळे. एक गोड शिरशिरी उठे. त्या क्षणी या अर्धवट मरगळलेल्या माणसाला एक समरूप जीवन मिळाल्याचा आनंद होई. खूप दिवस पडून राहिलेल्या

एखाद्या तंतुवाद्यावर संगीतकाराने बोटे फिरवल्यानंतर जो एक स्वरमेळ तयार होतो ना, तसे. पण हा परिणाम खूपच अल्पजीवी असायचा. परंतु अखेर ती त्याची भावना बनतच नसे. केवळ एक जाणीव, एक सहानुभूती. एखादी गोड, सोपी कथा रस घेऊन वाचत बसावे, त्या भावनेने तो फीबीच्या व्यक्तित्वाचा अभ्यास करी. परमेश्वराने क्लिफोर्डची कीव करणाऱ्या आपल्या एखाद्या देवदूताला, त्याच्या उदास व खिन्न अशा दैवाच्या मोबदल्यात घरातून लकेर मारण्याची परवानगी दिलेल्या, घराघरांतून प्रचलित असलेल्या काव्याचा एखादा चरणच आहे, असे मानून तो तिचे बोलणे ऐकत होता. त्याच्या दृष्टीने तिला वास्तवरूप नव्हतेच मुळी! या ऐहिक सृष्टीतील कमतरता पडलेल्या गोष्टीचे ती प्रतीक होती. ते एक सजीव चित्र होते. त्याच्यापासून त्याला वास्तवतेतले सर्व सुख मिळत होते.

परंतु या कल्पनेला शब्दरूप देण्याची आमची धडपड व्यर्थ आहे. त्यातील सौंदर्यभावनेला आणि सखोल करुण रसाच्या अभिव्यक्तीला आम्ही न्याय देऊ शकणार नाही, याची जाणीव आहे. आयुष्यात केवळ सुखोपभोग घेण्याकरिता जन्मलेला आणि आजतागायत सुखापासून एवढ्या दीनपणे वंचित झालेला हा प्राणी आज असा जगत होता. त्याच्या मनोवृत्तींनी घेतलेल्या भेसूर अनुभवांनी त्या बोथटून गेल्या होत्या. त्याची नैतिक अथवा बौद्धिक पातळी खचून गेलेली होती. फारफार पूर्वी घडले ते सारे. त्याच्या स्वभावाची नाजूक मुळेच खाऊन टाकली, त्या भयंकर परिस्थितीने. परिणामी, आज तो मानसिकदृष्ट्या दुबळा बनला. स्वर्गाच्या बेटावरून, एका निकामी होडीतून हा दीन, निराधार प्रवासी निघाला. खवळलेल्या सागरात ती नौका त्याने लोटली. त्या नौकेचा टिकाव लागला नाही. शेवटच्या एका पर्वतप्राय लाटेने त्याच्या त्या होडीला एका शांत बंदरात भिरकावून दिले. तेथे किनाऱ्यावर जवळजवळ मरणोन्मुख स्थितीत पडलेल्या त्या प्रवाशाच्या नाकात पृथ्वीवरच्या एका गुलाबकलिकेचा सुगंध शिरला. त्या दरवळणाऱ्या सुवासाप्रमाणे सर्व सजीव सौंदर्याच्या स्मृती व प्रतिमा त्याच्यासमोर तरळू लागल्या. त्याच्या जन्मजात आवडीमुळे त्याला तेथे घर असावे, असे वाटले. त्या स्वर्गीय अत्यानंदाचा थोडासा भाग आपल्या आनंदी वृत्तीच्या उपजत संवेदनक्षमतेने आत ओढून घेऊन त्याने प्राण सोडला!

आता फीबीला क्लिफोर्डविषयी काय वाटत होते? मानवी स्वभावातील चमत्कारिक आणि अपवादात्मक अशा गोष्टींकडे आकर्षित होण्याचा तिचा स्वभाव नव्हताच. ती आपली नेहमीच्या चाकोरीतून कालक्रमणा करणाऱ्यांपैकी होती. त्या जीवनमार्गावरच्या वळणावळणाला ज्यांची म्हणून सोबत मिळेल त्यांच्यासमवेत जीवनाची वाटचाल करण्यात धन्यता मानायची ती. क्लिफोर्डभोवती जे एक गूढ वलय होते, त्याचा परिणाम तिच्या मनावर मोठा होता. त्याचे तिला कष्ट होत

होते. सामान्यत: अनेक स्त्रियांनी त्यात रस घेतला असता. त्यांना त्याचे आकर्षण वेगळे होते. त्याच्या परिस्थितीत जे काळोखी सौंदर्य होते, त्याचे भय वाटल्यामुळे तिच्यातील उपजत स्नेहभावना जागी झाली; उसळून आली असे नव्हते. त्याच्या स्वभावातील गोड आकर्षकताही तिला मोह पाडू शकली नाही. तो निराधार होता, ती अकृत्रिम सहानुभूती देऊ शकत होती. त्याला माया, प्रेम हवे होते. तिला ते द्यायचे होते. बस्स! त्याने कधीच न अनुभवलेले प्रेम ती त्याला देणार होती. तिची जाणीव निरोगी होती; तत्पर होती. त्याला कोणती गोष्ट उपयोगी आहे हे तिने जाणले. त्याप्रमाणे कृती केली. त्याच्या मनात, अनुभवात तिला जे हीन आढळले त्याकडे तिने दुर्लक्ष केले. सर्वसाधारणत: काही बाबतींत ती बेफिकीर राहिली, त्यामुळे त्यांच्या परस्परसंबंधांत भेद आला नाही. व्यथित मनाची व व्यथित शरीराची ही माणसे त्यांच्या रोगाच्या विविध प्रतिक्रियांमुळे अधिकच निराश व दु:खी बनतात. त्यांच्याभोवती असणाऱ्या माणसांच्या वागणुकीत त्या प्रतिबिंबित झालेल्या असतात. आपल्या श्वासातले विष पुन:पुन्हा आत ओढून घेण्याची त्यांच्यावर बळजबरी होते. त्यांना गुदमरुन टाकण्याचा प्रयत्न होतो, पण फीबीने आपल्या रोग्याला अधिक विशुद्ध हवा पुरविली. त्या भावनेत, वागण्यात तिने एखाद्या रानवट फुलाचा (पण छे, रानवटपणाचा स्पर्शही नव्हता तिला) नव्हे तर शतकानुशतके, ऋतूमागून-ऋतू गेल्यानंतरही माणूस व निसर्ग यांच्या सहकार्याने वाढलेल्या बागेतील गुलाबाच्या केशरी फुलांच्या आणि अशाच आणखी जास्त सुवासिक फुलांच्या गंधाचा अर्क घातला. फीबी क्लिफोर्डला त्या पुष्पाचे सुख देत होती. तिच्या सहवासातून त्याला सुखपूर्ण श्वास घेता येत होता.

परंतु कधीकधी त्या फुलाच्या पाकळ्या भोवतालच्या जड वातावरणामुळे गळूनही जात. अशा वेळी ती विचारात गढून जाई. क्लिफोर्डच्या चेहऱ्याकडे आडून बघत राही. त्या लोपलेल्या, अस्पष्ट, असमाधानकारक सौंदर्याचे, त्याच्या बुद्धीचे स्वरूप बघत बसे! त्याच्या गतायुष्याबद्दलचे विचार थैमान घालत तिच्या डोक्यात. त्याचा ठाव घेण्याचा तिचा प्रयत्न असे. क्लिफोर्ड आज दिसतो तसाच होता काय सदासर्वदा? त्याचा हा बुरखा जन्मापासूनचाच आहे? या बुरख्याखाली त्याच्या भाववृत्ती दडलेल्या आहेत अधिक. त्या स्पष्ट का होत नाहीत? त्या बुरख्याआडून दिसणारे वास्तव जग अपूर्णच होते? का त्याच्या करड्या वीणेखाली एखाद्या भयानक संकटाचा पोत सजला आहे? क्लिफोर्ड म्हणजे एक कोडेच होते. तिला स्वत:ला कोडी आवडत नव्हती, पण हे कोडे सुटले असते तर तिला मोठा आनंद झाला असता; तरीही क्लिफोर्डच्या स्वभावाचे चिंतन करण्याने तिचा फायदा झाला. ती त्याच्याबद्दलचे अंदाज करत गेली, ते अगदी निर्हेतुक होते. प्रत्येक विलक्षण परिस्थितीने तिला स्वत:ची कथा स्वत:च सांगितली. हळूहळू संपूर्ण परिस्थिती तिला समजली. त्याचा परिणाम भीतिदायक झाला नाही. जगाने त्याच्यावर किती

का मोठा अन्याय केला असेना, तिला कझीन क्लिफोर्डची ओळख उत्तम होती. निदान तिने कल्पना तर केली होती तशी. आता त्याची तिला भीती वाटत नव्हती, त्याच्या पातळ, नाजूक बोटांची.

घरात आलेल्या या आदर्श व्यक्तीच्या आगमनानतंर थोड्याच दिवसांत त्या घरातले दैनंदिन जीवन, व्यवहार अधिक व्यवस्थित झाले. त्याला स्थैर्य आले होते. सकाळी न्याहारी झाली की, थोड्याच वेळात क्लिफोर्ड आपल्या खुर्चीत झोपून जायचा. अधीमधी उठला नाही तर पार दुपार होईपर्यंत गाढ झोप व्हायची त्याची. निद्रेचे दाट ढग वा इकडेतिकडे उठणारे तरल धुके त्याला उठूच देत नसे. तेवढा सारा वेळ ती म्हातारी आपल्या भावावर नजर ठेवण्यासाठी जवळ बसून राहत होती. तिकडे फीबी दुकानातली व्यवस्था बघायची त्या दरम्यान. जनतेला ही रचना कळली चटकन. फीबी दुकानावर असली की गिऱ्हाइके खूप. ती तरुण दुकानदारीण त्यांना पसंत होती. जेवण झाले की, हेप्झीबाने विणकाम हातात घेतलेच. थंडीच्या दिवसांत घालण्यासाठी पांढऱ्या सुताचा पायमोजा करायला घेतला होता तिने क्लिफोर्डसाठी. मग एक सुस्कारा टाकत, क्लिफोर्डचा ममतेने निरोप घेताना पडलेल्या आठ्या सावरत, फीबीला त्याच्याकडे लक्ष ठेवण्याबद्दल सांगतसांगत दुकानात काउंटरवरच जाऊन बसे ती. त्यानंतर मग ती तरुण मुलगी एकाच वेळी वेगवेगळ्या भूमिका घेई आपल्याकडे. त्या शुभ्र केसांच्या म्हाताऱ्या माणसाची परिचारिका तीच, संरक्षक तीच आणि खेळगडी किंवा जे काही नाव देता येईल ते सर्व तीच.

दहा

पिंचेनांची बाग

क्लिफोर्डच्या नेहमीच्या सर्व मानवी व्यवहारांत एक मोठे मांद्य आले होते. फीबीची भुणभुण त्याच्यामागे होती म्हणून ठीक, नाहीतर सकाळपासून संध्याकाळपर्यंत खुशाल झोपून राहिला असता त्याच्या खुर्चीत तो. म्हणून त्याला बागेत नेण्याची कल्पना फीबीनेच मांडली. तिचा अंमलही केला स्वत:च्या पुढाकाराने. अंकल व्हेन्नर आणि छायाचित्रकार मि. हॉलग्रेव्ह या दोघांनी बागेतील लताकुंज किंवा ते 'समर हाऊस' व त्याचे छप्पर मोडकळीस आले होते त्यात योग्य त्या दुरुस्त्या केल्या. त्यामुळे ऊन व पाऊस यांचा त्रास होणार नव्हता तेथे. त्या छोट्याशा इमारतीच्या भिंतीवर दोन्ही बाजूंनी तुतूचे वेलही चढायला सुरुवात झालेलीच होती. थोड्याच दिवसांत ते फोफावलेही असते भरपूर. त्यामुळे आतल्या भागात एक झकास गारवा निर्माण झाला होता. सुंदर असे एकांतस्थळ बनले ते घर. तेथे बसून बागेतील अधिक प्रशस्त अशा एकांतवासात डोकावता येत होते व त्याचे ओझरते दर्शनही घडत होते तेथून.

कधीकधी या हिरव्यागार क्रीडास्थानी चंचल प्रकाशात बसून फीबी क्लिफोर्डला काहीतरी वाचून दाखवत असे. तिच्या परिचयातील कलाकाराने तिच्याकरिता काही साहित्यपुस्तिका – विशेषत: कथा, काव्यांचे काही ग्रंथ पाठवले होते. त्या माणसाला साहित्याची आवड होती म्हणून. हेप्झीबाने क्लिफोर्डची करमणूक व्हावी म्हणून निवडलेल्या पुस्तकाहून संपूर्णत: वेगळ्या शैलीची आणि रुचीची पुस्तके होती ती. त्या मुलीचे वाचन तिच्या वयस्कर चुलत बहिणीहून कोणत्याही प्रमाणात अधिक यशस्वी झाले असल्यास त्या पुस्तकाचे आभार मानण्याची जास्त जरुरी नव्हती.

पुस्तकांपेक्षा वाचनच सरस ठरेल, यात नवलच नाही. फीबीच्या आवाजात सुरेख संगीताची बरसात होत होती. त्या स्वराचे तेज आणि रंजकता क्लिफोर्डवर चैतन्याचा वर्षाव तरी करी किंवा त्याच्या तालबद्ध लयीच्या प्रवाहात सागरगोट्यांनी भरलेल्या निर्झराच्या संगीताचा आभास निर्माण करून त्याच्या भाववृत्ती हळुवारपणे सुखावत असत. परंतु त्या कथा तिच्या त्या चमत्कारिक स्वभावाच्या श्रोत्याचे मन रिझवण्यात यशस्वी झाल्या म्हणणेच योग्य व्हावे. त्याबरोबरच फीबीने मात्र त्यांच्यात खूप रस घेतला होता. पुष्कळ वेळा ती रंगून जाई त्यांच्यात. त्या खेड्यातून आलेल्या मुलीला तशा प्रकारचे साहित्य प्रथमच वाचायला मिळत होते, त्याचाच तो परिणाम असेल. जीवनाचे दर्शन घडविणारे चित्रण, विकारवशता आणि भावनावशता, कोट्या, विनोद व करुणा या रसांचा परिपोष करणारी दृश्ये अगदी व्यर्थ निघून जात असत. क्लिफोर्डच्या दृष्टीने त्यांना महत्त्व नव्हते म्हणून. त्याला कारणेही तशीच होती. एक तर त्यांना अनुभवाची कसोटी लावून बघण्याइतका जीवनानुभव त्याच्याजवळ नव्हता आणि दुसरे म्हणजे, त्याने भोगलेली दु:खे मुळातच अतिवास्तव होती. त्याच्याशी प्रतारणा करण्याची ताकद असलेल्या इतर भावना फारच थोड्या होत्या. त्यामुळे या दोन्ही कसोट्यांना त्या कथा उतरत नव्हत्या. वाचतावाचता फीबीला मध्येच हास्याच्या उकळ्यावर-उकळ्या फुटायच्या. त्याला प्रतिसाद म्हणून मधूनमधून तो सहानुभूतीदाखल हास्य करायचा, परंतु पुष्कळदा त्याचा चेहरा त्रासिक व्हायचा. त्या गोष्टीला इतके का हसावे, असा प्रश्न विचारल्याचा भावही यायचा त्याच्यावर. त्या कथेतील एखाद्या पृष्ठावर अश्रू ढाळण्याचे वर्णन आले – लेखकाने कल्पिलेल्या एखाद्या दु:खपूर्ण प्रसंगातून त्या कुमारीने ढाळलेला सूर्यप्रकाशासारखा चमकणारा अश्रू – तर क्लिफोर्डला प्रत्यक्षात घडणाऱ्या एखाद्या संकटाची ती खूण असल्यासारखा भास होई, नाहीतर तो पुस्तक मिटण्याची खूण करी आणि तसे पाहिले, तर ते शहाणपणाचेच नव्हते काय? खऱ्या कळकळीने, कृत्रिम दु:खाची मजा उडवायची नाही, असे ठरवल्यानंतर जग हे पुरेसे उदासवाणे, दु:खीकष्टी भासत नाही काय?

त्या मानाने क्लिफोर्डला काव्य अधिक आवडत असे. कवितांच्या तालबद्धतेतील चढउतार आणि पुन:पुन्हा येणारे सुखद यमक त्याला खूष करत. काव्यभावनेचा आस्वाद चाखण्यास तो समर्थ होता – अर्थात, तिच्या सखोल व उच्च पातळीपर्यंत तो पोहोचू शकत नसला, तरी त्यातील दिव्य व तरल भावनांचा प्रत्यय घेऊ शकत होता तो. काव्याच्या कोणत्या अत्युत्कृष्ट चरणात किंवा कडव्यात ती दृष्टी दडलेली होती, हे आधीच सांगता येणे अशक्यच होते; पण पृष्ठावरून नजर काढून ती क्लिफोर्डच्या चेहऱ्यावर लावली की, त्याच्यावर तेजाची एक छटा विलसत असल्याची जाणीव फीबीला व्हायची. ती वाचीत असलेल्या ओळीतून तिच्या

बुद्धीपेक्षा नाजूक अशा आकलनशक्तीला एक खेळती ज्योत पकडता यायची. तथापि अशी एखादी झलक पुढच्या अनेक तासांच्या खिन्नतेचे पूर्वचिन्ह ठरायची. ते तेज एकदा ओसरले की, आपल्या बुद्धीच्या पकडीतून निसटलेल्या भावार्थाची आणि त्या भावनाशक्तीची जाणीव झाल्याचा त्याला भास होत असे. एखादा आंधळा माणूस स्वत:च्या हरवून बसलेल्या दृष्टीचा शोध लावण्याकरिता गेल्यासारखा तो त्यांच्याभोवती अंधारात चाचपडत राहत असे.

फीबीने सारखे बोलत राहावे आणि त्याच्या अंत:चक्षूसमोरून निसटणारे प्रसंग आपल्या स्वत:च्या वर्णनाने व अभिप्रायाने अधिक सुस्पष्ट करावेत, हे त्याला खूपखूप आवडत होते. त्याच्या अंत:करणाला मोठे सुख व्हायचे त्यामुळे. त्याचे अंतर्मन प्रभावित व्हायचे. त्या दृष्टीने बागेतील जीवन क्लिफोर्डच्या भाववृत्तीला रुचतील असे खूपच विषय पुरवत होते. त्यांच्याबद्दल बोलण्यासारखे त्याच्याजवळ पुष्कळ होते. त्या सुखसंवादात तो रमायचाही. फुलांबद्दलच्या त्याच्या भावना फार विलक्षण होत्या. कालपासून कोणतीकोणती नवीन फुले उमलली, याची चौकशी करायला चुकत नव्हता तो कधी. त्यांच्याबद्दल केवळ सद्भिरुचीच वाटत होती असे नव्हते, तर ती त्याची एक मनोभावनाच बनून राहिली होती. तो मध्येच एखादे फूल हातात घेऊन बसलेला दिसे. त्याच्याकडे किती लक्षपूर्वक पाहतो आहे तो. त्या फुलाच्या पाकळ्यांवर स्थिरावलेली त्याची नजर आता, फीबीच्या मुद्रेवर स्थिर होते आहे. कसला विचार करतो आहे तो? त्या बागेतले ते मनोहर पुष्प आणि त्या घरातली ती गोड कुमारिका यांच्यातील साम्य हुडकतोय तो! जणूकाय त्या दोघांतील नाते बहिणी-बहिणीचे आहे, अशी कल्पना करतोय तो. मजा आहे. त्या फुलाच्या सुवासातच केवळ एक आनंद होता; त्याच्या मोहक रूपात सुख होते; त्याच्या रंगात नाजूकपणा व तेज होते. एवढेच नव्हे, तर क्लिफोर्डला त्यापासून मिळणाऱ्या सुखसंवेदनेतून चैतन्याची, व्यक्तित्वाची, चारित्र्याची जाणीव व्हायची. त्यामुळेच बागेतील त्या बहरलेल्या फुलांवर त्याचे अगाध प्रेम होते. ती त्याची जिवाभावाची माणसेच होती जणू! त्यांनाही भावना होत्या, त्यांच्याजवळ बुद्धिमत्ता होती, अशी त्याची कल्पना होती. खरे म्हटले, तर फुलांविषयीचे हे प्रेम, त्यांच्याबद्दलची सहानुभूती हा खास स्त्रियांचा प्रांत. त्यांच्यातच ही लक्षणे आढळतात आपल्याला. पुरुष सहसा त्यांच्यामागे नसतात. यदाकदा ती प्रवृत्ती निर्माण झालीच चुकून, तर तिचा त्याग करण्याची खटपट करतात; त्यांना विसरून जातात. वेळप्रसंगी त्यांचा तिरस्कारही करतात ते. एक गोष्ट अशी आहे की, अशा वेळी त्यांच्या सहवासात फुलांहून अधिक भरभरीत गोष्टी आलेल्या असतात. क्लिफोर्डही तसाच विसरून गेला होता त्यांना. त्याच्याभोवतीही त्यांच्याइतकी सुकुमारता आलेलीच नव्हती, पण आज पुन्हा एकदा तो त्याच्या जगात येऊन पोहोचला होता.

त्याच्या थंड पडलेल्या भाववृत्ती जसजशा चैतन्यमय होऊ लागल्या, विकसित झाल्या तसतशी त्यांच्या ठायीच्या मोहकतेची, सौंदर्याची जाणीव त्याला होत होती. त्यातून एक नवीन जीवन प्राप्त करून घेत होता तो. त्याचे रूप पालटत होते.

बागेतील त्या एकांतस्थानी अनेक सुखद प्रसंग एकापाठोपाठ-एक असे घडत गेले. फीबीने ते घडवून आणले यात संशय नाही. ती दृष्टी तिच्याकडे सुरुवातीपासून होती. अगदी पहिल्याच दिवशी तिने तेथे एक मधमाशी बघितली म्हणा किंवा तिचे गुंजन ऐकले म्हणा, आणि मौज अशी की, त्यानंतर सतत त्या मधमाश्या यायला लागल्या तेथे. काय त्यांच्या मनात आले कुणास ठाऊक? एक परमेश्वरालाच माहीत ते. वास्तविक, प्रत्यक्ष त्या बागेत फुले अशी कमीच होती. अर्थात, होती ती त्यांना मधुरही वाटली असण्याचा संभव आहे. त्यांचा लळाही लागला असावा त्या मधमाश्यांना. हव्यासही वाढला असेल कदाचित. जवळपासची धण्यांची इतकी शेते, इतर जातीची फुलझाडे असताना येथेच येण्यासारखे होते तरी काय? पण यायच्या, कलिंगडाच्या फुलात बुडी मारायच्या, हवं ते करायच्या पिंचेन प्रासादाच्या बागेत येऊन. जणूकाय दिवसभराच्या त्यांच्या उड्डाणात त्यांना कलिंगडांचे वेल आसपास आढळलेच नव्हते! जणूकाय अखिल न्यू इंग्लंडमधील मधाच्या एकूण-एक पोळ्यांतून त्यांना एक विशिष्ट प्रकारचा 'हेमेटस' सुगंध पसरवायचा होता आणि त्या छोट्या, कष्टकरी मांत्रिकांना हवा असणारा त्या विशिष्ट दर्जाचा मध हेप्झीबाच्या बागेतील मातीत वाढलेल्या फुलांतच सापडत होता. क्लिफोर्डच्या कानांवर त्या मोठ्या, पिवळ्या फुलांच्या कळ्यांतून त्या मधमाश्यांचा उल्हसित गुंजारव आला की, त्याचे मन फुलून जात होते. आपल्याभोवती उल्हासाचे, आनंदाचे साम्राज्य पसरलेय की काय, असा त्याला भास होत असे. ते निळेभोर आकाश, ते हिरवेगार गवत, वरपासून खालपर्यंत पसरलेली दिव्य मोकळी हवा यांच्याकडे बघत बसण्यात त्याला खूप सुख मिळत होते. तेव्हा त्या मधमाश्या त्या धुळीने माखलेल्या शहरातील एका हिरव्यागार कोपऱ्यातच का येत असाव्यात, हा प्रश्नच उरत नाही. ती योजना खुद्द त्या जगन्नियंत्या परमेश्वराची होती. त्याच्या मनात गरीब बिचाऱ्या क्लिफोर्डच्या अंत:करणात सुखाचा वर्षाव व्हावा, अशी इच्छा होती. बागेतील मधाच्या मोबदल्यात त्या मधमाश्या आपल्याबरोबर वसंत ऋतूचा सर्वसंपन्न बहर आणत होत्या.

शेंगांच्या वेली खांबावर चढू लागल्या, त्यांना मोहर येण्यास सुरुवात झाली. एका वेलीला गडद शेंदरी रंगाच्या कळ्या दिसल्या. त्या छायाचित्रकाराला – मि. हॉलग्रेव्हला एका गेबलच्या माळ्यावरच्या खोलीतील एका कपाटात त्या बिया सापडल्या होत्या. बागकामाची आवड असणाऱ्या एखाद्या पिंचेनाने जतन करून ठेवल्या असाव्यात त्या, पुढच्या हंगामात पेरण्याच्या हेतूने, पण त्याच्या आधी त्या

बिचाऱ्याचीच पेरणी झाली मृत्युदेवाच्या बागेत. हॉलग्रेव्हने सहज एक प्रयोग म्हणून त्या इतक्या जुनाट बियाण्यात अजून काही जीव आहे का हे पाहण्यासाठी काही थोडी रोपे तयार केली, आणि वा! त्या वेली सरसर चढत गेल्या की त्यांच्या खांबावर. अगदी उंचपर्यंत चढल्या त्या. तांबड्या कळ्यांचा एक नागमोडी विळखाच बसला त्या खांबांना; खालपासून अगदी टोकापर्यंत. शिवाय, एकदाच्या त्या उमलल्यावर गुणगुणणाऱ्या पक्ष्यांचे थवेच्या-थवे खेचले गेले त्यांच्याकडे. कधीकधी अशी मजा दिसायची म्हणता; त्या शेकडो कळ्यांतील प्रत्येकीत आकाशात विहरणारा एकेक चिमखडा पक्षी आहेच. अंगठ्याच्या आकाराचा, त्याचा तो लखलखणारा पिसारा शोभून दिसायचा. शेंगांच्या वेलीभोवती घिरट्या घालणाऱ्या त्या पक्ष्याची ती थरथर एकटक पाहत राहायचा क्लिफोर्ड. अगदी रंगून जायचा त्यांच्यात. एखाद्या लहान बालकाप्रमाणे किंबहुना त्याच्याहून अधिक रमायचा. त्यांच्याकडे संपूर्ण नजर जावी म्हणून मध्येच त्या लताकुंजाबाहेर डोकावायचा. अगदी सावकाश, आवाज न करता. फीबीला गप्प राहण्याबद्दलच्या खुणा चालूच असायच्या त्याच्या. तिच्याही चेहऱ्यावर हे सगळे बघताना स्मिताची रेषा उमटायचीच. त्यामुळे क्लिफोर्डचा आनंद द्विगुणितच होत होता. दोन्हींकडून संपूर्ण मनसोक्त सुख मिळत होते त्याला. त्याच्या सुखाच्या राशीची उंची वाढतच होती. वृद्ध क्लिफोर्ड नुसत्या तरुणाच्याच नव्हे, तर अगदी लहान बालकाच्याही अनुभवाची प्रचिती घेत होता. केवढे वेगळे रूप आले त्याला!

हेप्झीबालाही त्याच्या उत्साहाच्या या आवेगाची पुसटशी कल्पना येणारी दृश्ये पाहायला मिळायची. तिच्या मनात एकाच वेळी आई व बहीण यांच्या भावना निर्माण व्हायच्या. त्या दोन्ही नात्यांच्या प्रेमभावनेने तिला फार संतोष वाटत होता. तिचा ऊर भरून यायचा, समाधान व दुःख दोन्ही एकाच वेळी प्रकट व्हायचे तिच्या मुद्रेवर. तिला आनंदही व्हायचा; वाईटही वाटायचे. अगदी बालपणापासून क्लिफोर्डला त्या मधमाश्यांचे वेड होते, असे म्हणायची ती. त्याच्या सौंदर्यप्रीतीचे ते एक चिन्ह होते आरंभीचे. क्लिफोर्ड येण्याआधीच हंगामात त्या कलावंताने या शेंदरी फुलांची ही शेंगवेल लावावी, त्या मधमाश्यांनी तिच्यासाठी एवढ्या दुरून येथे यावे, हा एक मोठा विचित्र योगायोगच वाटला तिला. गेल्या चाळीस वर्षांत तसली वेल नव्हतीच या बागेत. नेमक्या याच वेळेला लावण्याची बुद्धी व्हावी तरी कशी? क्लिफोर्ड परत आला आणि वेल वर चढून तयार झाली. योगायोगच नाही तर काय?

या विचाराने बिचाऱ्या हेप्झीबाच्या डोळ्यांत पाणी येई. अश्रूंचा लोट सुरू झाला की, ती एका कोपऱ्यात जाऊन उभी राही, क्लिफोर्डच्या दृष्टीला ते पडू नयेत म्हणून. तिच्या मनातली खळबळ तिच्यापुरतीच राहावी, अशी तिची इच्छा होती. खरोखर, त्या काळातील ते सुखपूर्ण प्रसंग डोळ्यांत आनंदाश्रूच उभे करणारे होते.

'इंडियन समर' जसा शेवटीशेवटी येतो तसे ते प्रसंग उशिराच आले होते. त्या वातावरणातील सुखदायक सूर्यप्रकाशात धुके मिसळलेले होते व त्याच्या अतिभडक अशा आनंदात विनाशाच्या व मृत्यूच्या खुणा दिसायच्या. क्लिफोर्डला एखाद्या बालकाप्रमाणे सुखोपभोग घेता येत असतानाच त्यातला फरक अधिक तीव्रतेने जाणवत होता. त्या आनंदाला दु:खाचीच मोठी झाक होती. एका गूढ आणि भयानक भूतकालाने त्याच्या स्मृती खच्ची करून टाकल्या होत्या. त्याचा 'भविष्यकाल' कोरडा होता, रिकामा होता, शून्य होता. त्याच्यापुढचा 'वर्तमानकाल' हा स्वप्नवत आणि अनाकलनीय होता. जरा जवळून पाहा ना त्याच्याकडे. काहीतरी आहे का भरीव तेथे? स्वत: क्लिफोर्डही सुखाच्या पडद्यामागच्या अंधारात चाचपडतच होता. हा एक लहान मुलांचा खेळ आहे, हे त्याने जाणले होते. त्याच्या अनेक लक्षणांतून स्पष्ट होत होते ते. त्याने तो खेळ केवळ खेळत राहायचा. त्याच्या अस्तित्वाची फक्त कल्पना करायची. खरे नाही काही, असे मानून भोगायचे सारे. कोणतीतरी गूढ अशी एक दैवी शक्ती एका मोठ्या वर्गाला जगामध्ये तोंडघशी पाडण्यात सतत गढून गेलेली असते. ती त्या लोकांचे जगाशी जुळूच देत नाही कधी. खोल विचार केला की, क्लिफोर्डला ते जाणवत होते. अशा जगाशी झगडाव्या लागणाऱ्या वर्गाचा तो एक प्रतिनिधी मानत होता स्वत:ला. त्याचे एक उदाहरण म्हणून त्याच्याकडे बोट दाखवावे. ती शक्ती अशा लोकांना स्वत:हून दिलेल्या वचनांचा स्वत:च भंग करते बिनदिक्कत. त्यांना हवे असणारे खाद्य मिळू देत नाही. त्याच्या पुढ्यात येऊच देत नाही. मेजवानीतील चमचमीत पदार्थ काढून घेऊन त्या जागी विष ठेवते. असा एकसारखा छळ करत असते दैव. हात धुऊन पाठीमागे लागलेले असते सारखे. दुसरे काही करण्यासारखी स्थिती असतानाही हेच घडत असते. परिणामी, अशा माणसांचे या जगातील अस्तित्व म्हणजे एक परकेपणा, एकांतवास आणि छळवणूकच! सारे आयुष्य त्याने हतभागीपणाचे पाठ घेण्यात घालवले; दु:खाच्या संगतीतच. बरेच दिवस एखादा परक्या भाषेचे धडे शिकत असतो त्याप्रमाणे आणि आता सर्व अभ्यास पूर्ण झाल्यानंतर त्याला आपल्या भोवतीच्या त्या तरल, छोट्याशा सुखासमाधानाचा अर्थ सापडणे कठीण जात होते. अधूनमधून त्याच्या नजरेत संशयाची एक अस्पष्ट छटा दिसत होती. त्याचा विश्वासच बसत नव्हता. आपल्या भोवतालचे सुखी वातावरण पाहून तो फीबीला म्हणत असे, "फीबी, माझा हात धर आणि एक जोराचा चिमटा काढ पाहू तुझ्या त्या चिमुकल्या बोटांनी! नाहीतर हे बघ, एक गुलाबाचं फूल आण. त्याच्या काट्यांनी टोचून घेतो जोरात. निदान त्या तीक्ष्ण काट्यांनी होणाऱ्या वेदना मी जागा असल्याचं दाखवून देतील मला!" खरोखर, आता एखादी क्षुल्लक का असेना, बोचणी लागून राहावी अशी त्याची तळमळ होती. त्यातून, त्या भावनेतून तेथली ती बाग, अनेक

पावसाळे पाहिलेला तो सात गेबलांचा वाडा, हेप्झीबाची ती विशिष्ट नजर, कपाळाच्या त्या आठ्या, फीबीचे ते सुरेख स्मितवदन या गोष्टींना वास्तवरूप आहे, हे समजून घ्यायचे होते त्याला. सारी वर्षे त्याने सुखस्वप्नाच्या कल्पना केल्या होत्या. त्यामुळे त्याचा मोठा गोंधळ उडाला होता. त्याच्या सगळ्या वृत्ती केवळ कल्पनेच्या आधारावरच उभ्या होत्या. वेळ अशी येणार असते की, तो तुटपुंजा आधारही संपुष्टात यावा. तेव्हा त्याच्या आधीच त्याला स्वत:ची खात्री करून घ्यायची होती. आपल्या रक्तामांसाच्या माध्यमातून हे घडावे, असे त्याला वाटत आले होते.

आमच्या वाचकांच्या सहानुभूतीवर आमची श्रद्धा आहे. म्हणूनच बागेतील या जीवनक्रमाचा तपशील देण्यासाठी आम्ही अगदी बारीकसारीक वाटावेत असे प्रसंग सांगितले. मानवाचा आद्य पुरुष जो 'ॲडम' त्याचेच रूप आज क्लिफोर्डला लाभले होते म्हणू या. ती बाग परिस्थितीचा वज्राघात झालेल्या आपल्या 'ॲडम'चे उद्यान 'एडन' होते. बायबलमधील कथेतल्याप्रमाणे निर्जन आणि भीतिदायक, वैराण वाळवंटात त्या ॲडमला हद्दपार केले होते आणि तेथून तो आश्रयासाठी या उद्यानात पळून आलेला होता म्हणायला हरकत नाही.

क्लिफोर्डच्या मनोरंजनाकरिता तेथे असलेल्या आणखी एका गोष्टीचा फीबीने उपयोग केला होता. ती गोष्ट म्हणजे तो इतिहासप्रसिद्ध पक्षीगण. बागेतील खुराड्यातल्या त्या कोंबड्या; पिंचेन कुटुंबाच्या अनादि कालापासून चालत आलेला मौल्यवान वारस; पिढ्यान्‌पिढ्यांची ती पैदास. त्यांना खुराड्यात डांबून ठेवलेले क्लिफोर्डला सहनच होत नव्हते. केवळ त्याच्या लहरीला मान देऊन त्यांना मोकळे सोडण्यात आले होते. त्या आता मन मानेल तशा ऐसपैस हिंडत होत्या बागेत. मध्येच त्यांच्या अंगात खोडी शिरे आणि त्यांना पळून जावेसे वाटे, परंतु बागेच्या तिन्ही बाजूंना इमारती होत्या आणि उरलेल्या बाजूला लाकडी कुंपण होते. त्याला टोके काढलेली होती. म्हणून त्यांना ते जमले नाही. आपला पुष्कळसा वेळ त्या मॉलच्या विहिरीच्या काठावर घालवत मग. त्या पाण्यात विशिष्ट जातीच्या गोगलगायी होत्या. त्यांना त्याची रुची लागली होती. झकास ताव मारायच्या त्यांच्यावर. ते त्यांचे सुग्रास असे अन्नच होते म्हणा ना! विशेष म्हणजे त्या विहिरीतले, म्हणजे झऱ्यातलेच म्हणायचे, पाणी जगाला मचूळ आणि किळसवाणे वाटायचे; पण त्यांना ते भलते प्रिय होते. अगदी मान ताणताणून त्या त्याचे घोट घेत होत्या. एखादे दारूचे पिंप आणल्यानंतर ते पसंत करण्यापूर्वी त्यातल्या दारूची चव पाहणाऱ्याच्या थाटात चालायचे ते काम. मोठ्या खूष व्हायच्या त्या. सामान्यत: बघणाऱ्याला त्या शांत वाटत होत्या. पुष्कळ वेळा त्या चलाखही वाटत बोलताना. त्यांच्या बोलण्याला एकचएक रूप येतच नव्हते कधी. सारखे वेगवेगळे

आवाज काढून त्या बोलायच्या. कधी स्वत:शी, कधी एकमेकांत. विशेषत: त्या कसदार, काळ्याशार जमिनीतली कीड-मुंगी नखांनी ओरबाडून काढताना अथवा त्यांना आवडणाऱ्या रोपट्यांना चोची मारताना त्यांच्या बोलण्याचा असा सुंदर सूर लागायचा की, आपल्यासारख्या माणसांनासुद्धा त्यांच्या संभाषणात तोंड घालावे असे वाटावे. माणूस व कोंबड्या यांच्यातील व्यवहाराबद्दल बोलण्यासारखे खूप होते त्यांच्यापाशी. त्या स्वरात एक प्रकारचा घरगुती माणसाचा सूर होता. त्यांचा त्या वेळचा रुबाब निश्चितपणे आश्चर्यकारकच होता. सर्व जातींच्या कोंबड्यांचे वागणे अतिशय वरच्या दर्जाचे, शिष्टाचारसंपन्न आणि चटपटीत असते. या तर पडल्या खानदानी. मग काय विचारता! त्यांचे ते रूप, तो रुबाब कुठल्याच कोंबड्यांच्या तोलाचे नव्हते. पिढ्यान्‌पिढ्या राबवलेली खानदानी वैशिष्ट्ये त्यांच्यात साकारलेली होती. त्यांना काही परंपरा होत्या, इतिहास होता. तसे नसते, तर तो कोंबडा स्वत:पुरता आणि त्याच्या त्या दोन माद्या मोठ्या विनोदकार झाल्या असत्या. ते पिल्लू तिरप्या डोक्याचे निघाले असते, कारण त्यांचे जीवनच एकमार्गाने गेलेले एकाकी असे होते. शिवाय त्यांच्या मालकिणीला – हेप्झीबाला त्यांना सहानुभूतीही दाखवता आली असती, पण त्यांनी ते केले नाही.

खरोखरच, त्या दिसायच्या विचित्रच! तो कोंबडा आपल्या घोडकाठीएवढ्या लांब पायांवर चालायचा, खानदानी रुबाबात. त्याच्या सर्व हालचालींतच तो दिमाख दिसत होता. आपल्या उच्च खानदानाची जाण ठेवली होती त्याने. हा त्याचा डौल दांडगा, पण शरीराचा आकार मात्र एखाद्या सर्वसामान्य कवड्याएवढा! तशाच त्याच्या त्या दोन माद्या. लाव पक्ष्याएवढ्या लहान. पिल्लाबद्दल न बोलणे बरे. अजून अंड्यातच असल्यासारखे दिसत होते ते. दिसायला छोटे, पण पोक्त होते. त्याच्या वंशाच्या मूळ पुरुषाचे वय त्याला लाभले असावे की काय असा भास होत होता. शिवाय खूपच निस्तेज, वाळल्यासारखे परंतु अनुभवी दिसत होते. त्या एवढ्याशा चिमुकल्या शरीरात त्या वंशाचे गुणोत्कर्ष, त्याचा विक्षिप्तपणा ओतप्रोत भरून गेलाय की काय, असेही वाटे. वास्तविक, त्या कुटुंबात ते वयाने सर्वांत लहान होते; पण त्याच्याकडे पाहिले की, त्याच्यात झाडून साऱ्या वंशजांची जिवंत व मृत वये गोळा करून ठेवलेली आहेत, अशी कल्पना होत होती. त्याच्या आईच्या दृष्टीने तर ते महानच होते. साऱ्या जगात त्याला तोडच नव्हती म्हणे! एकमेव असा महात्माच जणू! विश्वाचे अस्तित्व त्याच्या अस्तित्वावर अवलंबून आहे, असा तिला अभिमान होता. चर्च पद्धतीतील असो वा राज्यशासनामधील असो, सगळीकडच्या व्यवहारातील समतोल राखण्याचा भार त्या पिटुकल्याच्या शिरावर होता म्हणे! त्या बालपक्षाचे महत्त्व काही क्षुल्लक नव्हते. डोळ्यांत तेल घालून रक्षण करत होती ती त्याचे. एखाद्याने त्या तिच्या अशा मूर्तीकडे डोळा

लावला रे लावला की, तिचे शरीर दुपटीने फुगायचे आणि मोठ्या त्वेषाने ती त्या माणसावर हल्ला चढवण्याच्या योजनेने डोळ्यांच्या दिशेने उडायची. त्या पिल्लाकरिता जमीन मोठ्या तळमळीने उकरायची तिची सवय होती. अविश्रांत धडपड चालायची तिची, मुळाशी असलेला गलेलठ्ठ किडा त्याच्यासाठी बाहेर काढण्यासाठी. अगदी उत्तमातले उत्तम फूल म्हणा किंवा भाजीचे रोप म्हणा यांना उकरून काढताना तिला कशाचीच तमा नसायची. ते पिल्लू एखाद्या स्क्वॅशच्या पानाखाली वा गवताच्या एखाद्या लांब पात्याखाली दिसेनासे झाले की, तिचे काळीज हललेच. तिच्या उदासवाण्या खुटखुटीतून व्यक्त व्हायचे ते. एखाद्या वेळी तिच्या पंखाच्या उबेसाठी ते आले, की मोठे समाधान मिळायचे तिला. मग थोडासा सौम्य असा कलकलाट करायची; आणि ज्या वेळी तिचा आद्यशत्रू – शेजारच्या घरातले ते मांजर त्या उंच कुंपणाच्या टोकावर येऊन ठेपे, तेव्हाचा तिचा स्वर तिच्या मनातील न लपवता येणारी भीती आणि त्याच्याशी सामना देण्याच्या तयारीने केलेला तो विशिष्ट गलबला विचित्र असे. दिवसभरातील प्रत्येक क्षणाला वर वर्णन केलेल्या आवाजातील हा ना तो आवाज ऐकू येणारच. त्यांच्याकडे असे पाहत बसले, तर त्या विख्यात वंशातील त्या कोंबडीच्या पिल्लाबद्दल त्याच्या आईला जे वाटत होते, तेच पाहणाऱ्यालाही वाटायचे एखाद्या वेळेस.

फीबीची त्या वयस्कर कोंबडीशी चांगली ओळख होती. त्यामुळे कधीतरी तिने ते पिल्लू हातात घ्यायला तिची हरकत नसे. तिच्या हातात मावायचे ते. फीबी मग त्याच्या शरीरसौष्ठवाचे सूक्ष्म निरीक्षण करायची. मोठ्या उत्सुकतेने त्याच्या शरीरावरील आनुवंशिक चिन्हांची लक्षपूर्वक पाहणी करी. त्याच्या पिसाऱ्यावर विशिष्ट रंगाचे ठिपके, त्याच्या डोक्यावरचा मजेशीर तुरा, त्याच्या प्रत्येक पायावर असलेली ती गाठ – सगळे तिला बघायला मिळे. त्या वेळी तो चिमुकला द्विपाद पक्षी तिच्याकडे पाहून चतुरपणे डोळ्यांची उघडझाप करत बसे. अर्थात, ती त्याला निमूटपणे बसण्यास भाग पाडत होती. एकदा त्या कलाकाराने – मि. हॉलग्रेव्हने तिच्या कानात हळूच कुजबुजून सांगितले होते की, त्या पिल्लाच्या शरीरावरचे ठिपके पिंचेन कुटुंबीयांच्या विक्षिप्तपणाच्या निशाण्या होत्या. ते पिल्लू स्वत: त्या जुनाट घरातील जीवन-व्यवहाराचे प्रतीकच होते! त्या जीवनाच्या सर्व अनाकलनीय छटा त्याच्यामध्ये अंगभूत झाल्या होत्या. सर्व सूचक विधाने जशी असतात तशाच! ते एक पंख असलेले कोडे होते; एका अंड्यातून उबवून वर आलेले एक रहस्य होते. ते अंडे वांझ ठरले असते तरीही तितकेच गूढ वाटले असते!

त्या कोंबड्याच्या दोन माद्यांपैकी दुसरी नेहमीच एक प्रकारच्या जड, कष्टी मन:स्थितीत होती. फीबी आल्यापासून अगदी आजपर्यंत. त्याच्या मुळाशी एक कारण असावे. नंतर कळले ते. अंडी घालायला असमर्थ होती ती; तरीही एके

दिवशी तिची चाल बदलली. स्वत:च्या तोऱ्यातच, मोठ्या ऐटीत निघाली होती. मान एका बाजूला झुकलेली अशी. डोळे थोडेसे वटारलेले. चालताचालता बागेच्या दुसऱ्या एका कोपऱ्याकडे उगीचच चोरून पाहिल्यासारखे करू लागली. प्रत्येक वेळी स्वत:शीच कर्कश कलकलाट करत निघाली होती. स्वत:वर अगदी बेफाट खूष होती म्हणा ना! बरोबरच आहे, तिच्या पोटात एक अंडे होते. म्हणून तो दिमाख, तो डौल काय?... छान! आजपर्यंत साऱ्या मानवजातीने तिला कमी लेखले होते नाही? पण तिच्या अंड्याचे मोल सुवर्णात वा मौल्यवान रत्नाच्या किमतीनेसुद्धा मोजता यायचे नाही.

थोड्या वेळानंतर तो कोंबडा, त्याचे कुटुंब – ते काटकुळे पिल्लूही धरून – त्यांचा बेसुमार कलकलाट चालू झाला. सर्व जण आनंद व्यक्त करत होती. त्या पिल्लालाही ते समजलेच. तेव्हा पिता, माता किंवा त्यांची चुलती, सगळेच्यासगळे दंग झाले होते. त्याच दिवशी दुपारी फीबीला एक लहान अंडे मिळाले. त्या कोंबडीने ते नेहमीच्या खुराड्यात नव्हते घातले. तिला त्याचे मोल कळल्यामुळे त्या जागेवर ती विश्वासली नाही. एका बेदाण्याच्या झुडपाखाली, गेल्या वर्षाच्या गवताच्या वाळलेल्या जुड्यांखाली मोठ्या धूर्तपणाने लपवून ठेवले होते ते तिने. हे कळताच हेप्झीबाने ते अंडे आपल्याकडे घेतले. तिला ते क्लिफोर्डला द्यायचे होते न्याहारीच्या वेळेस. त्या अंड्याला एक विशिष्ट नाजूक असा स्वाद होता म्हणून. त्यासाठीच ते प्रसिद्ध होते. अशा तऱ्हेने त्या सभ्य स्त्रीने खऱ्याखोट्याची तमा न बाळगता एका अतिप्राचीन अशा कोंबड्याच्या वंशाची वाढ खुंटवली. आपल्या भावाला एका चहाच्या चमच्यातही मावणार नाही असे मिष्टान्न म्हणून ते अंडे देण्याच्या विचाराने ती त्या त्यागाला तयार झाली. तिच्या दृष्टीने त्या अंड्याची परिणती त्यात होणे अधिक श्रेयस्कर होते! या दडपशाहीच्या निषेधार्थ दुसऱ्या दिवशी तो कोंबडा त्या शोकग्रस्त मातेला बरोबर घेऊन फीबी आणि क्लिफोर्ड यांच्या पुढ्यात उभा ठाकला. त्याने एक लांबलचक व्याख्यान दिले ठोकून.(त्याच्या वंशरेषेइतके लांब होते ते!) फीबीची मोठी करमणूक झाली त्याने. तसे केल्यानंतर तो अन्यायित झालेला पक्षी लांब टांगा टाकीत दूर निघून गेला. अगदी रुसूनच गेला, फीबीवर आणि अखिल मानवसमाजावर. शेवटी तिने त्याला मसाल्याची एक गोळी देऊन त्याच्याशी समझोता केला. त्याचा रुसवा गेला. का जाणार नाही? त्या गोगलगायी सोडल्या की त्याची खानदानी जीभ या एकाच पदार्थावर सर्वांत खूष असायची.

पिंचेन हाऊसच्या त्या बागेतून वाहणाऱ्या त्या छोट्या जीवन-निर्झराच्या काठावर आपण बराच वेळ रेंगाळत आहोत, यात शंका नाही. परंतु हे विशेष महत्त्व नसलेले किरकोळ प्रसंग आणि त्यातून निर्माण होणारे ते दीनवाण्या आनंदाचे क्षण

क्लिफोर्डच्या मोठ्या हिताचे होते, हे आम्ही पाहिले आहे. त्यांत मानवी अंश होता व म्हणून त्याच्या जीवनाला ते पथ्यकारक आणि आकार देणारे होते. त्याच्या व्यापातील काही गोष्टींचा त्याच्यावर फारसा अनुकूल परिणाम झाला नाही. उदाहरणार्थ, त्याला मॉलच्या विहिरीवर उभे राहण्याची सवय होती. काठावर उभा राहून तो त्या जलाशयाच्या तळाशी असलेल्या रंगीबेरंगी गाराच्या दगडांवरील सुशोभित नक्षीकामावर पाण्याच्या खळखळाटातून निर्माण झालेल्या, सतत बदलणाऱ्या चित्रविचित्र आकृतींचा आभास पाहत राहायचा. त्याच्या म्हणण्याप्रमाणे ते चेहरे त्याच्याकडे बघायचे वर. ते सुंदर होते. त्यांचे स्मित मोहक होते. त्यांची भुरळ पडण्याइतके आकर्षक होते. त्यांतला प्रत्येक क्षणजीवी चेहरा मोठा सुरेख आणि गुलाबी होता. त्यांतील प्रत्येक स्मितात विलक्षण तेज होते. त्यामुळे ती आकृती निघून जाताच त्या मायाजालातून दुसरा नवीन चेहरा निर्माण होईपर्यंत तो कष्टी होत असे. आपल्यावर अन्याय होत आहे, अशा कल्पनेने तो गप्प बसून राहत होता; पण मध्येच तो मोठ्याने ओरडत असे, ''बघा, बघा, तो काळा, राकट चेहरा माझ्याकडं टक लावून पाहतो आहे हो!'' तसे झाले की, सबंध दिवसभर तो खिन्न असायचा. गंमत अशी की, क्लिफोर्डबरोबरच फीबी जर तेथे उभी राहून आत डोकावू लागली की, तिला त्यातले काहीच दिसत नसे. सौंदर्य नाही, कुरूपताही नाही. तिला त्या रंगीबेरंगी गारगोट्या तेवढ्या दिसत होत्या. प्रवाहाच्या ओघात त्या खालीवर होत होत्या, विस्कटल्या जात होत्या. खलास! इतकेच! क्लिफोर्डला एवढा भिवविणारा तो काळा चेहरा म्हणजे जवळच्या जांभळाच्या झाडाच्या एका फांदीचे त्यात पडलेले प्रतिबिंब! त्या पाण्याच्या आतल्या प्रकाशाचा भेद करणारी पडछाया! त्यातले सत्य वेगळेच होते. क्लिफोर्डची कल्पनाशक्ती झपाट्याने बदलत होती. तिच्या बदलण्याचा वेग त्याची इच्छाशक्ती व निर्णयबुद्धी यांच्यापेक्षा मोठा होता. शिवाय, ती नेहमीच अधिक प्रबळ अशी होती. ही कल्पनाशक्ती त्याच्या उपजत अशा सौंदर्यभावनेची प्रतीके ठरणाऱ्या आकृती निर्माण करत होती. अधूनमधून येणारी एखादी उग्र व भयानक आकृती त्याच्या दैवगतीचा अनुभव देत होती झाले! म्हणजे शेवटी, क्लिफोर्डच्या कल्पनेच्या खेळातून हा विपर्यास निर्माण होत होता. असो.

प्रत्येक रविवारी फीबी चर्चला जात होती. तिच्या त्या भावना सदसद्विवेकबुद्धीशी प्रामाणिक राहिल्या होत्या. समजा, चुकून एखाद्या वेळी तिची प्रार्थना, भक्तिगीतांचे पठण, प्रवचन किंवा आशीर्वादाची याचना करण्याची वेळ चुकली, तर तिला अस्वस्थ वाटत असे. तेव्हा ती चर्चहून परत आली म्हणजे बागेत एक छोटासा समारंभ व्हायच, पुष्कळसा गंभीर असा. क्लिफोर्ड, हेप्झीबा आणि फीबी यांच्याशिवाय आणखी दोन पाहुणे आले, की तयार झाले सगळे. ते दोघे – म्हणजे एक आपला तो छायाचित्रकार मि. हॉलग्रेव्ह आणि दुसरा अंकल व्हेन्नर. पहिला जरी सुधारणावाद्यांच्या

पक्षातील असला किंवा त्याच्या वागण्यात आणखी काही चमत्कारिक व आक्षेपार्ह अशा बाबी असल्या, तरी हेप्झीबाचे मत त्याच्याबद्दल उत्तमच होते. दुसरा तेथे आला होता, हे सांगताना कसेसेच होते आम्हाला. आज त्याचा शर्ट स्वच्छ होता. काळ्या, सुरेख कापडाचा कोट होता. नेहमीपेक्षा थोडाफार भारदस्त म्हणजे काय, तर हाताच्या प्रत्येक कोपरावर व्यवस्थित ठिगळे लावलेली होती. त्याच्या सोग्याची लांबी किंचित प्रमाणाबाहेर होती. त्या म्हाताऱ्या माणसाबरोबर बोलताना क्लिफोर्डला पुष्कळ वेळा आनंद होत असल्याचे दिसले. त्याचा उत्साह आणि गोड स्वभाव कारण होता केवळ. त्या मनोवृत्तीची तुलना डिसेंबरच्या सुमारास झाडाखाली गळून पडलेल्या सफरचंदाला एक मधुर असा वास असतो, त्याच्याशी होत होती. अगदी खालच्या समाजातला हा माणूस, मुळात उच्चवर्णीय असलेल्या पण परिस्थितीने खाली आलेल्या माणसाला जमवून घेण्यास साधा वाटतो. मध्यम स्थितीतील माणसाशी त्याचे म्हणावे तेवढे जमत नाही. दुसरे म्हणजे, क्लिफोर्डच्या तारुण्याचा बहर ओसरला होता आता. त्यामुळे अंकल व्हेन्नरपेक्षा आपण तरुण आहोत, ही कल्पना आवडत होती त्याला. त्याच्या मानाने तो क्लिफोर्डच्या वडिलांच्या वयाचा होता. वस्तुस्थिती अशी होती की, कधीकधी क्लिफोर्डला आपले वय झाले आहे, आपण खचलो आहोत याची जाणीव होऊ नये, अशी अर्धवट इच्छा होती. अजूनही आपल्यात ऐहिक उपभोग घेण्याची शक्ती आहे, असा एक आभास बाळगला होता त्याने. मात्र ती कल्पनाचित्रे बरीचशी पुसटपणे रेखाटलेली होती. अर्थात, त्याला त्याचे स्वत:चे औदासिन्यच कारणीभूत होते, यात शंकाच नव्हती. त्यामुळे कोणतीही एखादी क्षुल्लक घटना किंवा एखादी लहानसहान आठवण त्याला आपल्या पिकलेल्या पानाच्या अवस्थेची जाणीव देई. तसे झाले की, त्याची निराशा वाढत असे. अधिकच खचून जात असे तो.

त्या मोडकळीस आलेल्या लताकुंजात जमणारा हा कंपूही तितक्याच विचित्र रितीने एकत्र आलेला होता. अंत:करणाने पूर्वीएवढीच विशाल असलेली आपली वंशपरंपरागत, खानदानी इज्जत एका इंचानेही कमी होऊ न देणारी हेप्झीबा एखाद्या राजकन्येच्या आविर्भावात त्या लोकांत मिसळत असे. त्यांच्यात येणे म्हणजे त्यांच्यासारख्या कनिष्ठांवर अनुग्रहच करणे होय, अशी तिची भावना होती. तिच्या आदरातिथ्यात पुष्कळशी आकर्षकताच होती. त्या भटक्या कलावंताबरोबर प्रेमळपणे वार्तालाप करत होती. त्या लाकूडकाप्याकडून – प्रत्येकाचे निरोप पोहोचवणाऱ्या त्या संदेशवाहकाकडून – त्या ठिगळे लावलेल्या तत्त्वज्ञाकडून युक्तीच्या चार गोष्टी समजावून घेत होती. खानदानी स्त्री हेच करत असते. रस्त्याच्या नाक्यावरून योग्य निरीक्षण होते अशा तितक्याच पात्र अशा इतर ठिकाणांवरून अंकल व्हेन्नरने जगाचा अनुभव घेतला होता. साहजिकच, एखाद्या गावातील पाण्याच्या नळातून

जितक्या सहजतेने पाणी येते, तसा त्याचा ज्ञानाचा झरा त्याच्या मुखातून पाझरत होता.

सर्व जण खुशीत आहेत असे पाहून तो एकदा म्हणाला, "मिस हेप्झीबा, सॅबथच्या दोन प्रहरच्या या छोट्या, शांत गप्पा खूप आवडतात बुवा! मी निवृत्त झाल्यानंतर अशाच पद्धतीने माझा वेळ जाईल, अशी अपेक्षा करतोय मी."

"अहो, व्हेन्नरकाका नेहमी आपल्या त्या शेताविषयी सांगत असतात, पण खरं म्हणाल, तर त्याच्यासाठी एक अधिक चांगली योजना तयार करतो आहे जाताजाता. आपण त्याचा विचार करू या!" क्लिफोर्ड आपल्या तंद्रीतच होता. त्याच आवाजात त्याने आपले मत दिले.

"वा! वा! मि. क्लिफोर्ड पिंचेन! छान! हे पाहा, तुम्हाला वाटेल तितक्या योजना आखल्या, तरी माझी मूळची योजना सोडून देण्याची बातच नको. मग ती अमलात येऊ दे, अगर नाही. अहो, माणसं एकेक पैसा जोडून त्याचा जो ढीग घालतात ना, ते चूक आहे अगदी! ती एक विचित्र भूल आहे. समजा, मी जर ते केलं असतं ना, तर तो परमेश्वराचा अपमान झाला असता. हो! काळजी घेणारा तोच आहे शेवटी! गावातले लोक तर घेणारच नाहीत. काही झालं तरी माझा तर विश्वासच आहे बाबा की, हे एवढं अफाट विश्व आपल्या सर्वांकरिता भरपूर आहे – शाश्वती खूप दीर्घ आहे!" त्याने हे तत्त्वज्ञान सांगितले.

"व्हेन्नरकाका, माझंही तुमच्याप्रमाणेच मत आहे. मला त्यात शंका वाटत नाही." थोड्या वेळाने फीबी बोलली. अंकल व्हेन्नरच्या त्या मुद्देसूद समारोपाच्या समर्पक तत्त्वातील खोलीचा थांग लावण्याचा तिचा प्रयत्न चालला होता. ती आणखी म्हणाली, "या छोट्याशा आयुष्यात कोणालाही आपलं स्वतःचं असं एक घर असावं, त्याच्यापुढं छोटीशीच बाग असावी, अशी इच्छा होईल."

तो छायाचित्रकार स्मित करत म्हणाला, "अंकल व्हेन्नरचा शहाणपणा चार्ल्स फुरियेच्या समाजवादी तत्त्वावर आधारलेला दिसतोय मला. फक्त त्या फ्रेंच तत्त्वज्ञाइतकी ती स्पष्ट नाहीत इतकंच."

"फीबी, ऊठ बघू. बेदाणे आणण्याची वेळ झाली." हेप्झीबा म्हणाली.

आणि मग मावळत्या सूर्याची पिवळीधमक प्रकाशकिरणे अजूनही त्या बागेतील मैदानात रेंगाळत असताना फीबी पावाचा एक मोठा तुकडा आणि झाडावरून तोडलेल्या ताज्याताज्या, साखरेत घोळलेल्या बेदाण्यांचे चिनीमातीचे भांडे घेऊन आली. ते बेदाणे व पाणी हाताच्या अंतरावर असलेल्या त्या अशुभ सूचक झऱ्यातले नव्हे हं! हे पाहुणचाराचे प्रमुख पदार्थ. मधल्या वेळात हॉलग्रेव्ह आणि क्लिफोर्ड यांच्यात संभाषण झाले. त्याला त्याकरिता थोडे कष्टच करावे लागले. त्याला क्लिफोर्डविषयी प्रेम वाटले म्हणूनच त्या दीन संन्यस्ताची त्याला करुणा

आली. त्याला हा क्षण आनंदाचा वाटावा, त्यासाठीच ती खटपट होती. तरीपण त्या कलावंताच्या नजरेत खोल अर्थ होता; ती विचारी होती. बारकाव्याने पाहणी करण्याची दृष्टी तिच्यापाशी होती. तिच्यामध्ये आक्षेप घेण्याजोगा एक भाव असल्याची जाणीव होत होती. अर्थात, तो भाव दुष्ट नव्हता म्हणा, परंतु तो त्याच्याकडे एखादा अनोळखी, तरुण आणि अपरिचित असा साहसी माणूस पाहील तसा बघत नव्हता. काहीतरी हेतू ठेवून तो ते करत होता; परंतु ताबडतोब त्याने आपले वरचे रूप बदलले आणि त्या मेजवानीत जिवंतपणा आणण्याचे प्रयत्न केले. त्यात तो यशस्वीही झाला. काळवंडलेली हेप्झीबाही आता ताजीतवानी दिसू लागली. तिने आपली खिन्नता दूर लोटली. फीबी स्वत:शीच म्हणाली, 'केवढा सुरेख दिसेल तो!' अंकल व्हेन्नरने मैत्रीच्या आणि खुशीच्या नात्याचे चिन्ह म्हणून आपल्या चेहऱ्याचा धंद्यासाठी उपयोग करण्यास कबुली दिली. त्यात लाक्षणिकतेचा भाव नव्हता. साऱ्या गावाला परिचित असलेल्या त्याच्या चेहऱ्याचे छायाचित्र हॉलग्रेव्हच्या स्टुडिओच्या दर्शनी भागात – प्रवेशद्वारात लावण्यास त्याने संमती दिली.

ती सर्व मंडळी त्या छोट्या मेजवानीवर ताव मारण्यात गढून गेली, तसतसा क्लिफोर्डचा उल्हास वाढत गेला. सर्वांत जास्त सुख त्याला मिळत होते. अपवादात्मक स्थितीतले मन चित्तवृत्तीच्या या वर उसळणाऱ्या थयथयाटाचा एक भाग बनून राहते किंवा त्या कलाकाराने – मि. हॉलग्रेव्हने त्याच्या संवेदनेची एखादी तार मोठ्या मार्मिकतेने छेडल्याने त्यातून निघालेली ती कंपने असावीत. क्लिफोर्डच्या वृत्तीत उत्साहाचे संगीत होते. खरोखरच, ते वातावरण मोठे प्रसन्न होते. सायंकाळ रम्य होती. सभोवतालची माणसे निर्मळ मनाची होती. त्यांची सर्व सहानुभूती त्याला मिळत होती. क्लिफोर्ड स्वभावत:च संवेदनक्षम होता. साहजिकच, त्याच्यात चैतन्य उतरले आणि त्याच्याभोवती जे काही बोलले जात होते त्याला तो चटकन प्रतिसादही देऊ शकत होता. त्याच्या स्वत:च्या विचारांनाही एक वेगळी, तरल अशा कल्पनारम्यतेची झळाळी आली होती. त्या लताकुंजात त्याचा प्रकाश पडला आणि पर्णसंभाराच्या फटीतून ते निसटून गेले. फीबीच्या सहवासात तो नेहमीच आनंदी असे खात्रीने, पण आजच्याइतकी बुद्धीची सूक्ष्मता त्याने यापूर्वी अनुभवली नव्हती. अजूनही ती अपुरी असली, तरी ती त्याला परत मिळण्याचे ते चिन्ह होते.

सूर्याची किरणे सात गेबल्सवरून एकदा मावळली की, क्लिफोर्डच्या डोळ्यांतील भावनांची खळबळही लोपून जाई. एखादी अमूल्य वस्तू हरवल्यासारखा तो आपल्याभोवती बावरल्यासारखा पाहत राही. त्याचे मन दु:खाने भरून गेलेले असे. ती गोष्ट नेमकी काय होती हे न कळल्यामुळे तो अधिकच उदासवाणा होत होता.

''मला माझं सुख हवं आहे! गेली अनेक वर्षं, खूप, खूप वर्षं वाट पाहतोय

मी त्याची! पण आता उशीर झालाय! वेळ निघून गेली हो! पण तरी मला माझं सुख हवं आहे! माझं सुख!'' त्याचे शब्द अस्पष्ट असत. आवाज घोगरा असे. ते पुटपुटणे ऐकूही येत नसे.

हाय हाय! बिचारा क्लिफोर्ड! तू वृद्ध आहेस रे! नको ते कष्ट तुझ्या दैवात आले. खचून गेलास त्या त्रासांनी. तू थोडासा वेडसर आहेस, तसा मनाचा दुबळा आहेस. दुर्दशेचे, अपयशाचे मूर्तिमंत रूप आहेस! प्रत्येक जण जवळजवळ तसाच असतो म्हणा! आपल्या बांधवांपेक्षा थोड्या कमी प्रमाणात, काही ओळखून न येण्याच्या स्थितीत. पण तुझ्या भवितव्यात दैवाने सुख वाढून ठेवलेले नाहीच मुळी. अर्थात, तुझ्या सहवासात येणारी हेप्झीबा; तिच्याबरोबर या जुनाट घरात शांतपणे कंठली जाणारी तुझी त्या श्रद्धाळू स्त्रीबरोबरची कालक्रमणा; फीबीच्या संगतीत तू घालवलेले उन्हाळ्यातले दीर्घ दोन प्रहर; अंकल व्हेन्नर आणि तो छायाचित्रकार मि. हॉलग्रेव्ह यांच्यासमवेत उपभोगलेले प्रत्येक रविवारचे घरगुती समारंभवजा कार्यक्रम या साऱ्या गोष्टींतून तुला मिळणाऱ्या आनंदाला सुख मानले तरच! तसे का मानू नये? त्याला प्रत्यक्ष सुख म्हणता येत नसेल, तर निदान त्याच्यामध्ये सुखाचा पुरेपूर आभास तरी आहेच की! अधिकही का असू नये? अंतर्मुख होऊन पाहिल्यास आपल्याजवळ जे दिव्य आणि अनाकलनीय असे काहीतरी आहे, त्यामुळे सर्वच गोष्टी अंतर्धान पावतात अखेरीस. तेव्हा तुला जे शक्य असेल ते सुख घ्यावेस तू! त्याच्याबद्दल कुरकुर करू नकोस, आक्षेप घेऊ नकोस. उलट त्याचा जास्तीतजास्त लाभ उठव!

अकरा

कमानीखालची खिडकी

क्लिफोर्ड सध्या मोठ्या सुस्तीत होता, हे आपण जाणतोच. त्याची साधारण मनोवृत्तीच तशी बनून राहिली होती. एखाद्या वनस्पतीप्रमाणे तो आपोआपच वाढत होता. या त्याच्या वृत्तीमुळे आपण मागल्या पानावर पाहिलेल्या त्या जीवनक्रमात दिवसामागून-दिवस अव्याहत घालवण्यात त्याने समाधान मानले असते. मात्र फीबीची आणखीन एक कल्पना होती. त्याच्या नेहमीच्या दिनचर्येत थोडासा पालट घडवून आणावा, असे तिने ठरवले होते. त्यामुळे ते त्याच्या फायद्याचेच होणार होते, म्हणून अधूनमधून त्याने रस्त्यावरच्या गजबजलेल्या जीवनाचाही अनुभव घ्यावा, सारखेसारखे बागेत बसून त्याच्या जीवनातला तोचतोपणा थोडासा विसरला जावा म्हणून कधीकधी ती दोघे जिना चढून त्या घराच्या दुसऱ्या मजल्यावर जात होती.

दुसऱ्या मजल्यावर एका रुंद प्रवेशद्वाराच्या टोकास असलेल्या कमानीखाली एक खिडकी होती. खिडकीची लांबी-रुंदी नेहमीपेक्षा मोठी होती. पडद्यांची एक जोडी तिला सावली देत होती. वाड्याच्या देवडीच्या वरच्या बाजूस ती उघडत होती. पूर्वी तेथे एक सज्जा बांधलेला होता. त्याच्या नक्षीदार गरादांचा कठडा फार पूर्वीपासून मोडकळीस आल्यामुळे आता काढून टाकला होता.

या खिडकीत क्लिफोर्ड बसत होता. पडदे खाली सोडल्यामुळे आत त्या मानाने अंधार पडत होता. खिडकी उघडी टाकून आत बसलेला क्लिफोर्ड बाहेरच्या माणसांना तेवढा स्पष्ट दिसत नव्हता. खिडकीसमोरचा रस्ता त्या शहराच्या आडरस्त्यांपैकीच एक होता. ते गावही दाट वस्तीचे नव्हते. अशा त्या रस्त्यावरून

हलणाऱ्या जगाची गती स्वत:च्या डोळ्यांनी पाहत होता तो, पण फीबी व तो या दोघांना एकत्र असताना पाहणे, हाच त्या शहरातला पाहण्यालायक असा देखावा होता! फटफटीत चेहऱ्याचा, रुपेरी केसांचा, बालिश मनोवृत्तीचा, वयोवृद्ध, दु:खी; तरीही पुष्कळदा आनंदी असणारे आणि कधीकधी बुद्धिमत्तेच्या नाजूक छटा व्यक्त करणारे क्लिफोर्डचे ते रूप, त्या विटक्या, केशरी पडद्यामागून प्रत्येक दिवशी समोरून जाणाऱ्या त्याच त्या कंटाळवाण्या घटनांकडे पाहत बसत असे. तसे पाहण्यातील त्याचे कुतूहल आणि कळकळ यांत कोणतीही सुसंगती लाभत नसे. त्याच्या जाणिवेच्या छोट्याशा धडधडीसरशी त्याची नजर त्या तेजस्वी युवतीच्या नजरेशी भिडत असे. त्याला तिची सहानुभूती हवी होती प्रत्येक क्षणाला!

एकदा का क्लिफोर्ड त्या खिडकीजवळ नीट बसला की, पिंचेन स्ट्रीट त्याला कंटाळवाणा आणि निर्जन भासतच नव्हता. त्या रस्त्यावर कोठे ना कोठे त्याला बघावी अशी एखादीतरी गोष्ट दिसायचीच. तिच्यात तो जरी तल्लीन झाला नसला, तरी तिच्यापासून त्याला गुदगल्या तरी व्हायच्याच. प्रत्येक गोष्ट त्याला अपरिचित होती. एखाद्या लहानातल्या-लहान मुलाला जे समजत होते, ते त्याला अनोळखी वाटत होते. एखादी घोडागाडी किंवा एखादी भाड्याची मोटार त्याला नवीनच होती. त्या मोटारीत दाटीवाटीने बसलेले ते उतारू, त्यातला एखाद-दुसरा मध्येच उतरूनही जायचा, एखादा वर चढायचा. त्यांना घेऊन पुढे चाललेली ती गाडी, त्यापुढे सरकणाऱ्या अफाट वाहनाचे – विश्वाचे प्रतीकच होती! ते वाहनरूपी विश्व कोठे जाऊन पोहोचणार याचा पत्ता नसतो, तसा त्याचा संचार म्हटले तर प्रत्येक ठिकाणी, म्हटले तर कोठेच नाही असा असतो. विश्वाच्या स्वरूपाचे दर्शन घडवणाऱ्या त्या गाडीमागून त्याची उत्सुक नजर मोठ्या आस्थेने धावायची; परंतु त्या गाडीच्या घोड्याच्या टापांनी किंवा तिच्या चाकांनी उधळलेली धूळ खाली बसण्याआधीच त्यांना विसरूनही जात होता तो.

अशा नवलाईच्या गोष्टी (घोडागाड्या, मोटारगाड्या त्यात आल्याच) मनात स्थिर होण्याकरिता लागणारी आवश्यक ती ग्रहणशक्ती आणि धारणाशक्ती त्याच्याजवळ नव्हतीच मुळी. जी होती, ती तो हरवून बसला होता हेच खरे. आता याचेच पाहा ना, दिवसातून दोन-तीन वेळा दुपारच्या उन्हाच्या वेळी रस्त्यावरून पाणी मारणारी गाडी गेली त्या प्रासादाच्या – पिंचेन हाऊसच्या बाजूने. एखाद्या स्त्रीच्या तरल पावलांनी उडणाऱ्या पांढऱ्या धुळीच्या ऐवजी ओलसर भिजलेल्या मातीचा एक रुंद असा पाण्याचा पट्टा तिने आपल्यामागे सोडून दिला. तो पाण्याचा शिडकावा एखाद्या वळवाच्या पावसाच्या सरीची आठवण करून देणारा होता. गावाच्या अधिकाऱ्यांनी जणूकाय तिला पकडून माणसाळवलेलेच होते आणि आपल्या सोयीप्रमाणे तिला अगदी नेहमीच्या कामासाठी उपयोगात आणलेले होते. क्लिफोर्डच्या

बुद्धीला त्या पाण्याची समजच आली नाही इतक्या दिवसांत. त्याला त्या गाडीचे पहिल्या क्षणाला जेवढे आश्चर्य वाटले, तेवढे कायमच वाटत राहिले. त्याच्या मनावर एक स्पष्ट असा सूक्ष्म परिणाम झाला; परंतु त्या जागोजाग फिरणाऱ्या तुषारांची कल्पना एकदा निसटली ती निसटलीच. ती गाडी पुन्हा आली की, पुन्हा नवीन समज. त्या रस्त्यावरची ती धूळ उन्हाने पाणी वाळल्यामुळे पुन्हा उठायची. तो रस्ताही त्याच्या आठवणीतून निघून जायचा.

जे पाण्याच्या गाडीचे तेच आगगाडीबद्दल व्हायचे. क्लिफोर्डला त्या वाफेच्या राक्षसाचा खडखडाट, त्याचा आरडाओरडा स्पष्ट ऐकू येत होता. कमानीखालच्या त्या खिडकीतून किंचित पुढे वाकून तो रस्त्याच्या टोकापासून निघून जाणाऱ्या त्या रेल्वे गाडीची झलक बघत होता. त्या भयानक शक्तीची कल्पना प्रत्येक वेळी नव्यानेच जाणवायची त्याच्या मनाला. ती त्याच्यावर लादलीच जात होती. तिचा त्याच्यावर होणारा परिणामही विशेष सुखावह नव्हता. शंभराव्या वेळीही त्याला पहिल्यांदा वाटले, तेच आश्चर्य वाटणार होते.

माणसाला ज्या गोष्टींची सवय नसते, त्या गोष्टींचा संबंध आल्यानंतर त्याचे आकलन करून घेण्याची शक्ती त्याच्याजवळ नसणे किंवा थोड्या वेळापुरते का असेना, त्याने ती हरवून बसणे यासारखी अधिक दु:खद स्थिती कोणतीही नसेल. त्याच्या ऱ्हासाचे चित्रण असते त्या स्थितीत. ती जाणीवच जीवघेणी असते. समोर घडणाऱ्या व्यवहाराशी समन्वय राखणे म्हणजेच खऱ्या अर्थाने जीवन जगणे. ते जर जमत नसेल, तर विनाशाची वेगळी कल्पना येणार तरी कोठून? आपल्यातील चैतन्यशक्तीला ती तात्पुरती का असेना, रोधून ठेवते. तसे झाले नाही आणि त्या शक्तीचा संपूर्ण नाशच होणार असेल, तर अमरत्वाला अर्थच उरत नाही. ज्या वेळी आपल्यावर हे संकट येते, त्या वेळेपुरते आपण थोडे कमी पिशाच्चवत असेच जीवन जगत असतो.

तसे म्हणाल, तर क्लिफोर्ड मोठा कट्टर, सनातनी मताचा होता. त्या रस्त्यावरच्या सर्व जुन्या वळणाच्या गोष्टी त्याला प्रिय होत्या. त्याच्या चोखंदळ दृष्टीला कष्ट देणारा त्यांच्यातील ओबडधोबडपणा लक्षात येण्यासारखा स्पष्ट असला, तरी ते त्याला मानवत होते. त्या जुन्या पद्धतीच्या रस्त्याने खडखडत, हेंदकाळत जाणाऱ्या गाड्या त्याला आवडत होत्या.

या सर्व गाड्या त्याच्या पार गाडल्या गेलेल्या आठवणींना उजाळा देत होत्या. त्या स्मृतींच्या त्याच्या मनातील रेषा अगदी ठळक होत्या. आजच्या एखाद्या निरीक्षकाला हर्क्यूलेनियाममध्ये प्राचीन काळातील वाहनांच्या चाकांनी पडलेल्या वाटा आढळाव्यात, तशी बर्फासारख्या पांढऱ्याशुभ्र छताची खाटकाची गाडी ही बघत बसण्यालायक गोष्ट ठरत होती. तशीच, शिंग वाजवून आपल्या आगमनाचा

पुकारा करणारी ती मासळीविक्याची गाडी. तिसरी, आसपासच्या खेडेगावांतून भाजीपाला घेऊन येणाऱ्या माणसाची. त्या गाडीचा घोडा थांबतथांबत, या दारातून त्या दाराकडे मोठ्या कष्टाने रखडत ओढायचा ती गाडी. तिकडे त्याचा धनी गाडीतील भाजीपाल्याचा – मुळे, गाजरे, कलिंगडे, वाटाण्याच्या शेंगा, घेवड्याच्या शेंगा, नुकतेच निघालेले बटाटे वगैरे – त्याच्याभोवती जमलेल्या अर्ध्याअधिक घरवाल्यांशी व्यवहार करत असलेला पाहताना मजा येत होती. मग येत होती पाववाल्याची गाडी. त्या गाडीची घंटा मोठा कर्कश आवाज करायची; तरीही क्लिफोर्डला तो आवाज ऐकून सुख होत होते, कारण त्याच्यात त्याला गतकालाचा सूर यायचा. तशा फार थोड्या गोष्टींत तो सुखद सूर आढळायचा त्याला.

एके दिवशी दुपारची वेळ होती ती. चाकू, कात्र्यांना धार लावून देणाऱ्या एका इसमाने नेमके त्या खिडकीसमोरच, पिंचेन एल्मखाली आपले काम चालू केले. धार लावायचे त्याचे चाक गरगर फिरू लागले. आजूबाजूची मुले पळतपळत येऊन त्याच्याभोवती गोळा झालीच ताबडतोब. कोणाच्या हातात आपल्या आईची कात्री होती, कोणाजवळ मांस कापण्याचा सुरा होता. दुसऱ्याने आपल्या वडिलांचा वस्तराच आणला होता. थोडक्यात, प्रत्येकाच्या हातात धार नसलेली कोणती ना कोणती वस्तू होती. (फक्त एका क्लिफोर्डच्या शहाणपणाखेरीज बाकी कशालाच धार नव्हती.) त्या धार लावणाऱ्या माणसाच्या चाकाचा त्या वस्तूला स्पर्श होताच तिला नवे रूप मिळणार होते म्हणून जमली होती ती.

त्या माणसाच्या पायाने त्या चाकाला गती मिळाली. आता ते गरगर फिरू लागले. त्या धारेच्या दगडावर ते कणखर पोलाद घासू लागले, झिजू लागले. त्यातून तीव्र आणि खुनशी अशा फुस्काऱ्यांचा नाद येत राहिला. मिल्टन कवीने वर्णन केलेल्या पांडेमोनिममध्ये जमलेले सैतान आणि त्यांचे सहकारी यांनी सोडलेले फूत्कार एवढेच तीव्र असावेत. वास्तविक, तेथल्यापेक्षा त्या चाकाचा विस्तार लहान होता, तरी परिणाम मात्र तेथल्याइतकाच होता. माणसाच्या कानांवर एवढा क्षुद्र अत्याचार झालाच नसेल कधी!

तो कर्णकटू गोंगाट एका विद्रूप अशा लहान विषारी सापाचा आकार घेत होता. एवढे जरी होते, तरी क्लिफोर्ड त्याच्यावर खूश होता. त्याला त्यात स्वर्गीय माधुरी मिळाल्याचे सुख होते. त्या आवाजाच्या लहरीवर आनंदाने तरंगू लागला तो! आमच्यासारख्याला तो आवाज कितीही कष्टदायक वाटला तरी त्याच्यातून एक फार मोठे चैतन्य उसळून येत होते. सजीवतेचा वर्षाव होत होता. त्या चक्राची परिभ्रमणे पाहण्यात दंग झालेले त्या उत्सुक बालकांचे वर्तुळ पाहण्यात गढून गेला क्लिफोर्ड. त्या दृश्याने त्याला एका क्रियाशील, गलबला करणाऱ्या आणि उत्साही अस्तित्वशक्तीची जाणीव करून दिली. अशी जाणीव त्याला प्रथमच होत होती.

अधिक रेखीव आणि सुस्पष्ट अशी. तरीसुद्धा त्याच्यापासून निर्माण झालेल्या आकर्षणाला मुख्यत: भूतकाळाचीच साथ होती, कारण त्या कात्र्यांना धार लावणाऱ्या माणसाजवळच्या चाकाने त्याच्या बालिश कानात एक फूत्कार टाकलाच होता.

अलीकडे जुन्या पद्धतीचे स्टेजकोच – प्रवासी घोडागाड्या – बघायला मिळत नव्हत्या, म्हणून त्याला दु:ख होत होते. ती त्याची एक तक्रार होती, केविलवाणी अशी. त्या चौकोनी टपाच्या दोन्ही बाजूंस पडदे सोडलेल्या, नांगराचे घोडे लावलेल्या गाड्यांचीही तो चौकशी करायचा अधूनमधून. त्या गाडीवर त्या शेतकऱ्याची बायको आणि मुलगी बसलेली असायची. जांभळे-करवंदे विकत फिरायच्या त्या गाड्या. त्या वेळचा त्याचा स्वर दुखावलेल्या माणसाचा असायचा. आसपासच्या मोठमोठ्या हिरव्यागार कुरणांतून, गर्द झाडी असणाऱ्या खेड्यातील रानातून हल्ली काही पिकत नाही की काय, अशी शंका तो व्यक्त करायचा त्या न दिसल्याने.

पण त्याच्या सौंदर्यबुद्धीला जेजे थोडेफार जाणवले, ते मात्र या जुन्या काळच्या आठवणीतूनच निर्माण झाले, असे नाही. त्याचा प्रत्यय जेव्हा तेथे एक इटालियन मुलगा आला त्या वेळी आला. अशी इटालियन मुले अलीकडे सर्रास आमच्या रस्त्यावर आढळतात. त्या मुलाजवळ एक वाद्य – बॅरल ऑर्गन होते, बाजाच्या पेटीसारखे. तो मुलगा एल्म वृक्षाच्या प्रशस्त व शीतल सावलीत येऊन थांबला. त्याच्या चलाख, धंदेवाईक डोळ्यांनी त्या कमानीखालच्या खिडकीतून त्याच्याकडे पाहत असलेले ते दोन चेहरे चटकन टिपले. लागलीच त्याने आपले ते वाद्य उघडले आणि त्यातून सूर काढण्यास आरंभ केला. त्याच्या खांद्यावर एक माकड बसलेले होते. माकडाच्या अंगावर हायलँड फॅशनची एक पट्ट्यापट्ट्यांची घोंगडी होती. या आकर्षक गोष्टीशिवाय त्याच्याकडे आणखी एक सुरेख आकर्षण होते. त्याच्याजवळच्या ऑर्गनच्या महॉगन लाकडाच्या पेटीत काही छोट्याछोट्या आकृत्यांची एक टोळी होती. त्या आकृत्या संगीतावर जगत होत्या. त्याच्या तालावर आपल्या अस्तित्वाला आकार देत होत्या. त्या इटालियन छोकऱ्याचा तो धंदा होता, त्यांना नाचविण्याचा.

ही तीन आकर्षणे घेऊन तो लोकांसमोर येत होता. त्या पेटीतील त्या लहानलहान बाहुल्या वेगवेगळे व्यवसाय करत होत्या – चांभार, लोहार, सैनिक होते ते. त्यात पंखा घेतलेली एक खानदानी स्त्री होती, हातात दारूची बाटली घेऊन आलेला एक दारूबाज होता, गाईची धार काढणारी एक दूधवाली होती. तो एक छोटासा समाजच होता म्हणा ना! तसा तो सुदैवी समाज होता. पुष्कळशा खऱ्या अर्थाने सुदैवी. ते सारे लोक सहजीवी होते. एकमेकांशी समरूप होते. त्या सर्वांचे अस्तित्व एकजीवी होते. सारे खूप आनंदात होते. मोठ्या खुशीने चालले होते त्या पेटीतले जीवन. त्यांचे जीवन अक्षरश: एक नृत्यप्रकारच होता.

थोड्याच वेळात त्या इटालियनाने एक कळ फिरविली आणि काय मजा! केवढे आश्चर्य! त्या प्रत्येक छोट्या मूर्तीत जीव आला; चैतन्य आले. प्रत्येक जणाने आपापले काम मोठ्या उत्साहाने चालू केले. चांभाराचे बूट शिवणे सुरू झाले. लोहाराने घण घालायला आरंभ केला समोरच्या लोखंडावर. सैनिकाने तलवार सरसावली. त्या सरदारीणबाईच्या हातातला पंखा वाऱ्याच्या लहरी निर्माण करू लागला. त्या स्वच्छंदी मद्यप्याने हातातल्या बाटलीतली दारू पेल्यात घेऊन एक मनसोक्त घोट घेतला. एका विद्वानाने आपले पुस्तक उघडले. आपल्या ज्ञानाची उत्सुकता व तळमळ शांत केली. पानापानावरून त्याची मान डोलू लागली. दूधवालीने मोठ्या उत्साहाने धार काढायला सुरुवात केली. दुसरा एक चिक्कू मनुष्य आपल्या तिजोरीतील सोन्याची मोजदाद करू लागला. एका छोट्या चावीच्या वर्तुळाकार हालचालींतून एवढी प्रचंड जीवनयंत्रणा आपापले काम करू लागली. एक फेरी केवळ! हो, त्याच जीवित हेतूने प्रेरित होऊन दुसरीकडे एका प्रियकराने आपल्या प्रेयसीच्या ओठांवर ओठ टेकून तिला अभिवादन केले.

एखाद्या तिरसट माणसाच्या डोक्यातून ही योजना आली असावी. त्या वेळी त्याच्या भावनेत जीवनातील आनंद व कडवटपणा या परस्परविरोधी भावनांचे मीलन झाले असावे. त्या मुग्धनाट्याच्या प्रत्ययाने त्याला असेही सुचवायचे असावे की, आम्ही मर्त्य मानवही हुबेहूब अशाच प्रकारच्या तालावर नाचत असतो आयुष्यात. व्यवहार म्हणून म्हणा अगर करमणूक म्हणून म्हणा, त्यात गांभीर्य असो वा क्षुल्लक महत्त्व असो, आपण नाचतच असतो कसेतरी. ती आपली हालचाल हास्यास्पद होत असते आणि एवढे करूनही अखेरीस आपल्याला त्यापासून काहीच लाभ होत नाही.

त्या सर्व खटाटोपाचा दुसरा एक लक्षात घेण्याजोगा विशेष होता. ज्या संगीताच्या तालावर ती सारी पात्रे मोठ्या उत्साहाने, हौसेने, आस्थेने नाचत होती तो ताल थांबला रे थांबला की, त्यांचे चैतन्य खलास! त्या बेताल जीवनाला एकदम पूर्णविराम मिळायचा! सारी जण मरणाच्या गुंगीतल्यासारखी जागच्याजागी गप्प! दगडासारखी निश्चल, अचेतन अशी! सगळीकडे शांत व्हायचे सारे.

त्या चांभाराचा बूट पूर्ण झाला नाही. त्या लोहारासमोरचे ते लोखंड आकार घेऊ शकले नाही. त्या दारूबाजाच्या बाटलीतला ब्रॅन्डीचा एक थेंबही कमी झाला नाही. त्या दूधवालीच्या भांड्यात दुधाचा एकही थेंब जादा पडला नाही. त्या चिक्कू माणसाच्या पेटीतली नाणी पूर्वीएवढीच असलेली दिसली. ते विद्वान सद्गृहस्थ पूर्वीच्याच पानावर थबकले होते. त्या साऱ्यांची मोठी घाई उडाली होती. त्यांची ती घाई – श्रम करण्याची, मौज उडविण्याची, सोने साठवण्याची, शहाणे होण्याची – पाहून खूप हसू येत होते. सगळे जण हास्यास्पद ठरले. सर्वांवर कळस म्हणजे

आपला तो प्रेमवीर त्या कुमारिकेच्या गोड चुंबनाने किंचितही समाधानी झालेला दिसला नाही. बिचारा! छे, आम्हाला शेवटचा हा जहाल घोट गिळवत नाही बुवा! त्या देखाव्यातून निघणारे तात्पर्यच स्वीकारत नाही आम्ही.

मधल्या वेळात ते माकड त्या इटालियनच्या पायाजवळ येऊन बसले. त्याच्या अंगावरच्या लोकरीच्या कपड्याखालून त्याची शेपटी बाहेर आली होती. तिचा विस्तार फार मोठा होता. तशी ती खूपच वळलेलीही होती. येणाऱ्या-जाणाऱ्या प्रत्येकाकडे ते माकड कपाळाला आठ्या घालून पाहत बसले होते. त्याचा चेहरा सुरकुतल्यासारखा होता.

हे माकड एकदा आपल्याभोवती जमलेल्या मुलांच्या घोळक्याकडे बघायचे, एकदा हेप्झीबाच्या दुकानाच्या दाराकडे, तर दुसऱ्यांदा वर त्या कमानदार खिडकीच्या दिशेने. तेथे बसलेल्या फीबी व क्लिफोर्ड यांच्याकडे त्याची नजर जात होती. एखाद्याकडे नजर गेल्यावर ते आपली हायलँड टोपी काढून घेऊन विशेष न शोभणारे, डौल नसलेले अभिवादन करायचे. कधीकधी त्याच्याही पुढे जाऊन ते आपला छोटा, काळा हात पुढे करून आपल्याला काहीतरी देण्याची वैयक्तिक विनंती करी. अगदीच तोल सुटला म्हणजे एखाद्याच्या खिशातील कसल्याही किरकोळ द्रव्यलाभाची याचना नि:संकोचपणे व्यक्त करत होते ते माकड.

त्याच्या मुद्रेवरचा भाव अतिशय क्षुद्र व हलक्या मनोवृत्तीचा निदर्शक होता; पण माणसासारखा विलक्षण असायचा तो! त्याची ती चोरटी पण कावेबाज नजर फार विचित्र होती. कोणत्याही लहानमोठ्या लाभावर तिचा डोळा असायचाच. नंतर त्याची ती लांबलचक, भली दांडगी शेपटी (त्याच्या त्या गॅबर्डीन कापडाच्या वस्त्राखाली दडणार नाहीच ती.) आणि त्याच्या स्वभावातील क्रूरतेची सूचना देणारा तो चेहरा फार अर्थपूर्ण होता.

थोडक्यात म्हणजे, ते माकड जसे आपल्यासमोर होते, त्याच स्वरूपात त्याला पाहत असतानाचा विचार केला, तर द्रव्याचा फाजील लोभ धरण्याच्या वृत्तीचे निदर्शक असणारी ती ताब्यांच्या नाण्याची मूर्ती – मेमन तुमच्यासमोर ठेवलेली आहे की काय असे वाटे. त्या लोभीष्ट सैतानाचे समाधान कशाने होत नव्हते, हीच तर गंमत होती. खिडकीतून फीबीने त्याच्या दिशेने मूठभर सेंटची नाणी फेकली खाली. त्या पठ्ठ्याने मोठ्या आनंदरहित उत्सुकतेने गोळा केली ती. आपल्या इटालियन मालकाच्या ताब्यात दिली. पुन्हा हात पसरला पुढे. पुन्हा एकवार त्याच्या मूक याचनाभिनयाला पहिल्यापासून प्रारंभ. असे मोठे हुशार होते ते माकड!

एखाद्या न्यू इंग्लंडवासियाने अगर इतर कोणत्याही देशवासियाने त्याच्या जवळून जाताना त्याच्याकडे नजर टाकली असेल. तेथून निघून जाताना त्याच्या

मनात ते माकड म्हणजे आपल्या स्वत:च्या नैतिक अवस्थेचेच चित्र होते, हा विचारही येण्याची शक्यता नव्हती. परंतु क्लिफोर्डचा विचार तसा नव्हता. त्याला ते संगीत आवडले होते. अगदी लहान बालकासारखा त्याच्या नादात तो लुब्ध होऊन गेला होता. त्याच्या तालावर हालचाल करणाऱ्या त्या बाहुल्याकडे बघताना त्याच्या चेहऱ्यावर स्मितदेखील उमटत होते. परंतु जसे त्याने त्या लांब शेपटीच्या सैतानाकडे – त्या माकडाकडे बघितले, तसा त्याला एक सणसणीत धक्काच बसला. त्याची शारीरिक कुरूपता पाहून त्याला रडायलाच आले एकाएकी.

ते माकड म्हणजे एक भेडसावणारे भूतच होते! त्यामुळे क्लिफोर्डमधला दुबळेपणा वर उसळून आला. जीवनाचे एक अत्यंत वाईट आणि हिडीस असे रूप समोर आले की, नाजूक मनोवृत्तीच्या माणसांची नेमकी हीच स्थिती होते. त्यांच्या अशा विद्रूप अनुभवाला तोंड देऊ शकणारी अधिक निष्ठुर, अधिक अर्थपूर्ण आणि अधिक शोककारक अशी हास्य भावना त्यांच्याजवळ नसते. वास्तविक, आपण सामान्य माणसे अशा माकडाकडे पाहून दु:ख करण्यापेक्षा अधिकाधिक हसतो, परंतु ती ताकद मूळच्याच दुबळ्या क्लिफोर्डजवळ नव्हतीच. त्या माकडाचे ते निसर्गसिद्ध बेरूप त्याला सहन झाले नाही.

वरच्यासारख्या देखाव्यांहून अधिक भव्य अशी दृश्येही 'पिंचेन स्ट्रीट'वर पाहायला मिळायची. एक वेगळा, खोटा डौल असायचा त्यांच्या आविष्कारात. त्यांच्यासमवेत चिक्कार गर्दीही येत होती. त्यांच्यामुळे पिंचेन स्ट्रीटला मोठी तरतरी येत होती. त्याला जिवंतपणा लाभत होता. त्या रस्त्यावर उसळलेल्या गर्दीचा गोंगाट आणि गर्जना कानांवर मोठमोठ्याने पडल्या की, क्लिफोर्डला खूप चेव येत होता. मोठा प्रबळ आवेश निर्माण होत होता त्याच्या सबंध शरीरात. बाहेरच्या जगाशी आता आपला व्यक्तिगत संबंध येणार, ही केवळ कल्पनाच त्याचा थरकाप उडवत होती. त्याच्यामागे एक प्रकारचा तिटकाराही होता खूप. एका दिवसाच्या अनुभवाने याची प्रचिती आली त्याला. सामान्यत: शांत असेच वातावरण असते त्या प्रासादाच्या बाजूने जाणाऱ्या पिंचेन स्ट्रीटवरचे, पण त्या दिवशी त्या रस्त्यावरून एक भली जंगी राजकीय मिरवणूक गेली. मिरवणुकीत रंगीबेरंगी निशाणे फडकत होती, लोकांच्या हातांत मोठमोठे फलक होते. ताशे, पिपाण्या, तुताऱ्या आणि झांज वगैरे वाद्यांचा आवाज घुमत होता. घोषणांचा धूमधडाका चालला होता. दोन्ही बाजूंच्या इमारतींमुळे त्या आवाजाचा मोठा प्रतिध्वनी वातावरणात उमटत होता. मिरवणुकीतून चाललेल्या लोकांच्या पावलांचे आवाज वाढतच होते. यांच्या गर्जना हवेत दूरवर विरून जात होत्या. खरोखर, मोठी प्रचंड मिरवणूक निघाली होती! एखाद्या अरुंद रस्त्यावरून निघालेली अशी एखादी भली दांडगी मिरवणूक, ही काही पाहण्यालायक चीज नसते. तिच्याजवळ तिचे काही खास असे सौंदर्यविशेष

नसतात. बघणाऱ्याला तो एक विदूषकांचा खेळच वाटत असतो. त्या मिरवणुकीतील माणसांचे चेहरे घामाने थबथबून गेलेले असतात. त्यांना लाभलेली आत्मप्रतिष्ठा थकून गेल्यासारखी दिसते. प्रत्येकाच्या मुद्रेवरचा तोचतोच कंटाळवाणा भाव पाहून चीड येते. त्यांचे कपडेही मोठे विचित्र असतात. त्यांच्या पाटलोणीची फॅशन, त्यांच्या शर्टाच्या कॉलरमधील सैलपणा व ताठरपणा आणि त्यांच्या त्या कोटाच्या पाठीवर साठलेली धूळ या गोष्टी तिटकाराच आणतात एखाद्याला. अशा मिरवणुकीच्या भव्यतेचा प्रत्यय घ्यायचाच असेल तर त्यासाठी एखाद्या मोक्याच्या ठिकाणी उभे राहून ती एखाद्या लांबरुंद, सपाट मैदानाच्या मध्यभागी अथवा एखाद्या सार्वजनिक अशा अतिप्रशस्त चौकातून पुढे सरकत असताना तिच्याकडे पाहावे. अगदी सावकाश पुढे जात असते ती. त्या लांबलचक रांगा धिमेधिमे मार्ग काढत असतात. अशा ठिकाणाहून पाहताना तिच्यातला तो विद्रूप विसकळीतपणा निघून गेलेला असतो. ती सर्व खुजी माणसे एकत्र गोळा झाल्यामुळे एक विशाल रूप प्राप्त होत असते त्या अस्तित्वास, एक अफाट पसरलेले. एकजिनसी चैतन्यमय मानवसमूहाचे ते रूप परस्परांत विलीन होऊन गेलेले असते तेथे. ते एक महान जीवनच बनते. समजा, अशा एखाद्या मिरवणुकीच्या शिरोभागी उभ्या असलेल्या एकट्या व्यक्तीला तिचे ते संपूर्ण एकसंध रूप दिसले, तर त्या संसर्गाला अधिक अर्थ येतो. त्याला ती एखाद्या महान जीवनसरितेप्रमाणे भासते. तिचा प्रवाह विशाल असतो. खोल असल्यामुळे त्या अथांगतेला गूढ प्राप्त झालेले असते. तिचे पाणी काळेभोर होते त्यामुळे. तिच्या खोलीचा ठाव त्या माणसाच्या अंत:करणाच्या तळाचा वेध घेण्याचा प्रयत्न करीत असतो. साहजिकच, त्याला भूल पडते. त्या मानवी सहानुभूतीच्या बेफाट, वर उचंबळून येणाऱ्या प्रवाहात बुडी घेण्यास त्याचे मन उचल खाते. लांबून पाहणारा प्रत्येक जण या भावनेनेच त्या मिरवणुकीत मिसळून जातो व ती सारखी वाढत राहते, फोफावते, येणाऱ्या-जाणाऱ्याला आपल्यामध्ये सामावून घेते.

क्लिफोर्डची मन:स्थिती नेमकी त्या व्यक्तीसारखीच झाली. एकाएकी थरथर कापायला लागला तो. चेहरा सपशेल पडला त्याचा. पांढरा फटफटीत झाला. जवळच असलेल्या फीबीकडे आणि हेप्झीबाकडे त्याने याचनापूर्ण नजर टाकली. त्याच्या डोळ्यांत करुणा होती. केविलवाण्या भावनेचे प्रतिबिंब त्यात पडले होते. त्या दोघींना त्याचा काहीच अर्थबोध झाला नाही. त्याला अशा गलबल्याची, कल्लोळाची सवय नसल्यामुळे थोडाफार गडबडून गेला असेल तो, अशी त्यांची समजूत झाली. त्यांनी त्याच्याकडे विशेष लक्ष दिले नाही. अखेरीस, तशाच थरथरत्या, लटलटत्या अंगाने उठून चालायला लागला तो. तसाच पुढे गेला. त्या खिडकीच्या कडेवर त्याने पुढचा पाय ठेवलाही आणि मग!... पुढच्याच क्षणी त्याने

त्या मोडकळीस आलेल्या सज्ज्यात उडीही मारली असती. तसे झाले असते तर! त्या मिरवणुकीतील प्रत्येकाला तो दिसला असता. एक भयानक, खप्पड आकृती त्यांच्यासमोर आली असती. त्यांची निशाणे फडकविणारा वारा त्याच्या पांढऱ्या केसांच्या बटा हवेत भिरकावीत होता. असा तो एकाकी प्राणी – आजपर्यंत त्याच्या जातीच्या लोकांपासून ज्याची फारकत झालेली होती, परंतु आज ज्याला आपणही एक 'माणूस'च आहोत, याची जाणीव झालेला प्राणी. दडपून न टाकता आलेल्या त्या उपजत बुद्धीने त्याला तसे ज्ञान दिले होते. समजा, जर क्लिफोर्डने उडी मारून खालचा सज्जा गाठला असता, तर तेथून त्याने खुशाल रस्त्यावरच झोकून दिले असते आपले शरीर, पण प्रत्यक्षात नाही घडले तसले काहीच. कशामुळे ते सांगता येणार नाही. भीती पुष्कळ वेळा माणसाला अगदी विनाशाच्या अशा एका टोकाला नेऊन सोडते की, तेथून तो दचकून मागे सरकतो आणि त्याच्या मनात नुसती धडकी निर्माण करण्यात तिला आनंद असतो. क्लिफोर्डलाही तशीच भीती वाटली असेल का? कदाचित माणसाला परस्परांविषयी फार मोठे आकर्षण असते. माणसापासून दूर जाऊ नये असे वाटणे नैसर्गिकच असते ते. त्यामुळे तशा प्रकारच्या आकर्षणशक्तीने माणूस स्वत:ला विनाशापासून खेचून घेऊ शकतो. तीही भावना झाली असेल, पण झाले ते असे झाले. त्या दोन्ही प्रवृत्ती एकाच वेळी कार्यक्षम झाल्या असल्याचाही संभव होता. क्लिफोर्डने उडी मारली नाही.

स्वत:ची पर्वाच नसणाऱ्या माणसासारखा क्लिफोर्ड तेथून हलला, तेव्हा त्या दोघी बाया – फीबी व हेप्झीबा घाबरल्याच. त्यांचे हातवारेही तसेच होते. त्यांनी क्लिफोर्डचे वस्त्र पकडून धरले आणि त्याला पाठीमागे खेचले एकदम. हेप्झीबाने तर किंकाळीच मारली. मोठा हल्लकल्लोळ उडाला. केवळ बेतालपणा निर्माण झाला तेथे! फीबीची तर घाबरगुंडी उडाली; भेदरलीच ती. तिला रडू कोसळले. डोळ्यांतून अश्रूंचा लोटच आला खाली.

"क्लिफोर्ड, क्लिफोर्ड! अरे, तुला वेडबिड लागलं काय?" त्याची बहीण ओरडली.

क्लिफोर्डने एक दीर्घ श्वास घेऊन म्हटले, "हेप्झीबा, मला काहीच समजेनासं झालंय! काही कळतच नाही अगदी! का असं होतंय कोणास ठाऊक! पण घाबरू नकोस हं! भिऊ नकोस अशी. संपलं ते सारं. ओसरलं; निघून गेलं. पण आणखी एक सांगू? मी जर ती उडी घेतली असती ना आणि माझ्या सुदैवाने मी त्यातून जिवंत राहिलो असतो तर... मी एक वेगळा 'माणूस' झालो असतो गं! माझा पुनर्जन्म झाला असता!"

क्लिफोर्डच्या शब्दांत थोडाफार अर्थही असावा कदाचित. त्याला एका विशिष्ट मानसिक आघाताची आवश्यकता होती. कदाचित, मानवी जीवनाच्या महासागरात

खोल अशी बुडी घेऊन त्याच्या तळात खूप वेळ डुंबत राहून स्वत:च्या जीवनाला एक वेगळे गांभीर्य आणवून त्याला समर्थ बनवून मगच स्वत:साठी आणि जगासाठी अवतार घ्यायचा त्याचा विचार होता. जीवनाचे अंतरंग पार बदलून टाकणारा असा एक धक्का हवा होता त्याला. कदाचित त्याला मृत्यूलाच कवटाळायचे होते की काय कोण जाणे! त्याच्या दृष्टीने तोच त्याच्या आजच्या दु:स्थितीवरचा एक अंतिम उपाय होता! अखेरचा इलाज – मृत्यू!

आपल्यासारख्या इतर माणसांशी आपले नाते पुन्हा जोडले जावे, असे क्लिफोर्डला सारखे वाटत होते. ती त्याची एक चिंता होती, हुरहुर होती. कधीकधी तिला किंचित बळही यायचे. एकदा तर त्याच्या मनातील खोल धर्मभावनेमुळे तिला मोहक रूप आले. त्या प्रसंगाबद्दल आम्ही आपल्याला सांगणार आहोत. आता परमेश्वराने आपली घेतलेली काळजी आणि त्याचे आपल्यावरचे प्रेम क्लिफोर्ड जाणून होता. मोठ्या श्रद्धेने, तळमळीने तो त्याचा स्वीकार करत होता. त्याच्या भावना हेलावून जात होत्या तेव्हा. या दीन, निराधार माणसाला केवढा आधार दिला होता त्याने! आपण बाजूस फेकले गेलेले आहोत, आपल्याला विस्मृतीच्या काळोखात सोडण्यात आले आहे. कोणत्यातरी दुष्ट पिशाच्याच्या हातातले एखादे खेळणे म्हणून आपली योजना झालेली आहे. त्याचा खेळकरपणा म्हणजे विकृतीचा परमानंदच होता. अशी जर त्याने आपल्याबद्दलची कल्पना करून घेतली असती, तर त्याचे काही चुकणार नव्हते. कोणत्याच माणसाचे चुकले नसते. आपल्या भोगाबद्दल, दुर्दशेबद्दल, हालअपेष्टांबद्दल क्लिफोर्ड परमेश्वराला जबाबदार धरत नव्हता. त्याच्यावरची त्याची श्रद्धा अचल होती.

तो एक रविवार होता. चर्चला जाण्याचा दिवस. 'सॅबथ डे' 'सॅबथ'च्या प्रत्येक सकाळी वातावरण खूप आल्हाददायक असते. सगळीकडे पवित्र असे वातावरण. पृथ्वीच्या मुखावर प्रत्यक्ष स्वर्गाच्या तेजाचे स्मित पसरलेले असते. जितके सतेज तितकेच गंभीरही. जितके गंभीर तेवढेच मधुर. अशा एखाद्या सकाळच्या वेळी आपण जमिनीवर उभे असताना आपल्या शरीरातून एक प्रकारची शिरशिरी येत असते. पृथ्वीला आपल्या विशुद्ध भावनेबद्दल खात्री वाटल्यास ती आपला उपभोग तिच्या नैसर्गिक अशा परमेश्वरी पूजनाचे एक माध्यम म्हणून करते. चर्चच्या घंटेतून वेगवेगळ्या प्रकारचे नाद उठत होते. सूर वेगवेगळे, पण नाद एकच. जणूकाय त्या एकमेकींना प्रतिसाद देत होत्या – 'आज सॅबथ आहे! सॅबथ! हो सॅबथच!'– साऱ्या शहरभर तो पवित्र नाद घुमत होता. कधी हळू, तर कधी चैतन्यमय आनंदाच्या सुरात. कधी एकाच घंटेतून, कधी सगळ्या मिळून. सर्वांच्या स्वरांत कळकळ होती. 'आजची सकाळ सॅबथची आहे हो!' त्याचे स्वर दूरच्या हवेत विरून जात होते. त्या पवित्र नादाने वातावरण व्यापून टाकले होते. परमेश्वर

आपल्या अनंत हस्तांनी – प्रकाशकिरणांनी – हवेत माधुर्य व कोमलता पसरवत होता. माणसांनी श्वासावाटे मनमुराद भरून घ्यावी ती. प्रार्थनेच्या उच्चारावाटे बाहेर सोडावी.

क्लिफोर्ड आणि हेप्झीबा खिडकीत बसली होती, त्यांच्या शेजारची माणसे रस्त्यावर येत असलेली पाहत. त्यांच्यातील काही जण नेहमीच इतके धर्मपरायण नसत, पण आज मात्र, जणूकाय त्या सॅबथच्या वातावरणाचा परिणाम म्हणून सर्व जण चर्चच्या वाटेवर निघाले होते. त्यांच्या मनावर झालाच असेल, पण त्यांच्या पोशाखावरही त्याचा परिणाम झाला होता. माणूस म्हातारा असला तरी त्याच्या अंगावरचा कोट हजारदातरी झाडून ठेवला असेल त्याने. मुलगा छोटा असला तरी त्याच्या अंगातील पहिल्या-वहिल्या जाकिटाला आणि विजारीला (कालच आईने शिवून तयार केले ते) अगदी थेट ख्रिस्ताच्या स्वर्गारोहणाच्या वेळच्या झग्याचा थाट आला होता. त्यांच्याप्रमाणेच त्या जुनाट वाड्याच्या देवडीबाहेर फीबीने आपले पाऊल टाकले. उन्हाचा त्रास चुकविण्यासाठी तिने आपली लहान, हिरव्या रंगाची छत्री उघडलेली होती. खिडकीतील लोकांचा निरोप घ्यावा म्हणून तिने त्यांच्या दिशेने एक प्रेमळ दृष्टिक्षेप टाकला व ती हसली. तिच्या चेहऱ्यावर सर्वपरिचित अशा आनंदाची आणि पावित्र्याची झाक होती. त्या निरागसपणाशी तुम्ही क्रीडाही करू शकत होता आणि त्याच्याविषयी आदरही बाळगावासा वाटत होता. आपल्या स्वतःच्या भाषेतील एखाद्या साध्यासुध्या तरीही सुंदर अशा एखाद्या प्रार्थनेचे पावित्र्य होते तिच्यात. विशेष म्हणजे तिच्या त्या पोशाखात ती खूपच तरतरीत, तरल आणि मोहक दिसत होती. तिचे तेज तिने परिधान केलेल्या वस्त्रप्रावरणांवरही पडले होते की काय? कारण तिचा गाऊन, तिची स्ट्रॉ-हॅट, तिचा छोटासा रुमाल, तिचे पांढरेशुभ्र मोजे यापूर्वी न घातल्याइतके स्वच्छ, शुभ्र दिसत होते आणि जर घातलेच असतील, तर त्यांना गुलाबाच्या फुलांचा गोड सुगंध येत होता, इतके ते रसरशीत वाटले.

त्या मुलीने हात हलवून क्लिफोर्ड व हेप्झीबा या दोघांचाही निरोप घेतला आणि ती रस्त्याने निघून गेली. जणूकाय मूर्तिमंत ईश्वरनिष्ठाच तिच्या रूपाने जात होती. भक्तीइतकीच प्रेमळ, सात्त्विक आणि सत्यरूप – जमिनीवरून चालत जाऊ शकणारा एक मानवाकार आणि स्वर्गात भरारी मारू शकणारा एक देवदूतच.

फीबी कोपऱ्यावरून वळून दृष्टिआड होईपर्यंत क्लिफोर्डने तिला न्याहाळले. नंतर हेप्झीबाला त्याने विचारले, "तू कधीच जात नाहीस चर्चला हेप्झीबा?"

"नाहीच क्लिफोर्ड. गेली अनेक वर्षं गेलेच नाही मी. पुष्कळ वर्षं झाली त्याला." तिने उत्तर दिले.

तो आणखी म्हणाला, "मी जर चर्चला गेलो असतो, तर माझ्यासमोर इतके

मानवी आत्मे परमेश्वर चिंतनात दंग असलेले बघून मीही आणखीन एकदा प्रार्थना केली असती.''

तिने क्लिफोर्डच्या तोंडाकडे पाहिले. त्याच्या गालांवरून अश्रूंचा घळाघळा पूर वाहत होता, अगदी कोमल आणि स्वाभाविक असा. त्याचे अंत:करण उमाळून आले होते. त्याला आवर न घालता आल्याने ते त्याच्या डोळ्यांमधून बाहेर ओसंडत होते. परमेश्वराच्या ठायी असलेल्या त्याच्या सुखद पूज्यबुद्धीचा पूर होता तो! आपल्या मानवी बांधवाकडे स्नेहमय मायाभावाने पाहण्याची तळमळ होती त्यात. हेप्झीबाच्या हृदयातील भावनेच्या तारा झंकारल्या आपोआपच. त्याचा हात धरून त्याला चर्चमध्ये घेऊन जावे, मनोभावाने गुडघे टेकून दोघांनी एकत्र प्रार्थना करावी, अशी उत्कट इच्छा निर्माण झाली तिच्या मनात. जगापासून दोघेही इतका दीर्घ काळ दूर राहिलेली होती ती. आता तिला कळून चुकले की, आपल्यावर पाखर घालणाऱ्या त्या स्वर्गस्थ परमेश्वराची प्रीतीही आपण संपादन केलेली नव्हती. त्यांना माणसांच्यात मिसळायचे होते. त्यांच्याबरोबर प्रार्थना म्हणायची होती. परमेश्वराची आण भाकायची होती. एकाच वेळी माणूस व परमेश्वर यांच्याशी समेट घडवून आणायचा होता.

तिचा जीव कळवळला. ती म्हणाली, ''भाऊ, चल, जाऊ या आपण. आपल्याला कुठंच आसरा मिळत नाही. आपण भरकटतो आहोत सारखे. गुडघे टेकण्यासाठी कोणत्याच चर्चमध्ये थारा मिळणार नाही आपल्याला. एक फूटही जागा देणार नाही कोणी, तरीही चल, जाऊ या कुठंतरी; कोणत्यातरी पूजास्थानाकडं. आपल्याच बाजूच्या एखाद्या कोपऱ्यात, सभामंडपाच्या बाजूच्या दालनात उभं राहण्यापुरती जागा मिळाली, तरी बस्स आहे. चालेल ती आपल्याला. गरीब आणि वाळीत टाकलेले आहोत ना आपण! पण कुठलंतरी दार उघडेल आणि त्याच्या आत बसायला बाकं असतील आपल्याला. चल तर!''

त्याबरोबर हेप्झीबा आणि तिचा भाऊ जाण्यासाठी तयार झालेही. खुंट्यावर टांगलेले अथवा ट्रंकेत ठेवलेले आपले जुन्या पद्धतीने शिवलेले कपडे बाहेर काढले. अजूनही बऱ्याच दिवसांचा दमटपणा व त्यावर चढलेला बुरा यांचा वास येत होता त्यांना. वास्तविक, पार विटून गेले होते ते आतापर्यंत, तरीही जितके म्हणून नीटनेटके होता येईल तेवढे तयार झाले. दोघे मिळून जिना उतरून खाली आले. ती कृश, फिकट चेहऱ्याची हेप्झीबा आणि पांढरा फटफटीत पडलेला, रोडावलेला, जराग्रस्त क्लिफोर्ड! त्यांनी पुढचा दरवाजा उघडला. उंबरठा ओलांडून बाहेर पाऊल टाकले. त्यासरशी त्या दोघांना जाणीव झाली की, ती जणूकाय साऱ्या जगासमोर उभी राहिली आहेत आणि अखिल मानवजातीची विशाल आणि भयानक नजर त्यांच्यावरच केवळ रोखलेली आहे. त्यांच्या पित्याची, परमेश्वराची कृपादृष्टी

त्यांच्यावर नसल्याप्रमाणे त्यांना वाटले. त्यांच्याकडून कसल्याही प्रकारची प्रेरणा त्यांना मिळाली नाही. रस्त्यावरच्या उबदार आणि प्रखर हवेमुळे त्यांचे अंग थरथरले. पुढचे पाऊल टाकण्याच्या कल्पनेनेच त्यांची हृदये आतल्या-आत हादरू लागली.

एक गंभीर विषण्णता निर्माण झाली. क्लिफोर्ड म्हणाला, ''छे, छे, ते शक्य नाही हेप्झीबा. आता शक्य नाही ते! फारच उशीर झाला आहे आपल्याला. आपण माणसं नाही, भुतं आहोत भुतं! माणसांत मिसळण्याचा अधिकारच नाही आपल्याला. कुठंच थारा नाही. फक्त एकाच ठिकाणी राहू शकतो आपण. आपल्या याच घरात. याच जुनाट, मोडकळीस आलेल्या शापित घरात पिचून गेलं पाहिजे. बस्स, हेच आपलं दैवत! हीच कायमची सजा आहे आपल्याला मिळालेली! आपल्यासारख्या पिशाच्चांनी या घरालाच झपाटण्यात सार्थक आहे आपलं!'' आता त्याचे वैशिष्ट्य, त्याच्या मूळ वृत्ती – सूक्ष्म सौंदर्यासक्ती – जागृत झाल्या. तो पुढे म्हणाला, ''शिवाय आपलं बाहेर पडणं योग्य तर नाहीच, शिवाय शोभा देणारंही नाही. माझ्या दर्शनानं माझ्याच बांधवांनी घाबरून जावं, छोट्याछोट्या बालकांनी भीती वाटून आपल्या आयांना मिठ्या माराव्यात, हा केवळ विचारच भेसूर आहे. चल, मागे फीर.''

ती दोघे दरवाजातून मागे सरली. त्या अंधाऱ्या वाटेत सरकल्यानंतर त्यांनी दरवाजा बंद केला. जिना चढून वर गेल्यानंतर त्या घराचा आतला भाग पूर्वीपेक्षा दसपटींनी खिन्न दिसला. वातावरण कोंदट व जड झाले होते. नुकत्याच स्पर्श झालेल्या स्वातंत्र्याच्या श्वासाच्या आणि दर्शनाच्या मानाने त्यातला फरक अधिकच जाणवत होता. त्यांना तेथून पळून जाता येणे शक्य नव्हते. त्यांची थट्टा करावी म्हणून त्यांच्या काराधिपतींनी दरवाजा पुरा बंद केला नव्हता. त्याच्याआड दडून त्यांच्यावर तो नजर ठेवत होता. उंबऱ्यापर्यंत पोहोचल्यानंतर त्याच्या निष्ठुर वचकाची त्यांना कल्पना आली. नाहीतर तसे पाहायला गेल्यास एखाद्याचे स्वत:चे अंत:करण ही एक अंधारकोठडीच नाही काय? माणसातला 'मी' हाच एक पाषाणहृदयी काराधिपती नव्हे काय? मनुष्य स्वत:मध्ये जितका अडकून पडला आहे, तितका इतर कशातच नाही.

आम्ही क्लिफोर्डला सतत अथवा रूढार्थाने दु:खी म्हणून मानत राहिलो तर ते त्याच्या मन:स्थितीचे योग्य असे चित्रण होणार नाही. याच्या उलट, या गावातील त्याच्याहून वयाने अर्ध्याअधिक लहान असलेल्या दुसऱ्या कोणत्याही माणसाच्या आयुष्यात त्याच्याएवढे सुखाचे व आनंदाचे क्षण आले नव्हते. त्याच्या मनावर चिंतेचे असे कोणतेही ओझे नव्हते. इतर सर्व जिवांना दमवून टाकणाऱ्या अशा भविष्यकाळासाठी काळजी करण्यासारख्या प्रसंगांचा विचार करावयाचा नव्हता.

त्यांच्यात ते प्रश्न सोडवण्याचीही ताकद नसते. या बाबतीत तो एक बालक होता. तो जेवढा काळ जगणार होता, मग तो लहान असो अथवा मोठा असो, तो मूल होऊनच जगणार होता. खरोखर, बालपणानंतरच्या काळात त्याचे जीवन जेथल्या तेथेच थबकून राहिले होते. त्या काळच्या त्याच्या सर्व स्मृती तेथेच गोळा झाल्याचे दिसले. एखाद्या तीव्र आघाताने गुंगी आल्यानंतर तो अद्याप सोसणाऱ्याची जाणीव एक क्षणभर त्याची मती गुंग करून टाकणाऱ्या त्या अपघाताकडे परत जाते, त्याप्रमाणे. अधूनमधून हेप्झीबाला आणि फीबीला तो आपल्या स्वप्नांविषयी सांगत असे. त्यात नेहमी, अगदी न चुकता तो एखाद्या बालकाची किंवा एखाद्या अतिशय तरुण माणसाची भूमिका घेई. ती स्वप्ने त्याच्या आठवणीत अगदी सुस्पष्ट असत. त्यातील बारीकसारीक तपशिलांची त्याला आठवण असे. आदल्या रात्री एका स्वप्नात त्याला आपली आई दिसली होती. तिने सकाळच्या वेळी घातलेल्या पोशाखाच्या, चीटाच्या कापडावर कोणता छाप होता याच्याबाबत आपल्या भगिनीबरोबर तो वाद घालत होता. हेप्झीबाचा स्त्रीसुलभ अहंकार जागृत झाला त्या वेळी. आपल्या त्याबाबतच्या अचूक अशा माहितीचा दावा मांडला तिने मोठ्या आग्रहाने. क्लिफोर्डची काहीतरी चूक होत होती आणि तो सांगत असलेला झगा वेगळा आहे, असे ठामपणे विधान केले तिने. जेव्हा एका जुन्या ट्रंकेतून हुबेहूब, त्या वर्णनाशी तंतोतंत जुळता असा झगा निघाला, तेव्हा गुपचूप बसली ती. अशा तऱ्हेची त्याची स्वप्ने सजीव होत असत. प्रत्येक वेळी जागे झाल्यावर आपण लहान बालक नसून एक वयोवृद्ध आणि पिचलेला असा माणूस आहोत, हे त्याच्या लक्षात येत होते. त्या तुलनेमुळे त्याचा मोठा छळ होत होता. त्याला अधिक मानसिक यातना सोसाव्या लागत होत्या. तसे धक्के त्याला रोजरोज बसत होते. त्याच्या सहनशक्तीच्या पलीकडेच होते ते सगळे. पहाटेच्या संधिप्रकाशकालातून ते थेट झोपी जाण्याच्या रात्रीच्या वेळेपर्यंत सारा दिवस, त्याच्या मनात सूक्ष्म अशा यातनेचा कंप उठत होता. दिवसभराचे त्याचे ते कंटाळवाणे, अतर्क्य दु:ख आणि त्याच्या दुर्दशेचा म्लान रंग रात्रीच्या वेळेच्या निद्रावशतेच्या यौवनात मिळून जात होते, परंतु रात्रीचा चंद्रप्रकाश स्वत:ला सकाळच्या धुक्यात सामावून घेई आणि क्लिफोर्डला एखाद्या झग्यात गुंडाळून टाकल्यासारखा झाकून टाकी. तो त्याला शरीराभोवती घट्ट लपेटून घेई. त्यामुळे वास्तवतेचा तेथे प्रवेशच होत नव्हता. अनेक वेळा तो संपूर्ण जागा होतच नसे. डोळे उघडे ठेवून झोपायचा तो. कदाचित, त्याच अवस्थेत आपण स्वप्नसृष्टीत वावरतो आहोत, अशी त्याची कल्पना असे.

अशा तऱ्हेने क्लिफोर्ड सदा आपल्या बालपणाच्याच आसपास राहत होता. साहजिकच, त्याला बालकांबद्दल प्रेम होते. त्यामुळेच त्याच्या चित्तवृत्ती नेहमी प्रफुल्लित असत. उगमस्थानापासून लांब नसणाऱ्या एखाद्या पाण्याच्या खजिन्यात

प्रवाह येऊन पडावेत तशा! शिष्टाचाराच्या मर्यादा राखाव्यात म्हणून तो त्यांच्यात तितकासा मिसळत नव्हता, तरी त्याची ओढ त्या मुलांकडेच होती. त्यामुळेच खिडकीत बसला असता रस्त्याने एखादी लहान बालिका आपला चाकाचा गोल गाडा हाकत निघालेली पाहून किंवा शाळकरी मुले चेंडूचा खेळ खेळताना पाहून त्याला फार मोठा आनंद होत होता. दूरवरून येणारे त्या मुलांचे आवाजही त्याला फार प्रिय असायचे. एखाद्या उजेडाच्या खोलीत माशा घोंघावताना जसा कोलाहल माजतो, तसे ते आवाज एकमेकांत मिसळून झुंडीने कानांवर हल्ला करत.

त्या लहान मुलांच्या खेळात क्लिफोर्डने मोठ्या आनंदाने भाग घेतला असता, यात शंका नव्हती. एके दिवशी दुपारी त्याला साबणाचे फुगे उडवण्याची अनिवार्य इच्छा झाली. बालपणी ती त्याच्या अतिशय आवडीची गोष्ट होती. हेप्झीबाने हे फीबीला एका बाजूला नेऊन सांगितले. तो पाहा क्लिफोर्ड त्या नेहमीच्या कमानदार खिडकीत उभा आहे! त्याच्या हातात एक मातीची नळी आहे. त्याचे ते शुभ्र, रुपेरी केस बघ. त्याच्या मुद्रेवरचा तो सुंदर साज पाहा. त्याचे ते क्षीण, भ्रामक स्मित पाहा. ज्या अर्थी ते इतकी वर्षे टिकून राहिले आहे, त्या अर्थी त्याच्यामध्ये काहीतरी दिव्य आणि चिरंतन असे असलेच पाहिजे. त्याच्या कट्टरातील-कट्टर शत्रूलादेखील मान्य केलेच पाहिजे! आता तो रस्त्यावर आपले साबणाचे फुगे सोडतो आहे. ते साबणाचे फुगे म्हणजे सृष्टीची अतिसूक्ष्म अशी विविध स्वरूपेच की! त्याच्या पृष्ठभागावरच्या पोकळीतले रंग कल्पनेच्या रंगाइतकेच सरस होते. जाणाऱ्या-येणाऱ्या रस्त्यावरच्या माणसांना तरंगत खाली येणाऱ्या तेजस्वी वलयांबद्दल काय वाटायचे, त्याच्यामुळे त्या माणसाच्या भोवतालचे मंद वातावरण कल्पनारम्य होत होते काय, याचा शोध घेण्यात एक प्रकारचे औत्सुक्यच होते. काही जण वाटेत थांबून त्याच्याकडे बारकाईने बघत. कदाचित, त्यांच्या सुखद स्मृती ते आपल्याबरोबर त्या रस्त्याच्या कोपऱ्यापर्यंत नेतही असावेत. काही वर बघत मोठ्या रागाने. जणूकाय त्या धुळकटलेल्या रस्त्यावर सौंदर्याची ही प्रतिमा तरंगत ठेवून त्याच्यावर अन्याय केला जात होता. पुष्कळ जणांनी आपल्या बोटांनी किंवा आपल्या हातातील फिरण्याच्या वेळी बरोबर नेण्याच्या काठ्यांनी त्यांना स्पर्श केला व ते फोडून टाकले. त्या फुटणाऱ्या फुग्यांबरोबर त्यात चित्रित होणारा आकाशाचा व पृथ्वीवरचा देखावा नाहीसा झाला. जणूकाय अस्तित्वच नसल्यासारखा. त्याचा त्या दुष्टांना आनंद वाटला.

बऱ्याच वेळाने रुबाबदार व्यक्तिमत्त्व असलेली एक वयस्कर व्यक्ती त्या बाजूने चालली असताना नेमक्या त्याच वेळी एक भलामोठा फुगा डुलतडुलत खाली तरंगत आला. योगायोग असा की, तो नेमका त्या माणसाच्या नाकावर उतरला आणि फुटला! त्या गृहस्थाने वर पाहिले. त्याच्या नजरेत राग होता. ती एक

भेदक नजर होती. त्या कमानीखालच्या खिडकीतील अंधाराला भेटून गेली ती. ताबडतोब त्याचा राग मावळला. त्याच्या चेहऱ्यावर स्मित उमटले लागलीच. त्या स्मिताची ऊब आजूबाजूस पसरलीदेखील.

''शाब्बास, कझीन क्लिफोर्ड, वाहवा! छान, छान! साबणाचे फुगेच उडवतोस अजूनही अं!'' तो गृहस्थ ओरडून म्हणाला. तो जज्ज पिंचेनचा आवाज होता.

त्या स्वरात प्रेमळपणा आणि सांत्वनभाव यांच्या जोडीला उपहासातील कडवटपणा होताच! क्लिफोर्ड मात्र भीतीने गारठून गेला. गर्भगळीतच झाला म्हणा ना! पूर्वीच्या त्याच्या अनुभवातले असे एखादे निश्चित कारण होते म्हणून तो भ्याला असे नव्हे. त्या माणसाबद्दल – जज्ज पिंचेनबद्दल त्याला मुळातच भीती होती. प्रथमपासूनचीच म्हणू या. किती झाले तरी तो दुबळा होता, नाजूक होता आणि भित्रा तर होताच. जज्जची शक्ती अवाढव्य होती. त्याची ताकद मोठी होती. माणसाचा अंगभूत दुबळेपणा समोरच्या सामर्थ्याचा अंदाज घेऊच शकत नाही व त्यामुळे ते सामर्थ्य त्याला अधिक भयंकर भासते. आपल्या स्वतःच्या गोतावळ्यातील एखाद्या दुर्दम्य इच्छाशक्ती बाळगून असणाऱ्या नातेवाइकाचा बागुलबुवा अतिशय मोठा केलेला असतो. जज्ज पिंचेन क्लिफोर्डचा बागुलबुवाच होता, असे म्हणण्यास हरकत नाही.

बारा

मि. हॉलग्रेव्ह छायाचित्रकार

स्वभावत:च वृत्तीने कामसू असलेली फीबी नेहमी कोणत्या ना कोणत्या उद्योगात गर्क असायची. साहजिकच त्या जुनाट, अंधाऱ्या पिंचेन हाऊसमध्ये कोंडून राहणे तिला परवडणारे नव्हतेच. ते दिवस मोठे होते. त्यामुळे क्लिफोर्डकरिता तिला द्यावा लागणारा वेळ सूर्यास्ताच्या खूपच आधी संपत होता.

क्लिफोर्डचे जीवन तसे धकाधकीचे नव्हते. त्यामुळे त्याच्या जीवनशक्ती कधीच संपत नव्हत्या. तसा शारीरिक कष्टामुळे तो थकून जात होता, अशातला भाग नव्हता. त्याची कष्टाची कामे म्हणजे कधीतरी कुदळ घेऊन बागेतले काम करायचे थोडा वेळ. अधूनमधून बागेतल्याबागेत फिरत राहायचे; पावसाळी हवा असली, तर घरातील एखाद्या मोठ्या, रिकाम्या खोलीत येरझाऱ्या घालायच्या, शतपावली करायची. बस्स. शरीरावर ताण पडेल असे काही न करण्याकडेच त्याचा कल होता. शक्यतो हालचाल करायची नाही हेच त्याचे धोरणही होते.

यामागे दोन कारणे संभवतात. पहिले, त्याच्या वृत्तीत अशा तऱ्हेची एखादी आग धुमसत असावी की, त्यामुळे त्याच्या आवश्यक अशा कार्यशक्ती तेथल्यातेथेच, जागच्याजागी विझून जात. कदाचित, त्याच्या भोवतालच्या वातावरणामुळे, त्या कंटाळवाण्या, असह्य नीरसतेमुळे त्याचे मन बधिर झाले होते. एवढे बधिर की, त्याला ती नीरसतादेखील जाणवत नव्हती. अर्थात, आणखीही एक संभव असावा. त्याच्या जीवनस्थितीत वेगळा बदल घडून येत होता. त्याचा पुनर्जन्मच होणार होता म्हणा ना! आपल्या भोवतालचे प्रत्येक दृश्य, प्रत्येक ध्वनी आणि प्रत्येक प्रसंग यांच्यापासून आपले चैतन्य आणि बुद्धिमत्ता यांना पोषक असे काहीतरी मिळवण्याच्या

मागे होता तो.

जगाच्या व्यवहारांशी परिचित असलेल्यांना या पोषकतेसाठी वेगळा उद्योग करावा लागत नसल्याने त्या निरर्थक असतात त्यांच्या दृष्टीने. क्लिफोर्डची गोष्ट मात्र वेगळी होती. त्याचे जीवन अधांतरी होते. अनेक वर्षे लोंबकळत होते कालचक्रात. त्यामुळे आताचे त्याचे जीवनानुभव नवीन होते. त्याला नवीन कांती यावी यासाठी ते धडपडत होते. त्याचे मन मोठ्या हव्यासाने वेध घेत होते त्या पुनरुज्जीवनाचा. म्हणून त्याला सगळीकडे कार्यमग्नता व स्थित्यंतर यांच्या विशेषाकृती दिसत होत्या. लहान मुलाला तसेच दिसत असते.

कारण कोणते का असेना, सामान्यत: क्लिफोर्ड थकून जाई दिवसभरात. सूर्य मावळण्यापूर्वीचे किरण खिडकीच्या पडद्यामधून आत डोकावण्यापूर्वीच किंवा खोलीच्या भिंतीवर त्याच्या मावळत्या तेजाची प्रभा पसरण्यापूर्वीच त्याला झोपावेसे वाटत होते आणि सर्व लहान मुले झोपतात त्याप्रमाणे तो अगदी लवकर झोपत असे. आपल्या बालपणीच्या आठवणींच्या स्वप्नसृष्टीत तो रममाण होई. तसा तो झोपला की, मग फीबीला आपल्या लहरीप्रमाणे दिवसाचा उरलेला वेळ व संध्याकाळ घालवायला मोकळीक मिळे.

एकंदरीत फीबी तशी निरोगीच होती, तरीही तिच्या आरोग्याच्या दृष्टीने तिला मिळत असणारी ही मोकळीक केव्हाही उपकारकच होती. त्या मोडकळीस येत चाललेल्या, जुन्यापुराण्या घरातील भिंतीवर सुकलेल्या आणि दमट अशा कुजवट्याचे थरच्याथर बसले होते. श्वास घ्यायचा, तर त्याच वातावरणात घ्यायचा अशी स्थिती होती आणि म्हणून चांगल्या मनोवृत्तीच्या हेप्झीबाची मन:स्थितीही एखाद्या वेडसर माणसाप्रमाणे बनलेली होती. त्या तसल्या घरात केवढा लांबलचक असा काळ घालवला होता तिने! त्याच-त्याच कल्पनांच्या सान्निध्यात तिने आपले दिवस घालवले होते. तिचे मायेचे स्थान फक्त एकच होते. अन्यायाची एकच कडवट जाणीव सलत होती तिच्या मनात. क्लिफोर्डचे सारे जीवन सुस्त, मरगळलेले, चेतनाहीन चालले होते. आपल्या जवळच्या माणसा वर त्याचा नैतिक असा कोणताच प्रभाव पडत नव्हता. मग त्यांनी वागण्यात केवढी का कळकळ आणली असेना. त्याच्याबद्दल त्यांना केवढे का प्रेम असेना.

मानवाच्या ठायी असणाऱ्या सहानुभूतीच्या भावनेमागची शक्ती किंवा मानवाला मानवाबद्दल वाटणारे आकर्षण यांची आपल्याला पुरती कल्पनाच नसते, आणि आपण समजतो त्यापेक्षा, ती एक अतिशय सूक्ष्म आणि विश्वव्यापी भावना असते. संघटित मानवी जीवनाच्या वेगवेगळ्या वर्गांतही तिचे अस्तित्व आढळते. एका घटकातून दुसऱ्या घटकाकडे ती प्रवाहित होत असते. तिचे होणारे कंपन एकमेकाला जाणवत राहते.

याचा प्रत्यय फीबीला स्वत:लाच आला एकदा. क्लिफोर्डने किंवा हेप्झीबाने आपल्या हातात एखादे फूल घेतले की, ते खूपच लवकर गळायला लागायचे. तिच्या स्वत:च्या हातात ते असताना त्याच्या उलट व्हायचे. हाच नियम त्या सर्वांच्या जीवनांनाही लागू पडत होता. त्या दोन दुबळ्या, व्यथित जिवांना तजेला आणावा, त्यांचे जीवन सुगंधित करावे, यासाठी त्या यौवनाच्या बहरात फुलून गेलेल्या युवतीचे आयुष्य खर्ची पडत होते. एखाद्या अधिक तरुण व आनंदी व्यक्तीच्या सहवासात तिच्या आयुष्याला अधिकच बहर आला असता, पण तिच्या सहवासातील या माणसांच्या वृत्तीमुळे तिची स्वत:ची भावसुमने निर्विवादपणे गळूनच जाणार होती.

माणसांचा सहवास आयुष्याच्या प्रगतीसाठी केव्हाही उपकारक ठरतो. त्यासाठीच केवळ तिला त्यांच्यापासून थोडा वेळ का असेना, दूर राहणे अत्यावश्यक होते. त्यामुळे तिच्या चित्तवृत्तीतली तरतरी आणि हुरूप कायम राहणार होता. म्हणून तिला अनेक गोष्टी करून पाहायच्या होत्या. उपनगरात फिरण्यासाठी जाऊन मोकळ्या हवेचे सुख घ्यायचे होते. समुद्रकिनाऱ्यावर जाऊन सागरी वारा प्यायचा होता. अध्यात्मविद्येसंबंधीचे किंवा तत्त्वज्ञान स्पष्ट करण्याकरिता दिलेले एखादे व्याख्यान ऐकून त्याच्या आधारे निसर्गाच्या सामर्थ्याची, आवेशाची महती समजून घ्यायची होती. (न्यू इंग्लंडमधल्या मुली करत तसे!) एखादा सात-आठ मैल लांबीचा निसर्गरम्य देखावा बघत त्याची मौज लुटायची होती. एखाद्या संगीत मैफलीचे श्रवणसुख मिळवायचे होते. गावातील बाजारातून सुंदरसुंदर वस्तूंची दुकाने धुंडाळून एखादी रिबन घरी आणायची होती. आपल्या खोलीत बसून बायबलचे पारायण करायचे होते थोडा वेळ. कधीमधी आपली आई, आपले जन्मगाव यांचीही आठवण करायची होती. एक ना अनेक व्याप होते तिच्यामागे!

या सगळ्या आवडींपैकी कुठली ना कुठली ती जपत होती, म्हणूनच टिकून राहिली होती. तिच्या संस्कारक्षम संवेदनांना असले खाद्य मिळत होते म्हणून ठीक. नाहीतर फीबीचे रूप पार बदलून गेले असते. अगदी कृश, पांढरी फटफटीत, अशक्त दिसली असती ती. वृद्ध कौमार्यावस्था आणि निरुत्साही भवितव्य यांच्या वाटेने जाण्याकरिता लागणारे चमत्कारिक आणि बुजरे वळण लागले असते तिला. थोडक्यात, अगदी खचून गेली असती ती. कदाचित हेप्झीबाप्रमाणेच तिच्याही जीवनात रस उरला नसता जगण्यासारखा.

तसे जरी असले, तरी थोडाफार फरक जाणवू लागलाच तिच्या नेहमीच्या वागणुकीत. त्याच्याबद्दल जरा खेद वाटावा असा. अर्थात, त्याचा प्रभाव कमी करण्याची ताकद दुसऱ्या अधिक मौल्यवान गुणात होती म्हणून बरे. आता ती पूर्वीएवढी आनंदी, उल्हसित राहायची नाही. सतत तर नाहीच-नाही. आता ती

विचारमग्नतेकडे झुकत होती. तशी ती विचारात गढलेली पाहून क्लिफोर्डला अधिक बरे वाटत होते. त्याला ती तशीच अधिक आवडत होती.

फीबीचा पूर्वीचा निर्भेळ आनंद त्याला तेवढासा पसंत नव्हता. त्याला कारणही होते. त्याच्याबद्दलची तिची आताची समज पूर्वीहून अधिक नाजूक आणि अधिक चांगली होती. त्यामुळे कधीकधी त्याला स्वत:च्या व्यक्तित्वाचा अर्थ अधिक स्पष्ट होऊ लागला. तिचे डोळे अधिक मोठे, अधिक काळेभोर आणि अधिक खोल दिसू लागले होते; एखाद्या स्तब्ध अशा क्षणी आर्टेशियन विहिरीसारखे खोल, खूप खोल, अगदी अपार वाटायचे ते डोळे. त्या दिवशी गाडीतून खाली उतरताना ती त्याला पोरसवदा वाटली, पण आज ते तिचे पोरसवदेपण संपले होते. आता ती प्रौढ वाटू लागली, एखाद्या स्त्रीसारखी.

तिच्या सहवासात पुष्कळदा एकच तरुण मन येत होते. ते म्हणजे मि. हॉलग्रेव्ह. तो गेबलमधल्या खोलीत राहणारा छायाचित्रकार. त्या काळच्या छायाचित्रणाच्या पद्धतीने तसबिरी खेचणारा एक कलाकार. त्यांचा परस्परांचा परिचय त्याच्या भोवतालच्या त्या एकांतवासातूनच वाढलेला होता. त्याचे दडपणच पडल्याने तसे घडणे अपरिहार्य झाले. याहून वेगळ्या अशा परिस्थितीत ती दोघे भेटली असती, तर त्या तरुण माणसांनी एकमेकांचा इतका लोभ जुळवलाही नसता. एक अपवाद होता त्याला. त्यांच्या स्वभावातील पराकोटीस पोहोचलेला वेगळेपणा, हेच जर त्या परस्परांमधील आकर्षणाचे तत्त्व मानले असते, तर ते शक्य होते.

न्यू इंग्लंडमधल्या जीवनक्रमाला शोभणारे स्वभाव होते त्या दोघांजवळ, म्हणून त्यांच्या बोलण्या-चालण्यात पुष्कळसे जुळण्यासारखे होते. परंतु प्रत्येकाचे अंतरंग मात्र अगदी उलट एकमेकांच्या. जणूकाय त्यांची मूळ गावे जगाच्या विरुद्ध टोकालाच वसलेली होती. फीबी स्वभावत: जरी मोकळ्या मनाची, सीध्या आचरणाची होती, तरी त्याच्याबरोबरच्या परिचयाच्या आरंभीच्या कालात ती थोडीफार दबूनच होती. हॉलग्रेव्हनेही त्यात विशेष रस घेतला नव्हता. जवळजवळ दर दिवशी त्यांची एकमेकांशी भेट व्हायची, बोलणी व्हायची, अगदी कळकळीची, मित्रत्वाची आणि घरगुती अशा स्वरूपाची वाटणारी; तरीही त्याची आपल्याला चांगली ओळख पटली असे समाधान अजूनही वाटत नव्हते तिला.

त्या कलाकाराने जाताजाता आपला थोडासा इतिहास तिला सांगितला होता. पुष्कळसा विसकळीत अशा स्वरूपात. तो अर्थात तरुणच होता. त्याच्या आयुष्यक्रमातला अखेरचा टप्पा त्याने अगोदरच गाठला होता. त्याने त्या जीवनमार्गाचा स्वीकार केलेला होता. तरीसुद्धा एखाद्या आत्मचरित्रात घालण्यासारख्या, प्रतिष्ठा पावण्याजोग्या घटना त्याच्या त्या छोट्याशा आयुष्यात घडल्या होत्या. अमेरिकन समाज आणि शिष्टाचार यांच्यावर छाप पाडलेली ती गिल ब्लासची अद्भुतरम्य कथादेखील

त्याच्या चरित्रकथेपुढे फिकी पडावी. सांगण्याच्या पात्रतेचे नाहीत, असे वाटणाऱ्यांपैकीचे आपल्यामधल्या अनेकांचे अनुभव त्या स्पॅनिश माणसाच्या आरंभीच्या जीवनाची व त्यातल्या स्थित्यंतराची बरोबरी करू शकणारे असतात. एखाद्या कादंबरीकाराने आपल्या नायकाकरिता निर्माण केलेली अंतिम स्थिती ही निश्चितपणे त्या माणसाच्या जीवनातील अंतिम यशापेक्षा किंवा ते जे टोक गाठतात त्यापेक्षा कमी दर्जाची असू शकेल.

हॉलग्रेव्हन फीबीला थोड्याफार गर्वानेच सांगितले होते की, त्याचे कूळ नाव घेण्यासारखे नव्हते. एका अतिशय विनयशील कुटुंबात तो जन्माला आला होता. त्याचप्रमाणे त्याचे शिक्षणही बेताचेच होते. कोठल्यातरी जिल्ह्याच्या शाळेत हिवाळ्यातले काही थोडे महिने हजेरी लागली होती त्याची. वयाच्या खूप लवकर त्याला स्वत:च्याच पायांवर उभे राहायला लागावे, अशी परिस्थिती होती. त्यामुळे लहानपणापासूनच तो स्वावलंबी बनला. त्याच्या स्वाभाविक इच्छाशक्तीच्या जोरावर परिस्थितीशी जमवून घेतले त्याने.

आता त्याचे वय जवळजवळ बावीस वर्षांचे होते (काही महिने त्याने सोडले होते. वास्तविक, अशा प्रकारच्या आयुष्यात त्यांना वर्षाइतके महत्त्व असते.) पण तेवढ्या लहान वयात त्याने अनेक व्याप व व्यवसाय केले होते. प्रथम, एका खेड्यात शाळामास्तर, नंतर तशाच गावातील एका स्टोअरमध्ये विक्रेता. साधारणत: त्याच सुमारास किंवा त्याच्या नंतर एका वृत्तपत्राच्या राजकीय घडामोडींच्या विभागाचा उपसंपादक. त्याच्यापुढे, कनेक्टिकट संस्थानातील कोलोन वॉटर आणि इतर सुगंधी द्रव्ये तयार करणाऱ्या कंपनीचा फिरता एजंट म्हणून.

न्यू इंग्लंड आणि अमेरिकेच्या मध्यप्रदेशातील संस्थाने यांमधून खूप प्रवास केला होता त्याने. बसल्याबसल्या, फावल्या वेळात त्याने दंतवैद्यकशास्त्राचाही अभ्यास करून त्याप्रमाणे व्यवसायही केला. विशेष म्हणजे, त्यात त्याने नेत्रदीपक यशही मिळविले – विशेषत: आमच्या अंतर्भागातील नद्यांच्या काठच्या कारखान्यांच्या शहरात. काही दिवस स्वारीने कसल्यातरी हुद्द्याच्या जादा लागणाऱ्या नोकराचे काम करण्याच्या निमित्ताने एका टपाल-जहाजातून युरोपला भेट दिली. तेथून परतण्यापूर्वी इटली, फ्रान्स, जर्मनी इत्यादी देश पाहून घेतले. काङही काळ, काही महिने तो फॉरेनच्या तत्त्वज्ञानाचा प्रसार करणाऱ्या मंडळाचा कार्यकर्ताही होता.

अगदी परवा-परवापर्यंत तो मोहिनीविद्येच्या शास्त्रावर सार्वजनिक व्याख्याने देत होता. त्या शास्त्रातील त्याची प्रगती वाखाणण्याइतकी होती. फीबीला त्याने त्याचे प्रात्यक्षिक करून दाखविले आणि तिची खात्री पटवली. आपल्या त्या सामर्थ्याच्या जोरावर त्याने तिच्यासमोर बाजूलाच जमीन खुरडत असलेल्या त्या खानदानी कोंबड्याला निद्राधीन केले.

आज घटकेला तो त्या काळातला छायाचित्रकार होता. त्याच्या स्वत:च्या मताप्रमाणे तो व्यवसाय विशेष महत्त्वाचा नव्हता. पूर्वीप्रमाणेच तो या धंद्यात कायम पडणारही नव्हता. स्वत:चे पोट स्वत: भरणारी माणसे ही विलक्षण उत्साही आणि धाडसी असतात. आपल्या समोरच्या व्यवसायाबद्दल बरीचशी बेफिकीरही असतात ती. केवळ त्याच एका वेगळ्या भावनेतून तो त्या छायाचित्रकाराच्या धंद्याकडे झुकला होता. तशाच प्रकारचा एखाद-दुसरा भटका धंदा सापडला की, तेवढ्याच बेपर्वाईने तो हा धंदा सोडून देणार होता. अस्थिरतेचे त्याला आकर्षण होते.

हॉलग्रेव्हने – त्या तरुण माणसाने एवढे अनेक उद्योग केले, तरी या सर्व व्यक्तिगत स्थित्यंतरांतून त्याने आपले स्वत:चे व्यक्तिमत्त्व कदापिही गमावले नाही, ही गोष्ट खरोखर आदर्श होती. त्या तरुणाच्या वृत्तीतील नेहमीच्या समतोलपणापेक्षा अधिक काहीतरी सुचवत होती. व्याप अनेक, परंतु व्यक्तित्व मात्र एकच. प्रत्येक निरनिराळ्या व्यापात उठून दिसायचेच ते.

खरे पाहता, हॉलग्रेव्हला ना घर ना दार! कोठे एका जागी स्थिर नसणारा माणूस तो. जनमनाची वा व्यक्तीची आस नव्हतीच त्याला. आज हा बुरखा, उद्या दुसरा, तर परवा तिसराच. सारखी भूमिका बदलत राहायची त्याची, परंतु त्याच्या बाह्यस्वरूपात कितीही बदल होत राहिले, तरीही त्याचे अंतरंग, त्याचा आत्मा मूळ स्वरूपातच वास करत राहिला. त्याच्या सदसद्‌विवेकबुद्धीची व त्याची फारकत कधीच झाली नाही. हॉलग्रेव्हच्या व्यक्तिमत्त्वातली महत्त्वाची अशी हीच एक खोच होती. ती ज्याला कळली नाही त्याला तो कळला नाही. त्याच्या जीवनाचा अर्थ लागला नाही त्याला मग.

हेप्झीबाला त्याचे ते मर्म माहीत होते. त्याचप्रमाणे फीबीलाही त्याचे दर्शन झाले थोड्याशा परिचयानंतर. अशा तऱ्हेची खात्री झाली की, त्यातूनच पूर्ण विश्वास निर्माण होतो. त्यालाच पुढेपुढे श्रद्धारूप प्राप्त होते; पण तरीही त्याच्या आचरणाचा मार्ग आपल्यापेक्षा वेगळा आहे, अशी जाणीव झाली की, ती दचकत असे. कित्येकदा मागे फेकली जात असे; विचलितही होत असे. अर्थात, त्याच्या प्रामाणिकपणाबद्दल तिच्या मनात बिलकूल संशय नव्हता, हे निश्चित. त्याच्या दृष्टीने स्वीकारलेल्या जीवनमार्गाशी तो सदैव प्रामाणिक राहणारच, हा तिचा विश्वास कायम होता. प्रस्थापित तत्त्वांना धुडकावून लावण्याची त्याची प्रवृत्ती तिला अस्वस्थ करीत होती. तिच्याभोवतालच्या प्रत्येक व्यवहारात त्यामुळे विसकळीतपणा येत होता, पण क्षणभरात ती आपल्या पूर्वीच्या स्थितीत येईपर्यंतच टिकून राहायचे ते. त्याला जर ते पटले, तर मग प्रश्नच उरत नसे.

शिवाय, त्याच्या स्वभावात तिला कधीच प्रेमळपणा असा दिसत नव्हता. त्याला कोणाबद्दल माया वाटत असेल की काय, याची शंका येत होती तिला. तो

अतिशय संथ मनाचा माणूस होता. अगदी भावनारहित मनाने तो जगाकडे पाहत होता. त्याच्या नजरेतील जिवंतपणा तिला अनेकदा जाणवला, पण अंत:करणातील मृदुता? क्वचित, छे, कधीच नाही.

हेप्झीबा, तिचा भाऊ, फीबी स्वत: या तिघांमध्ये हॉलग्रेव्ह एक निश्चित असा रस घेत होता. अतिशय बारकाईने त्यांच्या बारीकसारीक हालचालींवर ध्यान ठेवले होते त्याने. त्यांच्या व्यक्तिगत आविष्कारातील कोणतीही लहान असो, मोठी असो, अवस्था त्याने टिपली नाही असे नव्हते. त्यांचे भले व्हावे म्हणून जेजे करावे लागेल तेते करायची तयारी होती त्याची, पण अखेरच्या क्षणी त्यांच्याशी निश्चितपणे जुळलेच नाही कधी. त्यांना तो अधिक चांगल्या रितीने ओळखत होता, परंतु त्यांच्याशी असलेल्या परिचयाच्या मानाने तो त्यांच्यावर प्रेम करत होता, असे अनुमान काढता येण्याइतका सबळ पुरावा दिसला नाही कधी. आपली बौद्धिक भूक भागवण्याच्या इराद्याने तो त्यांच्याशी संबंध ठेवून होता. त्याला त्यांचे प्रेम नको होते. आपल्या अंत:करणाची भूक भागवण्याची त्याची इच्छा नव्हती. या त्याच्या स्वभावविशेषाची फीबीला समज आली नाही. आपल्या प्रियजनांमध्ये आणि स्वत:मध्ये त्याच्या बुद्धीला रस घेण्याइतके काय असावे, हे तिला समजेना, कारण मायेने, प्रेमाच्या भावनेने तो त्यांच्यात गुंतलेलाच नव्हता. फीबीला आपल्या मनातले हे कोडे उलगडले नाही.

फीबीबरोबरच्या त्या कलाकाराच्या बोलण्यात क्लिफोर्डचा विषय ठरलेलाच. त्याच्या क्षेमकुशलाबद्दल खास चौकशी असणारच, कारण रविवारच्या त्या बैठकीच्या वेळीच फक्त भेटायचा तो त्याला.

"हं, कसं काय आहे क्लिफोर्डचं? आहे का अजून तो आनंदात?" एके दिवशी त्याने तिच्याकडे विचारणा केली.

"हो. आहे ना. अगदी एखाद्या बालकासारखा आनंदात आहे तो. तरी की नाही, एखाद्या लहान मुलासारखा लगेच अस्वस्थही होतो बघा." फीबीने माहिती दिली.

"मुलासारखा अस्वस्थ म्हणजे कसा? किती वेळ? म्हणजे त्याच्या भोवतालच्या गोष्टी त्याला भेडसावतात की त्याच्या मनातले विचार करतात तसं?" हॉलग्रेव्हचा नवीन एक प्रश्न.

"अहो, त्याचे विचार मी कसे काय जाणणार? त्याच्या मनातलं काहीच सांगू शकत नाही मी. ते शक्य तरी कसं आहे? सूर्यावर एखादा ढग यावा ना, त्यासारखे त्याचे विचार एकाएकी पालटतात अनेक वेळा. त्याच्यामागच्या कारणाचा तर्कही करता येत नाही. अलीकडं मी त्याला अधिक चांगल्या रितीनं समजू शकते आहे. त्यामुळे त्याच्या भावजीवनाचं इतक्या जवळून दर्शन घ्यावं, हे मला प्रशस्त वाटत नाही. केवढं अपार दु:ख भोगावं लागलं आहे त्याला! अत्यंत विदारक असे अनुभव

घेतले आहेत त्यानं! त्याचं अंत:करण संपूर्णत: गंभीर आणि पवित्र बनून राहिलंय. त्यामुळं जेव्हा त्याच्या अंधारलेल्या मनाच्या दालनात उजेड पडतो, जेव्हा तो आनंदात असतो तेव्हाच त्याच्या मनात डोकावण्याचं धाडस करते मी. त्या उत्साहकिरणाच्या प्रकाशात जेवढं दिसेल तितकंच पाहून घ्यायचं; पुढं नाही. अंधारातली ती भूमी पवित्र असते! आपण पाऊल ठेवणार तिथं. पण ते त्याचं दु:ख आहे. त्याच्यावरची खपली काढणार नाही आपण.'' फीबीने शक्य तितक्या साध्या शब्दांत खमंग असे उत्तर दिले.

''केवढे अर्थपूर्ण शब्द वापरलेस तू! खरंच, तुझी ही भावना व्यक्त करायला अगदी योग्य होते ते! माझ्याजवळ ती भावना नाही, तरी तुझी मी समजू शकतो. मला जर तुझ्याइतकी संधी मिळाली असती, तर क्लिफोर्डच्या अंत:करणाचा ठाव घेण्याकरिता मी जरासुद्धा कसूर केली नसती. कशाचीही फिकीर न करता मी त्याचा वेध घेतला असता!'' कलाकाराने म्हटले.

''काय विलक्षण आहात हो! तुम्ही ही इच्छा करावी! कमाल आहे अगदी! पण काय हो, कझीन क्लिफोर्डचा आणि तुमचा संबंध तरी कुठे येतो?'' फीबीने नाखुषीच्या स्वरात विचारले.

''छे! छे! तसा कसलाच नाही. खरंच नाही! केवढं विलक्षण आणि अनाकलनीय आहे हे जग! या दृष्टीनंच बघतो मी त्याच्याकडं. जितकंजितकं जवळून पाहावं, तितकंतितकं बुचकळ्यात टाकतंय ते मला. माणसाच्या मनातला गोंधळ त्याच्या अंगचा शहाणपणा मोजण्याचं प्रमाण आहे, असं वाटू लागतं मला. पुरुष, स्त्रिया, मुलंसुद्धा मोठी विलक्षण असतात. त्यांचं खरंखुरं आकलन आपल्याला झालं आहे, अशी कोणीही कधीच शेखी मिरवू नये. आज ती त्याला जशी दिसतात, त्याच्यावरून ती तशी आहेत, असा तर्कही करू नये कधी. जज्ज पिंचेन! क्लिफोर्ड! काय माणसं आहेत एकेक! माणसं कुठली, जगाला पडलेली कोडीच आहेत ती! अजब गुंतागुंत आहे सगळी! गुंतवळ्याची गुंतागुंत म्हणायची! ती सोडायची झाल्यास त्याला एखाद्या तरुण मुलीचं निष्पाप मन पाहिजे. तिच्याकडची अंतर्ज्ञानाने मिळवलेली सहानुभूती हवी. माझ्यासारखा दुरून बघणारा भरकटणारच कुठंतरी अगदी नक्की, कारण आम्हाला अंतर्ज्ञान झालंच नाही. फारफार तर थोडेसे मर्मज्ञ आणि सूक्ष्मज्ञानी असू आम्ही.'' हॉलग्रेव्ह हसतहसत म्हणाला.

आता ती दुसऱ्या विषयाकडे वळली; थोड्याशा सुखावह अशा विषयाकडे. दोघेही तरुण होती. हॉलग्रेव्हला अकाली प्रौढ होण्याइतके अनुभव आले असले, तरी त्याचा मुळातला तरुण भाव टिकूनच होता. एका छोट्याशा अंत:करणातून वर आलेली ती तारुण्याची ऊर्मी साऱ्या विश्वावर त्या भावनेचा फैलाव करत होती, तेजाळून टाकत होती. विश्वाच्या निर्मितीच्या पहिल्या दिवसाचे तेज त्याच्यात होते;

लखलखून गेले सारे.

माणसाचे स्वत:चे तारुण्य हेच विश्वाचेही! निदान, ते तसे असते अशी त्याची भावना असते. पृथ्वीचे कवच कठीण नाही. आपण ते भेदू शकू, त्याला हवा तो आकार देऊ, अशी कल्पना करतो तो. हॉलग्रेव्हची मनोधारणा नेमकी तशीच होती. विश्वाच्या अनेक युगांच्या प्रगतीबद्दलचे त्याचे वक्तव्य शहाणपणाचे होते, पण तो जे म्हणत होता, त्याच्यावर त्याचाच प्रत्यक्षात विश्वास नव्हता. तो अद्याप तरुण होता. म्हणून सुरकुतलेल्या चेहऱ्याच्या, रुपेरी दाढीधारी, चारित्र्यहीन, वृद्ध पण पूज्य न भासणाऱ्या विश्वरूपांच्या जागी त्याला एक नाजूक असे लहान बालक दिसत होते. भविष्याच्या कोणत्याच खुणा न दाखविणारे, परंतु जसे घडवावे तसे घडण्याची शक्यता असलेले एक बालक दिसते त्याला ते विश्वरूप. जगाकडे पाहण्याची त्याची दृष्टी ही होती. त्याला तेवढी बुद्धी होती. त्याच्या अंतर्मनात एक भविष्यवाणी घुमत होती. प्रत्येक तरुणाजवळ ती नसेल, तर त्याचा जन्मच व्यर्थ वाटावा आणि ज्या प्रौढाजवळ ती असेल त्याने त्याप्रमाणे न वागण्यापेक्षा कायमचे जगातून प्रयाण केलेले बरे.

आखून दिलेल्या त्या कुमार्गाने कायमचे सरपटत जाण्याचे आपल्या दैवात नसते.आपल्या स्वत:च्या आयुष्यमानातच जीवितकालात आयुष्याचे सोने करण्याची हिंमत धरली पाहिजे. त्या सुवर्णयुगाचे अग्रदूत बाहेर उभे आहेत. त्यांच्यामागून चालण्याची धमक आजच्या या वर्तमानकालातच असते, ही खूणगाठ बाळगली पाहिजे. तरुण मनाने या सत्याचा स्वीकार केलाच पाहिजे. अगदी थेट ॲडमच्या, त्या आद्यपुरुषाच्या नातवंडाच्या युगापासून आजपर्यंतच्या प्रत्येक शतखंडातील आशावादी माणसाचे हे स्वप्न असलेच पाहिजे. हॉलग्रेव्हला तेच वाटले.आजमितीला या शेवाळात दडलेल्या आणि कुजून-सडून गेलेल्या त्या भूतकाळाला खाली खेचून काढण्याची खरी गरज आहे. ज्या संस्था, रूढी, तत्त्वे निर्जीव, निरुपयोगी बनली असतील, त्यांना आपल्या मार्गातून काढून टाकून दूर कोठेतरी भिरकावून दिले पाहिजे. त्यांची आधीच मेलेली शरीरे गाडून टाकली पाहिजेत. नव्या युगाला सुरुवात केली पाहिजे. त्याचा उद्घोष केला पाहिजे.

त्या कलाकाराच्या म्हणण्यातला मथितार्थ योग्य होता. येणारे शतखंड अधिक चांगले होते. आपल्या जन्मात आपण त्याची शंका घेऊ नये. पण ते सर्व याच युगात होईल, असे मानण्यात तो चूक करत होता. आजच ते घडणार आहे. पूर्वी घडलेले नाही, पुढे घडण्याचे चिन्ह नाही, ही त्याची चूक होती. जुन्या चालीरीतींची, धर्मश्रद्धांची, रूढींची फाटकीतुटकी वस्त्रे होती, त्या जागी एक नवीन सूट येणार आहे, अशी त्याची कल्पना होती. त्या वस्त्रांना ठिगळे लावत-लावत ते वस्त्र बदलायचे आहे, हे त्याला मान्य नव्हते. आपल्या आयुष्याचा लहानसा कालखंड

या महान कृत्याचे मूल्यमापन करण्याकरिता वापरत होता तो. इतके सोपे होते का ते?

या सर्वांवर ताण करणारा एक विचार त्याच्या डोक्यात होता. आपण स्वत: त्याच्याकरिता किंवा त्याच्या विरुद्ध झगडावे की काय, याचा विचार करताना दृष्टिपथात असलेल्या त्या महान ध्येयाचे त्याला काहीच वाटत नव्हते, तरीसुद्धा असा विचार करणे हे त्याच्या दृष्टीने ठीक होते. त्याच्या या उत्साहाला त्याच्या स्वभावातील संथपणाची साथ होती. त्यातून निर्माण होणाऱ्या विचाराला आणि शहाणपणाला एक स्थैर्य येणार होते. शेवटी, त्याची ही विशुद्ध आणि भक्कम विचारसरणी त्याच्या चित्तवृत्ती प्रफुल्लित ठेवत होती आणि त्याला महत्त्वाकांक्षी बनवत होती. त्या महत्त्वाकांक्षेची पातळी उंचावत होती. जसजसा वयाने तो मोठा होणार होता, तसतसा त्याचा प्रभाव वाढत जाणार होता.

आरंभीच्या श्रद्धा अपरिहार्यपणे येणाऱ्या अनुभवांच्या कसोटीवर तावून-सुलाखून निघणार होत्या. त्याच्या भावना अकस्मात उचलही खाणार नव्हत्या. माणसाच्या उज्ज्वल भवितव्यावर त्याची श्रद्धा कायम राहणार होती. कदाचित, माणसावर तो अधिक प्रेमही करू शकणार होता. त्याची असहाय्यता कळून येणार होती त्याला. जीवनाची सुरुवात करताना बाळगलेली ताठर श्रद्धा हळूहळू सौम्य होणार होती आणि आयुष्याच्या अखेरीस तिचे स्वरूप अधिक विनयशील बनणार होते. त्या वेळेस त्याला हे पटण्याची शक्यता होती की, माणसाला कोणाचेतरी मार्गदर्शन हवे असते. उत्कृष्ट मार्गदर्शनाखाली केलेल्या परिश्रमांतूनच एक प्रकारचे स्वप्न निर्माण होते. ते एक स्वप्नच असते मात्र. त्या स्वप्नाला साकार करण्याचे कार्य केवळ परमेश्वरच करत असतो. माणसाच्या हातात ती गोष्ट नसते. त्याने नुसते स्वप्न पाहायचे. पूर्तता परमेश्वर करणार!

हॉलग्रेव्हचे वाचन फार कमी होते. जे काही झाले तेही जीवनाच्या धकाधकीतच. साहजिकच, त्या कोलाहलात पुस्तकांची गूढ भाषा त्याच्या कानांत विशेष शिरलीच नाही. त्याचा परिणाम असा झाला की, त्या दोन्हींचाही अर्थबोध त्याला झालाच नाही – जीवनाचाही, पुस्तकातील विचारांचाही. स्वत:ला तो विचारवंत समजत होता. तसा तो मनाचा विचारीही होता खरा, परंतु त्याला स्वत:चा असा एक वेगळा मार्ग काढावयाचा होता. त्याच्या भरात तो आपला मार्गच हरवून बसला.

शिकला-सवरलेला माणूस त्या विशिष्ट अवस्थेला जाऊन पोहोचल्यानंतरच मग विचार करायला सुरुवात करत असतो. त्याच्या स्वभावाचे खरे मूल्य त्याच्या अंतर्शक्तीच्या सखोल जाणिवेत साठले होते. त्यामुळे त्याच्या जीवनात घडून आलेले गतकाळातील बदल केवळ एखादा पोशाख बदलावा त्याप्रमाणे साधेसुधे भासत होते. त्या वेळेस त्याला एवढा उत्साह होता की, त्याच्या अस्तित्वाची

जाणीवदेखील झाली नाही त्याला. परंतु त्याने हातात घेतलेल्या प्रत्येक कामाला त्यामुळे ऊब आली. त्याची ती महत्त्वाकांक्षा त्याच्या स्वतःच्या आणि इतरांच्याही नजरेपासून लपून राहिली. त्या वैयक्तिक महत्त्वाकांक्षेत – त्याच्या अधिक उदात्त अशा आवेशपूर्णतेत दडली होती ती – एक निश्चित असे सामर्थ्य दडलेले होते. त्यामुळेच त्याच्यातून एखादा सिद्धान्तवादी निर्माण न होता, एक व्यवहारवादी असा माणूस तयार होणार होता. त्याच्या हातून तसे कार्यही घडले असते. एकंदरीत, त्याच्यावर झालेल्या संस्कारांत अथवा त्याच्या अभावात, त्याच्या अपक्व, स्वैर आणि गूढ अशा तत्त्वज्ञानात आणि त्या तत्त्वज्ञानाच्या काही प्रवृत्तींच्या उलट येणाऱ्या व्यावहारिक अनुभवांत, माणसाच्या कल्याणासाठी लागलेल्या त्याच्या महान तळमळीत आणि रूढींविषयीच्या बेपर्वाईत, त्याच्या श्रद्धेत व त्याच्या बेइमानीत त्याच्याजवळ असणाऱ्या व नसणाऱ्या अशा सर्व गोष्टींचा विचार केल्यास तो कलाकार त्या देशातील त्याच्याच वयाच्या माणसांचा, मतांचा त्या काळातील प्रतिनिधी ठरत होता, यात शंका नाही.

त्याने स्वीकारलेल्या जीवनक्रमाची कल्पना करणे अथवा वर्णन आताच करणे अवघड होते. तो एका स्वतंत्र देशात जगत होता. त्याला जे करून दाखवता येणे शक्य होते, ते करण्यास स्वतंत्र होता तो. त्यामुळे जगाकडून शाबासकी मिळेल अशा आपल्या आवाक्यातील गोष्टी करणे शक्य होते त्याला; पण या गोष्टींत खूपच अनिश्चितता असतात. त्या अनिश्चिततेत मोठा आनंद असतो. आपल्या आयुष्यात हॉलग्रेव्हसारखी अनेक तरुण माणसे आपल्याला भेटतात. त्यांच्याकडून आपण खूप मोठ्या गोष्टींची अपेक्षा करतो; परंतु नंतर त्यांचा पत्ताच नसतो. अगदी लक्षपूर्वक पाहिले, तर हे असेच आढळते. तारुण्यातील हुरूप, भावनांचा उद्रेक, बुद्धिमत्ता व कल्पकता यांचे आल्हाददायक तेज या गोष्टी मोठा भ्रम निर्माण करतात जगापुढे. त्यांनी ते तरुण भुलून जातात. तो एक देखावा असतो. त्याला ते बळी पडतात. स्वतःबरोबर जगाला मूर्ख बनवतात. त्याची पहिलीवहिली नव्हाळी सुरेख असते दिसायला, एखाद्या चीटाच्या, सुती किंवा तागाच्या कापडाप्रमाणे. परंतु तेच कापड उन्हात वाळू लागले, पावसात भिजू लागले की, ते आरंभीचे तेज टिकत नाही. एकदा का पाण्यातून धुऊन निघाले की, त्याला वेगळे, गंभीर रूप मिळते. आयुष्याच्या अनुभवानंतर तारुण्यातली सुरसुरी, खुमखुमी असाच वकूब निर्माण करते. असो.

आपल्याला आता त्या दिवशी दुपारी हॉलग्रेव्ह पिंचेन हाऊसच्या बागेतील लताकुंजात काय करत होता, याच्याशी कर्तव्य आहे. त्या तरुणाच्या चेहऱ्यावर आनंदाच्या छटा पसरल्या होत्या. त्याचा स्वतःवर गाढ विश्वास होता. आयुष्यातील कसोटीच्या अनेक क्षणांना तोंड दिल्यानंतरही त्याच्या चेहऱ्यावरचे तेज किंचितही

कमी झाले नव्हते. तो तितकाच समर्थ आणि कौतुकास्पद दिसत होता. आता तो फीबीबरोबर सुखसंवाद करण्यात गुंग झालेला दिसत होता. फीबीला तो 'संथ', 'भावनाशून्य' वाटला होता, पण आता त्याच्याकडे बघताना तसे म्हणणे अन्यायाचे झाले असते. ती वस्तुस्थिती मान्य केली, तर मग आता त्याचे अंत:करण स्नेहशीलतेच्या उबेने खूपच गरम झाले होते म्हणू या! त्याला नकळत ते सात गेबल्सचे घर आपल्या स्वत:च्या घराप्रमाणे वाटले होते. त्या बागेला एक परिचित असे वेगळे रूप आले होते. अर्थात, फीबीच्या मनात तसे काही होते की काय, कळत नव्हते. आपल्या सूक्ष्म दृष्टीच्या योगाने (तिचा त्याला गर्वच होता.) आपण फीबीच्या अंतर्मनात, तिच्या सभोवताली, सगळीकडे पाहू शकत होतो व त्याचे संपूर्ण ज्ञान करून घेत होतो, अशी त्याची कल्पना होती. ते फार सोपे होते, लहान मुलाच्या गोष्टीतले एखादे पान वाचण्याइतके. फीबीच्या स्वभावातील पारदर्शकतेबद्दलची त्याची समजूत ही होती; परंतु बाह्यरूपावरून अंतरंगाचे आकलन होणे कधीकधी खूप अवघड असते. त्यामुळे पाहणाऱ्याची फसवणूकही होते. झऱ्याच्या तळाला असणारे सागरगोटे दिसतात तेवढे जवळ नसतात. कितीतरी दूरच असतात प्रत्यक्षात. फीबीच्या स्वभावाविषयी त्या कलाकाराची अशीच स्थिती झाली असण्याची शक्यता होती. तिच्याजवळ कोणतेतरी वेगळे असे एक आकर्षण होते. प्रत्यक्ष प्रकट न होता भूल पाडायचे ते एखाद्याला. हॉलग्रेव्हला त्याने चकविले. आपण आयुष्यात कायकाय करायचे ठरवले आहे, याची स्वप्ने तिच्यासमोर अगदी मोकळ्या मनाने रंगवायला लागला तो. आपल्याच एका दुसऱ्या मनाशी बोलावे तसे बोलून जाऊ लागला भडाभडा. कदाचित, फीबीच्या सहवासात तो स्वत:ला विसरूनच गेला असावा. उत्साह आणि भावना यांच्या संयोगाने निर्माण होणाऱ्या अपरिहार्य अशा वैचारिक उन्मादाने भारून गेला होता तो. त्याच्या विचारांचा प्रवाह अशा रितीने प्रसन्न मार्गाने त्याच्या समोरच्या पहिल्याच सुरक्षित अशा जलाशयास जाऊन मिळत होता, पण जर तुम्ही त्या बागेच्या कुंपणाच्या फटीतून त्याच्याकडे डोकावून पाहिले असते, तर त्या तरुण माणसाच्या शब्दातील कळकळ आणि त्याच्या चेहऱ्यावरला लाल-लाल मोहर तुम्हाला दिसला असता. तो त्या तरुण मुलीचे प्रियाराधनच करत होता, असे मानण्यापर्यंत तुमची मजल गेली असती!

बऱ्याच वेळानंतर हॉलग्रेव्हच्या बोलण्यात एक गोष्ट आली. त्यामुळे फीबीने त्याला तो हेप्झीबाच्या परिचयात कसा काय आला, त्या उदासवाण्या, एकलकोंड्या पिंचेन प्रासादात राहण्याचे त्याने का ठरविले, वगैरे गोष्टींबद्दल विचारले. त्याने तिच्या त्या प्रश्नांना बगल दिली व आपले बोलणे 'भविष्या'पासून काढून घेऊन 'भूत'कालाकडे नेऊन भिडविले. त्याचा आपल्यावर कायकाय परिणाम झाला, हे सांगण्यास सुरुवात केली. तसे पाहिले, तर 'एका'चे कंपन 'दुसऱ्या'तून ध्वनित

होत होतेच!

"या दुष्ट भूतकालाची आपल्यावरची मगरमिठी कधीच सैल होणार नाही काय?" त्याच्या उद्गारांत आधीची तळमळ होतीच तशी. "केवढी प्रचंड सावली पडते त्याची या वर्तमानकालावर! एखाद्या राक्षसाच्या प्रेताप्रमाणं भेडसावत राहतोय त्याला तो. वस्तुत: या कालपुरुषाला तशा स्वरूपात पाहण्यात काय हशील आहे! हे भूतकालाचं मढं वाहून नेण्यात वर्तमानकालाच्या शक्तीचा व्यय होतो आहे. तो भूतकाल – तो वृद्ध राक्षस, मेला आहे ना आता? फार तर विधिपूर्वक माती द्या त्याच्या त्या मढ्याला आणि व्हा मोकळे! पण काय हे? आपण सारे दाव्याला बांधलेले गुलाम होऊन राहिलो आहोत त्या मृतप्राय गतकाळाचे! दचकायला होईल तुम्हाला ते कळून! – त्या गतकाळाचे म्हणजे त्या भेसूर, विद्रूप मृत्यूचे गुलाम! मृत्यूचे, गतकालाचे नव्हे तर अंत:कालाचे!"

"छे, मला कळलं नाही. काय म्हणायचं आहे तुम्हाला?"

फीबीने अभिप्राय दिला.

"ठीक आहे, प्रत्यक्षच पाहू या. कोणी एक माणूस मरतो. मरण्यापूर्वी त्यानं मृत्युपत्र केलेलं असतं. त्यानुसार आता त्याच्या न उरलेल्या संपत्तीची तो विल्हेवाट लावतो किंवा कधीकधी तसं एखादं कायदेशीर मृत्युपत्र न करताच परलोकास पाहोचतो तो. त्या वेळी ती संपत्ती त्याच्या अगोदर अनेक वर्षांपूर्वी मरून गेलेल्या माणसांनी आखून दिलेल्या नियमानुसार वाटली जाते. आता दुसरं, न्यायनिवाड्याच्या प्रत्येक अधिष्ठानावर गेलेलाच माणूस बसलेला आढळतो. जिवंत माणसं – ते न्यायाधीश – केवळ त्यांनी पूर्वी दिलेले निवाडे शोधून काढतात आणि त्याच निकालाची पुनरावृत्ती करतात! आपण होऊन गेलेल्यांचेच ग्रंथ वाचत असतो. त्यांनी केलेल्या विनोदावर हसतो. त्यांच्या करुण रसाच्या आविष्काराला पाहून पाझर फुटतो आपल्याला! त्यांना झालेलेच शारीरिक व नैतिक रोग आपल्याला जडतात! मेलेल्या डॉक्टरांनी आपल्या रोग्यांना जी औषधं दिली व त्यामुळं ते मेले तीच घेऊन आपण त्यांच्यामागून जातो. सारं-सारं त्यांच्या अंगुलिनिर्देशानुसार चालू असतं. एवढंच काय, पण जिवंत देवतेची पूजा करताना संप्रदाय व चालीरीती मात्र मृत माणसाच्या! आम्ही आमच्या स्वत:च्या मनानं काही करायला पाऊल उचललं रे उचललं की, आलाच तो बर्फासारखा थंड हात पुढं. तो मृत माणूस आलाच आडवा. पाहाल तिकडं त्या गेलेल्या माणसाची पांढरी फटफटीत, रौद्ररूप मुद्रा समोर येते. तिच्या त्या भेसूर दर्शनानं हृदय कसं गोठून जातं अगदी! म्हणून आपल्या स्वत:पुढच्या जगावर जर आपला योग्य प्रभाव पडावा असं वाटत असेल, तर आपल्याला आधी मेलं पाहिजे, हे जग सोडलं पाहिजे आपल्याला. म्हणजे ज्या जगावर आपण सत्ता गाजवू इच्छितो, त्याचा त्याग केला पाहिजे आपल्याला. म्हणजे मग ते जग कोणाचं? आपलं? छे, पुढल्या पिढीचं. त्याच्यात

लुडबूड करण्याचा हक्क नाही उरत आपल्याला. एक विसरलोच, तसं म्हणायचं असेल तर आपण राहत असतो, दिवस काढत असतो, मरून गेलेल्यांनी बांधलेल्या घरातच! या आपल्या सात गेबल्सच्या घराप्रमाणे!''

''नाही. मी म्हणते, जोपर्यंत आपण तिथं सुखी होऊ शकतो तोपर्यंत का राहायचं नाही तसं?'' फीबी म्हणाली.

''कोणीही माणूस आपल्या भावी पिढ्यांसाठी घर बांधणार नाही, असाही एक काळ येईल. आपण त्या वेळेस जिवंतही असू, तो दिवस उगवलेला पाहायला. खरंच, का म्हणून बांधावं ते घर त्यानं? त्यानं फारतर टिकाऊ अशा कपड्यांची तरतूद करावी. टिकाऊ असं कोणतंही कापड वापरावं त्यासाठी – कातडी, रबरी किंवा तशाच प्रकारचं आणखी कोणतंही. त्याच्या नातवंडांनी, पतवंडांनी वापरावेत तेच कपडे. त्यामुळे लोकांना त्याची आठवण तरी येईल. प्रत्येक पिढीला जर आपापलं घर बांधायला सांगितलं, तर होणारा तो सामान्य बदल – तितका महत्त्वाचाही न वाटणारा – समाजाच्या प्रत्येक सुधारणेला हातभार लावील. समाजावरची जोखडं काढून टाकण्यास मदत होईल त्याची. मी त्यापुढंही जाईन थोडा आणि म्हणेन की, हीच गोष्ट सार्वजनिक स्वरूपाच्या इमारतींबद्दलही – राजधानीतली सभागृहं, सरकारी इमारती, न्यायालयं, सार्वजनिक सभागृहं, चर्च – विचारात घेण्यास हरकत नसावी. अशा इमारती पक्क्या स्वरूपात – दगडविटांनी – बांधूच नयेत. वीस एक वर्षांत त्या खाली कोसळणं, हे हिताचंच व्हावं. त्याच्या त्या अध:पाताकडं पाहून लोक आपल्या अध:पाताविषयी परीक्षण करतील आणि त्या इमारती ज्या संस्थांची प्रतीकं म्हणून उभी असतात, त्यांच्यात सुधारणा घडून येतील.'' कलाकाराने बोलणे पुढे चालू करत म्हटले.

त्याच्या या उद्गारांवर फीबी निराश झाली. ती म्हणाली, ''किती द्वेष करता हो तुम्ही प्रत्येक पुरातन गोष्टीचा! कमालच करता! असल्या सारख्या-सारख्या बदलणाऱ्या जगाच्या नुसत्या विचारानंच भोवळ यायला लागलीय मला! धन्य आहे तुमची!''

पण हॉलग्रेव्हचा ठेका तसाच पुढे चालत राहिला. ''खरोखरच, बुरसटलेल्या कोणत्याही गोष्टीची मला चीडच येते. एकूण एक गोष्ट मला झिडकारावीशी वाटते. आता पिंचेन प्रासादाचंच घ्या की! काय म्हणून राहावं माणसानं इथं? त्याच्या त्या काळ्या पडलेल्या फळ्या बघा. त्यांच्यावर साचलेलं ते हिरवंगार शेवाळं दिसतं ना? केवढ्या ओलसर आहेत त्या! आतल्या काळोख्या, गिड्ड्या छपराच्या खोल्या घ्या. तेथली धूळ, ती घाण पाहा. अहो, त्या खोल्यांत वास्तव्य केलेल्या माणसांच्या असमाधानाचा आणि मनोवेदनेचा वास येतोय त्यांना. छे! आरोग्यविघातक नाही का हे घर? त्याला आग लागल्यानंतरच मग शुद्ध होणार

ते! पेटून त्याची राखरांगोळी झाली पाहिजे! जळून खाक झाल्यावरच संपणार सगळं!''

''मग काय हो, अशा घरात आपण का येऊन राहिला आहात?'' फीबीने एक चलाख प्रश्न केला.

''मी होय? मी इथं अभ्यासासाठी आलोय. पुस्तकी नव्हे हं मात्र! माझ्या कल्पनेप्रमाणे त्या किळसवाण्या, घृणास्पद भूतकाळाचं हे घर म्हणजे एक उघड-उघड प्रतीक आहे. त्याचा पुरेपूर प्रभाव पडलेला आहे त्याच्यावर. आताच मी स्पष्ट केलं ना तुझ्यापुढं. त्याचा द्वेष किती करावा हे मला अधिक चांगलं कळून येण्यासाठी मी राहिलो आहे इथं. थोडे दिवसच राहायचं आहे मला या घरात. विषय निघालाच म्हणून एक विचारू तुला? तू कधी मॉल नावाच्या एका जादूटोणा करणाऱ्या इसमाबद्दल ऐकलंस काही? तुझ्या अगदी लांबच्या पणजोबात आणि त्याच्यात काय घडलं, हे माहीत आहे तुला?''

''आहे खरं! फार वर्षांपूर्वी माझ्या वडिलांनी त्याबद्दल काहीतरी सांगितलं होतं मला. इथं आल्यानंतर कझीन हेप्झीबाकडूनही थोडंफार कळलं. तिचं तर असं मत आहे की, पिंचेनांवरच्या सर्व संकटांना तुम्ही म्हणता त्या मांत्रिकाबरोबरच्या भांडणानंच सुरुवात झाली आणि तुम्हालाही तसंच वाटतं असं दिसतं तुमच्या चेहऱ्यावरून मि. हॉलग्रेव्ह! तुमचाही त्याच्यावर विश्वास असावा, हे मोठं चमत्कारिकच नाही का? वास्तविक, त्याच्याहून अधिक रास्त घटनांचं अस्तित्व नाकारता एकीकडं आणि नेमकं त्याच वेळी या अशक्य कोटीतल्या गोष्टीवर विश्वास ठेवता! अजब आहात अगदी!'' फीबी म्हणाली.

कलाकार गंभीर झाला. तो म्हणाला, ''खरोखरच, माझा त्या गोष्टीवर विश्वास आहे. मात्र तो एक अंधश्रद्धा म्हणून नव्हे हं! तर ती निरपवाद वस्तुस्थितीनं सिद्ध केलेली एक गोष्ट आहे म्हणून. एका सिद्धान्ताचा दाखला ठरू शकते ती. आता पाहा हं, आपल्या समोरचे ते सात गेबल पाहा. या सात गेबलांखाली वृद्ध कर्नल पिंचेनने आपल्या वंशजांसाठी एक वास्तू बांधून ठेवली. त्यांची भरभराट व्हावी, त्यांना सुख लाभावं म्हणूनच ना? अनेक युगांची स्वप्नं पाहिली त्याने त्या वेळी. आपल्या वंशजांना सुख मिळणार या कल्पनेनं केलं सारं त्यानं. आज तीन शतकांचा कालावधी लोटला. या घरात कोणाचं थैमान चालू आहे, होतं, पाहिलंस ना? ऐकलंस त्याच्याबद्दल? सदसद्‌विवेकबुद्धीला कायमचा पश्चात्ताप होतो आहे तिथं. आशेचा सतत पराजय होतो आहे. नातलगांत झगडे चालू आहेत. दैन्यावस्थेची विविध स्वरूपं पाहायला मिळाली, मिळताहेत. मृत्यू एक चमत्कारिक रूप घेऊन पोहोचतो तिथं. संशयाच्या काळोखानं ग्रासून टाकलं आहे त्याला.

सर्वांवर कळस म्हणजे या घराला लागलेला काळिमा, कलंक वर्णन करण्याला

शब्द पुरत नाहीत. या व इतर सर्व संकटांचा उगम त्या वृद्ध प्युरिटनच्या एक वंशवृक्ष लावण्याच्या व त्याला कायमचा स्थिर करण्याच्या अदम्य इच्छेत आहे, असा माझा कयास आहे. वंशवृक्षाचं रोपटं लावायचं! माणसं करतात त्या अन्यायाच्या व खोडसाळपणाच्या बुडाशी बहुतेक हीच कल्पना असते. सत्य असं आहे की, अदमासे पन्नास एक वर्षांनी – जास्तीतजास्त काल हं तो – कोणाही कुटुंबानं मानवतेच्या त्या महान, गूढ संचयात विलीन होणं आवश्यक असतं. आपल्या पूर्वजांच्या, वाडवडिलांच्या स्मृती गुंडाळून ठेवल्या पाहिजेत. मानवी रक्तातला ताजेपणा टिकून राहायचा असेल, तर त्याचा प्रवाह दिसता कामा नये. तो वाहत राहावा, पण दृष्टिआड. एखाद्या कालव्यात जमिनीखालच्या नळातून पाणी सोडतात ना, तसा. या पिंचेन कुटुंबात – मला क्षमा कर, फीबी, पण मी तुला त्यांच्यापैकी मानतच नाही मुळी – न्यू इंग्लंडमधील त्यांच्या या वंशशाखेत एक ना एक वेडसर निपजलाच आहे. प्रत्येकाला कसलं ना कसलं तरी खूळ आहेच!''

''तुम्ही माझ्या नातलगांविषयी अगदीच शिष्टाचार सोडून बोलत आहात.'' आपण या मुद्द्यावर वाद घालावा की काय याचा विचार करत, स्वत:शीच प्रथम वाद घालीत फीबी म्हणाली.

''मी माझे प्रामाणिक विचार एका सत्यप्रिय मनापुढं विचाराकरिता ठेवतो आहे केवळ!'' हॉलग्रेव्हने मोठ्या आवेशाने उत्तर दिले. फीबी त्याचा हा त्वेष प्रथमच पाहत होती. तो आणखी म्हणाला, ''मी म्हणतो तेच सत्य आहे. याहून जास्त पुढं जाऊन बोलायचं म्हणजे या अपकृत्याचा आद्य जनक आणि कुकर्मी पुरुष आजही अवतरलेला दिसतो या रस्त्यावर. त्या अर्थानं त्याने स्वत:ला चिरस्थायी करून ठेवलेलं दिसतं. निदान, त्या मनाची व शरीराची प्रत्यक्ष प्रतिमाच पाहायला मिळते आज. या व्यक्तीला मिळालेला हा संपन्न वारसा – दुष्टही तेवढाच – आपल्या पुढच्या पिढीच्या शिरावर उतरवण्याचाही संभव आहेच! तुला ते माझ्याजवळचं छायाचित्र आणि त्याचं त्या पुराण्या तसबिरीशी असलेलं साम्य आठवतं काय?''

''किती विलक्षण कळकळ आहे तुमच्या शब्दांत!'' फीबी त्याच्याकडे आश्चर्याने आणि गोंधळलेल्या मन:स्थितीत बघत म्हणाली. आता ती एकाच वेळी अर्धवट घाबरलेली होती आणि हसावेसेही वाटत होते तिला. तिने त्याला विचारले, ''तुम्ही आता पिंचेनांच्या वेडसरपणाबद्दल म्हणालात. का हो, तो संसर्गजन्य आहे की काय?''

''मला समजलं तुला काय विचारायचं आहे ते! मी तसा थोडासा वेडा आहे असं मला वाटायला लागलंय. त्या पलीकडच्या गेबलमध्ये राहायला आल्यापासून या विषयानं माझ्या मनाची विलक्षण पकड घेतली आहे. त्यापासून सुटका व्हावी म्हणून पिंचेन कुटुंबाच्या इतिहासातील मला माहीत असलेल्या एका घटनेला दंतकथेच्या स्वरूपात लोकांच्या पुढं ठेवणार आहे मी. मला एखाद्या मासिकात ती प्रकाशितही

करायची आहे.''

"म्हणजे तुम्ही मासिकात लेखन करता?'' फीबी.

"म्हणजे? तुला हे ठाऊक नसणं कसं शक्य आहे? ठीक आहे. साहित्यिकाची कीर्ती ही अशीच असते. होय, मिस फीबी पिंचेन, माझ्याजवळच्या अनेक आश्चर्यकारक गुणांपैकी कथालेखन हा एक गुण आहे. 'ग्रॅहॅम' व 'गॉडी' या मासिकांच्या मुखपृष्ठावर माझं नाव झळकलं आहे ठळक अक्षरांत. थोडंफार विनोदी लेखनही केलेलं आहे मी.

माझी एक विशिष्ट अशी शैली आहे – पुष्कळशी सुरेख – असं मानतात वाचक. करुण रसाच्याही प्रांतात संचार आहे माझा. कांदा डोळ्याला लावल्यासरशी पाणी येतं ना डोळ्यांत, माझ्याही लेखनाचा तोच परिणाम होतो. ते असो. मी तुला माझी ती कथा वाचून दाखवू काय?''

"वाचा ना. अर्थात, जास्त लांब नसेल तर आणि विशेष कंटाळवाणीही!'' फीबी हसतहसत म्हणाली.

यानंतरच्या तिच्या मुद्द्यावर निर्णय घेणे अशक्य झाल्याने त्या छायाचित्रकाराने – मि. हॉलग्रेव्हने आपले हस्तलिखित बाहेर काढले आणि त्याने त्याचे वाचन करण्यास आरंभ केला.

मावळत्या सूर्याची रेंगाळणारी किरणे सात गेबलांवरून खाली घसरत होती.

तेरा

एलिस पिंचेन

एके दिवशी, माननीय जर्व्हिस पिंचेन यांच्याकडून तरुण मॅथ्यू मॉल या सुताराला एक तातडीचा निरोप आला. सात गेबलांच्या त्या प्रासादात त्याने ताबडतोब येऊन भेटावे, अशी त्यांची इच्छा होती. मि. पिंचेनांचा निग्रो नोकर धावत त्याच्याकडे आला.

"हं, काय काम आहे तुझ्या मालकाचं माझ्याकडं? काय घराबिराची दुरुस्ती काढलीय की काय आता? ठीक आहे, नाहीतरी झालीच की पुष्कळ वर्षं आता त्याला! माझ्या वडिलांकडं आता त्याचा कसलाच दोष राहणार नाही त्यामुळं! गेल्या रविवारीच त्या म्हाताऱ्या कर्नलाच्या थडग्यावरचा लेख वाचलाय मी. म्हणजे आज ते घर बांधून सदतीस वर्षं झाली... सदतीस वर्षं. तेव्हा निघालंच असणार छपराचं काहीतरी काम." त्या सुताराने नोकराला म्हटले.

"मला ठाऊक नाही बाबा, कशाला बोलावलंय ते. ते घर एकदम भकास आहे. म्हाताऱ्या कर्नल पिंचेन मालकालाही तसंच वाटत असलं पाहिजे नक्की. नाहीतर तो म्हातारा कशाला झपाटून राहिला असता त्याला इतके दिवस? आणि माझ्यासारख्या गरीब बापड्या नोकराला का म्हणून घाबरवलं असतं त्यानं सारखंसारखं?" स्किपिओनं उत्तर दिलं.

सुतार हसून म्हणाला, "मित्रा स्किपिओ, बराय. सांग तुझ्या मालकाला येतो म्हणून. त्याला हवं तसं काम करवून घ्यायला माझ्यासारखाच कसबी आणि पद्धतशीर काम करणारा मनुष्य पाहिजे. चल तू. आणि काय रे, ते घर झपाटलेलं आहे असं म्हणतोस, तर सात गेबल्समधून भुतांना बाहेर घालवायला माझ्यापेक्षा एखादा दणकट सुतारच लागणार." तो क्षणभर थांबला. नंतर आपल्याशीच

पुटपुटला, ''समजा, जरी कर्नलचं भूत थंड झालं, तरी माझा वृद्ध आजोबा – तो मांत्रिक – मॅथ्यू मॉल, आमचा मूळ पुरुष आहेच की तिथं. त्याचं भूत मात्र त्या घराच्या भिंती टिकून आहेत तोपर्यंत ते घर सोडून जाणार नाही.''

''मॅथ्यू मॉल, काय म्हणतोयस तू आपल्याशीच? आणि तुझा चेहरा इतका काळा का पडलाय? असा काय पाहतोयस तू माझ्याकडं?'' स्किपिओने विचारले.

''चिंता नको रे काळ्या! तुझ्याइतकं काळं कोणी दिसू नये असं वाटतंय की काय तुला? चल, हो पुढं अन् सांग मालकाला, मी येतोय म्हणून आणि हे बघ, त्याची मुलगी मिस्ट्रेस एलिस असली तिथं, तर मॅथ्यू मॉलचा सविनय प्रणाम सांग तिला. इटलीहून आल्यापासून चेहरा सुरेख दिसतोय तिचा. छान दिसते ती आता. शांत आणि मोठी रुबाबदार.''

स्किपिओ परतला. जाताजाता तो ओरडला, ''हूं, ह्याने मिस्ट्रेस एलिसबद्दल बोलावं? या एका फडतूस सुतारड्यानं? या इतक्या हलक्या कुळातील माणसानं? लांबून तिच्याकडं नुसतं बघत उभं राहण्याचीसुद्धा लायकी नाही बेट्याची!''

हा तरुण सुतार मॅथ्यू मॉल तसा एक मोठा गूढ माणूस होता. गावातील कोणी त्याला समजून घेण्याच्या भानगडीत पडत नव्हते. विशेषत: तसा तो आवडतही नव्हता कोणाला. अर्थात, त्याच्या प्रामाणिकपणाबद्दल, त्याच्या कसबाबद्दल आणि लक्षपूर्वक काम करण्याच्या त्याच्या पद्धतीबद्दल कोणाचेच दुमत नव्हते. फक्त लोकांना आवडत नव्हती, ती त्याच्या वागण्याची पद्धत आणि त्याचा तो पुष्कळसा विचित्र स्वभाव. अंशत: त्याच्यावरच्या वडिलोपार्जित संस्कारांचाही लोकांना रागच होता. त्यात काही चूक नव्हती त्यांची.

पूर्वीच्या एका कोणातरी मॅथ्यू मॉल नावाच्या विख्यात व त्या काळातील भयानक म्हणून मानल्या गेलेल्या मांत्रिकाचा तो नातू होता. त्या गावात वसाहत करण्याकरिता प्रथम जे लोक आले त्यातलाच तो एक. त्या वेळी कॉटन मॅथर आणि त्याच्या मंत्रिमंडळातील इतर सभासद, विद्वान न्यायाधीश, गावातील शहाणी मंडळी आणि सर विल्यम फिप्स हा चतुर गव्हर्नर ह्या सर्वांनी त्या तसल्या लोकांच्या विरुद्ध एक मोठी चळवळच उभी केली. त्यांच्या स्तुत्य प्रयत्नांमुळे त्यांच्या दृष्टीने आत्म्याला छळणारा तो महापापी आणि त्याचे असंख्य अनुयायी 'गॅलोज हिल'च्या वधस्तंभाच्या खडकाळ वाटेने यमसदनाला गेले. साहजिकच, त्यांचे खच्चीकरण झाले. ते कार्य प्रशंसनीय होते, ह्यात शंकाच नव्हती, परंतु त्याला आलेला ऊत निश्चितच दुर्दैवी होता. प्रत्यक्ष परमेश्वरालादेखील ते रुचले नसावे. मग त्या सैतानाला तर त्याचे विशेष वाटले नसल्यास नवलच. त्याला यातना व्हाव्यात, त्याने जेरीस यावे म्हणून हा सारा खटाटोप केला जात होता. शिवाय, जादूटोणा करण्याच्या या भयानक गुन्ह्याच्या आरोपाखाली जे मरण

पावले, त्यांच्या आठवणीतील ती जरब आणि भयानकता तशीच उरली. त्याचे मरण हीच समाजाची एक मोठी धास्ती होऊन राहिली त्यानंतर. लोकांनी 'गॅलोज हिल'च्या खडकाच्या घळीत त्यांची थडगी बांधली खरी, पण ती सारी मांत्रिक माणसे त्या थडग्यात राहिली असतील की काय, याची शंका आलीच सर्वांना. त्यांना तेथे गाडण्यात खूपच घाई झाली होती, असेच वाटत राहिले. मौज अशी की, मॅथ्यू मॉल हा तर सामान्य माणूस जेवढ्या सहजासहजी झोपून उठल्यानंतर अंथरुणातून बाहेर येतो, तितक्याच चटकन आपल्या थडग्यामधून बाहेर आला. तसे करताना त्याला कसलीच अडचण म्हणून आली नाही; उशीर म्हणून झाला नाही. एखाद्या सराईत पिशाच्चासारखा मध्यरात्री तो भटकू लागला. जिवंत माणसे भर दुपारी जितक्या उजळ माथ्याने फिरतात ना, तसा हा नीतिविघातक मांत्रिक 'सात गेबलांचा प्रासाद' या नावाने ओळखल्या जाणाऱ्या कोण्या एका वाड्याला झपाटत राहिला. अगदी प्रथमपासूनच तो प्रासाद त्या पिशाच्चाचे वसतिस्थानच बनले. त्याच्या अंगवळणीच पडले ते. अगदी रक्तात भिनूनच राहिले म्हणा ना! (लोकांच्या दृष्टीने त्याला मिळालेली देहदंडाची शिक्षा योग्य होती, असे मानले जात होते; पण त्याच्या या वर्तनावरून तो सुधारला असे कसे म्हणावे?) त्या वाड्याविषयी त्याच्या मनात जन्मापासूनचीच एक अढी बसून राहिली होती. त्याच्या मालकाविरुद्ध एक दावा त्याला निकालात काढायचा होता. त्या प्रासादाच्या भूमीवरचा त्याचा हक्क अमान्य केला गेला होता. त्याची सततची रुखरुख लागून राहिली होती त्या भुताला – मांत्रिक मॅथ्यू मॉलच्या पिशाच्चाला. मुळातच तो म्हातारा मोठा दुराग्रही होता. त्याचे हे जन्मवैशिष्ट्य अद्यापही त्याच्या पिशाच्चाला चिकटून होतेच. त्यामुळेच त्या वाड्याच्या जमिनीवरची आपली कायदेशीर मालकी सोडायला त्याची कसलीच तयारी नव्हती. ते स्वामित्व अबाधित होते त्याच्या मनोमनी. साहजिकच, तो पिशाच्चरूपी सावकार त्या प्रासादाच्या मालकाला काही अटी घालत होता. एकतर त्या घराचा पाया घालण्याच्या वेळेपासून आजपर्यंतचे थकलेले भूमिभाडे मालकाने चुकते करावे किंवा शक्य नसल्यास ती जागा खाली करावी. या दोन्ही गोष्टी जमणार नसतील, तर मग मात्र तो पिंचेन मंडळींच्या हर एक गोष्टीत आपणहून लक्ष घालणार आणि त्यातली प्रत्येक गोष्ट त्यांच्यावर उलटवणार. वर्षानुवर्षे करत राहणार तो हे. त्याच्या मृत्यूनंतर हजारो वर्षे चालणार. वास्तविक बघायला गेले, तर कदाचित ही एक विश्वास न बसणारी गोष्ट वाटते खरी, परंतु ज्यांना त्या मांत्रिकाच्या – मॅथ्यू मॉलच्या – ताठर, दुराग्रही स्वभावाची ओळख होती, त्यांना ती खरीच वाटली. असा आहे त्या सुताराच्या आद्य पुरुषाचा थोडक्यात इतिहास.

तेव्हा आपल्या या तरुण मॅथ्यू मॉलच्या अंगात आपल्या आजोबाच्या त्या आक्षेपार्ह स्वभावगुणातील रक्त उतरलेच होते. निदान, लोकांत तरी तशी समजूत

होती. त्याचा हा नातू थेट त्या पूर्वजांच्या वळणावर गेला होता. या तरुण माणसाच्या संबंधात लोक पुष्कळच विचित्र-विचित्र बोलत असायचे. बऱ्याचशा अशक्य गोष्टी त्यांनी चिकटवल्या त्याला. कायतर म्हणे, त्याच्याजवळ लोकांच्या स्वप्नात शिरण्याची कला होती. आपल्या स्वतःच्या कल्पनेतील स्वप्नसृष्टी निर्माण करू शकत होता, तिच्यावर नियंत्रण ठेवण्याची शक्ती होती म्हणे त्याच्यापाशी. एखाद्या नाट्यगृहाच्या रंगमंचावरच्या सूत्रधाराप्रमाणे तो सारी जुळवाजुळव करू शकत होता. इच्छेला येईल त्याप्रमाणे दृश्ये पालटवत होता. ही झाली एक भूमिका. आता दुसरी. शेजारीपाजारी, त्यातल्यात्यात त्या झगेवाल्या बायका आपापसांत त्या मॉलच्या नजरेतील मोहिनीविद्येविषयी खूप चर्चा करत. काही जण म्हणत की, तो लोकांच्या मनात डोकावू शकत होता. त्यांच्या मनातले गुपित जाणू शकत होता. दुसऱ्या काहींचे मत होते की, त्याच्या डोळ्यांतील त्या विलक्षण आश्चर्यकारक सामर्थ्यामुळे तो लोकांवर आपले स्वतःचे विचार लादू शकत होता. त्यांना आपल्या मनाप्रमाणे वागणे भाग पाडीत होता. त्याच्या मनात आल्यास त्यांना आपल्या आजोबाच्या पिशाच्चसृष्टीत एखादा निरोप देऊन पाठवत होता म्हणे! काही लोक त्या नजरेला 'सैतानी नजर' म्हणून संबोधत. त्यांच्या मते ती नजर मोठी वाईट होती. भरल्या शेताला, फुलल्या कणसाला कीड लावायची ताकद होती तिच्यात. बाळसेदार मुलाला छातीतील जळजळीने प्रेतासारखे सुकवण्याची धमक होती.

अर्थात, हे सर्व लोकापवादच हं! या सर्वांवर ताण करणारा आणखी एक प्रवाद होता. त्या तरुण सुताराची सर्वांत मोठी हानी करणारा असा. प्रथम, त्याच्या निसर्गदत्त स्वभावातील अंतर्मुखता आणि उग्रता. दुसरा, चर्चच्या नियमधर्माशी त्याचे नसलेले सख्य आणि धर्म व राजकारण यांच्या बाबतीत असलेली त्याची पाखंडी मतप्रणाली. एकूण काय, तो तरुण सुतार म्हणजे त्याच्या आजोबाच्या जातीवर गेलेला एक विषारी माणूसच ठरला होता समाजाच्या दृष्टीने.

मि. पिंचेनांचा निरोप पोहोचल्यानंतर त्या सुताराने थोड्या वेळात आपल्या हातातले एक छोटेसे काम संपविले आणि सात गेबलांच्या प्रासादाचा रस्ता धरला. आताच्या दिवसांत या विख्यात इमल्याचे वळण जुन्या धर्तीचे वाटत होते. चालू काळाला सोडूनच झाली होती त्याची रचना; तरीही गावातील कोणत्याही सद्गृहस्थाच्या निवासस्थानाएवढाच आदर त्याला मिळत होता अजून. त्याचा सध्याचा धनी, जर्व्हिस पिंचेन त्याच्यावर थोडा चिडूनच होता. तो लहान होता तेव्हापासूनच त्याच्या संवेदनक्षम मनाला एक अतीव धक्का बसला होता. त्याचा परिणाम म्हणूनच हा तिटकारा जन्माला आला. त्याच्या आजोबांच्या आकस्मिक मृत्यूचा तो भयानक क्षण त्याच्या अंतर्पटलावरून पुसून गेलेला नव्हता. आजही आपल्या वृद्ध आजोबांच्या –कर्नल पिंचेनच्या – मांडीवर चढण्यासाठी घेतलेली त्याची धाव, त्या

वृद्ध प्युरिटनच्या प्रेतावर जाऊन पडली! तो मोठा झाला तसा इंग्लंडला गेला. तेथे त्याची एका श्रीमान व सधन, कुलीन स्त्रीशी गाठ पडून तिच्याशी विवाह केला त्याने. त्याने आपले बरेचसे आयुष्य कधी आपल्या देशात, तर कधी युरोपातील वेगवेगळ्या शहरांत घालवले. आपल्या गैरहजेरीत आपले हे कुटुंबाचे निवासस्थान त्याने आपल्या एका नातलगाच्या ताब्यात दिले होते. आपल्या घरवाडीवर देखरेख असावी, त्याची देखभाल कोणीतरी करावी, एवढाच त्याचा उद्देश होता त्यात. तो नातेवाईकही तेवढ्या निष्ठेने राहिला त्या प्रासादात. त्याने त्याची व्यवस्था उत्तम ठेवली. आपला तो सुतार जसा त्या वाड्याजवळ आला, तसे त्याच्या धंदेवाईक, सराईत डोळ्यांना त्यात नादुरुस्त असे काही नाही दिसले. त्या सातही गेबलांची टोके वर निमुळती गेली होती. तक्त्याच्या फळ्यांचे छप्पर संपूर्णत: सुरक्षित होते. आत पाणी गळण्याची धास्ती नव्हती. बाहेरच्या बाजूच्या भिंतीवरचा गिलावा छान चकाकत होता ऑक्टोबरच्या उन्हात, जणूकाय त्याचे काम संपून एखादा आठवडाही नव्हता झाला.

एकंदरीत, त्या घराचे रूप सुखावह आणि चैतन्यमय होते. माणसाच्या मुद्रेवरच्या आनंदमय कार्यक्षमतेचा उत्साही भाव होता त्याच्यावर पसरलेला. त्या प्रासादात एक मोठे कुटुंब राहत होते, हे कोणीही समजू शकत होता ताबडतोब. तेथील हालचालीच सांगत होत्या ते. ओक लाकडाचे एक अवाढव्य ओझे फाटकातून मागील बाजूच्या आउटहाऊसकडे चालले होते. बाजूच्या दरवाजात एक लठ्ठ बाई –स्वयंपाकीण किंवा घराची देखरेख पाहणारी असावी – उभी होती. तिच्या पुढ्यातील एका खेडुताबरोबर त्याने आणलेल्या टर्की कोंबड्यांच्या दराबद्दल ती हुज्जत घालत होती. घराच्या खालच्या भागातील खिडक्यांमधून एखादी ठीकठाक पोशाख केलेली मोलकरीण किंवा एखाद्या निग्रो गुलामाचा तुकतुकीत काळा चेहरा कधीमधी नजरेला येई. ते सारे लोक घाईत असल्यासारखे वाटत. दुसऱ्या मजल्यावरच्या एका खोलीची खिडकी उघडी होती. तिच्यासमोर सुंदरसुंदर फुलांच्या काही कुंड्या टांगलेल्या होत्या. ती फुले विदेशी होती. न्यू इंग्लंडमधील शरद ऋतूचा मनोहर सूर्यप्रकाश त्यांना नवीनच होता. त्या उघड्या खिडकीत एक तरुण युवती उभी होती, त्या पुष्पांइतकी अनोळखी. त्यांच्याएवढीच नाजूक आणि सुकुमार, मोहकही. तिचे रूप त्या सबंध इमल्याला एक अवर्णनीय आकर्षकता व अबोध अशी मंत्रमुग्धता आणत होते. त्याच्याकडे पाहताच भुरळ पडावी, असे होते ते स्वरूप. इतर दृष्टीनेही तो प्रासाद मोठा अर्थपूर्ण आणि आनंदी दिसणारा असा होता. एखाद्या वृद्ध कुटुंब चालकाचे निवासस्थान ठरण्यास परिपूर्ण वाटत होता तो. असा एखादा माणूस स्वत: बाजूच्या एखाद्या गेबलमध्ये राहिला असता. आपल्या सहा मुलांपैकी प्रत्येकाला एकेक गेबल बहाल केले असते त्याने. त्या घराच्या मध्यभागावरचे ते भलेदांडगे धुराडे त्या म्हाताऱ्या माणसाच्या आतिथ्यशील अंत:करणाचेच प्रतीक वाटावे, एवढे मोठे होते. त्या

प्रेमळ माणसाने आपल्या पंखांखाली सर्वांना उबेत ठेवले असते आणि त्या लहानलहान सात धुराड्यांतून एक मोठा सर्वसकल आकार निर्माण केला असता.

समोरच्या दर्शनी गेबलवर एक उभी वेळ दाखवणारी तबकडी होती. सुताराने जाताजाता तिकडे पाहिले व वेळ टिपली.

'तीन वाजले तर! माझे वडील सांगायचे, वृद्ध कर्नलच्या मृत्यूच्या आधी एकच तास अगोदर ती तबकडी बसवली तेथे. आज गेली सदतीस वर्षं मोठ्या इमानानं तिनं कालगतीची नोंद केली आहे. छाया पुढंपुढं सरकत आहे. सूर्यप्रकाशाच्या खांद्यावरून जगाकडं बघते आहे ती!' तो स्वत:शीच म्हणाला.

मॅथ्यू मॉल हा एक कारागीर होता. आज त्याला एका सरदाराच्या घरचे बोलावणे आले होते. घरात प्रवेश करताना त्याने सामान्यत: गडीमाणसे किंवा मोलमजूर जातात त्या दरवाजाने म्हणजे मागल्या दाराने आत जायला हवे होते. तसे त्याच्या मनात नसेलच, तर मग निदान व्यापारउदिमासाठी येणारे लोक ज्या दाराशी येतात तिकडून तरी जायचे. वास्तविक, त्याला ते शोभून दिसले असतेही. छे! मग तो मॅथ्यू मॉल कसला? खूपच मोठा अहंकार व ताठा भरून राहिला होता त्याच्या स्वभावात. विशेषत: त्या क्षणी तरी त्याला आपल्यावरच्या आनुवंशिक अन्यायाची जाणीव पुन:पुन्हा होत होती. तो महान पिंचेन प्रासाद उभा असलेल्या भूमीचा मालक होता तो. त्याचे अंत:करण एक प्रकारच्या कडवटपणाने भरून गेले होते. ती भूमी त्याची होती... त्याच्या आजोबाची होती. तेथल्या चवदार पाण्याच्या झऱ्याशेजारचे मोठमोठे पाइन वृक्ष तोडून, साफसफाई करून त्याच्या आजोबाने आपली सुरुवातीची झोपडी उभारली. त्याचा सारा वंश तेथे जन्मास आला, वाढत गेला. एका मृत शरीराच्या ताठलेल्या हातातून कर्नल पिंचेनने त्या जमिनीवरच्या मालकी हक्काचे कागदपत्र हिसकावून घेतले होते. या साऱ्या गोष्टी त्याच्या मनाला छळत होत्या. केवळ त्या एका भावनेने प्रेरित होऊनच तो तरुण मॉल इतरत्र कोठेही न वळता थेट मुख्य दरवाजाकडेच गेला. ओक लाकडावर कोरीव काम केलेल्या एका दरवाजाखाली. तेथे पोहोचल्यानंतर तेथल्या लोखंडी ठोकळ्याचा त्याने एवढा मोठा आवाज काढला की, जणूकाय तो कठोर, वृद्ध मांत्रिकच स्वत: त्या उंबरठ्यात उभा राहिला आहे, असे वाटावे.

दरवाजावरचे ठोठावणे ऐकून काळा स्किपिओ धावतच आला जोरात. त्या सुतारास पाहताच त्याचे डोळे मोठे झाले. त्यांच्या पांढऱ्या कडा स्पष्ट दिसू लागल्या. त्याला भलताच विस्मय वाटला.

''देवा रे! क्षमा कर हं बाबा! कोण समजतोय कोण हा स्वत:ला? आहे तर साधा सुतार! आपल्या मोठ्यातल्या-मोठ्या हातोड्यानं दार ठोठावतोय असंच वाटेल कोणालाही!'' स्किपिओ आतल्याआत पुटपुटला.

''हं! हा आलो मी! चल, तुझ्या मालकाच्या बैठकीच्या खोलीकडे घेऊन चल मला ताबडतोब.'' मॉल करड्या आवाजात म्हणाला.

त्याने आतल्या भागात पाऊल टाकताच त्याच्या कानांवर एक मधुर पण उदासवाण्या संगीताचा स्वर थरथरत आला. तो वरच्या मजल्यावरच्या एका खोलीतून खाली उतरत होता, मंद कंपने निर्माण करीत. साऱ्या घरभर पसरणार होता तो तेथून. एलिस पिंचेनने परदेशातून आणलेल्या हॉर्पसिकॉर्डमधून येत होते ते सूर. मोहक एलिसचा बराचसा वेळ फुलांच्या व संगीताच्या सहवासातच जायचा. अर्थात, फुले गळून पडायची; स्वरलहरी जास्तीतजास्त खिन्न असायच्या. तिचे सारे शिक्षण परदेशात झाल्याने न्यू इंग्लंडच्या जीवनपद्धतीशी तिचे तितकेसे सख्य नव्हते. त्या विदेशी संस्कारांना असले ग्रामीण धर्तीचे जीवनमार्ग रुचायचे नाहीत. तेही खोटे नव्हतेच, कारण आमच्या न्यू इंग्लंडमध्ये जातिवंत सौंदर्य कधी विकसित झालेले आढळत नव्हते. तेथले वातावरण त्याला पोषक नसायचे. त्यामुळे एलिस त्याच्याशी समरस होऊ शकली नाही त्या अर्थाने.

मि. पिंचेन मॉलच्या येण्याची मोठ्या आतुरतेने वाट पाहत असल्याचे स्किपिओला ठाऊक होते. साहजिकच, त्याने त्याला ताबडतोब मि. पिंचेनसमोर आणून उभे केले. मि. पिंचेन बसलेली खोली तशी नेहमीच्याच आकाराची होती. घरापुढच्या बागेचे दर्शन व्हायचे तिथून. बागेतील फळझाडांच्या फांद्या त्या खोलीच्या खिडक्या झाकून टाकत होत्या थोड्याफार. ती खोली खास त्यांचीच म्हणून वापरली जात होती. खोलीतले बसण्या-लिहिण्याचे सामान उंची होते, तेवढेच शोभिवंतही. त्याच्यावर फ्रेंच धर्तीची छाप पडली होती. प्रामुख्याने, ते पॅरिसहून मागवल्यासारखे वाटत होते. संपूर्ण जमीन एका उंची गालिच्याने झाकून टाकलेली होती. (त्या काळात ते तसे दुर्मीळच) त्या गालिच्याची कलाकुसर एवढी बेमालूम होती की, त्याच्यावरच्या त्या सुकुमार फुलांना सजीवतेचे रूप लाभल्याचा भास व्हायचा, इतकी जिवंत वाटत होती ती. एका कोपऱ्यात एक संगमरवरी पुतळा उभा होता. एका सुरेख, नाजूक स्त्रीचा. तिचे स्वत:चे रूप हेच तिचे एकमेव व पुरेसे वस्त्र होते. भिंतीवर काही तसबिरी होत्या. दिसायला पूर्वीच्या काळच्या, परंतु त्यांचे सौंदर्य मात्र आगळे, मोहक आणि अतिशय कलापूर्ण भासले. शेकोटीजवळ शिसवी लाकडाचे चांगले उंचेपुरे व अतिशय देखणे असे एक कपाट होते. त्याच्यावर हस्तिदंताची सुरेखशी नक्षी केलेली होती. तो पूर्वीच्या काळच्या फर्निचरचा एक उत्कृष्ट नमुना होता. मि. पिंचेनांनी ते व्हेनिसमध्ये असताना खरेदी केले होते. त्याचा त्यांनी आपल्याजवळच्या दुर्मीळ व प्रदर्शनीय अशा संग्राह्य वस्तू ठेवण्यासाठी उपयोग केला होता. त्यांच्याजवळची वेगवेगळी पदके, प्राचीन काळची नाणी, प्रवासात जमवलेल्या छोट्याछोट्या मौल्यवान चमत्कृती मोठ्या हौसेने जतन करून ठेवल्या

होत्या कपाटात. एकंदरीत, त्यांची ती खोली मोठ्या सावधानतेने, चतुरपणे सजवलेली होती. तिच्या नटण्या-थटण्यात मोठी विविधता होती. एवढे असूनही त्या खोलीचे मूळचे वैशिष्ट्य मात्र टिकून होतेच. तिची बुटकी गुलमेख, तेथली ती आडवी तुळई, तिचे ते जुन्या वळणाचे, डच पद्धतीचे धुराडे या गोष्टी उठून दिसतच होत्या. बाहेरून घेतलेल्या नव्यानव्या कल्पनांनी भूषवलेल्या व्यासंगी व हौशी मनोवृत्तीचे मानचिन्ह वाटावी ती खोली. तिच्यात केलेल्या बारीकसारीक सुधारणा एका सुसंस्कारित, कुशल मनाच्या परिश्रमांची साक्ष होत्या; पण तरीही त्या खोलीचा मूळचा रुबाब अथवा शोभा, तिचे अस्सल खानदानी व्यक्तित्व जिथल्यातिथे होते. आजचे तिचे रूप पूर्वीपेक्षा निश्चितपणे अधिक नीटनेटके होते.

पण अशा या आकर्षक वाटणाऱ्या दालनात न शोभणाऱ्या दोन गोष्टी होत्याच. दोन्ही गोष्टी भिंतीच्या आधाराने उभ्या होत्या टांगून. पहिली म्हणजे, तेथे असलेला एक भलामोठा नकाशा, जमीन-मोजणीदाराने एका जमिनीचा पट्टा दाखवला होता त्यात. त्याच्या आताच्या रूपाकडे बघितल्याबरोबर समजत होते की, तो तयार होऊन अनेक वर्षे लोटलेली होती. धुरामुळे तो खूपच काळा पडलेला होता. त्याच्यावर बोटांचे बरेचसे डागही पडलेले दिसत होते. यानंतरची दुसरी गोष्ट म्हणजे, तेथली एक भलीमोठी तसबीर. त्या तसबिरीतला तो मनुष्य एक उग्र चेहऱ्याचा वयोवृद्ध माणूस होता. त्याचा वेष प्युरिटनाचा होता. ती तसबीर तेवढ्या सफाईदारपणे चितारलेली नसल्यासारखे दिसत होते; परंतु तिच्यात एक वेगळा जिवंतपणा होता. ती भरपूर उठावदार होती. त्या व्यक्तीच्या स्वभाववैशिष्ट्याचे अगदी हुबेहूब रेखाटन होते तिच्यात.

मि. पिंचेन शेकोटीजवळ बसले होते. शेकोटीतले इंग्लिश सागरी कोळसे शांतपणे पेटत होते. त्यांच्या समोरच्या एका लहानशा टेबलावर कॉफीचे भांडे होते. आपल्या कपातील कॉफीचे घुटके घेतघेत ते मॅथ्यू मॉलची वाट पाहत होते. फ्रान्समध्ये त्यांना या कॉफीपानाची सवय लागली. ती त्यांचे एक आवडते पेय बनले. मि. पिंचेन एक मध्यम वयाचे आणि खरोखरच देखणे सद्गृहस्थ होते. त्यांच्या केसांचा टोप खांद्यावर रुळत होता. अंगात निळा मखमली कोट होता. त्या कोटाचे काठ व बटनांची भोके कलाबुतीने जडवलेली होती. त्यांच्या ऐसपैस अशा सैल जाकिटावर शेकोटीतला प्रकाश चकाकत होता. त्या जाकिटावरच्या सोन्याच्या फुलांशी खेळत होता तो. स्किपिओ सुताराला घेऊन खोलीत आला. त्यासरशी मि. पिंचेन किंचित मागे वळले. परंतु आपली बैठक त्यांनी मोडली नाही. आलेल्या – स्वतःहून बोलावणे पाठवलेल्या – त्या पाहुण्याची तत्काळ दखल न घेता त्यांनी आपले कॉफीपान चालूच ठेवले. तसे त्यांनी हेतुपुरस्सरच केले असावे. अर्थात, त्यांच्या त्या तशा वागण्यात कसलाही उद्धटपणा किंवा बेपर्वाईदेखील नव्हती. त्या

बाबतीत तो माणूस तसा चुकणाऱ्यांपैकी नव्हता. त्यांच्या दृष्टीने मॉलला तेवढे सौजन्य दाखविण्याची गरज नव्हतीच मुळात. किती झाले तरी सुतारच तो! तेव्हा केवळ त्याच्यासाठी एखाद-दुसरी तसदी घ्यायची तरी कशाला, या विचारानेच त्यांनी ते केले नाही.

पण तो सुतार महावस्ताद! तो ताडताड टांगा टाकत थेट शेकोटीजवळच येऊन ठेपला. मि. पिंचेनांच्या समोर येऊन खडा झाला.

"तुम्ही मला बोलावून घेतलं आहे. कृपया, आपलं काय काम आहे माझ्याकडं तेवढं सांगा बरं चटकन, म्हणजे मला माझ्या स्वतःच्या कामाकडं परतायला बरं." तो मि. पिंचेनांना म्हणाला.

"माफ कर, तुझा तसा वेळ नको आहे मला. त्याचा मोबदला मिळणार आहे तुला. मला वाटतं, तुलाच मॉल म्हणतात ना?...थॉमस का मॅथ्यू मॉल असं काहीतरी. म्हणजे आमच्या या वाड्याचं सुतारकाम, बांधकाम करणाऱ्याचा तू मुलगा किंवा नातूच, नाही का?" मि. पिंचेनांनी संथपणे विचारले.

"होय, मलाच मॅथ्यू मॉल म्हणतात. या घराचं बांधकाम करणाऱ्याचा मी मुलगा आणि ज्या भूमीवर हा वाडा उभा आहे, त्या भूमीच्या कायदेशीर मालकाचा मी नातू." सुताराने उत्तर दिले.

त्याच्या या कुर्रेबाज उत्तराने मि. पिंचेनांच्या मनाचा समतोल ढळला नाही. ते शांतपणे म्हणाले, "तुझ्या मनात असलेल्या विचाराबद्दल मला सर्व माहिती आहे. या इमल्याच्या पायाखालच्या जमिनीवर आपला हक्क शाबीत करण्यासाठी माझ्या आजोबांना कोर्टात दावा लावावा लागला, याचीही जाणीव आहे मला. आता इथं त्याची चर्चा करायची नाही आपल्याला. अर्थात, तुला मान्य असेल तर. त्याचा निकाल त्याच वेळी लागला. योग्य अशा अधिकाऱ्याकडून न्याय्य मार्गानं संपलं ते सारं, असं मानलंच पाहिजे. आता कोणत्याही परिस्थितीत त्यात फेरबदल होण्याचा संभव नाही. परंतु मला आता तुला जे काही सांगायचं आहे, त्यात मात्र या गोष्टीचा संबंध येणारच थोडाफार. विचित्र झालंय ते हेच, आणि तसं झालं की, तू नुकताच व्यक्त केलेला संताप, तुझ्या मनात घर करून राहिलेला तो दृढमूल आकस या गोष्टीही येणारच त्याच्या साथीला. मला तुला कोणत्याही रितीनं दुखवायचं नाही, एवढं लक्षात ठेव!"

"मि. पिंचेन महाशय, एखाद्या माणसाच्या कुळावर झालेल्या अन्यायामुळं त्याला आलेल्या स्वाभाविक संतापात तुम्हाला हवं असणारं काहीतरी आढळत असेल, तर त्याला माझी काहीच हरकत नाही. तुम्हाला वाटेल तसं मानून घ्या तुम्ही!" सुताराने म्हटले.

सात गेबलांच्या प्रासादाच्या धन्याने त्यावर स्मित केले आणि म्हटले, "ठीक

आहे. भल्या माणसा, मी तुझ्या शब्दांतच तुला माझा हेतू स्पष्ट करून सांगतो. पिढ्यान्‌पिढ्या तुम्ही प्रकट केलेल्या या संतापाचा माझ्या व्यवहारावर कोणता परिणाम होतो आहे, हे पाहू या. ही तुमची आमच्याविषयीची चीड पटण्यासारखी आहे किंवा नाही ती गोष्ट अलाहिदा! आता मुद्द्याची गोष्ट. माझ्या आजोबांच्या काळापासून आजपर्यंत पिंचेन मंडळी पूर्वेकडच्या एका अफाट प्रदेशावरचा दावा खेळताहेत, हे ऐकलयंस ना तू? आजतागायत त्यांचा तो हक्क शाबीत झालेला नाही, हे ठाऊक आहे ना तुला?''

''पुष्कळ वेळा ऐकलंय मी त्याबद्दल माझ्या वडिलांकडून!''

मॉलने उत्तर दिले. असे सांगतात की, त्याच्या चेहऱ्यावर स्मिताची रेषा उमटली त्या वेळी.

मि. पिंचेन क्षणभर थांबले. त्या सुताराच्या स्मिताचा अर्थच लावण्याचा प्रयत्न करण्याकरिता जणू ते पुढे बोलू लागले, ''हा दावा माझ्या आजोबांच्या मृत्युसमयी जवळजवळ निकालात निघण्याच्या, पूर्णपणे सुटण्याच्या बेतातच होता. त्यांना त्यात कसलीच अडचण अथवा चालढकल अपेक्षित नव्हती, हे त्यांच्या विश्वासातील जवळच्या माणसांना पक्कं माहीत होतं. तसे माझे आजोबा – कर्नल पिंचेन – हे पक्के व्यवहारी होते, याबद्दल वादच नव्हता. सार्वजनिक आणि वैयक्तिक म्हणा, अशा दोन्ही प्रकारच्या व्यवहारांचे त्यांचे ज्ञान पूर्ण होते. खोट्या, अव्यवहार्य अशा एखाद्या योजनेचा पाठपुरावा करणाऱ्यांपैकी तर नव्हताच तो माणूस! सबळ व भक्कम पायावर उभ्या नसलेल्या आशेच्या डोलाऱ्यावर त्यांनी कधीच विश्वास ठेवला नाही. त्यावरून त्यांच्या वारसांना स्पष्ट न होणारे असे काही पुरावे त्यांच्याजवळ असावेत, त्यांच्या जोरावर या पूर्वेकडच्या प्रदेशावरचा आपला हक्क शाबीत करण्याच्या बाबतीत त्यांनी यशाची सिद्धता जय्यत केलेली असावी, त्याचा त्यांना विश्वासही असावा, असं अनुमान निघतंच आपोआप. एका शब्दात सांगू? माझ्या आजोबांजवळ तसा कोणतातरी करारनामा अथवा कागदपत्रं असावीत. या दाव्याशी त्यांचा जरूर संबंध असला पाहिजे. पण त्यातली मेख ही की, नेमकी तीच कागदपत्रं कुठंतरी दडून राहिली आहेत. माझ्या वकिलांचंही मत असंच आहे. शिवाय, आमच्या कौटुंबिक परंपरा, आख्यायिका ही श्रद्धा पक्कीच करतात. या अनुमानावरचा विश्वास वाढवतात त्या.''

''अगदी शक्य आहे आपण म्हणता ते. परंतु तुमच्या या पिंचेन कुटुंबाच्या या अतिमहान भानगडीशी, गुंतागुंतीशी माझ्यासारख्या गरीब बिचाऱ्या सुताराचा काय संबंध?'' पुन्हा मॅथ्यू मॉल म्हणाला. या खेपेस त्याच्या चेहऱ्यावरचे ते स्मित अधिक झळकले असे म्हणतात.

''कदाचित काहीच नसेल, कदाचित पुष्कळ असेलही! कोणी सांगावं?''

मि. पिंचेनांनी प्रतिप्रश्न केला.

या मुद्द्यावर मॅथ्यू मॉल आणि तो सात गेबलांचा मालक यांच्यात खूप मोठा वितंडवाद झाला. त्या मालकानेच वास्तविक त्याला तशा प्रकारचे तोंड फोडलेले होते. असे दिसते (मि. पिंचेननी अतिशय अशक्य कोटीतील वाटणाऱ्या कथांचा संदर्भ देण्यात थोडेफार का कूं केले तरी.) की, लोकांच्यामध्ये एक वेगळी श्रद्धा होती. मॉल कुटुंब आणि पिंचेनांच्या ताब्यात न आलेली ती अफाट मालमत्ता यांच्यामध्ये काहीतरी गूढ असे संबंध होते. त्या दोन्ही बाबी परस्परांवर अवलंबून होत्या. तो वृद्ध मांत्रिक फासावरून यमसदनाला गेला असला, तरी कर्नल पिंचेनबरोबरच्या त्याच्या लढतीत सरशी त्याचीच झाली होती. सामान्यत: लोक मानत होते तसे. कर्नलबरोबरच्या व्यवहारातले त्याचे माप उजवे होते. एक-दोन एकरांच्या बागजमिनीच्या मोबदल्यात त्याला त्या अवाढव्य पसरलेल्या पूर्वेकडच्या प्रदेशाची मालकी मिळाली होती. एक अगदी जख्ख म्हातारी होती. नुकतीच निवर्तली ती. शेकोटीजवळ बसल्यावर पुष्कळदा मोठ्या गमतीने आलंकारिक शब्दांत ती बोलायची की, पिंचेनांच्या जमिनीतले मैल नि मैल मॉलच्या थडग्यात येऊन पडले आहेत; उकरून आणून टाकले आहेत. वास्तविक, ते थडगे म्हणजे 'गॅलोज हिल'च्या शिखराजवळचा दोन खडकांमधला एक अतिशय उथळ असा कोपरा होता. नंतर बऱ्याच वर्षांनी कायदेपंडित त्या गुप्त कागदपत्रांची चौकशी करू लागले. तेव्हा एक नवीच कुणकुण उठली. ती कागदपत्रे त्या मांत्रिकाच्या सांगाड्याच्या हातातच सापडणार होती, फक्त म्हणे! त्या धूर्त वकिलांनी त्या कल्पित कथेवर विश्वास ठेवून, त्या मांत्रिकाचे ते थडगे उकरून काढून त्याची शहानिशा केली. (अर्थात, मि. पिंचेननी या सत्यस्थितीची माहिती त्या सुतारास दिली नाही. त्यांना ते योग्य वाटले नाही.) त्याचा काहीच उपयोग झाला नाही. मात्र एक गोष्ट कळली; त्या सांगाड्याचा उजवा हातच बेपत्ता झाला होता. बस्स!

या भ्रामक लोककथांचा उगम त्या वधित मांत्रिकाच्या मुलाच्या – सध्याच्या मॅथ्यू मॉलच्या वडिलांच्या – नकळत झालेल्या उच्चारांत व सूचनांत होता. तशी त्यात जरा साशंकता व अनिश्चितता होतीच, हे खरे आहे, परंतु त्याचे महत्त्व मात्र कोणी नाकारू शकले नसते आणि या संदर्भात मि. पिंचेनजवळचा स्वतःचा असा एक खास पुरावा प्रकाशात येत होता. त्या वेळी ते लहान होते यात शंका नाही; तरीही त्यांनी एक गोष्ट आठवणीत ठेवली होती किंवा ती त्या दिवशीच्या सकाळी मॅथ्यूच्या कल्पनेत ठसलेली होती. कर्नलच्या मृत्यूच्या आदल्या दिवशी किंवा नेमके त्याच वेळी मॉलचे वडील त्या खोलीतले कोणतेतरी काम पूर्ण करण्याच्या गडबडीत होते. त्या कर्नलच्या नातवाला निश्चितपणे आठवत होते की,

त्याच वेळी कर्नल पिंचेनची – आपल्या आजोबांची – काही कागदपत्रे तेथेच टेबलावर पसरलेली होती. आज या क्षणी ते व तो सुतार, म्हणजे त्या पूर्वीच्या सुताराचा मुलगा त्याच खोलीत त्याची चर्चा करत होते.

तरुण मॅथ्यू मॉलच्या लक्षात मि. पिंचेनांच्या शब्दांतील गर्भितार्थाची कल्पना आली. त्यांना काय म्हणायचे होते, कोणता संशय घ्यायचा होता, ते त्याला कळले.

अद्याप, ते पूर्वीचे ठळक स्मित त्याच्या चेहऱ्यावर होतेच. त्याची चर्या मनाला कोडेच घालत होती. तो म्हणाला, ''त्या बदमाश, थेरड्या कर्नलपेक्षा माझे वडील निश्चितच अधिक प्रामाणिक, सच्चे होते! आपला हक्क शाबीत झाला नव्हता म्हणून त्या कागदपत्रांतला एखादा दस्तऐवज पळवला असता त्यांनी! छे, शक्य नाही ते!''

परदेशाचे पाणी चाखून आलेल्या मि. पिंचेननी आपला ताठरपणा न सोडता अगदी थंडपणाने मत दिले, ''मला तुझ्याशी निष्कारण वाद घालायची इच्छा नाही. त्याजबरोबर माझ्या आजोबांविषयी किंवा माझ्याविषयी संतापाने अनुदार उद्गार तू काढावेस यानं चिडून जाणं मला शोभणारही नाही. तुझा दर्जा काय, धंदा काय याचा विचार मी करू शकतो. मी एक खानदानी, अब्रूदार माणूस आहे. मला माझा हेतू गाठावयाचा आहे. त्याच्याकरिता मार्ग कोणता वापरायचा, याच्याबद्दलच्या मतभेदाला माझ्याजवळ किंमत नाही. सध्या आपण तसं करत आहोत.''

पुन्हा एकवार त्यांनी तो विषय नव्याने चर्चेला घेतला. त्या दडलेल्या, हरवलेल्या कागदपत्रांचा शोध लावून देण्यासाठी आणि पूर्वेकडच्या त्यांच्या हक्काच्या जमिनी मिळवून देण्यात यश येण्यासाठी त्यांनी वेगवेगळ्या अटी कबूल केल्या. खूप पैसे देण्यास तयार झाले मोबदला म्हणून. असे म्हणतात की, बराच वेळ मॅथ्यू मॉलने त्यांना दाद दिली नाही. त्यांच्याकडे दुर्लक्षच केले. तथापि, सरतेशेवटी त्याने विकट हास्य करून आपला स्वत:चा एक मोहरा पुढे केला. त्या कागदपत्रांच्या मोबदल्यात मि. पिंचेननी त्याला त्याच्या मांत्रिक पूर्वजाच्या घरादाराची भूमी, तिच्यावर उभारलेल्या त्या सात गेबल्सच्या वाड्यासकट देऊन टाकावी, अशी मागणी केली त्याने. मि. पिंचेनना त्या कागदपत्रांची इतक्या तातडीची गरज होती, हे जाणून घेऊन मगच त्याने आपले प्यादे पुढे सरकवले.

शेकोटीजवळच्या उबदार बैठकीतून ऐकू येणारी एक स्वैर दंतकथा अशी आहे की, मॅथ्यू मॉलच्या त्या उद्गारांच्या वेळी त्या खोलीतील कर्नल पिंचेनच्या तसबिरीच्या विलक्षण अशा काही हालचाली झाल्या म्हणे! (ह्यातला सर्वच स्वैर असा पाल्हाळ न घेता माझ्या निवेदनास आवश्यक असणाराच भाग येथे घेतो.) त्या प्रतिमेचा त्या प्रासादाच्या प्रारब्धाशी फार मोठा संबंध होता. ती तसबीर त्या भिंतीत मोठ्या खुबीने बसविली होती. तिच्यात एक कळ होती. यदाकदाचित, ती तेथून हलविण्याचा कुणीतरी यत्न केला असता तर ती हालताक्षणीच तो सारा वाडा

धाडधाड कोसळला असता खाली जमिनीवर. एक प्रचंड ढीग बनून राहिला असता धुळीचा. त्या खोलीत चाललेल्या संभाषणातील शब्दन्‌शब्द कान टवकारून ऐकत होता, तो चित्रातला कर्नल पिंचेन. त्याच्या मुद्रेवर संपूर्ण नापसंती उमटली होती. त्या छटा तिरस्काराच्या होत्या. तो आपली मूठ पुन:पुन्हा आवळून धरत होता. रागाने कमालीचा अस्वस्थ झाला होता तो, पण खोलीतील त्या बडबडणाऱ्या दोघांचे लक्ष तिकडे जात नव्हते, हे निश्चित. ते सगळे गुपचूप चालले होते. तिच्या कानांवर मॅथ्यू मॉलचे ते अखेरचे शब्द पडले. सात गेबल्सच्या प्रासादाच्या देवघेवीची भाषा धाडसाची होती. त्यासरशी त्या भेसूर दिसणाऱ्या तसबिरीचा तोल निश्चितपणे सुटला. सदेह खाली कोसळण्याच्या भरास येऊन ठेपली ती. या सर्व गोष्टी नुसत्या ऐकून घ्यायच्या आणि केवळ निवेदन करून सोडून द्यायच्याच लायकीच्या असतात. असो.

मि. पिंचेनना मॅथ्यू मॉलच्या मागणीचे आश्चर्य वाटले. ते उद्‌गारले, "हा प्रासाद सोडून द्यायचा! छान कल्पना आहे हं. अरे बाबा, मी जर तसं केलं असतं, तर माझे आजोबा आपल्या थडग्यात तडफडत राहिले असते. तळमळले असते!"

"आपण ऐकत असलेल्या सर्व कथांत सत्यांश असेल, तर तेवढ्यानंच ते नव्यानं तळमळणार नाहीत आणि त्याचा विचार मॅथ्यू मॉलपेक्षा त्याच्या नातवानंच अधिक करावा, नाही का? घालण्यासारख्या दुसऱ्या इतर अटी नाहीत माझ्यापाशी." तो सुतार संथपणे म्हणाला.

प्रथमदर्शनी मि. पिंचेनना मॉलच्या मागणीत तथ्य वाटले नाही कसलेच. त्याची पूर्तता करणे अशक्यही वाटले, पण दुसऱ्या खेपेला ती गोष्ट विचारात घेण्यास हरकत नाही, असे त्यांचे मत झाले. तसे त्या वास्तूबद्दलचे त्यांचे प्रेम जगजाहीरच होते म्हणा! कसलाच वैयक्तिक पाश नव्हता त्याबद्दल. त्यांच्या बालपणीच्या सुखद अशा आठवणींशी निगडित नव्हती ती वास्तू कोणत्याच प्रकारे. त्याच्या उलट मात्र आज, सदतीस वर्षांनंतरही त्यांचे मृत पितामह त्यांच्या मृत्युसमयीच्या त्या भयानक रूपाने त्या वास्तूला ग्रासून टाकत होते. त्या दिवशी सकाळी त्यांच्या बसलेल्या खुर्चीतच थिजून गेलेले असे भेदरलेल्या त्यांच्या नातवाने पाहिले होते त्यांना. ती भयानक स्मृती त्या वाड्यात मोठ्या प्रकर्षाने तरळत होती पुन:पुन्हा. शिवाय, त्यांची स्वत:ची बरीच वर्षे परप्रांतात गेली होती. इंग्लंडमधल्या वेगवेगळ्या किल्लेवजा गढ्यांत, वाडवडिलांच्या मोठमोठ्या दिवाणखान्यांत त्यांनी दिवस घालवले होते. इटलीमधील संगमरवरी दगडांच्या सुंदरसुंदर इमारतींचा परिचय होता त्यांना. त्या सर्वांच्या तुलनेने बघितल्यास सात गेबल्सचा हा प्रासाद खूपच हलक्या दर्जाचा होता. सौंदर्य आणि सुखसोयी यांच्या दृष्टीने अगदीच तुच्छ होता. त्याच्याकडे त्याच भावनेने पाहण्याची सवय होती त्यांना. मि. पिंचेनना प्रथम

आपले ते प्रादेशिक हक्क मिळवायचे होते. त्यानंतर योजलेल्या त्यांच्या विशिष्ट जीवनपद्धतीला तो इमला अपुराच वाटत होता. एवढ्या मोठ्या प्रदेशाच्या मालकाने तसल्या त्या भिकार वाड्यात राहायचे? छे, त्यांच्या कारभाऱ्याच्या योग्यतेचा होता तो! यदाकदा त्यांनी तो दावा जिंकला की, ते इंग्लंडला परतणार होते. खरेच सांगायचे म्हणजे ते इकडे आले, ते परिस्थितीनेच. सुखासुखी आले असते तरी कशाला? त्यांच्या स्वत:च्या व त्यांच्या मृत पत्नीच्या पैशाला गळती लागली म्हणून तर निघाले तेथून. तसे तेथेच ते अधिक सुखात होते म्हणू या. त्यांचा त्या पूर्वेकडच्या प्रदेशावरचा हक्क शाबीत व्हायचा अवकाश, मि. पिंचेनांची जमीन एकरात नव्हे, मैलात मोजली जाणार होती एखाद्या अर्लच्या ताब्यातील मुलखाएवढे क्षेत्र होणार होते. ब्रिटनच्या सम्राटाकडून तो उच्चाधिकार मिळण्याची विनंती करू शकले असते ते. कदाचित, तो पदवीविशेष प्रत्यक्ष खरेदीच केला असता त्यांनी. लॉर्ड पिंचेन! त्याच्यापेक्षा 'द अर्ल ऑफ वाल्डो!' त्या लाकडी फळ्यांच्या सात गेबल्समध्ये एवढ्या धनाढ्य माणसाने आपले अफाट वैभव कसे साठवायचे? कोणालाही त्याची कीव यावी अशीच स्थिती निर्माण झाली असती. मि. पिंचेनांचे स्वप्न ते होते.

थोडक्यात, त्यांच्यासमोरच्या व्यवहाराचे विस्तारपूर्वक स्वरूप असे होते. त्याच्याशी तुलना करता त्या सुताराने घातलेली अट अगदीच केविलवाणी दिसली; तिचे हसू यावे अशी. आपल्या समोरची ती अर्लडमची प्रतिमा मावळल्यानंतर मॅथ्यू मॉल करत असलेल्या आपल्या त्या अमर्याद सेवेबद्दल त्याने एवढी कमी भरपाई अपेक्षिली होती की, त्यात काहीशी काटछाट करावी याची त्यांना लाजच वाटली.

"मंजूर! मान्य आहे तुझी अट आम्हाला. आण मला हवे असणारे ते दस्तऐवज आणि घे या सात गेबल्सचा ताबा! देऊन टाकू तो तुला त्याच्या मोबदल्यात! खुषीनं!" ते ओरडले.

या कथेतील काही वळणांतून पुढील माहिती मिळते. मि. पिंचेननी निर्णय घेतला, त्याप्रमाणे आवश्यक ते कागदपत्रं तयार झाले एका वकिलाकरवी. त्याच्यावर दस्तखते झाली दोघांची. साक्षीदारांसमोर कायदेशीर शिक्कामोर्तबही झाले म्हणतात. वेगळ्याही कथा आहेतच. मॅथ्यू मॉल एका खाजगी, लेखी करारावरही खूष होता. मि. पिंचेननी आपला शब्द दिला होता. त्यांच्या इमानदारीवर मॉलचा विश्वास होता. आपल्या वचनाला जागण्याची त्यांची प्रतिज्ञा होती. आपल्या या राजीखुषीच्या व्यवहाराला पक्केपणा आणावा म्हणून त्या खानदानी माणसाने मद्य घेऊन येण्याचे फर्मान सोडले. तो सुतार व ते स्वत: यांनी त्या मद्याच्या साक्षीने एकमेकांना ग्वाही दिली. ते बोलणे व पिणे चालू असता हा सर्व वेळ त्या वृद्ध प्युरिटनची प्रतिमा आपल्या चेहऱ्यावर तिरस्कार व्यक्त करत होतीच. त्याचे छायावत आविर्भाव होतेच चालू. मि. पिंचेननी हातातला रिकामा पेला खाली ठेवला. आपले आजोबा

रागाने आपल्याकडे बघत आहेत, एवढेच वाटले त्यांना; विशेष काही नाही.

त्या फोटोकडे थोडेसे घाबरून बघत त्यांनी म्हटले, ''मला या जातीची दारू – शेरी-वाइन अतिशय कडकच लागते. माझं डोकं जरा गरगरायला लागलं त्यामुळं. युरोपला गेलो की, यापेक्षा सौम्य अशी इटली, फ्रान्स येथल्या द्राक्षांचीच दारू प्यावी म्हणतो. तिकडचं ते सर्वोत्कृष्ट मद्य येथपर्यंत येऊन पोहोचतच नाही. वाहतुकीचा भार सहनच होत नाही त्या नाजूक मद्याला.''

''लॉर्ड पिंचेन, तुमच्या मनात येईल ती मदिरा मन मानेल तेथे जाऊन प्राशन करावी आपण! पण महाराज, आपल्याला त्या गुप्त कागदपत्रांबद्दल माहिती हवी असेल तर मला आपल्या सुंदर, सुस्वरूप कन्येबरोबर थोडा वेळ बोलायला मिळावं म्हणतोय मी. आपली परवानगी असल्यास...''

मि. पिंचेनच्या महत्त्वाकांक्षी योजनेचे रहस्य आपल्याला ठाऊक आहे, अशा थाटात त्या सुताराने म्हटले.

त्याचे शब्द ऐकताच मि. पिंचेन खाडकन जागे झाले. त्यांचा अहंकार डिवचला गेला. गर्व आणि संताप या भावना एकदम उफाळून आल्या. ''मूर्ख आहेस तू मॉल! माझ्या मुलीचा कोठे संबंध येतो या व्यवहारात?''

खरोखर, त्या सुताराच्या या नवीन सूचनेचा विस्मय वाटला त्यांना. सात गेबल्स खाली करून देण्याची कल्पनाही एवढी धक्कादायक नव्हती. मोठा आघात केला मॉलच्या शब्दांनी. त्या पहिल्या वायद्यामागे काहीतरी योजनाबद्ध असा हेतू तरी होता. ही मागणीच निरर्थक वाटली; तरीही मॅथ्यू मॉलने त्या तरुण युवतीला बोलावणे पाठवण्याचा रानगट आग्रह धरलाच. त्यामागची एक रहस्यपूर्ण कल्पना तिच्या बापाला दिली. त्यामुळे तर त्याचा विचार करण्याची गरज अधिकच वाटली. विशेष भयानकही वाटली ती. त्यांना हवी असलेली ती कागदपत्रांबद्दलची माहिती त्यांच्या कन्येच्या साहाय्यानेच मिळवायची होती. सुस्वरूप एलिस एक विशुद्ध आणि पवित्र अंत:करणाची मुलगी होती. तिचे ज्ञानरूप स्वच्छ आणि स्फटिकासम होते. मि. पिंचेननी त्यासाठी घेतलेल्या आढ्यावेढ्यांचे वर्णन करत नाही आम्ही. त्यात त्यांची सदसद्विवेकबुद्धी होती. गर्व होता का पितृसुलभ माया होती कोण जाणे, पण शेवटी एकदा त्यांनी आपल्या मुलीला बोलावून घेऊन येण्याची आज्ञा सोडली. ती आपल्या खोलीत विशेष काही करत असणार नाही, हे त्यांना चांगले ठाऊक होते. त्यामुळे ती तेथे लगेच येऊ शकली असती. एलिसचे नाव त्यांच्या बोलण्यात आल्यापासून तिच्या त्या विशिष्ट वाद्यातून ते नेहमीचे खिन्न व सुरेल असे संगीत व त्याच्या साथीला तिचा तो तरल, विषण्ण सूर त्या दोघांच्या कानांवर येत होता.

अखेर एलिस पिंचेन त्या खोलीत आली. त्या तरुण कुमारिकेची प्रतिमा एका व्हेनिसच्या कलावंताने चितारलेली होती. तिचे वडील ती इंग्लंडमध्ये ठेवून आले

असता डॅव्हानशायरच्या ड्यूकच्या आढळात आली ती तसबीर. त्या चित्राला आता चॅट्रसवर्थमध्ये त्यातल्या मूळ व्यक्तीशी असलेल्या कोणत्याही साहचर्याची आठवण म्हणून नव्हे, तर एक कलाकृती म्हणून मोठे मूल्य प्राप्त झाले होते. सौंदर्याकृतीचे एक उच्च लक्षण म्हणून ठेवण्यात आले होते ते तिथे. याच त्या एलिस पिंचेनला जगाच्या असभ्य अशा नजरेपासून लांब ठेवण्यात आले होते. एका खानदानी कुमारिकेचे जीवन जगत होती एलिस. तिच्या जीवनाला एक संथ व सभ्य असा रुबाब आलेला होता; तरीही तिच्यामध्ये स्त्रीसुलभ भावनांचा संचय झालेला होताच. स्त्रीसुलभ नाजूकपणा, निदान त्या कोमल संवेदनाशक्ती होत्या तिच्यात. तिच्याकडे असलेल्या केवळ त्या सुसंस्कारित गुणांसाठी एखाद्या थोर मनाच्या माणसाने तिच्या अहंकारासाठी क्षमा केली असती तिला. तो तिचा अष्टौप्रहराचा दास झाला असता. आपल्या काळजाच्या पायघड्या घातल्या असत्या त्याने तिच्यासाठी. त्याला तिच्याकडून केवळ एकच अपेक्षा होती त्याच्या बदल्यात. त्याला तिने 'माणूस' म्हणावे एवढेच. तिच्यासारखाच तोही एक आहे, हे तिने मान्य करावे. म्हणजे तसेच पाहिले, तर एलिस पिंचेन ही एक अत्यंत अहंकारी, स्वत:मध्येच रमणारी ताठर कुमारिका होती.

खोलीत आल्याबरोबर एलिसची नजर खोलीच्या मध्यभागी उभ्या असलेल्या त्या तरुण सुताराकडे गेली. त्याच्या अंगात लोकरीचे हिरवे जाकीट होते. गुडघ्यावर उघडा असलेला सैलसा चुणीदार चोळणा पायांत होता. त्याला एक मोठा खिसा लावलेला होता. त्यात त्याने आपली मोजपट्टी ठेवली होती. तिचे टोक बाहेर डोकावत होते. ती पट्टी त्या कारागिराच्या व्यवसायाचे मानचिन्ह होती. कर्नल पिंचेनच्या त्या परिपूर्ण पोशाखावरची ती तलवार त्या सरदाराच्या वैभवशाली दिमाखाची ध्वजा होती. एलिसचा चेहरा एकदम उजळला. त्यात एक प्रकारची कलापूर्ण मान्यता दिसली कशाला तरी. मॉलच्या व्यक्तिमत्त्वाची, त्याच्या बांधेसूद शरीराची, सुदृढपणाची आणि त्याच्यातील कार्यशक्तीच्या तेजाने ती प्रभावित झाली. तिला त्याचे प्रथमत:च कौतुक वाटले; नवल वाटले. ती भावना तिने लपवून ठेवण्याचा कसलाच प्रयत्न केला नाही; परंतु सुताराकडून त्या कौतुकमिश्रित नजरेला प्रतिसाद मिळाला नाही. (इतरांनी कदाचित त्याची स्मृती आपल्या आयुष्यभर जतन केली असती.) प्रत्यक्ष सैतानानेच स्वत: होऊन त्याच्या – मॉलच्या – सौंदर्यभावनेला इतके गूढ बनवले होते.

'ही मुलगी माझ्याकडं अशी का पाहते आहे? असं नजर रोखून पाहायला मी काय एखादं जंगली जनावर आहे की काय? माझ्याजवळ मानवप्राण्याचा अंश आहे किंवा काय हे कळेल तिला इतक्यात. त्या वृत्ती जर अधिक प्रबळ ठरल्या, तर मात्र दुर्दैवच तिचं!' आपल्या दातांत ओठ धरून त्याने विचार केला.

"बाबा, तुम्हीच मला बोलावलंत ना? पण तुमचं जर या तरुण माणसाशी काम असेल, तर मी जाते कशी. मला ही खोली बिलकूल आवडत नाही, ठाऊक आहे तुम्हाला. या खोलीतली तुम्ही मुद्दाम ठेवलेली क्लॉडची चित्रंही इथं प्रसन्नता निर्माण करू शकत नाहीत." एलिस आपल्या गोड, हार्पसम स्वरात म्हणाली.

"तरुण मुली, कृपया एक क्षणभर थांब. माझं तुझ्या वडिलांकडचं काम संपलंय. आता तुझ्याकडंच उरलंय बाकीचं!" मॅथ्यू म्हणाला.

त्यासरशी एलिसने आपल्या बापाकडे मोठ्या आश्चर्ययुक्त आणि चौकस नजरेने बघितले.

मि. पिंचेन म्हणाले, "होय एलिस. त्याचं बरोबर आहे. या तरुणाला मॅथ्यू मॉल म्हणून ओळखतात सारे. आपल्याला एक हरवलेला दस्तऐवज किंवा चर्मपत्र शोधून काढायचं आहे. याचं आपल्याला साहाय्य व्हायचं आहे त्या कामात. हा कागद अतिशय मोलाचा आहे आपल्या कुटुंबाच्या दृष्टीनं. तुझ्या जन्मापूर्वीपासून सापडत नाही तो. याच्याजवळ तो हुडकून काढण्याची शक्ती आहे. तुझ्याकरवी त्याचा शोध लागणं शक्य आहे, असं म्हणणं आहे त्याचं. त्या कागदाचं महत्त्व जाणूनच वरवर असंभवनीय वाटणाऱ्या या पद्धतीला मी संमती दिली आहे. तिचा अवलंब करून पाहायला हरकत नाही कसलीच. तेव्हा बाळ एलिस, या माणसाच्या योग्य आणि सकारण अशा प्रश्नांना उत्तरं दे. त्याच्या विनंतीला रुकार दे. जोपर्यंत तो त्या विशिष्ट हेतूसाठी हे सारं करतो आहे, असं वाटेल तोपर्यंत करावं ते. मी खोलीत आहेच तुझ्याजवळ. साहजिकच, हा माणूस तुझ्याशी कसलाही उद्धटपणा किंवा कोणतीही बेअदबी करणार नाही. समजा, त्याची ही तपासणी तुला असह्य झाली, तर तुझ्या इच्छेनुसार ती ताबडतोब थांबवली जाईल. समजलं ना सगळं?"

"आपल्या वडिलांच्या उपस्थितीत मिस्ट्रेस एलिस पिंचेनना घाबरण्याचं कसलंच कारण नाही. अगदी सुरक्षित आहोत आपण त्यांच्या छत्राखाली, असं मानून चालावं त्यांनी!" मॅथ्यू मॉल एलिसला म्हणाला. त्याच्या शब्दांत मोठा आदर व्यक्त होत होता, पण नजरेत मात्र उपहास दडलेला दिसला अर्धवट. स्वरातही ती छटा होतीच.

"माझे वडील माझ्याजवळ असताना भ्यायचं कशाला? त्याची नको भीती. शिवाय, एखादी स्त्री जोपर्यंत स्वतःचं व्यक्तित्व राखून राहते तोपर्यंत तिला कोणाकडून कसलीही भीती बाळगण्याचं कारण नाही!" एलिस मोठ्या ठसक्यात म्हणाली.

बिचारी एलिस! कोणता दुःखद आवेश आला होता तिला? आपल्यासमोरच्या शक्तीचा कसलाही अंदाज न घेता आव्हान देण्याची कोठून ताकद आली होती तिच्यात? बिचारी!

"ठीक आहे. चला तर मग, मिस्ट्रेस एलिस..." एखाद्या कलावंताला शोभून दिसेल अशा नेटक्या थाटात मॅथ्यू मॉलने तिला एक खुर्ची दिली. "बसा या खुर्चीवर आणि आता कृपा करून तुमचे डोळे माझ्या डोळ्यांवर स्थिर करा. (एका गरीब बिचाऱ्या सुताराच्या नशिबातही नाही, ते ठाऊक आहे मला.) हं, बघा आता माझ्या डोळ्यांत. बघा. खोल, खोल बघा. तसंच. हलवू नका तुमची ती स्थिर नजर. शाब्बास!"

त्याने सांगितल्याबरहुकूम केले एलिसने. ती खूपच अहंमन्य होती. आपल्या विशिष्ट अशा सामाजिक दर्जाची तिला जाणीव होतीच, पण त्याहीपेक्षा तिला स्वतःच्या अशा एका खास सामर्थ्याची जाणीव होती. सौंदर्य, उच्च व निष्कलंक विशुद्धता व स्त्रीत्वाचे रक्षणशील सामर्थ्य या गोष्टी एकत्र आल्यानंतर तिचे अंतरंग अभेद्य बनले होते. अर्थात, आतूनच काही दगाफटका झाल्यास नाइलाज होता. कोणतीतरी दुष्ट व सैतानी शक्ती तिचा भेद करू पाहत आहे, याची तिला कल्पना आली. त्या शक्तीशी सामना करण्याची तयारी केली होती तिने – पुरुषी अहंकाराशी सामना देण्याची. त्या स्पर्धेतून ती पळ काढणार नव्हती. एका स्त्रीच्या दृष्टीने तो एक विजोड असा सामना होता. तिने आपले सारे सामर्थ्य खडे केले. तो एक घोर असा झगडा होता.

मधल्या वेळात तिचे वडील दुसरीकडे बघत होते. क्लॉडच्या एका निसर्गचित्राचे मनन करण्यात गढून गेल्यासारखे दिसत होते. त्या चित्रात एका प्राचीन काळच्या अरण्यात अंधुक असा सूर्यकिरणांचा देखावा दिसत होता. त्याला एक वेगळी खोली आलेली होती. त्यामुळे एक गुंतागुंत निर्माण झालेली होती विचित्र. त्यामुळे मि. पिंचेनांच्या स्वतःच्या कल्पना ते हरवून बसले असल्यास नवल नव्हते; पण खरी गोष्ट अशी होती की, त्यांना त्या चित्राच्या ठिकाणी मोकळी भिंतच दिसत होती. त्या क्षणी त्यांच्या मनात कानांवर आलेल्या अनेक विलक्षण लोककथा, आख्यायिका, अफवा यांचे एकच काहूर माजून गेले होते. त्या साऱ्या कथा त्याला या मॉलमंडळींच्या, त्यांच्या या नातवाजवळच्या अद्भुत नसल्या, तरी गूढ अशा सामर्थ्याबद्दल त्याला पुनःपुन्हा आठवण देत होत्या. तसेच बघितले तर मि. पिंचेन युरोप खंडात दीर्घ काळ वास्तव्य करून होते. त्यांच्या सहवासात अनेक शहाणेसुरते, राजदरबारी वजन असलेले, सुखासीन वृत्तीचे व त्याचप्रमाणे स्वतंत्र विचारसरणीचे लोक आलेलेही होते. त्यामुळे साहजिकच, त्यांच्या प्युरिटन अंधश्रद्धा आता बऱ्याचशा लोपल्याही होत्या. त्या काळी न्यू इंग्लंडमध्ये जन्मलेला माणूस मात्र त्यांच्या पगड्यातून मुक्त होऊ शकत नव्हता, हे खरे. परंतु त्याच्या उलट मॉलचा आजोबा हा एक चेटक्या होता, यावर संपूर्ण समाजाचा विश्वास नव्हता काय? त्याचे फळ म्हणूनच त्याला वधस्तंभावर चढविण्यात आले नव्हते काय? त्याच्या

या एकुलत्याएका नातवाकडे आपल्या पिंचेनांविषयीच्या वैराचा वारसा त्याने सोपवला नव्हता काय? आणि त्या क्षणी त्याचा तो नातू आपल्या पिढीजात वैऱ्याच्या मुलीवर आपल्या शक्तीचा गूढ असा परिणाम घडवून आणण्याचा प्रयत्न करत नव्हता काय? त्याच्या या प्रभावाला लोक 'चेटूकशास्त्र' म्हणतात की काय?

मि. पिंचेन अर्धवट मागे वळले. त्यांच्यासमोरच्या आरशात त्यांना मॉलचे ओझरते दर्शन झाले. एलिसपासून काही पावलांवर त्या सुताराने आपले हात हवेत वर उचलले होते. त्याच्या त्या विशिष्ट आविर्भावात एक वेगळा थाट होता. अंतराळातून तो त्या कुमारिकेवर एक कसलेतरी अदृश्य वजन हळूहळू खाली आणण्याचा प्रयत्न करत होता. काहीतरी ओढून घेत होता हवेतून खाली.

"मॉल, थांबव ते आधी! थांबव ताबडतोब. आहेस तिथंच थांबव तुझं काम. बंद कर सगळं!" मि. पिंचेन ओरडतच पुढे सरकले.

"बाबा, अहो बाबा, नका थांबवू त्याला. करू द्या त्याला काय करायचं ते. कृपा करून नका त्याला अडथळा करू कसला. माझी खात्री आहे की, त्याच्या या प्रयत्नांचा काहीही उपयोग व्हायचा नाही. त्याचा कसलाच उपद्रव होणार नाही मला. काळजी नको." एलिस आपल्या जागेवरूनच न हलता म्हणाली.

पुन्हा एकदा मि. पिंचेन आपल्या आवडत्या क्लॉडकडे वळले. मॉलचा प्रयोग चालू ठेवण्याला त्यांचा स्वत:चा विरोध असूनही त्याचा पूर्ण प्रत्यय घेण्याची त्यांच्या कन्येची इच्छा होती तर! साहजिकच, मग त्यांना संमती देण्यावाचून इलाजच उरला नाही. त्याची निकड मात्र नाही लावली त्यांनी. तो प्रयोग यशस्वी होण्यात त्यांच्या स्वत:पेक्षा तिचेच अधिक हित नव्हते काय? 'एकदा का तो चर्मपत्रावरील दस्तऐवज हातात आला की मग एलिसचे एखाद्या इंग्लिश ड्यूकबरोबर किंवा एखाद्या गादीवर असलेल्या जर्मन राजपुत्राबरोबर मोठ्या थाटामाटाने लग्न लावून द्यायचे. त्या सरदाराला आपण भलामोठा हुंडा देऊ शकू त्याबरोबर. केवढा रुबाब वाढेल आपला तेव्हा! नाहीतर बिचारीच्या नशिबात न्यू इंग्लंडमधला कुठलातरी पाद्री नाहीतर वकील आहेच की!' असा एक मोठा सुखद विचार त्या बापाच्या मनात आला. म्हणजेच, त्या महत्त्वाकांक्षी बापाने मनातल्यामनात एका गोष्टीला कबुलीच दिल्यासारखे झाले. त्याचा हा महान उद्देश साध्य करण्यासाठी मॉलने आवश्यकता असल्यास साक्षात सैतानाचे साहाय्य घेतले तरी चालावे. एलिसची स्वयंभू विशुद्धता, तिचे पावित्र्यच त्यापासून तिचे रक्षण करील.

अशा एका कल्पनारम्य, अद्‌भुत अशा स्वप्नरंजनात तो सद्‌गृहस्थ खोल गुंगून गेला; खूपच रमला. त्याच वेळी आपल्या मुलीच्या मुखातून एक अर्धवट असा उद्‌गार त्यांनी ऐकला. तो खूपच अस्पष्ट होता. त्या स्वरात शब्दांना आकार देण्याची अपुरी इच्छाच केवळ व्यक्त होत होती. त्या शब्दांना अर्थ असा नव्हताच.

त्यातून निघणारे सारही समजण्याच्या पलीकडचे होते. पण एक गोष्ट खरी होती; स्पष्ट होती. ती एक आधारासाठी दिलेली हाक होती. त्यांच्या सदसद्‌विवेकबुद्धीने ते अचूक हेरले. ती एक उदासवाणी, आर्त अशी किंकाळीच होती. कानातल्या कुजबुजीपेक्षा थोडीफार अधिक मोठी. ती थेट त्यांच्या काळजालाच जाऊन भिडली, पण आता ते मागे वळले नाहीत.

आणखी थोडा वेळ गेला. मॉल बोलल्याचा आवाज आला.

"पाहा तुमच्या मुलीकडं!" तो म्हणाला.

त्यावर मि. पिंचेन लगबगीने पुढे झाले. मॅथ्यू मॉल एलिसच्या खुर्चीसमोर ताठ उभा होता. त्या कुमारिकेच्या दिशेने त्याने आपले बोट रोखले होते. एका विजयोन्मादी सामर्थ्याची अभिव्यक्ती होती त्या बोटात, त्या आविर्भावात. त्या शक्तीच्या सीमा निश्चित करता येत नव्हत्या; परंतु त्या शक्तीचे नियंत्रण 'अदृश्या'पासून 'अनंता'पर्यंत पसरले होते निश्चित. एलिसचे डोळे उघडेच होते. कसल्यातरी लांबसडक पिंगट अशा रेषा तिच्या डोळ्यांसमोरून खाली उतरत होत्या. तिच्या डोळ्यांवर गाढ निद्रेची एक झाक पसरलेली होती.

"हं, बघा आता. बोला आता तिच्याशी!" त्याने म्हटले. "एलिस! माझ्या मुली! लाडके!" मि. पिंचेन उद्‌गारले. ती जरासुद्धा हलली नाही.

"बोला. आणखी मोठ्यानं!" मॉल हसत म्हणाला.

"एलिस, एलिस, जागी हो बाळ! तुझी दया येते गं मला! जागी हो आधी!" तिचे वडील ओरडले.

आता त्यांच्या स्वरात भय निर्माण झाले. एलिसच्या नाजूक कानाजवळ जाऊन ओरडले ते मोठ्याने. वास्तविक, कोणत्याही बदसुराची त्या कानांना चटकन चाहूल लागायची. आज असे काय घडले? आज त्यांचा आवाज तिच्यापर्यंत पोहोचलाच नाही निश्चित. त्या दोघांमध्ये अशी कोणती अवर्णनीय पोकळी निर्माण झाली होती बरे? त्यांच्या आवाजाला तिचा भेद का करता येत नव्हता? एवढे कसले अंतर निर्माण झाले होते अचानक? एलिस दूरदूर, अस्पष्ट अशा अशक्यप्राप्य जाणिवेच्याही पलीकडे जाऊन पोहोचली होती. अगदी वर्णन करण्याच्या पलीकडे गेली बिचारी!

"आता तिला हात तर लावून बघा मग. तेच उत्तम! हं, हलवा तिला. हलवा अजून जोराजोरानं. घाबरू नका, हलवा गदगदा! कुऱ्हाड, करवत, रंध्याची पातळी सारखीसारखी वापरून घट्टे पडलेत माझ्या हातांना, नाहीतर मीच मदत केली असती तुम्हाला!" मॅथ्यू मॉल म्हणाला.

मि. पिंचेननी तिचा हात आपल्या हातात घेतला. त्यांच्या मनात मोठीच चलबिचल उडालेली होती. त्या भावविवशतेतच तो त्यांनी दाबला. तिचे प्रेमभराने चुंबनही घेतले. त्या त्यांच्या चुंबनातून का असेना, त्यांच्या अंत:करणाची धडधड

तिला ऐकू यावी, अशी इच्छा होती त्यांची. तसे काहीच न जाणवल्याने त्यांना मोठा संताप आला. त्या जोशात त्यांनी तिला जोरजोरात हलवले, पण पुढच्याच क्षणी आपण तिच्यावर चिडलो आहोत, हे लक्षात येताच घाबरले ते. त्यांनी आपले हात तसेच मागे खेचले. एलिस आपल्या आरंभीच्या अवस्थेतच निचेष्ट अशी बसून राहिली. तिचे लवचीक शरीर अगदी संपूर्णत: भावनारहित झाले होते. मॉलने आपली जागा आता बदलली होती. त्यामुळे तिचा चेहरा आता किंचित त्याच्याकडे झुकला. परंतु दिसताना ते वेगळेच दिसले, तिची निद्रा त्याच्याकडे मार्गदर्शनासाठी बघतेय की काय असे.

मि. पिंचेनांची मात्र खूपच तारांबळ उडाली. भावनांचा आवेग त्यांना सहनच होईना. त्या रूढिप्रिय माणसाने आपल्या केसांच्या टोपातील पावडरच झटकली एकाएकी. त्या भिडस्त व रुबाबदार अशा खानदानी सद्गृहस्थाने एकदम आपला दर्जा बाजूलाच ठेवला. त्याच्या हृदयात दाटून आलेला संताप, भीती, दु:ख यांच्या भावनावेगामुळे ते कसे आचके खात होते व त्यामुळे सोन्याच्या वर्खाचे नक्षीकाम केलेले त्यांचे ते जाकीट शेकोटीच्या प्रकाशात कसे मजेशीर चकाकत होते, फडफडत होते. या साऱ्या हालचाली मोठ्या चमत्कारिक वाटत होत्या.

रागाने आवळून धरलेली आपली हाताची मूठ मॉलच्या दिशेने हलवत मि. पिंचेन ओरडले, ''दुष्टा! नालायका! तू व त्या पिशाच्चाने – दोघांनी मिळून मला लुटलंत. माझी लाडकी मुलगी हिरावून घेतलीत काय! त्या वृद्ध चेटक्याच्या अंड्यातील पिल्ला, परत दे तिला अगोदर. नाहीतर तुझ्या त्या थेरड्याच्या पाठोपाठ 'गॅलोज हिल' चढायला लावीन तुला! याद राख!''

''सावकाश! जरा सबुरीनं घ्या. महाशय पिंचेन, धीरे! धीरे! असे उतावीळ का होता उगीचच? उगीचच तुमच्या त्या मनगटावरच्या झालरीवरची उंची कलाबूत घाण व्हायची! त्या पिवळ्या चर्मपत्राच्या एका तुकड्यासाठी, केवळ त्याच्या आशेने तुम्ही आपली लेक खर्ची घातलीत, हा काय माझा दोष? छान न्याय आहे हा! मिस्ट्रेस एलिस कशी शांतपणे झोपली आहे त्या खुर्चीवर! आता सुरुवातीला आल्याबरोबर ती त्या सुताराला जेवढी गर्विष्ठ वाटली तेवढी ती आहे काय, हे मॅथ्यू मॉलला बघू द्या बरं!'' हेटाळणीच्या सुरात तो सुतार म्हणाला.

त्याचे बोलून झाले. दडपून गेलेल्या कोमल अंतर्मनाच्या मूकसंमतीने आणि आपले शरीर त्याच्या दिशेने झुकवून तिने त्याला प्रतिसाद दिला. वाऱ्याच्या सौम्यशा झोताने हलणाऱ्या मशालीच्या ज्योतीसारखे तिचे शरीर थरथरले. आपल्या हाताची खूण करून त्याने तिला बोलविले. गर्विष्ठ एलिस खुर्चीतून उठली व त्याच्या दिशेने चालत गेली. आंधळेपणानेच परंतु एका ठरीव आणि अपरिहार्य अशा केंद्रबिंदूकडे ती झुकली, यात संशय नाही. त्याने तिला मागे ढकलले. मागे

सरकत-सरकत एलिस पुन्हा आपल्या जागेवर कोसळली.

"शाबास, आता ती माझी आहे! केवळ माझी! माझीच सत्ता चालणार आता तिच्या चैतन्यवृत्तीवर! सर्वशक्तिमान अशा पिशाच्चवृत्तीच्या सत्तेखाली आहे ती!" मॅथ्यू मॉल म्हणाला.

दंतकथा पुढे सरकली. तो हरवलेला कागद शोधून काढण्याच्या दृष्टीने त्या सुताराने घातलेल्या मंत्राचा मोठा लांबलचक, विचित्र, मधूनमधून धडकी भरवणारा असा वृत्तान्त निवेदन करत चालली ती पुढे. मॅथ्यू मॉलच्या मनातला हेतू वेगळाच होता. त्याला एलिसच्या मनाचे माध्यमच बदलून टाकायचे होते. त्याला एक दूर अंतरावरचे दृश्य दाखवणाऱ्या दुर्बिणीचे स्वरूप द्यावयाचे योजिले होते त्याने. त्या माध्यमातून त्याला व मि. पिंचेनना स्वर्गसृष्टीतील किंवा गुप्तसृष्टीतील गोष्टींचे दर्शन होणार होते. पृथ्वीच्या सीमेपलीकडे नेलेल्या त्या मौल्यवान रहस्याच्या मृत धन्याशी संबंध जोडण्याच्या एका अपुऱ्या अवस्थेला येऊन पोहोचला होता तो. एलिसने संमोहावस्थेत तिच्या पिशाच्चचक्षूंसमोर आलेल्या तीन आकृतींचे वर्णन केलेले होते : त्यातला एक सद्गृहस्थ वयोवृद्ध व रुबाबदार होता. त्याचा चेहरा खूपच करारी होता; उग्रही तसाच. त्याच्या अंगावरची वस्त्रे खूप उंची व भारदस्त होती. जणूकाय एखाद्या मोठ्या उत्सवासाठीच परिधान केल्यासारखी, परंतु त्याच्या भारी कलाकुसर केलेल्या गळपट्ट्यावर एक मोठा रक्ताचा डाग होता. दुसरी आकृती एका वयस्कर माणसाची होती. त्याचा वेष तसा दरिद्रीच होता. त्याचा चेहरा मात्र खूपच राकट व द्वेषजनक दिसत होता. त्याच्या गळ्याभोवती एक तुटका दोर होता. तिसरा माणूस मागच्या दोघांच्या वयाचा नसला, तरी मध्यम वयाच्या पलीकडे गेलेला होता. त्याच्या अंगात एक लोकरीचे जाडेभरडे जाकीट होते. त्याने चामड्याचा चोळणा घातलेला होता. त्याच्या एका बाजूच्या खिशातून सुताराची मापपट्टी डोकावत होती. या तीन अदृश्य पात्रांना त्या हरवलेल्या कागदपत्रांबद्दल आपापसांत माहिती होती.

वस्तुत: पट्ट्यावर रक्ताचा डाग असलेला माणूस आपल्याजवळचा तो कागद कोठेतरी जवळपास ठेवण्यासाठी धडपड करत होता, असे त्याच्या आविर्भावावरून दिसत होते, परंतु त्या रहस्यचित्रातील त्याचे ते दोन सोबती त्याला तसे करू देत नव्हते. अखेरीस, त्या माणसाने त्या रहस्याचा भेद मोठ्याने ओरडून करायचे ठरविले. तो इतक्या मोठ्याने ओरडणार होता की, त्याचा आवाज थेट माणसांपर्यंत पृथ्वीवर ऐकू जाणार होता. त्याने तसे करण्यास आरंभ केल्याबरोबर त्या दोघांनी त्याच्याशी झटापट केली व आपल्या हातांनी त्याचे तोंड दाबून धरले. त्याबरोबर त्याच्या गळपट्ट्यावरून रक्ताचा एक नवा प्रवाह वाहू लागला. त्याला गुदमरल्यासारखे झाले म्हणून तसे झाले का त्या रहस्याचा रंगच किरमिजी, होता की काय न कळे.

त्यावर त्या दोघा दरिद्री पोशाखातील व्यक्तींनी त्या अतिलज्जित झालेल्या वृद्ध खानदानी माणसाची थट्टा केली, टर उडवली, निंदा केली. त्याच्या त्या डागाकडे पुन:पुन्हा बोट दाखवून त्याची अवहेलना करण्यास आरंभ केला.

या महत्त्वाच्या क्षणाला मॉल पिंचेनांकडे वळला.

"आपल्याला हा शोध कधीच लागणार नाही. या रहस्याची ताबेदारी हा तुमच्या आजोबांच्या प्रायश्चित्ताचा एक भाग आहे. त्यामुळे जरी त्यांचे वारस श्रीमंत होणार असले, तरी तो त्यांच्याजवळ राहणार. तो दस्तऐवज त्या म्हाताऱ्याला गुदमरवून टाकणार शेवटपर्यंत. अगदी अखेरपर्यंत. त्या कराराचे महत्त्व संपूर्णत: कमी होईपर्यंत तो गुप्तच राहणार. ठेवा तुमचा सात गेबलांचा हा प्रासाद तुमच्याजवळच! तो तुमचा तुम्हालाच लखलाभ होवो! वारसा म्हणून विकत घेण्यास महाग पडणार तो. त्याच्यावरच्या शापाचे ओझे खूपच जड आहे. कर्नलच्या पिढीनेच त्याची फळे भोगली पाहिजेत!" तो म्हणाला.

मि. पिंचेननी काहीतरी बोलण्याचा प्रयत्न केला, परंतु भीती व संताप यांनी त्यांच्या घशातून फक्त एक घरघर ऐकू आली. सुताराने स्मित केले.

तो उपहासाने म्हणाला, "वा, वा, आदरणीय महाशय, तुम्हालाही वृद्ध मॉलच्या रक्ताची तहान लागली म्हणा तर!"

"माणसाच्या रूपातील भूता! माझ्या मुलीवर का सत्ता चालवत आहेस तू? माझी मुलगी मला परत कर आणि जा आल्या वाटेनं परत. पुन्हा तुझं तोंडही पाहायला लागू नये. कर एकदाचं तोंड काळं." घसा मोकळा झाल्यावर मि. पिंचेन ओरडले.

"तुमची मुलगी! ह्यॅ! ह्यॅ! छे, आता ती बहुतांशी माझी आहे! तरीदेखील मला मिस्ट्रेस एलिसशी अधिक कठोर होण्याची इच्छा नाही, म्हणून मी तिला तुमच्याजवळच ठेवून जाईन. परंतु मॉल सुताराचा तिला विसर पडेलच, अशी खात्री नाही देत मी." मॅथ्यू मॉल म्हणाला.

त्याने आपले हात वर केले आणि पुन:पुन्हा तसे केल्यानंतर सुस्वरूप एलिस पिंचेन तिच्या त्या विलक्षण संमोहावस्थेतून पूर्ववत जागी झाली. तिला त्याची किंचितही आठवण राहिली नाही. एखाद्या क्षणिक अशा दिवास्वप्नातून जागे व्हावे तसे वाटले तिला. एखाद्या शेगडीतील खाली बसलेली ज्योत थोड्याच अवकाशात पुन्हा प्रज्वलित व्हावी, तशी ती वास्तव जीवनावस्थेत परतली. मॅथ्यू मॉलकडे पाहताना तिच्या चेहऱ्यावर एक भावशून्य, पण खानदानी रुबाब आणला तिने, कारण त्या सुताराच्या स्मिताने तिच्या त्या स्वयंभू अहंकाराला धक्का पोहोचत होता. अशा प्रकारे, त्या वेळेपुरता पूर्वेकडच्या पिंचेन प्रदेशावरचा मालकी हक्क शाबीत करणाऱ्या पुराव्याच्या शोधाचा शेवट झाला. अनेकदा त्याची पुनरावृत्ती

होऊनही आजतागायत एकाही पिंचेनाच्या दैवात तो दस्तऐवज पाहणे जमून आले नाही.

परंतु अरेरे! त्या बिचाऱ्या सुंदर, सभ्य; तरीही गर्विष्ठ अशा एलिसचे दुर्दैवच म्हणायचे. तिच्या स्वप्नातही न आलेल्या एका शक्तीने तिच्या कौमार्यावस्थेतील आत्म्यावरची आपली पकड केव्हाच ढिली केली नाही. तिच्या इच्छाशक्तीच्या अगदी उलट असलेली दुसरी शक्ती तिच्यावर सत्ता गाजवीत होती. त्या जबरदस्त इच्छाशक्तीच्या वेड्याविद्र्या व चमत्कारिक आज्ञा मानणे तिला भाग पडत होते. आपली जमीन एकरांऐवजी मैलांच्या परिमाणात मोजण्याच्या असाधारण हव्यासाच्या मागे लागून तिच्या वडिलांनी आपल्या गरीब मुलीचा बळी दिला होता आणि म्हणून एलिस पिंचेनचे सारे आयुष्य मॉलची गुलाम म्हणून राहण्यात गेले. शरीराला आपल्या साखळीने जखडून टाकणाऱ्या बंधनापेक्षा हजार पटींनी मानखंडना करणारे ते बंधन होते. आपल्या खोपटातील शेकोटीजवळ बसलेल्या मॉलने फक्त आपला हात हलवायचा अवकाश की, ती ताठ युवती कोठे का असू दे, आपल्या खोलीत म्हणा अथवा आपल्या वडिलांकडे आलेल्या सरदारी थाटाच्या पाहुण्यांची देखभाल करीत असताना किंवा चर्चमध्ये प्रार्थना करताना – ती कोणत्याही ठिकाणी कसल्याही व्यापात असू दे, तिच्या चैतन्यशक्तीवरचा तिचा ताबा निसटून जाई. तिला मॉलच्या बोटाच्या तालावर नाचावे लागे. शेकोटीच्या बाजूस बसलेला तो सुतार म्हणे 'एलिस, हास!' किंवा कदाचित, एकही शब्द न उच्चारता त्याच्या मनात ती इच्छा तीव्र झाली की, एलिस सुसाट हास्य करीत सुटलीच पाहिजे. मग ती प्रार्थनेची वेळ असो अथवा प्रेतयात्रेची वेळ असो. 'एलिस, दुःखी हो!' असे त्याने म्हटले रे म्हटले की, त्याच क्षणी तिच्या डोळ्यांतून अश्रू ओघळत आणि भोवतालच्या माणसांचा आनंद अस्तास जात असे. एखाद्या होळीवर अचानक आलेल्या पावसाचे थेंब पडून ती विझून जावी त्याप्रमाणे. 'एलिस, नृत्य कर!' की, लागलीच ती नाचायला. तिच्या नाचातील थाट परदेशातल्याप्रमाणे दरबारी नसायचा, तर तो एक जलद पावलांचा असा नाच असायचा किंवा मजा मारीत नाचणाऱ्या चलाख गावंढळ पोरींना शोभेल असा तो नाच असे; हॉप-स्कीप-रीगॅडून पद्धतीचा. मॉलची प्रवृत्ती एलिसची दुर्दशा करण्याकडे नव्हती. त्याच्या मनात तिची दुष्ट अथवा राक्षसी थट्टा करण्याचा विचारही नव्हता. तिच्या दुःखावर शोकांतिकेचा कळस चढवावा असेही त्याला वाटत नव्हते. त्याला एकच ध्यास लागलेला होता. तिचा जास्तीतजास्त उपहास करायचा. जगापुढे तिला तुच्छ करून सोडायचे. असा हा कठोर उपहास करून तिच्या जीवनातील सगळा रुबाब धुऊन काढला त्याने. तिला स्वतःला जीवनाची मोठी घृणा आली. एखाद्या किड्याचे जीवन जगावे, अशी तळमळ लागून राहिली.

एका संध्याकाळी ती एका विवाह समयीच्या मेजवानीस (तिच्या स्वत:च्या नव्हे हं! तिच्या स्वत:च्या बाबतीत लग्न करणे एक पाप आहे, असे मानण्याइतके नियंत्रण होते तिचे स्वत:वर.) गेली होती. बिचाऱ्या एलिसला तिच्या त्या अदृश्य, जुलमी सत्ताधीशाने खूण करून बोलावले. गॉसमरच्या पांढऱ्याशुभ्र वेशात असलेली, पायांत साटीनचे स्लिपर्स घातलेली एलिस पिंचेन रस्त्यावरून गडबडीने निघाली एका मजुराच्या क्षुद्र खोपटाकडे. तिला जाणे भागच होते. ती त्या खोपटाजवळ आली. आतल्या बाजूने हसण्या-खिदळण्याचे आवाज येत होते. आत आनंदाचे वातावरण पसरले होते. मॅथ्यू मॉलच्या लग्नाची वेळ होती ती. त्या घरातील मजुराच्या मुलीशी त्याचा विवाह ठरला होता. अहंमन्य एलिस पिंचेनला वधूची पाठराखीण म्हणून बोलावून आणले होते त्याने. त्याप्रमाणे ती आली होती. लग्न झाले. एलिस आपल्या मोहमय निद्रेतून जागी झाली. तथापि, आता तिचा नक्षा उतरला होता. विनयशीलपणे तिने दु:खपूर्ण स्मित करीत मॉलच्या नूतन पत्नीचे चुंबन घेतले आणि ती आपल्या वाटेने परत निघाली. ती रात्र वादळी होती. आग्नेय दिशेचा वारा बर्फ आणि पाऊस यांचा मारा तिच्या तलम वस्त्राखालील उरोभागावर करीत होता. चिखलाच्या पाऊलवाटा तुडवून-तुडवून तिचे साटीनचे स्लिपर्स पार भिजून गेले. दुसऱ्या दिवशी तिला थंडी वाजून आली. लवकरच खोकल्याने आपले आसन स्थिर केले. पाठोपाठ क्षयाचा ताप गालांवर दिसू लागला. एक पिचलेले शरीर हॉर्पसिकॉर्डजवळ बसून राहिले आणि सारे घर संगीताने भारून टाकू लागले. संगीत... स्वर्गीय गंधर्वाची तान प्रतिध्वनित करणारे संगीत! केवढा आनंद! एलिसने आपली अखेरची मानखंडना सोसली होती. केवढा पराकोटीचा आनंद! एलिसला आपल्या ऐहिक पापांचा पश्चात्ताप झाला होता! तिचा अहंकार गळून गेला होता!

पिंचेनांनी एलिसची मोठी प्रेतयात्रा काढली. जवळचे नातेवाईक आले होते. त्याशिवाय गावातील सर्व प्रतिष्ठित माणसेही होतीच. त्या शवयात्रेच्या शेवटी चालत होता मॅथ्यू मॉल! दात आवळत, जणूकाही आपल्या स्वत:च्या हृदयाचा चावा घेऊन त्याचे दोन भाग करण्याचा विचार होता त्याचा. कोणत्याही प्रेतामागून आतापर्यंत इतक्या काळवंडलेल्या आणि दु:खी झालेल्या चेहऱ्याचा माणूस गेलाच नसेल! त्याला एलिस पिंचेनला नमवायचे होते; ठार मारायचे नव्हते; परंतु एका स्त्रीचा नाजूक आत्मा खेळण्यासाठी आपल्या रांगड्या हातात घेतला त्याने आणि ती मरून गेली बिचारी... बिचारी एलिस पिंचेन!

चौदा

फीबी निरोप घेते

एखादा तरुण लेखक ज्या उत्साहात रंगून जाऊन आपल्या कथावाचनात नाट्य आणतो, योग्य त्या ठिकाणी कथावस्तूचा विस्तार करतो व दृष्टान्त देतो, त्या तल्लीनतेने हॉलग्रेव्ह आपली कथा वाचत होता. त्याच्याजवळ अभिनयकौशल्यही असल्यामुळे ते वाचन मोठे परिणामकारक झाले. शेवटी-शेवटी त्याच्या हे लक्षात आले की, आपल्या श्रोत्याला एक विशिष्ट गुंगी आली आहे. वाचकालाही कदाचित ती जाणीव झाली असल्याचा संभव आहे, पण ती गुंगी मात्र संपूर्णत: वेगळी असावी. फीबीवर झालेला परिणाम वेगळा होता. हॉलग्रेव्हने तिच्यासमोर मोहिनीविद्येत पारंगत असणारा कथेतील तो सुतार साकार करण्यासाठी वाचतावाचता अनेक गूढ असे हातवारे केले होते, त्याचा तो परिणाम होता. तिच्या डोळ्यांवर जडपणा आला. तिच्या पापण्या खाली लवल्या. त्या वर उचलण्याचा प्रयत्न केल्यावर एखाद्या शिशाच्या जड अशा वजनाच्या भाराने खाली याव्यात तशा खाली यायच्या. फीबी किंचित त्याच्या बाजूस कलली. तिचा श्वास त्याच्याबरोबर खाली-वर होऊ लागला. हॉलग्रेव्हने आपले हस्तलिखित गुंडाळण्यास सुरुवात केली. त्याने तिच्याकडे बघितले. त्याच्या दृष्टीला त्या मानसिक अवस्थेची आरंभीची स्थिती कळून आली. त्याला ती कला अवगत असल्याचे फीबीला तो बोललाच होता पूर्वी कधीतरी. त्याचीच सुरुवात झाली होती. तिच्याभोवती एक पडदा पसरण्यास आरंभ झाला. त्यावर तिला केवळ तोच – हॉलग्रेव्हच – दिसत होता. आता त्याचे विचार, त्याच्या भावना घेऊनच जगायचे होते तिला. नकळत हॉलग्रेव्हची नजर तिच्याभोवती केंद्रित होऊ लागली. त्याच्या वागणुकीत त्या शक्तीची जाणीव

होती. त्यामुळे त्याच्या स्वत:च्या अद्यापि पूर्ण न वाढलेल्या शरीराला एक वेगळा आकार आल्यासारखे झाले. तो रुबाब त्याला तितकासा मानवेना. त्याच्याजवळ मुळात जे नव्हते, ते प्रकट होऊ लागताना तो बेढब दिसू लागला. आपल्या हाताच्या एखाद्या हालचालीने आणि त्याला जोडूनच केलेल्या आपल्या इच्छाशक्तीच्या एखाद्या सुसंगत आविष्काराने तो फीबीच्या अद्यापि विमुक्त व विशुद्ध असणाऱ्या चित्तवृत्तीवर सत्ता गाजवू शकत होता. या सत्प्रवृत्त, निर्मळ आणि निरागस अशा कुमारिकेवर कोणतातरी विनाशक असा प्रभाव पाडू शकत होता. त्याच्या दंतकथेतील सुताराने त्या हतभागी एलिसवर पाडला तसा.

पण हॉलग्रेव्हचा स्वभाव निराळा होता. त्याच्या मनाचा कल वेगळा होता. त्याच्यात वैचारिकतेला महत्त्व होते. त्याच वेळी ते मन मोठे मायाळूही होते. अशा रितीने एखाद्या मानवी मनावर काबू ठेवण्याचा त्याला मोह पडत नव्हता. एका तरुण मुलीच्या भवितव्याची सूत्रे तिच्याएवढ्याच तरुण असणाऱ्या आपल्यासारख्याने हलवावीत हे त्याला पटत नव्हते. त्याचे त्याला कसलेच आकर्षण नव्हते. त्या छायाचित्रकाराच्या अंगचा हा गुणविशेष निश्चितपणे दुर्मीळ व उच्च दर्जाचा होता, हे मान्यच करायला हवे. इतरांच्या व्यक्तित्वाविषयी मोठी आदरभावना होती त्याच्याजवळ. त्याच्याकडे शिक्षण नव्हते. त्याच्या स्वभावात इतरही अनेक दोष होते. रूढिप्रियता, समाजसंस्था यांच्याविषयी त्याच्या मनात द्वेष होता, हे लक्षात घेऊनही, त्याच्या त्या एका स्वभावपैलूचे मोल मोठे होते खचितच. तो अंत:करणाचा सच्चा होता. त्याच्याविषयी शंकाच घ्यायची नाही येथून पुढे. त्यामुळे तो त्या मर्यादेबाहेर गेलाच नाही. आपल्या मंत्रसामर्थ्याच्या जोरावर फीबीवर आपले वर्चस्व मिळविण्याचा प्रयत्न त्याने पुढे चालू ठेवला नाही. त्याने स्वत:ला मोठ्या निश्चयाने परावृत्त केले त्यापासून.

त्याने पुन्हा एकदा विशिष्ट हातवारे केले.

थोड्याशा उपहासगर्भतेने स्मित करीत तो फीबीला म्हणाला, ''मिस फीबी, तुम्ही खरोखरच माझा पाणउतारा केलात की! बिचारी माझी कथा! गॉडी अथवा ग्रॅहॅम यांना कुठली चालते आता ती! माझं स्वप्न होतं की, ती अतिशय गाजणार म्हणून. टीकाकारांची स्तुतिसुमनं मुक्तहस्तानं उधळली जाणार तिच्यावर. एक तेजस्वी, समर्थ, कल्पक, त्याच वेळी अतिशय करुण आणि वास्तव कथा म्हणून वाखाणली जाणार ती, अशी माझी अटकळ होती; पण तू चक्क झोपून राहिलीस मी ती वाचत असताना! छान झालं. आता या कागदांचा दिवे पेटविण्याकरिताच उपयोग होणार तर! आणि खरोखरच, त्या लेखनात एवढा कंटाळवाणेपणा भरून राहिला असल्यास ते जळणार तरी कसे? तेवढी तरी ताकद नको त्यात? ठीक आहे. नशीब आमचं!''

"काय म्हणताय काय? मी झोपलेली होते? म्हणजे?" फीबीने उलट प्रश्न केला. तिच्या त्या संमोहावस्थेची तिला जाणीवच राहिली नव्हती. एखादे बालक कड्याच्या काठापर्यंत गडगडत जावे, तसेच वाटले तिला. पुढच्या धोक्याची तिला कल्पना आली नव्हती बिलकूल. ती आणखी म्हणाली, "छे अहो, शक्यच नाही मी झोपणं! अगदी ध्यान देऊन ऐकत होते ते सारं. आता त्या कथेतला प्रसंग नि प्रसंग नाही आठवणार मला कबूल, परंतु त्या कथेतील पात्रावर पडलेल्या संकटाच्या आणि कष्टाच्या वर्णनांचा ठसा उमटलाय मनावर माझ्या. त्यामुळंच केवळ ती कथा मोठी दिलखेचक होणार, यात मला तरी शंका नाही."

या वेळेपर्यंत सूर्य मावळला होता. क्षितिजाजवळचे ढग त्याच्याकडच्या मावळत्या तेजाचे ग्रहण करत होते. आता क्षितिजाची ती संपन्न मुलायमता, ती रंगांची उधळण संपुष्टात आली होती. त्याचा भडकपणा आता पुसला गेला होता. चंद्र हळूहळू वर सरकत होता. आता आपले स्वत:चे प्रकाशवलय निळ्याभोर आकाशात मोठ्या विनयशीलतेने पसरवत होता. एखादा महत्त्वाकांक्षी लोकनेता जनतेच्या भावनांची वाट पुसतपुसत चालला असताना आपल्या मनीचे महत्त्वाकांक्षी हेतू लपवतो तसा. आता तो फुगला होता. त्याचे अंड्याच्या आकाराचे रूप आता प्रकाशमान व्हायला सुरुवात झाली होती. त्याच्या त्या रुपेरी किरणांत मागे रेंगाळत असलेल्या दिवसाच्या प्रकाशकिरणांचे रूप पालटण्याइतके सामर्थ्य होते. ते चंद्रकिरण त्या ऐतिहासिक कालातील घरावर शांतपणे पसरत होते; त्याला नटवत होते. अनेक गेबलांच्या कोपऱ्यांत पडलेल्या सावल्या खोलखोल वाढत होत्या. पुढे आलेल्या मजल्याखाली अर्धवट उघड्या दरवाजात दाटून पडल्या होत्या; कसलातरी खोल विचार करीत जणू! रात्र पुढे सरकू लागली. आता ती बाग अधिकच रम्य दिसू लागली. ती फळझाडे, ती फुलझाडे, इतर झाडेझुडपे या सर्वांमध्ये एक गडद अंधार पसरला होता. त्या बागेचे नेहमीचे रूप आता पार बदलून गेले होते. दुपारच्या वेळचे तिचे रूप एका शतकाचे दु:ख सामावून घेत होते, पण आता तेथे एखाद्या अद्‌भुतरम्य कथेतील सौंदर्य आकार घेत होते. समुद्राच्या बाजूने वाऱ्याची एखादी सौम्य झुळूक आली की बागेतील झाडांची पाने कुजबुजायची. त्यांच्या त्या कुजबुजण्यात शेकडो वर्षांचे रहस्य साठवलेले असल्यासारखे वाटत होते. त्या छोट्या समर हाऊसवर झाकून टाकणाऱ्या पर्णराशींतून चंद्रकिरणांचे कवडसे इकडेतिकडे लुकलुकत होते. आतल्या अंधाऱ्या जमिनीवर, तेथल्या टेबलावर आणि त्या गोलाकार बाकावर पळून खेळत होते. फांद्यातील फटींतून, त्या छपराला, भिंतीला पडलेल्या भेगांतून रुपेरी, शुभ्र असे चांदणे आत शिरले होते. तेथे मिणमिण प्रकाशाने उजळत होते.

सारा दिवस उन्हाने मोठा ताप उसळून सोडला होता; पण आता जिकडेतिकडे

थंडगार झाले होते. जणूकाय त्या उन्हाळ्याची ती संध्याकाळ एखाद्या चांदीच्या भांड्यातून बर्फासारख्या शीतल अशा तरल चंद्रप्रकाशाचा आणि दवाच्या तुषारांचा शिडकावा करत होती. या तजेल्याचे काही थोडे कण मानवी अंत:करणावरही पडत होते. त्याला पुन्हा नवीन फुलोरा आणत होते. त्यांच्यात चैतन्य निर्माण करत होते. निसर्गाच्या चिरंतन तारुण्याशी सुसंवाद घडवून आणत होते. हॉलग्रेव्हही एक तरुण कलावंत होता. त्याच्याजवळ त्या सुखद वातावरणापासून चैतन्य घेण्याची संवेदनक्षम वृत्ती होती. त्याच्या वृत्ती बहरल्या त्यामुळे. माणसा-माणसांमधील आडदांड झटापटी पाहून, जीवनातील या धकाधकीचा अनुभव घेऊन आपण तरुण आहोत, हे तो विसरला होता एवढ्या अल्पवयात. जीवनसंग्रामात भाग घेतला होता त्याने. आज त्याला ती जाणीव झाली, त्या रम्य, मनोहर वातावरणामुळे.

तो बोलू लागला, ''मला असं वाटत आहे की, इतक्या मोहक सायंसमयाचं आगमन मी अनुभवलंच नव्हतं कधी. आज प्रथमच एक वेगळं सुख भोगतोय मी. खरोखर, किती सुंदर आहे नाही आपलं हे जग! खूप छान, रम्य! शिवाय ते तारुण्यानं मुसमुसलेलंही आहे – काही कुजकं, पिचलेलं असं नाहीच त्यात! आता हेच बघ ना, आपल्या समोरचं हे जुनंपुराणं घर कधीकधी त्याच्या कुजक्या लाकूड सामानाच्या वासानं मला गुदमरवून सोडतं! या बागेत सदानकदा काळी बुरशी नेहमी माझ्या कुदळीला चिकटत राहते, जणूकाय मी म्हणजे स्मशानातला मांगच! थडगी उकरणारा, त्यांच्यावर देखरेख करण्यासाठी नेमणूक झाल्यासारखा! आता या क्षणाला मला जे वाटतं, ते जर टिकून राहिलं, तर ही बाग एक पवित्र भूमी वाटेल मला कायमची! शेंगांतून किंवा स्क्वॅशमधल्या फुलांतून येणारा सुगंध मला प्रफुल्लित करील, प्रत्येक दिवशी! ते समर हाऊस! स्वर्गातील नंदनवनातल्या एखाद्या लताकुंजाप्रमाणं भासेल ते! परमेश्वराने कृपा केलेल्या गुलाबपुष्पांनी बहरून गेलेलं ते घर पाहताना मन पुलकित होईल माझं! आज मला पटलं की, चंद्रप्रकाशाचं सामर्थ्य मोठं आहे. त्या मोहक प्रकाशाला प्रतिसाद देणाऱ्या माणसाच्या मनातल्या भावना, त्यांच्यामध्ये सृष्टीचा कायापालट घडवून आणण्याची शक्ती आहे. कोणत्याही गोष्टीचं पुनरुज्जीवन व सुधारणा घडवून आणण्यास चंद्रप्रकाशापेक्षा अधिक चांगली गोष्ट असणंच शक्य नाही!''

फीबी थोडेसे विचारपूर्वक म्हणाली, ''वास्तविक, मला सगळ्याच गोष्टींपासून सुख घेण्याची सवय आहे, पण आज मलाही नेहमीपेक्षा अधिक आनंद मिळत आहे. अधिक उल्हसित आहे माझं मन. या तेजस्वी चंद्रप्रकाशातील महान आकर्षणाची मला कल्पना आहे. थकला-भागलेला दिवस नाइलाजानं मागं सरकतो आहे. अगदी दूरदूर जाईल तो. आपण भूतकालात जमा होणार, याबद्दल

त्याला द्वेष वाटत आहे. इतक्या लवकर आपल्याला 'काल' म्हणावे लागणार याचं दुःख होत आहे त्याला. मला हे स्थित्यंतर बघणं आवडतं. यापूर्वी कधीही मी चांदण्यांचा एवढा विचार नव्हता केला, मग आजची ही रात्र, तिचं हे चांदणं एवढं सुंदर का वाटावं मला?''

''खरंच, तुला याची जाणीव पूर्वी कधीच नव्हती झाली?'' संधिप्रकाशातील त्या युवतीकडे पाहत त्या कलावंताने विचारले. त्याच्या स्वरात एक वेगळी आर्तता होती.

''खरंच, कधीच नाही. प्रथमच अनुभवत आहे मी सारं. आता मला जीवन वेगळ्या रूपात दिसत आहे. मला जेजे दिसायचं तेते सारं लख्ख अशा उजेडात, नाहीतर एखाद्या लखलखीत शेकोटीच्या खोलीतील मिणमिणणाऱ्या, भिंतीवर नृत्य करणाऱ्या वेड्यावाकड्या प्रकाशात. खरंच, दुर्दैवी मी!'' फीबी मध्येच हसली. ते एक अर्धवट, भकास असे हास्य होते. ती आणखी बोलत राहिली, ''माझा पूर्वीचा आनंद मला मिळणार नाही, हेप्झीबा व क्लिफोर्ड यांचा परिचय होण्यापूर्वीचा. एवढ्याशा थोड्या कालात खूपच प्रौढ झाले आहे मी. मला वाटतं, थोडी अधिक शहाणीपण. अर्थात, तशी नेमकी अधिक दुःखी नसेन. पण एक गोष्ट खरी आहे. माझ्यातला खेळकरपणा निम्म्यानं कमी झाला आहे! माझ्यातला सूर्यप्रकाश मी त्यांना देऊन टाकला. त्याचा आनंदही आहे मला. एकाच वेळी तो घालवणं व मिळवणं शक्य नाही मला. जाणीव आहे त्याची. असो! पण मला ते केलंच पाहिजे! त्यांना फुलवलंच पाहिजे.''

''ठेवून घेण्यासारखं काहीच गमावलं नाहीस तू. फीबी, आपली पहिली युवावस्था कोणत्याच मोलाची नसते. ती निघून जाईपर्यंत कळतच नसतं आपल्याला; पण कधीतरी त्या तारुण्याला दुसरा बहर येतो. त्या वेळेस कोणाच्यातरी प्रेमात पडल्याच्या आनंदानं मन उसळी घेत असतं. त्या आवेशात, जोशात घडतं ते. नाहीतर जीवनाच्या एखाद्या उदात्त अशा ध्येयमंदिरावर कळस चढवण्याच्या वेळी ती शक्ती अवतार घेते. जवळजवळ प्रत्येकाच्याच आयुष्यात हे क्षण येतात. एखादा अतिशय कमनशिबीच अपवाद ठरतो त्याला. तारुण्याचा तो पहिला बहर निष्काळजीपणानं, थोड्याशा उथळपणानं निघून गेलेला असतो. दुसऱ्यांदा त्याचा पुनर्लाभ झाल्या वेळी आपल्याला पूर्वीपेक्षा अधिक सखोल व संपन्न असं सुख मिळतं. तो अनुभव मोठा उत्तेजक असतो. नेमक्या त्याच क्षणाला आपण जे गमावून बसलो होतो, त्याबद्दल शोक करतो. तुझी आताची अवस्था तीच आहे. आत्मिक विकासाला आवश्यक असतं ते दुःख. काही वेळा त्या दोन्ही अवस्था जोडीनंच येतात. एका प्रगूढ अशा भावनावेगात सुख-दुःखाला मिसळून सोडतात.'' थोडे थांबून हॉलग्रेव्हने म्हटले.

फीबी म्हणाली, ''मला समजत नाही तुमचं बोलणं.''

हॉलग्रेव्ह हसून म्हणाला, ''त्यात आश्चर्य नाही, कारण मी तुला एक गुपितच सांगितलं. त्याचा उच्चार करण्यापूर्वी मलाही ते कळलेलं नव्हतं. ओघाओघानंच आलं ते बाहेर. असो. मात्र माझं ते अनुमान लक्षात ठेव नीट आणि ज्या वेळी तुला त्याच्यामागच्या सत्याची प्रचिती येईल, तेव्हा आजच्या या चांदण्या रात्रीची आठवण कर. त्यावर विचार कर पुन्हा!''

''चला, चांदणं पसरलं सगळीकडं. त्या इमारतींच्यामधून पश्चिमेकडच्या वरच्या बाजूस फिकट किरमिजी रंगाची एक चमक उरलीय तेवढी. चला. मी आत जाते आता. कझीन हेप्झीबाची बेरीज-वजाबाकी कच्ची आहे. दिवसभराच्या आकडेमोडीनं सतावून जाईल बिचारी. मला तिला मदत केलीच पाहिजे.'' फीबी म्हणाली.

पण हॉलग्रेव्हने तिला थांबवून घेतले थोडा वेळ.

''मिस हेप्झीबा म्हणत होती, तू थोड्या दिवसांत गावाकडं परत जाणार असं!'' हॉलग्रेव्ह म्हणाला.

''होय, जाणार आहे ना, पण जास्त दिवसांसाठी नाही. कारण हे घर मी आता तरी माझं मानते आहे. तेव्हा त्या दृष्टीनं काही इकडची-तिकडची व्यवस्था करायची आहे. शिवाय आईला, मैत्रिणींना भेटायला पाहिजेच की मुद्दाम. माझा जिथं उपयोग आहे, माझ्याबद्दल ज्यांना आसक्ती आहे, अशा ठिकाणी राहण्यात मोठं समाधान असतं माणसाला. म्हणून मला ते सुख – त्या जाणिवेतील सुख घेण्याकरिता राहायचं आहे इथं.'' फीबी उत्तरली.

''त्यात शंकाच नाही कसली. तुझ्या कल्पनेपलीकडं सुखी होणार तू इथं. या घरातलं सारं निकोप सौंदर्य, समाधान आणि नैसर्गिक जीवन तुझ्या व्यक्तित्वात सामावून गेलं आहे. या सर्व दिव्य कल्पना तुझा हात धरून आल्या आत; तुझ्याबरोबरच त्याही बाहेर पडणार. मिस हेप्झीबानं स्वत:ला समाजापासून दूर ठेवलं. त्याच्याशी असलेलं नातं निर्माण नाहीच झालं कधी. आता जरी ती दुकानाच्या काउंटरमागे उभी राहते, आपल्या चेतनेला कार्यमग्न करते, तरी तो नुसता एक आभास आहे तिच्या जीवनाचा. तिच्या अतिशय तुच्छ अशा नजरेनं ती जगाला कष्ट देते, तरी वस्तुत: ती जिवंत असून मेल्यासारखी जगत असते. तुझा तो चुलतभाऊ – तो दीन क्लिफोर्ड, त्या घरातली दुसरी एक मृतप्राय आणि फार दिवसांपूर्वी गाडली गेलेली व्यक्ती. गव्हर्नरनं व त्याच्या कौन्सिलनं त्याच्यावर एक मोठा जादूमय चमत्कार करून सोडला आहे. तू इथून गेल्यानंतर एखाद्या सकाळी खाली कोसळून त्याचा चोळामोळा झाला नाही, तरच नवल. मिस हेप्झीबाजवळ जो काही थोडा लवचीकपणा आहे, तो ती गमावून बसणार, हे निश्चितच. खरंच सांगायचं म्हणजे, तू आहेस म्हणूनच ती आहेत. त्यांचं अस्तित्वच मुळी तुझ्यावर

सर्वस्वी अवलंबून आहे.'' तो कलाकार म्हणाला.

''नकोच तो विचार. मनात आला, तरी दु:ख होतं. अर्थात, माझ्या लहानशा प्रेरणाशक्तीची त्यांना नेमकी गरज होती. त्यांच्याविषयीच्या माझ्या भावना एखाद्या आईसारख्याच आहेत. हसू नका हं! त्यांच्या कल्याणाकडं त्या प्रकारचं लक्ष द्यावं, असंच मला वाटत असतं सारखं. तुम्हालाही मी एक गोष्ट मोकळ्या मनानं विचारते. तुम्ही त्यांचं भलं चिंतिता का बुरं चिंतिता, हे मला स्पष्टच होत नाही केव्हा-केव्हा. मि. हॉलग्रेव्ह, मला बुचकळ्यात पाडता अगदी.'' फीबी गंभीरपणे म्हणाली.

''मला खरोखर त्यांची काळजी वाटते, यात शंका नाही. त्या जुन्या वळणाच्या, दारिद्र्यानं पिचलेल्या, वृद्ध, कुलीन कुमारिकेविषयी आणि त्या अवमानित व खचून नष्ट होण्याच्या वाटेवर असलेल्या त्या सद्गृहस्थाबद्दल – सौंदर्यावर निरपेक्ष प्रेम करणाऱ्या त्या माणसाबद्दल – मोठी सहानुभूती वाटत असते मला. त्यात ममता असते; कारुण्य असते. खरोखरच, निराधार अशी बालकंच आहेत ती दोघं! परंतु तुझ्या-माझ्या अंत:करणात फरक आहेच; असणारच. या दोन माणसांना मदत करावी किंवा त्यांना अडथळा आणावा, अशातला भागच नाही. मी फक्त त्यांच्या जीवनाकडं विचक्षण दृष्टीनं बघत असतो. त्यांच्या हालचाली स्पष्ट करून घेत असतो. माझ्या चिकित्साबुद्धीनुसार त्यांचं विश्लेषण करतो. आज गेली दोनशे वर्षे या भूमीवर – आज आपण उभे आहोत त्या – हे नाटक चाललेलं आहे. त्याची गती मोठी मंद आहे. त्या जीवननाट्याची संगती लावण्याचा प्रयत्न आहे माझा. त्याचा शेवट पाहणं माझ्या नशिबात असलंच, तर त्यापासून कसलंही मानसिक सुख मला होणार नाही, हे ओळखून आहे मी; पण हा शेवट आता जवळ येतो आहे, याबद्दल माझं मन ग्वाही देत आहे मला. आज दैवयोगानं तू त्यांना आधार देण्याकरिता आली आहेस इथं. माझ्याकडं त्या नाट्यप्रयोगाची एक खास आमंत्रित अशा प्रेक्षकाची भूमिका आहे हे खरं, तरीही या दोन दुर्दैवी जिवांना शक्य असणारी सर्व मदत करण्याची माझी प्रतिज्ञा आहे, हे लक्षात ठेव!'' तो छायाचित्रकार म्हणाला.

''तुम्ही अधिक स्पष्ट बोलावं, असं वाटतं मला. निदान, स्वत: आपण एक सच्चे ख्रिश्चन आहोत असं तरी मानावं. एक माणूस आहात तुम्ही! यातना, हालअपेष्टा भोगत असलेल्यांना सुख देण्यासाठी धडपड करण्याखेरीज दुसरा कोणता विचार येतो तरी कसा? तुम्ही एक वेगळं चित्र उभं करत आहात. हा प्रासाद म्हणजे एक नाट्यमंच आहे. हेप्झीबा व क्लिफोर्ड यांच्या दुर्दशेकडं एक शोकांतिका म्हणून पाहत आहात तुम्ही. त्यांच्या साऱ्या पिढ्या त्यात भाग घेत आहेत, असं तुम्हाला वाटतं. एखाद्या खेडेगावातील हॉटेलमध्ये, तेथल्या

दिवाणखान्यात अशी नाटकं पाहिली आहेत मी. आज एक करमणूक म्हणून पाहत आहात तुम्ही त्यांच्याकडं. मला पसंत नाही तुमचं हे वागणं. माझ्या मनाला हा दृष्टिकोन रुचतच नाही. ठाऊक आहे तुम्हाला, हा खेळ करून दाखविणाऱ्यांना जबरदस्त मोल द्यावं लागतं त्याबद्दल. त्यांना फार महाग पडतं ते. त्या मानानं तो बघायला आलेल्या प्रेक्षकांच्या भावना अतिशय थंड, संथ असतात.'' फीबी बोलली. तिच्या उद्गारांत तिच्या मनातला कोलाहल व संताप व्यक्त होत होता.

''किती कटू बोलतेस तू!'' हॉलग्रेव्ह म्हणाला. आपल्या मन:स्थितीच्या या धारदार रेखाटनातील वास्तवतेचे प्रमाण लक्षात घेणे त्याला भाग पडले.

''आणि काय हो, त्या जवळ येत असलेल्या अखेरीबद्दल काय कल्पना आहेत तुमच्या? म्हणजे माझ्या या नातेवाइकांवर आणखी एकदा आघात होणार आहे, हे ध्वनित करता आहात की काय? सांगा तरी त्याबद्दल ताबडतोब, तशी कल्पना तरी द्या मला, म्हणजे मग मी त्यांना सोडून तरी जायची नाही.'' फीबी बोलतच राहिली.

''फीबी, मला क्षमा कर!'' हॉलग्रेव्हने आपला हात तिच्यापुढे केला, तो स्वीकारणे तिला भागच पडले. तो पुढे म्हणाला, ''मी थोडाफार गूढ आहे असं मानतोच मी. माझ्या रक्तातच आहे तो गुण. त्याचबरोबर मला मोहिनीविद्येचीही माहिती आहे. जुन्या काळात जादूटोण्याच्या आरोपाखाली 'गॅलोज हिल'वर माझी रवानगीपण झाली असतीस या अगोदर. तुझ्या प्रियजनांच्या – मलाही ती तितकीच प्रिय आहेत हं – फायद्याची एखादी गुप्त गोष्ट मला जाणवली, तर मी तुला लागलीच कळवीन ती, तू इथून जाण्यापूर्वी. सध्या तरी त्याबद्दल मला कोणतीच कल्पना नाही बरं! विश्वास ठेव माझ्यावर. माझ्याकडून प्रतारणा नाही होणार त्याबद्दल.''

''तुम्ही काहीतरी दडवून ठेवता आहात हं!'' फीबी म्हणाली.

''छे छे, तसं बिलकूल नाही. माझी स्वत:ची अशी काही गुपितं आहेत माझ्यापाशी. मला वाटतं, जज्ज पिंचेनची क्लिफोर्डवर अजूनही पूर्वीसारखीच पापी नजर आहे. क्लिफोर्डच्या विनाश पर्वातली त्याची भूमिका महत्त्वपूर्ण आहे. तथापि, त्याचा हेतू अजूनही गूढच राहतो आहे. जज्ज पिंचेन एक निश्चयी आणि उलट्या काळजाचा माणूस आहे. एखाद्या फाजील चौकशी करणाऱ्या माणसाचा अस्सल नमुनाच आहे तो. क्लिफोर्डचा समूळ नाश करण्यात त्याला जर लभ्यांश मिळायचा असेल, तर मात्र त्याला पुरेपूर खतम केल्याशिवाय गप्प बसणारच नाही तो. अगदी इरसाल आहे बदमाश! पण जज्ज पिंचेनसारखा एवढा धनाढ्य व प्रतिष्ठित माणूसस, स्वत:च्या ताकदीवर पुढं येऊन प्रबळ

बनलेला, समाजाचा सर्वथैव पाठिंबा असणारा हा माणूस मनानं दुर्बळ, कलंकित झालेल्या, विकलांग अशा बिचाऱ्या क्लिफोर्डला इतका का घाबरतो आहे? कसली आशा लागून राहिली आहे त्याच्यापासून जज्ज पिंचेनला? समजतच नाही.'' हॉलग्रेव्हने उत्तर दिले.

''तरीही तुमच्या शब्दांत संकटाची सावली दिसली मला!'' फीबीने आग्रह धरला.

''छे! छे! तो माझ्या मनाचा विकार आहे एक! प्रत्येक माणसाच्या मनात तसला एक विपर्यस्त कोपरा असतोच. तुझ्याजवळ नाही तसा तो. शिवाय, या जुन्यापुराण्या 'पिंचेन हाऊस'मध्ये राहतोय मी. या पुरातन कालापासून विख्यात असलेल्या बागेत बसलोय मी. (ऐकलंस का, मॉलची विहीर काहीतरी पुटपुटते आहे कशी!) सभोवताली बघितलं की मनात येतं, भविष्यकाळ आपला पाचवा अंक एका महान आपत्तीसाठी राखून ठेवत आहे.'' हॉलग्रेव्ह म्हणाला.

''पाहिलंत? हेच ते! आता अधिकच गोंधळात टाकलंत तुम्ही!'' पुन्हा एकदा फीबी उसळून आली. सूर्यप्रकाशाचे अंधाराशी जेवढे वैर असते तेवढे तिचे एखाद्या रहस्याशी होते. ते जाणून घेण्याची उत्कंठा लागली होती तिला.

''तसं असेल, तर जोपर्यंत प्रेम आहे तोपर्यंतच निरोप घेऊ एकमेकांचा. समजा, जरी स्नेहभावना नसली, तरी पूर्णपणे द्वेष करायला लावण्यापूर्वीच वेगळं होऊ या. होय, जगातील प्रत्येक गोष्टीबद्दल प्रेम आहे तुला, म्हणून म्हणतो.'' हॉलग्रेव्हने तिचा हात दाबला.

''बरं आहे. मग येते मी आता. तुमच्यावर रागवावं असं नव्हतं मनात माझ्या, पण तुम्हाला तसं वाटलं, याचं वाईट वाटतं. बरं, येते मी. हेप्झीबा केव्हापासून उभी आहे दरवाजात! पंधरा-एक मिनिटं तरी नक्की! या कोंदट बागेत मी नेहमीपेक्षा जास्त वेळ थांबले आहे, असं वाटत असेल तिला. ठीक आहे. गुड नाइट. येते हं!''

दुसरा दिवस उजाडला. सकाळ झाली. फीबी गावाला निघाली. सहा-एक मैलांवर होते तिचे गाव. ती पाहा फीबी. तिच्या डोक्यावर एक स्ट्रॉ-हॅट आहे. हातावर शाल टाकलेली आहे. एका हातात सतरंजीच्या कापडाची एक लहान पिशवी आहे. आता हेप्झीबा व क्लिफोर्ड यांचा निरोप घेऊन ती गाडीत बसेल.

फीबीच्या डोळ्यांत पाणी आले. तिच्या प्रसन्न चेहऱ्यावर दु:खात भिजलेले स्मित होते. त्यात ममता होती, प्रेम होते. या जड अंत:करणाच्या पुरातन प्रासादातील तिचे थोडे दिवस तिला जन्मभरची आठवण देऊन कसे गेले, याचे आश्चर्य वाटले तिला. तिच्याशी समरस होऊन राहिले ते सारे. तिच्या स्मृतिपटलावर कायमचे कोरले गेले. कोठून निर्माण झाले हे प्रेम? नेहमी उग्र व भावनाशून्य भासणाऱ्या तिच्या मनातील खोल भावविवशतेला प्रतिसाद न देणाऱ्या हेप्झीबाजवळ ही शक्ती

कोठून आली म्हणून तिला फीबीचे हे विशुद्ध प्रेम मिळावे? आणि क्लिफोर्ड, आपल्यावर लादलेल्या त्या भयंकर गूढ अशा गुन्ह्याच्या गर्तेत पिचून गेलेला, ऱ्हासाप्रत चाललेला तो माणूस, ज्याच्या श्वासाश्वासांत कारावासाची कोंदट हवा भिनून राहिली होती, तो माणूस एक निष्पाप व निरागस बालक तरी कसा बनून राहिला असावा? फीबीला त्याच्यावर केवढे लक्ष ठेवावे लागत होते! त्याच्या रिकाम्या वेळी त्याला सहवासाचे सुख द्यावे लागे. त्या निरोपाच्या घटकेला प्रत्येक गोष्ट ठळकपणे तिच्या डोळ्यांसमोर आली. तिचे अंत:करण भावनाकुल झाले. कोठेही बघितले, कसलाही स्पर्श झाला तरी ती जाणीव प्रबळ होऊ लागली. प्रत्येक अणुरेणूत तिला मानवी अंत:करणाचा ओलावा आढळला.

तिने खिडकीतून बागेत डोकावून पाहिले. अनेक वर्षांच्या रानगवताच्या वाढीने हा काळ्या जमिनीचा तुकडा बिघडवून टाकलेला होता. वास्तविक, आता ती पाइन वृक्षांच्या जंगलात बेदाण्यांच्या शेतात निघाली होती. त्याच्या सुगंधाचा आनंद लुटायला मिळणार या कल्पनेने आनंदित व्हायला हवी होती, पण होत होते उलटेच. आपण दु:खी होत आहोत, ही जाणीव तिला झाली. नंतर तिने त्या कोंबड्याला, त्याच्या दोन माद्यांना व त्या लाडक्या पिल्लाला जवळ बोलावले व त्यांच्याकरिता न्याहारीतले उरलेले पावाचे तुकडे टाकले. त्यांनी अधाशीपणाने खाऊन फस्त केले ते. खाऊन झाल्यावर ते पिल्लू पंख पसरून वर उडाले आणि खिडकीच्या चौकटीत आले. फीबीच्या चेहऱ्याकडे गंभीरपणे बघू लागले. किलकिलाट करून आपल्या भावना व्यक्त करू लागले. फीबीने त्याच्याविषयी सदिच्छा व्यक्त केली, त्याला नीट वागून धष्टपुष्ट होण्याची समज दिली व त्याचा निरोप घेतला. येताना त्याला खाऊ म्हणून 'बकव्हीट'ची एक पिशवी आणण्याचे अभिवचन दिले.

"वा, फीबी! आमच्याकडं तू प्रथम आलीस त्या वेळेसारखी मोकळी हसत नाहीस आता! त्या वेळेस आपोआप तुझा चेहरा उजळायचा त्या गोड स्मिताने. आता तुला ते ओढूनताणून आणावं लागत आहे बरं! आता तुझ्या गावाकडं थोडे दिवस निघालीस तू, ते एका दृष्टीनं छान आहे. गेल्या काही दिवसांत तुझ्या चित्तवृत्ती, तुझा उत्साह यांना जडपणा आला असेल. आमचा हा वाडा खूपच भकास व उदास आहे. एकलेपणाची आग पेटून राहिली आहे त्याच्यात. माझं ते दुकान तर चीड आणणारंच आहे. मी स्वत: तर सांगण्यापलीकडचीच आहे. कोणत्याही गोष्टीला तेज आणणं जमतच नाही मला. ती कलाच नाही मजजवळ. असो. आमचा क्लिफोर्ड हाच तुझ्या एकमेव आनंदाचा धनी. बस्स!" हेप्झीबा म्हणाली.

"फीबी, फीबी, इकडं ये! जवळ, अगदी जवळ ये माझ्या! माझ्याकडं पाहा एकदा!" तिचा चुलतभाऊ क्लिफोर्ड एकाएकी ओरडला. सकाळपासून जवळजवळ

गप्पच होता तो.

फीबीने आपले चिमुकले हात त्याच्या खुर्चीच्या कोपरांवर ठेवले. आपला चेहरा त्याच्याकडे वळवला. त्याला हवा तितका लक्षपूर्वक न्याहाळावा तो त्याने. त्या निरोपाच्या क्षणी त्याच्या पिचलेल्या, दुबळ्या चित्तवृत्ती काही प्रमाणात चेतविल्या गेल्या होत्या. काहीही असले, तरी तिला एक विशिष्ट अशी जाणीव झाली. तिच्याजवळ एखाद्या द्रष्ट्याचे गाढ अंतर्ज्ञान नव्हते, परंतु स्त्रीसुलभ गुणग्राहकता होती. त्या भावनेतील कोमलता तिला आपल्या हृदयातील झंकाराची कल्पना देत होती. एका क्षणापूर्वी, आपल्याजवळ लपविण्यासारखे काहीतरी आहे, याची कल्पना नव्हती तिला. आता मात्र दुसऱ्याच्या ज्ञानाच्या माध्यमातून ती आपल्याजवळच्या एका गुपिताची सूचना स्वतःच्या जाणिवेला देऊ शकत होती. क्लिफोर्डच्या नजरेशी सामना देण्याची तिची इच्छा नव्हती. तिच्या डोळ्यांच्या पापण्या खाली झुकवण्यातच तिला आनंद वाटत होता. तिच्या गालांवर लालीदेखील आली. ती येऊ नये म्हणून प्रयत्न करताना तर ती अधिकच लज्जित होऊन लालेलाल, गोरीमोरी दिसली. आपल्या चंचल भावनांवर काबू ठेवणे तिला अवघड झाले. त्या आवेगात ती वाढतच गेली. कपाळावर घामाचे बिंदू जमले तिच्या.

एक करुण स्मित करत क्लिफोर्ड म्हणाला, "बस्स! पुरे तेवढं फीबी! ज्या दिवशी मी प्रथमच तुला पाहिलं, त्या दिवशी तू मला या जगातली एक सुकुमार व सुस्वरूप अशी छोटी बालिका वाटलीस. आज तू सौंदर्यरसात खोल बुडून गेली आहेस. आता तू स्त्री आहेस. कुमारी राहिलेली नाहीस. कळी उमलली, तिचं फूल झालं. जा आता. मला आता अधिकच एकाकी वाटतं!"

त्या दुःखी दुकलीचा फीबीने निरोप घेतला. डोळ्यांच्या पापणीवर आलेला एक दवबिंदू पुशीत ती दुकानातून गेली. ती जास्त दिवसांसाठी निघाली नसताना डोळ्यांतून पाणी काढणे खुळचटपणाचे होते, हे तिच्या लक्षात आले. हातरुमालाने पुसण्याइतके त्या अश्रूंचे महत्त्व नव्हते. दरवाजाच्या पायरीवरच तिला तो छोकरा भेटला. त्याच्या जठराच्या कार्यक्षमतेबद्दलची कल्पना आलेली आहेच यापूर्वी. तिने कपाटातून एक प्राणी बाहेर काढला. ससा का पाणघोडा, हे निश्चितपणे कळत नव्हते, कारण अजूनही तिचे डोळे पाणावलेलेच होते. जाण्यापूर्वीची आपली ती भेट त्या मुलाच्या हातात ठेवावी म्हणून घेतली व आपली वाट धरली तिने. म्हातारा व्हेन्नरकाका खांद्यावर एक लाकडी घोडा व करवत घेऊन चालला होता. त्याने थोडी गडबडच केली. फीबीचा व त्याचा रस्ता एक असला, तरी तिच्याबरोबर जाण्याची त्याने मनीषा ठेवली नाही. त्याच्याकडे फीबीने बघितले. त्याचा तो ठिगळे लावलेला कोट, फाटकी कानटोपी आणि आळशीच्या कापडाची विचित्र फॅशनची विजार या गोष्टी बघूनही त्याला टाळून पुढे जाण्याचे धैर्य तिला झाले नाही.

"येत्या रविवारी दुपारी आम्हाला चुकल्या-चुकल्यासारखं होणार तुम्ही नसल्यानं. काही जण माणसाचा श्वास जसा नित्यनेमानं चालू असतो, तसे वाढत जातात. अगदी सहज, स्वाभाविक होतो तो बदल. त्यांना वेळही फार थोडा लागतो. माफ करा, पण फीबी, तुम्ही नेमक्या तश्शा वाढलात अगदी! माझ्यासारख्या म्हाताऱ्याची काही चूक होत नाही ना? आता माझं खूप वय झालंय. तुम्ही आताशा कुठं जीवनाच्या प्रांगणात प्रवेश केलाय, तरीही तुम्ही मला खूपखूप जवळच्या वाटता. इतक्या की, माझ्या आईच्या दारातच मी तुम्हाला पाहिलं, तेव्हापासून एखाद्या धावत्या द्राक्षवेलींसारख्या बहरत चालला आहात तुम्ही! बरं, लवकर या गावाकडून परत. नाहीतर तुम्ही यायच्या आत मी आपला माझ्या शेतावर पोहोचलेला असायचाही, कारण हा लाकूडकापणीचा धंदा माझ्या पाठदुखीला जाच करताना दिसतोय. या लवकर. काय?''

त्या रस्त्यावरच्या तत्त्वज्ञ म्हाताऱ्याने सांगितले.

"हो, हो, लवकरच येते. अगदी लवकर हं, अंकल व्हेन्नर.'' फीबी उत्तरली.

"म्हणजे आमच्यासाठीच नव्हे हो. त्या पलीकडच्या दीनवाण्या जिवांसाठी. बाकी काही नाही, त्यांचं तुमच्याशिवाय कधीच चालणार नाही आता. फीबी, एखाद्या देवदूतासारखं छत्र धरलंय तुम्ही त्यांच्यावर. या उदासवाण्या निवासस्थानाची कळा पालटलीत व त्यांच्या जीवनात आराम व सुख निर्माण केलंत. खूप केलंत सारं! एका रम्य प्रभाती हा देवदूत आपले पंख पसरून आपल्या स्थळी परत गेला, तर त्यांची अवस्था दुःखी होणार, हे दिसत नाही तुम्हाला? तुम्ही आता रेल्वेगाडीनं निघाला की, नेमकं तेच वाटेल तुम्हाला? मिस फीबी, त्यांना तुमचा वियोग सहन नाही व्हायचा. कधीच नाही. म्हणून परत या ताबडतोब!''

"अहो व्हेन्नरकाका, मी देवदूत-बिवदूत काही नाही हं. अहो, आपण जे काही चांगलं करू शकतो ते करत राहायचं असतं. त्या वेळी देवदूताचा विचारसुद्धा येत नसावा, अशी कल्पना आहे माझी. मी परत येणार, हे नक्की आहेच! बरं आहे. येते आता!'' कोपऱ्यावर आल्यानंतर त्याचा निरोप घेण्यासाठी हात पुढे करताना तिने म्हटले.

अशा प्रकारे तो म्हातारा मनुष्य व ती गुलाबी तरुणी निघून गेली. प्रभातकालच्या पंखांवर फीबी स्वार झाली. व्हेन्नरकाकाने मोठ्या सौजन्याने तिची तुलना ज्या देवदूताशी केली, त्याची शक्ती घेतल्याप्रमाणे ती तेवढ्याच तरलतेने दूरदूर गेली.

पंधरा

कपाळावरील आठी व चेहऱ्यावरील स्मित

अतिशय उदास, भकास व कंटाळवाणे जिणे त्या सात गेबल्सच्या भाळी आले आणि कित्येक दिवस असेच निघून गेले. केवळ फीबी तेथून निघून गेली, या अशुभ वाटणाऱ्या घटनेने का सारे आकाश व पृथ्वी यांच्यावर विषण्णतेची अशी ही सावली पडली? असे काही म्हणता येणार नाही. वस्तुत: याच वेळी पूर्वेच्या बाजूने येणारे वादळ हळूहळू पुढे सरकत होते आणि त्या प्रासादाचे आधीच काळवंडून गेलेले ते छप्पर व त्या भिंती आणखी काळवंडल्या जात होत्या व अधिकच भकास दिसत होत्या. हा सारा परिणाम त्या वादळी वाऱ्याचाच होता आणि या कामी जणूकाय स्वत:ला त्याने वाहूनच घेतले होते. तरीही त्या वाड्याच्या अंतरंगात जेवढी खिन्नता व उदासीनता दाटली होती, तिची निम्मीअधिक कळादेखील बाहेर जाणवत नव्हती. बिचारा क्लिफोर्ड मात्र एकाकी पडला होता. आपल्या एकमेव सुखालाही पारखा झाला होता. त्याच्या फीबीचे अस्तित्व नाहीसे झाले, त्याबरोबर सूर्यकिरणही तिथे पडेनासे झाले. प्रकाश लुप्त झाला. मग ती बाग, तिथल्या त्या चिखलाने भरलेल्या पाऊलवाटा, त्या समर हाऊसच्या सभोवतालचा तो सर्द व ओलाचिंब पर्णसंभार, हे सारे दृश्य मनाचा थरकाप उडवणारे होते. नुसती कल्पनाही मनाला नकोशी वाटत होती. अशा त्या कुंद, उदास व भावशून्य वातावरणात कशाला काही जोम येत नव्हता. नाही म्हणायला, छपराच्या एकेरी फळ्यांच्या सांध्यातून उगवलेले शेवाळे तेवढे थेट समुद्रावरून वाहत येणाऱ्या त्या दमट वाऱ्याबरोबर पुढे सरकत होते आणि समोरच्या दोन गेबल्सच्या बेळक्यात पाण्याविना वाळत चाललेला तणाचा एक मोठा पुंजका डोके वर काढताना दिसत होता. या

दोनच गोष्टी तग धरून राहिलेल्या दिसत होत्या.

हेप्झीबा केवळ त्या पूर्वेच्या वाऱ्यानेच अशी झपाटली होती असे नाही, तर त्या उदास, खिन्न अशा वातावरणाचे ते एक दुसरे रूपच होते. अंगावर एक विटका काळा झगा घालून व डोक्याला ढगांचे मुंडासे गुंडाळून तो पूर्वाभिमुख पवनच, आपल्या खिन्न वदनाने, केवळ तिच्या रूपाने अवतरला होता, असे म्हणायला हरकत नाही. खरोखर, ती इतकी हताश आणि खिन्न दिसे... कधीकधी तुसडीदेखील. त्यामुळे तिच्या दुकानाचे गिऱ्हाईकदेखील तुटत चालले होते. उगीचच एक गोष्ट गावात पसरली होती. हेप्झीबाची तिढी नजर दुकानातील बीअरला व इतर नाशिवंत पदार्थांना नासवून टाकत होती म्हणे! सर्वसामान्य लोकांना तिच्या एकंदर वागणुकीबद्दल तक्रार करण्यासारखे निश्चित असे होते काहीतरी. त्यात तसे म्हटले, तर कदाचित तथ्यही होतेच, तरीही क्लिफोर्डबद्दल मात्र तिला कधीही दुष्टपणा वाटला नव्हता. त्याच्याशी ती कठोर अशी झालीच नव्हती कधी. त्याच्या विषयीच्या भावनांची तिची नेहमीची ऊब कमी नव्हतीच झाली. त्याच्या विषयी तिला सदैव प्रेमच वाटत आले होते, पण आपल्याकडून जास्तीतजास्त प्रयत्न करूनही त्यांना यश येत नाही, याची खंत त्या दीन, वृद्ध स्त्रीला सारखी जाणवत होती. पावसाने भिजलेल्या पीअर वृक्षाच्या फांद्या त्या छोट्याछोट्या खिडक्यांमधून पुढे सरकत असताना दुपारच्या वेळी एक प्रकारचा धूसरपणा निर्माण करून ठेवत होत्या. त्या छायेत अगोदरच खिन्न असलेला तिचा चेहरा अधिकच काळवंडून जायचा... तिच्या नकळत; अर्थात. खोलीच्या एका कोपऱ्यात बसून राहायची ती. शांत व उदासवाणी अशी. यापेक्षा अधिक काय करू शकत होती ती? पण तो दोष हेप्झीबाचा मुळीच नव्हता. त्या खोलीतली एकूण एक वस्तू – अशा तऱ्हेचे हवामान अनुभवलेली ती जुनी मेजे, त्या खुर्च्या विटून गेल्या होत्या, सध्याच्या त्या दमट व सर्द हवेला. सर्वांत वाईट असा अनुभव होता तो. त्या प्युरिटन कर्नल साहेबाची भिंतीवर लटकलेली ती तसबीर तर थरथर कापत होती थंडीने. त्या सात गेबल्सच्या परिसरातील प्रत्येक शेगडी थंड पडलेली होती. अगदी वरच्या पोटमाळ्यापासून ते खालच्या प्रशस्त अशा स्वयंपाकघरापर्यंतची एकूणएक. त्या प्रासादाला शोभाव्यात, त्याच्या छातीवरची ती बिरुदे वाटावीत म्हणून त्यांची मांडामांड करण्यात आली होती. हा सारा खटाटोप त्यांच्यातली ऊब सगळीकडे भरून राहावी या हेतूने केला होता, पण आज त्या साऱ्या शेकोट्याही शून्य मुद्रा करून गप्प बसल्या होत्या. स्वत: तो प्रासादही कुडकुडत उभा होता.

हेप्झीबाने बैठकीच्या खोलीतली शेगडी पेटवण्याचा प्रयत्न केला, थोडाफार जिवंतपणा आणता यावा म्हणून. पण छे! त्या राक्षसाच्या – वादळाच्या – नजरेतून ती गोष्ट कुठली सुटायला? पहाऱ्यालाच बसला होता तो. हेप्झीबाचा

प्रत्येक प्रयत्न पार धुळीला मिळवला त्याने. तिला एकही ज्योत पेटवू दिली नाही त्या विक्राळाने. प्रत्येक वेळा तो धूर परत पाठवला त्याने. विशेष म्हणजे, आपल्या स्वत:च्या श्वासाच्या फुंकरीने त्याने त्या धुराड्याचा धुरकटलेला काळा गळा अगदी गुदमरून टाकला. वादळी वाऱ्याने या चार दिवसांत अतिशयच त्रास दिला. क्लिफोर्डने आपली नेहमीची खुर्ची सोडलीच नाही मुळी त्या काळात. एका जुन्या पायघोळ झग्यात गुरफटून घेऊन बसून राहिला तो तेथे. पाचव्या दिवशी सकाळी त्याला एक हाक ऐकू आली. सकाळच्या न्याहारीसाठी बोलावले होते त्याला हेप्झीबाने. त्या हाकेला कसेतरी करून ओ दिली त्याने. त्याच्या उत्तरात आपला बिछाना धरून राहण्याचाच निश्चय डोकावत होता. त्याच्या त्या पुटपुटण्यातून त्याच्या अंत:करणातील विषण्णतेची छटा स्पष्ट होत होती. अर्थात, त्याच्या बहिणीनेही त्याच्या इच्छेला बगल देण्याचा प्रयत्न केला नाहीच. हेप्झीबा त्याचे मन संपूर्णपणे जाणून होती. एक भावनाप्रधान परंतु पिचलेले, उद्ध्वस्त झालेले असे मन होते ते; चिकित्सक व चोखंदळही तितकेच. अशा संवेदनक्षम मनाला रमविण्याचे तापदायक कर्तव्य करण्याचे तिच्या दैवात आले होते. तिच्या मूळ स्वभावधर्माला, तिच्या ताठरपणाला ते थोडेफार अवघडही जात होते सारे, तरीही ते सारे करत होती ती. न ठरवता, स्वत:वर सक्ती न करून घेता. यापुढे मात्र हे पेलू शकणार नव्हती ती. अजून ती संपूर्ण निराश झालेली नव्हती. आज ती एकटीच कुडकुडत बसू शकत होती. तिच्या प्रत्येक सुस्काऱ्याबरोबर निर्माण होणाऱ्या पश्चात्तापाच्या अकारण यातनांचा भोग नेहमीचाच होता. अधूनमधून येणाऱ्या त्या सुस्काऱ्यांसमवेतचे ते दु:ख तिला नवीन नव्हते; पण एकंदरीत हे सारे सहन करण्याची तिची ताकद आता संपत आलेली होती.

क्लिफोर्ड मात्र खाली आला नाही. तो स्वत:हूनच मन रमविण्याचा मार्ग शोधीत होता. दुपारच्या सुमारास हेप्झीबाच्या कानावर संगीताचा एक सूर आला. सात गेबल्सच्या त्या घरात सुस्वर निघण्याचे एकच साधन होते – एलिस पिंचेनचे हॉर्पसिकॉर्ड. तिला ताबडतोब त्याची ओळख पटली. तेथूनच आला असला पाहिजे तो सूर. त्याच्या तरुणपणी क्लिफोर्डने संगीतात विशेष रस घेतला होता. त्यात उल्लेखनीय असे कौशल्यही मिळविले होते. तिला त्याची माहिती होती. क्लिफोर्डच्या या अभिरुचीची पुरी कल्पना हेप्झीबाला होती. तिच्या कानांवर पडत असणारे सूर मधुर, तरल व कोमल होते. त्या सुरांत एक प्रकारची करुणा आढळत होती. नेहमीच्या सरावातूनच हे सिद्ध होत असताना, क्लिफोर्डच्या अंगी हे सामर्थ्य कसे टिकून राहावे, याचेच नवल तिला वाटत होते. त्या सुरावटीतले हे बेमालूम मिश्रण निर्माण होण्याइतके कौशल्य दररोजच्या तालमीखेरीज कसे साध्य होऊ शकले

त्याला? तिची कल्पनाशक्ती गुंग झाली. आणखी एक आश्चर्य म्हणजे त्या जुन्यापुराण्या वाद्यात तरी एवढी मोठी सुरावट कोठून यावी? केवढा दीर्घकाल लोटला होता त्याला सुरांना आकार देऊन! त्या समधुर सुराच्या पिशाच्चाचा विचार हेप्झीबाच्या मनात चमकू लागला. त्या सुरांमागेच कालाच्या उदरात गाडलेल्या एलिसच्या मृत्यूची कहाणी लपलेली होती. अगदी इच्छा नसतानाही तो विचार तिच्या मनात थैमान घालू लागला. कदाचित, त्याला दैवी शक्तीशिवाय आणखीन काहीतरी कारण असल्याचा पुरावा होता तो, कारण थोड्याशा स्पर्शानंतर त्या वाद्याच्या तारांतून वेगवेगळी कंपने एकामागून एक बाहेर पडत होती. मधून-मधून, थांबत-थांबत ते संगीत साकार होत होते.

थोड्याच वेळात त्या गूढ सुरांच्या मागोमाग दुसरा एक आवाज आला, अधिक कर्कश असा. त्या पूर्व दिशेकडून आलेल्या वादळी वाऱ्याच्या दिवशी काहीतरी अशुभ असे घडल्याशिवाय राहणार नव्हतेच. त्याशिवाय आपल्याबरोबर गुंजन करणारे पक्षी घेऊन येणारी ती हवा बिघडवून टाकण्याचे समाधान लाभलेच नसते दैवाला. निदान हेप्झीबा आणि क्लिफोर्डच्या बाबतीत तरी ते खरे होते. एलिस पिंचेनच्या – अथवा जर आपण ते सूर क्लिफोर्ड पिंचेनचेच होते असे मानून चालायचे ठरले, तर त्याचे – मधुर सुरातील अखेरचे प्रतिध्वनी त्या दुकानाच्या घंटेच्या घाणेरड्या घणघणाटाने दूर घालवून दिले. कोणीतरी उंबऱ्यावर पाय घासल्याचा एक आवाज आला. तेच पाऊल थोड्या वजनदारपणे फरशीवर पुढे पडले. हेप्झीबाने अंगाभोवती एक विटकी शाल गुंडाळून घेतलेली होती. गेली चाळीस-एक वर्षे ती शाल या पूर्वाभिमुख वादळी वाऱ्याला तोंड देत हेप्झीबाचे संरक्षण करत होती. शाल अंगाभोवती लपेटून घेतघेत तिने उठण्याला एक क्षणभर उशीरच केला. मात्र एकाएकी तिला एक वेगळा आवाज कानी आला. कोणीतरी घरघरत होते. तो खोकल्याच्या उबळीसारखा म्हणा किंवा पोटातील मुरड्यासारखाही आवाज नव्हता. कसलातरी झटका यावा, तसा तो आवाज येत होता. त्या आवाजाने ती थोडीशी घाबरली त्या वेळी. बायका सामान्यत: अशा विचित्रपणे घाबरतात. साहजिकच, ज्या घाईने ती पुढे निघाली होती, त्या तिच्या चालीत बराचसा जलदपणा आला. त्या वेळचा तिचा चेहरा विशेष उग्र दिसला. त्यातल्यात्यात तिच्या चेहऱ्यावरच्या आठ्या अधिकच तिढ्या झाल्या. फारच थोड्या बायका एवढ्या भयानक दिसत असाव्यात! तिच्या भेटीस आलेला तो गृहस्थ दुकानाचा दरवाजा शांतपणे बंद करून आत आला. आपली छत्री त्याने काउंटरला टेकवून उभी केली. आपल्या संथ, दयाशील अशा मुद्रेने समोरून उसळी खाऊन आलेल्या भीती व राग यांच्या जोडगोळीला तोंड देण्याची तयारी केली.

हेप्झीबाचा कयास चुकला नव्हता. समोरून आलेल्या संकटाची तिला मिळालेली

पूर्वसूचना योग्य होती. तिची फसवणूक झालेली नव्हती. पुढच्या बाजूचा दरवाजा ठोठावून कोणतेच उत्तर न मिळाल्यामुळे, तो गृहस्थ दुकानात शिरला होता. दुसरा कोणीच नव्हता तो. तिची अपेक्षा खरी ठरली. तो जज्ज पिंचेनच होता. पुन्हा एकवार जज्ज पिंचेनच.

"हं, काय म्हणतेस कझीन हेप्झीबा? काय म्हणतोय आमचा क्लिफोर्ड? या भिक्कार वादळी वाऱ्याचा खूपच ताप झाला असेल नाही आमच्या क्लिफोर्डला? बिचारा! शी, अतिशय घाणेरडी हवा पडली आहे अगदी!" जज्ज पिंचेननी सुरुवात केली. मजा अशी की, त्याच्या चेहऱ्यावरच्या त्या स्मितामागच्या कोमल सहानुभूतीचे त्या वादळी वाऱ्याला काहीच वाटले नाही. पूर्वीच्याच बेपर्वाईने तो वाहत राहिला. किंचितही शांत होण्याचे मनात आणले नाही त्याने. "हेप्झीबा, त्याला किंवा तुला स्वतःला कसं आणि केव्हा सुखी करू शकेन मी? विचारल्याशिवाय शांतच राहवत नाही म्हणून विचारतोय हं. सांग की, काय करावं मी म्हणजे तुम्ही दोघं आनंदी व्हाल?"

"तुम्ही काहीही करू शकत नाही. तुम्हाला जमणारच नाही ते." आपल्या मनातील खळबळ शक्य तितकी आवरत हेप्झीबा म्हणाली. " मी स्वतःच क्लिफोर्डला जास्तीतजास्त सुखी ठेवत आलेली आहे. त्याच्या सेवेला वाहून घेतलंय मी स्वतःला. प्राप्त परिस्थितीत त्याला जे काही सुख, जो काही आनंद मिळण्यासारखा आहे, तो त्याला मिळतो आहे."

"प्रिय भगिनी, माझं ऐकून तरी घे. तू त्याच्यावर मोठी माया करतेस. असेल-नसेल एवढा प्रेमभाव त्याला दाखवतेस. मान्य आहे मला. तुझा हेतू शुद्ध आहे, यातही शंका नाही; तरीही तुझं कुठंतरी चुकतंय. हो, नक्कीच चुकतंय. स्पष्ट बोलतोय याची क्षमा करावीस, पण आज तू तुझ्या भावाला अशा प्रकारे एकाकी ठेवू नयेस. त्याला सहानुभूती हवी आहे. ममतेचा भुकेला आहे तो. माझ्याकडून त्या सर्व गोष्टी त्याला मिळायच्या असताना असं दूर, वेगळं का ठेवतेस तू त्याला? केवढा असह्य असा एकांतवास काढावा लागला आहे क्लिफोर्डला! नको तेवढं एकलकोंडं आयुष्य कंठण्याची बिचाऱ्यावर पाळी येते आहे. का? अतिशय अवास्तव वाटतंय सारं. झालं ते झालं. आता तरी त्याला समाजात येऊ द्या. माणसांत येण्याचा प्रयत्न तरी करू द्यावास त्याला. त्याचे नातलग, मित्रमंडळी, आप्तेष्ट यांच्यात यावंसं नसेल का वाटत त्याला? त्या त्याच्या जुन्या, संबंधी माणसांना भेटू दे त्याला. मला एकदा संधी देऊन तर बघ! नुसतं एक वेळ त्याला भेटव मला. मग पाहशील, त्याच्यावर काय परिणाम होतोय तो! खचित चांगलंच निर्माण होईल त्यातून. पुढच्या सर्व परिणामाला मी झकासपैकी तोंड देईन. भेटवशील त्याला?" जज्ज म्हणाला.

"नाही, तुमची त्याची भेट होऊ शकणार नाही. कालपासून त्याला बरं नाही वाटत. झोपूनच आहे तो." हेप्झीबाने सांगितले.

"काय म्हणतेस? तो आजारी आहे? कशानं?" जज्ज पिंचेनच्या आवाजात संताप व्यक्त होत होता. आपल्या रागाला तो थोपवू शकला नाही. त्याच्या आवाजातील रागाच्या, संतापाच्या छटा खोलीभर पसरल्या. त्या वृद्ध प्युरिटनच्या मन:स्थितीच्या प्रतिमेने सर्व खोली व्यापून टाकली. पुन्हा एकदा त्याच त्वेषात तो उद्गारला, "असं, मग तर मला भेटलंच पाहिजे त्याला. नाही, भेटल्याशिवाय राहणंच शक्य नाही मी! त्याच्या या आजारातून तो उठलाच नाही, तर काय घ्या?"

"तशी वेळ येणार नाही. तसा आजारी नाहीच तो." हेप्झीबाने उत्तर दिले. तिच्या भावना अनावर झाल्या. तिच्या सुरात कडवटपणा आला, तसे ती पुढे म्हणाली, "मृत्यूच्या धोक्यापासून खूप लांब आहे आपला क्लिफोर्ड आणि तसं मरण येणारही नाही त्याला. हो, फार वर्षांपूर्वी ज्या माणसानं त्याला काळाच्या दाढेत चिरडण्याचा प्रयत्न केला होता, त्याच माणसानं त्याची पाठ पुरवेपर्यंत तर नाहीच नाही! खात्रीनं!"

"कझीन हेप्झीबा" जज्ज पिंचेनने आपल्या स्वरात करुणा आणण्याचा प्रयत्न करत म्हटले. त्यातही आपली तळमळ छाप पाडणारी वाटावी असा प्रयत्न केला. शब्दांच्या साथीला अश्रूही दाटून आणले त्याने. तो बोलू लागला, "अजून पूर्वीचं आपलं वैर कायमच आहे तुझ्या मनात? फार पूर्वीपासून सतत चालत आलेलं हे वैर किती अन्यायाचं आहे, असं नाही का वाटत? काहीशा कर्तव्यभावनेनं सदसद्विवेकबुद्धीला स्मरून मी ते ओढवून घेतलं माझ्यावर. कायद्याची सक्ती होऊन, स्वत:ची इभ्रत धोक्यात घालत ओढवून घ्यावं लागलं ते माझ्यावर. त्या वेळचं ते वैर केवढं अन्याय्य, किती कठोर, तुझ्यासारख्या सज्जन अशा ख्रिश्चनाला न शोभणारं आहे, हे कळत का नसावं तुला? शक्य आहे काय हे? क्लिफोर्डचं नुकसान करावं असं केलंय तरी काय मी? तू त्याची बहीण आहेस. तुझं दु:ख अनंत आहे. माझंही त्याहून कमी नाही. मी त्याच्या बाबतीत जे काही केलं आहे असं तुला वाटतं, ते कळलं असताही तू त्याला एवढी मोठी सहानुभूती दाखवू शकली असतीस? तुला असं का वाटतं की, माझ्या मनाला त्या साऱ्या गोष्टींपासून काहीच यातना झाल्या नसतील. शपथेवर सांगतो, त्या दुर्दैवी दिवसापासून आज घटकेपर्यंत परमेश्वरकृपेनं मिळालेल्या या माझ्या ऐश्वर्यात लोळत असूनही मी सुखी नाही. माझ्या अंत:करणातील सर्व वेदनांचं मूळ स्थान केवळ क्लिफोर्ड आहे. केवळ क्लिफोर्ड व त्याची स्थिती. माझा क्लिफोर्ड!! बस्स, माझा लाडका क्लिफोर्ड!"

"हेप्झीबा, सामाजिक न्यायबुद्धी व सार्वजनिक हितसंबंध यांचं देणं आपण चुकतं केलंय आता. त्यानंतर योग्य असं काय करायचं उरलंय? क्लिफोर्डचं

कल्याण. आज या घटकेला तुमचा एक प्रिय नातेवाईक म्हणून किंवा पूर्वीचा एक स्नेही म्हणून मी विनंती करत आहे. त्या कोमल, सुस्वरूप अशा व्यक्तीला, त्या दुर्दैवी किंवा अपराधीही म्हणू या हवं तर, क्लिफोर्डला पुन्हा एकदा जीवनाच्या सर्वांगसुंदर अशा रम्य प्रांगणात आणून सोडण्याची मला संधी द्या. आंचवलेल्या सुखाचा त्याला मनमुराद उपभोग घेऊ द्या. मी ते करू इच्छितो. कझीन हेप्झीबा, तू मला ओळखलं नाहीस अजून! माझ्याबद्दलची तुझी समजूत खूपच तोकडी आहे. माझं अंत:करण त्याला – माझ्या प्रिय क्लिफोर्डला भेटण्यासाठी तुटतंय गं! केवळ त्या विचारानं ते केवढ्या मोठ्यानं धडधडत आहे, पाहा ना! माझी खात्री आहे, एक तुला वगळलं तर क्लिफोर्डच्या आपत्तीवर एवढ्या सढळपणे अश्रू ढाळणारा दुसरा माणूस जिवंत असणारच नाही! पण तुझ्याइतकाच मीही त्याच्या बाबतीत दु:खी आहे. त्याच दु:खाचा अनुभव घेत असशील तू सध्या. हेप्झीबा, हेप्झीबा, कधी येणार माझ्या दु:खाची कल्पना तुला! खरंच सांगतो. त्याच्या सुखात धन्य मानणार आहे मी स्वत:ला. त्याचं सुख, त्याचं समाधान, त्याचा आनंद हेच माझं सर्वस्व मानणार आहे मी. मला एकदाच संधी देऊन बघ हेप्झीबा. माझी परीक्षा घे. माझी कसोटी पाहा. मी तुझा व क्लिफोर्डचा शत्रू आहे, असं मानून चालली आहेस तू. त्या माणसाचा पडताळा तरी घे. त्या तुझ्या कसोटीला हा जेफ्री पिंचेन निश्चितपणे उतरेल. त्याच्या अंत:करणाचा कोपरानकोपरा धुंडाळलास, तरी तो प्रामाणिक आहे असंच आढळेल तुला. देशील का संधी?''

एका भावनाशून्य माणसाच्या अंत:करणातील हा ओलावा, हा भावनेचा उद्रेक हेप्झीबाला अत्यंत तिरस्करणीय वाटला. त्यामुळे तिला अधिकच चीड आली. ती मोठ्याने ओरडून म्हणाली, ''पुरे करा तुमचं बोलणं. हा दांभिकपणा बस्स करा. थांबवा तुमचं हे ढोंग. ऐकवत नाही मला काहीच. खुशाल देवाचं नाव घेता आहात तुम्ही! आजपर्यंत एकही गोष्ट त्याला न रुचणारी केलेली असूनही हे धाडस करता तरी कसं? परमेश्वराच्या शक्तीबद्दल मला आता शंकाच येऊ लागलेली आहे. कुठं आहे तो परमेश्वर? इतके धादान्त खोटे शब्द उच्चारता आहात तुम्ही माझ्यासमोर, तरी तुमची जीभ लुळी का पडत नाही? तो, ज्याचा बळी घेऊन तुम्ही कृतार्थ झाला आहात, त्याच्याच मायेचा पुळका आणण्याचं हे सोंग पुरे करा कृपा करून! घृणा येते मला त्याची. तुम्हाला क्लिफोर्डविषयी यत्किंचितही प्रेम नाही. तुम्ही त्याचा मनोमनी द्वेष करता. पुरुषार्थ असेल तर मान्य करा ते. आज, या घटकेला, तुमच्या मनात त्याच्याविषयीच्या दुष्ट कारस्थानाची पेरणी चालली आहे. तुमची ती मळमळ ओकून तरी टाका धाडदिशी. कशाला मुलामा चढवता मायेचा त्याच्यावर! खरोखरच, तुम्हाला त्या कारस्थानाची जपणूक करावयाची असेल, तर ते यशस्वी होऊन त्याचा उन्माद तुम्हाला चढेपर्यंत दम तरी धरा निदान! काय वाटेल ते करा, परंतु

माझ्या दीनदुबळ्या भावाबद्दलच्या तुमच्या मायेचा देखावा नका करू. मला सहन होत नाही ते मायावी बोलणं. मी एक स्त्री आहे. मला काही शिष्टाचार पाळावे लागतात. कदाचित तुमच्यामुळं मला त्यांना दूर सारून देण्याची वेळ येईल. वेड लागेल मला वेड! आवरतं घ्या जज्जसाहेब. रोखा आपल्या भावनेला, भुलावणीला! कृपया एक शब्दही बोलू नका यापुढं. तुम्हाला लाथ मारून घालवून देण्याची शक्ती येईल माझ्यात त्यामुळं कदाचित! एकदम बंद करा तुमची खोटी, फसवी बडबड! बस्स!''

हेप्झीबाच्या मनस्वी संतापानेच तिच्या अंगी हे धैर्य आले एकदाचे. त्या आवेशात जे बोलायचे होते, ते ती बोलून गेली होती. मन रिकामे झाले होते, पण अखेरीस जज्ज पिंचेनच्या प्रामाणिकपणावरच्या तिच्या अविश्वासाचेच ते दर्शन होते. अगदी अभेद्य असा अविश्वास तिने प्रकट केला होता. त्यामुळे त्याला मानवी सहानुभूतीच्या रिंगणात उभेच राहता येत नव्हते. तिच्या उद्‌गारांनी त्याचा हक्क अगदी स्पष्टपणे, संपूर्णत: नष्ट करून टाकला होता. हेप्झीबाला जज्ज पिंचेनच्या स्वभावाचे योग्य आकलन झाले होते म्हणून ते घडले की एका सामान्य स्त्रीमनाच्या अकारण अशा पूर्वग्रहातूनच केवळ त्याचा उगम झाला होता, ते एका परमेश्वरालाच ठाऊक असायचे.

जज्ज पिंचेन ही कोणी साधीसुधी असामी नव्हती. त्याची योग्यता मोठी होती, यात संशयच नव्हता. त्याच्या मोठेपणावर चर्चकडून शिक्कामोर्तब झाला होता. सरकारदरबारी त्याला मानमरातब प्राप्त झाला होता. कोणीही नाकबूल करू शकत नव्हताच मुळी. अनेक क्षेत्रांतील व्यक्तींशी त्याचा परिचय होता. सार्वजनिक व वैयक्तिक दोन्ही ठिकाणी त्याचा योग्य तो लौकिक पसरला होता. अपवादच असायचे, तर ती हीच मोजकी माणसे – हेप्झीबा, त्या छायाचित्रकारासारखा एखादा स्वैर, गूढवादी पुरुष आणि असलेच तर त्याचे राजकीय क्षेत्रातील प्रतिस्पर्धी. बस्स. या चारचौघांखेरीज जज्ज पिंचेनला कमी लेखण्याचे धाडस कोणीच करत नव्हते. स्वकर्तृत्वाने मिळवलेले त्याचे समाजातील उच्च व सन्मानित स्थान वादातीतच होते. स्वप्नातदेखील कोणाचे दुमत होणार नाही, इतके ते पक्के होते. स्वत: जज्ज पिंचेनलादेखील स्वत:च्या अंगच्या या सद्‌गुणांचा अभिमान होता. आपल्या नावलौकिकाशी असलेली त्यांची साथ त्याला खचितच प्रिय होती. त्याला स्वत:ला कधीही त्याबद्दल संशय येत नव्हता. कोणाही माणसाच्या सचोटीला सर्वमान्य साक्षीदार म्हणजे त्याची सदसद्‌विवेकबुद्धीच असते. त्याची ही भावना त्याच्याशी कधीही प्रतारणा करत नव्हती. चोवीस तासांच्या अवधीत पाचएक मिनिटेसुद्धा. सबंध वर्षात अधूनमधून येणारा एखादाच अशुभ दिवस सोडला, तर कधीच नाही. जगाच्या स्तुतिपाठात त्याची सदसद्‌विवेकबुद्धी नेहमीच सूर मिळवत पुढे चालली होती. एवढा सबळ पुरावा जज्ज पिंचेनच्या बाजूस उभा होता. इतके असूनही आपण

आपल्या स्वत:च्या सदसद्विवेकबुद्धीला एकच प्रश्न विचारणे जरूर होते. जज्ज व त्याच्या अवतीभोवतीच्या जगाचे मत बरोबर की हेप्झीबा व तिचा एकाकी दूषित पूर्वग्रह बरोबर, या प्रश्नाचे उत्तर हेप्झीबाच्या उलट देण्यात, त्याचा आग्रह धरण्यात आपल्याला धोका पत्करावा लागेल. त्यासाठी आपल्याला काही वेळ का असेना, थांबलेच पाहिजे. वरून गोंडस दिसणाऱ्या, एखादे कोरीव काम केलेल्या दिखाऊ, अलंकारिक अशा आवरणाखाली एखादी गोष्ट खोलवर दडून राहू शकते. लोकांची नजर त्या गोष्टीचा वेध घेऊ शकत नाही. त्यांचे दैनंदिन जीवन त्यांना तसे करूही देत नसावे. कदाचित, मनुष्याला स्वत:लाच आपण केलेल्या एखाद्या दुष्ट व ओंगळ कृत्याचा विसरही पडतो. कालाच्या ओघात ते कृत्य विस्मृतीच्या महासागरात लपून राहणे शक्य असते. जज्ज पिंचेनच्या बाबतीत तसे असण्याची शक्यता होती. त्याच्या हातून एखादा अपराधही घडला असावा. पुन:पुन्हा त्याच्या ते ध्यानात येत असावे. कोण जाणे, एखादा खूनही घडला असेल त्याच्याकडून. त्यातला तो विलक्षण रक्तरंजित असा एखादा रक्ताचा डाग पुन:पुन्हा भडक स्वरूपात त्याच्यासमोर येतही असेल. नाही. यापुढेही जाऊन म्हणू या की, आपल्या या अपराधाचे शल्य क्षणाक्षणाला बोचून घेण्याची त्याला आवश्यकताही नसावी. सदैव जागरूक राहण्याची जरुरी तरी काय त्याला?

दणकट मनाची, समर्थ चारित्र्याची व संवेदनक्षमतेच्या कणखर वीणीची माणसे या तऱ्हेच्या चुका करण्यात तरबेज असतात. त्यांच्या दृष्टीने स्वत:ची होणारी घडणच अधिक महत्त्वाची असते. जीवनाच्या बाह्यांगातील चमत्कार घडवून आणणे, हेच त्यांच्या कर्तृत्वाचे क्षेत्र ठरलेले असते. सोने-नाणे, जमीन-जुमला, मोठमोठ्या पगाराच्या जागा व लौकिक, मानमरातब या गोष्टींवर त्यांचा डोळा असतो. त्या गोष्टी कशा मिळवाव्यात, मिळवलेल्या टिकवून कशा ठेवाव्यात यातच त्यांचे सारे लक्ष गुंतून राहिलेले असते. दिसायला अशक्य अशा गोष्टींना सहजसाध्य करून त्यांना आपल्या कह्यात ठेवण्यासाठी आवश्यक अशी अफाट कार्यक्षमता त्यांच्याजवळ आढळते. असा एखादा माणूस लोकांच्या नजरेत चटकन भरून राहतो. त्याचे कार्य, त्याचे गुण पुन:पुन्हा प्रकर्षाने आकार घेतात त्यांच्यासमोर. मग त्या ज्येष्ठाने एखादा टोलेजंग व भव्य असा इमला उभारला, की लोकांना त्याचे कौतुक वाटून राहते. त्यांच्या नजरेत व त्यानंतर हळूहळू त्याच्या स्वत:च्याही नजरेत त्याला आपल्या स्वभावाचे प्रतिबिंब त्या राजेशाही वास्तूत पडलेले दिसायला लागते. शेवटीशेवटी तर तो प्रासाद त्याचेच प्रतिरूप बनून मोठ्या दिमाखाने जगासमोर मिरवायला लागतो. तसाच हा एक राजवाडा बघा! पाहा ते त्याचे चित्ताकर्षक दिवाणखाने. त्या ऐसपैस पसरलेल्या प्रशस्त दालनांकडे दृष्टी टाका. त्या फरशा कशा छान सजवल्या आहेत, मौल्यवान अशा संगमरवरी दगडांवर

सुरेख नक्षीकाम करून, पाहिलेत ना! त्याच्या त्या खिडक्या केवढ्या उंच आहेत पाहा. अगदी खोलीइतक्याच उंचीच्या त्यांच्या काचांवर दिलेला मुलामा किती शोभिवंत वाटतो आहे! त्या पारदर्शक काचांतून खोलीत येणारा तो सूर्यप्रकाशही विलोभनीय आहे खचितच. त्या तिकडे काय दिसतयं? भिंतीचे कंगोरे सुवर्णाच्या मुलाम्याने मढवलेले आहेत.छतावर भपकेदार चित्रे काढलेली दिसतात. तो मधोमध उभा असलेला घुमट बघून थक्क व्हाल. एकटाक उंचच्या-उंच घुसलाय तो आकाशात. त्याच्या खालच्या फरशीवर उभे राहून वर दृष्टी फेकलीत, तर ती थेट आकाशाला जाऊन भिडेल, अगदी कसलाच अडथळा न येता. या घुमटाने बाकी सगळ्यांवरच कळस करून ठेवला होता. आणखीन सुरेख आणि भव्य काय पाहायचे उरणार आता याहून? आपल्या स्वभावाचे सर्वोत्तम प्रतीक याहून दुसरे कोठून निर्माण करणार, कोणी झाला तरी? या पलीकडे जाणार तरी तो कशाला? अरेच्या, थांबा हं जरा. हे सगळे खरे आहे, परंतु असेही असणे शक्य आहे. खरोखरच असेलही तसे. हो, या इथेच. याच त्या भव्य, रुबाबदार, टोलेजंग प्रासादात. त्याच्याच तळघरातील एखाद्या खोल अशा अंधाऱ्या खोलीतील कोपऱ्यात असू शकेल ते. तिथल्या कुठल्यातरी एखाद्या अरुंद अशा फडताळात बंद करून टाकलेले. अगदी कडीकुलपात पक्का बंदोबस्त करून ठेवलेले. कदाचित, त्या कुलपाची किल्लीही दिली असणार दूर भिरकावून, न सापडावी म्हणून. तिथे नसेल, तर कदाचित त्या संगमरवरी फरशीखालीही असण्याची शक्यता. फरशीवरचे कोरीव काम झक्कास दिसत असेल त्या स्थिर जलाशयातले. कोठे ना कोठेतरी असायलाच हवे ते. ते म्हणजे काय होय? एखादे कुजत चाललेले, सडके, नासके प्रेत. त्याच्या दुर्गंधीने सगळा वाडा भरून गेला असेल नुसता. शी! शी! केवढी घाण पसरली असेल तिथे! कल्पनाच नको. त्या वाड्यातल्यांना त्याची जाणीवही नसणार, इतके एकजीव होऊन राहिले असतील ते त्याच्याशी. फार पूर्वीपासून रोजचेच असेल ते त्यांना. त्याच्या ओंगळशा वासाची सवयही होऊन गेली असेल त्यांच्या श्वासांना. त्या वाड्यात येणाऱ्या बाहेरच्यांनाही तितकीच कल्पना असणार त्याची, कारण वाड्याच्या मालकाने मोठ्या मेहनतीने सगळीकडे उंची सुगंधी द्रव्ये जाळली असणार. त्यांचा सुगंध सगळीकडे दरवळलेला असणार. तेवढ्यातून बाहेरच्या माणसाच्या नाकात शिरायला जागा तरी मिळणार कोठून त्या दुर्गंधीला? मोठ्या डौलाने, बहराने जळत राहणार त्या धूपारत्या. अर्थात, त्यातूनही एखादा द्रष्टा येतोच तिथे, सहजच आपला. नेहमी नव्हे, कधीतरीच असा. तो आला की मात्र त्याच्या त्या दिव्य दृष्टीच्या प्रभावासमोर ती सगळी इमारत सावकाश वितळायला लागते. त्या तरल वातावरणात ती पार कोसळून पडते. उरतो, तो केवळ मगाचचा कोपरा; तो अंधारात लपलेला कोपरा, ते फडताळ, त्याचे ते कुलूप. त्याला त्याच्या

बंद दरवाजाजवळ ती कोळिष्टकांची तोरणे स्वच्छ दिसायला लागतात. कदाचित त्याची ती दिव्य नजर त्या संगमरवरी नक्षीदार फरशीतील त्या भयंकर छिद्रातून वाट काढत आत घुसते आणि अखेरीस आकार घेण्याकरिता उरते, ते सडत निघालेले, कुजत चाललेले मृत शरीर. तो निर्जीव देह; आणि मगच आपल्याला त्या माणसाच्या – त्या उत्तुंग प्रासादाच्या धन्याच्या – खऱ्याखुऱ्या व्यक्तित्वाचे दर्शन घडते. त्याच्या आयुष्याला आकार आणलेल्या सत्याचा शोध लागतो. त्याच्या कृत्याची त्याला ओळख होते. हेच त्या माणसाच्या अधम आत्म्याचे अस्सल दर्शन! हेच त्याच्या हीन, हलकट चारित्र्याचे खरेखुरे प्रतीक! त्या संगमरवरी प्रासादाच्या कुशीत, त्या साचलेल्या जलाशयात, पाण्याच्या तळात विसावा घेत असलेला तो आत्मा कदाचित स्वत:वर संतुष्ट होऊन आपल्याकडून झालेल्या त्या गूढ, घृणास्पद कृत्याची दखलही न घेता परमेश्वराचे चिंतनही करत असताना आढळेल! त्याच्या सभोवार पसरलेल्या दूषित गोष्टींची पर्वाही न करता त्याचे कार्य चालू असेल, आपल्याभोवती पसरत चाललेल्या रक्ताच्या छटांकडे जाणूनबुजून दुर्लक्ष करत.

आपण सांगड घालत आणलेल्या या अभिप्रायाचा अर्थ जज्ज पिंचेनच्या व्यक्तित्वाला लावून बघू या, जरा अधिक तपशीलवार. अर्थात, हे करताना त्याच्यासारख्या प्रतिष्ठित व दर्जेदार व्यक्तीवर तसा एखाद्या गुन्ह्याचा आरोप नाही करायचा मात्र. अगदी तसेच बघायला गेले, तर जज्जच्या आयुष्यातही तसे काहीतरी घडले होते. त्यामुळे त्याच्या नेहमीपेक्षा अधिक कार्यक्षम व सूक्ष्म सदसद्विवेकबुद्धीलाही गुंडाळून ठेवायची त्या घटनेत ताकद होती. खरोखरच, इतका ओंगळपणा खच्चून भरला होता तीत. वेळप्रसंगी त्याचे आयुष्यही गलितगात्र झाले असते त्यामुळे. न्यायाधीश म्हणून त्याची कारकीर्द तशी गाजलीही होती. त्याच्या न्यायबुद्धीविषयी कोणाच्याही मनात किंतु नव्हता. त्याचे शील निश्चितच शुद्ध होते. सार्वजनिक कार्यात असताना त्याने निरनिराळ्या अधिकारांच्या जागा भूषविल्या होत्या. लोकसेवेतील त्याची श्रद्धा संशयातीत होती. आपल्या राजकीय पक्षावरची त्याची निष्ठा अतूट होती. आपल्या तत्त्वांशी नेहमीच इमान राखून राहिला होता जज्ज पिंचेन. एका विशिष्ट कठोर बुद्धीने त्याने त्याच्याशी सुसंवाद राखला होता. त्याच्या एकंदर वागण्यातील सुसंगती अभिमानास्पद होती. आपल्या ध्येयाकडे पोहोचण्याची त्याची वाटचाल सुसूत्रपणे आखलेली असायची. काहीही झाले, तरी जज्ज पिंचेनचे सार्वजनिक जीवन अगदी दृष्ट लागण्याइतके नियमबद्ध होते. अनेकविध कामांची जंत्री त्याच्या नावावर पडून होती. एकूणएक कामे त्याने यशस्वी करून दाखविली होती. बायबल सोसायटीचा अध्यक्ष असताना त्याने दाखवलेली उल्लेखनीय कळकळ; निराधार, विधवा स्त्रिया व अनाथ बालके

यांच्यासाठी उभारलेल्या निधीचा खजिनदार असताना दिसून आलेली त्याची निष्कलंक सचोटी, पीअर-फळाच्या त्याने शोधून काढलेल्या दोन नवीन जातींनी उद्यानशास्त्रात घातलेली मौलिक भर अनेकांकडून वाखाणली गेली. एक ना दोन, विविध क्षेत्रांत जज्जसाहेब चमकले होते. त्यांनी पैदास केलेला वळू 'पिंचेन वळू' म्हणूनच प्रसिद्ध झाला. शेतकी शास्त्राच्या प्रगतीमधला वाटा अशा प्रकारे त्यांनी उचलला होता. गेली बरीच वर्षे त्यांच्या वागणुकीतील नैतिक शुचिता उजळ माथ्याने लोकांसमोर वावरत आलेली होती. मोठ्या दिमाखाने वावरत होते ते जनतेत तिच्या जोरावर. प्रत्यक्ष आपल्या पोटच्या पोराची पर्वा नव्हती केली त्यांनी. त्या उधळ्या व स्वच्छंदी मुलाबद्दल कधीच प्रेम नाही दाखवले त्यांनी. खुशाल, बेधडकपणे हाकलून दिला त्याला घराबाहेर. पित्याच्या मायेने त्याच्याकडे न पाहण्याइतके कठोर अंत:करण वागवले त्यांनी स्वत:त. अगदी अखेरच्या क्षणीदेखील त्या तरुण पुत्राला त्यांनी क्षमा केली नाही. अगदीच राहवले नाही, म्हणून त्याच्या आयुष्याच्या अखेरच्या पंधरा मिनिटांत ते सारे विसरले व त्याला जवळ केला त्यांनी. त्यांचे रोजचे जीवनही पुष्कळच धार्मिक होते. सकाळ-संध्याकाळ न चुकता परमेश्वराची प्रार्थना व्हायचीच. ईश्वराची आण भाकल्याशिवाय अन्नाचा घास गेलाच नाही त्यांच्या पोटात कधी. मद्यबंदीच्या चळवळीला त्यांनी जिवापाड साहाय्य केले. संधिवाताचा झटका आला त्यांना, तेव्हापासून त्यांनी मद्यपान कमी केले. रोज जुन्या शेरी-वाइनचे पाचच पेले घ्यायचे, असा नियम केला व त्या बंधनाचा जिद्दीने पाठपुरावा केला. अंगावरचे कपडे शुभ्र ठेवण्याकडे मोठा कटाक्ष असायचा जज्जांचा. बर्फासारखे पांढरे शुभ्र लिननचे कापड मोठे देखणे दिसायचे त्यांच्या अंगावर. पायांतील बुटांच्या पॉलिशमध्ये तोंड पाहून घ्यावे कोणीही. झकासपणे चकाकायचे ते बूट. हातातील काठीची मूठ दृष्ट लागण्याइतकी देखणी. सोन्याच्या मुठीची ती काठी धन्याचा रुबाब खूपच वाढवायची. कपडे नेहमी कडक इस्त्रीतले. त्यांचा तलमपणा, त्यांची फॅशन नजरेत भरण्यासारखी अद्ययावत! एकंदरीत, जज्ज पिंचेन म्हणजे नीटनेटकेपणाचा एक उत्कृष्ट नमुनाच म्हणा! प्रत्येक वस्तूच्या निवडीतील त्यांचा चोखंदळपणा चकित करून सोडायचा. एखाद्या वेळेला गृहस्थ रस्त्यावरून निघाला की, अशा रुबाबात चालायचा की बस्स. ओळखीचा माणूस दिसला रे दिसला की, जज्जसाहेबांची मान झुकलीच त्याला पाहून. मग तो गरीब आहे किंवा श्रीमंत आहे याची शहानिशा नाही. लगेच त्यांचा हात डोक्यावरच्या टोपीला लागलाच समजा. मागोमाग मान डुललीच. क्वचित प्रसंगी एखाद्याला हाताने जवळ बोलावून त्याचे कुशल विचारलेच त्यांनी. भेटणाऱ्या प्रत्येकाची इतक्या आस्थेवाईकपणे चौकशी करणारा माणूस विरळाच आणि या सर्वांच्या साथीला चेहऱ्यावरचे ते दिलखुलास, प्रसन्न स्मित. त्याच्यामागचा तो विशाल दयाभाव साऱ्या दुनियेला आनंद देण्यासाठीच झटत

होता. केवढे विशाल व्यक्तिमत्त्व साठून राहिले होते जज्ज पिंचेनच्या त्या मानवी देहात! अशा अष्टपैलू व्यक्तिविशेषात किल्मिषाला जागा तरी कुठली मिळणार? वेगवेगळ्या अंग-प्रत्यंगांनी भरलेला तो माणूस असेल काळाकुट्ट कुठेतरी? त्या विशुद्ध प्रतिमेला दुर्लौकिकाची काळी किनार असेल का कधी? जज्ज पिंचेन आरशासमोर उभा राहिला की, त्याला दिसायची ती त्याच शुद्ध, परिपूर्ण व्यक्तित्वाची प्रतिमा. रोजचा दिवस पुढे सरकायचा तो याच भावनेने. त्याच्या साऱ्या आयुष्याचीच आखणी एवढे कौतुक करण्यासारखीच होती. मग या साऱ्याचा सार्थ अभिमान का नये वाटू त्याला? तसा तो वाटणे योग्यच होते त्याच्या दृष्टीने. मोठ्या डौलाने तो म्हणू शकत होता समाजाला, "हा पाहा, मीच तो जज्ज पिंचेन! मीच तो हा!..."

एवढे सारे पाहिल्यानंतरसुद्धा त्याला वाईट ठरवणार तुम्ही? अनेक वर्षे होऊन गेलीत त्या घटनेला. त्या वेळचे त्याचे तरुण रक्त उसळले होते. तारुण्यातला बेछूटपणा अनावर झाला असेल त्या काळी. त्या अविचारी तरुणाच्या हातून घडलेही असेल काहीतरी दुष्ट असे. त्याचे त्या वेळचे ते कृत्य असेलही अन्याय्य. माना हवे तर तसे आज. आजही त्याच्या हातून एवढी मोठी कामे होतच आहेत ना? अशा हजारएक चांगल्या कामांत झाले एखादे आक्षेप घेण्यासारखे काहीतरी, तर बिघडले कोठे? अहो, परिस्थितीच मजबूर करते माणसाला केव्हाकेव्हा. बाकीचे जीवन तरी निर्दोष आहे ना? झाले तर मग. सगळ्याच गोष्टी नसतील वाहवा करण्यासारख्या. नसू द्यात. म्हणून काय तेवढ्या त्या एकाच अपरिहार्य गोष्टीचे – तीही आता गेली लोकांच्या ध्यानातून बरीचशी – निमित्त धरून तुम्ही जज्ज पिंचेनच्या स्वभावाची किंमत करणार? आणि त्याच्या या चालू घडीच्या सुरेख जुळलेल्या तारा तोडून टाकणार? पाप, पाप म्हणजे आहे तरी काय एवढे? अंगठ्याएवढे पाप ते काय वजनाचे असायचे, म्हणून त्याने सोबतच्या पारड्यातील पुण्याईलाही भारी पडावे? हो, जज्ज पिंचेनच्या भाईबंदातही तोलून-मापून बघायचीच सवय अधिक प्रिय. परिस्थितीच्या पेचात पकडला जातो असा एखाददुसरा दुर्दैवी प्राणी. मग तो स्वत:च्या अंतरंगात डोकावून पाहण्याचे देतो सोडून. उलट, आपले रूप बघण्यासाठी जनमताच्या आरशाचाच उपयोग अधिक करून स्वत:च्या व्यक्तित्वाची जोपासना करतो तो. तसे करायला माणूसही मोठा कणखर व थंड प्रवृत्तीचा असावा लागतो. नाहीतर बसलाच घालवून तो सगळे – जायदाद व कीर्ती दोन्हीही. मगच होणार त्याला स्वत:विषयीचे खरेखुरे ज्ञान. कोणीच त्याला ते मिळवून देऊ शकत नाही. ना आजार, ना मृत्यू!

हो, पण आता आपणासमोर जज्ज पिंचेन उभा आहे नाही? खूप संतापलेल्या हेप्झीबाला तोंड देत असलेला जज्ज पिंचेन पाहत आहोत आपण. हेप्झीबाला स्वत:चेच पराकोटीचे आश्चर्य वाटावे. कदाचित पुष्कळशी भीतीही. पुरी तीस वर्षे

जी गोष्ट तिने दडपून ठेवली होती, ती मोठ्या संतापाच्या उसळीसरशी ऊर फोडून बाहेर आली. कसलाही आगाऊ विचार न करता समोर उभ्या असलेल्या आपल्या त्या आप्ताविरुद्ध तिने संतापाच्या आवेगाला वाट करून दिली.

तिचे बोलून होईपर्यंत जज्जचा चेहरा शांतच होता. एका विशिष्ट अशा सहनशीलतेची छटा दिसत होती त्याच्यावर. प्रथम-प्रथम आपल्या चुलत बहिणीच्या – तिला न शोभणाऱ्या – भावनावेगाबद्दल नापसंती व्यक्त झाली त्याच्या चेहऱ्यावर. तिचे शब्द जरी त्याच्यावर अन्याय करणारे असले, तरी मोठ्या उदार अंत:करणाने त्याने ते सहन केले होते आतापर्यंत. सच्च्या ख्रिश्चनाला शोभणारी क्षमावृत्ती दाखवली त्याने तिच्या बाबतीत प्रथम, पण जेव्हा हेप्झीबाच्या शब्दांत वजन येऊ लागले, जेव्हा ते वज्रलेप ठरण्याच्या वाटेने जाऊ लागले, तेव्हा मात्र त्याच्या चेहऱ्यात फरक पडला चटकन. अगदी सहजासहजी. बराचसा नकळत. न समजण्यासारखाही. आता तो चेहरा उग्र बनला. स्वसामर्थ्याच्या जाणिवेने फुलू लागला तो. कसलातरी दृढ निश्चय केला त्याने. अगदी पहिल्यापासूनच तो लोहपुरुष त्या जागी उभा असावा की काय असे भासले. पूर्वीचे त्याचे ते लीन व दीन रूप पार पुसूनच गेले एकाएकी. ते नव्हतेच तेथे असाच भास होऊ लागला. एखाद्या उंच, खड्या अशा पर्वताच्या पत्थराच्या कडेवरचे विरळ, हलके, फिकट रंगाच्या ढगांचे पुंजके निघून जाऊन त्या ठिकाणी एक खोल पोकळी निर्माण व्हावी तसा. चटकन आपल्याला त्यातून अबोधाची जाणीव व्हावी. आपल्यासमोर उभा ठाकलेला गृहस्थ हा आपला जुना पूर्वज – तो वृद्ध प्युरिटनच – असावा हीच हेप्झीबाची भावना होऊन बसली. समोरचा माणूस हा अलीकडचा – जज्ज पिंचेन – आहे, हे मानायलाच तिचे मन तयार झाले नाही. म्हणूनच अंत:करणातला सारा विचार तिने जज्जच्या अंगावर ओतून टाकला आणि अशा या पेचप्रसंगाच्या वेळी जज्ज पिंचेन अगदी हुबेहूब आतल्या खोलीतील तसबिरीतल्या मूळ पुरुषासारखा दिसत होता. वंशावळीचा एवढा मोठा प्रभाव त्याच्या चेहऱ्यावर याआधी कधीच पडला नसावा. खरा वंशज शोभला तो त्या वेळी.

"कझीन हेप्झीबा," तो अतिशय संथपणे म्हणाला, "आता ते सारं विसरून जायला हवं."

"अगदी खरं! मलादेखील मन:पूर्वक वाटतं तसं!" ती उत्तरली, "मग आमच्या पाठीमागं का लागता आहात तुम्ही? जगू द्या ना आम्हाला शांतपणे. क्लिफोर्डचा व माझा नाद द्या की सोडून. आम्ही तरी याहून काय मागतोय अधिक उणं?"

"काही असो, जाण्यापूर्वी मला क्लिफोर्डला भेटलंच पाहिजे. त्यासाठीच आलोय मी आज." जज्ज नंतर म्हणाला, "असा खुळेपणा नको करूस हेप्झीबा! माझ्याशिवाय कोण मित्र आहे बरं त्याला? तोदेखील एवढा प्रबळ असा. आज

क्लिफोर्ड तुला मोकळा झालेला दिसतोय, तो कुणामुळं असं वाटतं तुला? केवळ माझ्यामुळं. माझे श्रम, माझे अर्ज, माझ्या विनंत्या, मी आणलेला सर्व प्रकारचा दबाव – राजकीय, वैयक्तिक, अधिकृत; सर्व. याचाच परिणाम आहे तो. आजपर्यंत तुझ्या ध्यानात कसं आलं नाही हे सारं? डोळे असून नसल्यासारखे वागते आहेस तू! का बरं? तो सुटून आला म्हणजे माझ्यावर त्यानं मात केली, असं मानतेस की काय? तसं बिलकूल नाही हेप्झीबा. तसं कधीच झालेलं नाही. होणारही नाही. अंशमात्रही नाही घडणार तसं. छे, ती माझी एक आकांक्षा होती. खूप दिवसापासून उराशी बाळगलेली एक इच्छा, एक हेतू, त्याची पूर्तता होती ती. ध्यानात ठेव नीट. माझ्यामुळंच क्लिफोर्डची सुटका झाली. तो बंदिवासातून मुक्त झाला.''

"काय? तुमच्यामुळं?'' हेप्झीबा म्हणाली, "मला ते कधीच खरं नाही वाटायचं. माझा विश्वासच बसणार नाही त्या गोष्टीवर! एक गोष्ट लक्षात ठेवा. क्लिफोर्डच्या कारावासाला जबाबदार तुम्ही आहात. सर्वस्वी तुम्हीच केलं ते! परमेश्वराची कृपा म्हणूनच तो तेथून सुखरूप बाहेर पडला. त्याची मुक्ती, परमेश्वराचीच कृपा!''

"चूक आहे. मीच त्याला सोडवून आणलं आहे आणि आज मी इथं आलोय तो एक गोष्ट निश्चित करण्यासाठीच. त्याचं हे स्वातंत्र्य त्याला भोगू द्यायचं की नाही, हे ठरवायचं आहे आज मला. त्यानं घ्यावयाचा आहे तो निर्णय. त्याच्यावर अवलंबून आहे सारं. म्हणूनच त्याला भेटल्याखेरीज मी जाणार नाही इथून.'' जज्जने निक्षून सांगितलं. अद्यापही त्याचा तोल ढळला नव्हता.

"तुम्ही त्याला कधीही भेटू शकणार नाही. वेड लागेल त्याला तुम्हाला भेटताना!'' हेप्झीबा उद्गारली. तिच्या शब्दांतील अविचलता जज्जच्या तीक्ष्ण नजरेला जाणवलीच, तरीही त्याच्या सद्हेतूबद्दल तिच्या मनात बिलकूल श्रद्धा नव्हती. त्यामुळे त्याच्या म्हणण्याला रुकार द्यावा की त्याचा अव्हेर करावा, त्यापैकी कोणते अधिक चांगले, हे तिला कळत नव्हते. "त्याच्या दुर्बलतेची तुम्हाला कल्पना नाही. एक दुःखी, कष्टी, पिचून गेलेला असा माणूस आहे तो. त्याच्याजवळ समजून घेण्याची बुद्धी अशी उरलेलीच नाही. जी काही असेल तीसुद्धा तुम्हाला पाहिल्यानंतर दडवून ठेवेल तो. तुमच्या मनात त्याच्याबद्दल किंचितही प्रेम नाही, हे ठाऊक आहे त्याला. अशा या विकलांग, कंगाल माणसाला, पामराला भेटण्याचं का मनात यावं तुमच्या?''

"असंच म्हणत असशील तर त्याला माझ्या वागण्यात भरपूर माया दिसेल!'' जज्ज म्हणाला. आपल्या चेहऱ्यावरच्या दयाशीलतेवर त्याचा दांडगा विश्वास होता. तो पुढे म्हणाला, "आणि बोलण्याच्या ओघात तू पुष्कळ गोष्टी कबूल केल्यास, हे ठीक झालं. त्यातल्या पुष्कळशा मला अनुकूल अशाच आहेत. तेव्हा आता नीट

ऐक माझं. सगळंच सांगून टाकतो तुला मनातलं माझ्या. मग तरी तुला माझा क्लिफोर्डला भेटण्याचा हट्ट कळेल. आपले चुलते जेफ्री पिंचेन मरून आज तीस वर्षं झाली. त्यांच्या मृत्यूसमयीच्या त्यांच्या एकंदर इस्टेटीची मोजदाद करताना फार मोठी तफावत आढळून आली. म्हणजे काय झालं, त्यांची प्रत्यक्ष दिसणारी अशी संपत्ती कधी काळी केलेल्या अंदाजापेक्षा खूपच कमी भरली. आता तुझ्या ते लक्षात आलं की काय ते मला नाही ठाऊक म्हणा. अर्थात, त्या वेळची घटनाही थोडीफार दुःखदच होती खरं, पण झालं हे असं झालं. लोक तर म्हणत होते की, काका भलतेच श्रीमंत होते म्हणून. त्या काळचा तो एक अत्यंत वजनदार माणूस होता, यात शंका नव्हती. मग असं कसं काय घडलं? तर तसा तो जरा विक्षिप्त डोक्याचाच माणूस होता म्हणेनास. भांडवलदाराच्या पुरेशा परिचयाच्या क्लृप्त्यांप्रमाणं त्यांनी आपला बराचसा पैसा निरनिराळ्या ठिकाणी गुंतवून ठेवला होता. त्यांनी आपली बरीचशी मिळकत लांबलांबच्या देशांतील भांडवलात गुंतवली होती. कदाचित, आपल्या नावावर न ठेवता दुसऱ्यांच्याच नावावरही. त्या तपशीलात नको जायला आता इथं. बरं, तुला ठाऊक आहेच, जेफ्री काकांनी केलेल्या अखेरच्या मृत्युपत्राप्रमाणं मी त्यांच्या संपूर्ण मिळकतीचा वारसही झालो. त्यात वाटणी तुझी एकटीचीच. तुझ्या वाटणीला आपला हा वडिलार्जित वाडा व त्याला लागून असणारी जमीन आलेली आहे. तुझ्या हयातीपर्यंत राहणार ते सगळं तुझ्याकडं.''

''मग, आता तुम्हाला तो काढून घ्यायचा आहे काय आमच्याकडून?'' आपला तीव्र तिरस्कार आवरून धरणे अशक्य होऊन हेप्झीबा म्हणाली, ''गरीब बिचाऱ्या क्लिफोर्डचा छळ थांबवण्याच्या मोबदल्यात करणार आहात तुम्ही तसं?''

''छे, छे, भगिनी, ते मला बिलकूल करायचं नाही!'' चेहऱ्यावर प्रसन्न स्मित आणून जज्जने उत्तर दिले. ''माझं म्हणणं याच्या उलट आहे. तुमच्या आहे त्या सध्याच्या मिळकतीत दुपटी-तिपटीनं वाढ करण्याची माझी तयारी आहे. ती संधी मी तुमच्याजवळ मागतो आहे. तुमच्या या नातलगाकडून एवढी सेवा करून घेण्याची तुमच्या मनाची तयारी होईल, तेव्हाच हे सारं शक्य आहे अर्थात, पण तेच तुम्हाला नको आहे नेमकं! नकोच आहे आणि तुमच्या अनिच्छेतच सगळ्या गोष्टींचं सार आहे. माझ्या चुलत्याच्या निर्विवाद, थोर मिळकतीचा मी मघाशी म्हटलं त्याप्रमाणं निम्माही नव्हे – आता तर माझी खात्री झाली आहे की, एक-तृतीयांशही नव्हे – हिस्सा त्यांच्या मृत्यूनंतर बाहेर आला नाही. माझा मुद्दा हा आहे आता की, क्लिफोर्डला – तुझ्या भावाला – त्याची माहिती असावी. तो मला ती दडलेली संपत्ती शोधण्यात मदत करू शकेल, असा माझा विश्वास आहे. तशी अगदी शक्य कोटीतली कारणंही आहेत माझ्यापाशी.''

''काय म्हणताय काय? क्लिफोर्डला त्याची माहिती असावी? त्या कोणालाच

ठाऊक नसलेल्या संपत्तीचा ठावठिकाणा त्याच्याजवळ असणार? तुम्हाला श्रीमंत करणं, अधिक धनवान बनवणं क्लिफोर्डच्या हातात आहे? काय म्हणता आहात जज्ज पिंचेन! अहो, केवढं अशक्य आहे ते! तुमची फसवणूक होते आहे कुठंतरी. खरंच... हो... चुकताय तुम्ही...क्लिफोर्डला आणि अशा अज्ञात खजिन्याचा पत्ता? हाऽऽऽ, हाऽऽऽ! याच्याइतकी हास्यास्पद गोष्ट हीच एवढी!'' जज्ज पिंचेनच्या त्या तर्कास उपहास करण्याची जाणीव होऊन वृद्ध स्त्री ओरडून म्हणाली.

''पण तीच गोष्ट सत्य आहे हेप्झीबा! क्लिफोर्डलाच माहिती आहे ते गूढ! मी आज तुझ्यासमोर उभा आहे, हे जितकं खरं आहे तितकंच तेही सत्य आहे.'' आपल्या हातातील सोन्याच्या मुठीची ती काठी जोराने आपटून जज्ज म्हणाला. त्याच्याबरोबर आपला पायही तेवढ्याच त्वेषाने आदळला त्याने, आपल्या भारदस्त व्यक्तित्वाचा दबाव पडावा म्हणून. तो आणखीन म्हणाला, ''खुद्द क्लिफोर्डनंच मला ते सांगितलं आहे, समजलीस!''

''निखालस खोटं आहे हे. अगदी अशक्य कोटीतलं बोलता आहात आपण.'' त्याच्यावर कसलाच विश्वास न ठेवता हेप्झीबा म्हणाली, ''कझीन, तुम्ही स्वप्नात पाहता आहात सारं!''

''माझी जात स्वप्नाळूंची नाही बरं!'' जज्ज शांतपणे म्हणाला, ''त्या अगणित संपत्तीच्या रहस्याबद्दल, आपल्याजवळच्या त्याबद्दलच्या माहितीबद्दल क्लिफोर्डनं आपणहून माझ्याजवळ मोठी बढाई मारली होती, माझ्या चुलत्याच्या मृत्युपूर्वी काही महिनेच आधी. त्याच्या बोलण्यात टोमणे मारण्याची भावना आढळली मला. शिवाय, माझी उत्सुकता वाढावी असंही वाटलं असेल त्याला त्या वेळी. माझ्या ते पूर्ण ध्यानात आहे. आजही मला आमच्या त्या वेळच्या त्या बोलण्यातला तपशील स्पष्ट आठवतो आहे. माझी पक्की खात्री आहे की, त्याचा शब्दनशब्द खरा होता. जेफ्रीकाकाच्या त्या अज्ञात मिळकतीविषयीची सर्व कागदपत्रं, पुरावे, करारनामे कुठं दडलेले आहेत, त्याची माहिती त्यानं द्यावी मला. अर्थात, त्याला तसं वाटत असल्यास करावं ते. नाहीतरी शेवटी त्याला ते केलंच पाहिजे म्हणा. त्या रहस्याची किल्ली त्याच्यापाशीच आहे. मला पक्कं स्मरतंय आजही. त्याची ती बढाई पोकळ नव्हती. त्याच्या त्या वेळच्या त्या दिमाखात कसलाही आडपडदा नव्हता. त्याच्या त्या आवेशाचं रूपही वेगळं होतं. त्याच्या शब्दांत मला वेगळा कस आढळला होता. त्या रहस्याचा शोध लावत होते त्याचे शब्द. हेप्झीबा मला शंकाच नाही त्याची. क्लिफोर्डला माहीत असलंच पाहिजे ते.''

''मग इतके दिवस का लपवून ठेवावं ते त्यानं? काय हेतू असावा त्यात बरं?'' हेप्झीबाने विचारले.

''आपल्यातील एका नीच प्रवृत्तीचं ते दर्शन आहे. एका अध:पतित स्वभाववृत्तीचं

ते प्रतीक आहे. त्याच्या अवमानित मनोवृत्तीतून जन्म झाला आहे त्याचा.'' तिच्याकडे रोखून बघत जज्ज म्हणाला, ''जगात झालेल्या त्याच्या अफाट अपकीर्तीचा धनी मला ठरवलं त्यानं. मृत्यूच्या दारात मी नेलं त्याला, असं मानून चालला तो. कधीच भरून न येणारी त्याची हानी मी घडवून आणली, असं त्याच्या मनानं घेतलं. म्हणूनच तो तुरुंगात असताना त्याच्याकडून ती माहिती आपखुषीनं मिळवण्याचा सुतरामही संभव नव्हता. कसा असेल? कारण त्या आधारानं मी मोठा होणार होतो ना! वैभवाच्या अत्युच्च शिखरावर मी पोहोचलो असतो ना! ती वेळ, मी प्रतीक्षा करत असलेला तो क्षण आता आलेला आहे. त्यानं आपलं रहस्य आज उघड केलंच पाहिजे. त्याचा सोक्षमोक्ष झालाच पाहिजे आज.''

''आणि समजा त्यानं ते नाकारलं तर? आणि खरोखरच, त्याला तुम्ही म्हणता त्या संपत्तीच्या ठेव्याबद्दल माहितीच नसेल तर? माझ्या पक्क्या माहितीप्रमाणं त्याला ती नसेलच खरोखर.'' हेप्झीबाने प्रश्न केला.

''माझ्या प्रिय भगिनी, तुझा भाऊ कारागृहातून बाहेर आल्यानंतर माझं त्याच्यावर नकळत का होईना, पण पूर्ण लक्ष आहे. त्याच्या परिस्थितीची मला जाणीव आहे. तसं बघितलं, तर मी त्याचा एक जवळचा नातलग आहे, म्हणजेच पर्यायानं पालकही. माझी ती जबाबदारीच आहे, या भावनेनं अतिशय खबरदारीनं, योग्य मार्गानं क्लिफोर्डच्या प्रत्येक हालचालीवर माझी नजर आहेच. तो कसा वागतो, त्याच्या सवयी काय आहेत याकडं डोळेझाक केलेली नाही मी कधीच. मला सर्व काही ठाऊक आहे. एकूण-एक गोष्टी माझ्यापर्यंत येतातच. तो बागेत कायकाय करतो, याला साक्षीदार आहेत तुझे शेजारी. तुम्ही घरात कायकाय करता, हे मला कळतं अनेकांकडून. तुमचा खाटिक, तुमचा पाववाला, मासेवाला, तुझ्या दुकानाला येणारी गिऱ्हाइकं, एखाद्याच्या दारातून चोरून आत डोकावून बघणाऱ्या म्हाताऱ्या बायाबापड्या यांच्या तोंडून ऐकत आलोय मी सगळं. सगळ्यावर कळस झाला तो त्याच्या त्या दिवशीच्या, त्या खिडकीजवळच्या वागण्याचा. रस्त्यावरच्या हजारो लोकांनी पाहिलंय ते. मी स्वत:ही होतोच त्यात. काय म्हणून रस्त्यावर उडी टाकणार होता गं तो? केवढं बेसुमार झालं त्याचं त्या वेळचं ते वागणं! अगदी हद्दच गाठली त्यानं खुळचटपणाची! वेडेपणाचं लक्षण याहून दुसरं कोणतं असायचं! थोडक्यात, क्लिफोर्डला खूळ लागलंय, असं म्हणायचं आहे मला. या साऱ्या गोष्टी माझ्या अनुमानाला साथ देताहेत. माझा त्याला नाइलाज आहे. मला त्याचं दु:खही आहे अर्थातच. त्याच्या डोक्यावर त्याच्या दुर्दैवानं फार मोठा आघात केला आहे नक्कीच. यातून एकच गोष्ट दिसते मला. तो सुरक्षित राहावा असं वाटत असेल, तर आपणापुढं एकच पर्याय आहे. त्याला कोणत्यातरी वेड्याच्या इस्पितळात ठेवून त्याच्यावर उपचार करत राहणं. त्याचं उरलेलं आयुष्य त्याला काढावं लागेल

तिथं कदाचित, पण एवढी एकच गोष्ट हातात आहे सध्या. तुला जाणीवही असेल त्याची. तुलाही हे पटावं की, तो मोकळा राहू शकत नाही यापुढं. त्याच्यासारख्या दुर्दैवी मन:स्थितीच्या लोकांना केवळ तशा सार्वजनिक रुग्णालयातच विश्रांती मिळू शकते. तेव्हा हेप्झीबा, माझ्या आताच्या निर्णयावरच पुढल्या सर्व गोष्टी अवलंबून असतील.'' जज्जच्या शब्दांतला संथपणा प्रभावी होता. त्यातून कसलीही जरब निर्माण होत नव्हती. अगदी सावकाशीने बोलत चालला होता ते सारे.

''खरोखरच तुम्ही करणार तसं? पाठवणार त्याला इस्पितळात? तुमच्या मनात नसेलच काही तसं!'' हेप्झीबा किंचाळून म्हणाली.

पण त्यामुळे जज्ज पिंचेनची शांती यत्किंचितही ढळली नाही. जरासाही अस्वस्थ न होता तो पुढे बोलू लागला, ''मला तसं वाटणं साहजिकच नाही का? वास्तविक, त्याच्याबद्दलच्या माझ्या कळकळीची त्याला कल्पना आहे. त्याला तिच्याबद्दल प्रेम वाटायलाही हवं, पण केवळ माझा द्वेषच करायचा, याच दुष्ट हेतूनं तो वागणार आहे किंवा काय, याचा पडताळा घेणार आहे मी. माझ्या दृष्टीनं महत्त्वाची वाटणारी माहिती त्याच्याजवळ आहे, हे निश्चित. ती मला देण्यास त्यानं नकार देणं, हा त्या भावनेचाच एक प्रकार समजायला हरकत नाही. तो एक पुरावाच आहे त्याच्या वेडेपणाचा. आणि गंमत हीच असते की, माणसाच्या मनोविकाराची ती एक अवस्था मानतो आपण, पण अंतरंगात पाहिलं, तर ती त्याची मानसिक विकृतीच असते. तेव्हा आज मला तेच पाहायचं आहे. काय अनुभव येतोय ते बघू या. मात्र माझ्या सदसद्विवेकबुद्धीला जर एखादी गोष्ट पटली, तर तिनं दाखविलेल्या मार्गानंच जाणार मी. एकदा पुढं पाऊल टाकलं की मग मागं येणार नाही. माझी ओळख नवी नाही तुला. तेव्हा आहे हे असं आहे. पुढचं पुढं.''

''ओह! कझीन, कझीन काय करता आहात हे तुम्ही!'' हेप्झीबाचा स्वर विकारवश नव्हता. त्याच्यात शोकाकुलता होती. ''रोग जडला आहे तो तुमच्या मनाला हो, तुमच्या – क्लिफोर्डच्या नव्हे! एका स्त्रीच्याच पोटी जन्म घेतला आहे ना तुम्ही? तुम्हालाही नात्याची अशी कोणीतरी माणसं आहेत ना? तुम्हालाही भाऊ आहेत, बहिणी आहेत, मुलं आहेतच ना? विसरून गेलात का त्या साऱ्यांना? माणसा-माणसांतील मायेच्या अतूट बंधनांचा, त्यांच्यातील परस्परांविषयीच्या दयाभावाचा इतका सहज तिरस्कार करता तुम्ही! या दु:खदायक जगात एकानं दुसऱ्याला प्रेम द्यायचं असतं, याची भूल पडली तरी कशी तुम्हाला? मला तुमची दया येते. तुम्ही त्या भावनेवर मोठंच पांघरूण घातलंय आणि म्हणूनच आज तुमच्या डोळ्यांपुढं एक स्वप्न दिसत आहे, पण ते अशक्य आहे. तुमच्या वयाकडं तरी बघा निदान. कझीन जेफ्री, तुम्ही तरुण का आहात? मध्यम वयाचेही नाही राहिलात. आज तुम्ही

वृद्ध आहात. तुमचे केस पिकलेले आहेत. आयुष्य असं उरलंय तरी किती तुमच्याकरिता? जगणार आहात किती वर्षं आणखी? आजची तुमची श्रीमंती, तुमचं वैभव पुरं का पडत नाही तुम्हाला? भुकेनं मरणार आहात कधीतरी तुम्ही. असं काय कमी पडणार आहे तुम्हाला? अगदी अखेरच्या क्षणापर्यंत आज आहात तितकेच सुखी राहणार आहात की हो! आज तुमच्याजवळ जे आहे ते निम्म्याहून कमी झालं, तरी काही उणं पडणार नाही. तेच मद्य, तीच पक्वान्नं मिळणारच तरीही. सगळं पूर्वीइतकंच पोटभर, पूर्वीइतकंच रसरशीत, पूर्वीसारखंच मनमुराद, ऐटबाज. मनात आलंच, तर तुम्ही सध्याच्या तुमच्या राहत्या घरापेक्षा अधिक डौलदार, टोलेजंग असं घर उभारूही शकाल. जगासमोर एक भपकेबाज देखावा उभा राहीलही. खूप मोठी, प्रचंड अशी इमारत होईल ती, पण ती नेणार तुम्ही तुमच्याबरोबर मेल्यानंतर? मरताना तुमच्या तोंडात पाणी घालणाऱ्या तुमच्या एकुलत्या एका मुलाचीच धन होणार ती! तुमची अफाट संपत्ती, अमाप ऐश्वर्य तुमच्याबरोबर येऊच शकत नाही. मग का बरं निष्ठुर होता एवढं? इतकं कठोर होण्याची बुद्धी का व्हावी तुम्हाला? तुमच्या मनात घोळत असलेले विचार इतके खुळचट आहेत की, त्यांना दुष्ट म्हणायचीदेखील लाज वाटते. समजुतीच्या पलीकडचं चाललंय काहीतरी! अरेरे, कझीन, केवढी कमनशिबी आहोत आम्ही पिंचेनमंडळी! गेली दोनशे वर्षं ही निष्ठुर भावना, दुसऱ्याला पेचात पकडून ठेवण्याची घाणेरडी वृत्ती आमच्या नसानसांतून खेळते आहे. ही ईर्षा, ही स्पर्धा, हे हेवेदावे, हा स्वार्थ प्रत्येकाच्या रक्तात भिनून राहिला आहे. तुमच्या वाडवडिलांनी तेच केलं. तुम्हीही तेच करत आहात. फक्त स्वरूप बदललेलं आहे त्याचं. तुमच्या या दुष्कृत्याचा वारसा तुमच्या भावी पिढीला देऊन त्यांना त्याच शापाच्या खाईत लोटताहात तुम्ही!''

''शहाण्यासारखं बोल काहीतरी हेप्झीबा, निदान परमेश्वराची जाण ठेवून तरी! हे बघ, माझा निश्चय मी तुला सांगितलाच आहे. पुन:पुन्हा बदलणारा माणूस नाही मी. एक तर क्लिफोर्डनं त्या रहस्याचा उलगडा केला पाहिजे, नाहीतर परिणाम भोगायला तयार झालं पाहिजे. हे सगळं चटकन संपलं पाहिजे. शिवाय, आज मला आणखीन कामं आहेत. माझ्या राजकीय पक्ष-कार्यकर्त्यांचं भोजनाचं आमंत्रणही आहे मला. तो कार्यक्रम माझ्या दृष्टीनं महत्त्वाचा आहे. मला तिथं हजर राहायलाच हवं!'' एखाद्या व्यवहाराच्या गोष्टीवर चर्चा चालू असताना काहीतरी त्याला सोडून असे ऐकल्यानंतर स्वाभाविकच तोल सुटतो माणसाचा. त्या अर्थशून्य बडबडीचा त्याला रागच येतो. त्याचा संयम सुटतो. जज्ज पिंचेनचेही तेच झाले, हेप्झीबाचे बोलणे ऐकून.

''मी सांगते तुम्हाला. क्लिफोर्डपाशी तसलं काही रहस्य नाहीच मुळी. या

उप्परही तुम्हाला जे करायचं आहे ते देवाच्या मनात असणार नाही, अशी माझी खात्री आहे!'' हेप्झीबा म्हणाली.

''तसंही होईल. बघू या तरी आपण. क्लिफोर्डला घेऊन तरी ये अगोदर. दोन नातलगांतला हा व्यवहार आहे. आमच्या मुलाखतीतून सामोपचारानं मिटेलही तो. तेव्हा आता वेळ नकोस लावू. माझ्या सहनशीलतेचा अंत नको बघूस. मला अधिक कठोर व्हायला लावू नकोस. मला स्वत:लाच मंजूर नाही ते. तसं नाही झालं, तर धन्यताच वाटेल मला. मग आटप लवकर. ठरव काय ते झटकन.'' पूर्वीच्याच धीराने जज्ज म्हणाला.

उत्तर देण्याआधी हेप्झीबाने थोडा वेळ विचार केला. नंतर ती म्हणाली, ''तुम्ही माझ्यापेक्षा समर्थ आहात. तुमच्या सामर्थ्यामध्ये दया अशी नाहीच! आजघटकेला क्लिफोर्डचं डोकं ताळ्यावरच आहे. तुम्ही मानता तसा तो वेडा नाही, पण तुमचा आग्रह आहे म्हणून तुमची होणारी त्याच्याबरोबरची मुलाखत मात्र त्याला वेड लावेल. मी तुम्हाला, तुमच्या स्वभावाला नीट ओळखतेच आहे. तेव्हा त्याच्याजवळचं जे रहस्य आहे, ते जर तुम्हाला मिळवता आलं नाही, तर तुम्ही स्वत:च त्याचं काय करायचं ते ठरवा. ते मी तुमच्यावर सोपवते. माझ्यासमोर हा एकच मार्ग उरला आहे. बस्स. आणते मी क्लिफोर्डला बोलावून. कृपा करून शक्य तितकी दया दाखवा त्याला. जास्तीतजास्त सहानुभूतीनं पाहा त्याच्याकडं, अगदी तुमच्यापाशी असेल-नसेल तितक्या. लक्षात ठेवा, देवाला दिसत असतं सारं. सर्वसाक्षी परमेश्वर एकूणएक पाहणारा असतो. तुमच्यावर त्याची नजर अवश्यच राहणार जज्ज पिंचेन!''

संभाषण संपले. आपल्या चुलत बहिणीच्या पाठोपाठ जज्ज पिंचेन दुकानातून आतल्या बैठकीच्या खोलीत गेला. आत ठेवलेल्या त्या जुन्यापुराण्या ऐतिहासिक खुर्चीत आपले अंग झोकून दिले त्याने. त्याच्या पिढ्यानपिढ्यांनी तसेच अंग टाकलेले होते त्या इतिहासप्रसिद्ध आनुवंशिक खुर्चीत. तिने आपल्या विशाल बाहूंत अनेक पिंचेनांना आराम दिला होता. त्याच खुर्चीत बसून पिंचेन कुटुंबातील गोरीगोमटी बालके गमतीचे खेळ खेळली होती. जवानीच्या बहरात आलेल्या तरुण पिंचेनांनी तेथेच बसून प्रणयाची रम्य स्वप्ने रंगवली होती. काळजीने थकलेल्या वयस्कर पिंचेनांनी आयुष्याच्या आपल्या उतारवयातील चिंतनासाठी, मननासाठी तिचीच निवड केलेली होती. थंडीच्या मोसमात तिनेच त्यांना ऊब दिली होती. त्याच उबेत त्यांच्यापैकी बरेच जण निद्रावशही झाले होते अनेक वेळा. त्यातूनच काही जण चिरनिद्रावशही झालेले होते. त्या खुर्चीने असा एक वेगळाच इतिहास अनुभवला होता. पिंचेन कुटुंबाबरोबर असणारे तिचे संबंध इतके अतूट होते. याच खुर्चीत बसल्याबसल्या जज्ज पिंचेनच्या आदि पुरुषाने, भिंतीवरच्या तसबिरीतील न्यू इंग्लंडच्या त्या सुरुवातीच्या नागरिकाने आपल्या शाही पाहुण्यांचे अतिशय विचित्र

व थंडे स्वागत केले होते; एखाद्या मेलेल्या माणसाने करावे तसे. अर्थात, ही एक फार पूर्वीपासूनची आख्यायिका सांगितली जात होती. शंकेलाही वाव होताच तेथे. सांगायची गोष्ट ही की, त्या अशुभसूचक क्षणापासून ते थेट आजच्या घटकेपर्यंत जज्ज पिंचेनसारखा थकून गेलेला, दु:खीकष्टी झालेला माणूस बसला नसेलही तसा. त्याच्या मनात काय होते, याची कल्पना करू शकत नाही आपण; तरीही तसे म्हणावेसे वाटते, कारण आताच आपण त्याच्या मनातला मोहरा पाहिला म्हणून केवढा उग्र चेहरा झाला होता त्याचा! त्याचा पोलादी निश्चय पूर्णपणे व्यक्त होत होता त्याच्या त्या चेहऱ्यात. आपल्या आत्म्याला एवढ्या पक्क्या तटबंदीत सुरक्षित ठेवताना त्याला मोठीच किंमत द्यावी लागली असावी. अशा प्रकारची मन:शांती राखणे हा एक मोठा विजय असतो. एखाद्या दुबळ्या मनोवृत्तीच्या माणसाने केलेल्या हिंसक हल्ल्यापेक्षा त्याची शक्ती अधिक असते नि:संशय. शिवाय, अजूनही एक काम उरलेच होते, पूर्वीपेक्षा अधिक अवघड असे. जिवंतपणी थडग्यातून उठून आलेल्या एका नातेवाइकाला तोंड देणार होता तो! तीस वर्षांनंतर प्रथमच. त्याच्याकडून एक रहस्य काढून घ्यायचे होते त्याला आणि ते जर जमलेच नाही, तर पुन्हा एकवार त्याचे जिवंत थडगे बांधायचे होते. काय लहानसहान गोष्ट होती काय ती? इतकी साधी? इकडे तयारी करायची व तिकडे विश्रांती घेत बसायचे? जज्ज पिंचेन अशा एका विचारपूर्ण भूमिकेत बसला होता त्या खुर्चीत, क्लिफोर्डची वाट बघत.

"हाक मारलीत तुम्ही? बोलावलंत मला परत? काय म्हणालात?" खोलीच्या उंबरठ्यावरून आत बघत हेप्झीबाने प्रश्न केला. जज्जचा आवाज आला, अशी तिने कल्पना केली. त्याच्या विचारात सौम्यपणा आला असावा, असा अर्थ केला तिने त्याचा. चिंताग्रस्त मनात झालेला भास होता तो खरोखर.

"छे, छे! मी का म्हणून परत बोलावेन तुला? उलट मला उशीरच होतो आहे. पाठव क्लिफोर्डला माझ्याकडं. उशीर लावू नकोस." जज्जने उत्तर दिले. त्याच्या आवाजात एक प्रकारची उग्र अशी नापसंती व्यक्त झाली. त्या अंधाऱ्या खोलीतील अंधुक प्रकाशामुळे त्याच्या कपाळावरच्या भुवयांवर काळानिळ्या रंगाची छटा उमटली.

आपल्या जाकिटाच्या खिशातून जज्जने आपले घड्याळ काढून हातात घेतले, क्लिफोर्डच्या येण्यामधला वेळ पाहण्यासाठी.

सोळा

क्लिफोर्डच्या दालनात

जज्जचा तो दुर्दैवी निरोप क्लिफोर्डला पोहोचविण्यासाठी हेप्झीबा तेथून निघाली. बिचाऱ्या हेप्झीबाला तो जुनापुराणा वाडा इतका मलूल असा कधीच दिसला नव्हता. झिजून गेलेल्या मधल्या वाटा तुडवत, एकामागून एक वेडपट दरवाजे उघडत, करकरणारा तो जिना चढत असताना तिने सभोवार पाहिले. तिच्या मनात विचारांनी थैमान घातले होते. तिच्या दृष्टीत भयाकुलता होती. मनात अतिशय प्रचंड अशी खळबळ उडालेली होती तिच्या. आपल्या आजूबाजूने प्रेतांची वर्दळ चालू आहे, असे मनात आले तिच्या. त्यांच्या वस्त्रांची सळसळ उगीचच कानांवर येऊन पडतेय, असे झाले तिला. जिन्याच्या टोकाला कोणीतरी निस्तेज चेहऱ्याची माणसे आपली वाट पाहताहेत जणू, असेही वाटून गेले. कसलेच नवल नव्हते या गोष्टीत. तिच्या मनावर पडलेला ताणच मोठा विचित्र होता; भेसूरही तितकाच. तिच्या शरीरातील साऱ्या नसा सैल पडल्या होत्या, नुकत्याच झालेल्या आघाताने व भीतीने. जज्ज पिंचेन त्या कुटुंबाच्या आदि पुरुषाची, त्याच्या गुणाची, व्यक्तित्वाची सहीसही प्रतिकृतीच होता. त्याच्याशी झालेल्या संभाषणाने परत एकदा साऱ्या गतकाळच्या दु:खाला साद मिळाली होती. परत एकदा तिचे अंत:करण जड होऊन गेले होते. इतक्या उदास व कष्टदायक होत्या त्या स्मृती. आयाबायांच्याकडून पिंचेन मंडळींच्या भल्या व बुऱ्या नशिबाबद्दल तिने खूप काही ऐकलेले होते. धुराड्याच्या कोपऱ्यातील मिणमिणत्या प्रकाशाने त्या आख्यायिकांना सोबत देऊन त्यांना जागे ठेवले होते. पुन्हा एकदा त्यांनी हेप्झीबाच्या मनात कल्लोळ उठवला. कुटुंबाच्या इतिहासातील ती प्रेतकळा आलेली प्रकरणे तिला खिन्न व शून्यवत

भासली. त्या कथा म्हणजे आपत्तींची एक लांबलचक मालिकाच असल्याप्रमाणे भासत होते. विषण्ण मनामध्ये घडणारे त्यांचे दर्शन खूपच भयानक होते. त्या मालिकेला एक विशिष्ट सुसंगतीपण होती. पिढ्यांमागून पिढ्या तिच्यामधून ओवल्या गेल्या होत्या. कालमानाप्रमाणे तिची रूपरेषाच किंचित वेगळी दिसायची. रंगही विशेष न बदललेलाच या सगळ्याचा. विचार करताना हेप्झीबाच्या मनात एक निराळाच विचार चमकून गेला. जज्ज, क्लिफोर्ड आणि ती स्वत: असे तिघे जण त्या मालिकेतील एक नवीन प्रकरण लिहीत होते. एक वेगळे चित्र रेखाटत होते. अन्याय व दु:ख यांनी त्याला वेगळा उठाव आणला होता. त्या कुटुंबाच्या इतिहासात न घडलेले असे एक प्रकरण लिहिले जात होते. जाणाऱ्या क्षणाच्या दु:खालाच अशा प्रकारे वेगळे व्यक्तित्व प्राप्त होते. त्याला उच्चकोटीचे वैशिष्ट्य लाभते. अर्थातच, त्याचे अस्तित्वही क्षणाचेच असते म्हणा. हळूहळू ते लोप पावते. फार वर्षांपूर्वीच्या सुखद किंवा चिंताजनक घटनांच्या उदरात दडून जाते ते. त्याच्या भविष्यात तेच लिहिलेले असते. कोणतीही गोष्ट विलक्षण किंवा भयसूचक वाटते, ती एखादा क्षणच. कटुता व सौंदर्य यांचे बेमालूम मिश्रण असणाऱ्या सत्याचे स्वरूप तेच असते तुलनेने.

असा तो क्षण निसटून चालला होता. आपल्याला जे साध्य करावयाचे आहे त्याच्या विचाराने तिला सतावले होते. अशी खळबळ, ही जाणीव याआधी कधीच झाली नव्हती तिला. तिचा धीर सुटत चालला होता. खोलीतील कमानदार खिडकीसमोर ती थांबली थोडा वेळ. आपल्या अस्थिर मनोवृत्तीच्या चिमटीत खालच्या रस्त्यावरच्या शाश्वत गोष्टी पकडून ठेवाव्यात, असे तिला वाटले. तिच्या शरीराला कंप सुटला होता. चक्कर येते की काय, असेही वाटले तिला. भोवळ येऊ नये म्हणून तिने बाहेर रस्त्यावर नजर टाकली. कसलातरी धक्का बसून ती भानावर आली. सारे जग तिला नेहमीसारखेच दिसले. ते जग कालचेच होते. यापूर्वीच्या असंख्य दिवसांचेच. फरक होता तो फक्त वातावरणात. तेव्हा सगळीकडे चकचकीत सूर्यप्रकाश होता, आता उदासवाणे वादळ. तिची नजर रस्त्यावरून भटकू लागली, समोरच्या इमारतींच्या एका दारावरून दुसऱ्या दाराकडे. पावसाने भिजलेल्या पायवाटा तिच्या टप्प्यात आल्या. अधूनमधून साचलेली पाण्याची डबकी सुटली नाहीत तिच्या मार्गातून. पाणी साठल्यामुळे आता ती डबकी तेथे आहेत, हे समजत होते. नंतर ती नजर समोरच्या घरातील एका खिडकीतून आत शिरली. आतले तेवढे स्पष्ट दिसत नव्हते म्हणून तिने जरा टक लावून बघितले; तरीही स्वच्छ दिसेना म्हणून मग तिने तर्क केला कसलातरी. कोणीतरी शिवणकाम करीत होते. शिवणकाम घेऊन बसली होती एक बाई. काही क्षण हेप्झीबाने तिच्याशी जवळीक केली, ती इतकी दूर असूनही. त्यानंतर रस्त्यावरून वेगाने

निघालेल्या दोन चाकांच्या एका गाडीने तिचे लक्ष वेधून घेतले. गाडीचा ओलसर टप छानपैकी चमकत होता. दौडत निघालेली तिची चाके मजेत पाणी उडवत-उडवत पुढे निघाली होती. अगदी कोपऱ्यावरून वळून जाईपर्यंत हेप्झीबाची नजर तिच्या पाठोपाठ दौडत गेली. त्याच्यापुढे तिचे मन गेले नाही. बिचारे घाबरून गेले होते अगोदरच. विचारांच्या ओझ्याखाली दडपून टाकलेले ते मन तेथूनच माघारी आले. रिकामपणे भरकटत चाललेल्या त्या जिवाला तिने परत बोलावले. पुन्हा एकदा रस्त्यावरून भटकून यावे, असे तिला वाटले. त्याला कारणही तसेच होते. व्हेन्नरकाका दिसले तिला. तो भला माणूस आपल्या नेहमीच्याच ठिगळे लावलेल्या वेषात चालला होता, रस्त्याच्या टोकावर, खालच्या दिशेने. वाऱ्याने त्याला भंडावून सोडले होते. थंडगार वारा त्याच्या सांध्यात घुसला होता व त्याच्या संधिवाताला त्याने जागे केले होते. त्यामुळे बिचारा लंगडत-लंगडत चालला होता रस्त्याने. याहीपेक्षा सावकाश चालावे त्याने, असे हेप्झीबाला वाटले. त्या लांबून चाललेल्या म्हाताऱ्याची सोबत तिच्या थरकाप उडालेल्या एकाकी मनाला हवी होती. तेवढाच वेळ जाणार होता तिचा. त्यामुळे तिच्या सध्याच्या शोकाकुल, विकल मन:स्थितीला तेवढाच विरंगुळा मिळत होता. कोठूनही कोणीतरी येऊन आपल्याला आधार द्यावासा वाटत होता. तिच्या मनात नसलेले काम मोठ्या अनिच्छेने करावे लागत होते. मोठ्या नाइलाजाने तो दुष्ट निरोप घेऊन निघाली होती ती. कोणाच्यातरी दिसण्याने, येण्याने एक क्षणभर का असेना, लांबणीवर पडणार होते ते काम. अशा प्रकारच्या विघ्नांचे आनंदाने स्वागत करायची तयारी होती तिची. आघाताने जड झालेल्या मनाला हलकेपणा आणणारी कोणतीही गोष्ट चटकन खेळकर बनवते.

हेप्झीबाजवळ स्वत:च्या दु:खाबद्दल ते सहन करण्याचा कणखरपणा नव्हताच आणि आता तर क्लिफोर्डला त्याहून तीव्र अशा दु:खाचा अनुभव देणे तिला भाग पडलेले होते. त्याचा स्वभाव किती नाजूक होता, याची कल्पना तिला होती. त्याच्यावर आलेल्या नाना संकटांनी त्याच्या हळुवार अंत:करणाच्या केव्हाच ठिकऱ्या होऊन बसल्या होत्या. अशा दुबळ्या माणसाला एका कठोर मनाच्या व निष्ठुर अंत:करणाच्या माणसाच्या तावडीत द्यायचे म्हणजे संपलेच. पुरा नाशच झाला त्याचा. त्या बिचाऱ्याचे सारे आयुष्य त्या सैतानाच्या हातून घडवण्याची मोकळीक द्यायची. काय उरणार त्यातून? त्याच्या जन्मापासून ते भूत मानगुटीवर बसलेले होते त्याच्या. त्या दोघांमध्ये आता तसा कडवटपणा नसेल उरला. एकमेकांविरुद्धचे हितसंबंध नव्हते पुढे आलेले; तरीही मनामनांतला फरक होताच ना! एका बाजूला भावनाकुल, संवेदनक्षम मन तर दुसऱ्या बाजूला भक्कम मनाचा वजनदार माणूस, स्वत:वर इतरांची छाप न पाडून घेणारा असा. पहिल्या माणसाला स्वाभाविक

तिटकारा वाटणारच त्याच्याबद्दल. आपल्या विनाशाची स्वप्ने पाहणारच तो त्यात. चिनीमातीचे अगोदरच जरा चिरलेले एखादे भांडे कोठल्यातरी दगडी खांबावर फोडावे तसे होते ते. खरोखरच, त्या घटकेपर्यंत हेप्झीबाने आपल्या चुलत भावाच्या – जेफ्रीच्या समर्थ स्वभावाचा पुरा अंदाज घेतलाच नव्हता. त्याचे व्यक्तित्व समर्थ होते, यात शंकाच नव्हती. त्याच्या बुद्धीची झेप, त्याच्या इच्छाशक्तीचे सामर्थ्य, समाजातील त्याच्या नेहमीच्या वावरण्यामुळे आलेली विचारशक्ती या साऱ्या गोष्टी त्याच्या पाठीशी खड्या होत्या सदैव साहाय्याला. यावर कळस करणारी आणखी एक वृत्ती त्याच्यापाशी होती. येनकेन प्रकारे दुष्ट उपायांचा अवलंब करून स्वार्थ साधताना खऱ्याखोट्याची तमा न बाळगण्याचा त्याचा स्वभाव विलक्षण होता. काय वाटेल ते करून पाठपुरावा करायचाच, हे त्याचे ब्रीदच म्हणा! क्लिफोर्डजवळ आपल्याला हवे असणारे रहस्य आहे, ही त्याची कल्पना म्हणजे एक भ्रमच होता त्याचा. त्यामुळे तर ते अधिकच अवघड होऊन बसणार होते. स्वत:बद्दल विलक्षण आत्मविश्वास असणारी त्याच्यासारखी करारी माणसे फार विचित्र असतात. त्यांच्याजवळ असणारी चलाखी मूळचीच असते. आपला व्यवहार चुकतोय असे वाटले की, मूळ प्रश्नाला अशी बगल देतात ती, की वा रे वा! आपले चुकलेय असे मानतच नाहीत ते लोक. उलट, आपल्याला हव्या असलेल्या गोष्टीची दुसऱ्या एखाद्या खऱ्या गोष्टीशी बेमालूम सांगड घालून पक्का बंदोबस्त करून टाकतात अक्कलहुशारीने. मग मात्र अगदी पक्की होऊन बसते ती गोष्ट त्यांच्या मनात. तेथून ती बाहेर खेचायची म्हणजे एखादा ओक वृक्ष खेचून काढण्याचे काम होते ते. एक वेळ तेसुद्धा सोपे व्हायचे. म्हणून क्लिफोर्डजवळ ते रहस्य नसण्याची शक्यता जज्जला हवीच होती. क्लिफोर्ड मात्र काहीच करू शकणार नव्हता नंतर. त्याचा नाश निश्चितच होता. काय अशक्य काय होते त्यात! जज्जसारख्या लांडग्याच्या तावडीत सापडल्यानंतर सुटणार तरी कसा तो! केवढ्या तरल, काव्यमय वृत्ती होत्या त्याच्या! त्याचे आयुष्यच संगीताच्या लयबद्ध सुरावर पोसले गेले होते. किती रम्य, मोहक गेले होते त्याचे दिवस! याहून अधिक नकोच होते काही त्याला. खरोखर, अशा आयुष्याचे तीन तेरा केव्हाच वाजून गेलेले होते अगोदरच. जे झालं ते खूपच होतं. बिचारा क्लिफोर्ड! भंगलेला! किडलेला! सर्वनाशाच्या पायरीवर उभा असा. समाप्तीच्या सीमेवर उभा... लवकरच विरून जाईल असा क्लिफोर्ड.

एक क्षणभर हेप्झीबाला वाटले की, जज्ज पिंचेनला पाहिजे असलेले रहस्य क्लिफोर्डजवळ खरोखरच नसेलही. जज्जने त्याच्यावर लादलेला आरोप खराही नसावा कदाचित. पूर्वीच्या काही गोष्टी आठवू लागली ती. काही पुसटपुसट अशा स्मृती, क्लिफोर्डकडूनच ऐकलेल्या. त्या जर अगदीच विसंगत नसतील, तर त्यांचा अर्थ लावेल तसा लागत होता. म्हटले तर खरा, नाहीतर खोटाही. क्लिफोर्डने

अनेक स्वप्ने पाहिली होती. खूपखूप प्रवास करायचा. परदेशात जाऊन राहायचे. घरात अमूक करायचे, तमूक करायचे, त्याचे सौंदर्य असे वाढवायचे वगैरे दिवास्वप्ने पडत असत त्याला. त्याच्या कल्पनेतील या गोष्टी अतिशय मनोहर व रम्य होत्या. एकाहूनएक सुंदर असे हवेतले मनोरे होते ते! पण हे सगळे प्रत्यक्षात आणायचे म्हटले, तर पैसा हवा होताच ना. अफाट संपत्ती हवी होती त्याला आकार आणायचा म्हटल्यास. क्लिफोर्डसाठी या साऱ्या संपत्तीवर पाणी सोडायला हेप्झीबा तयार झाली असती, मोठ्या राजीखुषीने! त्या उदासवाण्या, जुनाट वाड्यात आयुष्य कंठण्याची मोकळीक बाहेर बसलेल्या त्या पाषाणहृदयी माणसाने क्लिफोर्डला द्यायच्या मोबदल्यात बक्षीस म्हणून देऊन टाकला असता तो नसणारा पैसा! पण आपल्या भावाच्या सगळ्याच योजना पोकळ व अर्थशून्य असतात, याची तिला खात्री होती. एखाद्या लहान मुलाने आईजवळच एका लहानग्या खुर्चीत बसून आपल्या भावी आयुष्याची चित्रे रंगवावी, तसा होता क्लिफोर्डचा कारभार. कंगाल क्लिफोर्डजवळ सोने होते, पण केवळ भासाचे. ती एक छाया होती. केवळ सावली. निराकार अशी. त्यामुळे जज्ज पिंचेनचे कसलेच समाधान व्हावयाचे नव्हते!

अशा या संकटात कसलाच आधार नव्हता का त्यांना? एवढ्या मोठ्या गावात कोणीच नव्हते? एखादीच, अगदी एखादीच किंकाळी फोडली असती, तरी तेवढेच पुरेसे झाले असते. त्यात अवघड काहीच नव्हते. त्या किंकाळीने मोठेच काम केले असते. तिच्यातील आर्तपूर्ण स्वराने घातलेली साद विलक्षण परिणामकारक ठरली असती. कोणत्यातरी भयानक संकटाची चाहूल घेणाऱ्या त्या व्यक्तीला मदत करण्यासाठी प्रत्येक जण धावून आला असता. पण छे, मोठे हास्यास्पद झाले असते ते कृत्य. अडाणीपणा झाला असता तो; तरीही जगात ते घडत असतेच. जगाच्या या कंटाळवाण्या रहाटगाडग्याचे फेरे चालूच असतात. सतत घडत असते असे, पण शेवटी असा कोणी एखादा आलाच मदतीला दया वाटून, तरी तो अबलाची बाजू कुठला घ्यायला? सबलाकडेच झुकायचा तो. सत्तेला अन्यायाची साथ मिळाली की त्यांच्यामध्ये वेगळेच आकर्षण तयार होते. लोखंडाला चुंबकत्व आणल्यानंतर होते तसे. जज्ज पिंचेन ही साधी असामी नव्हती. प्रतिष्ठेचा डोंगर उभा होता त्याच्यामागे. त्याचा दर्जा, त्याची संपत्ती यांची पुण्याई होती त्याच्या जोडीला. जग त्याला एक परोपकारी पुरुष मानत होते. तो अमेरिकन काँग्रेसचा सभासद होता. चर्च कौन्सिलमध्ये त्याला मान मिळत होता. त्याशिवाय इतर अनेक चांगल्या कार्यांशी त्याचा संबंध आलेला होता. त्यातून त्याचे नाव झाले होते. लौकिक वाढला होता. अशा त्या भव्य व्यक्तित्वाच्या तेजाने लोक दिपून गेल्याशिवाय राहिलेच नसते. एकट्या हेप्झीबाला तो अप्रामाणिक वाटून उपयोग काय? तो विचारच अर्थशून्य होता. ते अनुमानच फुसके होते. तेव्हा आहे ते मुकाट्याने सहन

करण्याखेरीज इलाजच नव्हता कसला. प्रतिस्पर्धी खडे होते एकमेकांसमोर! एका बाजूस जज्ज पिंचेन – प्रतिष्ठेचा पुतळा! दुसऱ्या बाजूस कंगाल क्लिफोर्ड – पदभ्रष्ट पतित! एके काळचा तिरस्काराचा, कुचेष्टेचा विषय! लोकांच्या स्मरणातून निसटत चाललेली मूर्तिमंत कलंकशोभा!

लोक जज्जच्या बाजूलाच झुकतील याची हेप्झीबाला जाणीव होतीच; पण मुळातच ती स्वत:च्या जोरावर कोणताच निर्णय घेऊ शकत नव्हती. तशी सवयच नव्हती तिला कधी आणि म्हणूनच या कसोटीच्या वेळी तिला कोणाच्यातरी सल्ल्याची गरज होती. तो मिळाल्यानंतर करायचे ते सर्व केले असते तिने. त्या वेळी फीबी असती, तर छान झाले असते. तिच्या नुसत्या आनंदी व प्रेमळ हालचालीने सगळे वातावरण पार बदलून गेले असते. त्या चुणचुणीत मुलीजवळ ती कलाच होती वेगळी. तिचा विचार घेता आला असता, तर सोन्याहून पिवळे झाले असते, पण ती तिथे नव्हती. मग तो छायाचित्रकार असता तर! तेही बरेच झाले असते नाही? तरुण, अनोळखी असा तो एक धाडसी, कल्पक माणूस होता. अशा किचकट, खडतर प्रसंगातून खात्रीने निभावून नेले असते त्याने. हॉलग्रेव्हमध्ये ती ताकद होती. त्याच्या विचारशक्तीचा खूपच फायदा झाला असता या वेळी. हेप्झीबाला त्याच्याबद्दल विश्वास वाटत होता. पाहावे तरी तो आहे का त्याच्या खोलीत, असा विचार करून ती पुढे निघाली. बरेच दिवस वापरात नसल्यामुळे कोळिष्टकांनी भरून गेलेला एक दरवाजा उघडला तिने. त्या फिरत्या छायाचित्रकाराच्या तात्पुरत्या घराकडे जाता येत होते त्या वाटेने. त्या दरवाजाने ती त्याच्या गेबलकडे गेली, पण तो खोलीत नव्हता. मात्र तो जवळपास कोठेतरी असावा, अशी चिन्हे दिसत होती खोलीतील वस्तू बघताना. एक पुस्तक पालथे करून टेबलावर ठेवले होते, अर्धवट वाचून. जवळच हस्तलिखिताची एक गुंडाळी पडली होती. अर्धवट लिहिलेला एक कागद दिसत होता. जवळच एक वर्तमानपत्र पडले होते. त्याची इतर उपकरणे, फोटोचे साहित्य, बरीचशी नको असलेली छायाचित्रेही आसपास पसरली होती. दिवसा या वेळी तो आपल्या स्टुडिओकडे जात असे. हेप्झीबानेही तोच अंदाज केला. जाताजाता उगीचच तिथल्या एका फोटोकडे तिने पाहिले, सहज रिकामपणाच्या उत्सुकतेने. अगोदरच जड झालेल्या तिच्या मनात एकाएकी डोकावली ती म्हणून. त्या फोटोत तिला जज्ज पिंचेन दिसला, तिच्याकडे तिरस्काराने पाहत असलेला. तिचे दैवच टक लावून बघत होते तिच्याकडे. ती निराश झाली थोडीशी. तिचा धीर खचू लागला. ती मागे फिरली. इतक्या दिवसांत एकटे राहूनही एकलेपणाची तिला होणारी जाणीव भयंकर होती. आज प्रथमच झाली तिला ती. जणूकाय एखाद्या वैराण वाळवंटात ते घर उभे असल्याची भावना झाली तिला अथवा सभोवतालच्या जगातून ते नाहीसे झाले असावे कशाच्यातरी प्रभावाने

असेही. अशा त्या उदासवाण्या घरात काहीही घडले असते, तरी बाहेरच्या जगाला ते कळलेच नसते. काय वाटेल ते घडू शकणार होते तिथे. कसलेही संकट, कुठलाही दुर्दैवी अपघात अथवा एखादा गंभीर गुन्हा – काहीही. कोणीही मदतीला नसते आले धावून. तिच्या आयुष्याला तेच वळण लावले होते तिने. आपल्या मित्र-परिवारात कधीच मिसळली नव्हती ती. माणसामाणसांतली परमेश्वराने निर्माण केलेली माया केव्हाच झिडकारली होती तिने, कसलातरी हेतू मनात ठेवून आणि आज ही वेळ येऊन ठेपली. स्वत:च्या नातलगाच्याच हातात बळी बनून राहण्याचे नशिबात आले तिच्या. ती स्वत: व क्लिफोर्ड त्या शत्रूच्या हातातली खेळणी होती. तो त्यांचा भोग होता.

पुन्हा एकदा हेप्झीबा त्या कमानदार खिडकीकडे परतली. तिचा चेहरा आठ्यांनी भरून गेला होता. तिची मुद्रा केविलवाणी वाटत होती. तिच्या दृष्टीला स्पष्ट दिसत नव्हते काहीच. ती आकाशाकडे बघू लागली. तिचे डोळे दाट, करड्या ढगांच्या तटबंदीचा भेद करू लागले. परमेश्वराला साकडे घातले तिने अखेरीला. तिच्या मनाच्या होणाऱ्या तगमगीला तोच एक आधार उरला होता आता. माणसाला होणारे दु:ख, त्याच्या मनात उडणारा गोंधळ, येणाऱ्या शंका व आपापसांतील मतभेद यांचा एक समुच्चय होऊन राहिला होता, त्या धुक्याच्या वलयांत. पृथ्वी व इतर भूप्रदेश यांच्यामधील अडसराची ती उत्तम प्रतीके होती जणू! तिच्या प्रार्थनेत जीवच उरला नव्हता. तिची श्रद्धाही त्या मानाने कमीच पडत होती. त्यामुळे ती वर पोहोचूही शकली नाही. एखाद्या शिशाच्या गोळ्याप्रमाणे जड होऊन ती तिच्या हृदयावर येऊन आदळली फिरून. परमेश्वराला क्षुद्र मानवाच्या असल्या क्षुल्लक व्यवहारात पडायचे नाही, हे सुचविले त्या परतलेल्या प्रार्थनेने. असल्या एकाकी आत्म्याच्या किरकोळ यातनांची ऊठबस करायला वेळ नसतो त्याला. आपली विशाल न्यायबुद्धी, आपला दयाभाव साऱ्या विश्वावर एकाच वेळी पसरून टाकायचे असतात त्या दयाघनाला. महाप्रतापी रविनारायण एका फटकाऱ्यात सारी पृथ्वी उजळून टाकतो त्याप्रमाणे. त्याच्या कृपादृष्टीपुढे विश्वदेखील फिकेच पडते. त्याला शून्यत्व लाभते. त्याच असंख्य किरणांतला एखादा कवडसा प्रत्येक झोपडीच्या खिडकीतून आत शिरून तिला ऊब देतो. माणसावरही अशीच मायेची पाखर घालतो जगन्नियंता परमेश्वर; पण हेप्झीबाच्या मात्र ते लक्षात आले नाही.

इतर वेळा काही ना काही कारण काढून हेप्झीबा लांबवत होती तो क्षण. क्लिफोर्डच्या कोमल मनाला तशा यातना होऊ नयेत म्हणून धडपडत होती ती आतापर्यंत. म्हणूनच ती खिडकीजवळ रेंगाळली. हॉलग्रेव्हला हुडकण्यासाठी गेली. तिने देवाची करुणा भाकली, तरीही तिच्या मनाला शांतता अशी लाभली नाहीच. तिच्या नाखुषीचे खरे कारण तेच होते. काहीच निमित्त सापडेना. खालून उशीर

झाल्यामुळे चिडलेल्या जज्ज पिंचेनच्या आवाजातील संताप, उग्रता तिला जाणवली. आता मात्र ती अधिकच घाबरली. एकएक पाऊल टाकीत ती आपल्या भावाच्या खोलीच्या दिशेने पुढे चालली. फिकट चेहऱ्याची, दु:खाने काळवंडलेली, लडबडत चाललेली, दुबळ्या शरीराची एक स्त्री हळूहळू सरकत होती. मागून कोणीतरी ढकलल्यासारखी. आता ती दाराजवळ पोहोचली. तिने दरवाजा ठोठावला.

आतून उत्तर नाही आले!

आणि ते येणार तरी कसे? तिच्या हाताची थाप मुळातच दुबळी पडली. दारावर थरथर कापत होता तो. प्रथमपासून अनिच्छेने पुढे गेलेला तो हात दाराजवळ गेल्यागेल्या मागे न आल्यास आश्चर्यच! आतल्या माणसाला ती थाप ऐकायलाच गेली नसेल. पुन्हा एकदा दार ठोठावले तिने, तरीही उत्तर नाहीच. आता मात्र सर्व बळ एकवटून दार वाजवले तिने. तिच्या हृदयातील धडधडही आतल्या माणसाला कळावी, असे कसलेतरी गूढ आकर्षण होते त्यात. स्वत:ला वाटत असलेले भय आतल्या माणसाला जाणवावे, ही तिची इच्छा होती. तिच्या मनात आले, थाप ऐकल्याबरोबर क्लिफोर्ड आपले तोंड उशीकडे वळवेल. डोक्यावर पांघरूण ओढून घेऊन त्यात गुरफटून घेईल स्वत:ला. दार ठोठावण्याची तिसरी वेळ होती आता. या खेपेस तिने दारावर तीन ठोके दिले. हलकेच, परंतु ठरावीक अंतर ठेवून, अगदी स्पष्ट असे. कितीही सावध राहून आपण त्या ठोठावण्यात फरक केला, तरी आपणाला जे वाटत असते त्याच पद्धतीचा कोणतातरी स्वर त्या निर्जीव लाकडातून निघतोच आपोआप. आपल्या हाताची हालचालच त्या दिशेने होत राहते.

क्लिफोर्डकडून उत्तर मिळाले नाही आताही!

"क्लिफोर्ड! बाळ क्लिफोर्ड!" हेप्झीबाने हाक मारली. "मी आत यावं काय?"

केवळ स्तब्धता! सारं कसं शांतशांत!

पुन:पुन्हा, दोन-तीनदा हेप्झीबाने हाका मारल्या, परंतु उत्तर येईनाच. कदाचित नेहमीपेक्षा गाढ झोपला असावा भाऊ, या विचाराने तिने कडी काढून आत प्रवेश केला. पाहते तो खोली मोकळी. खोलीत कोणी नव्हतेच मुळी. गेला कोठे क्लिफोर्ड? बाहेर आला तरी कसा? केव्हा? तिला काहीच कळले नाही? एक ना दोन, अनेक प्रश्न आले तिच्या मनात. बरे, हवा पाहावी तर वादळीच होती. कदाचित तासन्तास कोंडून बसल्यामुळे रागावला असेल तो. थकून जाऊन बागेत तर जाऊन नसेल बसला? त्याच्या नेहमीच्या जागी? त्या समर हाऊसच्या छपराखाली कुडकुडत तर बसला नसेल? कसलाच आल्हाद असणार नाही तिथे. जलदीने ती खिडकीकडे गेली. आपले कृश शरीर व डोके अर्धवट बाहेर काढून ती बागेत बघू लागली. स्पष्ट असे काही दिसत नसतानाही ती सगळीकडे भिरभिरत्या डोळ्यांनी शोध घेत होती. तेथून तिला समर हाऊसच्या आतले दिसत होते.

छपरातून ठिबकणाऱ्या पाण्याने त्याची नेहमीची बसायची गोलाकार जागा ओलीचिंब झालेली कळत होती तिला. छे, तेथे कोणीच बसलेले नव्हते. जवळपास क्लिफोर्ड नव्हता तर! क्षणभर हेप्झीबाच्या मनात आले की, तो कुठेतरी दडून तर बसला नसेल ना? तशी एक जागा होती तिथे. कुंपणाला सहज एक जुनी, मोडकी लाकडी चौकट टेकून ठेवली होती. कोठूनतरी स्क्वॅशच्या वेली गोळा झाल्या तिच्यावर. पसरट पानांचा गुंतावळा साठला सगळीकडे. पावसाने पाने ओली झाली होती सारी. थोडासा अंधारही जमला त्यामुळे. त्याच्या आडोशाला असेल लपून बसलेला? तेही शक्य नव्हतेच. तो नव्हताच तेथे. त्याच जागेतून एक भलामोठा बोका निघालेला तिला दिसला. तेथून तो बागेत शिरला. वास घेण्याकरिता दोन वेळा थांबलाही. नंतर पुन्हा खोलीच्या खिडकीकडे वाट धरली त्याने. त्यामुळे तिची खात्री झाली त्याबद्दल. मांजरांची डोकावून बघण्याची एक तऱ्हा असते. त्याचे चोरून आत पाहणे वैशिष्ट्यपूर्ण असते. वास्तविक पाहता हेप्झीबा तशी गोंधळूनच गेली होती; तरीही तिला तो बोका जरा अधिक खोडसाळ वाटला. त्याला हाकून लावावे म्हणून एक काठी भिरकावली तिने खिडकीच्या दिशेने. एक क्षणभर बोका थांबला. पकडलेला चोर अथवा एखादा खुनी इसम जसा बघेल, तसे त्याने तिच्याकडे टक लावून बघितले व लगेच तेथून धूम ठोकली. त्या बोक्याखेरीज दुसरा कोणताच जिवंत प्राणी बागेच्या परिसरात दृष्टीला पडत नव्हता. सतत पडणाऱ्या पावसाने कोंबड्यांना खुराड्यातच डांबून टाकले होते. एकतर ते बाहेर पडत नसावेत व आलेच तर वेळ ठरवून येत असावेत. हेप्झीबाने खिडकी बंद करून घेतली.

पण क्लिफोर्ड होता तरी कोठे मग? जज्ज व हेप्झीबा दुकानात बोलत उभी असताना त्याने सारे ऐकले असेल. आपल्यासमोर वाढून ठेवलेल्या सैतानी दुर्दशेची त्याला जाणीव झाली असेल. आवाज न करता सावकाश जिना उतरून तो खाली गेला असेल. बाहेरच्या दरवाजाची कडी काढून रस्त्यावरही पोहोचला असेल. सगळे घडले असेल काय हे? हा विचार मनात आल्याआल्या तिच्या डोळ्यांसमोर क्लिफोर्डची आकृती आली. त्याचा तो पांढरा फटफटीत, मलूल चेहरा, त्याच्यावरच्या त्या सुरकुत्या, एखाद्या लहान बालकासारखे भाव. सगळे दिसायला लागले तिला स्पष्ट. त्याच्या अंगावरचे ते जुन्या पद्धतीचे कपडे तिला आठवले. घरात तेच घालीत असे तो. एखाद्या न आवडणाऱ्या स्वप्नात स्वत:ला पाहत असतो आपण, त्याप्रमाणे दिसत असावा तो. साऱ्या जगाची नजर आपल्यावर असूनही तसेच भटकत राहतो आपण त्या स्वप्नात. कसा फिरत असेल तो रस्त्यावरून बरे? जाणारा-येणारा प्रत्येक जण टकाटका पाहत असेल त्या जिवंत भुताकडे. आपल्या भावाला असा हिंडताना पाहून सारे जण चकित होत असतील. त्याची हेटाळणी करत असतील. एवढ्या मध्यान्ही ही भेसूर आकृती बघून त्यांचा थरकापही उडेल

कदाचित. रस्त्यावरून चालला असताना त्याला न ओळखणारी चटोर पोरे गिल्ला करत हिंडतील त्याच्यामागे त्याची टर उडवत. त्याला पूर्वीपासून ओळखणारी काही थोडी म्हातारी माणसे दुष्टपणाने पाहतील त्याच्याकडे. त्यांना त्याचा इतिहास आठवेल. ती त्याचा तिरस्कार करतील. त्यांना एखाद्या वेळेस चीडही येईल त्याची! कदाचित, तो मुलांच्या खेळण्याचाही विषय व्हायचा. मुलांची एक गंमत असते. लहानपणी त्यांना सगळीकडे मंगल व सुंदर दिसत असते सारे, पण एकदा का ती रस्त्यावर येऊन खेळण्याएवढी मोठी झाली, की बिघडलेच. जगातील शुभाशुभाची त्यांना फिकीर उरत नाही. त्याच्याविषयीचा त्यांचा आदर कमी होतो. दु:खाची त्यांना कीव नाही येत. त्यांच्यातला माणूस फार कमी वेळ जागा राहतो. माणसाला भोगाव्या लागणाऱ्या दुसऱ्याच्या दु:खाबद्दल त्यांना कसलीच दया नसते; जशी काय सैतानाच्या पोटीच आलेली असतात सगळी! अशा पोरांना क्लिफोर्ड म्हणजे एक खेळणेच वाटणार. मोठमोठ्याने आरडओरडा करत, किंचाळत त्याच्याभोवती घोंघावतील ती पोरे. मध्येच दात विचकून हसतील निर्दयपणाने. काही जण त्याला झोंबणारे टोमणेही मारतील. असे ढकलत ढकलत नेतील ते सारे जण त्याला. क्लिफोर्डच्या हळव्या मनाला हा सारा प्रकार पेलणारा नाही. सर्वमान्य शिष्टाचाराचा हा ओंगळपणा, हे हिडीस स्वरूप पाहून तो लाजेने चूर होईल. स्वत:ची लाज वाटायला लागेल त्याला. त्या पोरांच्या वेड्यावाकड्या शब्दांना शहाणपणा, विचार काहीच असणार नाही म्हणा. त्या शब्दांचे त्याला वाटणारही नाही काही, पण त्या एकंदर स्वरूपाचा, परिस्थितीचा विलक्षण परिणाम त्याच्या कोमल मनावर होण्याचा संभव असणारच. त्या स्वैराचाराने आपल्या मर्यादा सोडल्या की, क्लिफोर्डला वेड लागायला उशीर तरी किती लागावा? जज्ज पिंचेनच्या मनाजोगते होईल ते. त्याची राक्षसी योजना मूर्त स्वरूपात साकार होऊन खेळी त्याच्या हातात सहजच येऊन पडेल!

हेप्झीबाचे विचारचक्र फिरतच राहिले. आता तिच्या मनात दुसराच एक विचार आला. आपले गाव तर जवळजवळ पाण्याच्या वेढ्यातच सापडले होते. बंदराच्या मध्यभागी जहाजाकरिता बांधलेले धक्के पसरले होते. हवा तर वादळीच होती. त्यामुळे धक्क्यावरच्या व्यापारी, मजूर, खलाशी यांच्या नेहमीच्या गर्दीने तिथून पाय काढला असेल. प्रत्येक धक्का हा एक एकांतस्थान बनला असेल. सगळीकडे धुके पसरलेच होते. प्रत्येक धक्क्याच्या बाजूला जहाजे बांधून टाकलेली होती, पुढल्या व मागल्या बाजूने. यदाकदा तिचा भाऊ अजाणतेपणी वळलाच त्या दिशेला, त्याच्या पावलांनी त्याला तिकडे नेलेच भरकटत, तर मग अनर्थच ओढवणार मोठा! त्या अथांग, काळ्याशार दर्याच्या पाण्यावर नुसते वाकून पाहायचा अवकाश! निश्चित असा आसरा मिळाल्याचा आनंद होईल त्याला. ती ओढ, त्या दर्याची ती प्रामाणिक ओढ, अनावर होईल मग. एकच पाऊल टाकायचे पुढे, शरीर किंचित

झुकवायचे की, खलास! एका क्षणात सुटका होईल त्याची त्या राक्षसी नातलगाच्या जीवघेण्या पकडीतून. कायमचा मुक्त होईल त्यामुळे. होईल का तो मोह त्याला? आजवर सोसलेल्या त्याच्या दुःखाला ठामपणे मिळेल का मूठमाती? त्याच बेसुमार दुःखाचे अवजड ओझे छातीवर घेऊन शिरेल तो आत. पुन्हा वर न येण्यासाठी. कधीही वर न येण्यासाठी.

हाय, हाय, दैवा! या शेवटच्या कल्पनेने, तिच्या पोटातील त्या भयानकतेने, भेसूर स्वरूपाने हेप्झीबाला गुदमरवून टाकले. भलतीच असह्य झाली ती कल्पना तिला. खुद्द जेफ्री पिंचेनच्या साहाय्याची गरज भासली तिला आता! किंकाळी फोडतच धाडधाड जिना उतरून गेली ती खाली.

"जेफ्री, जेफ्री पिंचेन, क्लिफोर्ड गेला! क्लिफोर्ड, माझा लाडका भाऊ कोठेच सापडत नाही हो! धावा, धावा, लवकर! आपल्या जिवाचं काहीतरी बरंवाईट करून घेईल हो तो! धावा. गेलास कुठं रे तू क्लिफोर्ड?" ती ओरडली.

खाली आल्याबरोबर तिने बैठकीच्या खोलीचा दरवाजा सताड उघडला, परंतु तिला खोलीतले काही स्पष्ट दिसेना. खोलीत तसा अंधारच साठला होता. खिडकीवर आलेल्या झाडाच्या फांद्यांची सावली, धुराने काळवंडलेले छत आणि त्या भरीला भिंतीला मारलेल्या ओकच्या काळ्या फळ्या या सर्वांनी मिळून प्रकाश गिळला होता म्हणता यावे. त्या प्रकाशात जज्ज नक्की कोठे आहे, हे हेप्झीबाच्या सदोष नजरेला शोधून काढता येईना. तिचा तर्क होता मात्र; नव्हे, तिला खात्रीही होती की जज्ज तेथेच होता. खोलीच्या मध्यभागी त्या ऐतिहासिक खुर्चीवर विराजमान झालेला पाहिला होता तिने. त्याचे तोंड खिडकीकडे होते. चेहरा किंचित झुकलेला असा बसला होता तो. जज्ज पिंचेनसारखी माणसे हाडाची घट्ट असतात. त्यांचे स्नायूधर्म संथ व पक्के असतात. त्यामुळे ती जेव्हा निघून गेली असेल तेथून, त्याच स्थितीत बसलेला असेल तो अजूनही. त्याची वृत्तीही पोलादी होती. मनावरचा त्याचा संयम विलक्षण संथ होता. त्यामुळे त्याच्या बसण्याच्या अवसानात यत्किंचितही बदल झालेला नव्हता. पूर्वीच्याच स्थितीत बसून राहिला होता तो.

हेप्झीबा या खोलीतून त्या खोलीत क्लिफोर्डला शोधण्याकरिता वळली. वळतावळता अधीर होऊन ती ओरडली, "जेफ्री पिंचेन, माझ्या भावाला शोधा हो! तो त्याच्या खोलीतून कुठंतरी निघून गेलाय हो! मला मदत हवी आहे तुमची. ती तुम्ही केलीच पाहिजे!"

पण जज्ज पिंचेन इतका लेचापेचा नव्हता. एका लहरी स्त्रीची भयाकुल आरडाओरड त्याच्या व्यक्तित्वाला हादरा देऊ शकत नव्हती. त्याच्या स्वभावाला धरून होणार नव्हते ते. त्याच्या दर्जाला ते शोभूनही दिसले नसते. तशी घाई

बरी नव्हती. तरीही जज्ज पिंचेन क्लिफोर्डकडे आला होता एका अत्यंत महत्त्वाच्या कामासाठी हे लक्षात घेतल्यास त्याने काहीतरी हालचाल करणे आवश्यक होते. त्या गोष्टीत त्याने अधिक रस घेणेही प्राप्त होते. त्याने ते का नाही केले त्याचे तोच जाणे बापडा!

सगळीकडे शोधाशोध करून झाल्यानंतर हेप्झीबा पुन्हा त्या बैठकीच्या दाराशी आल्याआल्या किंचाळली, "ऐकलंत का, जेफ्री पिंचेन, क्लिफोर्ड घरातून निघून गेला!''

हेप्झीबाचे शब्द विरतात न विरतात तोच साक्षात क्लिफोर्डच आला पुढे. आतून बाहेर येत खोलीच्या उंबऱ्यावर उभा राहिला. हो, स्वत: क्लिफोर्डच होता तो! जगावेगळा, विलक्षण दिसत होता त्याचा चेहरा. प्रेतासारखा पांढरा फटफटीत पडला होता तो. त्या मिणमिणत्या अंधुक प्रकाशातदेखील हेप्झीबा तो स्पष्टपणे ओळखू शकत होती. दाराच्या फटीतून येत असलेला उजेड पुरेसा होता त्यासाठी. त्या फटफटीतपणाचाच उजेड पडला होता त्या चेहऱ्यावर. मूळचा बोलका असा तो चेहरा उजळून निघाला होता. त्याच्यावरचा भाव तिरस्काराचा व हेटाळणीचा दिसत होता. त्याचे हावभाव त्याच्याशी, त्या भावनांशी इमान राखत होते. आपली पाठ वळवून उभा होता तो उंबऱ्यावर. तेथे उभा राहून तो खोलीतले काहीतरी दाखवत होता. त्याचे ते बोट इतके हळूहळू हलत होते की, तो केवळ हेप्झीबालाच नव्हे, तर साऱ्या जगालाच ते बघण्यासाठी बोलावत होता, कल्पनातीत हास्यास्पद अशा एका गोष्टीचे निरीक्षण करण्याकरिता. त्याची ही कृती अगदीच प्रसंगाला न शोभणारी अशी होती. थोडीशी बेतालही वाटावी अशी. विशेष म्हणजे त्याच्या डोळ्यांत वेगळाच आनंदही दिसत होता. त्याच्या मनात कसलीही खळबळ उडाल्याचे चिन्ह दिसत नव्हते. त्याचे हे वागणे निव्वळ वेडगळपणाचे आहे, अशी भीती हेप्झीबाला वाटली. जज्ज पिंचेनच्या - त्या कठोर नातेवाइकाच्या अशुभ भेटीच्या नुसत्या कल्पनेनेच वेड लागले होते की काय तिच्या गरीब भावाला! इतका वेळ जज्जदेखील गप्प कसा बसू शकतो, या गोष्टीचाही अचंबा वाटत राहिला तिला. त्याच्या या थंड स्वभावाचे विचित्र वाटले. तिकडे क्लिफोर्डची ती वेडगळ हालचाल वाढतच चालली होती. जज्ज पिंचेन अतिशय कावेबाजपणे ते सारे बघत आहे, असे तिला दिसत होते.

"शू! क्लिफोर्ड, शांत हो आधी! अरे, परमेश्वरकृपेसाठी शांत राहा!'' त्याने सावध व्हावे म्हणून त्याला हाताने खूण करत त्याची बहीण कुजबुजली.

"मी आणि गप्प बसू? त्यालाच गप्प बैस म्हणावं! त्यापेक्षा जास्त काय करू शकणार म्हणा तो!'' आतून आलेल्या त्या खोलीकडे बोट दाखवून पूर्वीहून जास्तच बेफाम हावभाव करत क्लिफोर्ड बोलला, "हेप्झीबा, आपण आता मुक्त

झालो! चल, आपण नाचू या, गाऊ या, हसू या, खेळू या; मनाला जेजे येईल तेते करू या. हो, आपण ते करू शकतो आता. आपल्या शिरावरचं ओझं आज हलकं झालं हेप्झीबा! या दमल्याशिणल्या जगातून पार निघून गेलं ते! आज आपलं मन स्वच्छ झालं. आपल्या फीबीसारखं खेळकर, स्वच्छंद होऊ शकतो आपण यापुढं!''

आणि त्याच शब्दांच्या सुरांत त्याने हसण्यास आरंभ केला. अजूनही त्या खोलीकडे बोट दाखवतच होता. हेप्झीबा ती गोष्ट पाहू शकत नव्हती. अचानक काहीतरी जाणवले तिला. काहीतरी भयानक असे. एकदम चमकून पुढे गेली ती. क्लिफोर्डला लोटून आत शिरली. खोलीत गेली. एका क्षणात आतून बाहेर आली. तिच्या घशात काहीतरी अडकले होते. आतल्याआत गुदमरून गेले होते तिचे शब्द. आपल्या भावाकडे भयचकित नजरेने तिने पाहिले. काहीतरी विचारीत होती ती त्याला. तिचे सगळे अंग लटलट कापत होते, केसापासून नखापर्यंत. ती त्याच्याकडे बघतच उभी राहिली. अगदी अवाक होऊन. विकार व भीती यांचा ज्वालामुखी पेटला होता तिच्या मनात, पण त्याच्या डोळ्यांत एवढे असूनही संतोषाचे तुफान उसळलेले आढळले तिला.

''परमेश्वरा! आमचं काय होणार रे आता?'' बोलताना तिला धाप लागली होती.

''चल, ये! उगीचच थांबलो आहोत आपण इथं! नको त्यापेक्षा अधिक वेळ! हा जुना वाडा आपण आपल्या चुलत बंधूच्या – जेफ्रीच्या हवाली करून निघू या! त्याची उत्तम देखभाल करेल तो!'' हुकमी आवाजात क्लिफोर्ड म्हणाला. त्याच्या बाबतीत पहिल्यांदाच घडत होता हा फरक.

एवढ्या वेळानंतर हेप्झीबाने क्लिफोर्डच्या अंगावरचा पायघोळ झगा पाहिला. त्यांच्या घरातले ते एक फार जुनेपुराणे वस्त्र होते. वादळी हवा सुटली की, त्यात अंग लपेटून घ्यायचे हा त्याचा रिवाज होता. हाताची खूण करून त्याने तिला आपल्याकडे बोलावले. तिला कळेल अशा शक्य तितक्या समजूतदारपणे आपला हेतू सांगितला. दोघांनीही घर सोडण्याचा बेत केला होता. तिला पटवून सांगितले सारे त्याने. हेप्झीबाची अवस्था विचित्रच झाली होती. त्याला नकार देण्यासाठी लागणारी तिची विचारशक्ती चालायला तयार नव्हती. अशा तऱ्हेच्या माणसांजवळ नैतिक सामर्थ्य खूप कमी असते. त्यामुळे त्यांच्या आयुष्यात अचानक येणारे हे आणीबाणीचे क्षण त्यांना भंडावून टाकतात. त्यांचा विचित्र गोंधळ उडून जातो. त्यांना काही सुचेनासे होते. दिसेनासे होते. तशा त्या बिकट परिस्थितीत वाट म्हणून सापडतच नाही त्यांना. क्वचित प्रसंगी त्यांचा तोलही जातो. स्वत:ला सावरू शकत नाहीत ते. त्यांच्या आयुष्यातील या क्षणातून निभावून जाण्याकरिता मनोधैर्याची त्यांच्यापाशी कमी असते. त्यामुळेच तर त्यांची त्रेधातिरपीट उडून जाते. काहीच ठरवता येत नसल्याने ती वाहवत जातात. ढकलेल तिकडे तरंगत, भेलकांड्या

खात. अशा स्थितीत कोणीही त्यांच्यावर सत्ता गाजवावी; त्यांना दिशा दाखवावी; एखाद्या शेंबड्या पोरानेही. काहीही पटते त्यांना. शहाणपणाचे वा मूर्खपणाचे. सुसंगत असो वा विसंगत असो. फरकच कळवून घेत नाहीत त्यातला. नेमके हेच घडले होते हेप्झीबाच्या बाबतीत. त्या माणसांप्रमाणेच तिला त्याचा हेतू म्हणजे प्रत्यक्ष परमेश्वराची आज्ञाच वाटली. कसलेही आढेवेढे न घेता तिने क्लिफोर्डच्या म्हणण्याला होकार दिला चटकन. त्या क्षणीच. त्या सगळ्या भयसूचक वातावरणाने तिला गांगरून टाकले होते. घाबरवून सोडले होते. तिला जे दिसले होते ते थरकाप उडवणारे होते. जास्त चौकशी करायची ताकदच नव्हती तिच्यात. तिच्या कल्पनाशक्तीला कामच करता आले नाही. त्यामुळे जे घडले होते, ते कसे झाले असावे याचा विचारच थांबला. आपल्या भावाची पाठ धरलेल्या काळपुरुषाच्या दर्शनाने ती भलतीच दचकली होती. आपल्याभोवती मृत्यूची दाट छाया पसरल्याचा, तिला भास होत होता सारखासारखा. वातावरणात त्याचाच वास भरून राहिला होता, अशी तिची भावना झाली होती. सगळीकडे नको वाटणारा अंधुक असा प्रकाश, गडद व रक्त गोठवून टाकणाऱ्या छाया तिला भेडसावत होत्या. क्लिफोर्डच्या इच्छेला मान देण्याशिवाय गत्यंतर उरले नव्हते त्यामुळे. तिची इच्छाशक्ती निद्रावश झाल्याने ती एखाद्या स्वप्नात असल्यासारखी वावरत होती तेवढ्यापुरती. या उलट, त्या वेळच्या संकटाच्या तणावलेल्या कसोटीच्या क्षणी नेहमी त्या बाबतीत कंगाल असलेल्या क्लिफोर्डची इच्छाशक्ती मोठ्या उत्साहाने काम करत होती. एक चमत्कारच म्हणा!

"किती वेळ लावते आहेस बरं? निघ ना लवकर." क्लिफोर्ड तिडीक येऊन ओरडला, "झटपट घाल कपडे बघू. तुला आवडेल ते चढव अंगावर. काहीही घातलंस तरी दिसायची तशीच दिसणार तू. आहेस त्यापेक्षा रूपवान तर मुळीच नाही किंवा वेगळं तेजही नाही चढणार तुझ्या मुखावर. चल, आटप लवकर आणि हे बघ, पैसे बरोबर घे आणि पड एकदाची बाहेर!"

क्लिफोर्डने दिलेल्या या सूचना हेप्झीबाने निमूटपणे मान्य केल्या. आज्ञाधारकपणे त्यांची अंमलबजावणी केली. कसलाही विचार न करता. याहून वेगळे असे काही करायचे आहे, हे मनातच आले नाही तिच्या. 'अजून आपण ताळ्यावर का येऊ नये पूर्ववत? अद्यापही आपण त्याच उंचीवर उभे आहोत. आपल्याला असह्य होणारी ती उंची बघून गरगर फिरल्यासारखे वाटते आहे आताही. या चक्रव्यूहातून बाहेर पडायचे तरी कसे? आपल्यासमोर जे घडते आहे काहीतरी ते सगळे असून नसल्याप्रमाणेच भासतेय अगदी.' आपल्या या मन:स्थितीचे तिला आश्चर्य वाटत राहिले, पण खरोखर ते सगळे खोटेच नव्हते का? तिने रंगवलेला तो भेसूर दिवस उगवला नव्हता. कशाचे काही वाटेना तिला. जज्ज पिंचेन तिच्याशी बोलला नव्हता कधीच. तिच्याकडे बघून क्लिफोर्ड हसलाही नव्हता. त्याने तिला काही बघायला

सांगितले नव्हते. एवढेच नाही, तर आपल्याबरोबर येण्याची खूणही नाही केली त्याने. तिच्या दृष्टीने ते सगळे खोटे होते. ते एक स्वप्न होते पहाटेच्या वेळी पडलेले. अकारण दु:ख देत होते ते तिला. एकलकोंडे जीवन जगणाऱ्यांना अशीच स्वप्ने पाहायची असतात.

" नाही, मी येईन भानावर. होईन मी जागी आता, नक्कीच होईन!" त्याने सांगितल्याप्रमाणे थोडीशी तयारी करण्यासाठी इकडेतिकडे करत असताना तिच्या मनात विचार आला. "पण मला हे सहन नाही व्हायचं यापुढं! मला जागं व्हायलाच हवं!"

तरीही तो नाहीच आला. तो जागे होण्याचा क्षण! जाण्याआधी पुन्हा एकदा क्लिफोर्ड बैठकीच्या खोलीच्या दारात गेला सावकाश. खोलीत एकटाच बसलेल्या त्या माणसाला मुजरा करून निरोप दिला. हेप्झीबाने सगळे पाहिले, स्वत:च्या डोळ्यांनी; तरीही तो क्षण नाही आला. तेव्हादेखील नाहीच.

"किती वेगळा दिसतोय म्हातारा आता!" तो तिच्या कानांत कुजबुजला. "मोठाच चमत्कारिक वाटतोय! मी संपूर्णपणे त्याच्या मुठीत सापडतोय अशी त्याची कल्पना होती, तेव्हासारखाच नेमका! चल, पळ लवकर. नाहीतर पुराणातील त्या निराशा राक्षसासारखा पाठलाग करेल तो आपला! सच्च्या ख्रिश्चनांचा व आशावाद्यांचा पाठलाग तसाच झाला होता. अजूनही पकडायचा आपल्याला! चला, पळा...."

ती दोघे बाहेर पडली तेथून. आता ती रस्त्यावर आली. क्लिफोर्डने मागे वळून हेप्झीबाला काहीतरी दाखवले. समोरच्या दरवाजाच्या एका खांबावरचे काहीतरी. त्याच्या नावाची आद्याक्षरे, वैशिष्ट्यपूर्ण डौल असलेली. त्याच्या लहानपणी त्याने ती कोरली होती त्या लाकडात. एकदाचे त्यांनी ते घर मागे टाकले. बहीण-भाऊ हातात हात घालून बाहेर पडली तेथून. दूर निघून गेली ती दोघे. जज्ज पिंचेनला एकटे सोडून, वडिलोपार्जित वास्तूत बसवून एकट्याला. अगदी जड गोळा होऊन बसला होता तो आपल्या खोलीत. एखाद्या रात्री पडलेले भेसूर स्वप्न मध्येच विरून गेले, तरी त्याची दुष्ट छाया मागे उरावी, त्या स्वप्नाचे फोफसे भूत आधीच भेदरून गेलेल्याच्या, त्याच्यामुळे छळ झालेल्याच्या छातीवर बसलेले असावे, त्याच्या मनात येईल तितका वेळ, तसा बसला होता तो तिथे. ते भयानक स्वप्न म्हणजेच आत बसलेला जज्ज पिंचेन!

सतरा

घुबडे उडाली

दिवस उन्हाळ्याचे होते. क्लिफोर्ड व हेप्झीबा पिंचेन स्ट्रीटवरून चालली होती. गावाच्या मध्यवस्तीकडे. उगवतीकडून येणारा वारा बराच बोचरा होता. चांगलाच झोंबायचा. बिचाऱ्या हेप्झीबाचे दात गारठ्यामुळे एकमेकांवर आपटत होते. त्या उरल्यासुरल्या दातांची कटकट तिच्या डोक्याला सतावत होती. तिचे हातपाय पार गारठून जाण्याची वेळ आली होती. मृत शरीराचा थंडपणा आला होता त्यांच्यात. गोठतील की काय ते, असे वाटत होते. शरीरात असह्य अशी हुडहुडी भरली होती. गार वाऱ्याच्या त्या क्रूर झोताबरोबर अंगाला कापरे भरत होते. एक प्रकारची नैतिक संवेदनाही त्या गारठ्याबरोबरच तिच्या शरीरात शिरत होती. त्यामुळे शरीराइतकेच तिचे मनही कुडकुडत होते. तिच्या मनोवृत्तीही तितक्याच किंबहुना अधिकच थरथरत होत्या.

बाहेरचे सारे जग, सारी सृष्टी त्या सर्द वातावरणात अतिशय अस्वस्थ भासत होती. कोणतेही साहस करायला माणूस प्रवृत्त झाला की, प्रथम त्याची हीच अवस्था होते. ते धाडस करायला आरंभ केला की, त्या वेळेपुरते त्याच्या अंगात वेगळ्या उत्साहाचे वारे संचारलेले असते. रक्त तापलेले असल्यामुळे नसानसांत वेगळी ऊब शिरलेली असते; पण त्याच्यावर होणारा परिणाम मात्र वरवरचा असतो. हेप्झीबा व क्लिफोर्ड यांचाही तोच अनुभव असावा. सात गेबल्सच्या घराच्या पायऱ्या उतरताना, त्या डेरेदार पिंचेन एल्मखालून चालताना त्यांना असेच झाले असले पाहिजे.

क्लिफोर्ड आणि हेप्झीबा आपल्या अनुभवाच्या दृष्टीने बालकेच होती. इतकी

प्रवाहपतित झाली होती दोघे! एखाद्या मुलाने पाच-सहा पेन्सची नाणी व एखादे बिस्किट खिशात टाकून जगप्रवासाला निघावे, त्यासारखी भटकत निघाली होती हेप्झीबा व क्लिफोर्ड! आपण उगीचच इकडेतिकडे भटकत चाललो, हे हेप्झीबाला कळत होते, पण स्वतःला वळण लावण्याची तिची ताकद संपली होती. तिची इच्छाशक्ती हरवून बसली होती. वास्तविक, तिच्याभोवती असलेल्या अडचणी पाहिल्या तर ती शक्ती पुन्हा मिळवावी, असे तिला वाटत नव्हते. विशेष सांगायचे म्हणजे आता तिला ते जमण्यासारखेही नव्हतेच म्हणा.

आता त्यांनी आपली वाट धरली होती. त्यांचा प्रवास मात्र विलक्षण होता. अधूनमधून ती क्लिफोर्डकडे बघत होती. त्याच्याकडे पाहिल्यानंतर ती थक्क होत होती. कोणत्यातरी विलक्षण शक्तिशाली अशा भावनावेगाने घेरून टाकलेले दिसत होते त्याला. त्या आवेगाचा त्याच्यावर संपूर्ण पगडा बसलेला होता. त्यामुळे आता त्याच्या एकंदर हालचालींत पूर्वीसारखी शिस्त आलेली होती. त्यांना नीट वळण मिळत होते. मद्यपानाने बेहोष झालेल्या माणसाच्या अत्यानंदाशी त्याची तुलनाच होत नव्हती. तुलनाच करायची झाली, तर बेफाट आनंद झाल्यामुळे एखाद्या मोडक्यातोडक्या वाद्यातून काढलेल्या मधुर संगीताच्या सुरांशीच व्हावी. ती कल्पनाच रम्य वाटावी. त्यातून निघालेले स्वर कर्कश असतात, कापरे असतात; परंतु संगीताच्या ब्रह्मानंदात तल्लीन झालेल्या माणसाच्या नादाने ते अधिकाधिकच कर्कश होत जातात. क्लिफोर्डच्या हालचालींतही ती एकाग्रता आढळत होती. त्याच्या चेहऱ्यावर कशावर तरी विजय मिळवल्याचा उन्माद चढला होता. शरीराच्या कंपनांतून त्याची चाहूल लागत होती. गारठ्याने हुडहुडी भरल्यासारखी वाटली की, तो चालताचालता उड्या मारायचा. त्याचे ते रूप वेगळे होते, यात शंका नाही.

सात गेबल्सच्या घराजवळच्या शांत परिसरातून आता ती बरीच दूर आली. नेहमीच्या वर्दळीच्या रस्त्यावर पोहोचल्यानंतरही रस्त्यात त्यांना फारच थोडे लोक दिसत होते. पावसाच्या पाण्याची लहानलहान डबकी तयार झाली होती. त्यांच्यामुळे रस्त्याच्या बाजूच्या वाटा लखलखत होत्या. त्यांच्यामधला खडबडीतपणा दिसून येत होता. बाजूच्या दुकानांत छत्र्यांचे प्रदर्शन भरले होते. मोठ्या भडकपणे लटकत होत्या त्या डौलात. दुकानाचा दर्शनी भाग त्या छत्र्यांनीच व्यापून टाकला होता. गावचा सगळा व्यापारधंदा त्या एकाच वस्तूवर केंद्रित झाला होता जणू! वाऱ्याने हॉर्स चेस्टनट किंवा एल्म वृक्ष यांना चांगलेच हडबडून काढले होते. वाऱ्याच्या वेगामुळे वृक्षापासून अकालीच विलग झालेली त्यांची पाने सगळीकडे पसरून पडलेली होती. रस्त्याच्या मध्येच भला दांडगा चिखल साठून राहिला होता. पावसाने पुनःपुन्हा धुऊन निघाल्यामुळे त्याला एक ओंगळ रूप लाभले होते. बघणाऱ्याला किळस यावी इतका घाणेरडा दिसत होता तो चिखल. सभोवतालच्या

त्या उदासवाण्या वातावरणात जीव ओतणाऱ्या याच त्या काही गोष्टी.

डोळ्यांसमोर पुन:पुन्हा येत असलेल्या रस्त्यावरून निघालेली एखादी साधी गाडी किंवा घोडागाडी तेथे चाललेल्या हालचालींची कल्पना देत होती. माणसेच बघायची, तर अंगावर रेनकोट घेतलेला तो त्या गाडीचा सारथी पाहावा. गटाराच्या कडेला चिखल चिवडत बसला होता, एक लाचार म्हातारा. जमिनीखालच्या गटारातून एकदम उगवला असा, गंजलेले खिळे हुडकण्यासाठी हातातील काठी आत खुपसत.

जवळच असलेल्या पोस्टकचेरीच्या दारात चार-दोन माणसे उभी होती टपालाची वाट बघत. त्यांच्यातले एक-दोघे व्यापारी असावेत. दुसरा एक जण वर्तमानपत्राचा संपादक असावा. त्याच्याच जोडीला एक किरकोळ राजकीय कार्यकर्ता कदाचित. पलीकडच्या विमा कचेरीच्या खिडकीजवळचे चेहरे आरमारातून मुक्त झालेल्या कप्तानांचे होते. समोरच्या भकास रस्त्याकडे शून्य नजर लावून उभे होते ते. तसल्या त्या बेसुमार, घाणेरड्या हवेबद्दल परमेश्वराला दूषण देण्याचे काम चालू होते त्यांचे. रोजच्या बातम्या किंवा गावातील भानगडींच्या गावगप्पा निघत नसल्यामुळे चिडल्यासारखे झाले होते ते चेहरे.

त्या माणसांनी हेप्झीबाला क्लिफोर्डबरोबर जात असताना पाहिले असते तर! त्याहून विशेष म्हणजे त्यांच्याजवळ असलेल्या त्या रहस्याचा त्या प्रतिष्ठित गप्पीदासांना पत्ता लागला असता तर! वाहवा, काय बहार आली असती! नुसत्या तर्काने एक भलामोठा अज्ञात खजिना सापडल्याचा आनंद झाला असता त्यांना! त्या कल्पनासाम्राज्यात गुंगून गेली असती ती सारी! पण त्यांचे लक्ष त्या दोघांकडे बिलकूल गेले नाही. त्याच क्षणी रस्त्यावरून चाललेल्या एका तरुणीने खेचून घेतले ते आपल्याकडे. स्कर्ट गुडघ्यापासून किंचित वर धरून चालली होती ना ती! त्यांच्या दृष्टीने बघण्यासारखे तेच दृश्य होते. तो दिवस तसा मळभाचाच होता म्हणून ठीक. जर का सगळीकडे लख्ख उजेड असता, हवा आल्हादकारक असती, तर ती दोघे त्यांच्या नजरेतून निसटूच शकली नसती. काही ना काहीतरी घाणेरडे कानांवर आलेच असते त्यांच्या. शिवाय, त्या उदास व कंटाळवाण्या वातावरणाशी त्या दोघांच्या मनांतील विचारांचे चांगलेच जमले होते. त्यामुळे त्यात मिसळून गेली होती ती संपूर्ण. त्यांच्या जाण्याला उठाव येत नव्हता, सूर्यप्रकाशाने आला असता तसा. त्या करड्या, अंधूक प्रकाशात विरून गेली ती. विस्मृतीच्या पटलाखाली लोपही पावली तेथून निघून गेल्याबरोबर.

बिचारी हेप्झीबा! तिला जर हे सगळे कळले असते, तर थोडेफार सुखही झाले असते तिला. इतर सगळ्या त्रासाबरोबरच तिला आणखीन एक नवा त्रास होत होता. स्वत:च्या कपड्यांचा बेढबपणा तिच्या स्त्रीसुलभ दु:खात भर पाडत होता.

म्हातारी असली तरी अजून कुमारीच होती ती. आहे त्या कपड्यांतच लोपून जावे, असे तिला वाटत होते. लोकांच्या नजरेला आपण पडूच नये असे. त्यांना केवळ तिचा तो झिरझिरीत कापडाचा विटका पायघोळ झगा व ती टोपी वाऱ्यात फडफडत जात असलेली दिसावी. आतले माणूस पाहताच कामा नये त्यांनी. त्यांना दिसूच नये ते.

जसजशी ती पुढे जाऊ लागली, तसतसे भोवतालचे सगळेच तिला अर्धवट व खोटेच वाटू लागले. त्या भावनेने तिच्या शरीरालाही व्यापून टाकले. इतक्या थराला गेले ते की, एका हाताचा स्पर्श दुसऱ्याला जाणवेना. यातच आले सगळे. याहून अधिक स्पष्ट होणार तरी कसे? ती स्वत:शीच पुन:पुन्हा पुटपुटली, ''मी जागी आहे काय? जागी आहे मी खरोखरच?'' तशी काहीतरी खात्री व्हावी म्हणून मग ती वाऱ्याच्या दिशेकडे आपला चेहरा वळवायची, त्याच्यातला गारठा जाणवतोय का ते पाहण्यासाठी. चालण्याच्या ओघात ती दोघे एका करड्या रंगाच्या मोठ्या दगडी इमारतीसमोर येऊन ठेपली होती.

हेतुपुरस्सर क्लिफोर्ड तेथे आला होता की केवळ योगायोग म्हणून? कोणास ठाऊक? त्या इमारतीचे प्रवेशद्वार कमानदार होते, भले रुंद आणि भरपूर उंच असे. छान. प्रशस्त. आकर्षक. त्याच्या त्या विशाल उंचीच्या पोकळीत धूर व वाफ साठून राहिली होती. खूप मोठी वलये काढीत तो धूर वर सरकत होता. त्या धुराचे ढग त्यांच्या डोक्यावर तरंगत होते, ती तेथे पोहोचली त्या वेळी. ती रेल्वे स्टेशनची इमारत होती. स्टेशनात उभी असलेली गाडी निघण्याच्या तयारीत होती. इंजिनातून भकाभका धूर बाहेर पडत होता. रागारागाने ते धूर ओकत होते, मुसंडी मारायला उतावीळ झालेल्या एखाद्या उमद्या घोड्यासारखे. गाडी सुटण्याची घंटा जोरात घणघणली. जीवनाच्या घाईघाईने आखलेल्या कार्यक्रमासाठीची ती छोटीशी सूचना होती. त्या घंटानादातून व्यक्त होणारा भाव सुरेख होता. नवीन जीवनाला त्यामुळे आवाहन मिळत होते.

क्लिफोर्डने वेळ न दवडता हेप्झीबाला गाडीकडे ओढत नेले, मोठ्या आवेशाने. त्याच्यात संचारलेला तो आवेश अनिवार्य होता. त्यात कोणताच निष्काळजीपणा नव्हता. त्याचा निर्णय पक्का होता. त्याच्याबरोबर हेप्झीबाचाही आपोआपच. गाडीजवळ पोहोचल्यावर आत चढायला मदतही केली तिला त्याने. गाडी सोडण्याचे निशाण हलले. इंजिनातून त्याच्या श्वासाचे – धुराचे – लहानलहान पुंजके बाहेर आले. गाडीला गती मिळाली. इतर शेकडो उतारूंच्या जोडीला आमचे हे दोन नवखे प्रवासी तिने आपल्याबरोबर वाहून नेण्यास आरंभ केला. वेग वाढत चालला. हळूहळू वाऱ्याशी तिची स्पर्धा सुरू झाली.

आजपर्यंत अशा गोष्टीचा त्यांनी – हेप्झीबा व क्लिफोर्डने – अनुभव घेतला

नव्हता. जगाचा आनंद ज्यात होता, त्याच्यापासून त्यांनी दूर ठेवून घेतले होते स्वत:ला, तेही खूप काळ लोटेपर्यंत. जगाने स्वत:साठी, स्वत:च्या उपभोगासाठी म्हणून जेजे निर्माण केलेले होते त्याचा त्यांनी अव्हेर केला होता, पण अखेर, आज नियतीने त्यांना मानवी जीवनाच्या एका प्रचंड लाटेवर लोटून दिले होते. त्या लाटेबरोबरच त्यांना स्वत:कडे खेचून घेण्याचा बेत केला होता. अगदी या घटकेपर्यंत घडलेल्या घटना सत्य मानायला हेप्झीबाचे मन नाखूषच होते. अगदी जज्ज पिंचेनची भेटदेखील. या कल्पनेचे भूत त्या सात गेबलातील तपस्विनीला सारखेसारखे पछाडत होते. आपल्या भावाच्या कानांत कुजबुजली हेप्झीबा.

"क्लिफोर्ड! क्लिफोर्ड, हे एक स्वप्नच नव्हे काय?"

"होय, हेप्झीबा, एक रम्य स्वप्नच आहे ते! खरं म्हणजे आज प्रथमच जाग आली आहे मला! आयुष्यात प्रथमच उघड्या डोळ्यांनी पाहतोय मी जगाकडं!" तिच्या तोंडासमोर हसतहसत तो म्हणाला.

आता ती खिडकीबाहेरचे दृश्य पाहत होती. बाहेरचे जग त्यांच्या समोरून जोराने पळत चाललेले होते. क्षणात, निर्जन प्रदेशातून धडधडत चाललेली ती गाडी थोड्याच वेळात एखाद्या खेड्यासमोरून धावायची. आणखीन थोडा श्वास घ्यावा तोपर्यंत ते खेडे गप्प व्हायचे. भूकंपाच्या धक्क्याने धरणीच्या पोटात गडप व्हावे तसे मोठमोठ्या घरांचे मनोरे त्यांच्या पायांपासून उखडून काढल्यासारखे अंतराळी व्हायचे. ऐसपैस पसरलेल्या टेकड्या घरंगळत दूर निघून जायच्या. प्रत्येक गोष्टीला हादरा बसायचा. आपल्या युगानुयुगे चालत आलेल्या बैठकीवरून उठून चालायला लागायच्या. झंझावाताच्या वेगाने स्वत:च्या उलट दिशेला सरकत जायची वेळ यायची त्यांच्यावर.

आतले दृश्य नेहमीचेच. रेल्वेचे असे एक खास जीवन असते. इतरांना त्यात पाहण्यासारखे असे थोडेफार होते; पण आमची ही दुक्कल मात्र त्याला अपवाद होती. इतक्या तडकाफडकी ती आपल्या बंदिस्त जगातून धाडकन बाहेर येऊन पडली होती की, त्यांना ते सगळेच नवीन होते. रस घेण्यासारख्या अनेक गोष्टी त्यांच्या पुढ्यात होत्या. जवळजवळ पाच-पन्नास मानवी प्राणी त्या डब्याच्या लांब, पण अरुंद अशा छपराखाली विसावले होते. त्या दोघांशी त्यांचा सहवास जोडला गेला होता. तसा जवळचाच संबध येत होता त्यांचा. त्यांच्याबरोबरच पुढे ओढले जात होते त्या बलदंड इंजिनाच्या ओढीने. त्या अजस्त्र वाहनाचा एवढा प्रचंड गोंगाट चालू असताना ही सर्व माणसे आपापल्या जागेवर इतकी शांत बसतात तरी कशी, हेच कळत नव्हते. त्या प्रवाशांपैकी काही जण वाचनात गढून गेले होते. पत्रकवजा इंग्लिश कादंबरीतील सृष्टिसौंदर्याने त्यांना मोहिनी घातली होती. त्या कादंबरीतील साहसाच्या वर्णनांनी त्यांना खिळवून ठेवले होते. कादंबरीतले सरदार,

अमीर-उमराव त्यांना सोबत देत होते प्रवासात. त्यांना शेकडो मैलांचा प्रवास करायचा होता. आपली प्रवासाची तिकिटे त्यांनी आपल्या टोपीत खोवून ठेवली होती. जवळच उतरणारे दुसरे काही सहप्रवासी निराळ्या मार्गाने वेळ घालवत होते आपला. प्रवास थोडा असल्यामुळे कादंबरीसारख्या गहन विषयात डोके घालण्याची त्यांची तयारी नव्हती. ते आपले खूष होते हातातल्या वर्तमानपत्रातील खुसखुशीत बातम्यांवर. त्याच डब्यात मुलींचा एक घोळका होता. त्यांच्याबरोबर एक तरुणही होता. एकमेकांसमोर बसून चेंडू उडवून खेळत होती ती सारी जण. खूप गंमत करत होती. चेंडू इकडून तिकडे उडाला की, त्याच्या मागोमाग हास्याचा स्फोट व्हायचा. चांगला लांबलचक, मैलांतच मोजावा असा. चेंडू हातातून निसटला की, तो पकडायला ते आनंदी खेळगडी त्याच्यामागून धावायचे. त्यांच्या आनंदाचा मागोवा घेत यायचे त्यांनी सुरुवातीला पाहिलेले आकाश. आता मात्र एका वेगळ्या आकाशाखाली ती आपला खेळ संपवत होती. वाटेत गाडी एखाद्या स्टेशनावर थांबली की सफरचंदे, केक, मिठाई, निरनिराळ्या रंगीबेरंगी कागदांत बांधलेल्या गोळ्यांची पाकिटे घेऊन यायची मुले त्या डब्याजवळ. तेवढाच धंदा करायला घाईघाईने. त्यातली काही गाडी हलल्याबरोबर आपलाही बाजार तिच्याबरोबरच हलेल, या भीतीने मध्येच विक्री थांबवत. त्यांनी विकायला आणलेल्या मालान हेप्झीबाला मागे ठेवून आलेल्या आपल्या दुकानाची सय आली. जुने उतरत होते. नवीन चढत होते आत. गाडीच्या वेगाइतकाच परिचय करून घेण्याचाही वेग असतो. नुकतीच ओळख झालेले लोक सारखे निघून जात होते. आजूबाजूला चाललेल्या त्या धडधडाटात, गोंगाटात झोप काढणारेही काही होतेच. सर्वसमावेशक होते ते वाहन! जीवनाचे सर्व व्यवहार अविरत चालू होते तेथे. कोणी डुलकी काढत होते, कोणी खेळत होते, कोणी व्यापारात गढले होते, तर कोणी गंभीर किंवा हलकेफुलके वाचन करत होते. हे सगळे केल्यानंतर पुढे सरकत राहायचे चालूच. कोणालाच ते टाळता यायचे नाही. जीवन प्रत्यक्षच होते तिथे!

क्लिफोर्डला मुळातच सहानुभूती वाटायची सर्वांबद्दल. सभोवतालच्या पुष्कळ गोष्टींकडे बघताना त्याच्या त्या भावना एकदम उचंबळून आल्या. सभोवारच्या व्यवहाराचा कस त्याने ओळखला. त्यात रस घेऊन त्याने आपल्या वृत्तीत रंग भरला, तरीही एक प्रकारच्या मलिन व भडक रंगात मिसळून गेला त्याचा रंग. अगदी त्याच्या उलट हेप्झीबाची अवस्था होऊन बसली. माणसांत असूनही जगापासून खूपखूप दूर लोटले जात आहोत आपण, अशी तिची भावना झाली. तिने भोगलेल्या एकलेपणापेक्षाही खूप दूर.

"तुला आनंद होत नाही हेप्झीबा!" क्लिफोर्ड एकीकडे बोलून गेला. त्याच्या स्वरात किंचित तिखटपणा होता. "अजूनही तुझ्या डोक्यात तो जुनापुराणा

पडका वाडाच असणार. त्याच्या जोडीला कझीन जेफ्री.'' आता त्याच्या शब्दांत कंप भरला. ''हो, त्या घरात एकटयाच बसलेल्या त्याचाच विचार येतोय तुझ्या मनात! माझं ऐक जरा – माझ्याकडं बघ – माझ्याप्रमाणं वाग – काढून टाक अशा गोष्टी मनातनं. आज आपण कुठं आहोत? एका वेगळ्या जगात – खऱ्याखुऱ्या जगात – जीवनप्रवाहाच्या मध्यावर उभे आहोत आपण – आपल्यासारख्याच माणसांच्या गर्दीत! आता आपण सुखी होऊ या – तू व मी! त्या तरुणासारखं – त्या सुंदर मुलींच्यासारखं – चेंडूचा खेळ करणाऱ्या त्यांच्याइतकं सुखी होऊ!''

'हूं! आपण आणि सुखी! वेडा आहेच तो अगोदरपासून. त्यात माझ्या झोपेतून मी डोळे उघडले की संपलंच. एकदा का मी जागी आहे असं मला जाणवलं, की मलादेखील खुळ लागेलच पाठोपाठ!' आपल्या जड व शून्य अंत:करणाची जाणीव क्लिफोर्डच्या शब्दांनी जागवल्यामुळे दु:खी झालेली हेप्झीबा विचार करू लागली.

माणसाने स्वत:शी पक्क्या केलेल्या एखाद्या कल्पनेलाच वेडसरपणा म्हणायचे झाले, तर मात्र ती त्याच्या जवळपासच होती कोठेतरी. त्या लोखंडी रुळांवरून धडधडत चाललेल्या, खडखडणाऱ्या त्या वेगवान गाडीबरोबरच हेप्झीबाच्या मन:चक्षूंसमोर पिंचेन स्ट्रीटवरच्या प्रतिमा पुढे सरकत होत्या. खिडकीसमोरून पळणाऱ्या, मैल नि मैल पसरलेल्या विविध निसर्गचित्रांबरोबरच तिच्या डोळ्यांसमोर त्या जुनाट सात गेबलांची ती टोके आकार घेत होती. त्यांच्यावर वाढलेले ते शेवाळे, त्यातल्या एका गेबलाच्या कोपऱ्यातला तो तणाचा पुंजका, तिच्या दुकानाची ती दर्शनी खिडकी हे सगळे तिच्यासमोर येऊन उभे ठाकले. त्यांच्यामागोमाग दुकानाच्या दरवाजात कुडकुडत उभे राहिलेले, पुन:पुन्हा दुकानाची ती छोटी घंटा वाजवणारे एक गिऱ्हाईकही दिसले. त्या घंटेच्या कर्कश आवाजाचा कसलाही परिणाम न होणारा निद्रावश जज्ज पिंचेनही दिसला तिला! तिचे ते घर त्या गाडीच्या जोडीने येत होते तिच्याबरोबर! प्रत्येक ठिकाणी पाहत होती ती त्याला! आपला तो अवाढव्य देह गाडीच्या वेगापेक्षा अधिक वेगाने ओढून नेत होते स्वत:ला. जेथेजेथे तिची नजर स्थिरावयाची त्या ठिकाणी अगदी संथपणाने येऊन उतरायचे ते. मनात येणाऱ्या नवीन विचारांना योग्य वळण देण्याचा गुण हेप्झीबाकडे नव्हता. क्लिफोर्डप्रमाणे ती चटकन विचाराधीन होऊन मार्ग काढत नसे. त्याच्या विचारांना वेग होता. तिचा स्वभाव भाजीपाल्याच्या जातीचा होता. भाजी मुळातून उखडली की, तिचे आयुष्य संपतेच झटदिशी. तिच्यातली टवटवी, तो तजेला पार नाहीसा होतो. म्हणूनच सध्याच्या परिस्थितीत तिच्या व भावामधल्या परस्परसंबंधात फरक पडू लागला. नाते बदलू लागले

एकमेकांचे. तिकडे घरात असताना ती त्याची पालक बनली होती. इकडे प्रवासात क्लिफोर्ड तिचा रक्षणकर्ता बनला होता. ही त्याची नवीन भूमिका मोठ्या कौशल्याने पार पाडत होता. त्याच्या बुद्धिमत्तेची झेप विलक्षण होती. भोवतालच्या परिस्थितीचे आकलन चटकन व्हायचे त्याला. त्याच्यात वेगळी हिंमत आलेली आढळली. परिस्थितीने त्याच्या बुद्धीला विशेष ताकद दिली. त्याची ती कुवत चकित करून टाकणारी होती म्हणू या. कदाचित त्याचा तो उन्मेष क्षणभंगुरही असण्याची शक्यता होती, असे मानायचे म्हटले तरी ते सत्य होते.

इतक्यात, गाडीचा कंडक्टर डब्यात आला. त्यांच्याकडे तिकिटांचे पैसे मागितले त्याने. क्लिफोर्डजवळ पैशांची थैली होतीच. इतरांचे पाहून त्याने त्याच्या हातात एक बँक-नोट ठेवली.

"आपल्याला दोन तिकिटं द्यायची ना? त्या बाई आणि तुम्ही?" कंडक्टरने विचारले, "कुठपर्यंतची देऊ?"

"गाडी जाईल तेथपर्यंतची द्या. अमूक एका ठिकाणचं महत्त्व नाही तितकंसं. केवळ मजा म्हणून प्रवास चाललाय आमचा!" क्लिफोर्डने उत्तर दिले.

"माफ करा हं. मग मात्र आजचा हा दिवस चुकीचा निवडलात. महाशय, असल्या या पावसाळ्यात घरातील झकास अशा गरमागरम शेगडीजवळ बसण्यातच सर्वोच्च सुख असतं, तसं पाहिलं तर." त्याच डब्यातील दुसऱ्या बाजूला बसलेले एक वृद्ध गृहस्थ शेरा मारून गेले. आपल्या गिरमिटाच्या डोळ्यांनी क्लिफोर्डकडे व त्याच्याबरोबरच्या हेप्झीबाकडे कुतूहलाने पाहत बसले होते ते इतका वेळ.

"माझं मत आपल्या उलट आहे. मला तुमचं म्हणणं तितकंसं नाही पटत." त्या वृद्धाने पुढे केलेला त्याच्या संभाषणाचा धागा धरून क्लिफोर्ड म्हणाला. त्याआधी त्याने त्या सद्गृहस्थाला सौजन्यपूर्ण अभिवादनही केले. "मला आगगाडीच्या या शोधाचं खूप कौतुक वाटतं. वेग व सुखसोयी या दोन्ही गोष्टी छानच वाटतात त्यातल्या. अर्थात, त्यातही सुधारणेला वाव आहेच अजून. अगदी अपरिहार्य आहेच ते. तर काय म्हणणार आहे मी? हो, आपल्या घरात बसण्याच्या, शेकोटीजवळच्या सुखाच्या कल्पना शिळ्या झाल्यात भरपूर. त्या काढून टाकल्या पाहिजेत. असे हे नवीन शोध आपल्याला अधिक झकास आराम देणार, हे निश्चित दिसतं."

"काय हो, सामान्यत: व्यवहाराच्या दृष्टीनं माणसाला स्वत:च्या घरापेक्षा, त्या उबदार कोपऱ्यापेक्षा अधिक प्रिय काय असू शकतं, ते तरी सांगा की!" आता तो म्हातारा थोडा चिडलाच.

"पुष्कळांना – भल्याभल्यांना त्याच्याबद्दल जे वाटतं, त्यांना जे गुण चिकटवले जातात तितकं ते खरं नसतं. त्या गोष्टीत ती पात्रता नसतेपण. मी थोडक्यात असं म्हणेन की, एका क्षुल्लक हेतूनं केलेला त्यांचा उपयोग तसं पाहता वाईटच झाला

आहे. म्हणजे मी असं मानतो की, स्थलांतरगमनशक्तीची ही सोय अजूनही वाढतच राहणार. अगदी आश्चर्यकारक वाढ होत चाललेली आहे त्यात, पण हीच प्रगती पुन्हा एकदा आपल्याला अनादिकालातील त्या भटक्या अवस्थेत नेऊन सोडणार. माझं ते भविष्यच आहे. तुम्हालाही त्याची योग्य ती कल्पना असावीच. आणि असं पाहा महाशय, सर्व प्रकारच्या मानवी प्रगतीला एका वर्तुळातच फिरायचं आहे. तुमचा स्वत:चाही अनुभव तोच असावा. अधिक समर्पक अशी सुंदर, आलंकारिक भाषा वापरून असं म्हणू या की, मानवाच्या प्रगतीला चढतं नागमोडी वळण आहे. आपल्याला वाटत राहतं की, आपण सरळ पुढं चाललो आहोत. प्रत्येक पावलापावलाला एका नवीन टप्प्यावर येऊन पोहोचलो आहोत; पण प्रत्यक्ष परिस्थिती वेगळीच असते. फार पूर्वी प्रयत्नांती सोडून दिलेल्या कोणत्यातरी स्थितीला आपण नवीन रूप देतो. फरक एवढाच असतो की, त्या वेळी त्या अवस्थेत आपल्याला दिव्यत्व आढळतं. आपल्या ध्येयाशी ती सुसंगत असल्याची जाणीव होते. नकळत तिला सुधारून घेतलेलं असतं आपण. भूतकाळ म्हणजे तरी काय? वर्तमान व भविष्यकाल यांचीच एक ओढूनताणून घातलेली सांगड. एक सामान्य दर्जाची व इंद्रियासक्तीनं लडबडलेली भविष्यकथा.''

''आपल्या चर्चेचा विषयच घेऊ. खरेपणाच्या कसोटीला तो कितपत उतरतोय बघू या हं : मानव आदिकालात कुठं राहायचा? कसल्यातरी साध्यासुध्या झोपडीतूनच. वृक्षाच्या फांद्यांचा उपयोग करून तयार केलेल्या कुडाच्या खोपटातच ना? एखाद्या पक्ष्यानं सहजासहजी आपलं घरटं तयार करावं, तशा सहजतेनं त्याची झोपडी उभी राहायची. अशी त्याची ही घरं वाढतच राहिली. त्यांनी ती हातांनी बांधली म्हणण्यापेक्षा वाढलीच म्हणणं सोईचं. याच सुंदर घरांना आपण इमारत म्हणू लागलो पुढंपुढं. त्यांची वाढ कुठंकुठं होत गेली? जिथं फळ-फळावळं विपुल होती, जिथं मासे मारायला मिळत होते, अशा जलाशयाच्या आसपास. जिथं भरपूर शिकार मिळायची अशा अरण्याच्या आसपास. म्हणजे निसर्गानं जिथं आपल्या वैभवाची खैरात केली होती त्या ठिकाणीच की नाही? सुंदर वनश्री, रम्य सरोवरं, गर्द वनराजी, मोहक टेकड्या यांच्या जवळपासच माणूस राहायला लागला. त्या सर्वांमुळं त्याच्या सौंदर्यवृत्तींना खतपाणी मिळणार होतं. त्या संतुष्ट होणार होत्या. त्याच्या जीवनाचं ते एक जबरदस्त आकर्षण होतं. माणसानं त्या जीवनाचा त्याग केला. पाठोपाठ ते सगळे निघून गेले. त्याच्यात मुळातल्यापेक्षाही काहीतरी अधिक सुंदर सापडत होतं पाहायला गेल्यावर. तशाच काही उणिवाही होत्या त्याच्याबरोबरच्या. मनुष्याची भूक व तहान भागावी असं सर्वच नव्हतं तिथं; शिवाय, हवामानाच्या बदलातील भीती उरायचीच. कडक उन्हाचा ताप व्हायचा. वादळी सोसाट्याचा वारा सतावायचा. सुंदर व सुपीक प्रदेशापर्यंत पोहोचायचं म्हटलं की, वाटेत पुष्कळशा वैराण व

घाणेरड्या मार्गानं जायला लागायचं, पायांना फोड उठेपर्यंत रखडायचं इत्यादी त्रास होताच अर्थात, पण आमच्या या चालू, चढत्या, नागमोडी वळणाच्या गतीनं चाललेल्या वाटचालीत आपण या कटकटीतून सुटतो. म्हणूनच आगगाडीचा हा शोध या युगानं आपल्याला दिलेला एक महान वर आहे, असं मानलंच पाहिजे. काही गोष्टींचा अपवाद केला तर हं! त्या गाडीच्या शिट्टीतला कर्कशपणा काढून टाकायला हवा प्रथम. त्या जरा अधिक सुरेल व्हाव्यात. नंतर त्यांची ती धडपड व करकर एक. बस्स! एवढं सोडलं की, झालं. अहो, गाडीत बसलं की, पक्ष्याच्या पंखांवर बसल्याचं सुख मिळतं महाराज. प्रवासाचा शीण बिलकूल होत नाही. धुळीचं तर नावच नको. पार खच्ची होते तिची. थोडक्यात, प्रवासाला दिव्यरूप आणलं या शोधानं! मग आता एका ठिकाणाहून दुसऱ्या ठिकाणाला इतकं सहजासहजी व सुखासुखी जायला मिळाल्यावर एकाच ठिकाणी डांबून राहण्यात आकर्षण ते कुठलं? एवढं जर आहे, तर मग त्यानं स्वतःसाठी एवढं भलंदांडगं घर बांधायचं तरी का? त्याच्याबरोबर येण्याइतकं हलकं आहे का ते? दगडविटांच्या, वाळवी खाऊन टाकणाऱ्या जुनाट, अवजड अशा लाकडाच्या घरात स्वतःला जन्मभर का कोंडून घ्यावं त्यानं? आणि तसा तो स्थिर नसतोच कुठंही. अधिक सुंदर, अधिक योग्य असं स्थळ निवडायची निकड लागून राहिलेली असते त्याला. तसं निवासस्थान मिळाल्यास त्यानं एकाच जागी चिकटून तरी का बसावं?''

क्लिफोर्डने असा एक भलामोठा सिद्धान्त मांडला त्याच्यासमोर. आता त्याचा चेहरा उजळला होता. त्याच्या अंतर्मनातली तारुण्याची छटा प्रकाशित झाली कोठेतरी. त्याच्या चेहऱ्यावरच्या सुरकुत्या आणि वयस्करपणाचा म्लान धुरकटपणा तिने पुसून काढला व त्याच्या जागी एक पारदर्शक असा नवा मुखवटा बसवला. त्याचे बोलणे ऐकत राहिल्यामुळे त्या खेळाडू मुलींचा चेंडू तसाच जमिनीवर घरंगळत गेला. त्याच्याकडे टक लावून पाहत राहिल्या त्या. समोरचा हा जराग्रस्त माणूस तरुण असताना देखणा दिसत असावा, असा विचार त्यांच्या मनात आला असेल कदाचित. त्याच्या डोक्यावरचे केस पांढरे होण्याआधी, त्याच्या कानशिलांवर ती काळी वर्तुळे चढण्याआधी, अनेक स्त्रियांवर त्याने आपल्या रूपाची छाप पाडली असेलही. अरेरे! पण वस्तुस्थिती नेमकी उलट होती. त्याच्या त्या सुस्वरूप चेहऱ्यावर एकाही सुंदर स्त्रीची नजर जाण्याची वेळच आली नव्हती त्याच्या आयुष्यात!

''प्रत्येक ठिकाणी वस्ती करण्याचं मनात आणणं व त्यामुळंच कुठंही कायमचं न राहणं याला सुधारलेली अवस्था म्हणणं कठीण आहे.'' त्या नवीनच ओळख झालेल्या गृहस्थाने आपले मत दिले.

''तुम्ही तसं मानत नाही?''

विलक्षण उत्साहाने क्लिफोर्डने प्रश्न केला.

"खरोखरच, सूर्य आकाशात असेल तर मला ते त्याच्या प्रकाशाइतकं स्पष्ट दिसतं. ही घरं, माणसानं स्वत:साठी उभे केलेले दगडविटांचे हे ढीग, चुन्यानं सांधलेली लाकडाची ही घरं, मोठमोठ्या खिळ्यांनी एकत्र जोडलेली इमारतीची ही लाकडं...स्वत:च्या घामानं, कष्टानं आकार आणायचा त्यांना. कशासाठी? निव्वळ स्वत:च्या छळवणुकीसाठी. आपलं घर म्हणायचं मग! राहण्याचं ठिकाण. छान! माणसाचं सुख, त्याची होणारी सुधारणा यांच्या मार्गातला मोठ्यातला-मोठा अडथळा म्हणजे ही घरं! माणसाचा आत्मा मोकळ्या हवेसाठी तहानलेला असतो. त्याला विमुक्त व्हायचं असतं. एका साच्यात जखडून राहायचं नसतं त्याला. विविध रूपांची हाव असते त्याला. तुमच्या त्या शेकोटीभोवती हजारो दूषित विकारांची भुतावळ जमलेली असते. घराघरांतील जीवन गढूळ होऊन जातं त्या परिणामांनी. एखादा मेलेला पूर्वज किंवा त्या कुटुंबातला एखादा नातलग त्या जुनाट घराला विषाचा मुलामा देतो. संपूर्ण वातावरण विखारी करून टाकतो. अनुभवाचे बोल आहेत माझ्या. मला एका घराची आठवण होते आहे. माझ्या ताज्या आठवणींपैकीच एक आहे ते. काय त्याचं ते रूप! त्याचं ते टोकदार गेबल, (तशी सात आहेत त्याला) पुढे आलेले मजले – तुमच्यापूर्वी वसवलेल्या गावात दिसतात तसे. त्याचं ते भयानक दरिद्री असं तळघर – जुनंपुराणं, वेडंविद्रं, कुरकुरणारं, कुजून सुकलेलं, घाणेरडं, अंधारं तळघर; त्या घराच्या पोर्चवर आलेली एक कमानदार खिडकी; घराच्या एका बाजूला काढलेला त्याचा तो लहानसा दरवाजा... अगदी स्पष्ट आठवतात मला! त्या घरासमोरचा तो प्रचंड, उदासवाणा एल्म वृक्ष! प्रत्येक जण येऊन उभी राहतात मला खडी ताजीम देण्यासाठी आणि बरं का महाशय, जेव्हाजेव्हा माझ्या मनात त्या सात गेबलांच्या इमल्याचा विचार येतो, तेव्हातेव्हा एक दृश्य माझ्या नजरेसमोर तरळल्याशिवाय राहतच नाही. त्या गोष्टीचा उल्लेख काही केल्या टाळू शकत नाही मी. ती वस्तुस्थितीच एवढी विलक्षण आहे! त्या दृश्यातील एक व्यक्ती चटकन डोळ्यांसमोर येते माझ्या. त्याचा तो उग्र, भीतिदायक चेहरा आठवतो मी. ओकच्या एका हाताच्या खुर्चीवर बसलेला असतो तो माणूस. त्याचं शरीर थंडगार पडलेलं असते. दगडासारखा निपचित पडलेला आहे तो. त्याच्या छातीवरच्या शर्टाच्या भागातून रक्त ठिबकलेलं पाहतो मी. तो रक्ताचा पाट भेसूर वाटतोय मला. तो वयस्कर माणूस मेलेला आहे, परंतु त्याचे डोळे मात्र सताड उघडे आहेत. त्याची ती प्रतिमा माझ्यासमोरून हलत नसते केव्हाच. माझ्या आठवणीप्रमाणं साऱ्या घराला डागाळून टाकलंय त्या माणसानं. तशा त्या घरात मला कधीच सुख लागायचं नाही. माझी भरभराटच व्हायची नाही त्या वास्तूत. माझ्या नशिबात जे काही सुखाचं लिहिलं असेल अथवा माझ्या हातून जे घडावं

अशी देवाची इच्छा असेल, त्यापैकी काहीच प्रत्यक्षात येणार नाही त्या शापित वास्तूत!''

त्याची मुद्रा काळवंडली. ती संकोचल्यासारखी दिसू लागली. वाळून आटल्याप्रमाणे. त्याच्या वयाला शोभण्याइतकी कोमेजून गेल्यासारखी.

''खरोखर, कधीच नाही महाशय!''

तो पुन्हा म्हणाला, ''माझ्या त्या घरातील श्वासांत कधीच आनंद भासणार नाही कोणाला. मी जगूच शकणार नाही तिथं सुखात.''

''मला तसं नाही वाटत'' तो वृद्ध सद्गृहस्थ म्हणाला. क्लिफोर्डला अगदी बारकाईने न्याहाळत बोलला तो. त्याच्या स्वरात किंचितशी घबराटही जाणवली. ''तुमच्या डोक्यातली कल्पनाच अजब आहे. त्यामुळं माझंही डोकं चालत नाही त्या बाबतीत.''

''अगदी बरोबर! चालणारच नाही निश्चित'' क्लिफोर्डने चालू केले, ''अहो, ते घर पाडूनच टाकलं पाहिजे एकदाचं. पार गाडून, नाहीतर जाळूनदेखील. मगच सुटेल जग त्याच्या जाचातून. भुईसपाट करून सोडावं ते आणि टाकावं गवताचं बी लावून. भरपूर गवत येईल त्या जमिनीवर. मगच हायसं होईल मला. त्या जागेचं तोंडसुद्धा पाहणं नको माझ्या दैवात! त्याचं कारण असं की, त्या वास्तूपासून जसजसं दूर जावं तसतसा अधिक आनंद होतो मनाला. तेवढीच अधिक तरतरी यायला लागते जिवात. मन नाचायला लागतं उल्हासानं. बुद्धी उड्या मारायला लागते. माझं हरपलेलं तरुणपण – खरंच, माझ्या आयुष्याचा बहर – मला परत मिळाल्याची भावना निर्माण होते. पुन्हा एकदा सारं उचंबळून येतं, उसळी मारून. लांब कशाला? आज सकाळचंच घ्या ना. सकाळी आरशात पाहिलं मी माझं तोंड. माझ्या शुभ्र केसांचा विस्मय वाटला मला. माझ्या भुवईखालच्या अनेक खोल सुरकुत्या पाहून चकित झालो मी. माझ्या गालांवर पडलेल्या खाचा मला बघवत नव्हत्या. माझ्या कानशिलांजवळची ती काळी वर्तुळं! केवढ्या जलदीनं हे सारं माझ्या नशिबात आलं! मला ते साहवेना हो! एवढ्या लवकर का यावं त्या म्हातारपणानं माझ्या आयुष्यात? त्याला तसं करण्याचा कसलाच हक्क नव्हता. मला जगायला असं मिळालंच नव्हतं हो! पण आता मी तसा म्हातारा दिसतो काय? सांगा की आणि जर दिसतच असेन ना, तर मात्र माझा चेहरा माझी विलक्षण फसवणूक करतो आहे, कारण आज मला ऐन जवानीच्या बहरात असण्याचा अनुभव घेता येतो आहे. माझ्या समोरच्या जगाकडं बहरलेल्या डोळ्यांनी बघू शकतोय मी. माझ्या आयुष्यातील सर्वोच्च सुखाचे दिवस आले आहेत आज, असं समजून चाललो आहे मी. हो, आज मी पुन्हा एकदा जीवन जगतो आहे. नवीन जीवन! तरुणाचे जीवन! माझ्या डोक्यावरचा मोठा भार उतरून गेलाय आज.

त्यामुळं घडतंय हे सारं. त्यामुळंच!''

"तुमच्या मनासारखंच असेल सारं खात्रीनं" तो म्हातारा म्हणाला. आता त्याला किंचित अवघडल्यासारखे व्हायला लागले होते. क्लिफोर्डचे विचार तसे मोकाट सुटले असल्याने त्याच्यावर मत देण्याचे टाळण्याकडे झुकला होता तो. "माझ्या सर्व प्रकारच्या सदिच्छा आहेत तुमच्या पाठीशी!''

"क्लिफोर्ड, शू... आवर आता. देवाचं नाव घेऊन गप्प राहा जरा! बाबा, परमेश्वरासाठी तरी गप्प बैस. तुला वेड लागलंय असं वाटायला लागलंय त्यांना रे! म्हणून...'' त्याची बहीण कुजबुजली त्याच्या कानात.

"आधी तू चूप राहा हेप्झीबा!'' भावाने टोला दिला, "त्यांना काय वाटतंय याची पर्वा नाही करत मी. मला वेड लागलेलं नाही खात्रीनं. तीस वर्षांत प्रथमच माझ्या भावना, माझे विचार उसळी घेऊन बाहेर येताहेत. माझे शब्द त्यांना योग्य ती साथ देत असताना मी गप्प बसणार नाही. मला बोलून टाकलंच पाहिजे. मी बोलत राहणारच!''

असे म्हणून पुन्हा एकदा त्या वृद्ध सद्‌गृहस्थाकडे त्याने आपला मोहरा वळवला व मघाचा विषय पुन्हा चालू केला. पुन्हा नव्याने संभाषणास सुरुवात केली.

"हं, तर असं पाहा महाशय, तुमचं ते छप्पर आणि चूल हे जे काही शब्द आहेत ना, त्यांची सद्दी संपली आता. इतके दिवस लोकांना त्यात पवित्र असं आढळलंही असेल. मान्य आहे मला, पण लवकरच माणूस त्यांचा उपयोग करणारच नाही तितकासा. पार विसरून जातील लोक त्यांना. माझी पक्की खात्री आहे याबद्दल. तशी आशाच आहे मला आणि एक क्षणभर नुसती कल्पना करा, काय दैना उडेल मग माणसातल्या पापी प्रवृत्तींची! बस्स! नुसता चुराडा पडेल चुराडा, केवळ या एका बदलामुळं! कोणतंही घर उभं करता यावं यासाठी आवश्यक असणाऱ्या भक्कम भूमीलाच मिळकत म्हणता ना तुम्ही? तुम्ही विसरता आहात की, याच विशाल व प्रशस्त अशा पायावरच दुनियेतील साऱ्या पापांच्या इमारती विसावत आहेत. एखादा माणूस कोणतंही अन्यायी कृत्य करून मोकळा होईल. आपल्या दुष्ट कृत्यांची रास रचेल. एखाद्या खडकाच्या कपारीइतकी कठीण. त्याच्या आत्म्यावरचं त्यांचं दडपण युगेयुगे टिकून राहील. एवढं सगळं करून तो एक भलामोठा वाडा बांधून बसेल. आपल्या स्वत:ला त्याच्या त्या अंधाऱ्या, उदासवाण्या दालनातून हिंडता-फिरता येण्यासाठी व अखेर मरून जाण्यासाठी. त्याची भावी पिढी तिथंच खितपत पडावी म्हणून. त्याचं स्वत:चं प्रेत त्या वाड्याच्या जमिनीखाली ठेवूनच जातो तो किंवा आपलं तुसड्या चेहऱ्याचं चित्र लटकावेल त्या घराच्या भिंतीवर. अशा रितीनं त्या वाड्याच्या भेसूर भवितव्याची

नाडी आपल्या हातात राखून ठेवल्यानंतर मोठ्या उदार मनानं तो आपल्या लांबलांबच्या पणतवंडांनी तिथं सुखेनैव कालक्रमणा करावी, अशी अपेक्षा ठेवेल. मी भानावर राहूनच बोलतोय हं! अजून माझ्या मन:चक्षूंसमोर थेट तेच घर तरळत आहे.''

''मग खरोखरच, तुम्ही ते घर सोडल्याबद्दल तुम्हाला दोष येतच नाही.'' विषय सोडून देण्याच्या निमित्ताने तो सद्गृहस्थ म्हणाला.

''आज जन्माला आलेलं मूल मोठं होईपर्यंत हे सगळं सोडून देतील लोक. जगाला या अतिदुष्ट गोष्टी सहनच नाही व्हायच्या यापुढं. जग हळूहळू खूपच आध्यात्मिक बनू पाहत आहे. दिव्यत्वाची आस लागून राहिली आहे त्याला. तसं माझं आयुष्य मुख्यत्वेकरून एकांतातच गेलंय. पुष्कळांना जेवढं ठाऊक असेल तेवढंही मला नसेल. तेव्हा माझ्यासारख्यालासुद्धा उज्ज्वल अशा भावी कालाची चाहूल लागते आहे. अगदी न चुकता येणार ते! त्याच्या नौबतीही झडायल्या लागतील लवकरच. आता संमोहनशास्त्राचंच घ्या की! माणसाच्या जीवनातील ओंगळपणा काढून टाकून ते साफ करण्याकरिता त्याचा काहीच का परिणाम होणार नाही? तुम्हाला काय वाटतं?'' क्लिफोर्डने विचारले.

''हॅट, ते सब झूट आहे! भंपकपणाच म्हणा हवं तर!'' गृहस्थ गुरगुरला.

''परवा-परवाच आमची फीबी सांगत होती त्या चुणचुणीत पिशाच्चांबद्दल. अध्यात्मवादाचा संदेश पोहोचवणारे ते दूत आहेत. जीवनाचा खराखुरा अर्थ सांगणार आहेत ते सर्वांना. दरवाजा ठोठावायला आरंभ केलासुद्धा त्यांनी. थोडं थांबा. लवकरच सताड उघडा फेकला जाईल तो दरवाजा. आयुष्याचा अर्थ मग समजेल तुम्हा-आम्हाला.'' क्लिफोर्ड सांगू लागला.

''पुन्हा एकदा सांगतो, सारी फसवणूकच ती! अशा खुळचट कल्पनांना जन्म देणाऱ्या त्या रिकामटेकड्या टाळक्याला एक सणसणीत तडाखाच हाणला पाहिजे काठीचा!'' आता मात्र तो सभ्य म्हातारा खरोखरच चिडला, क्लिफोर्डने त्याला घडवलेल्या अध्यात्मविद्येच्या ओझरत्या दर्शनाने.

''त्याशिवाय आता आपल्याला विद्युत्शक्ती लाभलेली आहे. देव, दानव या साऱ्यांचं बळ घेऊन आलाय तो राक्षस! सर्वव्यापी बुद्धिमत्तेचा एक मनोहर समुच्चय होतोय तिच्यात! काय हो, तीसुद्धा भूलथापच असेल का? विद्युत्शक्तीच्या साहाय्यानं सारी सृष्टी एक मोठीच्या-मोठी नस बनून राहिली आहे म्हणे! श्वास घ्यायला लागणाऱ्या वेळात हजारो मैल कंपनं सुटतात म्हणे तिला. खरोखरच, यात तथ्य आहे काय? का मला तसं स्वप्न पडलं आहे? किंवा असंही म्हणतात की, हे गोलाकार विश्व म्हणजे एक अवाढव्य असं डोकं आहे व त्याच्यात विद्युत्शक्ती हा एक मेंदू बनून राहिला आहे. हेही खरं आहे का की, ती शक्ती म्हणजेच एक विचारस्वरूप आहे. आपण मानतो तसं काही भरीव असं नाहीच त्या

शक्तीत. काय समजायचं तरी काय तिच्याबद्दल?'' तो म्हणाला.

आगगाडीच्या रुळांपलीकडील तारांकडं पाहत तो गृहस्थ म्हणाला, ''आपण जर तारायंत्राविषयी म्हणत असाल, तर ती मात्र एक अजब चीज आहे. उत्तम गोष्ट आहे ती. फक्त त्या कापूस दलालांची किंवा राजकीय क्षेत्रातील सट्टेबाजांची सत्ता तिच्यावर चालणार नसेल तर, हो. खरोखरच, एक महान शोध आहे बरं महाशय. विशेषत: बँकेवर दरोडा घालणाऱ्या टोळ्या किंवा खून करणारी माणसं शोधून काढताना झकास उपयोगाला येतं ते साधन.''

''त्याच्याकडं या दृष्टिकोनातून बघणं मला पसंत नाही. खरोखरच नाही. तुम्ही ज्यांना बँकेवरचे दरोडेखोर म्हणता, खुनी म्हणता, त्यांनाही काही हक्क आहेतच की. अभिजात दयाशील अशा सदसद्विवेकबुद्धीच्या माणसांनी त्यांच्याकडं अधिक विशाल दृष्टिकोनातून त्यांच्या मनोभूमिकेचा अभ्यास करायला हवा. नाहीतर समाजातले बरेचसे लोक त्यांच्या अस्तित्वाबद्दल नाहीनाही तो वाद निर्माण करून ठेवतात. विद्युत्संदेशवाहक यंत्रासारख्या जवळजवळ दिव्य भासणाऱ्या माध्यमाचा उपयोगही तशाच उच्च दर्जाच्या कार्यासाठी केला जावा. ते कार्य भरीव असावं. तितकंच पवित्र व आल्हाददायकही. त्याचा उपयोग करून प्रेमिकांनी आपले प्रीतिसंदेश पाठविण्यास हरकत नसावी. दिवसभर – वाटलंच तर तास न् तास बसून राहावं त्यांनी त्या यंत्राजवळ. मेनपासून फ्लॉरिडापर्यंत पाठवता यावी त्यांना आपल्या हृदयाची कंपनं. 'प्राणप्रिये, माझं तुझ्यावरचं प्रेम चिरकाल टिकेल!', 'सख्या, तुझ्यावरच्या प्रेमानं भरून राहिलंय रे, माझं हृदय!', 'प्रिये, तुझ्यावरच्या माझ्या प्रीतीला पारच उरला नाही!' अशांसारख्या प्रिय वाटणाऱ्या संदेशांना त्या यंत्राचा अधिक उपयोग व्हावा. पाठोपाठ, असाही एखादा संदेश धाडावा – 'मी आणखीन एक तास जगणार आहे. त्यापेक्षा दुप्पट प्रेम आहे माझं तुझ्यावर!' असं काहीतरी. अथवा समजा, एखादा भला माणूस निधन पावलाच तर त्याला या विद्युत्वाहकाची जाणीव होईल. त्याला थेट दैवी पिशाच्चसृष्टीतूनच संदेश येईल : 'आपला परमप्रिय दोस्त सुखात आहे आमच्या येथे.' एखाद्या विसरभोळ्या पतीला असाही निरोप येईल – 'आपण त्याचे वडील आहात असा एक अमर प्राणी परमेश्वराने पृथ्वीतलावर नुकताच धाडला आहे!' लगेच त्या बालकाचा चिमुकला आवाज त्याच्या वडिलांच्या कानांत घुमेल व त्यांच्या अंत:करणात त्याचे प्रतिध्वनी उमटतील. अहो, ते गरीब बिचारे गुंड, ते बँक लुटारू दहा जणांच्या इतकेच प्रामाणिक असतात. दिलाचे सच्चे असतात ते. त्यांच्याजवळ औपचारिकपणाला किंमत नसते एवढंच. शिवाय, त्यांचा कार्यभाग मध्यरात्री पार पाडला जातो. तुमच्या शब्दांतील त्या खुनी माणसाबद्दलही मला असंच काहीसं वाटतं. त्यांच्या त्या अघोरी कृत्यामागचे हेतू बघितले, की त्यांना क्षमा करावी असं म्हणेन मी. पुष्कळदा त्यांच्या कार्याचा परिणाम तेवढा वाईट

नसतो. समाजावर कृपाच करतात ते बिचारे! जग उगीचच अशा दुर्दैवी माणसांच्या मागं लागतं. नाही तिथं आपली शक्ती घालवतो आपण! त्या शक्तीचे चमत्कार ओळखत नसतो म्हणून होतं तसं. मला त्याचं कौतुक नाही वाटत. खरोखर नाही.'' क्लिफोर्डने उत्तर दिले.

''काय म्हणता? तुम्हाला कौतुक नाही त्याचं! शाबास!'' तो गृहस्थ ओरडत म्हणाला. क्लिफोर्डकडे रोखून पाहत. थोड्याशा रागानेच.

''निश्चित नाही. त्यामुळं त्यांचा तोटाच होतो उलट. आता हेच बघा. एका जुनाट घराच्या एका अंधाऱ्या, बसक्या, आडव्या तुळईच्या फळ्या मारलेल्या खोलीत एक मेलेला माणूस तेथल्या एका हाताच्या खुर्चीत बसलेला आहे. त्याच्या छातीवरच्या शर्टाच्या भागात रक्ताचा डाग पडलेला आहे. असा एक माणूस हं! चला. पुढची कल्पना करा. त्याच घरातून दुसरा एक माणूस बाहेर आला आहे. त्या मृत शरीराची त्याला भीती वाटलेली आहे. आणखी असं मानून पुढं जाऊ की, तो दुसरा माणूस आगगाडीनं कुठंतरी पळून जाण्याचा प्रयत्न करतो आहे. तुफानाच्या वेगानं दूर निसटावंसं वाटतंय त्याला. कुठं जायचंय त्याला हे एका ईश्वरालाच माहीत! आता मला सांगा महाशय, तो पळून गेलेला माणूस एखाद्या दूरच्या गावी उतरला, त्या गावातले लोक नेमक्या त्याच त्यानं पाहिलेल्या मृत माणसाबद्दल बोलताना त्यानं ऐकलं, तर मग आपल्या घरातील ते भयंकर दृश्य व त्याच्याविषयीचा भयानक विचार टळावा म्हणून इतक्या लांब येऊन त्याला मिळालं काय? त्याच्या निसर्गदत्त हक्कावर आक्रमण झाल्यासारखं वाटणार नाही तुम्हाला त्या वेळी? म्हणजे झालं काय, आसऱ्यासाठी आलेल्या गावात त्याला मिळणारं सुख हिरावून घेतलं गेलंय व त्याच्यावर अतिशय मोठा अन्यायही सहन करण्याची वेळ आली.''

''फार चमत्कारिक डोक्याचे आहात आपण! तुमच्या बोलण्याचा अर्थच लागत नाही मला!'' गिरमिट्या डोळ्यांचा तो म्हातारा क्लिफोर्डवर नजर लावत म्हणाला. त्या नजरेतून त्याला आपले विधान पूर्णपणे बिंबवायचे होते त्याच्यावर.

''नाहीच समजायचं ते तुम्हाला. अगदी खात्रीच होती माझी.'' क्लिफोर्ड हसतहसत ओरडला. ''तरीही बरं का महाशय, माझं मन अगदी स्वच्छ आहे. आमच्या मॉलच्या विहिरीतील झऱ्याच्या पाण्याइतकं. असो. चला. हेप्झीबा, एकाच खेपेत खूपच लांब येऊन पोहोचलो आपण. उतरू या खाली. पक्ष्याप्रमाणं उतरून जवळच्याच एखाद्या फांदीवर बसून घेऊ थोडा वेळ. पुन्हा कुठपर्यंत उड्डाण करायला निघायचं याचा विचार करत. हं. चला, उतरा.''

त्याने असे म्हणायला आणि गाडी एका स्टेशनला लागायला एकच गाठच पडली. तसे ते स्टेशन एका बाजूलाच होते. मिळालेल्या थोड्या वेळात क्लिफोर्ड गाडीतून खाली उतरला. मागोमाग हेप्झीबाही उतरली. त्या दोघांना तेथे सोडून ती

आगगाडी आपल्या मार्गाला लागली. आपल्याबरोबरच्या जगाला ओढतओढत. त्या निघून गेलेल्या जगाचे लक्ष क्लिफोर्डने वेधून घेतले होते आपल्याकडे. हळूहळू लांबवर पोहोचलेली ती गाडी ठिपक्यागत दिसून पुढच्या क्षणी दृष्टिआड झाली. त्या दोन भटक्या जिवांपासून पळून गेले ते रुळांवरचे जग. आपल्या सभोवार त्यांनी भयाण नजरेने बघून घेतले. थोड्या अंतरावर एक चर्च उभे होते. लाकूड वापरून बांधलेले. बऱ्याच वर्षांचे असल्यामुळे काळे पडलेले. मोडकळीस येऊन खचत चालल्यामुळे भयाण दिसत होती ती इमारत. खिडक्या उद्ध्वस्त झाल्या होत्या. इमारतीच्या मुख्य भागाला भलामोठा तडा गेलेला दिसत होता. चौकोनी मनोऱ्याच्या टोकापासूनची तुळई खाली लोंबत होती. त्या चर्चच्या इमारतीपासूनच जरा दूर असे एक घर दिसत होते. शेतात उभे केलेले. जुन्या वळणाचे. त्या चर्चइतकेच काळवंडून गेलेले. तीन मजल्यांवरून खाली आलेले त्याचे छप्पर लोंबत होते, जमिनीपासून माणसाच्या उंचीवर. त्या घरात माणसे अशी कोणी राहत नव्हती असे दिसले. दारात लाकडाच्या ढिगाचे उरलेसुरले अवशेष पडलेले होते, पण त्या ढिगातील ढलप्यांतून व जवळच अस्ताव्यस्त पसरलेल्या लाकडी ओंडक्यांतून गवत डोके वर काढत होते. इतक्यात, पावसाचे थेंब यायला लागले. तिरप्या थेंबांचा पाऊस घेऊन आलेला वारा तितका जोरदार नसला, तरी भयाण व गारठा आणणारा होता.

क्लिफोर्डला थंडी वाजायला लागली. पायांपासून डोक्यापर्यंत कुडकुडायला लागला तो ताबडतोब. त्याच्या वृत्तीतला तजेला आता पूर्ण मावळला होता. त्या भावनेच्या आवेगात त्याच्या मनात नाना विचार, अनेक चमत्कारिक कल्पना चमकून गेल्या. एक विलक्षण अभिव्यक्ती निर्माण झाली तेवढ्यापुरती. त्याच्या उकळत्या कल्पनांना वाट मिळावी, म्हणूनच भडाभडा बोलत राहिला होता तो. त्याच्या मनातील भावनांची ती खळबळ प्रचंड होती. त्यात एक वेगळी शक्ती निर्माण झाल्यामुळेच त्याला उत्साह व उल्हास लाभला. त्या शक्तीचे कार्य संपताक्षणीच मघाची त्याची ताकद कमी होत चालली.

"हेप्झीबा, आता तुलाच पुढं व्हायला पाहिजे! तुला वाटेल तिकडं घेऊन चल मला." हे बोलतानाच त्याचा स्वर अगदी मंद व नाखुषीचा आला. जवळजवळ पुटपुटतच उच्चारले ते शब्द त्याने.

अजून ती दोघे स्टेशनच्या फलाटावरच उभी होती. हेप्झीबाने गुडघे टेकून हात जोडले. ती आकाशाकडे बघून परमेश्वराची आण भाकू लागली. आकाशात सगळीकडे खिन्नता पसरली होती. पांढऱ्या व फिक्या रंगाच्या ढगांनी त्याला झाकाळून टाकले होते. तो क्षण श्रद्धा व्यक्त करण्याचा होता. वरती आकाश होते. तेथून सर्वशक्तिमान परमेश्वर खाली पाहत असणारच, असे मानणे प्राप्त होते.

तशी शंका मनात आणण्याची वेळ नव्हती ती.

"हे दयाघना..." दीन, कृश अशी हेप्झीबा प्रार्थना करू लागली. क्षणभराने ती थांबली मध्येच. देवाकडे मागावे तरी काय याचा विचार करण्यासाठी. पुन्हा तिने म्हटले, "देवा, मायबापा, आम्ही दोघं तुझीच लेकरं नाही का? आमच्यावर कृपा कर!"

अठरा

गव्हर्नर पिंचेन

जज्ज पिंचेन अजूनही तसाच बसला आहे, त्या जुनाट बैठकीच्या खोलीत. त्याचे ते दोन नातलग – क्लिफोर्ड व हेप्झीबा कुठेतरी पसार झाले आहेत. विशेष विचार न करता मोठ्या घाईने पलायन केलेले आहे त्यांनी. बिचारा जज्ज घर राखत बसला आहे त्यांच्या माघारी. आमची ही कथा पुन्हा त्याच्याकडे आणि त्या विशाल प्रासादाकडे – सात गेबलांचा प्रासाद – स्वतःहून परतणार आहे. घुबड जसे उजेड आला की गोंधळून जाते आणि पुन्हा आपल्या झाडाच्या ढोलीत लगबगीने परतते तसे.

पण गंमत अशी की, जज्जसाहेब अद्यापही त्याच रुबाबात बसले आहेत. एवढा वेळ होऊन गेला, तरी त्यांची बैठक पूर्वीसारखीच आहे. हात म्हणा, पाय म्हणा अगदी जिथल्या-तिथे आहेत. नजरसुद्धा तशीच त्या खोलीच्या कोपऱ्यात स्थिर झालेली. एक केसभरही सरलेली नाही बाजूला. हेप्झीबा व क्लिफोर्ड यांची पावले दरवाजाच्या वाटेवर असताना वाजली होती, तेव्हापासून तशीच आहे ती. तेथून ती दोघे मोठ्या दरवाजाकडे गेली. मोठ्या सावधानतेने त्यांनी आपल्यामागून तो झाकून घेतला तेव्हापासून काहीच फरक झालेला नाही त्यांच्या आरंभीच्या बसण्याच्या पद्धतीत.

जज्जसाहेबांनी डाव्या हातात त्यांचे घड्याळ धरलेले आहे, पण आपण त्याची तबकडी पाहू शकत नाही. त्यांनी ती झाकून घेतलेली आहे मुठीत. केवळ गाढ समाधी घेतली आहे म्हणायची! कसले हे चिंतन! किंवा ते झोपलेले आहेत असेच मानले तर केवढी गाढ झोप लागली आहे म्हणायची! एखाद्या लहान

मुलाप्रमाणे शांत झोप लागली आहे त्यांना. सगळे कसे शांत आहे; पोटातदेखील. कसला दचका नाही की पेटका नाही की लचक नाही. झोपेतले स्वप्न पाहून कसली बडबडही नाही. नाकातून घोरण्याची तुतारी वाजत नाही. श्वासामध्ये कोणता अनियमितपणाही नाही. अगदी अजब आहे प्रत्येक गोष्ट! त्यांचा श्वासतरी चालू आहे की नाही हे बघण्यासाठी प्रथम आपण आपला श्वास रोखून धरायला हवा. तो मुळीच ऐकू येत नाही. त्यांच्या हातातील घड्याळाची टिकटिक ऐकू येत आहे, पण श्वास बिलकूल नाही. वा! केवढी उत्तेजक निद्रा आहे ही! खचितच मोठी तरतरीत! पण जज्जसाहेब झोपले तरी म्हणायचे कसे? अहो, त्यांचे डोळे उघडेच आहेत की! तो एक अनुभवी, मुरब्बी असा राजकारणी पुरुष आहे म्हटले. सताड डोळे उघडे ठेवून कसा बरे झोपेल तो? कधीच नाही झोपणार तसा.

एक शक्यता मात्र होती. बाहेरच्या खिडक्यांतून त्याचा एखादा शत्रू किंवा एखादा खोडसाळ मनुष्य आत डोकावताना त्याने पाहिला असता तर डोळे सताड उघडे ठेवून झोपला असता तो. त्या माणसाने जज्जाला चांगलाच पकडला असला पाहिजे मग. तो अगदी बेसावध असताना. अरेच्या, मग त्याने जज्जसाहेबांच्या सदसद्‌विवेकबुद्धीत खोल शिरून पाहिले, तर त्याला अनेक चमत्कारिक शोध लागतील. जज्जने आतापर्यंत कोणालाच न सांगितलेल्या पूर्वस्मृती, त्याच्या योजना, त्याची आशास्थळे, त्याची भीती, समजुती, त्याच्या उणिवा, त्याची शक्ती सगळ्यांचे दर्शन होणार त्या गृहस्थाला मग! सावधगिरी बाळगणारा माणूस एक डोळा उघडा ठेवून झोपतो, अशी म्हण आहे खरी. त्यात असेल थोडासा शहाणपणा, पण त्याचे तर दोन्ही डोळे उघडे आहेत! याला काय म्हणायचे? निष्काळजीपणाच. छे! जज्ज पिंचेन तसे करायचा नाही. तो झोपूच शकत नाही असा.

खरोखर, हे सर्वच मोठे विचित्र दिसत आहे. या सद्‌गृहस्थाला अनेक ठिकाणचे बोलावणे आहे. त्याच्यामागे अनेक व्याधी आहेत. कामाच्या ओझ्याखाली दडपल्यासारखा झाला आहे तो. शिवाय, वक्तशीरपणाबद्दल ख्याती आहे त्याची. असा हा माणूस या पडक्या, एकाकी प्रासादात रेंगाळतोय का, हे ध्यानातच येत नाही आमच्या.

वास्तविक पाहता, येथे येणे त्याला आवडतही नाही तितके, पण आला आहे खरा आज बिचारा. कदाचित त्या ओकच्या खुर्चीचा ऐसपैसपणा पाहून भुललाही असेल तो. खरोखरच, ती खुर्ची बसायला मोठी प्रशस्त वाटते. तिची बैठकही साधारणतः आरामशीर आहे. त्या पूर्वीच्या काळात ती तयार झाली, हे ध्यानात घेतल्यास तेवढे चालेल. जज्जासारखा भव्य देहाचा माणूस त्यात ऐसपैस बसेल, यात शंकाच नाही. त्याचे ओझे पेलण्याची ताकद त्या लाकडाच्या रुंदीत आहेच. एवढेच कशाला, त्याच्याहून मोठा जरी माणूस आला, तरी त्याला पुरून उरेल ती जागा. त्या भिंतीवरच्या चित्रातला त्याचा तो पूर्वजही काही कमी लठ्ठ नाही.

त्याच्याही अंगावर भरपूर इंग्लिश मास होतेच. तो त्या खुर्चीत बसला की, खुर्चीचा कोपरा नि कोपरा झाकून जायचा. तिच्या बैठकीवरची गादी जरासुद्धा दिसायची नाही.

पण तसे पाहिले, तर जज्जसाहेबांना त्या खुर्चीचे काय कौतुक? त्यांच्याकडे तिच्यापेक्षा सुंदर, सुबक, देखण्या, आरामशीर खुर्च्या आहेत. वेगवेगळ्या प्रकारच्या लाकडांच्या – महोगनी, ब्लॅकवॉलनट्, रोजवूड वगैरेंच्या त्यांच्या बैठकीत स्प्रिंग्ज वापरल्या आहेत. त्यांच्यावर सुंदर, उंची, मखमली कापडाच्या गाद्या ठेवल्या आहेत. त्या शक्य तेवढ्या आरामशीर, सुखावह व्हाव्यात म्हणून त्यांच्या मापामध्ये वेगवेगळे बदल करून त्यांना निरनिराळे उतार आणले आहेत. आणखीन असंख्य क्लृप्त्या केल्या आहेत. इतक्या की, प्रत्यक्ष त्या 'आरामा'लाच चीड येऊन त्याचा वेश पत्करावा लागेल बसणाऱ्याला!

या दिवाणखान्यातील खोलीपेक्षा अधिक शोभिवंत अशा खोल्यांत त्याचे याहून अधिक हार्दिक स्वागत झाले असते. त्या घरातली आई आपले हात पुढे पसरून त्याचे स्वागत करायला धावली असती. तिकडे तिच्या अद्याप अविवाहित असलेल्या कन्येने खुर्चीवरची गादी झटकली असती, त्या वृद्ध विधुराकरता. (आता वय झालेलेच होते.) स्वत: विधुर म्हणवून घेताना त्याच्या चेहऱ्यावर स्मित उमटलेले असते.

किती झाले, तरी जज्ज हा भरभराटीला आलेला माणूस. इतरांप्रमाणे तोदेखील आपल्या योजनांत दंग झालेला असतो. त्यांची त्याने जपणूक केलेली असते. त्याला त्यातला उल्हास निश्चितपणे अधिक असतो. सकाळी झोपेतून, नुकत्याच सुखावह गुंगीतून बाहेर येतायेता त्याने समोरच्या दिवसाच्या कामाची आखणी केलेली असते व त्याला जोडूनच तो पुढल्या पंधरा वर्षांचे बेत रचत असतो. स्वप्ने रंगवतो.

यात आणखी एक जमेची बाजू म्हणजे त्याची प्रकृती इतकी सुरेख आणि निकोप होती म्हणता! त्यामुळे त्याचे वय वाढले आहे, असे भासतच नव्हते. निदान पंधरा-वीस वर्षांनी, कदाचित पंचवीसही असतील, तरुण दिसायचा तो मुळातल्यापेक्षा. ही पंचवीस वर्षे तो सर्व सुख उपभोगणार होता. त्याच्या संपत्तीला मर्यादा नव्हती. शहरात, खेड्यात त्याची खरी जायदाद होतीच. शिवाय अनेक ठिकाणी त्याने पैसे गुंतवले होते. रेल्वे कंपनी, विमा कंपनी यांचे शेअर्स होतेच त्याच्याकडे; बँकेत होते, अमेरिकेच्या सट्टाबाजारात होते. नव्हते कुठे? पैसा मावत नव्हता. त्याच्याजवळ रोख पैसा होता. पुढे मिळणार होता. पैसाच पैसा म्हणा ना! त्याखेरीज सार्वजनिक क्षेत्रातही त्याला तेवढाच मानसन्मान! त्याला एक वजन होते समाजात. अजूनही वाढायचे होते ते. सारखा चढत निघाला होता तो वरवर. पैसा, कीर्ती ही लोळण

घेत होती त्याच्या पायांशी. किती छान नाही! उत्कृष्ट! त्याला हवे तितके!

अरेच्या, पण गडी अजून बसूनच राहिलाय त्या खुर्चीत! त्याला जर एवढा वेळच आहे, तर मग विमा-कचेरीत का जाऊ नये त्याने? त्याची ती नेहमीची सवय आहे म्हणून तेथे जावे. त्या कचेरीतील चामड्याच्या गाद्या घातलेल्या खुर्चीवर बसावे, थोड्या गावगप्पा ऐकाव्यात. मध्येच एखादी फुसुकली द्यावी घुसडून आपण स्वत: कारण त्यातूनच उद्या गावगप्पांना ऊत येणार आहे. बस्स. तेवढे निमित्त पुरे आहे त्यांना! आणि आज बँकेच्या संचालक मंडळाची सभा आहे ना? जज्जाला हजर राहणे गरजेचे आहे त्या सभेला. तो अध्यक्ष आहे ना त्या बँकेचा! खरोखरच, आज ती सभा आहे. जज्जांकडे त्याचे टिपणही आहे. त्या जाकिटाच्या उजव्या बाजूच्या वरच्या खिशात. असलेच पाहिजे. जज्ज पिंचेननी खुद्द स्वत: लिहून घेतलीय ती वेळ आठवणीसाठी. जा बाबा, जा तिकडे. आपल्या पैशाच्या राशीवर राहा पडून मस्तपैकी! छे, त्या जुन्या खुर्चीत किती वेळ विसावलाय हा गृहस्थ! कमाल केलीन् बुवा!

आजचा त्याचा हा दिवस केवढ्या भाऊगर्दीचा होता, ठाऊक आहे तुम्हाला! प्रथम क्लिफोर्डची मुलाखत घ्यायची. त्याच्या अंदाजाप्रमाणे अर्धा एक तास बस्स होता त्यासाठी. कदाचित, कमीही लागला असता वेळ, पण त्याआधी हेप्झीबाबरोबर हुज्जत घालायची. तिच्यासारख्या बायकांना सांगायचे असते थोडे, पण बडबडतात मात्र जास्त त्या. तेव्हा अर्धा तास होणारच त्या घरात. काय म्हणता? अर्धा तास? अहो, पण जज्ज पिंचेनला येऊन दोन तास होऊन गेलेत अगोदरच. तुमच्या स्वत:च्या अगदी बिनचूक वेळ दाखवणाऱ्या कालमापक यंत्रात बघितलेत तरी चालेल. बघा, बघा म्हटले त्यात. पाहिलेत? हं! तो आपली मान नाही झुकवणार खाली. आपला हातही वर घेणार नाही. त्याला घड्याळ आपल्या डोळ्यांसमोर आणायचेच नाही. त्या बिचाऱ्या घड्याळाने आपले काम चोख केलेले आहे मात्र. आता जज्जसाहेबांना वेळ ही पर्वा करण्याएवढी महत्त्वाची गोष्ट वाटतच नाही मुळी! एकाएकी हा साक्षात्कार झाला आहे त्यांना, बरे का!

बरे, पण आपल्या स्मरणपत्रावरचे आणखी दुसरे कार्यक्रम त्यांच्या आठवणीत नाहीत का? क्लिफोर्डकडचे काम आटोपल्यानंतर त्यांना शेअर बाजारातील एका दलालाकडे जायचे होते. कागद-खरेदीचा व्यवहार पूर्ण करायचा होता त्याच्याशी. काही किरकोळ हजारांची रक्कम गुंतवल्यानंतर तो त्यांना नफ्याची टक्केवारी वाढवून देणार होता. त्यांना उत्तम दर्जाचा कागद पुरविणार होता. अर्ध्या-एक तासानंतर त्या रस्त्याला लागून असलेल्या दुसऱ्या एका जमिनीचा लिलाव होणार होता. त्या जमिनीत पिंचेनच्या ताब्यातील जमिनीचा काही भाग होता. मूळची ती जमीन मॉलच्या ताब्यातली होती. तेथे त्याने आपला मळा उठवला होता. गेली

ऐंशी-नव्वद वर्षे ती जागा पिंचेनांकडून काढून घेतलेली होती, पण जज्जसाहेबांचा त्यावर चांगलाच डोळा होता. त्यांनी ती हेरून ठेवलेलीच होती केव्हापासून. सात गेबल्सभोवती अजूनही असलेल्या पिंचेन कुटुंबाच्या थोड्याशा जमिनीला तो तुकडा जोडून देण्यावर त्याने मोठा जीव ठेवला होता; पण आता या विस्मृतीच्या विलक्षण चक्रात हे अडकले येथे आणि तिकडे लिलाव पुकारणाऱ्याने शेवटचा टोला हाणलाही असेल! कोणातरी परक्या मालकाच्या ताब्यात ती वडिलोपार्जित प्राचीन मालमत्ता गेलीही असेल. हवा ठीक नसल्यामुळे कदाचित लिलाव पुढे ढकलला जाण्याचाही संभव होताच. तसे झालेच, तर पुढच्या खेपेला तेथे हजर राहून आपला सवाल बोलण्याइतका वेळ जज्जांना असेल काय? ती सवड त्यांना मिळेल काय?

ही कामे केल्यानंतर त्यांना स्वत:साठी एक घोडा बघायचा होता. आज सकाळीच गावाकडे येणाऱ्या रस्त्यावर त्यांचा पूर्वीचा आवडता घोडा कशालातरी धडकून पडला होता. तो आता निकामी झाल्यामुळे त्याला ताबडतोब काढून टाकणे भागच होते. तसल्या अडखळणाऱ्या, दुखावलेल्या घोड्यावर बसण्यात जज्ज पिंचेनला धोकाच होता. तसला धोका पत्करण्याइतके त्याचे आयुष्य कवडीमोलाचे नक्की नव्हते. त्याला वेगळे असे मोल होतेच की. तेव्हा हे सर्व व्याप पार पाडून वेळ उरलाच, तर त्या बेतावर त्याला एका धर्मादाय संस्थेच्या सभेला हजर राहता येते की काय हे पाहायचे होते. गंमत ही, की त्याच्या कृपाछत्राखाली असलेल्या संस्थांची संख्या मोठी असल्यामुळे, त्या संस्थेचे नाव पार विसरून गेला होता तो. मग चला तर, सोडून द्या तो विचार. त्यामुळे विशेष काही बिघडणारही नव्हते म्हणा. अशी अनेक जरुरीची कामे संपल्यानंतर आणखीन एक काम होतेच राहिलेले. मिसेस पिंचेनचे – त्याच्या मृत पत्नीचे – थडगे नवीन बांधण्याच्या दृष्टीने काही तजवीज करायची होती. त्याच्यावरचा संगमरवरी दगड निसटला होता. त्याचे दोन तुकडे झाले होते. स्मशानरक्षकाने त्याला तसे कळवले होते. त्याच्या मते, ती एक प्रशंसेस पात्र असणारी बाई होती. तिची उदासीनता, तिचे अश्रूंनी डबडबलेले ते डोळे आणि कॉफीच्या बाबतीतली तिची खुळचट वागणूक या गोष्टी जमेला धरूनही त्याला तसे म्हणायचे होते. शिवाय, ती तशी योग्य वेळीच या जगातून निघून गेली असल्यामुळे तिच्या मृतदेहावर दुसरे थडगे बांधण्यास जज्ज नाखूष नव्हता. निदान, तिला थडग्याची जरुरी कधीच न लागण्यापेक्षा बरे! त्याला काही फळझाडांच्या रोपांची ऑर्डर द्यायची होती. ती दुर्मीळ जात त्याच्या गावाकडच्या घरातल्या बागेत लावायची होती. खरेच, काहीही करून घेणारच होता तो ती रोपे विकत. येत्या पावसाळ्यात फळे खायची होती त्याची. पिंचेनसाहेब, त्या पीच-फळांची चव घोळू द्या हं आपल्या जिभेवर लवकरच! अरे बापरे! काय कामे म्हणायची की काय! केवढा प्रचंड ढीग हा कामाचा! छे! यानंतर आणखी एक

विशेष महत्त्वाचे काम होते. त्याच्या राजकीय पक्षाच्या एका समितीने त्याच्याकडे शे-दोनशे डॉलर्सची याचना केली होती. यापूर्वीही पुष्कळ पैसे दिले होते त्याने त्यांच्या निवडणूक प्रचारकार्यासाठी. जज्ज हा देशभक्त आहे. नोव्हेंबरच्या निवडणुकीत देशाच्या दैवाची कसोटी लागणार आहे. शिवाय, त्या निवडणुकीत, त्या महान जुगारात यानेही आपले फासे टाकलेच होते. त्याबद्दल पुढे सविस्तर सांगूच. समितीला जे हवे ते करील तो. नव्हे, त्यांच्या अपेक्षेबाहेर उदार होईल. त्यांना शे-दोनशे पाहिजेत, हा पाचशे डॉलरांचा चेक फाडेल. जास्त पाहिजे असतील तर जास्त मिळतील. पर्वा नाही पैशांची! बरे, आता पुढे काय उरले? त्याच्या पूर्वीच्या एका जुन्या मित्राच्या विधवा पत्नीकडून त्याला एक पत्र आले होते. भावना हेलावून टाकणारे. त्या बिचाऱ्या दुर्दैवी स्त्रीने आपल्या हलाखीच्या दीनवाण्या परिस्थितीचे केविलवाणे चित्र उभे केले होते त्या पत्रात. ती व तिची एक सुरेख मुलगी यांना खायला अन्न नव्हते मिळत. अगदी उपासमार चालली होती त्यांची. तिला भेटावे, न भेटावे असा विचार होता त्याचा. कदाचित, आज किंवा पुन्हा कधीतरी फावल्या वेळी तो भेटणार होता तिला – एक बँक-नोट घेऊन.

आपल्या फॅमिली-डॉक्टरांना भेटायचे त्याच्या मनात होते. अर्थात, कारण काही महत्त्वाचे नव्हते म्हणा, पण आपले सहजच. एक काळजी म्हणूनच केवळ. विशेष चिंता नव्हती. खरोखरच भेटायचे तरी का? प्रकृतीच्या नादुरुस्तीची लक्षणे वर्णन करावयाचे तसे अवघडच होते जरा. डोळ्यांना थोडेसे अधूपण आले होते. डोके जरा बधिर झाल्यासारखे वाटत होते का घशात गुदमरल्यासारखे, धरल्यासारखे, घरघरल्यासारखे, खवखवल्यासारखे होत होते का छाती थोडी अधिक धडधडत किंवा उडत होती. जणूकाय हृदय शरीररचनेतील आपल्या अस्तित्वाची योग्य जाणीव करून देत होते. काय असेल ते असू द्या तिकडे. अशा तक्रारी किरकोळच नव्हेत काय! डॉक्टरांच्या धंदेवाईक कानांना मजेदार वाटतील आणि त्याच्यावर ते हसतीलही. मग जज्जांनाही हसू येईल, आपल्या परीने. पुन्हा एकदा दोघेही मनमुराद हसून घेतील. वैद्यकीय सल्ला जाईल ढगात! जज्जला त्याची कधीच गरज नसणार.

जज्जसाहेब, अहो जज्ज पिंचेन साहेब, कृपया आता तरी बघा ना आपल्या घड्याळात! बघा ना किती वाजले. काय म्हणता? ढुंकूनही पाहणार नाही! बिलकूल नाही! ठीक आहे. जेवायची वेळ होत आली. दहाएक मिनिटे राहिलीत फक्त. आजच्या जेवणाचे महत्त्व तुमच्या ध्यानातून जाणारे नाहीच मुळी. आजच्या जेवणाला तुमच्या आयुष्यात फार मोठे महत्त्व आहे. त्याचे परिणाम केव्हाही मोलाचे आहेत. आजतागायत असे भोजन झालेच नाही. खरेच, अतिशय महत्त्वपूर्ण आहे ते. तुमच्या आजपर्यंतच्या या प्रतिष्ठाकालात तुम्ही अनेकदा

मोठमोठ्या मेजवान्यांना जाऊन आला आहात. त्या मेजवान्यांच्या टेबलावरचे तुमचे स्थान खूपच उच्चही होते. त्या प्रसंगी तुम्ही केलेली भाषणे, ते खुमासदार वक्तृत्व कानांत घुमतंय अनेकांच्या. वेन्स्टरच्या महान स्वरात तुम्ही फड मारलेला आहे; पण आजचे हे भोजन मात्र सार्वजनिक नाही हं. आपल्या संस्थानच्या अनेक जिल्ह्यांतील दहा-बारा मित्रमंडळी एकत्र जमणार आहेत. मित्रत्वाचा एक मेळावाच म्हणा ना! ही माणसे मोठी जबरदस्त आहेत. त्यांचे चारित्र्य, त्यांचा दबाव नाव घेण्यासारखा आहे. अशाच एका स्नेही माणसाकडे अगदी सहज गप्पा मारायला जमतात, तशी जमणार आहेत सगळी. जेवणही तसे विशेष वेगळे नाही. नेहमीपेक्षा किंचित निराळे. मुद्दाम म्हणून फ्रेंच पद्धतीचे पदार्थ बनवलेले नाहीत, पण तरीही ते उत्कृष्ट असणारच. आम्हाला कळले आहे ते असे की, समुद्रातले कासव, साल्मन, टॉटॉग, कॅनव्हास-बॅक्ससारखे आपल्या किनाऱ्यावरचे मासे, डुकराचे मांस, इंग्लिश मटन, रोस्ट बीफ आणि तसेच काही लज्जतदार रुचकर पदार्थ आहेत. ही सर्व माननीय माणसे खेडेगावाहून येताहेत. त्यांच्या रुचीला मानवावे ते. त्या मोसमात मिळणाऱ्या सर्व रुचकर गोष्टी आहेतच थोडक्यात. जुन्या मॅडिरा (एक प्रकारची दारू) मध्ये सुगंधित केलेले आहेत हे. जुन्या थाटाची दारू आहे ती बरे. एक वैभवशाली मद्य, सुवासिक आणि सौम्य, शक्तिवर्धक असे. जणूकाय बाटलीत भरून ठेवलेले सुखच. अगदी सुवर्ण पेयच! सुवर्णरसाहून अधिक उंची. ते मद्य इतके दुर्मीळ आणि कौतुकाचे आहे की, अनुभवी दारूबाज युगायुगांतून त्याच्या रुचीची आठवण ठेवतात! अंत:करणाच्या वेदना थांबवण्याची, हाकलून देण्याची शक्ती त्यात आहे. एकदा प्याल्यावर मन कायमचे प्रसन्न होईल! जज्जाला त्या मद्याचा एक प्याला जरी मिळाला, तरी त्याच्यातली ही कळण्यापलीकडची सुस्ती पार पळून जाईल. (मधली दहा मिनिटे तर गेलीच निघून, पाचएक मिनिटे तयारीची.) त्या सुस्तीमुळे या अशा महत्त्वपूर्ण भोजनापासून उगीचच मागे राहतो आहे तो. एखाद्या प्रेतालासुद्धा जीवन मिळेल त्या घोटाने! मेलेल्याचे प्राणदेखील परत येतील! जज्ज पिंचेनसाहेब, घेणार त्याचा घोट एखादा?

हाय, हाय! हे भोजन! त्याच्यामागचा उद्देश खरेच विसरलात तुम्ही. मग थांबा, तुमच्या कानांत सांगतो त्याबद्दल. मग मात्र तुम्ही तुमच्या त्या ओकच्या खुर्चीतून ताडदिशी उठाल दचकून. खरेच, ती खुर्ची कोमसमधल्या त्या खुर्चीसारखी जादूने भरल्याप्रमाणे दिसते किंवा तुमच्या स्वत:च्या आजोबांना मॉल पिचरने डांबून ठेवले होते, तिची आठवण होते. पण महत्त्वाकांक्षा हा एक समर्थ असा ताईत आहे. जादूटोण्याने मंतरलेल्या ताइतापेक्षा तो अधिक सामर्थ्यवान असतो. मग उठा बरे, चला, लगबगीने रस्ते पार करा आणि चकित करून टाका त्या

मंडळींना. मासा खराब होण्यापूर्वी त्यांना त्याचा स्वाद घेऊ द्या. ते सारे तुमची प्रतीक्षा करताहेत. त्यांनी तसे थांबावे यात विशेष असे नाही तुमच्या दृष्टीने. ही सारी सभ्य मंडळी राज्याच्या कानाकोपऱ्यातून उगीचच का जमली असावीत? पण तुम्हाला हे सांगण्याची जरुरी आहे खरेच? त्याच्यातला प्रत्येक जण सराईत राजकारणी आहे. लोकांच्या नकळत त्यांना आपल्याकडे कसे खेचून घ्यायचे, याची कला त्यांना चांगली अवगत आहे. लोकांना स्वतःचे प्रतिनिधी किंबहुना राज्यकर्ते निवडण्याची मिळालेली शक्ती त्यांच्याकडून सावकाश कशी हिरावून घ्यायची व त्याच्याकरिता कोणती पूर्वतयारी करावी लागते, याचे शास्त्र ठाऊक आहे या मुरलेल्या माणसांना. येत्या गव्हर्नरपदाच्या निवडणुकांतून निघणारा जनतेचा मेघगर्जनेसम आवाज हा खरे पाहता आज तुमच्या मित्राने योजिलेल्या या मेजवानीच्या मेजाभोवती त्यांनी आपापसांत उच्चारलेल्या आवाजाचा केवळ एक प्रतिध्वनीच असणार. आपला उमेदवार पक्का करण्याकरिता आज जमलेले आहेत हे सारे. हा संयोजकांचा छोटासा कंपू पक्षमेळाव्याला आपल्या नियंत्रणाखाली ठेवेल. त्याच्या माध्यमातून पक्षाला आपले म्हणणे मान्य करायला लावील. त्यांना जज्ज पिंचेनपेक्षा अधिक लायक असा कोण उमेदवार मिळणार आज? जज्ज पिंचेनजवळ काय नाही? तो हुशार आहे, विद्वान आहे, तो उदार आहे, लोकहितकर्ता आहे. त्याची तत्त्वप्रणाली प्रामाणिक आहे, तत्त्वनिष्ठा अभेद्य आहे. लोकांच्या विश्वासाच्या कसाला उतरला आहे तो. त्याचे खाजगी चारित्र्य निष्कलंक आहे. समाजकल्याण हेच त्याचे जीवितध्येय ठरलेले आहे. 'बहुजनहिताय बहुजनसुखाय' हे त्याचे ब्रीदवाक्य आहे. आपल्या आनुवंशिक संस्कारांमुळे प्युरिटन तत्त्वावरची त्याची श्रद्धा आणि आचरण खोल रुजलेले आहे त्याच्या मनात. राज्याच्या गव्हर्नरपदासाठी एवढे गुण एकवटलेले असलेला माणूस मतदानासाठी लोकांपुढे ठेवण्यात केवढा अभिमान आहे! लौकिक प्रतिष्ठा प्राप्त झालेला आणि तीही खऱ्या अर्थाने, असा एकच मनुष्य त्यांच्या विचारांत असणार आणि तो म्हणजे – जज्ज पिंचेन!

मग करा, घाई करा ना जज्जसाहेब! घ्या ती भूमिका आता! ज्या ध्येयाकरिता आजपर्यंत तुम्ही राबलात, झगडलात, वर चढलात, कधी रांगतही गेलात ते आता तुमच्या आवाक्यात आले आहे. तुमचीच वाट पाहत आहे ते! पकडा त्याला! राहा उपस्थित त्या भोजनाला. त्या उंची, खानदानी मद्याचे एक-दोन प्याले रिचवा पोटात. शक्य तितक्या खालच्या आवाजात प्रतिज्ञा करा, शपथा घ्या, वचने द्या आणि टेबलासमोरून जुन्या वैभवशाली संस्थानाचा गव्हर्नर म्हणूनच उठा! मॅसेच्युसेट्सचा गव्हर्नर पिंचेन!

अशा एका निश्चित स्वरूपाच्या योजनेत अगत्य नाही? ताकद नाही?

अर्धेमुर्धे आयुष्य घालवलेत तुम्ही तुमचा तो उदात्त हेतू सफल करण्याकरिता. मग आज ती मंगल घटका, ध्येयपूर्तीचा तो रोमांचकारी क्षण केवळ तुमच्या स्वीकाराची अपेक्षा करीत असताना तुमच्या खापरपणजोबाच्या या ओकच्या खुर्चीत का गोळा होऊन बसला आहात असे न हालचाल करता? गव्हर्नरपदाच्या खुर्चीवर विराजमान होण्याचा समय आला असता या खुर्चीचा का मोह पडला आहे तुम्हाला? आम्ही त्या 'ओंडक्यांच्या राजाबद्दल' (King Log) खूप ऐकले आहे, पण आता वेळ बदलली आहे. या धकाधकीच्या मामल्यात राजाच्या एखाद्या नातलगाला मुख्य न्यायाधीशाच्या जागेसाठी होणारी निवडणूक जिंकणे अवघड जाईल.

ठीक आहे. आता मात्र वेळ निघून गेली. खूपच उशीर झाला आहे तुम्हाला. मघाशी सांगितलेल्या त्या चविष्ट अन्नपदार्थांचा फन्ना उडाला असेल. सगळे अदृश्य झाले असतील आता. असलेच तर काही तुकडे, काही कुजके, उकडलेले बटाटे आणि चरबीयुक्त असा रस्सा. जज्जने दुसरे काही जरी केले नसते तरी त्या आपल्या हातातील काट्याचमच्यांनी धमाल उडवून दिली असती नुसती. त्याची भूक राक्षसाची होती. लोक म्हणत असत, खाण्याच्या बाबतीत तो मोठा प्राणी होता, पण अशा मेजवानीच्या वेळी एक भलादांडगा पशूच वाटायचा तो. अशा तऱ्हेची, इंद्रियजन्य क्षुधेला आसावलेली मने जेवणाच्या वेळी तृप्त होण्यासाठीच सगळी धडपड करतात; पण आयुष्यात प्रथमच जज्जाला भोजनाची वेळ साधता आली नाही! अगदी खूपखूप उशीर झाला त्याला. आता तर त्या भोजनोत्तर मद्यपानातही सहभागी होता येणार नाही त्याला. आता ते पाहुणे आनंदात आहेत, मजा मारताहेत. त्यांनी जज्जाचा नाद सोडून दिला आहे. फ्री-सॉइलर पक्षानेच त्याला पाठिंबा दिला आहे, असे अनुमान काढून ते आता दुसऱ्या उमेदवाराच्या गळ्यात माळ घालतील. अशा वेळी जर आपला मित्र त्यांच्यामधून त्या बेफाम आणि मंदमती नजरेने, विस्फारलेल्या डोळ्यांनी लपून फिरू लागला, तर त्याची तिरस्करणीय उपस्थिती त्यांचा आनंद मावळून टाकील. जज्ज पिंचेनलादेखील ते शोभणार नाहीच. नेहमी व्यवस्थित, निवडक अशा पोशाखात असणारा तो त्या मेजवानीच्या टेबलाजवळ आपल्या शर्टाच्या छातीकडच्या भागावर एक किरमिजी रंगाचा डाग घेऊन आला तर कसे? अरेच्या, पण डाग तेथे कसा आला? कोठून आला? छे, छे, अगदीच घाणेरडा दिसतो आहे तो. खूपच विद्रूप वाटतो आहे. निदान जज्जाने आपल्या कोटाची बटने लावून छाती झाकावी तरी. आपल्या तबेल्यातला घोडा व गाडी काढून स्वत:च्या घराकडे तरी धूम ठोकावी. तेथे जाऊन एक ब्रॅन्डीचा ग्लास मारावा, पाणी प्यावे. एखादा मटन चॉप, एखादी बीफची नळी, मसालेदार कोंबडे किंवा असेच काहीतरी

इकडचे-तिकडचे खावे आणि शेकोटीजवळ बसून संध्याकाळ घालवावी. आपले बूट त्याने विस्तवावर खूप वेळ धरलेच पाहिजेत. या दुष्ट जुनाट घराच्या हवेतील गारव्याने ते अगदी सर्द झाले असणार. त्यांच्याबरोबर साऱ्या शरीरातून शिरली असणार ती थंडी.

उठा, जज्ज पिंचेन, म्हणून उठा आता! एक अख्खा दिवस फुकट गेला तुमचा! आता उद्या येणार त्याच्यामागून! तेव्हा उठाल का वेळेवर आणि त्याचा अधिकाधिक उपयोग कराल का! उद्या! उद्या! उद्या! आम्ही, जिवंत असणारे आम्ही, उद्या वेळेवर जागे होऊ. आज जो मरून गेलेला आहे त्याचा 'उद्या' म्हणजे त्याच्या पुनर्जन्माचीच प्रभात.

मधल्या वेळात खोलीच्या कोपऱ्यातून वर सरकत असलेला संधिप्रकाश खिन्नता निर्माण करत आहे. उंचउंच फर्निचरच्या छाया अधिकाधिक काळवंडत आहेत. प्रथम-प्रथम त्या निश्चित रूप धारण करतात. नंतर एकदा त्या पसरायला लागल्या की, त्यांचा रेखीवपणा त्या अंधाऱ्या, करड्या अशा विस्मृतीच्या छटेत विरून जातो. तेथल्या वेगवेगळ्या वस्तू किंवा त्यांच्यामध्ये असणारी ती मानवी आकृती यांच्यावर विस्मृतीचे एक मोठे पटल पसरते. ती विषण्णता बाहेरून आलेली नाही. ती येथेच बसली होती. विचारांत खोल गढून गेलेली अशी आणि आता उचित अशी वेळ साधून ती येथल्या प्रत्येक गोष्टीवर स्वामित्व मिळवील; पण जज्जचा चेहरा मात्र खरोखर ताठ आहे अजून. त्यावरचा पांढरेपणा विलक्षण आहे. या वैश्विक द्रावकात स्वतःला वितळवून घेणारा नाही तो. प्रकाश ओसरतो आहे हळूहळू. मंदमंद होत चालला आहे तो. अंधाराची आणखीन एक उधळण झाल्यासारखा बदल वातावरणात होतो आहे. आता त्या प्रकाशातला करडेपणा निघून गेला आहे. आता तो काळा पडला आहे. खिडकीजवळ अद्याप एक अंधुकसा ठिपका दिसतो आहे. त्यात प्रखरता नाही. मिणमिणही नाही. ती एका अनिश्चित अशा प्रकाशाची जाणीव होती. त्याकरिता योग्य शब्दरूप मिळतच नव्हते. तेव्हा ती एक खिडकीच होती म्हणू या. ती अजून अदृश्य झाली नाही? नाही. होय! अजून संपूर्ण नाही. अजून तिथे एक काळपट पांढरेपणा होताच. या न जुळणाऱ्या शब्दांचा संयोग करण्याचे धाडस आपण करू या. जज्ज पिंचेनच्या चेहऱ्यावर ज्या छटा होत्या, त्याच्यातले रेखीवपण निघून गेले आहे. आता फक्त त्याचा फिकटपणाच उरला आहे केवळ. आता कसे दिसत आहे सारे.... आता खिडकी नाही तेथे. चेहराही नाही. एका अफाट, अतर्क्य अशा काळोखाने मात केली आहे दृष्टीवर! आपले विश्व कोठे आहे? सगळे कोसळले आपल्यासमोर. निघून गेले दूरदूर आणि आपण या साऱ्या दुर्दशेत वाहत चाललो आहोत. सुस्कारा सोडत आणि पुटपुटत चाललेल्या निराधार वाऱ्याच्या झोतांचे संगीत कानांवर येत राहील आपल्या. कुठे

चाललो आहोत आपण? एके काळच्या जगाच्या शोधार्थ!

आणखी कसला आवाज तर ऐकू येत नाही ना? दुसरा एखादा. थोडासा भीतिदायक असा. बरोबर आहे. जज्जच्या हातातील घड्याळाची टिकटिक आहे ती. हेप्झीबा क्लिफोर्डला बोलावून आणण्याकरिता गेल्यापासून त्याने हातात धरून ठेवले आहे ते घड्याळ. कारण काही असो; परंतु ते घड्याळ म्हणजे त्या कालपुरुषाच्या नाडीचे शांत, अविरत पडणारे ठोकेच म्हणायचे. अगदी नियमितपणे पडत होते ते. जज्ज पिंचेनच्या निश्चल हातात ते असल्यामुळे त्याला एक भयानकतेचा भाव आला होता. त्या देखाव्यातील दुसरी कोणतीही गोष्ट या वातावरणात इतकी भेसूरता आणीत नव्हती; एका छोट्याशा घड्याळाची सौम्य टिकटिक.

पण ऐका! वाऱ्याच्या झोताचा आवाज मोठा येतो आहे. आता त्याचा स्वर बदलला आहे. पूर्वीइतका एकलकोंडा आणि उदास वाटत नाही तो. तेव्हा तो स्वत: तर शोक करायचा आणि आपल्याबरोबर साऱ्या मानवजातीला दु:खात लोटण्याचे कष्ट घ्यायचा. गेले पाच दिवस असे गेले. वाऱ्याने आपली दिशा बदलली होती. आता तो वायव्येच्या बाजूने हुंदडत येत होता. सात गेबल्सच्या मोडकळीस आलेल्या बांधकामाला गदगदा हलवत होता. एखादा पैलवान आपल्या प्रतिस्पर्ध्याच्या मानेत हात घालून त्याच्या शक्तीचा अदमास घेतो तसा. जोरजोराने झपाटे देत होता त्या बिचाऱ्या घराला! चांगलीच झुंज पेटली त्या दोघांची. बिचारे जुनेपुराणे घर करकरायला लागले. त्याच्या धुरकटलेल्या नरड्यातून (त्याचे ते भलेमोठे धुराडे) बराचसा गलबला ऐकू आला. जणूकाय ते घर हंबरडाच फोडत होते. कोणालाच त्याचा अर्थ लागला नसता. त्याला त्या आडदांड वाऱ्याविरुद्ध तक्रार करायची होती. अंशत: गेले दीड शतक तो त्याच्याशी तशीच हिंसक लगट करून होता. त्याने त्याला मोठ्या चिवटपणाने धुडकावूनही लावले होते. त्याची डाळ शिजू दिली नव्हती. फायर बोर्डाच्या मागल्या बाजूस वाऱ्याचा सोसाट्याचा गडगडाट चालूच होता. वरच्या मजल्यावरचे एक दार धाडधाड आपटत होते. कदाचित, एखादी खिडकी तशीच उघडी राहिलेली असावी किंवा या बेफाम वाऱ्यामुळे उघडलीही असणे शक्य होते. हे जुने लाकडाचे प्रासाद म्हणजे वाऱ्यावर वाजणारी सुंदर वाद्येच असतात, हे अगोदर लक्षात येत नाही आपल्या. वारा एकदा सुरू झाला, त्यांच्यातून हिंडू-फिरू लागला की, सबंध घर चमत्कारिक गोंगाटाने भरून जाते. तो गलबला झपाटूनच राहतो त्याला. कधी ते गायला लागते, मध्येच सुस्कारा टाकते, तर थोड्या वेळाने हुंदके देते आणि किंकाळ्याही फोडते. नाना प्रकारचे सूर निघतात. कोठल्यातरी लांबच्या खोलीतून एका मोठ्या वजनदार अशा घणाचे घाव घातल्यासारखा आवाज येत असतो. दरवाजातून आत शिरतानाचा वारा मोठ्या रुबाबात पडणाऱ्या

पावलांचा आवाज देतो. जिन्यावरून तो खालीवर करायला लागला, की अतिशय ताठ अशा रेशमी वस्त्रांची सळसळ त्याच्यात उतरते, पण त्याला अशी सळसळ मिळायला घराची एखादी खिडकी उघडी असावी लागते. तशी ती दिसली की, घुसलाच गडी आत बिनदिक्कत. आम्ही या घरावर लक्ष ठेवणारे देवदूत तर नाही ना? फारच भयानक आहे हे सारे! या एकाकी घरात वारा घालत असलेले हे थैमान, तिकडे जज्जने स्वीकारलेली अंधारातली मुग्धता आणि त्याच्या घड्याळाची ती दुराग्रही टिकटिक! जमून आले आहे सारे....

जज्ज पिंचेनला आपण नीट पाहू शकत नाही; पण लवकरच वातावरण निवळेल. वायव्येकडून आलेल्या त्या वाऱ्याने आकाश स्वच्छ केले आहे. आता ती खिडकी स्पष्ट दिसत आहे. शिवाय, त्याच्या तावदानातून आपल्याला बाहेरच्या त्या अंधाऱ्या, दाट पर्णसंभाराची फडफड दिसू शकते. त्यांच्या फडफडण्यात नियमितपणा असा नाहीच. अधूनमधून त्यांच्यामधून तारकांचा प्रकाश आत डोकावत होता. त्या तेवढ्या प्रकाशात जज्जांचा चेहरा उजळून जात होता; पण हा पाहा, अधिक परिणामकारक प्रकाश आत आला आता. त्या पीअर वृक्षाच्या वरच्या बाजूच्या फांद्यांचे नृत्य पाहा. चांदण्यात न्हाऊन निघाल्याने नाचत आहेत त्या. आला, खाली आला पुन्हा. आतातर सगळ्या झाडावर पसरला. फांद्यांमधल्या मोकळ्या जागेतून चंद्रप्रकाशाची किरणे खोलीत तिरपी शिरलीसुद्धा. आता तर ती जज्जाच्या चेहऱ्यावर खेळताहेत. अंधारलेल्या त्या काळातदेखील तो हलला नव्हता तेथून, हे दाखवले त्यांनी. त्या खोलीत पडलेल्या सावल्यांबरोबर एक अस्थिर असा खेळ खेळत आहेत ती प्रकाशकिरणे. त्याच्या न बदलणाऱ्या रूपावर स्वच्छंदपणे विहार करत आहेत. त्याच्या त्या घड्याळावर चमकताहेत. त्याच्या मुठीत त्या घड्याळाची तबकडी लपलेली आहे, पण आम्ही हे ओळखतो की, ते विश्वासू काटे आता एकमेकांजवळ आले आहेत. गावातले एक घड्याळ मध्यरात्र झाल्याचा पुकारा करत आहे.

जज्ज पिंचेनसारख्या कणखर मनाच्या माणसाला रात्रीचे बारा काय नि दिवसाचे बारा काय, सगळे एकच. तथापि, पूर्वी कधीतरी आम्ही तो व त्याचा प्युरिटन पूर्वज या दोघांमधले साम्य दाखविण्याचा प्रयत्न केलेला आहे. येथे ते साम्य उरत नाही. दोन शतकांपूर्वीचा तो पिंचेन त्याच्या त्या वेळच्या पुष्कळशा इतर रहिवाशांप्रमाणेच दैवी साहाय्यावर विश्वास ठेवून होता. अर्थात, ती सारी घातकी स्वभावाची असतात मुख्यत: असे तो मानत होता. आमचा आजचा हा पिंचेन – त्या पलीकडच्या खुर्चीवर बसलेला – त्या तसल्या खुळचट कल्पनांना थारा देत नाही. काही थोड्या तासांपूर्वीतरी निदान त्याचा पंथ तो होता. म्हणून त्याच्या या वडिलोपार्जित घरातील नेमक्या त्याच खोलीबद्दल जे काही प्रवाद ऐकिवात होते, त्यामुळे त्यांचे केस

भीतीने ताठ उभे राहिले नाहीतच. अशा कथा उठण्याच्या काळात शेकोटीच्या भोवती बाके टाकलेली असायची. जुनी म्हातारी माणसे त्यांच्यावर बसून भूतकाळाची राख वसडायची आणि त्यातून या आख्यायिकांचे जळते निखारे काढावयाची. हाच त्यांचा उद्योग होऊन बसलेला होता. वस्तुत: या कथा एवढ्या अशक्य कोटीतील असतात की, त्या ऐकताना एखाद्या बालकालाही भीती वाटू नये. आता या पिंचेनबद्दलच एक आख्यायिका प्रचारात होतीच ना! काय तर म्हणे की, मेलेल्या साऱ्या पिंचेनांची भुते मध्यरात्रीच्या सुमारास त्या खोलीत जमतात. त्यांनी जमलेच पाहिजे तेथे. आता या हास्यास्पद दंतकथेत कोणता अर्थ आहे किंवा काय तात्पर्य आहे सांगा ना! एखाद्या पिशाच्चकथेलाही जो अर्थ असेल, तो या कथेला नाही आणि समजा आहे, तर कोणाकरता जमावे त्यांनी? त्यांच्या पूर्वजांची भिंतीवरची ती तसबीर त्याच्या मृत्युपत्रातील सूचनांप्रमाणे त्याच जाग्यावर आहे किंवा नाही हे पाहण्यासाठी? तेवढ्याकरिता त्यांनी आपली थडगी सोडून येथे यावे? धन्य आहे ती आख्यायिका!

या कल्पनेशी थोडा खेळ करावा असा आम्हाला मोह होत आहे. थोडी गंमत म्हणून पाहावे तिच्याकडे, असे मनात आले आहे. या भुताखेतांच्या गोष्टींचा तेवढ्या गंभीरपणाने विचारच करायचा नसतो. येथून पुढे तर नाहीच नाही. त्या आख्यायिकेवर आपण विश्वास ठेवू. आजपर्यंत होऊन गेलेले सर्व पिंचेन कुटुंबीय तेथे जमले आहेत, अशी कल्पना करू. त्या वेळी ते सारे असेच वागतील काय?

प्रथम तो पूर्वज येईल खुद्द. त्याच्या अंगावर काळा झगा असतो. डोक्यावर घुमटाकार हॅट असते. फुगीर चोळणा. कमरेभोवती तंग आवळलेला असा चामड्याचा पट्टा असून त्यात पोलादी मुठीची त्याची ती तलवार असावी. वय झालेली माणसे म्हातारी झाल्यावर हातात एक काठी ठेवतात, तशी एक लांबलचक काठी घेऊन येतो तो. ती काठी थोडा रुबाबही आणते व त्याला तिच्यापासून आधारही मिळतो. तो येतो आणि तसबिरीकडे पाहतो. एक वायुरूप आकृती आपल्या स्वत:च्या चित्रांकित प्रतिमेकडे पाहते आहे! सर्व काही जेथल्यातेथे सुरक्षित आहे तर! तसबीर आहे तेथेच आहे. त्याच्या मनातला हेतू अजूनही तसाच पवित्र राखलाय म्हणायचा. आपल्या थडग्याच्या गवतातून तो स्वत: वर उठून येऊन इतका वेळ झाला, तरी त्याची बुद्धी जाग्यावर आहे. आपला अदृश्य हात वर करून त्या चित्राची चौकट तपासून बघतो. ठीक आहे तीपण! पण पाहा बरे, आता तो हसतो आहे काय? छे, छे, एका भयानक अर्थाची तिरस्काराची, नापसंतीची छटा त्याच्या मुद्रेच्या छायेला काळवंडून टाकत आहे. तो शूर कर्नल असमाधानी आहे. त्याच्या असंतोषाचा भाव एवढा स्पष्ट आहे की, त्यामुळे त्याच्या मुद्रेला वेगळा उठाव आलेला आहे. त्याच्यामधून चंद्रप्रकाश छेदून जात आहे आणि पलीकडच्या भिंतीवर तो लुकलुकतो

आहे. त्याला संताप येण्यासारखे घडलेय काहीतरी! मोठ्या गंभीरपणे मान हलवत तो मागे फिरतो. अरे वा, हे पाहा, हे दुसरे पिंचेन लोक आले. सुमारे सहा पिढ्यांचे लोक मिळून आलेत हं. मजेत आहेत सारे. एकमेकांना ढकलतात काय, कोपराने डिवचतात काय, मजा करत आहेत. त्यांनाही त्या चित्राकडे पोहोचायचे आहे. त्यात म्हातारे आहेत, आज्या आहेत. चेहऱ्यावर आणि वेषात प्युरिटन मतांची झाक असलेला एक धर्मोपदेशक आहेच. गडी तसा ताठ दिसतो आहे. तो पाहा तिकडचा फ्रेंच युद्धातील तांबडा डगला घातलेला एक सेनाधिकारी. तिकडून कोण आले ओळखा बघू? अहो, तो सात गेबल्समध्ये दुकान काढलेला शतकापूर्वीचा पिंचेन. त्याच्या मनगटावरून त्याने आपल्या फिती लावलेल्या बाह्या दुमडल्यात. त्यावरून तरी ओळखा ना आणि तो पाहा केसांचा टोप घातलेला, किनखापाचे कपडे वापरणारा त्या कलाकाराच्या दंतकथेतला तो सद्गृहस्थ आपल्याबरोबर त्या सुंदर, पण म्लान एलिसला घेऊन आला. एलिसचा तो ताठा नाही आला तिच्या थडग्याबाहेर. सगळे जण त्या फोटोची चौकट चाचपत आहेत. काय हवे आहे या पिशाच्च रूपांना? ते पाहा, एका आईने आपल्या मुलाला वर उचलून धरले. त्या मुलाचे चिमुकले हात पोहोचावेत म्हणून! काहीतरी गूढ आहे त्या तसबिरीत. नाहीतर हे बिचारे पिंचेन का गोंधळून गेले आहेत, समजत नाही. वास्तविक, आपल्या थडग्यात शांतपणे पडून राहायचे त्यांनी. पण थांबा, या मधल्या वेळात त्या कोपऱ्यात एक वयस्क मनुष्य येऊन उभा राहिला आहे. त्याने अंगात कातड्याचे एक जाकीट व चोळणा घातला आहे. त्याच्या बाजूच्या खिशातून एक सुताराची मापपट्टी डोकावते आहे. तो त्या दाढीवाल्या कर्नलकडे आणि त्याच्या पूर्वजांकडे बोट करतो आहे. मान डोलावतो आहे. त्यांना चिडवतो आहे. त्यांची टर उडवतो आहे आणि शेवटी मोठ्याने खदाखदा हसतो आहे. अर्थात, ते हसू ऐकायला मात्र येत नाही हो!

आमच्या कल्पनाशक्तीच्या या लहरीत आम्ही आत्मसंयमाची आणि मार्गदर्शनाची शक्ती अंशतः गमावून बसलो आहोत. या आमच्या समोरच्या भ्रामक दृश्यात आतापर्यंत लक्ष न गेलेली एक व्यक्ती शोधून काढली. त्या सर्व पूर्वजांमध्ये एक तरुण मनुष्य दिसत आहे. त्याने एक गडद रंगाचा फ्रॉकवजा कोट घातला आहे. त्याला सोगे नाहीतच जवळजवळ. त्याची पाटलोण करड्या रंगाची आहे. त्याच्या चकचकीत अशा चामड्याच्या बुटांवर कापडी पट्टी गुंडाळलेली आहे. त्याच्या छातीवर सुंदर नक्षीकाम केलेली एक सोन्याची साखळी रुळते आहे. त्याच्या हातात देवमाशाच्या हाडांपासून बनवलेली चांदीच्या मुठीची एक काठीही आहे. ही व्यक्ती जर आपल्याला दुपारच्या प्रहरी भेटली असती, तर आपण तिला ओळखले असते, अभिवादनही केले असते. हा तरुण जेफ्री पिंचेन आहे. जज्ज पिंचेनचा जिवंत

असलेला एकुलता एक मुलगा. गेली दोन वर्षे युरोपच्या सफरीवर होता हा. तो जर जिवंत असेल, तर मग त्याचे पिशाच्च येथे येणार कसे? आणि खरोखरच, मेला असेल तर मात्र मोठेच दुर्दैव म्हणायचे! मग आता ही सारी पिंचेन मालमत्ता, त्या तरुण माणसाच्या वडिलांनी संपादन केलेली ती अफाट जिंदगी यांचा वारस कोण होणार? तो गरीब, खुळा क्लिफोर्ड? का ती कृश हेप्झीबा? का ती खेड्यातून आलेली छोटी फीबी? परंतु दुसरे एक अधिक महान असे आश्चर्य वाट बघतेय आपले! विश्वास बसतोय काय डोळ्यांवर? आता तेथे एक धट्टाकट्टा, वयस्कर सद्गृहस्थ आला आहे. त्याच्या व्यक्तित्वाला एक प्रतिष्ठितपणा आहे, रुबाब आहे. त्याने काळा कोट आणि पाटलोण घातली आहे. चांगले सैल आहेत त्याचे ते कपडे. अगदी नीटनेटकेही तेवढेच. अगदी व्यवस्थित निवडलेले आहेत ते. तेथे फक्त एक गोष्ट बेढब आहे. तेथे त्याच्या बर्फासारख्या शुभ्र कंठवस्त्राजवळ, शर्टावर, छातीच्या बाजूस एक मोठा किरमिजी रंगाचा डाग पडलेला आहे. कोण आहे हा गृहस्थ? जज्ज तर नव्हे? पण हा जज्ज पिंचेन असेल तरी कसा? चंद्रप्रकाशाच्या लुकलुकत्या किरणांनी आपल्याला तो अजूनही त्या ओकच्या खुर्चीत बसलेला दाखवला नाही काय? आपण त्याची आकृती ओळखू शकत होतो तेथे. असेना का ते भूत कोणाचेही! एवढे स्पष्ट दिसत आहे की, तेही त्या प्रत्येकाप्रमाणे त्या तसबिरीकडेच गेले आहे. त्यानेही तिची चौकट चाचपून बघितलेली आहे. ते तर तिच्यामागेही पाहतेय डोकावून; आणि शेवटी मागे फिरले आहे. त्याच्या चेहऱ्यावरही प्रत्येकाच्या चेहऱ्यावर उमटलेली काळी, नापसंतीची छटा उमटलेली आहेच.

ज्या अद्भुतरम्य, कल्पनेच्या पलीकडे पोहोचलेल्या दृश्याचे आताच आम्ही वर्णन केले, ते दृश्य आमच्या कथाभागाच्या आसपासही येऊ शकत नाही, हे वाचकांच्या ध्यानात असावे. त्या चंद्रकिरणांच्या कंपनांनी आम्हाला या कल्पना-स्वप्नाच्या संभ्रमात ढकलले. त्या भुतांच्या छायांच्या हातात हात घालून नाचत आहेत ती. समोरच्या आरशात परावर्तितही होत आहेत. तुम्हाला त्याची जाणीव आहेच की, हा आरसा त्या पिशाच्चसृष्टीकडे नेणारा एक दरवाजा म्हणा किंवा ते जग पाहू शकणारी खिडकीच होता. शिवाय, आपल्याला त्या खुर्चीत बसलेल्या निचेष्ट आकृतीच्या आपण केलेल्या खास आणि दीर्घ अशा चिंतनानंतर थोडीफार करमणूकही पाहिजे होतीच. त्यात त्या बेफाम वाऱ्यानेदेखील जरी आपल्या विचारात चमत्कारिक गोंधळ माजविला; तरीही आपण निश्चित केलेल्या केंद्रबिंदूपासून ते भरकटत गेले नाहीत, हे खरे. तिकडे पलीकडे तो जड गोळा होऊन पडलेला जज्ज आमच्या डोक्यावर येऊन बसला आहे. अगदी न हलता. तो पुन्हा कधीच हालचाल करणार नाही की काय? तो हलला नाही तर वेड लागेल आम्हाला! एखाद्या लहान

उंदराच्या ठिकाणी असलेला निर्भयपणा मनात आणून तुम्ही त्याच्या निश्चलतेचा अंदाज घेऊ शकाल. बसा त्याच्यासमोर ते उंदराचे रूप घेऊन. तुम्हाला आपल्या मागच्या पायांवर बसले पाहिजे, त्या चंद्रप्रकाशाच्या पट्ट्यात. जज्ज पिंचेनच्या पायाशीच बसा हं. त्या अवाढव्य, काळ्या शरीराचा शोध घेण्याची सफर कशी करावी याचे चिंतन करा अगोदर. अरेच्या! त्या छोट्या, चपळ उंदराला घाबरायला काय झाले? त्या खिडकीबाहेर एखादा बोका बसला आहे की काय? त्या तेथे एका विशिष्ट उद्देशाने बसला असणार तो बोका. त्याच्या त्या भेसूर मुद्रेकडे बघून तर घाबरला नाही ना तो पिटुकला उंदीर? या बोक्याचे रूप मोठे विद्रूप दिसत आहे. खरोखरच, ते उंदराकरिता टपलेले मांजरच आहे का एखाद्या मानवी आत्म्यावर टपलेला सैतान आहे? त्या खिडकीतून कसलीतरी भीती दाखवून पळवून लावता येईल त्याला? खरेच, कोण असावा बरे तो?

परमेश्वरा, आभारी आहोत तुझे आम्ही! तुझ्या कृपेने ही रात्र तरी टळली एकदाची. चंद्रकिरणांतली ती रुपेरी चमक मावळली आता. त्या छायांच्या काळसरपणाशी असणारा त्यांचा विरोध संपला. आता ती निस्तेजच होत चालली. त्या छाया आता पूर्वीसारख्या काळ्या न दिसता उजळ दिसू लागल्या. सोसाट्याचा वारा आता गप्प झाला. सगळीकडे शांत झाले होते. किती वाजले असावेत? हां! शेवटी थांबले एकदाचे ते घड्याळ. जज्जसाहेब त्याला चावी द्यायला विसरले. नेहमी दहा वाजता द्यायचे चावी. झोपण्यापूर्वी अर्धा तास आधी. पाच वर्षांत प्रथमच थांबले बिचारे. आजच पहिल्यांदा चावी संपली त्याची. परंतु कालपुरुषाचे घड्याळ म्हणजे ही महान सृष्टी अजूनही ठोका देतेच आहे. ती भयानक रात्र निघून गेली एकदाची. आपल्यामागे त्या पछाडलेल्या अपव्ययाची आठवण ठेवून गेली. जाऊ दे. तिच्या जागी आलेली ही प्रभात किती टवटवीत, निर्मळ, निरभ्र आहे! दिव्य तेज आहे तिच्यात! सूर्याचा एकेक प्रकाशकिरण हा परमेश्वरी कृपाप्रसादाचा एक अंश आहे. त्याच्या तेजाने पाप पळून जाते. मानवाला जेवढे म्हणून चांगले देता येईल, ते देण्याचा प्रयत्न असतो त्याचा. सुखाची जाणीव करून देतो तो छोटासा प्रकाशकिरण. या अंधाऱ्या बैठकीच्या खोलीला जो काही थोडा प्रकाश लाभतो, तेवढ्यानेही शक्य होते हे. आता तरी जज्ज उठेल काय त्या खुर्चीतून? नव्या सूर्यकिरणांना आपल्या मुद्रेवर विलसण्याची संधी देईल काय तो? जाईल उठून पुढे त्यासाठी? परमेश्वराचे स्मितच जणू, असा हा नवा दिवस, त्याच्या आशीर्वादाने पुनीत झालेला, मानवासाठी निर्माण केलेला हा दिवस. या दिवसाची सुरुवात नीट करील का तो? आजपर्यंत त्याने असे बरेच दिवस वाया घालवलेत. आज तरी त्याच्या मनात अधिक चांगले हेतू असतील काय? काल त्याच्या अंत:करणात खोलवर रुजलेल्या गतकाळाच्या योजना पूर्वीइतक्याच पक्क्या आहेत का त्याच्या हृदयात? त्याच्या डोक्यात तीच

चक्रे तेवढ्याच वेगाने फिरत असावीत काय?

या शेवटच्या बाबतीत करण्यासारखे खूप आहे. क्लिफोर्डची भेट घेण्याचा अजूनही तो हेप्झीबाकडे आग्रह धरील काय? अजूनही त्याला एखाद्या सावध आणि वयस्क सद्‌गृहस्थाला लागणारा घोडा घ्यायचा असेल काय? पिंचेनांची मालमत्ता लिलावात विकत घेतलेल्या मालकाला तिच्यावरचा त्याचा हक्क सोडून, ती आपल्याला विकत देण्याबद्दल तो त्याचे मन वळवू शकेल? आपल्या घरच्या डॉक्टरांना भेटून, त्यांच्याकडून त्याच्या वंशात आतापर्यंत कोणालाही लाभले नव्हते असे आयुष्यमान देणारे एखादे औषध आणू शकेल काय तो? ते औषध त्याच्या वंशाचे मानचिन्ह ठरेल; एक वरदानही आणि शेवटी आपल्या माननीय मित्रांची योग्य ती माफी मागून, आपल्या मेजवानीच्या अनुपस्थितीबद्दलची कारणे किती अपरिहार्य होती, याबद्दल त्यांचे समाधान करून पुन्हा एकदा त्यांचे मन वळवण्यात यशस्वी होऊन तो अजूनही मॅसेच्युसेट्‌सचा गव्हर्नर होईल? आणि अशा तऱ्हेने आपले सर्व महान उद्देश सफल झाल्यानंतर तो पुन्हा एकवार त्या रस्त्याने आपले नेहमीचे स्नेहपूर्ण स्मित करत जाताना दिसेल काय? किंवा गेला सबंध दिवस व रात्र अशा तऱ्हेने एखाद्या थडग्यात गाडून घेतल्याप्रमाणे जगापासून दूर राहिल्यानंतर त्याच्यात काही बदल झालेला असेल? आता तो पश्चात्तापी व सुधारलेला असेल? त्याला दुःख होऊन त्याच्यात सभ्यता आली असेल? जगापासून मानसन्मान मिळविण्याचा त्याचा हव्यास, प्रत्येक गोष्टीतून लाभ उठवण्याची हाव या गोष्टींचा त्याग केला असेल का त्याने? आता तो परमेश्वरापेक्षा आपल्या बांधवांवर प्रेम करील का? त्यांच्या भल्याकरिता जे शक्य असेल ते करील का तो? आता त्याने ते पूर्वीचे खोट्या स्नेहशीलतेचे, तिटकारा येण्याजोगे दात विचकून हसणे सोडून द्यावे. वस्तुतः त्यात त्याचा उर्मटपणाच अधिक दिसायचा. त्याची बढाईच प्रकट व्हायची. त्यातला कृत्रिमपणा तर किळसवाणा होता निव्वळ! त्या ठिकाणी आपल्या पापाच्या ओझ्याखाली दडपल्या गेलेल्या पश्चात्तापदग्ध अंतःकरणाचे कोमल दुःख जरी दिसले असते, तरी ठीक होते. पण आम्हाला विश्वास आहे की, आपल्या पापाच्या जड राशींवरच त्याने आपल्या मानसन्मानाचे कळस चढवले होते. पापाच्या आधारावरच केले होते सर्व त्याने. त्याचा बाह्य डोलारा भव्य असेल, पण अंतरंग मात्र कृष्णवर्ण, कपटी होते; पापी होते.

उठा, जज्ज पिंचेन, जागे व्हा! वृक्षाच्या पर्णराशीतून उगवतीचा सूर्यप्रकाश झिरपतो आहे. त्यात सौंदर्य आहे, पावित्र्य आहे. तुमचा चेहरा उजळण्याचे टाळत नाही तो. ऊठ, गूढ प्रवृत्तीच्या हुशार, ऐहिक सुखाचा लोभ असलेल्या, स्वार्थी, पाषाणहृदयी, ढोंगी माणसा, हो जागा! अजूनही तुला त्याच जीवनमार्गाने जावयाचे आहे की आपल्या स्वभावावरचे हे पापी आवरण फाडून टाकून मोकळे व्हायचे

आहे, हे ठरव एकदा! अर्थात, असे करताना एक गोष्ट अपरिहार्य आहे. तुला आपले जीविततत्त्व त्यागावे लागणार. तुझ्या पापातच तुला आवश्यक असलेला जीवनरस आहे. त्याच्या नाशाबरोबरच त्याचाही लोप होणार! ठरव एकदा काय ठरवायचे ते! तुझा सूड घेणारा पुढ्यात उभा आहे! उशीर होण्यापूर्वी ऊठ, जागा हो!

काय? या शेवटच्या, अखेरच्या याचनेचाही परिणाम होत नाही तुझ्यावर? बिलकूल नाही? जरासुद्धा नाही? ती पाहा, एक माशी आली. खिडक्यांच्या तावदानावर गुणगुण करणारी ती घराघरांत आढळणारी माशी आली. गव्हर्नर पिंचेनभोवती घिरट्या घालते आहे ती. त्याचा वास घेत आहे. ती पाहा त्याच्या कपाळावर बसली ती. अरे, खाली हनुवटीवर पोहोचली. आता कुठे चालली हो ती माशी? परमेश्वरा, धाव आता! ती थेट त्याच्या नाकपुडीच्या टोकाला येऊन ठेपली. अरे बापरे! त्या भावी मुख्य न्यायाधीशाच्या विस्फारलेल्या, सताड उघड्या डोळ्यांच्या दिशेने चालली ती. काय हे, काय घडतंय? अरे, तुला साधी क्षुद्र माशी हाकलता येऊ शकत नाही? इतका का तू मंद आहेस? केवढ्या योजना आखण्यात मग्न होऊन गेला होतास काल तू! केवढा प्रबळ होतास! आणि आज इतका दुबळा झालास? एक क्षुद्र माशी! एवढी जड झाली ती तुला? मग नकोच तुझा विचार आता यापुढे. ठीक आहे. आम्ही चाललो तुला सोडून.

अहो, पण ऐका! दुकानाची घंटा वाजते आहे. आमच्या जड कथेला केवढ्या भयानक वातावरणातून आणले फिरवून आम्ही. अजून आपल्याभोवतीचे जग सजीव आहे, याची जाणीव होते आहे, हे ठीकच म्हणायचे. या जुन्यापुराण्या, एकाकी प्रासादाच्या त्या जिवंत जगाशी थोडाफार लागाबांधा आहे, याचाही आनंद होतो आहे. चला, या जज्ज पिंचेनसमोर बसून कंटाळलो आपण. आता जरा सात गेबलांच्या घरासमोरच्या रस्त्यावर जाऊन मोकळ्या हवेतला श्वास घेऊ या. आतल्या कोंदट वातावरणाने गुदमरून गेल्यासारखे झाले आहे अगदी! चला!

एकोणीस

एलिसचे पुष्पगुच्छ

वादळानंतरच्या दिवशी अंकल व्हेन्नर हाच त्या आजूबाजूच्या घरातून बाहेर रस्त्यावर येणारा पहिला माणूस ठरला. एकचाकी हातगाडी ढकलत रस्त्याने तो चालला होता. सात गेबल्सच्या समोरून जाणारा तो पिंचेन स्ट्रीट तेवढा आकर्षक नव्हता. एखाद्या आडरस्त्याचे दृश्यदेखील त्याच्यापेक्षा अधिक सुखावह ठरावे. रस्त्याच्या दोन्ही बाजूंना अगदी ओंगळ दिसणारी कुंपणे होती. खालच्या समाजातील लोक आपल्या लाकडाच्या घरातून राहत होते त्याच्या कडेला. एकंदरीत, आजूबाजूला पाहताना डोळ्यांना सुख मिळत नव्हते एवढे खरे; पण त्या दिवशीच्या सकाळी निसर्गाने मात्र आपला वाटा मोठ्या हिरिरीने उचलला होता. अगोदरच्या पाच दिवसांत तो जितका निष्ठुर वाटला होता, त्याचा विसर पडावा असे सुखद वातावरण निर्माण केले होते त्याने सगळीकडे. मोठे सुरेख आणि गोड वातावरण होते. केवळ त्या दिवशीच्या आकाशाची शोभा पाहण्याकरिता जगावे, अशी स्थिती होती. परमेश्वर अनंत हस्ताने सृष्टीला आशीर्वाद देत होता. घराघरांवर मनोहर अशा सूर्यप्रकाशाची किरणे विखुरली होती. त्या प्रकाशात प्रत्येक गोष्ट प्रसन्न वाटत होती – लांबून अगर जवळून, कोठूनही बघताना. रस्त्याच्या बाजूच्या वाटेवरचे सागरगोटे आणि वाळू स्वच्छ धुऊन निघाली होती. रस्त्याच्या मधोमध असलेल्या पाण्याच्या डबक्यात आकाशाचे प्रतिबिंब पसरलेले होते. कुंपणाच्या तळाशी उगवलेले गवत मोठे टवटवीत आणि हिरवेगार दिसत होते. त्यातला तजेला सुंदर होता. कुंपणावरून आत डोकावले की, आतल्या बागेतील विविध प्रकारची झाडे मोठ्या डौलात फुललेली दिसत होती. भाजीपाल्याची रोपे तर मोठ्या खुशीत होती. का

असू नयेत? त्यांची हृदये मधुर रसाने भरून गेली होती. फोफावण्यातले त्यांचे सुख थोडेफार नकारार्थी होते मात्र. कारण एकीकडे त्यांच्यातील जीवरसाची रेलचेल झाली म्हणून आनंद व दुसरीकडे, माणूस त्यामुळेच आपल्याकडे अधिक आकर्षला जाणार व आपले अस्तित्व लवकर नष्ट होणार म्हणून दुःखही. पिंचेन एल्मचा रोम न् रोम जिवंत वाटत होता. सळसळत होता उत्साहाने. त्याच्या हिरव्यागार पर्णराशीतून वाऱ्याच्या प्रशांत झुळकी फिरत होत्या. त्या पानाच्या हजारो जिभा एकाच वेळी कुजबुजत होत्या. गोड वारा आणि मोहक सूर्यप्रकाश यांच्या संगतीत त्याला खूप आनंद वाटत होता व त्या आनंदात मोठ्या डौलाने हलत होता तो विशाल वृक्ष. वादळी वाऱ्याला या वृद्ध, अनुभवी वृक्षाने बिलकूल दाद दिली नसल्याचे दिसले. त्याच्या फांद्यांना कसलाही धक्का पोहोचला नव्हता. त्याची पाने जागच्याजागी होती. सर्व जेथल्या तेथे होते. सगळे हिरवेगार. फक्त एका फांदीची पाने मात्र सुवर्णासारखी चकचकीत, पिवळीजर्द झाली होती. येणाऱ्या हिवाळ्याची – शरदऋतूची निशाणी होती, सूचना होती त्यात. ते नेहमीचेच होते. व्हर्जील कवीच्या एनीड काव्यातील नायक एनीस आणि त्याच्याबरोबरची ती चेटकी सिबील यांनी नरकात प्रवेश मिळण्यासाठी जी सुवर्णाची फांदी मिळवली, त्यासारखी दिसत होती ती एल्म वृक्षाची एकमेव पिवळी झालेली फांदी.

ही फांदी – थोडीफार रहस्यमय भासणारी सात गेबल्सच्या त्या प्रासादाच्या मुख्य दरवाजासमोरच झुकली होती नेमकी. ती इतकी खाली आली होती की, अंगठ्याच्या टोकावर उभे राहून कोणालाही ती तोडून घेता यावी. दाराशीच असल्यामुळे ती दाराच्या आत प्रवेश करण्याच्या हक्काचे प्रतीक होती. ती फांदी तोडून घेऊनच त्या घरात शिरावे आणि आतील रहस्यांचा भेद करावा, अशी दैवी योजना होती की काय न कळे! त्या प्रासादाचे बाह्यरूपच इतके आकर्षक होते की, बाहेरून पाहणाऱ्याला वाटावे की, आतले जीवन, त्याचा इतिहास मोठा शोभिवंत आणि आनंददायक असेल; शेकोटीच्या जवळ बसून सांगायच्या कथेला खूप मालमसाला मिळेल. तेवढी मनोरंजकता त्यात असेल. तिरप्या सूर्यप्रकाशाच्या झळाळीत त्याच्या खिडक्या आनंदाने चकचकत होत्या. छपरावरचे हिरव्यागार शेवाळाचे पुंजके आणि रांगा निसर्गाशी असलेल्या भगिनीभावाच्या आणि घराण्याच्या नात्याचे दर्शन घडवत होत्या. जणूकाय त्यांना असे सुचवायचे होते की, या फार पूर्वी बांधलेल्या जुन्या घराचा संबंध आपल्याशी नव्हताच. जुनाट ओक वृक्ष व त्यासारखी काही जुनीपुराणी झाडे यांचेच जुळणार त्यांच्याशी. वहिवाटीने ते प्रस्थापितच झाले होते म्हणा ना! कारण दोघेही – तसले वृक्ष व असले घर खूप दिवस जगू शकतात. निसर्गनियमानुसार तो त्यांचा, त्यांना शोभणारा हक्कच असतो. एखादा कल्पक मनोवृत्तीचा माणूस त्या घराजवळून निघाला असला, तर

त्याच्याकडे पुन:पुन्हा वळून पाहील तो. त्याचे सूक्ष्म निरीक्षण करील. त्याला त्याच्यात मोठा अर्थ आढळेल. त्याची ती पुष्कळ टोके, त्याच्यामधले ते घोसदार धुराडे, त्याच्या वरच्या मजल्याचा पुढे आलेला तो खोल भाग, त्याची खालच्या भागावर पडणारी सावली, ती कमानदार खिडकी – त्याला ती भव्य नाही वाटणार, परंतु तरीही जुन्या खानदानीची छटा आढळावी तिच्यात. तिच्यासमोरचा तो मोडकळीस आलेला सज्जा, उंबऱ्याजवळ फोफावलेले कुसळाचे गवत ही सगळी वैशिष्ट्ये ध्यानात येतील त्याच्या. त्याच्यावरून त्याला एक कल्पना येईल, हे घर त्या चिवट आणि वृद्ध प्युरिटनाचे वसतिस्थान होते. त्या घराच्या खोल्याखोल्यांतून, कानाकोपऱ्यांतून त्या सनातनी वृत्तीतील कळकळीचा, सचोटीचा आशीर्वाद उरला असेल. त्याचा प्रभाव त्याच्या वंशजांवर आजतागायत दिसत होता. ते धर्मश्रद्ध होते. प्रामाणिक होते. निर्वाहाचे त्यांच्याजवळचे साधन साधारण तरी होते किंवा ते सरळसरळ दरिद्री स्थितीत राहत होते. तरीसुद्धा त्यांचे सुख अभंग होते. सच्चा प्युरिटनवृत्तीचा हा प्रत्यय मोठा विलक्षण होता. सात गेबल्सचे ते घर त्याची साक्ष होते, त्याचे राखणदार होते.

या सगळ्याच्या निरीक्षणानंतर त्या कल्पक निरीक्षकाच्या स्मृतीत आणखीन एक गोष्ट मूळ धरील. त्या घराच्या पुढच्या दोन गेबलांच्या कोपऱ्यात उगवलेली फुलांची झाडे दिसतील त्याला. एक मोठा पुंजकाच तयार झाला होता तेथे. फक्त एका आठवड्याआधी तुम्ही त्यांची गणना निरुपयोगी, उपद्रवी वनस्पतीत केली असती, पण आज त्या झाडांना झकासपैकी फुले लागली आहेत. त्या फुलांवर मोहक असे किरमिजी रंगाचे ठिपके आहेत. जुने माहीतगार लोक त्यांना 'एलिसचे पुष्पगुच्छ' म्हणून संबोधित. एलिस पिंचेनचे स्मारकच म्हणायचे ते. तिनेच इटलीहून त्या झाडांचे बी आणले होते. आजचे त्यांचे सौंदर्य मोठे संपन्न वाटत होते. संपूर्ण उमललेली ती फुले वाऱ्यात मजेत डुलत होती. त्यांना एक गूढ असे काहीतरी व्यक्त करायचे होते की काय? त्या घरातील कोणत्यातरी एका गोष्टीची पूर्तता झालेली आहे, असे त्यांना सुचवायचे होते की काय? कसले तरी द्रष्टेपण होते त्या फुलांच्यात नक्की.

सूर्योदयानंतर थोड्याच वेळात अंकल व्हेन्नर रस्त्यात दिसला. त्याच्या हातात एक ढकलगाडी होती, हे पूर्वी सांगितलेच आहे. तो आपले नित्याचे काम करत होता. आपल्या आवडत्या डुकरासाठी खाद्य गोळा करायचे. आसपासच्या काटकसरी घरवाल्या त्याच्याकरिता कोबीची पाने, मुळ्याचे शेंडे, बटाट्याच्या साली आणि जेवणातून उरलेले शिळेपाके काही बाजूला काढून ठेवत होत्या. ती त्यांना सवयच लागून राहिली होती. अंकल व्हेन्नरचे ते डुक्कर संपूर्णत: त्याच्यावरच जगायचे. या भिक्षांदेहीवर राहून-राहून ते चांगले धष्टपुष्ट झाले होते. खूप लठ्ठ दिसत होते ते.

त्या ठिगळ्या तत्त्वज्ञाने आपल्या त्या सर्व शेजाऱ्यापाजाऱ्यांना एक आश्वासन देऊन ठेवले होते. आपल्या त्या शेतावर निवृत्तीसाठी जाण्यापूर्वी तो एक मोठी मेजवानी देणार होता. त्या डुकराच्या मांसावर त्यांनी खुशाल ताव मारावा, असे त्याचे आवाहन होते. तसे पाहिले, तर त्यांनीच त्या डुकराच्या गलेलठ्ठपणाला हातभार लावला नव्हता काय? क्लिफोर्ड घरात आल्यापासून हेप्झीबा पिंचेनची घरातील हालचाल खूपच सुधारली होती. वेगवेगळे अन्न शिजत होते आता तेथे. भरपूर अन्न उरायचेही. साहजिकच, त्या मेजवानीतली तिची पत तशी मोठीच होती. त्यामुळेच आज अंकल व्हेन्नरला नेहमीच्या ठिकाणचे उरल्यासुरल्या अन्नाने भरलेले मातीचे भांडे न आढळल्याने तो खूपच निराश झाला. सात गेबल्सच्या मागच्या दाराला अगदी न चुकता त्याची वाट बघायचे ते शिळेपाके अन्न.

तो वृद्ध स्वतःलाच म्हणाला, ''मिस हेप्झीबा एवढी विसरभोळी नव्हती याआधी. काल तिनं जेवण केलं असलंच पाहिजे. प्रश्नच नाही! अलीकडं रोज स्वयंपाक करते ती. कुठं ठेवलं आहे तिनं उरलेलं आंबोण, बटाट्याच्या साली वगैरे? मी दरवाजा ठोठावून बघू का, म्हणजे कळेल तरी ती अजून उठली की नाही ते. छे, छे! ते बरं दिसणार नाही. ते योग्य नाहीच. आता छोटी फीबी घरात असती, तर गोष्ट निराळी. मग दार ठोठावायला हरकत नव्हती. पण मिस हेप्झीबा खिडकीतूनच रागानं बघेल माझ्याकडं...तिच्या त्या नेहमीच्या नजरेनं. मग मनात काही का असेना तिच्या. तेव्हा मी आता दुपारीच येतो पुन्हा.''

असा विचार करून तो म्हातारा पाठीमागच्या अंगणाचे फाटक बंद करत होता. त्या फाटकाच्या करकरण्याचा आवाज उत्तरेकडच्या गेबलमध्ये राहणाऱ्या छायाचित्रकाराच्या कानांवर पोहोचला. (त्या इमारतीतल्या प्रत्येक दरवाजाची आणि आवारातील फाटकाची तीच स्थिती होती म्हणा!) त्या गेबलची एक खिडकी फाटकाच्या बाजूला होती.

त्या खिडकीतून तो छायाचित्रकार बाहेर डोके काढून म्हणाला, ''गुड मॉर्निंग अंकल व्हेन्नर! काय, चाहूल लागते का कुणाची? उठलंय की नाही कोणी?''

''कोणीही नाही. एकही जण नाही. पण त्यात आश्चर्य वाटण्यासारखं नाही काही. सूर्य उगवून नुकताच कुठं अर्धा तास झालाय. पण मि. हॉलग्रेव्ह, तुम्हाला भेटल्यामुळं खरोखर आनंद होतोय मला! घराच्या या बाजूचा चेहरा थोडासा चमत्कारिक आणि अधिक एकाकी भासतोय. त्यामुळं माझ्या अंतःकरणात शंकेची एक कळ उठली. कशी का असेना, पण मला असं वाटलं की, त्या घरात कोणी जिवंत असणार नाही. घराच्या पुढच्या बाजूला मोठा आनंद झाल्यासारखं दिसतंय. 'एलिसचे पुष्पगुच्छ' छान बहरून राहिले आहेत तिथं आणि खरं सांगू का मि. हॉलग्रेव्ह, मी तुमच्यासारखा जवान असतो की नाही, तर माझा जीव धोक्यात

घालून चढलो असतो तिथं. माझ्या लाडक्या प्रेयसीला त्यातलं एखादं फूल नेऊन दिलं असतं. मोठी खूष झाली असती ती. तिच्या छातीवर मोठ्या डौलानं रुळलं असतं गोंडस फूल. ठीक आहे. काय, वाऱ्यानं कसा काय त्रास दिला काल रात्री? जागत राहिला होतात की काय?'' तो ठिगळे लावलेला मनुष्य म्हणाला.

कलाकाराने स्मित केले. त्याने उत्तर दिले, ''खरंच हो! खरंच जागवलं त्यानं मला! माझा जर भुताखेतांवर विश्वास असता ना...आहे की नाही त्याबद्दल तशी खात्री नाही मला...तर मी एक अनुमान काढले असते. पूर्वीची होऊन गेलेली सगळी पिंचेन मंडळी खालच्या खोल्यांत खूप मोठा दंगा-धुडगूस घालीत होती. विशेषतः हेप्झीबा राहते त्या भागात अधिक. खरोखर, मला तसंच वाटलं असतं बरं! परंतु आता सगळीकडं शांत आहे नाही?''

''होय ना. काल रात्रभर असा दंगा ऐकल्यानंतर हेप्झीबा जाग्या राहणारच. जास्त वेळ निजून राहणं प्राप्तच आहे त्यांना. जज्ज पिंचेननी आपल्या या दोघा चुलत भाऊ-बहिणींना आपल्याबरोबर गावाकडं नेलं असेल, तर मात्र मोठं चमत्कारिक होईल नाही? काल मी त्यांना दुकानात शिरताना पाहिलं म्हणून म्हणतो.'' अंकल व्हेन्नर म्हणाला.

''किती वाजता पाहिलंत तुम्ही?'' हॉलग्रेव्हने चौकशी केली.

''साधारण दुपारी असेल. असू दे. मला माझ्या फेऱ्या घालायच्या आहेत. माझ्याबरोबर या माझ्या हातगाडीलापण; पण मी परत येईन इथं, जेवणाच्या वेळेपर्यंत. माझ्या डुकराला दोन्ही चालतं – न्याहारी व भोजन. जेवणाची वेळ, खाण्याचे पदार्थ कधीच चुकवत नाही माझं डुक्कर. बरं आहे, गुड मॉर्निंग! आणि मि. हॉलग्रेव्ह, मी जर तुमच्यासारखा जवान असतो ना, तर त्या एलिसच्या पुष्पगुच्छातलं एखादं फूल काढून पाण्यात घालून ठेवलं असतं, फीबी गावाहून परत येईपर्यंत. बरं आहे, येतो!'' तो म्हातारा म्हणाला.

''या फुलांना मॉलच्या विहिरीतलं पाणी चांगलं मानवतंय, असं ऐकलंय मी.'' आपली मान आत घेताना तो छायाचित्रकार म्हणाला.

ते संभाषण येथेच संपले आणि अंकल व्हेन्नर आपल्या वाटेने निघून गेला. तेथून पुढे अर्धा तास तरी त्या घराची तंद्री कोणीच भंग केली नाही. तिकडे कोणी आलेपण नाही. फक्त वर्तमानपत्रवाला पोऱ्या पुढच्या दाराने आपल्याजवळचे एक वर्तमानपत्र टाकून गेला. अलीकडे हेप्झीबाने ते नियमितपणे घ्यायला सुरुवात केली होती. थोड्या वेळाने एक लठ्ठ बाई बेसुमार वेगाने दुकानाकडे पळत आली. दुकानाच्या दरवाजाच्या पायऱ्या चढताना थोडीशी गडगडलीही. शेगडीच्या उष्णतेने आधीच तिचा चेहरा चमकत होता. त्यात त्या दिवशी उकाडाही होता. साहजिकच, घामाने तिचे तोंड भिजले होते. तोंडाने फूः फूः चालू होते. जणूकाय त्या धुराड्याच्या

उबेने, उन्हाळ्याच्या उकाड्याने आणि तिच्या स्थूल शरीराला वेग सहन न होऊन धापा टाकल्याने ती अगदी भाजून निघाली होती. तिने दुकानाचा दरवाजा उघडण्याचा प्रयत्न केला, पण तो बंदच होता. तिने पुन्हा एकदा तसे केले, ते इतक्या रागारागाने की त्यामुळे ती घंटाच रागावली तिच्यावर उलटी.

"उलथून का जाईना ही म्हातारी पिंचेनबाई!" ती तापलेली घरवाली पुटपुटली. "सेंटचे दुकान काढण्याचा देखावा करते आणि दिलीन् ताणून दुपारपर्यंत! काय आहे काय? खानदानी माणसांची लहर म्हणायची झालं तिच्याच शब्दांत म्हणायचं तर! पण बाईसाहेब, मी आपल्याला जागी तरी करीन किंवा हे दुकानाचं दार मोडून तरी काढीन. समजलं?"

खरोखरच, तिने तसे केले. ती दरवाजा हलवू लागली जोरजोराने. दारामागच्या घंटेने मोठा गलबला सुरू केला. तिलाही आपली तक्रार कोणाच्यातरी कानांवर घालायची होतीच. अर्थात, ती ज्यांच्या कानांवर जायची तिकडे गेली नाहीच म्हणा. उलट, त्या रस्त्याच्या पलीकडच्या बाजूस राहणाऱ्या एका स्त्रीच्या कानांवर पडला तिचा कल्लोळ. तिने आपली खिडकी उघडली आणि त्या उतावळ्या गिऱ्हाइकाला उद्देशून म्हटले,

"मिसेस गबिन्स, अहो, घरात कोणी नाहीत त्या."

"पण मला कोणीतरी भेटलंच पाहिजे. मी काढणारच बाहेर कोणालातरी. अहो, मला अर्धा पौंड डुकराच्या चरबीचं तेल हवंय. आमच्या यांच्या न्याहारीला आज फ्फाउंडर मासा तळून द्यायचा आहे झकाससा. ती कोण कुठली का लागून राहिना, तिनं उठून मला तो जिन्नस दिलाच पाहिजे. नाही म्हणजे काय?" आणखी एक जोराचा धक्का देत ती म्हणाली. पुन्हा एकदा त्या घंटेचा राग अनावर झाला.

"अहो, पण मिसेस गबिन्स, जरा ऐकून तरी घ्या ना! ती आणि तिचा भाऊ आपल्या चुलत भावाच्या – जज्ज पिंचेनच्या गावाकडं गेली आहेत. आता तिथं घरात कोणीसुद्धा नाहीये. फक्त त्या उत्तरेकडच्या त्या गेबलमध्ये आपला तो तरुण फोटो काढणारा माणूस आहे. बस्स. तोच एकटा. कालच पाहिलं मी त्यांना जाताना. म्हातारी हेप्झीबा व क्लिफोर्ड दोघं गेली कालच. ती दोन चमत्कारिक बदकंच नाहीत का दिसायला! गेली चिखल तुडवत! पाण्याची डबकी चुकवत! मी तुम्हाला निश्चित सांगते, घरात कोणीच आढळणार नाही तुम्हाला." पुन्हा एकदा त्या बाईने तिला सांगितले.

"खरंच का ती जज्जकडं गेलीत? तो मोठा श्रीमंत आहे. तसं असूनही तो या बाईला पोटापाण्यासाठी काहीच देत नाही, असं ऐकलंय मी. त्यांच्यात तसं भांडणही आहे म्हणतात बाई. म्हणून तर तिनं दुकान काढलं म्हणे. तुम्हाला ठाऊक आहे हे सगळं?" मिसेस गबिन्सने विचारले.

तिची शेजारीण म्हणाली, "मला सगळं माहीत आहे. अगदी चांगलं! पण ती दोघं गेलीत, हे मात्र नक्की. आणि शेवटी मी असं विचारते की, रक्ताच्या नात्याचा असला माणूस, तरी त्या विचित्र स्वभावाच्या म्हाताऱ्या कुमारिकेला आणि त्या भयानक क्लिफोर्डला कशाला जवळ घ्यायला बसलाय सांगा ना? अहो, त्याचं त्याला पुरं झालंय आधी. आहे हे अस्सं आहे. समजलात का?"

मिसेस गबिन्स गेली निघून. हेप्झीबाच्या रागाने अजूनही थरथरत होती ती. आणखीन एक अर्धा तास तसाच गेला. आत-बाहेर सगळीकडे अगदी शांतच राहिले. मात्र घरासमोरचा एल्म वृक्ष समाधानाचे सुस्कारे सोडीत होता. त्याचा उत्साह आणि उल्हास कायम होता टिकून. वाऱ्याची मंदमंद येणारी झुळूक त्याला सुखावत होती. इतरत्र मात्र ती भासत नव्हती. त्याच्या दाट सावलीत कीटकांचे थवे गोड गुणगुण करत होते. पानांमधून खाली येणाऱ्या सूर्यकिरणांत अधूनमधून चमकत होते. एकदा-दोनदा झाडाच्या कोठल्यातरी गर्द अशा कोपऱ्यातून एका टोळाचे गाणे कानांवर पडले. फिकट पिवळ्या रंगाचा एक पक्षी एकटाच त्या छपरावरच्या फुलझाडांभोवती – एलिसचे पुष्पगुच्छ – घिरट्या घालू लागला.

शेवटी, आपल्या ओळखीचा तो छोकरा – नेड हिगिन्स चालतचालत रस्त्यावर आला. नेहमीसारखा शाळेला चालला होता तो रखडत-रखडत. पंधरवड्यात आज प्रथमच त्याच्या खिशात सेंटचे एक नाणे खुळखुळत होते. साहजिकच, पठ्ठ्याला सात गेबल्समधल्या दुकानाची याद आली. तो दरवाजापाशी आला, पण दार बंद. तथापि पुन:पुन्हा तो दार वाजवू लागला. आपल्याला हव्या असलेल्या वस्तूबद्दलचा एखाद्या मुलाचा हट्ट मोठा अनावर असतो. त्याच्यात अगदी असह्य असा हेकेखोरपणा असतो. त्यामुळे दुकानात घुसण्याचे प्रयत्न त्याने मोठ्या परिश्रमपूर्वक चालूच ठेवले. दुकानातील साखरेच्या हत्तीवर त्याचा जीव जडला होता किंवा कदाचित, हॅम्लेटबरोबर त्याला एखादी सुसर खायची होती. त्याच्या दारावरच्या जोरदार धक्क्यांनी आतल्या घंटेची सौम्य अशी किणकिण चालूच राहिली, पण तो लहान असल्यामुळे त्याच्या ताकदीने ती विशेष चिडली नाही. तिचा गोंगाट झाला नाही त्यामुळे. दरवाजाच्या मुठीला धरून त्याने दारामागच्या पडद्याच्या फटीतून आत बघितले. आतल्या खोलीला जोडणारा दरवाजा बंद असलेला त्याला दिसला.

खिडकीच्या तावदानावर ठोके देत तो ओरडला, "मिस पिंचेन, मिस पिंचेन, मला एक हत्ती हवा आहे ऽ ऽ ऽ!"

इतक्या हाका मारल्या, दार वाजवले, तावदान वाजविले तरी कोणीच ओ देत नाही म्हटल्याबरोबर त्या पोराचा तोल सुटला. त्याच्या भावनाविकाराला उत आला. तो भलता चिडला. संतापाने त्याला रडू कोसळले. तो जमिनीवर थुंकू लागला आणि शेवटी रस्त्यावरचा एक दगड उचलला त्याने. खिडकीच्या काचेवर मारून

आत फेकावा म्हणून. त्याने हात उचलला. इतक्यात पाठीमागून एकाने तो धरला तसाच वरच्यावर. रस्त्यावरून एक-दोन माणसे चालली होती त्यांच्यापैकी एकाने.

"काय हो महाशय, काय भानगड आहे?" त्या मनुष्याने विचारले. अजून नेड हिगिन्स मुसमुसतच होता. त्याने उत्तर दिले, "मला हेप्झीबा आजी किंवा फीबी किंवा कोणीतरी हवं आहे. त्यांच्यापैकी कोणीच दार उघडायला येत नाहीत. मला माझा हत्ती कसा मिळणार मग?"

"जा, जा, लुच्च्या! जा शाळेला जा गप्प मुकाट्यानं. तिकडं कोपऱ्यावर दुसरं दुकान आहे. चल, पळ." तो मनुष्य त्याला म्हणाला. थोड्या वेळाने आपल्या दोस्ताला त्याने म्हटले, "खरंच विचित्र आहे हे डिक्सी! या सगळ्या पिंचेनांना झालंय तरी काय? तो तबलेवाला स्मिथ सांगत होता की, कालपासून जज्ज पिंचेनने आपला घोडा तसाच सोडला होता अगदी जेवणाच्या वेळेपर्यंत. अजून नेला नाही तो परत त्याने. आताच सकाळी जज्जचा एक नोकर येऊन त्याची चौकशी करून गेला. वास्तविक, असा रात्रीचा घराबाहेर राहणारा माणूस नाही तो. आपल्या सवयीप्रमाणं वागणारा आहे."

"जाऊ दे रे! येईल तो सुखरूप परत. आता म्हाताऱ्या पिंचेन बाईबद्दल म्हणशील, तर मला वाटतं, आपल्या सावकारांचं कर्ज भागवणं मुश्कील झाल्यामुळं ती पळून गेलीय कुठंतरी. अरे गृहस्था, आठवण आहे का तुला? तिनं दुकान उघडलं त्या पहिल्याच दिवशी या पठ्ठ्यानं एक भविष्य केलं होतं ते? तिची ती दुष्ट सैतानी नजर गिऱ्हाइकांना पळवून लावणार. त्यांचा टिकावच लागणार नाही तिच्यापुढं! काय बिशाद आहे त्यांची! झालं ना मी म्हणत होतो तसं!" डिक्सी म्हणाला.

"मलासुद्धा ती हे दुकान जास्त दिवस चालवू शकेल असं कधीच वाटलं नव्हतं बुवा. अरे, बायकांना जमणारी गोष्ट नाही ती. ऊठ की सूट घाल सेंटचे दुकान, अशी स्थिती झाली आहे त्यांची. सुरू करतात मोठ्या तावातावानं आणि मग बसतात शंख करत. माझ्या बायकोनं नाही पाच डॉलर तोट्यात काढले?" त्याच्या मित्राने शेरा दिला.

"घाणेरडा, दरिद्री धंदाच हा!" मान हलवत डिक्सी म्हणाला.

सकाळच्या वेळात त्या प्रशांत आणि आत प्रवेश करू न शकलेल्या प्रासादाशी संबंध जोडण्याचे अनेक प्रयत्न झाले. आपली व्यवस्थित रंगवलेली गाडी घेऊन आलेला रूट बीअरचा माणूस येऊन गेला. मोकळ्या बाटल्या घेऊन जायच्या आणि दोन डझन भरलेल्या ठेवून द्यायच्या, असा बेत होता त्याचा. आपल्या किरकोळ गिऱ्हाइकांसाठी पातळ, कुरकुरीत बिस्कीटेही मागविली होती हेप्झीबाने. तीही बरोबर आणली होती त्याने पुष्कळशी. क्लिफोर्डकरिता निवडक असे मटण घेऊन आलेला

खाटीकही धडकून गेला. त्या घरात दडलेल्या त्या भयानक रहस्याची हे सर्व पाहणाऱ्याला जाणीव झाली असती, तर त्याला एक विचित्र भीती वाटून राहिली असती. मानवी जीवनाचा हा प्रवाह अशी छोटी आवर्तने घेत असलेला पाहून तो दचकला असता. निसर्गही वाऱ्याची गिरकी घेतच होता. काड्या, गवताची पाती आणि बाकीच्या अशाच क्षुल्लक वस्तू त्या काळ्या, अंधाऱ्या प्रगूढतेभोवती अशाच गिरक्या घालत होत्या. आत एक प्रेत पडले होते. सर्वांच्या नजरेआड!

तो खाटीक अगदी काळजीने एका कोकराचे लुसलुशीत, कोवळे मांस घेऊन आला होता. आणखी कशाचे तरीही असेल म्हणा ते. त्याने मोठ्या तळमळीने त्या घराचा दरवाजा न् दरवाजा खडखडवून बघितले आणि बऱ्याच वेळाने तो पुन्हा एकदा दुकानाकडे आला. त्याला नेहमी तेथून प्रवेश होता.

'आजचा माझा माल किती सुरेख आहे! म्हातारी नुस्ती उडीच मारील त्यावर! ती जाणार कुठं? पंधरा वर्षं झाली मी या पिंचेन स्ट्रीटनं माझी गाडी नेतोय. एकदाही ती घराबाहेर गेलीय हे अनुभवात नाहीच माझ्या. आता एक शक्यता असायची. एखाद्यानं दिवसभर जरी दार ठोठावलं, तरी बाहेर म्हणून यायची नाही ती, पण ते केव्हा? तेव्हा ती एकटीच होती.' तो खाटीक स्वत:शीच म्हणाला.

थोड्या वेळापूर्वीच हत्तीची तहान लागलेल्या त्या छोकऱ्याने डोकावून पाहिलेल्या पडद्याच्या त्याच फटीतून त्याने आत डोकावून बघितले. त्या मुलाला तो दरवाजा बंद झाल्याचा दिसला होता, पण त्याला तो अर्धवट नव्हे, चांगला सताड उघडलेला दिसला. कसा उघडला कोणास ठाऊक, परंतु वस्तुस्थिती मात्र तीच होती. त्याच्या वाटेतून आतल्या बैठकीच्या खोलीतला भाग दिसत असे. बाहेर थोडासा काळोख होता, पण आत किंचित उजेड होता; तरीही आतले स्पष्ट असे काही नव्हते दिसत. एका मोठ्या ओकच्या खुर्चीत बसलेल्या माणसाचे काळी पाटलोण घातलेले चांगले धिप्पाड असे पाय दिसत असल्यासारखी भावना त्या खाटकाला होत होती. त्या खुर्चीच्या पाठीने बाकीचे शरीर झाकून टाकले होते. त्या घरात असलेल्या माणसाने आपल्या अविश्रांत धडपडीला एवढ्या स्वस्थतेने प्रतिसाद द्यावा, एवढा अनादर दाखवावा, याचा त्या खाटकाला संताप आला. त्याने परतण्याचा निर्धार केला. खरोखर, आतल्या त्या माणसाच्या शांत वृत्तीचा त्याला तिरस्कार वाटला.

'छान, मी एवढा कोकलतोय मघापासून तरी हा त्या म्हातारीचा नालायक, खुनशी भाऊ बसलाय पुतळ्यासारखा थंड! एखाद्या डुकरालादेखील यापेक्षा चांगले शिष्टाचार असतील. त्याच्याशी मी करीन व्यवह, पण अशा माणसांबरोबर धंदा करायचा म्हणजे त्या धंद्याचीच लायकी गमवायची. बस्स, आता जर त्यांना माझ्याजवळच्या सागुतीची किंवा बकऱ्याच्या काळजाची गरज असेल, तर येतील

लेकाचे माझ्या गाडीमागं पळत! हूं!' त्याने विचार केला.

रागारागाने त्याने आपल्या हातातले मांस गाडीत फेकले आणि त्या भरात त्याने आपली गाडी हाकली.

त्यानंतर थोड्या वेळाने रस्त्याच्या कोपऱ्याच्या दिशेने संगीताचे सूर कानांवर आले. थांबूनथांबून ते रस्त्याच्या पुढे सरकत होते. पुन्हा एकदा मोठ्याने, स्वच्छ असे ऐकू येऊ लागले. त्यांच्या तालावर नाचणारा लहान मुलांचा एक घोळका थांबायचा, हलायचा. त्या घोळक्याच्या मध्यभागातून ते सूर निघाल्याचे दिसले. त्या स्वरमेळ्याच्या नाजूक अशा बंधनांनी ती बालके एकत्र जखडली होती. ती त्यांची बंदिवानच झाल्याचे दिसले. ॲप्रन व स्ट्रॉ-हॅट घातलेला एक छोटा मुलगा खिदळत, हसत, नाचत फाटकात आला. आतल्या पिंचेन एल्मखाली सावलीत येऊन ठेपला. तो मागे एकदा येऊन गेलेला इटालियन छोकरा होता. तो, त्याचे ते माकड, त्या बाहुल्या या सर्वांनी त्याच्या वाद्याच्या – हर्डीगर्डीच्या तालावर त्या कमानीखालच्या खिडकीखाली आपला खेळ करून दाखवला होता. फीबीचा तो प्रसन्न चेहरा त्याच्या डोळ्यांसमोर अजूनही तरळत होता आणि हो, तिने मुक्त हस्ताने उधळलेल्या नाण्याचा नादही घुमत होता त्याच्या कानांत. त्याच्या भटक्या जीवनात घडलेल्या या एका क्षुल्लक प्रसंगाच्या स्थळी आल्यामुळे त्याचा बोलका चेहरा उजळला. त्याने त्या अस्वच्छ अंगणात प्रवेश केला (आता तर पूर्वीपेक्षा अधिक जंगल वाढले होते तेथे – हॉगवीड काय, बर्डाक्स काय! सगळी निरुपयोगी झुडपेच!) मुख्य प्रवेशद्वारासमोर त्याने आपली खेळाची ती पेटी उघडली आणि तो दाखवायला सुरुवात केली. बाहुल्यांच्या त्या स्वयंचलित समाजातील प्रत्येक घटकाने आपल्या व्यवसायाला आरंभ केला. माकडाने आपली हायलँड वळणाची टोपी काढून घेतली. जवळ उभ्या असणाऱ्या लोकांना अभिवादन केले. त्यांच्याशी घसट केली. त्याच्या लगटीत मोठे आर्जव होते, खुशामत होती. एखाद्याने फेकलेल्या नाण्यावर विशेष डोळा ठेवून करत होते ते सगळे. तो अनोळखी इटालियन आपल्या यंत्राची कळ फिरवत त्या कमानदार खिडकीच्या दिशेने दृष्टिक्षेप टाकत होता. तेथे कोणीतरी दिसावे, आपल्या संगीतात अधिक जिवंतपणा आणि माधुरी यावी, याची आतुरतेने वाट पाहत होता. मुलांचा घोळका जवळपास होताच. काही जण बाजूच्या रस्त्यावर बसली होती. थोडी अंगणात, दोन-तीन तर अगदी दरवाजाच्या पायरीवरच बसलेली होती. एकाने तर अगदी उंबऱ्यावरच ठाण मांडले होते. मधल्या काळात पिंचेन एल्मवरच्या टोळाचे गायन चालूच होते.

''घरात कोणीच नाही असं दिसतं. मला तर काहीच ऐकू येत नाही कसं? बिचाऱ्या माकडाला काही मिळणार नाही आज.'' एक मुलगा दुसऱ्याला म्हणाला.

''कोणीतरी आहे रे घरात. मला पायांचा आवाज ऐकू येतोय.'' उंबऱ्यावरचा

मुलगा ठासून म्हणाला.

अजूनदेखील तो तरुण मुलगा वर बघतच होता. त्याच्या निर्जीव, यांत्रिक अशा गाण्यांमध्ये एक रसपूर्ण भावना मिसळली. कुठल्यातरी अदृश्य आणि अस्सल अशा भावनेने मोठ्या खेळकरपणे त्या गाण्यातील भावनांशी सुसंवाद घडवून आणला. कोणत्याही नैसर्गिक स्नेहभावाला अशी भटकी माणसे ताबडतोब प्रतिसाद देतात. मग ते एखादे स्मित असेना किंवा त्यातला एकही शब्द न कळेना का! त्याच्यामध्ये केवळ स्नेहभावाची ऊब असते. ह्यात, त्याच्या या रस्त्याकडेच्या आयुष्यात असे अनेक क्षण येतात. असे क्षण त्याच्यावर एक छोटी मोहिनी घालतात. क्षणभर त्यांना त्याला? त्याचे भटकेपण विसरायला लावतात. त्यांना घरपण आणून देतात. अर्थात, साबणाच्या फुग्यात जमिनीवरचा देखावा प्रतिबिंबित व्हावा तसे असते ते निमित्तमात्र. म्हणूनच या गोष्टी त्याच्या आठवणीत राहतात. त्या जुनाट वाड्यातील त्या गाढ शांततेच्या वातावरणाने तो खचून जाणार नव्हता. त्याच्या वाद्यातील उत्साहावर, उल्हासावर ते जुने घर विरजण घालणार नव्हते. शक्यच नव्हते ते. त्याने चिकाटीने आपली सुरेल याचना करणे चालू ठेवले. आपला गडद आणि परका चेहरा फीबीच्या तेजस्वी मुद्रेने उजळला जाईल, असा त्याचा विश्वास होता. त्याजबरोबर त्याला क्लिफोर्डलाही बघायचे होते. फीबीच्या स्मितातील संवेदनक्षमता त्याच्याजवळ होती. त्या परक्या मुलाला त्याच्या अंत:करणाची भाषा तिच्याकरवी समजत होती. त्याला न भेटता निघून जाणे त्याच्या जिवावर आले. आपल्या संगीताची तो पुन्हा उजळणी करत होता. त्याचे श्रोते अगदी कंटाळून जाईपर्यंत ते त्याने चालूच ठेवले. त्याच्या पेटीतील त्या लाकडी बाहुल्याही कंटाळून गेल्या; शेवटी ते माकडही. कोठूनही त्याला प्रतिसाद मिळाला नाही, एकट्या टोळाखेरीज.

शेवटी एक शाळकरी मुलगा त्याला म्हणाला, "अरे, त्या घरात मुलंच नाहीत. फक्त एक म्हातारी आणि एक म्हातारा. इथं तुला काहीच मिळायचं नाही. तू आपला निघून जा कसा इथून!"

"अरे ए गाढवा, लेका, तू कशाला बोलतोस? वाजवत बसेना त्याला हवा तितका वेळ! आपलं काय जातंय? त्याला पैसे देणारं कोणी नाही तिथं, ते त्याचं तो घेईल बघून. आपल्याला कशाला हवी पंचाईत ती!" एक धूर्त, अस्सल अमेरिकन वाणाचा एक लहान मुलगा कुजबुजला. वास्तविक, त्याला त्या संगीतातले काही कळत नव्हते. परंतु फुकटाफुकटी एवढे मोठे संगीत, इतका खूप वेळ ऐकायला मिळत आहे तर का सोडा, अशा विचाराचा तो होता.

तरीही पुन्हा एकदा त्या इटालियनाने आपल्या सुरेल गीताचा फेरा पूर्ण केला. एखाद्या साधारण निरीक्षकाला फक्त ते संगीत व त्या दरवाजावर पडलेला सूर्यप्रकाश

एवढेच दिसले असते. त्याला तेथल्या परिस्थितीची जाणीव नसल्याने त्या रस्त्यावरच्या खेळ करून दाखवणाऱ्या मुलाची चिकाटी पाहून करमणूक झाली असती त्याची. सरतेशेवटी येईल यश त्याला? तो दुराग्रही दरवाजा उघडेल अचानक? त्या घरातली आनंदी बालके नाचत, ओरडत, हसत येतील त्या उघड्या हवेत? होतील गोळा त्या खेळाच्या पेटीभोवती? त्या बाहुल्यांकडे पाहून त्यांना उत्सुकता वाटेल? मजा वाटेल? त्या लांब शेपटीच्या लोभी माकडाकडे प्रत्येक जण एखादे तांब्याचे नाणे फेकील का?

परंतु आम्हाला त्या सात गेबल्सच्या प्रासादाचे संपूर्ण स्वरूप ठाऊक आहे. त्याच्या अंतरंगाशी जितके परिचित आहोत आम्ही तितकेच त्याच्या बाह्य स्वरूपाशीही. त्या प्रासादाच्या पायरीवर चाललेल्या या लोकप्रिय स्वरांची आवर्तने त्या स्वरूपावर एक भेसूर परिणाम घडवून आणत होती, याची आम्हाला खात्री आहे. खरेच, जर ते संगीत ऐकून जज्ज पिंचेन ताड्दिशी घरात येऊन उभा राहिला असता तर!... (कारण त्याला संगीताबद्दल प्रेम नव्हतेच मुळी. अगदी खुद्द पॅग्नानी आपले फिडल घेऊन त्यातून अतिशय मधुर अशा स्वरमेळांनी भरलेले संगीत निर्माण करत खडा असता तेथे, तरी जज्जने त्याची किंचितही तमा बाळगिली नसती.) बाप रे! केवढे भेसूर आणि विदारक दृश्य ते! कल्पनाच करवत नाही त्याची. बघाच ना! त्या जुन्यापुराण्या प्रासादाच्या भव्य दारात एक माणूस उभा आहे. त्याचा चेहरा मूळचा गोरा असला, तरी आता काळाठिक्कर पडला आहे तो. त्याचा चेहरा केवढा क्रूर दिसत आहे आता! त्याच्यावरची ती तिरस्काराची छटा पाहा. किती विद्रूप आहे ती! ते पाहा, तो त्या परक्या भटक्या पोराला हाकलून द्यायला लागलाय आता. अरे बापरे, त्याच्या शर्टावर डाग कसला आहे हो तो? हा, त्याच्या छातीवर. जरा नीट पाहा. अहो, रक्ताचा डाग आहे तो. रक्ताचा!... नाच करण्यासाठी रांगेत कोणीच उभा नसताना जिग किंवा वाल्टझ नृत्ये अशा तऱ्हेने एकाएकी कधीतरी थांबली असतील काय? हो. पुष्कळदा झाले असेल तसे. सुख-दुःखाचे हे मीलन, शोककारक घटनेचा सुखद घटनेशी होणारा समन्वय माणसाच्या आयुष्यात नेहमी घडत असतो...दिवसाला, तासाला, क्षणाक्षणाला जीवनातील विसंगती ती हीच. ते विषण्ण, उदास असे जुने पुराणे घर – जीवन निघून गेलेले असे – निर्जीव, खिन्न मनाने भयानक अशा मृत्युरूपाला, तिथे ठाण मांडून बसलेल्या त्या उग्र, कठोर मृत्युरूपाला मिळालेल्या त्या एकांताला साथ करीत उभे होते. एका मानवी अंत:करणाचे मानचिन्ह बनून राहिले होते. अवतीभोवती चाललेल्या जगाच्या धिंगाण्यातील, मौजेतील, सोहळ्यातील रोमांच आणि प्रतिध्वनी ऐकण्याची त्याच्यावर जबरदस्ती केलेली होती. त्याला त्या सुखाचा सहवास टाळता येत नव्हता.

त्या इटालियनाने आपला खेळ आटोपण्याआधी जेवायला घरी निघालेली एक-दोन माणसे त्या बाजूने चाललेली होती.

त्यांच्यापैकी एक जण त्याला म्हणाला ओरडून, ''अरे ए फ्रेंच बच्च्या, त्या दारासमोरून बाजूला हो आणि जा दूर कुठंतरी तुझा तो बाजा घेऊन! हा पिंचेन कुटुंबाचा वाडा आहे. आज ते मोठ्या कटकटीत सापडले आहेत नुकतेच. आज त्यांचं लक्ष तुझ्या संगीताकडं लागणार नाही बिलकूल. या घराचा मालक जज्ज पिंचेन मरून पडला असेल तिथं. त्याचा खून झाला आहे, असं म्हणतंय सारं गाव. आता सिटी मार्शल – कोतवाल – येऊन बघणार आहे कायकाय झालंय ते. तेव्हा गुंडाळ तुझा गाशा इथून. चल, उचल ते बिऱ्हाड!''

हे ऐकून त्या मुलाने आपले वाद्य – हर्डीगर्डी खांद्यावर घेतले. दरवाजाच्या पायरीवर त्याला एक कार्ड दिसले. सकाळी त्या वर्तमानपत्रवाल्या पोऱ्याने त्याच्यावर वर्तमानपत्र टाकल्यामुळे त्याच्याखाली झाकून गेले होते ते, पण आता ते बाहेर आले होते. त्याने ते कार्ड उचलले आणि त्याच्यावर पेन्सिलीने काहीतरी लिहिलेले आहे, असे दिसल्यावरून ते त्या माणसाला वाचायला दिले. ते जज्ज पिंचेनचे स्वत:चे व्हिजिटिंग कार्ड होते. त्याच्या मागच्या बाजूला त्या दिवशी करायच्या आपल्या निरनिराळ्या कामांची आठवणवजा नोंद केलेली होती. त्या दिवसाच्या इतिहासाच्या भविष्याचे सार होते त्या मजकुरात. पण दुर्दैवाने त्या कार्यक्रमानुसार कोणतीच गोष्ट घडलेली नव्हती. घराच्या मुख्य दरवाजातून प्रथम आत जाताना जज्जच्या जाकिटाच्या खिशातून ते खाली पडले असावे. पावसाने पूर्ण भिजून गेले असले, तरी त्याच्यावरचा मजकूर थोडाथोडा वाचता येत होता.

''अरे डिक्सी, हे बघ, हे बघ! या कार्डाचा जज्ज पिंचेनशी संबंध पोहोचतोय. बघ! त्याच्यावर त्याचं नाव छापलंय आणि हे. मला वाटतं, त्याचं हस्ताक्षर असावं.'' तो मनुष्य ओरडला.

डिक्सी म्हणाला, ''चला, चला. कोतवालाकडं घेऊन जाऊ या ते कार्ड. त्याला हवा असेल तो धागा मिळेल त्यापासून.''

तो आपल्या दोस्ताच्या कानात कुजबुजला. ''अरे, असंही झालं असावं, एकदा जो जज्ज त्या घरात गेला तो पुन्हा बाहेरच आला नसेल! आत म्हणजे आतच. थडग्यातच रवानगी झाली असेल त्याची. त्याच्या एका चुलत भावानं पुन्हा केली असेल युक्ती. पूर्वीचीच क्लृप्ती केली असावी त्यानं. म्हातारी पिंचेन कर्जात आलेलीच त्या सेंटशॉपमुळं – जज्जाच्या पाकिटात भरपूर नोटा असणारच – त्याच्यात मूळचं दुष्ट रक्त आहेच. मग काय, उडवा फज्जा! कशी काय संगती लागते? एकत्र विचार करा या गोष्टींचा आणि काढा अनुमान. काय, पटतंय ना? आलं ना ध्यानात?''

"शू: शू: अशी बातमी प्रथम फोडणं हे पाप आहे बाबा, पण मला पटतं तुझं म्हणणं. आपण सिटी मार्शलकडं गेलेलंच अधिक बरं. चला." दुसरा कुजबुजला.

"हो ना. चला! बघितलंस! मी नेहमी म्हणायचो, त्या सैतानी स्त्रीच्या दुष्ट नजरेत काहीतरी होतंच तसं."

तशी ती माणसे मागे वळली. आल्या रस्त्याने परत निघाली. त्या इटालियनाने आपला रस्ता धरला. जाताजाता त्या कमानदार खिडकीच्या दिशेने निरोपादाखल दृष्टिक्षेप टाकला. सगळ्या मुलांनी एकाच वेळी धूम ठोकली. एखादा राक्षस किंवा नरमांसभक्षक पाठी लागल्याप्रमाणे उड्या मारत पसार झाली ती. त्या घरापासून थोडे अंतर काटल्यावर जितक्या अकस्मात ती पळाली तितक्याच अचानकपणे ती थांबली. त्यांच्या कानांवर जे आले होते, त्याची त्यांना अफाट भीती वाटली. त्यांच्या संवेदनक्षम बालमनाची मोठीच घबराट उडाली. त्या प्रासादाच्या त्या वेड्यावाकड्या शिखराकडे आणि अंधाऱ्या कोपऱ्याकडे वळून बघताना त्यांना तेथे एक विषण्णता पसरल्याची कल्पना आली. केवढ्याही तेजस्वी सूर्यप्रकाशाच्या अंगात तिला हाकलून देण्याची ताकद नव्हती. त्या वाड्याच्या प्रत्येक खिडकीत एकेक काल्पनिक हेप्झीबा त्यांच्याकडे तिची दुष्ट नजर लावून बोट करीत उभी आहे, असे त्यांच्या मनात आले. एकाच वेळी अनेक हेप्झीबा आणि त्या हेप्झीबांमागे कल्पनेतला क्लिफोर्ड त्याच्या त्या विटक्या ड्रेसिंग गाउनमध्ये अगदी वेडेवाकडे, भयानक हातवारे करत उभा आहे, अशी कल्पना वारंवार त्यांच्या मनात तरळून जात होती.(बिचारा क्लिफोर्ड! हे कळून त्याचे मन दुखावले असते की हो!) त्या मुलांना क्लिफोर्डची नेहमी भीतीच वाटायची. मोठ्या माणसांपेक्षा लहान मुलेच फार लवकर एखाद्या भीतिदायक गोष्टीचा धसका घेण्यास प्रवृत्त होतात. अर्थात, शक्य झाल्यास त्यांच्यातली अधिक भित्री मुले सात गेबल्सना टाळून जाण्यासाठी संपूर्ण रस्ता ओलांडायचे कष्ट घ्यायची. त्यातल्या-त्यात जी धीट होती, ती त्या प्रासादाच्या बाजूने वेगाने पळत जाण्याचे आपल्या सवंगड्यांना आव्हान देऊ लागली. आपला दणकटपणा, निधडेपणा व्यक्त करण्याचे ते एक चिन्ह आहे, असे त्यांनी मत मांडले.

तो इटालियन छोकरा निघून गेल्यानंतर अर्धा ताससुद्धा झाला नसेल, एवढ्यात एक घोडागाडी रस्त्यावर खडखडत आली. ती पिंचेन एल्मखाली येऊन थांबली. गाडी हाकणाऱ्याने एक ट्रंक, एक कॅनव्हासची पिशवी आणि एक टोपी ठेवायची पेटी आपल्या वाहनाच्या टपावरून खाली घेतली आणि त्या जुन्यापुराण्या घराच्या दरवाजाच्या पायरीवर ते सामान नेऊन ठेवले. गाडीतून प्रथम फक्त एक्स्ट्रॉ बॉनेट – एक टोपी – दिसले व त्याच्या मागोमाग एका तरुण मुलीची सुरेख आकृती दृष्टिपथात आली. अहो, ती फीबी होती की! आपल्या या कथेत तिने प्रथम पाऊल

टाकले, तेव्हाइतकी ती बहरलेली दिसत नव्हती. आता, कारण मधल्या काही आठवड्यांत तिला आयुष्याचा अजब अनुभव येऊन गेला होता. त्यामुळे ती अधिक गंभीर झाली होती. बरीच प्रौढ झाली होती. तिच्या डोळ्यांची खोली वाढली होती. तिचे अंत:करण अधिक भावनाशील बनले होते; पण अजूनही तिचे ते नैसर्गिक तेज, त्याची झळाळी कमी झाली नव्हती. आपल्या भोवतालच्या गोष्टींना अधिक वास्तवात आणण्याची जी देणगी तिच्या दैववशात होती, ती कमी झालेली नव्हती. त्यामुळे या गोष्टी उगीचच कल्पनारम्य भासत नव्हत्या. परंतु फीबीसारख्या समर्थ व्यक्तित्वाच्या मुलीनेदेखील अशा या अवघड प्रसंगी, या विचित्र वेळी त्या सात गेबल्सचा उंबरठा ओलांडण्यात एक आक्षेपार्ह साहस होते, असे आम्हास वाटते. तिच्या गावाला जाण्यानंतर त्या घरात प्रवेश मिळविलेल्या त्या निस्तेज, हिडीस आणि पातकी भुतांच्या जमावाला हाकलून लावण्याचे सामर्थ्य तिच्या निरोगी उपस्थितीत होते का? का तीही त्यांच्याप्रमाणेच सुकून जाणार होती; व्यथित होणार होती; उदास बनणार होती आणि शेवटी बेरूप होऊन जाणार होती? स्वत:च एक म्लान असे पिशाच्च रूप घेणार होती? जिन्यावरून आवाज न करता वरखाली घसरत जाणारे वायुरूप – खिडकीत उभे असल्यावर लहान मुलांना दचका आणणारे असे... काय होईल फीबी आत गेल्यावर?

निदान आपण तरी त्या निरागस मुलीला आधीच तेथली कल्पना देऊ या. त्या घरात तिचे स्वागत करायला कोणीही माणूस असणार नाही. फक्त जज्ज पिंचेनची आकृती असेल तेथे, पण त्याचा अवतार अगदी घाणेरडा आहे बघायला. सारी रात्रभर आम्ही त्याच्यावर पहारा ठेवल्यामुळे आमच्या त्याच्याबद्दलच्या स्मृतीच अतिशय भीतिदायक आहेत. अजून तो आहे तेथेच आहे. त्याच ओकच्या खुर्चीत.

फीबीने प्रथम दुकानाचा दरवाजा उघडायचा प्रयत्न केला, पण त्याचा काही उपयोग झाला नाही. त्याने तिला दाद दिली नाही. खिडकीवर म्हणजे त्या दाराच्या वरच्या भागावर सोडलेला पांढरा पडदा तिच्या बुद्धीला विचित्रच वाटला. काहीतरी चमत्कारिक! त्या बाजूने आत जाण्याचा प्रयत्न सोडून देऊन ती त्या कमानदार खिडकीच्या खालच्या बाजूच्या मोठ्या दरवाजाकडे गेली. तो आतून बंद होता. तो दरवाजा मग ठोठावला तिने. आतल्या रिकाम्या भागातून त्याची कंपने उठली. दुसऱ्यांदा तेच झाले. तिसऱ्या वेळेला ठोठावल्यानंतर तिने आतल्या भागाकडे कान लावले लक्षपूर्वक, जणूकाय हेप्झीबा तिच्या नेहमीच्या अंगठ्यावर चालण्याच्या पद्धतीने आतून दाराकडे येत आहे, तिच्या पायाखालची फरशी वाजते आहे, असे तिला वाटत राहिले; पण तिच्या कल्पनेतील या आवाजातून एवढी मृतप्राय शांतता निर्माण झाली की, त्या घराच्या बाहेरच्या बाजूशी तिचा इतका गाढ परिचय असतानाही आपण चुकून दुसऱ्याच्या घराची दारे ठोठावतो आहोत की काय, असा

विचार वाटून गेला तिच्या मनात.

आता काही अंतरावरून आलेल्या एका बालकाच्या आवाजाकडे तिचे लक्ष वेधले. तो तिला नावाने हाका मारत होता. आवाज येणाऱ्या दिशेने पाहताच फीबीला छोटा नेड हिगिन्स दिसला. चांगला लांब रस्त्यावर पाय आदळत, मान जोरजोराने हलवत उभा असलेला असा. आपल्या दोन्ही हातांनी तो कसल्यातरी नापसंतीदर्शक खुणा करत होता. तोंड फाडून तिला काहीतरी सांगत होता.

''नको, नको फीबी!'' तो किंचाळत होता. ''आत जाऊ नकोस! आत काहीतरी भयंकर आहे! नको...नको जाऊ नकोस घरात!''

परंतु हे सगळे तो लांबून करत असल्यामुळे फीबीला त्याचे काही वाटेना. जवळ जाऊन तिला सर्व माहिती द्यावी, हे धाडस त्याला झाले नाही. फीबीला वाटले, कधीमधी दुकानात आल्यावेळी हेप्झीबाने त्याला घाबरवले असेल. खरे पाहता, हेप्झीबाला मुले एकतर पूर्णपणे घाबरत असत किंवा त्यांना खूप मोठे हसू तरी येत असे; पण आजच्या या शांततेचा आणि घर बंद असण्याचा अर्थच लागेना तिला. मोठे गूढ वाटू लागले. आता अखेरचा उपाय म्हणून फीबी बागेत गेली. आजचा दिवस हा अतिशय उकाड्याचा आणि कडक असल्यामुळे क्लिफोर्ड व हेप्झीबा कदाचित त्या लताकुंजाच्या छायेखाली दुपार आरामात घालवत असावेत, अशी तिला खात्री होती. ती बागेच्या फाटकात पोहोचली न पोहोचली तोच त्या कोंबड्याचे कुटुंब तिला भेटायला आले. अर्धवट पळत, अर्धवट उडत. बैठकीच्या खोलीच्या खिडकीखाली भक्ष्याच्या मागावर दडलेला एक अनोळखी बोका पळत सुटला, सरसर-सरसर कुंपणावर चढला आणि अदृश्य झाला. लताकुंजात कोणीच नव्हते. तेथली जमीन, टेबल आणि वर्तुळाकार मेज अजूनदेखील दमट होते. गेल्या दोन दिवसांतील वादळाने उडवलेला पालापाचोळा, वेलीचे पुंजके सगळीकडे पसरले होते. बागेतील वनस्पती खूपच फोफावल्या होत्या; जरुरीपेक्षा जास्त. फीबीच्या गैरहजेरीचा तणांनी लाभ उठवला होता भरपूर. सतत पडलेल्या पावसाने फुले आणि स्वयंपाकाच्या पालेभाज्या यांची बेसुमार दाणादाण उडवली होती. मॉलची विहीर काठ सोडून वर वाहत होती. बागेच्या त्या कोपऱ्यात एक भलेमोठे रुंद डबके केले होते तिने.

त्या दृश्याकडे पाहिल्यानंतर तिला एक कल्पना आली. ती गेल्या दिवसापासून अनेक दिवस बागेत माणसाने पाय ठेवला नव्हता. जवळजवळ नव्हे, नक्कीच कोणी ढुंकूनही बघितले नसावे तिच्याकडे. टेबलाखाली तिच्या केसांतली एक पिन तिला दिसल्यानंतर तर ते निश्चितच झाले. क्लिफोर्ड आणि ती जाण्याच्या दुपारी तेथे बसली असताना पडली असली पाहिजे ती पिन.

आपले दोन्ही नातेवाईक अशा तऱ्हेने स्वत:ला घरात कोंडून घेण्यापेक्षा अधिक

विक्षिप्तपणाच्या गोष्टी करू शकतात, याची फीबीला जाणीव होती. आजही त्यांनी तसे केले असावे. तरीसुद्धा अशा प्रकारचे असंबद्ध तर्ककुतर्क लढवण्यापेक्षा बाग व घर यांना जोडणाऱ्या नेहमीच्या दरवाजाकडे ती गेली. तिने यापूर्वी उघडण्याचा प्रयत्न केलेल्या दोन्ही दरवाजांप्रमाणे हाही बंदच होता, तरीही तो तिने ठोठावलाच. तसे कोणीतरी करील या अपेक्षेने तो दरवाजा उघडला गेला लागलीच. कोणत्यातरी अदृश्य व्यक्तीच्या खूप प्रयासाने वापरलेल्या बळाने उघडला तो. विशेष सताड नसेना, पण निदान अंग चोरून आत जाऊ शकण्याइतका. हेप्झीबा त्या पद्धतीने दार उघडायची नेहमी. अगदी न चुकता करायची तसे. बाहेरच्या कोणी आपणाला बघू नये, असा हेतू असे तिचा त्या वेळी. तेव्हा हेप्झीबानेच दार उघडून आपल्याला आत घेतले असावे, असे फीबीने अनुमान काढले.

म्हणून कां कू न करता तिने उंबऱ्याच्या आत पाऊल टाकले आणि ती आत आल्याआल्या ते दार ताबडतोब बंद झाले तिच्या मागून.

वीस

नंदनवनातील पुष्प

दिवसाच्या लखख अशा सूर्यप्रकाशातून फीबी एकदम त्या जुन्या घराच्या दाट अंधारात शिरली. त्या घराच्या आतल्या वाटा तशा अंधाऱ्याच होत्या. साहजिकच, आत गेल्याबरोबर तिचे डोळे दिपलेच. आपल्याला कोणी आत घेतले याची जाणीवच झाली नाही पहिलांदा तिला. त्या अंधाराची तिच्या डोळ्यांना सवय होण्यापूर्वी कोणीतरी तिचा हात आपल्या हातात घेतला. त्या हाताची पकड निश्चयी होती. त्यात सभ्यतेची आणि स्नेहभावाची ऊब होती. अशा प्रकारचे सुखद स्वागत झाल्यामुळे फीबीच्या शरीरात आनंदाची अवर्णनीय अशी शिरशिरी उठली. तिचे अंत:करण उड्या मारू लागले, पुलकित झाले त्या मोहक स्नेहभावाने.

सात गेबल्सच्या पूर्वीच्या भव्य स्वागत खोलीत कोणीतरी आपल्याला नेत असल्यासारखे वाटले तिला. पिंचेन कुटुंबप्रमुख त्याच खोलीत आल्या-गेल्याचे स्वागत करीत असत. आज ती मोठी खोली रिकामीच होती. आपल्या नेहमीच्या बैठकीच्या खोलीत आल्याचे तिला वाटले नाही. या खोलीच्या खिडक्यांना पडदे नव्हते, त्यामुळे सूर्यप्रकाश अगदी मोकळ्या मनाने खेळत होता तेथे. धुळीने माखलेल्या जमिनीवरही तो पडला होता.

आता फीबीला कळले की, आपले स्वागत करणारी व्यक्ती हेप्झीबाही नव्हती किंवा क्लिफोर्डपण नव्हता. तो हॉलग्रेव्ह होता. त्याच्या हाताचा स्पर्श झाल्याबरोबर त्यात रहस्य असे काही उरले नव्हते. आता ते स्पष्ट झाले, इतकेच. तिच्या मार्मिक अशा अंतर्ज्ञानाच्या जाणिवेने म्हणा किंवा काहीतरी सांगितले जाण्याच्या अस्पष्ट, आकारहीन कल्पनेने म्हणा, तिला त्याच्या प्रवृत्तीला बिनविरोध शरण जावे लागले

होते. आता तूर्त तरी ती त्याच्या विचारानेच जाणार होती. तिने आपला हात त्याच्या हातातून काढून घेतला नाही. ती त्याच्या चेहऱ्याकडे मोठ्या उत्सुकतेने बघू लागली. काहीतरी अनिष्ट घडले आहे असे तिला वाटत नव्हते; परंतु आपण गेल्यानंतर या कुटुंबामध्ये काहीतरी बदलले आहे, याची एक अपरिहार्य अशी जाणीव तिला झाली. त्याच्याकडून ते स्पष्ट व्हावे याची तिला तळमळ लागून राहिली.

तो कलाकार नेहमीपेक्षा अधिक खिन्न दिसत होता. त्याचा चेहरा संपूर्ण पडलेला दिसत होता. त्याच्या कपाळावरच्या आठ्यांतून काळजी आणि विचार यांचे दर्शन घडत होते. त्या आठ्या अतिशय संकोचलेल्या होत्या. डोळ्यांच्या भुवयांमध्ये एक खोल, उभी रेषा पडली होती. त्याच्या स्मितात मात्र आता खरोखरचा स्नेहभाव उमटलेला होता. त्याच्यातून आनंद व्यक्त होत होता. आजपर्यंत त्याच्या अंत:करणातील भावनांचा इतका खुला आविष्कार फीबीने पाहिलाच नव्हता. त्याच्या चेहऱ्यावरचा नेहमीचा संकोच, अंतर्मुखता निघून गेली होती.

अशा प्रकारचे वर्तन हे न्यू इंग्लंडच्या रहिवाशांचे एक वैशिष्ट्यच होते. हॉलग्रेव्ह त्या बुरख्याचा नीट उपयोग करत होता; पण आज मात्र अगदी खुल्या दिलाने उभा होता फीबीसमोर. एखाद्या निर्जन अरण्यात किंवा अफाट वाळवंटात कोणत्यातरी भयचकित करणाऱ्या गोष्टीवर खोल विचार करत, एकट्याच बसलेल्या माणसासमोर त्याच्या परमप्रिय स्नेह्याचा परिचित चेहरा येतो, त्यासरशी त्याला घरच्या साऱ्या शांत गोष्टी आठवतात, दररोजच्या व्यवहारातील सौम्य प्रवाह दिसतात, अशा वेळी – ते सारे समोर दिसत असताना – त्याच्या चेहऱ्यावर जो भाव असेल, तोच हॉलग्रेव्हच्या चेहऱ्यावर होता. परंतु तिच्या चौकस नजरेला प्रत्युत्तर देण्याची गरज त्याला भासल्यानंत ते स्मित मावळले.

"फीबी, तू आली आहेस, तरीही मी आनंद व्यक्त करू शकत नाही. आपण एका विलक्षण, चमत्कारिक वेळेला भेटत आहोत." तो म्हणाला.

"काय घडलं आहे इथं? घरात एवढा शुकशुकाट कसा काय? हेप्झीबा आणि क्लिफोर्ड कुठं आहेत?" ती उद्गारली.

"ती निघून गेली! कुठं गेली असतील याची कल्पना करू शकत नाही मी. आपण दोघंच या घरात आहोत. फक्त दोघंच." हॉलग्रेव्ह उत्तरला.

"हेप्झीबा नि क्लिफोर्ड येथून गेली म्हणता? शक्य नाही ते. आणि तुम्ही मला या खोलीत का आणलंत बरं? बैठकीच्या नेहमीच्या खोलीत का नेलं नाहीत? हां, काहीतरी भयानक असं घडलेलं असणार नक्की! नाही, मला धावत जाऊन पाहिलं पाहिजे ते!" फीबी ओरडली.

हॉलग्रेव्हने तिला अडवले. तो म्हणाला, "नको, फीबी, नको. मी तुला

सांगितल्याप्रमाणंच घडलं आहे सारं. ती दोघं निघून गेली आहेत. कुठं याचा पत्ता नाही. खरोखरच, एक भयंकर घटना घडलेली आहे, पण त्यांच्या बाबतीत नव्हे. माझी नि:संशय श्रद्धा आहे की, त्यांच्यामार्फतही ते घडलेलं नाही.'' एवढे बोलून त्याने आपली नजर तिच्यावर रोखली. त्याच्या डोळ्यांत कठोर चिंता आणि नाजूक भावना यांचे मिश्रण झाले होते. तो नंतर म्हणाला, ''तुझ्या स्वभावाचा मला योग्य अभ्यास असेल, तर जरी तू हळुवार अंत:करणाची आहेस, तुझ्या जीवनव्यवहाराचं क्षेत्र सामान्य आहे, तरीही तुझी मानसिक ताकद विलक्षण असावी असं मी मानतो. तुझ्याजवळ मनाचा तोल राखण्याची शक्ती मोठी आहे. आपल्या नेहमीच्या क्षेत्रात न आढळणाऱ्या गोष्टींशी सामना देण्याइतकं धैर्य तुझ्याजवळ असेल, अशी मला खात्री आहे. तू धीराची स्त्री असावीस. खरं आहे?''

फीबी थरथर कापत उत्तरली, ''नाही हो, नाही. मी तशी नाही. मी फार दुबळी आहे हो! पण सांगा ना काय घडलंय ते!''

''छे! तू दुबळी नाहीस खचित. तू मनाची बळकट आहेस; तू प्रबळ आहेस; शहाणीही. माझं मन भरकटलेलं आहे तूर्त. मला तुझा सल्ला हवा आहे. या परिस्थितीत कोणता मार्ग योग्य ठरवावा, हा विचार करण्याची ताकद आहे तुझ्यात.'' हॉलग्रेव्हने आग्रह धरला.

''सांगा ना...सांगा लवकर! मला जाळून टाकतंय ते...मला घाबरवून सोडतंय ते...ते गूढ! मी इतर काहीही सहन करीन, पण हे सहन होत नाही हो मला. कृपा करून सांगा ना सगळं!''

कलाकार कां कू करू लागला. तिच्या मन:सामर्थ्याबद्दल नुकतीच त्याने ग्वाही दिली होती. तिच्यातील समतोल बुद्धीची मोठ्या कळकळीने प्रशंसा केलेली होती. तथापि काल घडलेल्या त्या भयानक रहस्याचा तिच्यासमोर भेद करायचा म्हणजे जवळजवळ दुष्टपणाचेच भासले त्याला. घरातील शेकोटीच्या स्वच्छ आणि आनंदी वातावरणात एखादे वेडेविद्रे, हिडीसफिडीस प्रेत ओढत आणून आदळावे, तसे झाले त्याला. आजूबाजूच्या रम्य, प्रसन्न वातावरणात केवढी घाण करून ठेवील ते! तथापि ते तिच्यापासून लपवून ठेवता येणे शक्य नव्हते. तिला ते माहीत होणे आवश्यकच होते.

''फीबी, तुला आठवतं हे?'' त्याने विचारले.

त्याने तिच्या हातात एक डाग्युरो टाइपचा फोटो ठेवला. तिच्या पहिल्या भेटीतही त्याने हाच फोटो दाखवला होता बागेत. मूळच्या माणसाचे कठोर आणि निर्दय भावविशेष टिपून घेण्यात विलक्षण कौशल्य दिसून येत होते त्याच्याकडे बघताना.

अशा गंभीर प्रसंगी हॉलग्रेव्हने तिच्याशी असा खेळ करावा, याचे फीबीला

आश्चर्य वाटले.

तिने उतावीळपणे विचारले, ''अहो, पण याचा आणि हेप्झीबा-क्लिफोर्डचा काय संबंध? हा जज्ज पिंचेनचा फोटो आहे! तुम्ही मला दाखवलाय तो यापूर्वी!''

''पण हा पाहिलास का, गेल्या अर्ध्या तासात घेतलेला त्याच चेहऱ्याचा फोटो. तू दार ठोठावत होतीस तेव्हा मी काम पूर्ण केलं होतं नुकतंच.'' हॉलग्रेव्हने तिला दुसरी एक अल्पाकृती दाखविली.

त्या छायाचित्राकडे पाहताक्षणीच फीबी पांढरी फटफटीत पडली. ती थरथर कापू लागली.

''अहो, हा मृत्यू आहे! जज्ज पिंचेनचा मृत्यू! जज्ज पिंचेन गेले! देवा!''

हॉलग्रेव्ह सांगू लागला, ''त्यात दाखविल्याप्रमाणं तो पलीकडच्या खोलीत बसला आहे. जज्ज पिंचेन इथं मरून पडला आहे. तिकडं क्लिफोर्ड आणि हेप्झीबा अदृश्य झाले आहेत! याशिवाय अधिक काही मला ठाऊक नाही. सगळंच तर्काच्या पलीकडचं आहे.''

''काल रात्री मी माझ्या एकाकी खोलीत कामावरून परत आलो. घरात कुठंही दिवा दिसेना. बैठकीच्या खोलीत नाही, हेप्झीबाच्या खोलीत, क्लिफोर्डच्या खोलीत – कोणाच्याच खोलीत दिवा नाही; उजेड नाही. बरं, घरात हालचालही दिसेना कसली. चाहूल येईना ऐकू. आज सकाळीही तेच. तीच मृतप्राय शांतता. तुझे नातेवाईक बाहेर पडल्याबद्दल एक शेजारीण दुसरीला खात्रीपूर्वक सांगताना कानांवर आलं माझ्या. खिडकीतून ऐकलं मी की, कालच्या तुफान वाऱ्यात त्या दोघांनी घर सोडलं. जज्ज पिंचेनही कुठंतरी चुकलेत, अशी अफवाही आली. मला एक जाणीव झाली, एक भावना. तिचं वर्णन करता यायचं नाही, पण झाली खरी. कोठल्यातरी अरिष्टाची, कसल्यातरी पूर्ततेची. त्या जाणिवेनं प्रेरित होऊन आलो मी घराच्या या भागात. तू जे पाहत आहेस ते मला आढळलं तिथं. क्लिफोर्डच्या दृष्टीनं पुरावा म्हणून त्याचा उपयोग होईल. मला स्वतःला एक अमोल असं स्मृतिचिन्ह म्हणून. फीबी, या माणसाच्या दैवाशी मी एक विचित्र अशा आनुवंशिक बंधनाने जखडला गेलोय. जज्ज पिंचेनच्या मृत्यूची ही छायाचित्राच्या माध्यमातली नोंद सुरक्षित ठेवण्यासाठी मी माझ्याजवळ असलेल्या सर्व साधनांचा उपयोग केला.''

हा सर्व वृत्तान्त ऐकून फीबीच्या मनात बरीच खळबळ उडाली. तरीसुद्धा तिच्या ध्यानात हॉलग्रेव्हच्या आचरणातला संथपणा आल्याशिवाय राहिला नाही. जज्जच्या मृत्यूतील सर्वसाधारण भयानकता त्याला जाणवली, हे खरे आहे; तरीही त्याच्या मनात ती वस्तुस्थिती आश्चर्य करण्याची गोष्ट म्हणून ठसली नाही. ती घटना त्याला पूर्वनियोजितच भासली. त्याच्या दृष्टीने तसे घडणे अपरिहार्यच होते. गेल्या

अनेक दिवसांच्या अनुषंगानेच ते घडले होते. झाले ते ठीकच झाले होते. जवळजवळ तसे भविष्यही वर्तवता येण्याजोगाच मृत्यू आला जज्ज पिंचेनला. त्याच्या एकंदर जीवनाची ओळख असणाऱ्याला या दुर्दैवी घटनेचे काहीच वाटले नसते. हॉलग्रेव्हसारख्या तरुण, विचारी माणसाला तर नाहीच!

"तुम्ही दरवाजा उघडून साक्षीदारांना का बोलावलं नाहीत? या इथं एकटं बसायचं म्हणजे मरणच आहे की!"

तिने चौकशी केली. अजूनही तिच्या अंगातले कापरे गेले नव्हते. आता तर त्यात दु:खाची भर पडली होती.

"परंतु क्लिफोर्डचं काय? क्लिफोर्ड आणि हेप्झीबा? त्यांच्यासाठी अधिकातअधिक काय करता येईल, याचा विचार केला पाहिजे आपल्याला. त्या दोघांनी या घटकेलाच निघून जावं, हे त्यांच्या दृष्टीनं मोठं घातकीच आहे. त्यांचं दुर्दैवच आहे हे! त्यांचं फरारी होणं या घटनेला सर्वांत वाईट वळण लावील. त्याचा आणि याचा नाजूक संबंध लागतोच की नाही म्हटलं तर! पण ज्यांना त्यांची पुरी ओळख आहे त्यांना ही गोष्ट अगदी स्पष्ट समजेल. एवढं सोपं आहे ते खरं पाहता."

"क्लिफोर्डला याच धर्तीच्या मृत्यूचा अनुभव आहे. त्याचे परिणाम भोगावे लागले आहेत त्याला. अतिशय घातक असं दु:ख त्यानं भोगलं आहे त्यानंतर. साहजिकच, भीतीनं दडपून गेला असावा तो. बिलकूल गोंधळून गेला असणार. या दृश्यापासून दूर जाण्याखेरीज दुसरा कोणता पर्याय राहतोय त्यांच्यापुढं! दुर्दैवीच म्हणायचा! अपार कमनशिबी बिचारा! हेप्झीबानं मोठ्यानं किंकाळी फोडली असती, क्लिफोर्डनं दरवाजा सताड उघडा सोडला असता, जज्ज पिंचेनच्या मृत्यूविषयी जगाला ओरडून सांगितलं असतं तर त्यांच्या दृष्टीनं ठीक झालं असतं ते. त्याचे परिणाम त्यांच्या हिताचे झाले असते. ती घटनाच फलदायक झाली असती. माझ्या कल्पनेप्रमाणं क्लिफोर्डच्या चारित्र्यावरचा काळा कलंक धुऊन टाकण्याच्या दृष्टीनं त्याचा उपयोग झाला असता."

त्या कलाकाराने सुचविले.

"एवढ्या भयानक घटनेतून एखाद्याचं भलं कसं होणार?" फीबीने प्रश्न केला.

"या घटनेचा विचार अतिशय न्यायबुद्धीनं केला तर आणि तिचा अर्थ सरळ मनानं लावला तर जज्ज पिंचेनचा मृत्यू अशा कोणत्याही अयोग्य, नीतिबाह्य मार्गानं झालेला नाही, हे स्वच्छ असलंच पाहिजे. या प्रकारचा मृत्यू हे पिंचेन कुटुंबातील प्रत्येकाचं स्वभाववैचित्र्यच आहे. गेल्या अनेक पिढ्या चालत आलेलं आहे हे. अर्थात, नेहमीनेहमी घडत नाही तसं म्हणा, पण जेव्हा तसं मरण येतं तेव्हा ते या तऱ्हेनं येतं.

या कुटुंबात साधारणत: जज्जच्या वयाच्या माणसांनाच अशा तऱ्हेने मरण

येतं. त्या वेळी सामान्यत: त्याच्यावर कसलातरी मानसिक ताण पडलेला असतो. त्याच्या मनात कसलीतरी मोठी मानसिक खळबळ उडालेली असते. कदाचित त्याचा संताप अनावर होण्यापलीकडं पोहोचलेला असतो. पराकाष्ठेची चीड आलेली असते कशाचीतरी. त्या मानसिक अवस्था त्याच्या मृत्यूला आवाहन करतात. मृत्यूच त्यांची त्या मानसिक यातनांतून सोडवणूक करतो.

आपण ज्या मॉलच्या शापवाणीबद्दल ऐकलेलं आहे, त्याच्यामागं पिंचेन वंशातील व्यक्तींच्या या शारीरिक मनोरचनेच्या अंदाजाबद्दलचं मॉलचं ज्ञान असण्याचा संभव आहे. याचाच आधार घेऊन त्यानं ती उच्चारलेली असावी. त्याचप्रमाणं काल घडून आलेला जज्ज पिंचेनचा मृत्यू व त्याचं स्वरूप आणि तीस वर्षांपूर्वी क्लिफोर्डच्या चुलत्याचा झालेला मृत्यू यांच्यामधल्या साम्यात मोठी सूक्ष्मता आहे. त्यातील साम्य मोठं बिनचूक आहे. एकमेकांशी जवळजवळ प्रत्येक बाबतीत जुळणारं आहे. आता एवढं खरं की, त्या वेळी तिथं परिस्थितीची एक विशिष्ट रचना केली गेली. त्याचा तपशील कशाला उगाळायचा पुन्हा? त्या रचनेमुळंच म्हाताऱ्या जेफ्री पिंचेनचा भीषण रितीनं खून झाला आणि तोही क्लिफोर्डच्या हातानंच, असा बनाव करणं शक्य झालं; नव्हे, लोकांनी ते संभवनीय किंवा निश्चितही मानलं.''

''केव्हा घडली ही परिस्थिती? आपल्या माहितीप्रमाणं तरी तो निष्पाप, निरपराधी नाही काय?'' फीबी उद्‌गारली.

''तो सगळा बनाव – निदान माझी तरी फार पूर्वीपासून खात्री पटली आहे त्याबद्दल – त्या चुलत्याच्या मृत्यूनंतर केला गेला. लोकांसमोर तो मृत्यू येण्यापूर्वी रचण्यात आला. कोणी केला हा योजनापूर्ण बनाव ठाऊक आहे? पलीकडच्या खोलीत बसलेल्या त्या माणसानं – जज्ज पिंचेननं. परमेश्वरानं त्याला त्याच्या दुष्टपणाचं प्रायश्चित म्हणून, सजा म्हणून नेमकं तेच मरण दिलं आहे. फक्त त्या संशयास्पद परिस्थितीच नव्हे, अगदी सरळसरळ नैसर्गिक मरण आहे हे. क्लिफोर्डचा निरपराधीपणा जगापुढं या तऱ्हेनं ठेवला दैवी शक्तीनं. आज त्याच्यावरचा कलंक पुसून निघू शकतो, पण त्याचं हे येथून निसटून जाणं, ते सगळ्याचा विपर्यास करणारं! तो कुठंतरी जवळपास लपलाही असेल. जज्जच्या मृत्यूचा शोध लागण्याआधी आपण त्याला परत आणू शकू काय? पाप धुऊन काढण्याचा एकच मार्ग उरलाय तेवढा.''

''आपण ही गोष्ट एक क्षणही जास्त लपवून ठेवता कामा नये. आपल्या अंत:करणात ती इतक्या जवळ ठेवून घ्यायची म्हणजे भयानक वाटतंय सगळं. क्लिफोर्ड निरपराध आहे. परमेश्वर प्रकट करील ते. चला, दरवाजा उघडू या. शेजाऱ्यापाजाऱ्यांना सत्यस्थिती पाहण्याकरिता बोलावून घेऊ या.'' फीबी म्हणाली.

"फीबी, तुझं म्हणणं योग्य आहे, नि:संशय." हॉलग्रेव्हने प्रत्युत्तर दिले.

तथापि त्या छायाचित्रकाराला फीबीप्रमाणे भीती वाटली नाही. फीबीच्या बाबतीत ते स्वाभाविक होते. तिचा स्वभावच मुळी प्रेमळ आणि नेमस्त होता. अशा प्रकारे समाजाच्या विरुद्ध उभे ठाकण्याचा प्रसंग आल्यावर तर त्याने उचलच खाल्ली. तिच्या दृष्टीने ती अशी एक घटना होती की, तिने सामान्य आचारधर्माला खूपच मागे टाकले होते. म्हणून तिने तसा सल्ला दिला. त्याजबरोबर त्याला तिच्याएवढी घाई नव्हती. सामान्य जीवनाच्या मर्यादेत स्वत:ला इतक्या लवकर नेऊन भिडवावे, अशी त्याची इच्छा नव्हती. उलटपक्षी, त्याला एक स्वैर आनंदच झाला. एक रानवट समाधान मिळाले; एका उदास स्थळी, वाऱ्यावर बहरलेले विलक्षण अनोखे सौंदर्य असणारे एक फूल सापडल्याचा आनंद झाला.

सध्याच्या त्याच्या स्थितीतून त्याने क्षणिक सुखाचे एक पुष्प हुंगले. त्या फुलाने फीबीला आणि त्याला स्वत:ला जगापासून बाजूला काढले आणि जज्ज पिंचेनच्या त्या रहस्यमय मृत्यूच्या खास अशा माहितीमुळे व त्यानुषंगाने त्यांनी एक विशिष्ट सल्ला मानण्याचे घालून घेतलेले बंधन, यांमुळे ते एकमेकांशी सांधले गेले. जोवर ते रहस्य त्याच अवस्थेत राहणार होते तोवर ते त्यांना आपल्या प्रभावाच्या वलयामध्ये अडकवून ठेवणार होतेच. माणसात असून एकांतात ठेवणार होते. एखाद्या महासागराच्या मध्यावर असलेल्या एखाद्या बेटाचा एकलेपणा त्यांच्या नशिबात होता. एकदा ते उघडकीस आले की, तो महासागर त्यांच्यामधून वाहणार. ते दोघे त्याच्या विशाल काठावर एकमेकांपासून दूर असे उभे राहणार. मधल्या काळात त्यांच्याभोवती निर्माण झालेली सर्व परिस्थिती त्या दोघांना एकमेकांच्या सन्निध आणत होती. भुतांनी झपाटलेल्या एखाद्या वाटेवरून दोन मुले हातात हात घालून, एकमेकाला आपापल्या बाजूला ओढण्याचा प्रयत्न करत जातात ना, तशी होती ती दोघे. मृत्यूच्या त्या जबरदस्त प्रतिभेने सारे घर भारून टाकले होते. आपल्या ताठर पकडीने त्या दोघांना एकत्र आणले होते.

परिस्थितीच्या या दबावामुळे त्यांच्या भावनांचा विकास जवळ आणला. इतर वेळेला त्या एवढ्या फुलल्या नसत्या. कदाचित, त्यांच्या त्या अविकसित अवस्थेतच त्यांना मारून टाकावे, असा हॉलग्रेव्हचा उद्देशही असावा खरोखर.

फीबीने विचारले, "आपण वेळ का लावतो आहोत इतका? या रहस्यानं माझा जीव घ्यायची वेळ आली की! अहो, दारं उघडा ना एकदाची!"

हॉलग्रेव्ह म्हणाला, "आपल्या दोघांच्या आयुष्यात असा क्षण कधीही येणं शक्य नाही परत! फीबी, हे सर्व भयंकर... केवळ भयंकर आहे काय? मला जो आनंद होत आहे, त्या तऱ्हेचा आनंद तुला होत नाही काय? जीवन जगण्यासाठी

आहे, असं सांगणारा हा एकच क्षण आहे माझ्या आयुष्यातला!''

''अशा वेळी आनंदाचा विचार मनात येणं हे पाप आहे.'' फीबीने थरथरत म्हटले.

''तू इथं येण्यापूर्वी एक तास अगोदर माझी स्थिती काय होती, हे तुला कळलं तर! एक काळोखा, भावशून्य, दरिद्री क्षण! त्यापलीकडचा तो मेलेला माणूस येथल्या प्रत्येक वस्तूवर एक भलीमोठी काळी छाया पसरवत होता. सबंध विश्वाला – जेथपर्यंत माझ्या संवेदना पोहोचत होत्या तेथपर्यंत – त्यानं पाप आणि अपराधापेक्षा अधिक भयानक असलेल्या सूडाचं रूप दिलं होतं. त्याच्या जाणिवेनं माझ्यातलं तारुण्य काढून घेतलं! ते मला पुन्हा मिळेल याची आशाच सोडून दिली मी! सबंध जग मला विचित्र, वैराण, पापी आणि प्रतिकूल वाटायला लागलं. माझं गतायुष्य एकाकी आणि कंटाळवाणं भासलं. माझं भवितव्य म्हणजे एक आकारहीन विषण्णताच भासली एकंदर. त्या विषण्णतेतून तसलेच आकार निर्माण व्हायचे होते. परंतु फीबी, नेमक्या याच वेळेस तू उंबरा ओलांडलास. तुझ्याबरोबर आशा, स्नेहभावाची ऊब आणि आनंद आत आला. थेट माझ्या मनात शिरला. जीवनातला तो काळाकुट्ट क्षण दिव्यत्व देणारा ठरला; अत्यानंदाचा झाला. त्याला शब्दरूप मिळाल्याशिवाय त्यानं निघून जाता कामा नये. फीबी, माझं प्रेम आहे तुझ्यावर!'' तो कलाकार उद्गारला.

त्याच्या शब्दांतील तळमळ ओळखून फीबी म्हणाली, ''माझ्यासारख्या एका साध्याभोळ्या मुलीवर कसं प्रेम करता तुम्ही? तुमच्याजवळ खूपखूप विचार आहेत. तुमचे-माझे विचार कसे जमणार? त्या विचारांच्या पातळीपर्यंत येऊन पोहोचण्याचा माझा प्रयत्न व्यर्थच ठरणार. आणि मी...मीदेखील...तशी वेगळीच आहे हो! तुम्हालाही त्याबद्दल सहानुभूती फार कमी वाटेल. त्याचंही विशेष नाही; पण तुम्हाला सुखी करण्याइतकी पात्रता माझ्याजवळ नाही.''

''तूच माझं एकमेव सुख आहेस फीबी! तूच ते दिलंस तरच सुखाच्या कल्पनेवर माझी श्रद्धा बसेल!'' हॉलग्रेव्ह म्हणाला.

''तर मग...मला भीती वाटते हो!'' फीबी नंतर म्हणाली. आता ती हॉलग्रेव्हकडे सरकली. त्याच्याविषयी तिच्या मनात असलेल्या शंका इतक्या मोकळेपणाने बोलून दाखवल्यानंतरही तिने तसे केले. ती पुन्हा म्हणाली, ''तर माझ्या स्वत:च्या शांत जीवनमार्गाबाहेरचा रस्ता तुमच्यामागून कापीन मी. जिथं मार्ग दिसणार नाही तिथं तुमच्यामागून मी यावं यासाठी प्रयत्न करायची प्रेरणा मी घेईन तुमच्यापासून. मला स्वत:ला ते शक्य नाही. माझा तो स्वभावच नाही. मी तशीच खाली कोसळेन आणि नष्ट होईन.''

''फीबी, फीबी, तुला जसं वाटतं त्यापेक्षा खूपच वेगळं असेल ते. अस्वस्थ

मनाच्या माणसाकडूनच जग पुढं सरकवलं जातं. त्याच्या भरभराटीला त्यांच्याकडून चेतना मिळते. जगाची प्रगती त्यांच्याकरवीच होत असते. सुखी माणूस अपरिहार्यपणे स्वत:ला पुरातन बंधनात जखडून ठेवत असतो. माझी एक पूर्वसूचनाच अशी आहे की, इथून पुढं मी फक्त झाडं लावणं, कुंपण घालणं, कदाचित योग्य वेळी दुसऱ्या पिढीसाठी घरदेखील बांधणं हेच माझं जीवितकार्य असेल. थोडक्यात, मी स्वत:ला नीतिनियमांशी बांधून घेईन. समाजाच्या शांततापूर्ण व्यवहारात सहभागी होईन. तुझ्या मनाचा समतोलपणा माझ्या हेलकावे खाणाऱ्या मनोवृत्तीपेक्षा अधिक शक्तिमान आहे.'' हॉलग्रेव्ह उद्गारला. बोलण्यापूर्वी त्याने एक मोठा सुस्कारा सोडला व स्मितहास्य केले. त्या हास्यावर त्याच्या विचारांचे ओझे होते.

''मला तसं आवडणार नाही हं!'' फीबी कळकळीने म्हणाली.

हॉलग्रेव्हने विचारले, ''तुझं माझ्यावर प्रेम आहे ना? आपलं जर एकमेकांवर प्रेम असेल तर या क्षणाला दुसरा विचार नको त्याशिवाय. तिथंच थांबू या. त्यातच समाधान मानू या. खरंच फीबी, आहे ना प्रेम माझ्यावर?''

फीबीची नजर उतरली. ती म्हणाली, ''तुम्ही माझ्या हृदयात पाहता डोकावून. मी तुमच्यावर प्रेम करते हे ठाऊक आहे तुम्हाला.''

आयुष्यात हा क्षण खूप महत्त्वाचा असतो. शंका व भीती यांनी दाटून गेलेला असतो तो. अशा वेळेस एक चमत्कार घडवून आणला जातो. आयुष्यात तो घडला नाही, तर मानवाचे अस्तित्व शून्यवत राहते सदा. त्या तरुणाच्या व त्या कुमारिकेच्या भोवती अत्यानंदाचे, परमावधीच्या सुखाचे एक वलय पसरले. साऱ्या वस्तूंना 'सत्यम् शिवम् सुंदरम' करण्याची शक्ती असते त्या तेजात. आता त्यांना कोणत्याही दु:खाची अथवा जुन्या गोष्टींची जाणीव होत नव्हती. त्यांच्या दृष्टीने पृथ्वीला नंदनवनाचे रूप प्राप्त झाले. त्या ईडनमधले पहिले दोन रहिवासी बनले ते. त्यांच्या नजीक असलेल्या त्या मृताला ते विसरले. अशा मोक्याच्या क्षणी मृत्यूलादेखील महत्त्व नसते. अमरत्वाला नवीन रूप प्राप्त होते आणि त्या तेजाळ वातावरणात ते प्रत्येक वस्तूला पुनीत करते.

पण किती थोड्या वेळात पृथ्वीवरची चाहूल लागली त्यांना!

''ऐका! रस्त्यावरच्या दरवाजाकडे कोणीतरी आहे.'' फीबी कुजबुजली. हॉलग्रेव्ह म्हणाला,''चला, भेटू या आता जगाला! जज्ज पिंचेननी या घराला दिलेली भेट आणि हेप्झीबा व क्लिफोर्ड यांनी मारलेली भरारी यांच्या उठलेल्या आवईमुळं या परिसराची झडती घेतली जाणार, यात संशय नाहीच. आपल्याला आता जगाला सामोरं जाण्याशिवाय दुसरा मार्गच उरला नाही. चला, दरवाजाच उघडून टाकू या एकदम.''

परंतु ते रस्त्याकडेच्या दरवाजाला पोहोचण्याच्या पूर्वीच, त्यांची आधीची

मुलाखत ज्या खोलीत झाली, ती खोली सोडण्यापूर्वीच बाहेरच्या घरातील मार्गात त्यांना पावलांचा आवाज ऐकू आला. त्यांना खूपच आश्चर्य वाटले. म्हणून ज्या दाराला कुलूप आहे असे त्यांना वाटले होते – खरोखर, हॉलग्रेव्हने जे तसे असल्याचे पाहिले होते आणि जेथून फीबीने आत येण्याचा निष्फळ प्रयत्न केलेला होता, ते दार बाहेरूनच उघडले गेले असले पाहिजे. पावलांचा आवाज, परक्या माणसाच्या चालीचा – मोठा, धिटाईचा, निश्चयी व अनाहूत – असा नव्हता. आपल्याला या घरात प्रवेश मिळणार नाही, येथे आपले स्वागत होणार नाही असे समजूनही अधिकारवाणीने कोणी आत आलेले नव्हते. तो कोणत्यातरी अशक्त किंवा थकलेल्या माणसांच्या पावलासारखा मंद होता. कोणीतरी दोन आवाज आपापसांत पुटपुटत होते. ऐकणाऱ्यांच्या परिचयाचे होते ते आवाज.

"तेच असतील का?" हॉलग्रेव्ह कुजबुजला.

"हो. तेच ते. परमेश्वरा! तुझे आभार! आभार!" फीबी.

आणि मग फीबीच्या कुजबुजणाऱ्या उद्‌गारांना सहानुभूती दाखवावी म्हणून की काय, आता त्यांना हेप्झीबाचे शब्द अधिक स्पष्ट ऐकू आले.

"परमेश्वरा, कृपा केलीस! भाऊ, आपण घरी आलो!"

"छान! हो! परमेश्वराचे आभार मानू या! एक निर्जन घर आहे हे हेप्झीबा! पण तू मला इथं आणलंस ते ठीक केलंस. थांब! त्या बैठकीच्या खोलीचा दरवाजा उघडा आहे. मला तो ओलांडून जायचं नाही. मी आपला बागेत जाऊन त्या माझ्या लताकुंजात झोपतो कसा! आपल्यावर हे अरिष्ट येण्यापूर्वी, फार दिवसांपूर्वी मी आमच्या छोट्या फीबीबरोबर आनंदात दिवस घालवायचो तिथं!" क्लिफोर्डने उत्तर दिले.

पण क्लिफोर्डने कल्पना केल्याइतके काही कंटाळवाणे वाटत नव्हते ते घर आता. अजून त्यांनी पुढची पावले टाकली नव्हती तितकी. काय करावे हे न कळल्यामुळे, विशिष्ट हेतू मनात न धरल्यामुळे ती दोघे अजून तेथेच रेंगाळत होती. फीबी धावत गेली त्यांना भेटायला. तिला बघितल्याबरोबर हेप्झीबाला रडू कोसळले, अश्रूंचा लोट आला घळाघळा. दु:ख व जबाबदारी यांच्या ओझ्याखाली वाकली असताही सर्व शक्तीनुसार, झोके खातखात ती पुढे चालली होती. आता ते ओझे सुरक्षितरित्या खाली फेकून देणार होती ती. आजपर्यंत तिने ते सांभाळले होते. खरोखर, ते ओझे खाली घेण्याइतकीदेखील ताकद नव्हती तिच्याकडे. ते वर उचलून धरायचे सोडून दिले होते तिने. त्याने तिला जमिनीवर खेचून घेईपर्यंत पेलत होती ती ते. त्या दोघांत क्लिफोर्डच अधिक बलवान दिसला.

"वा, वा, ही तर आमची छोटी फीबी! छान! आणि हॉलग्रेव्हपण तिच्याबरोबर का? छान" तो उद्‌गारला. त्याच्या दृष्टिक्षेपात औत्सुक्य आणि नाजूक अंतर्ज्ञानाची

भावना होती. त्याच्या चेहऱ्यावरचे स्मित सुंदर, ममताळू परंतु उदास वाटले. तो म्हणाला, ''आम्ही रस्त्यावरून येत असताना माझ्या मनात तुमच्या दोघांचा विचार आला. तेवढ्यात एलिसचे पुष्पगुच्छ पूर्ण बहरलेले बघितले. छान झालं. त्या फुलाप्रमाणंच ईडनमधले – स्वर्गातील नंदनवनातले – हे फूलदेखील या जुन्यापुराण्या, अंधाऱ्या घरात आज बहराला आले म्हणायचे.''

एकवीस

प्रयाण

माननीय जज्ज जेफ्री पिंचेन यांचा आकस्मिक मृत्यू होऊन एक पंधरवडा संपला. सामाजिक जगतात त्यांना मोठा मान होता. त्यांनी प्रतिष्ठाही प्राप्त करून घेतलेली होती. साहजिकच, त्यांच्या त्या आकस्मिक देहावसानाने सगळीकडे मोठी खळबळ निर्माण केली. निदान त्यांच्या दाट परिचयाच्या माणसांच्या वर्तुळात तरी खासच. आजही तो प्रक्षोभ शमला नव्हता.

माणसाचे चरित्र घडवणाऱ्या सर्व घटनांमध्ये 'त्याचा होणारा मृत्यू' या घटनेला जगाकडून प्राधान्य मिळते. त्या घटनेचे महत्त्व दुसऱ्या कोणत्याच घटनेला येत नाही, असे म्हणता यावे. त्याच्या आयुष्याच्या दुसऱ्या पुष्कळ बाबतींत आणि अनिश्चित संभवाच्या वेळी तो आपल्यात वावरत असतो. आपल्या दैनंदिन व्यवहारचक्रात तो सापडलेला असतो. सर्वांत विशेष म्हणजे आपल्याला त्याचे निरीक्षण करण्यासाठीच्या मोक्याच्या जागा मिळतात. त्याच्या मृत्यूने केवळ एक पोकळी निर्माण झाली; एक क्षणिक असे आवर्तन. झंझावातातून निर्माण होणाऱ्या, स्पष्ट दिसणाऱ्या विशालतेशी तुलना करता खूप लहान असा भोवरा होता तो; एखाद-दुसरा बुडबुडाच! खोल काळ्याशार तळातून वर आल्यानंतर फुटणारा. जज्ज पिंचेनला ज्या परिस्थितीत मरण आले, ज्या रितीने आले, त्याचा विचार करताना प्रथम-प्रथम एक गोष्ट मनात आली होती आणि तिचा संभव बराच वाटला होता. सामान्यत: एखाद्या विख्यात व्यक्तीला मृत्यू आल्यानंतर त्याच्याबद्दल लोक बोलतात बरेच दिवस. त्याची आठवण काढून हळहळत असतात. त्यामुळे जज्जच्या विस्मयजनक मृत्यूनंतर लोक बराच वेळ हळहळतील,

असे वाटले होते. त्याच्या मृत्यूचा विषय लोकांच्या दीर्घ काळ चर्चेत व आठवणीत राहील, अशीही अटकळ बांधलेली होती. पण तसे काही घडलेच नाही. एका सर्वांत उच्चपदस्थ, व्यवसायात पारंगत असलेल्या व्यक्तीने ती मृत्यूची घटना नैसर्गिकपणे घडली, असा मोठ्या अधिकारवाणीने अभिप्राय दिला. अर्थात, त्यातला तपशील किरकोळच होता. वैयक्तिक स्वभाववैचित्र्याकडे तो किंचित झुकला होता. कोणत्याही इतर वेगळ्या अशा कारणाने तो घडलेलाच नव्हता, अशी ग्वाही देण्यात आली होती. झाले. लोकांच्या नेहमीच्या उत्साहात जज्ज पिंचेन कधीकाळी जिवंत तरी होता काय, असे मानण्यात आले. लोक त्याला विसरून गेले. थोडक्यात, माननीय जज्ज पिंचेनचा विषय शिळा झाला. परगण्यातल्या निम्म्या वर्तमानपत्रांना त्याच्याविषयी शोकसमाचार व्यक्त करण्यासाठी वेळ मिळण्यापूर्वीच तसे घडले. त्यांनी मात्र त्याच्याविषयी अतिशय प्रशंसापर मृत्युलेख प्रकाशित केले.

तथापि हा उत्कृष्ट माणूस जिवंत असताना ज्याज्या ठिकाणी जात-येत असे, त्यात्या स्थळी खासगी कुजबूज चालू झाली. त्या संभाषणाचा छुपा प्रवाह काळोखातून पसरू लागला. रस्त्यांच्या कोपऱ्यावर उभे राहून मोठ्या आवाजात ती गोष्ट बोलली गेली असती तर सर्व शिष्टाचार, सभ्यता थंडगार झाली असती. माणूस एकदा मरून गेला की मगच लोकांना त्याच्या बऱ्यावाईट चारित्र्याविषयी अधिक खरीखुरी कल्पना यावी, हे एक विचित्रच आहे. अनेक वेळा असे घडलेले बघायला मिळते. तो जिवंत असताना,त्याच्या आसपास हिंडता-फिरताना, त्याच्यात मिळून-मिसळून कामे करताना त्यांना त्याची तितकीशी ओळख होत नसते कधीच. मृत्यूच मुळात बावनकशी असतो. असत्याला त्याच्याजवळ थाराच मिळत नसतो. त्याचे भांडेच फोडून टाकतो तो. परिसाचा गुण असतो त्याच्याजवळ. सोने तर सोनेच देतो तो. एखाद्या वेळी तो मृत माणूस आपल्या मृत्यूनंतर एका आठवड्यात परतला जगात, तर त्याच्या जीवितकालात लाभलेल्या त्याच्या कर्तृत्वाची पातळी लोकांच्या चिकित्सेत, वर तरी किंवा खाली तरी जाऊन भिडलेली असते. परंतु आता आम्ही ज्या बोलण्याचा किंवा लोकनिंदेचा उल्लेख केला त्यामध्ये आपल्या जज्जचा खून अभिप्रेत नव्हता. तीस-चाळीस वर्षांपूर्वी जज्ज पिंचेनच्या चुलत्याच्या खुनाच्या बनावाबद्दल लोक बोलत होते. त्याच्या स्वत:च्या नुकत्याच झालेल्या दु:खद निधनाबद्दल वैद्यकीय तज्ज्ञांनी दिलेल्या मतामुळे त्या पूर्वीच्या घटनेमागे असलेली खुनाची प्रतिमा जवळजवळ संपूर्णपणे नष्ट केली गेली. तथापि त्या पूर्वीच्या म्हाताऱ्या जेफ्री पिंचेनच्या मृत्यूच्या क्षणी त्याच्या जवळपास कोणत्यातरी व्यक्तीने त्याच्या खाजगी खोलीत प्रवेश मिळविला होता. त्या खोलीतली परिस्थिती त्याचा इन्कार करत नव्हती. शिवाय, तशी नोंदही झालेली होती. त्याच्या झोपण्याच्या

खोलीला लागून असलेल्या त्याच्या खोलीतले त्याचे टेबल, त्याची खाजगी कपाटे कोणीतरी धुंडाळली होती. त्यांच्यातला पैसा-अडका आणि मौल्यवान वस्तू सापडत नव्हत्या. त्या वृद्ध माणसाच्या जाकिटावर रक्ताळलेल्या हाताचा एक ठसा होता. शेवटी, एका अतिशय समर्थपणे जुळवलेल्या आनुमानिक पुराव्याच्या संगतीतून त्या चोरीचा आणि उघडउघड खुनाचा आरोप सात गेबल्सच्या घरात आपल्या चुलत्याजवळ राहणाऱ्या क्लिफोर्डवर निश्चितपणे घातला गेला होता.

त्या वेळच्या क्लिफोर्डशी संबंध जुळवलेल्या त्या सिद्धान्ताला पुष्टी देणाऱ्या परिस्थितीची आजच्या ताज्या घटनांशी तुलना करून एक नवा सिद्धान्त मांडण्याची तयारी चाललेली होती. तिचे मूळ कोठे होते, हे सांगता येत नाही. क्लिफोर्डचा त्या खोट्या आरोपापासून बचाव करण्याचे त्यांचे उद्दिष्ट होते. त्या वस्तुस्थितीचा इतिहास व स्पष्टीकरण आपल्या त्या छायालेखकाने एका मोहिनीविद्येच्या प्रांतातील जाणत्या माणसांकरवी मिळवले होते. त्यातील रहस्यभेद करण्यात त्याला यश मिळाले होते. पुष्कळ लोक म्हणत होते तसे. अलीकडे, हे मांत्रिक माणसांच्या व्यवहारांचे रूप मोठ्या विलक्षण तऱ्हेने बदलून त्यांना गोंधळून टाकतात. आपले डोळे बंद करून घेतल्यानंतर त्यांना जे चमत्कार दिसतात, त्याने प्रत्येकाच्या नैसर्गिक दृष्टीला खाली मान घालावी लागते लाजेने.

ती कथाच फार चमत्कारिक होती. आम्ही आतापर्यंत जज्ज पिंचेनला एक अनुकरणीय चारित्र्याचा माणूस म्हणून रंगवले खरे, परंतु त्याच्या तरुणपणी तो एक सुधारणातीत अविचारी मनुष्य होता. अगदी उघडउघड व्यक्त होत होता त्याचा हा स्वभाव. आरंभापासूनच त्याच्यातील प्राणिजन्य उपजतबुद्धीने बळ घेतलेले होते. सुरुवातीपासूनच त्याच्या वागण्यात पशुताच आढळून आली. नंतर-नंतर त्याची बुद्धिमत्ता आणि चारित्र्य विकसित झाले, ही गोष्ट निराळी. शेवटी-शेवटी तेच त्याचे गुण प्रकर्षाने लोकांपुढे आले. त्या वेळी तो एक बेताल, वाया गेलेला आणि अत्यंत हीन दर्जाच्या सुखामागे धावण्याचे व्यसन लागलेला असा माणूस होता. त्याच्या मनोवृत्तीत खूपच आडदांडपणा असायचा आणि आपल्या चुलत्याच्या संपत्तीखेरीज दुसरी कोणतीच उत्पन्नाची बाब नसतानाही त्याच्या चैनीवर, पैसा खर्चण्यावर कोणतेच नियंत्रण नव्हते. साहजिकच, त्या वृद्ध ब्रह्मचाऱ्याच्या – चुलत्याच्या – मायेला पारखा झाला तो. त्याच्या या अशा प्रकारच्या वागण्यामुळे खूपच अप्रिय झाला. एके काळी त्या म्हाताऱ्याला त्याच्याबद्दल खूपच आस्था होती, पण यानेच ती आपल्या वर्तनाने घालवून टाकली. छातीला हात लावून सांगतात लोक की, एका रात्री या तरुण माणसाच्या – जज्ज पिंचेनच्या – मनात सैतान संचारला. दुष्ट विचारांनी थैमान घातले. त्याने आपल्या चुलत्याच्या खाजगी कपाटाचे कप्पे धुंडाळणे चालू केले. अर्थात, त्या वृद्धाच्या

खोलीत जाण्याची मुभा होतीच त्याला. अशा रितीने रात्रीच्या वेळी हे गुन्हेगारीचे कृत्य करत असताना अचानक त्या दालनाचा दरवाजा उघडला. त्यासरशी त्याने दचकून बघितले तिकडे. दरवाजात उभा होता वृद्ध जेफ्री पिंचेन! आपल्या झोपेच्या वेळेच्या वेषात. त्या म्हाताऱ्याला हे सगळे बघून मोठाच संताप आला. त्याच्या मनात भावनांचा भेसूर थयथयाट सुरू झाला. मोठाच धक्का बसला त्याला. एक प्रकारची वेगळी भीती वाटली. सगळेच अनपेक्षितपणे पाहत होता तो. आपल्या डोळ्यांसमोरच्या त्या अकल्पित दृश्याचा त्याच्यावर मोठाच परिणाम झाला. आनुवंशिक अशा शारीरिक विकृतींनी उचल खाल्ली. त्या संकटाची छाया ताबडतोब ग्रासू लागली त्याला. त्याच्या नरड्यातले रक्त साकळले. तो गुदमरल्यासारखा होऊन जमिनीवर पडला धाडकन. तसा बेसावध होऊन कोसळताना त्याची कवटी, मस्तकाची बाजू एका टेबलाच्या कोपऱ्यावर अगदी जोरात आदळली. अतिशय मोठा आघातच झाला तो त्याच्या डोक्यावर. आता काय करायचे पुढे? तो म्हातारा निश्चितपणे गतप्राण झाला होता. बाहेरून मदत यायला भलताच उशीर लागणार होता. त्याचा फारच थोडा उपयोग झाला असता. जर तसे साहाय्य थोडे लवकर मिळाले असते तर....? तो परत शुद्धीवर आला असता. आपल्या पुतण्याच्या हातून होत असलेल्या लज्जास्पद गुन्ह्याची त्याला पुरेपूर आठवण झाली असती. पण खरोखरच, ते एक मोठे दुर्दैवच घडले!

तो एकदा खाली कोसळला तो पुन्हा न उठण्यासाठीच! तरुण जज्ज पिंचेनने संथपणाने पाहिले त्याच्याकडे. खचून जाणारा मनुष्य नव्हताच तो. त्याच्या अंत:करणाच्या कणखरपणाने त्याचे मन विचलित होऊ दिले नाही. त्याने आपले काम तसेच चालू ठेवले. कागदपत्र धुंडाळतच राहिला तो. तसे करत असताना त्याला दोन मृत्युपत्रे आढळली. एक होते अलीकडच्या तारखेचे. क्लिफोर्डच्या नावावर केलेले होते ते. दुसरे त्याच्यापूर्वी केलेले. ते होते त्याच्या स्वत:च्या – जज्ज पिंचेनच्या – नावावर. पहिले त्याने फाडून टाकले आणि दुसरे तसेच राखले. क्लिफोर्डच्या नावावरच्या मृत्युपत्राचा नाश केला त्याने. तेथून निघून जाण्याआधी जज्जच्या मनात एक विचार आला. जर ते उघडेवागडे कप्पे तसेच राहिले, तर त्या दालनात कोणीतरी विशिष्ट हेतूने आले होते, हे सिद्ध होत होते. तो एक पुराव्याचाच भाग होता. खऱ्या गुन्हेगारावर किटाळ येत होते. ते टाळणे आवश्यक होते. ताबडतोब तो कामालाच लागला. त्या मेलेल्या माणसाच्या साक्षीने त्याने एक बनाव केला तेथे. क्लिफोर्डबद्दल त्याच्या मनात तिरस्कार व दुष्टभाव होताच पहिल्यापासून. शिवाय, तो त्याचा शत्रूही होता. त्याच्या भाग्यातला प्रतिस्पर्धी होता. तेव्हा क्लिफोर्डला या जाळ्यात अडकवण्याची त्याला अनायसे संधी मिळाली. आपल्या जागी तो त्याला बसवणार होता. खुनाच्या आरोपाखाली क्लिफोर्डला आणावे अशा एका निश्चित उद्देशाने तो

वागला असेल, हे संभवत नाही. तसे फक्त म्हणता येते आपल्याला, कारण त्याचा चुलता कोणत्याही हिंसक पद्धतीने मरण पावला नव्हता, हे त्याला ठाऊक होते. त्या आणीबाणीच्या समयी, संकटकालाच्या घाईगर्दीत तशा तऱ्हेचा तर्क या परिस्थितीतून काढला जाईल, हे त्याच्या ध्यानात नाही आले; परंतु एकदा परिस्थिती त्या भीषण थराला पोहोचल्यानंतर त्याने आपले पाऊल मागे घेतले नाही. त्याने ती विशिष्ट परिस्थिती निर्माण करण्यात मोठा धूर्तपणा दाखवला होता. सर्व काही व्यवस्थित रचले. क्लिफोर्डच्या न्यायालयातील चौकशीच्या वेळी त्याला खोटे बोलावे लागलेच नाही शपथेवर. आपण जे काही केले होते किंवा पाहिले होते तेवढेच सांगायचे टाळले त्याने. तोच निर्णयाचा मुद्दा त्याने स्पष्ट केला नाही. तशी वेळच आणू दिली नाही.

अशा प्रकारे जेफ्री पिंचेनच्या अंत:करणातील हा घोर दुष्ट भाव, क्लिफोर्डबद्दलचा अत्यंत काळाकुट्ट आणि दूषणास्पद होता. त्या मानाने तो आपल्या बाहेरच्या वागण्यात आणि कार्यात जो फसवेपणा आणत होता, तो अतिशय क्षुल्लक दर्जाचा होता. एक अघोर पातक केले हे त्याने. प्रतिष्ठित माणसे अशा तऱ्हेची नेमकी पातके मोठ्या सहजतेने धुऊन काढतात. ते त्यांना बेमालूम जमते. माननीय जज्ज पिंचेनच्या त्यानंतरच्या आयुष्याचा आढावा घेतला, तर ती गोष्ट कधीच ठळक झालेली दिसून येत नाही. ती क्षम्यच मानली जाते कालाच्या ओघात. त्याने ती बाजूला सारली. आपल्या तरुणपणीच्या पुष्कळशा अस्वीकृत गोष्टी त्याने मनातून काढूनच टाकल्या. मनोदौर्बल्याच्या अनेक अनुभवांना त्याने विस्मृतीच्या खणात बंद करून ठेवले. पुन्हा त्यांचा विचारही केला नाही जवळजवळ.

आता आपण जज्जाला त्याच्या त्या निद्रावश अवस्थेतच सोडून देऊ या. त्याला सुदैवाचे सुखाचे मरण आले, असे म्हणू शकत नाही आपण. नकळतच तो आता निपुत्रिक बनला होता. आपल्या एकुलत्या एका वारसासाठी त्याने आपल्या संपत्तीत भर घालण्याची खूप धडपड केली होती. त्या मुलाच्या मृत्यूची बातमी त्याच्या मरणानंतर एक आठवड्याच्या आत येऊन पोहोचली. आपल्या देशाला येण्यासाठी निघण्याच्याच वेळेस त्याला कॉलरा झाला व त्यात तो वाचला नाही. जज्जला जिवंत असताना त्याची वार्ताच नव्हती कसली. कोणासाठी केले त्याने हे सगळे मग? त्याच्या दुर्दैवाने आता त्या अमाप संपत्तीचा वारस क्लिफोर्डच झाला अखेरीस. तो झाला; हेप्झीबा झाली. आमची गावाकडची ती छोटी कुमारिका झाली आणि आता तिच्या बाजूने पैसा व सर्व तऱ्हेच्या रूढी यांच्याविरुद्ध दंड ठोकून उभा असलेला तो स्वैर सुधारणावादी हॉलग्रेव्हपण!

क्लिफोर्ड आता खूपच म्हातारा झाला होता. आता या वयात त्या पूर्वीच्या आपल्या निरपराधीपणाचे समर्थन करण्याकरिता कष्ट व त्यापासून होणाऱ्या

यातना सहन करून समाजाचे मत चांगले करायचे, तर आता खूप वेळ झाला होता. आता त्याला त्याची गरज तरी काय होती? आता फक्त त्याला काही निवडक माणसांचे प्रेम हवे होते. त्याला अपरिचित असलेल्या अनेकांकडून तो कौतुकाची, आदराचीसुद्धा अपेक्षा करत नव्हता. सर्व गोष्टी विसरल्या गेल्यानंतरच्या शांततेत त्याला जे काही सुख, आराम मिळण्यासारखी परिस्थिती निर्माण होणार होती, त्यातून पूर्वीच्या दरिद्री कल्पना पुसून जाऊन त्याला तो आदर मिळवताही आला असता. अर्थात, त्याच्या कल्याणाची चिंता वाहणाऱ्या लोकांची त्याला साथ मिळाली असती, तरच ते शक्य होते. त्याने सहन केलेल्या अन्यायाची भरपाई कशानेच होणार नव्हती. आता एवढा मोठा भोग भोगल्यानंतर जगाकडून त्याला दाखविल्या जाणाऱ्या आदराने त्याच्या सोसाची केविलवाणी थट्टाच झाली असती. क्लिफोर्डला त्याचे भयानक हसू आले असते. केवढे अपार दु:ख आणि यातना सहन केल्या होत्या त्याने! काय उपयोग होणार होता त्या आदराचा, त्याच्या या अखेरच्या जीवनकालात! आपल्या या मानवी क्षेत्रात घडणाऱ्या एखाद्या घोर अन्यायाची – तो कृतीत आणणे किंवा सहन करणे – योग्य ती वासलात लावलीच जात नाही, हे एक सत्य आहे. (तशा आशा निर्माण होतात म्हणून ठीक. नाहीतरे ते अधिकच दु:खद झाले असते.) परिस्थितीतील सतत चाललेल्या स्थित्यंतराचा निर्माता जो कालपुरुष आणि न चुकता येणारा अप्रासंगिक मृत्युदेव या दोघांनी ते अशक्य करून ठेवले आहे. अनेक वर्षांचा काळ लोटल्यानंतर जरी आपल्याला न्याय्य बाजू कळली, तरी तिच्यासाठी आपल्याजवळ जागा उरलेली नसते. जो भोगणारा असतो त्याने ते चालूच ठेवणे आणि त्याच्या आयुष्याचे कधीही भरून न येणारे नुकसान लांब कोठेतरी सोडून देणे, हाच उत्तम उपाय!

जज्ज पिंचेनच्या मृत्यूच्या धक्क्याने क्लिफोर्डवर चांगला परिणाम झाला. त्याचे बळ, ताकद कायमची वाढली. त्याला ते अखेरीस सुखाचे झाले. तो बलवान आणि भयंकर माणूस म्हणजे क्लिफोर्डचे एक भयंकर स्वप्नच बनला होता. त्याची पाठच सोडत नव्हता तो. अशा तऱ्हेच्या दुष्ट, भयानक वातावरणाचा प्रभाव मोठा असतो. मोकळ्या मनाने श्वासदेखील घेता येत नाही. त्याच्या मनावरचे दडपण कमी झाल्याचा पहिला परिणाम म्हणजे त्याच्या शरीराला सुटलेला कापरा उल्हास. क्लिफोर्डच्या स्वैर भरारीच्या वेळी त्याचे दर्शन झालेले नव्हते. तो ओसरल्यानंतर त्याच्या पूर्वीच्या बौद्धिक उदासीनतेकडे तो झुकला नाही. अर्थात, त्याच्या ताकदीची पूर्वीची पातळी त्याला संपूर्णपणे गाठता आली नाही, हे खरे होते. परंतु आता त्याच्यात बराचसा बदल झाला होता. अंशत: तरी त्याचे चारित्र्य, स्वभाव उजळून निघाले होते. आजपर्यंत आतल्याआत गुदमरून गेलेली सुरेख आकर्षकता आपला डौल मिरवत होती थोडाथोडा. त्यामुळे पूर्वीपेक्षा त्याच्याविषयी अधिक खोल अशी कळकळ निर्माण होत

होती. त्यात थोडीफार विषण्णता येत होती, हे वेगळे; पण एकंदरीत, आता तो सुखी होता एवढे निश्चित! त्याचे रोजचे जीवन पार बदलून गेले होते. त्याच्या सौंदर्यभावनेला सुखावणारे सर्व साहित्य आता त्याच्या हुकमतीखाली होते. त्याचे जर चित्रण आम्ही केले, तर आम्हाला वाटते, त्याच्या तुलनेने ते पूर्वीचे बागेतील दिवस अगदी फिके पडतील. अतिशय क्षुद्र व खालच्या दर्जाचे वाटतील ते.

दैव पालटले. लवकरच क्लिफोर्ड, हेप्झीबा आणि छोटी फीबी यांनी हॉलग्रेव्हच्या सल्ल्याने तो विषण्ण सात गेबल्सचा प्रासाद सोडण्याचे ठरविले. सध्यापुरते मृत जज्ज पिंचेनने गावाकडच्या भागात बांधून ठेवलेल्या नमुनेदार घरात जाऊन राहण्याचे ठरवले. त्यांच्याजवळच्या त्या कोंबड्याच्या कुटुंबाची तिकडे अगोदरच रवानगी केलेली होतीच. आता त्या दोन कोंबड्या अविश्रांतपणे अंडी घालीत होत्या. कर्तव्यभावना व सद्‌बुद्धीची जाणीव म्हणून त्यांनी एक शतकानंतर अधिक चांगल्या आश्रयाखाली, कृपाछत्राखाली आपला विख्यात वंश पुनरुज्जीवित करण्याचे मनावर घेतले. प्रयाणाचा दिवस येऊन ठेपला. बैठकीच्या खोलीत आमच्या कथेतील प्रमुख पात्रे एकत्र जमली. अंकल व्हेन्नरही आला होता तेथे.

आपल्या भावी कार्यक्रमाची चर्चा करत होते ते. हॉलग्रेव्ह म्हणाला, ''आपली योजना उत्तमच आहे. जज्ज पिंचेनचं खेड्यातलं ते घर खचित फार सुरेख आहे. परंतु जज्ज पिंचेन हा श्रीमान होता. आपल्या स्वत:च्या वंशजांसाठी आपली संपत्ती राखून ठेवण्याच्या सयुक्तिक हेतूनं ते घर त्यानं बांधलं; पण त्यासाठी दगडमाती वापरायचं सोडून त्यानं ते लाकडाचं का बांधावं, याचं मला आश्चर्य वाटतं. त्याचं ते घर म्हणजे घरगुती वास्तुशिल्पाचा एक उत्कृष्ट नमुना आहे. त्या घरात वास्तव्य करणाऱ्या प्रत्येक भावी पिढीनं त्याच्या अंतरंगात हवे ते बदल केले असते, त्यांच्या रुचीप्रमाणं, सोईप्रमाणं; परंतु त्याच वेळी त्या घराचं बाह्य रूप, दृश्य स्वरूप तसंच टिकून राहिलं असतं. त्याच्या स्थिरतेत एक प्रकारचा भारदस्तपणा आला असता. लोकांनी त्याचा आदर केला असता. सुखाच्या क्षणांचा उगम असतो त्या रूपात. ते कालातीत राहावं लागतं.''

त्या कलावंताचे शब्द ऐकताच फीबीला पराकाष्ठेचं आश्चर्य वाटलं. त्याच्या चेहऱ्याकडे विस्मयाने बघत ती म्हणाली, ''काय हो हे? तुमच्या विचारांत केवढा विलक्षण बदल झाला आहे हा! घरासाठी दगडविटा वापरायच्या? खरंच? अहो, अजून दोन-तीन आठवडेही झाले नसतील...लोकांनी अतिशय तात्पुरत्या, हलक्या, कसल्यातरी घरात राहावं, पक्ष्याच्या घरट्यासारख्या घरात, असं तुम्ही म्हणायचे. खरं ना?''

त्याच्या चेहऱ्यावर अर्धवट उदास असे हसू उमटले. ''अगं फीबी, मी तुला नाही का सांगितलं, माझं कसं होणार ते? खरोखरच, मी आता पुराणमतवादी

वाटायला लागेन तुम्हाला. मी असा होईन की काय याचा भ्रम पडला होता मला. माझ्या स्वप्नात चुकूनदेखील आलं नव्हतं ते. या घराला एक प्रकारचं आनुवंशिक दुर्दैव लाभलेलं आहे. त्यापलीकडच्या आदर्श पुराणमतवादी पुरुषाच्या तसबिरीखाली, त्याच्या नजरेसमोर असं म्हणायचं म्हणजे विशेषच अक्षम्य आहे ते. या इतिहास असलेल्या घरात, या पुरातन प्रसिद्ध पुरुषाच्या समोर ते विशेष वाटतंय. त्यानं या वंशाच्या दुष्ट भवितव्याचा पाया घातला आहे, हे ठाऊक असूनही मी म्हणतोय हं तसं.''

क्लिफोर्डने त्या चित्राकडे पाहिले. कर्नल पिंचेनच्या उग्र नजरेकडे बघताच तो मागे सरल्यासारखा झाला. तो म्हणाला, ''ती प्रतिमा! ज्याज्या वेळी मी तिच्याकडं बघतो तेव्हातेव्हा एक स्वप्नवत स्मृती तरळते माझ्या मनात. एक आठवण पछाडून राहिलेली आहे अनेक दिवसांची, परंतु माझ्या मनाला तिची पकड घेता येत नाही कधीच. कल्पना येते, पण आकार नसतो तिथं. तो एक मोठ्यातला-मोठा भास असतो. माझ्या मनात ती घुमत असते. 'संपत्ती, अमर्याद संपत्ती, कल्पनेबाहेर श्रीमंत होणार आहेस तू!' असे काहीतरी शब्द कानांवर आल्यासारखे वाटतात, पण केव्हा, कुठं, किती हे स्पष्ट होत नाही. तेव्हा मी लहान होतो. कदाचित तरुणही असावा. त्या तसबिरीनं मला एक गुपित सांगितलं होतं. एक संपन्न रहस्य होतं ते. एका गुप्त खजिन्याबद्दलच्या कागदपत्रांबद्दल काहीसं. त्याचा हात पुढं आला होता चित्रातून त्या वेळी. त्या हातात ते कागदपत्र होतं. पण छे, या जुन्या गोष्टी फारच पुसटपुसट वाटताहेत. या क्षणी त्यातलं काहीसुद्धा सविस्तर डोळ्यांसमोर नाही येत! कोणतं बरं स्वप्न असेल ते?''

हॉलग्रेव्हने उत्तर दिले, ''कदाचित मी ते आठवू शकतो. बघा हं! ज्याला या रहस्याबद्दल काहीही ठाऊक नाही, तो मनुष्य ही कळ कधीच फिरवणार नाही. शंभरातला एखादाच करील तसं.''

''एक गुप्त कळ! आठवलं, आता आठवलं! मी शोधून काढली होती ती! हो, त्या दिवशी दुपारी...फारफार पूर्वी मी घरात उगीचच रिकामटेकडा फिरत होतो, कसलीतरी स्वप्नं बघत. आता कळलं मला ते; पण तरीही ती कळ नेमकी कुठं आहे ते...ते नाही आठवत अजून.''

तोपर्यंत त्या छायालेखकाने त्या कळीवर आपले बोट ठेवून दाबली ती. पूर्वी त्याचा परिणाम म्हणून ते चित्र पुढे सरकले असते; परंतु तिचा वापर खूपच कमी झाला होता. अनेक वर्षे दडूनच होती ती. त्यामुळे आतल्या यंत्राला गंज चढला होता. त्यामुळे हॉलग्रेव्हने ती जोरात दाबल्याबरोबर ते चित्र सगळेच खाली गडगडले. त्याची चौकट वगैरे सगळेच जमिनीवर पालथे पडले. भिंतीत एक पोकळी दिसू लागली. आत कागदपत्राची एक घडी होती. शतकानुशतकाची धूळ बसून ती आता ओळखता येत

नव्हती. हॉलग्रेव्हने ती उघडली. तो एक प्राचीन करारनामा होता. त्याच्यावर रेड इंडियन टोळीप्रमुखांच्या जुन्या चित्रलिपीतील स्वाक्षऱ्या होत्या. त्या करारान्वये कर्नल पिंचेन व त्याचे वारस यांना पूर्वेकडच्या अफाट प्रदेशावर कायमचे स्वामित्व मिळत होते.

"हाच तो कागद, हाच तो करारनामा. याच्या बदल्यातच सुंदर अशा एलिस पिंचेनला आपलं सुख आणि अखेर आपलं आयुष्य गमवावं लागलं. कागद इथंच राहिला, एलिस बिचारी निघून गेली कायमची." कलाकाराने त्याच्या दंतकथेच्या संदर्भात माहिती दिली. तो आणखी म्हणाला, "अनेक पिंचेनांनी त्याच्या शोधात आयुष्य व्यर्थ घालवलं. त्या काळी त्या कराराचं मोल खूपच अधिक होतं. आज तो आपल्याला सापडला. त्याची किंमत कमी झाल्यावर. आज त्याला कसलीच किंमत नाही."

"खरंच! किती विचित्र आहे सगळं! बिचारा कझीन जेफ्री! या करारानंच त्याचा बळी घेतला. त्याला भूल पाडली कायमची. ज्या वेळेस तो व क्लिफोर्ड एकत्र होते लहानपणी, तेव्हा क्लिफोर्डनं याबद्दल एक सुरेख परीकथा निर्माण केली असेल. त्याला ती सवयच होती. घरात उगीचच इकडंतिकडं भटकायचं. त्याच्या अंधाऱ्या कोपऱ्याबद्दल वेगवेगळ्या आख्यायिका रचायच्या. तेवढंच मन रमवायचं. हा उद्योग होता क्लिफोर्डचा. त्याच्या या कपोलकल्पित, कल्पनारम्य कथांवर विश्वास ठेवून राहिला खुळा जेफ्री. झालं, त्यानं ते खरंच मानलं. त्याला वाटलं, माझ्या भावाला त्याच्या चुलत्याच्या अफाट संपत्तीचा सुगावा लागला आहे. शेवटपर्यंत त्याच भ्रमात राहिला जेफ्री पिंचेन! त्यातच मरूनपण गेला बिचारा!" हेप्झीबा उद्गारली.

फीबी हॉलग्रेव्हला एकीकडे म्हणाली, "परंतु तुम्हाला कसं कळलं हो ते रहस्य?"

हॉलग्रेव्ह उत्तरला, "माझ्या प्रियतमे, फीबी, तुला मॉल हे नाव घेणं कितपत रुचेल? माझ्या वाडवडिलांकडून मिळालेला वारसा आहे तो. आमच्या पिढ्यान्‌पिढ्या आम्हाला केवळ तीच एक गोष्ट माहीत होत गेली. त्या रहस्याचा भेद आमच्या वंशजांनाच ठाऊक होता केवळ. या घोर अन्यायाच्या आणि सूडाच्या नाटकात मी त्या वृद्ध मांत्रिकाच्या बदलीची भूमिका घेतलेली आहे. त्याचा एक वंशजच आहे मी स्वत: तू घाबरशील म्हणून आतापर्यंत लपवून ठेवली ही गोष्ट मी तुझ्यापासून. खरं म्हणशील, तर याआधीच सांगितलीही असती तुला. हा छायाचित्रकार – मि. हॉलग्रेव्ह – जादूटोणा करण्याच्या कलेत तरबेज आहे, त्या म्हाताऱ्या मॅथ्यू मॉलइतकाच. त्या वधित मॅथ्यू मॉलच्या मुलानं या इमारतीचं सुतारकाम केलं आहे, हे ठाऊक आहेच तुला. त्यानंच ही गुप्त पोकळी तयार केली आणि त्यात ते इंडियन कागदपत्र दडवून ठेवलं. संधी मिळताच त्याच्यावरच पिंचेनांचा पूर्वप्रदेशावरचा कायदेशीर हक्क प्रस्थापित व्हायचा होता. मॉलच्या मळ्याच्या जमिनीची आपल्या

पूर्वेकडच्या प्रदेशांशी अशी अदलाबदल केली त्यांनी.''

त्याच्यावर अंकल व्हेन्नरने शेरा मारला, ''मला वाटतं, आज घटकेला त्यांच्या त्या संपूर्ण हक्कानं माझ्या पलीकडच्या शेतावरच्या एका माणसाच्या दृष्टिक्षेपातही बसणार नाही इतकी जमीन मिळेल त्यांना. नाही?''

''अंकल व्हेन्नर, आता इथून पुढं तुमच्या त्या शेताबद्दल एक शब्दही काढायचा नाही, सांगून ठेवते! आता तुम्ही तिकडं जायचंच नाही, अगदी शेवटपर्यंत. आमच्या नव्या बागेत एक छोटीशी झोपडी आहे. अगदी सुरेख छोटी झोपडी, पिवळसर पिंगट रंगाची, अगदी छान दिसणारी अशी, जणूकाय साखरेच्या चित्राचीच केल्यासारखी. तुमच्याकरिता खास सोयी करणार आहोत आम्ही त्या तिथं. तिथं तुम्ही राहायचं. अगदी आरामात. मनाला येईल ते काम करायचं आणि मुख्य म्हणजे कझीन क्लिफोर्डला आनंदित ठेवायचं. त्याच्याशी तुमच्या नेहमीच्या शहाणपणाच्या आणि गमतीजमतीच्या गप्पा मारायच्या. तुमचा सहवास त्याच्या चित्तवृत्ती प्रफुल्लित ठेवील निश्चित.'' फीबी त्याचा हात हातात घेऊन म्हणाली.

''बाळ, माझ्यासारख्या म्हाताऱ्याबरोबर जे बोललीस तेच जर तू एखाद्या तरुणाबरोबर बोलशील ना, तर त्याचं हृदय ताड्दिशी उसळून बाहेरच येईल. माझ्या जाकिटाच्या बटनाची किंमत राहणार नाही त्याला! तुझ्या शब्दांनी अंत:करण दाटून आलंय सगळं! केवढा मोठा सुस्कारा टाकतोय मी आज या इथं! माझ्या आयुष्यातलं मोठ्यातलं-मोठं सुख साठवलंय त्याच्यात. त्याच्याबरोबर स्वर्गीय सुखाचा मोठा ठेवाच आला आहे माझ्याकडे! ठीक आहे, ठीक आहे मिस फीबी! आता लोकांना चुकल्या-चुकल्यासारखं होईल नाही? बागांतून, पाठीमागच्या दारातील परसघरातून आता अंकल व्हेन्नर दिसणार नाही त्यांना. पिंचेन स्ट्रीट त्याच्याविना सुनासुना भासणार. पूर्वीसारखा दिसणार नाही तो रस्ता. त्याच्या एका बाजूच्या गवताच्या गंज्या आणि दुसऱ्या बाजूची ती सात गेबल्सच्या प्रासादापुढची बाग मला आठवते आहे. बरोबरच आहे. एक तर तुम्हाला माझ्या शेताकडं आलं पाहिजे किंवा निदान मी तरी तुमच्या गावाकडच्या घरात गेलं पाहिजे. दोन्हीपैकी एक झालं पाहिजे, हे निश्चितच आहे. तुम्हीच काय ते ठरवा. मी काय करावं?'' अंकल व्हेन्नर भावविवश होऊन म्हणाला.

''अंकल व्हेन्नर, अहो, दुसरा विचारच करायचा नाही. आमच्याकडंच यायचं काही झालं तरी. माझ्या खुर्चीजवळ पाच मिनिटांच्या अंतरावर पाहिजे आहात तुम्ही मला. एवढ्या शुद्ध आणि गोड स्वभावाचा माणूस माझ्या आयुष्यात प्रथमच आलाय. तुमच्या शहाणपणात कसलाही कडवटपणा नाही, याची खात्री आहे मला. असे एकमेव तत्त्वज्ञ पुरुष आहात तुम्ही!'' क्लिफोर्ड म्हणाला. त्या वृद्ध माणसाच्या मधुर, संथ आणि सरळ मनाच्या चित्तवृत्तीबद्दल क्लिफोर्डला विशेष आदर होता.

त्याच्या सहवासात मोठे सुख लाभायचे त्याला.

"काय म्हणता! एवढा शहाणा आहे मी? आणि मी तरुण असताना लोक मला अगदीच साधाभोळा समजायचे! मला वाटतं, माझं काम रोक्सबरी जातीच्या लालट सफरचंदासारखं आहे. जितकं जास्त दिवस राहील तितकं जास्त गोड लागतंय; तसं. होय! तुम्ही आणि फीबी म्हणता त्या माझ्या शहाणपणाच्या शब्दांबद्दल बोलायचं म्हणजे ते पिवळ्या, सुवर्णाच्या रंगाच्या डँडेलियन फुलासारखे आहेत. ती फुलं उन्हाळ्याच्या दिवसांत कधीच फुलत नाहीत, पण डिसेंबरच्या अखेरीस वाळलेल्या गवतांमध्ये, पालापाचोळ्याखाली चमकत असतात ती. माझ्या त्या डँडेलियनांच्या घोसांनी मी तुम्हाला फुलवून टाकीन. मित्रहो! माझ्याजवळच्या ज्ञानकणांनी पुलकित करीन तुम्हाला" अंकल व्हेन्नर ओरडला. आपण कोण आहोत, याची अंशत: जाणीव होत होती आता त्याला.

त्या जुन्यापुराण्या प्रासादाच्या मोडकळीस आलेल्या फाटकात एक साधीसुधी, परंतु देखणी अशी गडद हिरव्या रंगाची एक चारचाकी गाडी येऊन उभी राहिली. ती मंडळी बाहेर आली व त्या गाडीतील आपापल्या जागा त्यांनी घेतल्या. अंकल व्हेन्नर मात्र बाहेरच राहिला. काही थोड्या दिवसांनी तो त्यांच्याकडे जायचा होता. ती सारी जणं मोठ्या खुशीत गप्पा मारत होती, थट्टा-विनोद करत होती, हसत-खिदळत होती. खूपखूप आनंदात होती. वास्तविक, हा असा एक क्षण असतो की, ज्या वेळी आपली हृदये दाटून आलेली असतात; ऊर धडधडत असतो. ते सगळे टाळावे म्हणून आपण हा मार्ग शोधून काढलेला असतो. आपल्या वाडवडिलांच्या वास्तव्याने पुनीत झालेल्या त्या निवासस्थानाचा क्लिफोर्ड व हेप्झीबा यांनी अखेरचा निरोप घेतला. त्यांच्या भावना विशेष उचंबळून आल्या नाहीत. अगदी सहज सोडले त्यांनी ते घर, जणूकाय चहाच्या वेळेपर्यंत ती दोघे परतणार होती. त्या पांढऱ्या घोड्यांच्या जोडीकडे व त्यांना जोडलेल्या त्या सुंदर गाडीभोवती पुष्कळ मुले मोठ्या कुतूहलाने जमली होती. छोट्या नेड हिगिन्सला त्या मुलांच्या घोळक्यातून शोधून काढले हेप्झीबाने. आपल्या खिशातून काही चांदीची नाणी काढून ती तिने त्या छोकऱ्याच्या – तिच्या पहिल्यावहिल्या आणि एकनिष्ठ गिऱ्हाइकाच्या चिमुकल्या हातावर ठेवली. त्याच्या हाताची पोकळी डोमर्डॅनियलच्या गुहेची आठवण करून देत होती. त्या नाण्यांच्या मोबदल्यात आता त्याला खूपच साखरेची चित्रे घेता येणार होती. तो खूष झाला नसला तरच नवल.

घोडागाडी हलली आणि त्या बाजूने दोन माणसे निघाली होती.

त्यांच्यापैकी एक जण म्हणाला, "काय डिक्सी, कसं काय वाटतं हे बघताना? माझ्या बायकोनं तीन महिने सेंटशॉप चालवलं आणि त्या व्यवहारात पाच डॉलर्स घालवले आणि आमच्या या म्हाताऱ्या पिंचेनबाईचं बघ ना! तिनंही तेवढाच वेळ

काढला, पण आज आपल्या गाडीतून हजार दोन हजाराचा गल्ला घेऊन चालली की ती! तिच्या वाट्याची, क्लिफोर्डच्या व फीबीच्याही! याला म्हणतात नशीब! छान झालं बिचारीचं! पण ही जर परमेश्वरी इच्छा म्हटली, तर मात्र मला त्याचा नीटसा अर्थ लागत नाही नेमका.''

''खरोखरच, सुरेख झाला व्यवहार! उत्तम.'' चतुर डिक्सी म्हणाला.

हा सर्व वेळ मॉलची विहीर एकटीच उरली होती. तिच्या त्या एकांतातून नेहमीप्रमाणे त्या पाण्यातून रंगीबेरंगी चित्रांची एक मालिका निर्माण झाली. एखाद्या दैवी दृष्टीला त्यांच्यामध्ये हेप्झीबा व क्लिफोर्ड यांच्या, त्या दंतकथेतील प्रसिद्ध मांत्रिकाच्या वंशजाच्या आणि त्या खेडेगावच्या कुमारिकेच्या भावी सुदिनांच्या प्रतिमा दिसल्या असत्या. त्या सर्वांवर त्या वृद्ध मांत्रिकाने प्रीतीचे एक मायाजाल पसरले होते. शिवाय, सप्टेंबरच्या वाऱ्याच्या तडाख्यातून जगूनवाचून राहिलेल्या पर्णसंभाराच्या सुरात पिंचेन एल्मदेखील न कळणाऱ्या शब्दांत कोणती ना कोणती भविष्यवाणी पुटपुटत होता. त्यांना निरोप दिल्यानंतर ज्ञानी अंकल व्हेन्नर त्या मोडकळीस आलेल्या पोर्चमधून हळूहळू पावले टाकत निघाला. त्याच्या कानांवर संगीताची एक लकेर आल्याचा त्याला भास झाला. त्याला एक कल्पना आली. भूतकाळाच्या यातना आणि त्यांच्या संदर्भात वर्तमानकाळाचे आपल्या नातेवाइकांचे हे सुख पाहताना त्या गोड, मोहक एलिस पिंचेनला खूप आनंद झाला होता. त्या आनंदाच्या भरात आपल्या हॉर्पसिकॉर्डवर छेडलेल्या निरोपाच्या शेवटच्या झंकारांवर बसून ती स्वर्गाकडे निघाली होती...त्या सात गेबलांच्या प्रासादामधून!

(समाप्त)

www.ingramcontent.com/pod-product-compliance
Lightning Source LLC
Chambersburg PA
CBHW070329030726
47505CB00004B/1135
* 9 7 8 8 1 8 4 9 8 0 4 0 0 *

www.ingramcontent.com/pod-product-compliance
Lightning Source LLC
Chambersburg PA
CBHW070329030726
47505CB00004B/1135